ഒരു ... ന്റെ
ഓ...

കെ എൽ എഫ്, കേരളസംസ്കാരം

1957-ൽ കോട്ടയത്ത് അഞ്ചുദിവസം നീണ്ടുനിന്ന സാഹിത്യ പരിഷത്ത് സമ്മേളനമാണ് കേരളത്തിലെ ആദ്യത്തെ സാഹിത്യോത്സവം. സ്വകാര്യ സാഹിത്യകൂട്ടായ്മകൾ മാത്രമാണ് അതുവരെ പരിചിതമായ മാതൃക. സാഹിത്യപരിഷത്ത് സമ്മേളനം അന്നുവരെ കേരളം കണ്ടതിൽവെച്ച് ഏറ്റവും വലിയ സാംസ്കാരികോത്സവമായിരുന്നു. ആധുനികകേരളത്തിന്റെ സാംസ്കാരിക വളർച്ചയുടെ അടിത്തറ ഈ സമ്മേളനമാണ്.

സമ്പൂർണ്ണ സാക്ഷരത, സാംസ്കാരികവകുപ്പ്, പുസ്തകങ്ങളുടെ വില്പനനികുതി ഒഴിവാക്കൽ, പേപ്പർബാക്ക് വിപ്ലവം എന്നീ ആശയങ്ങളുടെ ആവിഷ്കർത്താവായ ഡി സി കിഴക്കെമുറിയായിരുന്നു സമ്മേളനത്തിന്റെ മുഖ്യസംഘാടകൻ. അദ്ദേഹത്തിന്റെ ദർശനങ്ങളുടെ വിശ്വോത്തര ആവിഷ്കാരമാണ് ഡി സി ബുക്സ് 2016-ൽ കോഴിക്കോട് ബീച്ചിൽ ആരംഭിച്ച, ഏഷ്യയിലെ ഏറ്റവും വലിയ സാഹിത്യോത്സവമായ കേരള ലിറ്ററേച്ചർ ഫെസ്റ്റിവൽ (കെ എൽ എഫ്). സാഹിത്യം, കല, ശാസ്ത്രം, ചരിത്രം തുടങ്ങി എല്ലാ മേഖലകളിലുമുള്ള തുറന്ന സംവാദമാണ് കെ എൽ എഫിന്റെ മുഖമുദ്ര. വായനസംസ്കാരത്തിന് ഊർജ്ജം പകർന്ന്, കേരളത്തിന്റെ എല്ലായിടങ്ങളിലും നടക്കുന്ന സാഹിത്യോത്സവങ്ങൾക്ക് മാതൃകയായ കെ എൽ എഫ് എല്ലാവർഷവും ജനുവരി മാസത്തിലാണ് നടക്കുന്നത്.

www.keralalitfest.com

ഡോ. ബി. ഉമാദത്തൻ
(1946–2019)

കേരള സംസ്ഥാന മുൻ മെഡിക്കൽ വിദ്യാഭ്യാസ ഡയറക്ടർ, കേരള പൊലീസിന്റെ മെഡിക്കോ ലീഗൽ ഉപദേശകൻ, തിരുവനന്തപുരം, ആലപ്പുഴ, തൃശൂർ, കോട്ടയം മെഡിക്കൽ കോളേജുകളിലെ ഫോറൻസിക് മെഡിസിൻ പ്രൊഫസർ, വകുപ്പുമേധാവി, ജില്ലാ പോലീസ് സർജൻ, സംസ്ഥാന മെഡിക്കോ ലീഗൽ എക്സ്പെർട്ട് & കൺസൾട്ടന്റ്, കേരള മെഡിക്കോ ലീഗൽ ഇൻസ്റ്റിറ്റ്യൂട്ടിന്റെ ഡയറക്ടർ, തിരുവനന്തപുരം മെഡിക്കൽ കോളേജ് പ്രിൻസിപ്പൽ എന്നീ നിലകളിൽ പ്രവർത്തിച്ചിട്ടുണ്ട്. ലിബിയൻ അറബ് റിപ്പബ്ലിക്കിന്റെ മെഡിക്കോ ലീഗൽ കൺസൾട്ടന്റായിരുന്നു. അമൃത മെഡിക്കൽ കോളേജിലെ ഫോറൻസിക് മെഡിസിൻ പ്രൊഫസറും വകുപ്പുമേധാവിയും അവയവമാറ്റ അംഗീകാരസമിതിയുടെ അധ്യക്ഷനുമായിരുന്നു. 2019 ജൂലൈ 3-ന് അന്തരിച്ചു.

ഡോ. ബി. ഉമാദത്തന്റെ ഞങ്ങൾ പ്രസിദ്ധീകരിച്ച കൃതികൾ

ഒരു പൊലീസ് സർജന്റെ ഓർമ്മക്കുറിപ്പുകൾ, കുറ്റാന്വേഷണത്തിലെ വൈദ്യശാസ്ത്രം, കേരളത്തിന്റെ കുറ്റാന്വേഷണ ചരിത്രം, അവയവദാനം അറിയേണ്ടതെല്ലാം, കപാലം.

ഡോ. ബി. ഉമാദത്തന്റെ പുസ്തകങ്ങൾ
പരിചയപ്പെടാൻ ക്യു ആർ കോഡ്
സ്കാൻ ചെയ്യൂ.

ഒരു പൊലീസ് സർജന്റെ ഓർമ്മക്കുറിപ്പുകൾ

ഡോ. ബി. ഉമാദത്തൻ

ഡി സി ബുക്സ്

D C Books
DC Kizhakemuri Edam
Good Shepherd Street
KERALA, INDIA-686 001

MALAYALAM LANGUAGE
Oru Police Surgeonte Ormakkurippukal

MEMOIR-PROFESSIONAL
by Dr. B. Umadathan

First Published August 2010
This edition -September 2025

P-ISBN: 978-81-264-2775-8
E-ISBN: 978-81-264-5873-8

Distributors : D C Books-Current Books, INDIA

Printed in India: D C Press, Kottayam, INDIA.

D C BOOKS LIBRARY CATALOGUING IN PUBLICATION DATA
Umadathan, B.
Oru police surgeonte ormakkurippukal/B. Umadathan.
384 p., 21 cm.
ISBN 978-81-264-2775-8.
1. Memoir. I. Title.
920.363 25-dc 22.

: www.dcbooks.com : www.dcbookstore.com
: ebooks.dcbooks.com : customercare@dcbooks.com : 7290092216

D C BOOKS: THE FIRST INDIAN BOOK PUBLISHING HOUSE TO GET ISO CERTIFICATION

1038/25-26-Sl.No. 29117-dcb 4465-(40)-2000-8813-09-25-hn 60-T1-e sn-d(t) ga

മുപ്പതു വർഷം എന്നെ സ്വന്തം സഹോദരനെപ്പോലെ സ്നേഹിച്ച,
സ്നേഹിച്ചവരെയൊക്കെ അകാലത്തിൽ വിട്ടുപിരിഞ്ഞ
ഫോറൻസിക് മെഡിസിൻ പ്രൊഫസ്സറും പോലീസ് സർജനും
കോട്ടയം മെഡിക്കൽ കോളജ് പ്രിൻസിപ്പലുമായിരുന്ന
പ്രൊഫ. ജോർജ് പോളിന്റെ പാവനസ്മരണയ്ക്ക് മുന്നിൽ
അഞ്ജലീബദ്ധനായി ഞാൻ ഈ രചന സമർപ്പിക്കുന്നു.

ആമുഖം

ഫോറൻസിക് മെഡിസിൻ എന്ന വൈദ്യശാസ്ത്രശാഖയെ ഞാൻ പ്രണയിക്കാൻ തുടങ്ങിയിട്ട് നാല്പതു വർഷമായി. ഔദ്യോഗിക ജീവിതത്തിൽനിന്ന് അടുത്തൂൺ പറ്റിയിട്ടും ഇപ്പോഴും ആ പ്രണയത്തിന്റെ ചൂരും ചൂടും ഒട്ടും കുറഞ്ഞിട്ടില്ല. യുവ ഡോക്ടർമാരിൽ അധികംപേരും സഞ്ചരിക്കാൻ ഇഷ്ടപ്പെടാത്ത പാതയാണ് ഞാൻ തിരഞ്ഞെടുത്തത്. തിരിഞ്ഞുനോക്കുമ്പോൾ ആ പാതയിലൂടെയുള്ള എന്റെ ജീവിതയാത്ര സഫലമാണെന്ന് ഞാൻ കരുതുന്നു. സത്യത്തെ കണ്ടെത്താനുള്ള ആ പ്രയാണത്തിൽ ഒരിക്കൽപോലും എന്റെ കാലുകൾ ഇടറിയിട്ടില്ല, കൈകൾ വിറച്ചിട്ടില്ല. ഇതു പറയുമ്പോൾ എനിക്ക് അനൽപ്പമായ അഭിമാനവും ആത്മസംതൃപ്തിയും തോന്നുന്നു.

ഈ നാലു പതിറ്റാണ്ടുകൾകൊണ്ട് ഞാൻ എന്തു നേടി? ബഹുമാന്യരായ എന്റെ ഗുരുക്കന്മാരുടെ പാത പിന്തുടർന്ന് നേടിയ വിപുലമായ ശിഷ്യസമ്പത്തിനേക്കാൾ വലിയ നേട്ടം വേറെന്തുണ്ട്? പിന്നെ ഞാൻ കണ്ട ജീവിതങ്ങൾ, ജീവിതാന്ത്യങ്ങൾ, അവകളിലെ ദുരൂഹതകളുടെ ചുരുളഴിക്കാൻ നടത്തിയ ശ്രമങ്ങൾ. അതിലൂടെ നേടിയ അനുഭവസമ്പത്ത്. ആ അനുഭവങ്ങളുടെ ഓർമ്മപ്പുസ്തകത്തിന്റെ ചില താളുകളാണ് ഞാൻ മറിച്ചു നോക്കുന്നത്.

മെഡിക്കൽ വിദ്യാഭ്യാസ വകുപ്പിൽ അദ്ധ്യാപകൻ, പോലീസ് സർജൻ, ലിബിയൻ അറാബ് റിപ്പബ്ലിക്കിലെ മെഡിക്കോ ലീഗൽ കൺസൾട്ടന്റ്, കേരള പോലീസിന്റെ മെഡിക്കോ ലീഗൽ ഉപദേശകൻ എന്നീ നിലകളിൽ കൈകാര്യം ചെയ്യേണ്ടിവന്ന നിരവധി മെഡിക്കോ ലീഗൽ കേസുകളിൽ ഏതാനും ചിലതിനെക്കുറിച്ചുള്ള വിവരണങ്ങളാണ് ഈ പുസ്തകത്തിൽ ഉൾക്കൊള്ളിച്ചിരിക്കുന്നത്. ജീവിച്ചിരിക്കുന്ന വ്യക്തികൾക്ക് അപ്രിയം തോന്നാതിരിക്കാൻ പേരുകളിലും സ്ഥലനാമങ്ങളിലും ചെറിയ മാറ്റം വരുത്തിയിട്ടുണ്ടെന്നതൊഴികെ വിവരണങ്ങളെല്ലാം വസ്തുനിഷ്ഠമാണ്.

കുറ്റാന്വേഷണത്തിൽ ശാസ്ത്രീയമായ തെളിവുകളിലും നിഗമനങ്ങളിലും പാളിച്ചകൾ സംഭവിച്ചാൽ സത്യം തമസ്കരിക്കപ്പെടുകയും നിരപരാധികൾ പീഡിപ്പിക്കപ്പെടുകയും ചെയ്യുമെന്നതിന്റെ രണ്ടു മൂന്ന് ഉദാഹരണങ്ങൾ എനിക്ക് ഈ പുസ്തക

ത്തിൽ ഉൾക്കൊള്ളിക്കാതിരിക്കാൻ കഴിഞ്ഞില്ല. ഉന്നത ന്യായ പീഠങ്ങൾക്ക് സത്യം കണ്ടെത്തുവാൻ സോളമന്റെ തേനീച്ചകൾ പറന്നെത്തിയ കഥയും പറയാതെ വയ്യായിരുന്നു. ആരെയും കുറ്റപ്പെടുത്താൻ മനഃപൂർവ്വം ശ്രമിച്ചിട്ടില്ല. 'മദ്‌വചനങ്ങൾക്ക് മാർദ്ദവമില്ലെങ്കിൽ ഉദ്ദേശ്യശുദ്ധിക്ക് മാപ്പു നല്കൂ.'

ഇതൊരു ആത്മകഥയല്ലെങ്കിലും എന്റെ ജീവിതത്തിന്റെ വഴിയിലെ നാഴികക്കല്ലുകളെക്കുറിച്ചുള്ള പരാമർശങ്ങൾ പൂർണ്ണതയ്ക്കുവേണ്ടി ഉൾക്കൊള്ളിക്കേണ്ടി വന്നിട്ടുണ്ട്. സാധാരണക്കാരായ വായനക്കാർക്ക് മനസ്സിലാക്കുവാൻ വേണ്ടി ശാസ്ത്രീയമായ വസ്തുതകളെ കൂടുതൽ വിശദീകരിക്കേണ്ടി വന്നിട്ടുള്ളത് അരോചകമാകാതിരിക്കാൻ ശ്രമിച്ചിട്ടുണ്ട്.

'ഒരു പോലീസ് സർജന്റെ ഓർമ്മക്കുറിപ്പുകൾ'ക്ക് അതിഗഹനമായ ഒരു പഠനാമുഖത്തിന്റെ തിലകക്കുറി ചാർത്തിയ കേരള സംസ്ഥാന മുൻ ചീഫ് സെക്രട്ടറിയും എന്റെ പ്രിയപ്പെട്ട ഇംഗ്ലിഷ് ഗുരുനാഥനും പ്രശസ്ത സാഹിത്യകാരനുമായ സി.പി. നായർ സാറിന് നന്ദി പറഞ്ഞാൽ അത് ഗുരുനിന്ദയാകുമെന്ന് ഞാൻ കരുതുന്നു. അദ്ദേഹത്തിന്റെ സ്നേഹവാത്സല്യങ്ങൾക്ക് മുന്നിൽ ഞാൻ നമ്രശീർഷനാകുന്നു.

എന്റെ രചനയ്ക്ക് മനോഹരമായ അവതാരികയിലൂടെ മുഴുവൻ പോലീസ് വകുപ്പിന്റെയും സ്നേഹാദരങ്ങൾ എന്നിൽ ചൊരിഞ്ഞ എന്റെ പ്രിയ സ്നേഹിതൻ വിജിലൻസ്സ് ഡയറക്ടർ ഡി.ജി.പി. കെ. പി. സോമരാജന് എന്റെ ഹൃദയംഗമമായ നന്ദി രേഖപ്പെടുത്തുന്നു.

ഈ ഗ്രന്ഥരചനയ്ക്ക് പ്രചോദനവും പ്രേരണയും നല്കിയ 'കേരളകൗമുദി ഫ്ളാഷിന്റെ' എറണാകുളത്തെ അമരക്കാരായ ബാബുരാജ്, സജി കുഴിമറ്റം എന്നീ സുഹൃത്തുക്കളേയും എല്ലാ ഘട്ടങ്ങളിലും എനിക്ക് ആത്മാർത്ഥമായ സഹായങ്ങൾ നല്കിയ എന്റെ സെക്രട്ടറി ടി.സി. നന്ദകുമാറിനേയും ഞാൻ സ്നേഹപൂർവ്വം സ്മരിക്കുന്നു.

'ഒരു പോലീസ് സർജന്റെ ഓർമ്മക്കുറിപ്പുകൾ' എന്റെ പ്രിയപ്പെട്ട അനുജത്തി ഇംഗ്ലിഷ് പ്രൊഫസ്സർ ലളിത ഇംഗ്ലിഷിലേക്ക് മൊഴിമാറ്റം ചെയ്യുന്നു. അങ്ങനെ ഈ പുസ്തകത്തിന്റെ ഇംഗ്ലിഷ് പരിഭാഷയായ 'Memoirs of a Police Surgeon' കൂടി പ്രസിദ്ധീകൃതമാകുന്നു. എന്റെ പ്രിയസോദരിയോട് ഞാൻ വളരെയേറെ കടപ്പെട്ടിരിക്കുന്നു.

എന്റെ പ്രിയപത്നി പത്മകുമാരി എന്ന വായനക്കാരിയുടെ അഭിപ്രായങ്ങൾക്കും തിരുത്തലുകൾക്കും ഒരുപാട് നന്ദി.

'ഒരു പോലീസ് സർജന്റെ ഓർമ്മക്കുറിപ്പുകൾ' പ്രസിദ്ധീകരിച്ച ഡി സി ബുക്സിനോടും രവി ഡി സിയോടും എന്റെ നിസ്സീമമായ കൃതജ്ഞത രേഖപ്പെടുത്തുന്നു.

കൊച്ചി
1.1.2010

ഡോ. ബി. ഉമാദത്തൻ

അവതാരിക

'ഒരു പോലീസ് സർജന്റെ ഓർമ്മക്കുറിപ്പുകൾ' എന്റെ സ്വദേശിയും പ്രിയപ്പെട്ട സ്നേഹിതനും വഴികാട്ടിയും അഭ്യുദയകാംക്ഷിയും ഉപദേഷ്ടാവും ഒക്കെയായ ഡോ. ഉമാദത്തന്റെ പ്രൊഫഷണൽ ജീവിതത്തിലെ അനുഭവസമ്പത്തുകളുടെ തുടിപ്പുകൾ ഉൾക്കൊള്ളുന്ന ആത്മകഥാപരമായ ഒരു ഗ്രന്ഥമാണ്. ഒരു ഫോറൻസിക് വിദഗ്ദ്ധന്റെ ഔദ്യോഗിക ജീവിതത്തിലെ അനുഭവങ്ങളും, ദൗർഭാഗ്യവാന്മാരും ദൗർഭാഗ്യവതികളുമായ പലരുടെയും ജീവിതാന്ത്യങ്ങളിലെ ദുരൂഹതകളുടെ ചുരുളഴിക്കാൻ നടത്തിയ ശ്രമങ്ങളും ഈ പുസ്തകത്തിന്റെ അദ്ധ്യായങ്ങളിൽ നമുക്ക് കാണാം.

കേസുകൾ തെളിയിക്കപ്പെടാതിരിക്കുന്ന കാരണങ്ങളെപ്പറ്റിയുള്ള അന്വേഷണമദ്ധ്യേ വസ്തുതകൾ സൂക്ഷ്മമായി പരിശോധിക്കുന്ന അവസരങ്ങളിൽ സംശയങ്ങളുടെ നിഴലുകൾ ആരുടെ മേൽ പതിച്ചാലും–അത് അന്വേഷണ ഉദ്യോഗസ്ഥനായാലും മൃതദേഹം പരിശോധിച്ച ഡോക്ടറായാലും–ആ സംശയങ്ങൾ ദൂരീകരിക്കുന്നതിനും കുറ്റക്കാരെ തുറന്നു കാട്ടുന്നതിനും ഒരു വിട്ടുവീഴ്ചയ്ക്കും ഉമാദത്തൻ തയ്യാറായിട്ടില്ല. ചിലപ്പോൾ വസ്തുതകളെപ്പറ്റിയുള്ള അറിവില്ലായ്മകൊണ്ടോ, മനഃപൂർവ്വമോ മറ്റുള്ളവരിൽനിന്നും ഏൽക്കേണ്ടി വന്ന വിമർശനങ്ങൾ തന്നെ വേദനിപ്പിച്ചിട്ടുണ്ടെങ്കിൽകൂടി ഫോറൻസിക് ശാസ്ത്രത്തിന്റെ തത്ത്വങ്ങളെ ബലികഴിക്കുവാൻ തയ്യാറാകാത്ത ഉറച്ചതും സംശുദ്ധവുമായ ഒരു മനസ്സിന്റെ ഉടമയാണ് ഡോ. ഉമാദത്തൻ എന്ന് ഈ ഗ്രന്ഥം വായിക്കുമ്പോൾ നമുക്ക് മനസ്സിലാകും.

ഓരോ അദ്ധ്യായവും വായിക്കുന്തോറും വായനക്കാരനെ ഉദ്വേഗത്തിന്റെയും ആകാംക്ഷയുടെയും മുനയിൽ പിടിച്ചു നിർത്തുവാൻ ഈ ഓർമ്മക്കുറിപ്പുകൾക്ക് കഴിയുന്നുണ്ട്. ഒരു അപസർപ്പക നോവൽ എന്നപോലെ ഒറ്റയിരിപ്പിന് വായിക്കുവാൻ കഴിയുന്ന ലളിതശൈലിയിലുള്ളതും ഹൃദ്യവുമായ ഒരു കലാസൃഷ്ടിയാണ് ഉമാദത്തന്റെ ഓർമ്മക്കുറിപ്പുകൾ.

വൈദ്യശാസ്ത്രത്തിലെ ഫോറൻസിക് മെഡിസിൻ എന്ന ശാഖ തിരഞ്ഞെടുക്കുവാൻ ഇദ്ദേഹത്തെ പ്രേരിപ്പിച്ചത് തന്റെ പിതാവിനെപ്പോലെ പ്രസിദ്ധനായ ഒരു അദ്ധ്യാപകനാകണം എന്ന

ആഗ്രഹംകൊണ്ടാണെന്ന് തോന്നുന്നു. കേരളത്തിലെ ആദ്യത്തെ പോലീസ് സർജനായ ഡോ. കന്തസ്വാമിയുടെ അദ്ധ്യാപന പാടവവും പ്രസിദ്ധിയും പരിവേഷവും ഉമാദത്തനെ വളരെ സ്വാധീനിച്ചിട്ടുണ്ട്. അദ്ധ്യാപനത്തോടുള്ള അദ്ദേഹത്തിന്റെ അഭിരുചി കേരള പോലീസ് വകുപ്പിലെ നൂറുകണക്കിന് ഉദ്യോഗസ്ഥന്മാർക്ക് ഫോറൻസിക് ശാസ്ത്രശാഖയെപ്പറ്റിയുള്ള പ്രാഥമിക തത്ത്വങ്ങൾ പഠിക്കുവാൻ ഉപകാരപ്പെട്ടു എന്നതാണ് പ്രസക്തം. പോലീസ് ഉദ്യോഗസ്ഥന്മാർക്കുവേണ്ടി കുറ്റാന്വേഷണത്തിന്റെ തത്ത്വങ്ങളും നിർദ്ദേശങ്ങളും അടങ്ങിയ ചില ഗ്രന്ഥങ്ങൾ ഉമാദത്തൻ രചിച്ചിട്ടുണ്ട്. അവ വളരെ പ്രശംസ പിടിച്ചുപറ്റിയ പുസ്തകങ്ങളാണ്.

എന്റെ സഹപ്രവർത്തകൻ എന്ന നിലയിൽ ഉമാദത്തനോടുള്ള സഹവർത്തിത്വം തുടങ്ങിയത് അദ്ദേഹം 1987 ജൂൺ മാസം കേരളാ പോലീസ് വകുപ്പിൽ മെഡിക്കോ ലീഗൽ അഡ്വൈസർ ആയി ചുമതലയേറ്റതു മുതലാണ്. ഡോ. ഉമാദത്തൻ ഏഴു വർഷക്കാലം ക്രൈംബ്രാഞ്ച് ആസ്ഥാനത്ത് ആ ചുമതല വഹിക്കുകയും പിന്നീട് സംസ്ഥാന മെഡിക്കൽ വിദ്യാഭ്യാസ ഡയറക്ടർ ആയി 1999 വരെ തുടരുകയും ചെയ്തു. മൗറീഷ്യസിൽ തുടങ്ങിയ മെഡിക്കൽ കോളജിന്റെ സ്ഥാപക പ്രിൻസിപ്പൽ ആയി പോകുന്നതുവരെ രണ്ട് കർത്തവ്യങ്ങളും അദ്ദേഹം ഒരുപോലെ നിർവ്വഹിച്ചിരുന്നു.

പ്രസിദ്ധമായ രാജൻ കേസിനു ശേഷം ക്രൈംബ്രാഞ്ച് ഐ.ജി. യായ ശ്രീ ജയറാം പടിക്കലിനെതിരെ കോടതിനടപടികൾ ഉണ്ടായപ്പോൾ കേരള സംസ്ഥാനത്തെ ക്രൈംബ്രാഞ്ചിന്റെ പേരിലും പ്രശസ്തിയിലും ഇടിവുണ്ടായത് എല്ലാവർക്കും അറിയാവുന്നതാണല്ലോ. അന്വേഷണ ഉദ്യോഗസ്ഥന്മാരുടെ ആത്മധൈര്യം ചോർന്നതുപോലെ തോന്നി. ക്രൈംബ്രാഞ്ച് ഉദ്യോഗസ്ഥരായിരുന്ന പലർക്കും സഹിക്കേണ്ടി വന്ന കഷ്ടപ്പാടുകൾ കാരണം കേസ് അന്വേഷണങ്ങളുടെ ഊർജസ്വലത ഒരളവുവരെ നഷ്ടപ്പെട്ടുപോയി എന്ന് പലർക്കും തോന്നിയിട്ടുണ്ട്.

അങ്ങനെയൊരു കാലഘട്ടത്തിലൂടെ കേരളാ പോലീസ് കടന്നുപോയിക്കൊണ്ടിരുന്ന അവസരത്തിലാണ് ഡോ. ഉമാദത്തൻ മെഡിക്കോ ലീഗൽ അഡ്വൈസർ ആയി ചുമതലയേൽക്കുന്നത്. നിരവധി സങ്കീർണ്ണങ്ങളായ കേസുകൾക്ക് തുമ്പുണ്ടാക്കുന്നതിനും തെളിവുകളുടെ സൂക്ഷ്മനിരീക്ഷണങ്ങളിലൂടെയും അവയുടെ വസ്തുനിഷ്ഠവും ശാസ്ത്രീയവുമായ അപഗ്രഥനങ്ങളിലൂടെയും മെഡിക്കോ ലീഗൽ വിഷയങ്ങളിൽ വിദഗ്ദ്ധാഭിപ്രായം നല്കുന്നതിനും ഡോ. ഉമാദത്തന് കഴിഞ്ഞു എന്നത് പ്രത്യേകം

എടുത്തു പറയേണ്ട കാര്യമാണ്. കേരളാപോലീസിന് ലഭിച്ച ഏറ്റവും പ്രഗല്ഭനായ മെഡിക്കോ ലീഗൽ അഡ്വൈസറാണ് ഉമാദത്തൻ എന്ന് സംശയലേശമെന്യേ അടിവരയിട്ട് പറയുവാൻ ഞാൻ ആഗ്രഹിക്കുന്നു.

ഡോ. ഉമാദത്തനെ ഞാൻ കണ്ടിട്ടുള്ളത് വെറുമൊരു ഫോറൻസിക് വിദഗ്ദ്ധനായിട്ടല്ല. അന്വേഷണ ഉദ്യോഗസ്ഥരോട് പൂർണ്ണമായും സഹകരിക്കുന്ന, അവരെക്കാൾ ഉത്സാഹത്തോടെ കുറ്റകൃത്യസ്ഥലങ്ങൾ സന്ദർശിക്കുകയും സൂക്ഷ്മങ്ങളായ തെളിവുകൾ ശേഖരിക്കുവാൻ സഹായിക്കുകയും അന്വേഷണത്തിന്റെ ഗതി ത്വരിതപ്പെടുത്തുവാൻ വേണ്ട വിദഗ്ദ്ധാഭിപ്രായങ്ങൾ നല്കുകയും ചെയ്യുന്ന ഒരു മെഡിക്കൽ അന്വേഷകൻ എന്ന രീതിയിലാണ് അദ്ദേഹം പ്രവർത്തിച്ചിരുന്നത്. മെഡിക്കോ ലീഗൽ വിഷയങ്ങളിൽ ഇദ്ദേഹത്തിനുള്ള അപാരമായ പാണ്ഡിത്യം ക്രൈംബ്രാഞ്ചിന്റെ കേസ് അന്വേഷണങ്ങളിൽ ഉപയോഗപ്പെടുത്തുവാൻ കേരളാ പോലീസിന് സാധിച്ചു. അതിവിദഗദ്ധനായ ഒരു കുറ്റാന്വേഷകന്റെ വേഷമാണ് ഡോ. ഉമാദത്തന് ചേരുക എന്നാണ് എനിക്ക് തോന്നിയിട്ടുള്ളത്.

1991–'92 കാലഘട്ടത്തിൽ ഞാൻ ക്രൈംബ്രാഞ്ച് ആസ്ഥാനത്ത് ഡെപ്യൂട്ടി ഇൻസ്പെക്ടർ ജനറൽ ആയിരിക്കുമ്പോഴാണ് ഡോ. ഉമാദത്തനുമായി പ്രമാദമായ ചില കേസുകളുടെ അന്വേഷണകാര്യങ്ങളിൽ അടുത്തിടപഴകാൻ അവസരമുണ്ടായത്. ക്രൈംബ്രാഞ്ച് അന്വേഷിച്ചുകൊണ്ടിരുന്നതും എന്നാൽ അതുവരെ തെളിയിക്കപ്പെടാത്തതുമായ ഓരോ കേസും ഒരുമിച്ച് ചർച്ച ചെയ്യുവാനും തെളിവുകൾ സസൂക്ഷ്മം പരിശോധിക്കുവാനും വിലയിരുത്തുവാനും അവസരമുണ്ടായിരുന്നു. ഈ ഗ്രന്ഥത്തിന്റെ 13-ാം അധ്യായത്തിൽ പ്രതിപാദിച്ചിട്ടുള്ള സുവിശേഷകന്റെ ഭാര്യയുടെ കൊലപാതകം അങ്ങനെ പരിശോധിച്ച കേസുകളിൽ ഒന്നാണ്. സുവിശേഷകൻ നടത്തിയിരുന്ന സിദ്ധവൈദ്യശാലയുടെ അടുത്ത് ഒരു സ്വർണ്ണക്കടയുണ്ടെന്നും അവിടെ നിന്ന് സയനൈഡ് എന്ന അത്യുഗ്രവിഷം അയാൾക്ക് ലഭിച്ചേക്കാമെന്നും അതുപയോഗിച്ച് ഭാര്യയെ കൊലപ്പെടുത്തിയിരിക്കാമെന്നുമുള്ള ഡോ. ഉമാദത്തന്റെ അന്തർജ്ഞാനം (Intuition) ആണ് ആ കേസ് തെളിയുവാൻ കാരണമായത്. 37-ാം അദ്ധ്യായത്തിൽ പ്രസ്താവിച്ചിട്ടുള്ള ഡോക്ടറുടെ മരണത്തിൽ കലാശിച്ച തീജ്ജ്വാലകൾ പെട്രോളിനെക്കാൾ ജ്വലനശേഷിയുള്ള ഇന്ധനംകൊണ്ടുണ്ടായതാകാം എന്നുള്ള ഉമാദത്തന്റെ അന്തർജ്ഞാനം ആ കേസ് തെളിയിക്കുന്നതിൽ സഹായകമായി എന്നതും വിസ്മയകരമാണ്.

തിരിച്ചറിയാൻ കഴിയാത്തതും അസ്ഥിമാത്രശേഷവുമായ മൃതദേഹങ്ങളുടെ തലയോടുകളിൽനിന്നും ഒരു മാജിക്കുകാരനെ പ്പോലെ മുഖങ്ങൾ സൃഷ്ടിക്കുന്നതിൽ (Superimposition)അസാമാന്യമായ കഴിവ് ഡോ. ഉമാദത്തൻ സ്വായത്തമാക്കിയിട്ടുണ്ട്. വീഡിയോ ഉപകരണങ്ങൾ ഇല്ലാതിരുന്ന കാലത്ത് ഫോട്ടോഗ്രാഫിയും മെഡിക്കൽ തത്ത്വങ്ങളും ഉപയോഗപ്പെടുത്തി ഉണ്ടാക്കിയെടുക്കുന്ന സാദൃശ്യരൂപങ്ങൾ മരിച്ച ആളുകളെ തിരിച്ചറിയാൻ സഹായകമായിട്ടുള്ളതും അതു വഴി പല കേസുകളും തെളിയിക്കപ്പെട്ടിട്ടുള്ളതുമാണ്. അത്തരം ചില കേസുകളെപ്പറ്റി ഗ്രന്ഥകാരൻ തന്റെ ഓർമ്മക്കുറിപ്പുകളിൽ പ്രതിപാദിച്ചിട്ടുണ്ട്. കിളിമാനൂർകാരനായ രാധാകൃഷ്ണന്റെയും, സുകുമാരക്കുറുപ്പ് കേസിൽ കൊല്ലപ്പെട്ട ചാക്കോയുടെയും, പൂയപ്പിള്ളിക്കാരൻ ശ്രീബുദ്ധന്റെയും, കരുനാഗപ്പള്ളിയിൽ വിസാ ഏജന്റായിരുന്ന അനിയൻ കുഞ്ഞിന്റെയും പാലാക്കാരി ഗ്രേസിയുടെയും ചെങ്ങമനാട്ടുകാരൻ യോഹന്നാന്റെയും ബാങ്കുദ്യോഗസ്ഥൻ സോമന്റെയും, അങ്ങനെ നിരവധി മൃതരുടെ മുഖങ്ങൾ സൃഷ്ടിക്കുകയും മറ്റ് തെളിവുകൾ കൂടി സംഗ്രഹിച്ച് ആ കൊലപാതകങ്ങൾ തെളിയിക്കാനായതും ഡോ. ഉമാദത്തന്റെ പരിശ്രമഫലമായാണ്. കേരള പോലീസിന് പ്രത്യേകിച്ച് ക്രൈംബ്രാഞ്ചിന് ജനങ്ങളുടെ വിശ്വാസം വീണ്ടും നേടിയെടുക്കാനായതിന് ഒരു പരിധി വരെ ഡോ. ഉമാദത്തനോട് കടപ്പെട്ടിരിക്കുന്നു. മെറ്റൽ ഡിറ്റക്ടർ ഉപയോഗിച്ച് വളരെ കാലങ്ങൾക്കുശേഷം ചാവക്കാട്ടുകാരൻ വ്യാപാരി ജോണിയുടെ മൃതദേഹത്തിൽ തറച്ചിരുന്ന വെടിയുണ്ട കണ്ടെടുത്തത് അതുവരെ ആരും പരീക്ഷിച്ചിട്ടില്ലാത്ത അന്വേഷണരീതിയായിരുന്നു. ഈ കേസിൽ വിചാരണകോടതി ഡോ. ഉമാദത്തനെ ആവോളം പ്രശംസിക്കുകയുണ്ടായി.

അറിവിന്റെ ഖനിയാണ് ഈ ഓർമ്മക്കുറിപ്പുകൾ. ഫോറൻസിക് മെഡിസിൻ ശാഖയിൽ അഗാധമായ പാണ്ഡിത്യവും പ്രായോഗിക പരിജ്ഞാനവുമുള്ള ഗ്രന്ഥകാരനിൽനിന്ന് വായനക്കാരന് അറിവിന്റെ ശകലങ്ങൾ താൻ അറിയാതെതന്നെ ലഭിക്കുന്ന രീതിയിലാണ് ഓരോ സംഭവവും വിവരിക്കപ്പെട്ടിരിക്കുന്നത്. എന്താണ് സൂപ്പർ ഇമ്പൊസിഷൻ?, ലൈ ഡിറ്റക്ടർ എങ്ങനെ പ്രവർത്തിക്കുന്നു? സ്വയമായി ഉണ്ടാക്കുന്ന മുറിവുകളുടെ സ്വഭാവം; അവയെ എങ്ങനെ തിരിച്ചറിയാം? തെളിവ് ശേഖരണത്തിൽ മുടികൾ, നാരുകൾ എന്നിവയുടെ പ്രാധാന്യം, വിവിധ ദൂരങ്ങളിൽനിന്ന് വെടിവച്ചാൽ വെടിയേൽക്കുന്ന വസ്തുവിലുണ്ടാകുന്ന അടയാളങ്ങൾ, വളരെ ഉയരത്തിൽനിന്ന് ഒരാളെ തള്ളിയിട്ടാലോ, അയാൾ സ്വയം ചാടിയാലോ ഉണ്ടാകുന്ന മുറിവു

കളുടെയും ഒടിവുകളുടെയും പ്രത്യേകതകൾ എന്നിങ്ങനെ പല വിജ്ഞാനശകലങ്ങളും വിവിധ അധ്യായങ്ങളിൽ ഒളിഞ്ഞിരിപ്പുണ്ട്.

ഓരോ കുറ്റാന്വേഷകനും അവശ്യം വായിച്ചിരിക്കേണ്ട പുസ്തകമാണ് ഉമാദത്തന്റെ 'ഓർമ്മക്കുറിപ്പുകൾ'. കള്ളപ്പരാതികൾ എന്ന ചതിക്കുഴികളിലേക്ക് അന്വേഷണ ഉദ്യോഗസ്ഥന്മാർ വീണുപോകരുതെ ശക്തമായ മുന്നറിയിപ്പ് ഉദാഹരണസഹിതം ഈ പുസ്തകത്തിലൂടെ ഗ്രന്ഥകാരൻ നല്കുന്നുണ്ട്. മനുഷ്യമനസ്സുകൾ വ്യത്യസ്ത സമയങ്ങളിൽ എങ്ങനെ വ്യത്യസ്തമായി പ്രവർത്തിക്കുന്നു എന്നതിന്റെ ഉദാഹരണങ്ങൾ ഏറെ. കുറ്റവാളിക്ക് എക്കാലത്തേക്കും കുറ്റകൃത്യം മറച്ചു വയ്ക്കാൻ സാധിക്കുകയില്ല എന്നതിന്റെ പല ദൃഷ്ടാന്തങ്ങൾ പല അദ്ധ്യായങ്ങളിലൂടെ ഗ്രന്ഥകാരൻ നമ്മെ ഓർമ്മപ്പെടുത്തുന്നു. മദ്യസേവയോ, മദിരാക്ഷിയുടെ സാമീപ്യമോ മറച്ചു വയ്ക്കപ്പെട്ട കുറ്റകൃത്യം താനേ പുറത്തു വരാൻ ഹേതുവാകുന്നു. ഓരോ പോലീസ് അന്വേഷകനും അറിഞ്ഞിരിക്കേണ്ട അസംഖ്യം കാര്യങ്ങൾ ഈ ഓർമ്മക്കുറിപ്പുകളിലുണ്ട്. ഓരോ ക്രിമിനൽ അഭിഭാഷകനും, ഓരോ മെഡിക്കൽ വിദ്യാർത്ഥിയും ഓരോ ഫോറൻസിക് വിദഗ്ദ്ധനും വായിച്ചിരിക്കേണ്ട ഗ്രന്ഥമാണിത്. സാധാരണക്കാരന് ഒരു അപസർപ്പക കഥ പോലെ ആദ്യാവസാനം ഒറ്റയിരിപ്പിൽ വായിക്കാവുന്ന ആഖ്യാനം. ഇതൊക്കെയാണ് ഡോ. ഉമാദത്തന്റെ 'ഒരു പോലീസ് സർജന്റെ ഓർമ്മക്കുറിപ്പുകൾ.'

കെ. പി. സോമരാജൻ
ഐ.പി.എസ്സ്.
ഡി.ജി.പി., വിജിലൻസ് ഡയറക്ടർ

തിരുവനന്തപുരം
1-3-2010

സഫലമീ യാത്ര

ഫോറൻസിക് മെഡിസിൻ പ്രൊഫസ്സർ, പോലീസ് സർജൻ, കേരളാ പോലീസിന്റെ മെഡിക്കോ ലീഗൽ വിദഗ്ദ്ധൻ, തിരുവനന്തപുരം മെഡിക്കൽ കോളജ് പ്രിൻസിപ്പൽ, കേരള സർക്കാരിന്റെ മെഡിക്കൽ വിദ്യാഭ്യാസ ഡയറക്ടർ, ലിബിയൻ അറബ് റിപ്പബ്ലിക്കിന്റെ മെഡിക്കോ ലീഗൽ കൺസൽട്ടന്റ്, ഉജ്ജ്വലമായ 'ഉദ്യോഗപർവ്വ' ത്തിന്റെ ഏറ്റവും ഒടുവിൽ പ്രശസ്തമായ അമൃത ഇൻസ്റ്റിറ്റ്യൂട്ട് ഒഫ് മെഡിക്കൽ സയൻസസിൽ ഫോറൻസിക് മെഡിസിൻ വിഭാഗത്തിന്റെ പ്രൊഫസ്സറും അദ്ധ്യക്ഷനും——ഇതാണ് ഡോ.ബി. ഉമാദത്തന്റെ ഔദ്യോഗികജീവിതത്തിന്റെ രൂപരേഖ.

പക്ഷേ, എനിക്ക് അദ്ദേഹം ഇതിനെല്ലാമുപരി മറ്റു പലതുമാണ്.

1960–'62 കാലഘട്ടത്തിൽ തിരുവനന്തപുരം ആർട്സ് കോളജിൽ ഇംഗ്ലിഷ് അദ്ധ്യാപകനായിരുന്ന എന്റെ ഏറ്റവും സമർത്ഥരായ ശിഷ്യന്മാരിലൊരാൾ; (കഥാപുരുഷൻ അന്നേ സുമുഖനും സൗമ്യനും വിനയാന്വിതനും മികച്ച വാഗ്മിയുമായിരുന്നു).

കഴിഞ്ഞ നൂറ്റാണ്ടിൽ കേരളം കണ്ട ഏറ്റവും പ്രഗല്ഭനായ സംസ്കൃത പണ്ഡിതന്മാരിൽ അന്യതമനായ പ്രൊഫ. കെ ബാലരാമപ്പണിക്കരുടെ സീമന്തപുത്രൻ;

എന്റെ കുടുംബ ഭിഷഗ്വരനായിരുന്ന എന്നും വാത്സല്യനിധിയായിരുന്ന, ആയുർവ്വേദ വാചസ്പതി മാവേലിക്കര കെ. സി. കുഞ്ഞുരാമൻ വൈദ്യരുടെ ജാമാതാവ്;

ഒരു പടികൂടി കടന്നു പറയട്ടെ–എന്റെ പ്രിയപ്പെട്ട അനുജൻ; 'കരിയർ ഗ്രാഫ്' ഞാൻ എന്നും ആഹ്ലാദത്തോടും അഭിമാനത്തോടും കൂടി ഉറ്റു നോക്കിയിരുന്ന മിടുമിടുക്കൻ.

നിയമസംബന്ധിയായ വൈദ്യവിജ്ഞാനീയം എന്ന് മലയാളത്തിൽ വളച്ചുകെട്ടിപ്പറയേണ്ടുന്ന ഫോറൻസിക് മെഡിസിൻ എന്ന വൈദ്യശാസ്ത്രശാഖ ഉമാദത്തൻ ഉത്സാഹത്തോടും ആവേശത്തോടും വരിച്ച ഇഷ്ടപ്രാണേശ്വരിയാണ്–അനഭിമതയായി, അനാഹൂതയായി വന്നു കയറിയ ഒരു 'സമ്മന്തക്കാരി' യല്ല. അതുകൊണ്ടുതന്നെ നിരന്തരവും നിസ്തന്ദ്രവുമായ പഠനഗവേഷണങ്ങളിലൂടെ ആ ശാസ്ത്രത്തിൽ അസൂയാവഹമായ അവഗാഹം അദ്ദേഹം നേടിയെടുത്തു; സൈദ്ധാന്തികമായ ആ

വിജ്ഞാനസമ്പത്ത് കർമ്മമണ്ഡലത്തിൽ പ്രായോഗികമാക്കുന്നതിലും അദ്ഭുതകരമായ വിജയം നേടി. ഇന്നും അന്യൂനമായ ഉന്മേഷത്തോടും ഗവേഷണത്വരയോടും ഉമാദത്തൻ ആ വിജ്ഞാനാർണ്ണവത്തിൽ നൂതനമായ രത്നങ്ങൾ തേടിക്കൊണ്ടിരിക്കുകയാണ്– അപൂർവ്വമായ, മാതൃകാപരമെന്നുതന്നെ വിശേഷിപ്പിക്കേണ്ടുന്ന വിജ്ഞാനതൃഷ്ണയോടെ. വിശ്രാന്തിയറിയാത്ത ഒരു കഠിനതപസ്യ. അദ്ദേഹം പറയുന്നത് കേൾക്കുക:

'അടുത്തൂൺ പറ്റിയിട്ടും ഇപ്പോഴും ആ പ്രണയത്തിന്റെ ചൂരും ചൂടും ഒട്ടും കുറഞ്ഞിട്ടില്ല. യുവഡോക്ടർമാരിൽ അധികം പേരും സഞ്ചരിക്കാൻ ഇഷ്ടപ്പെടാത്ത പാതയാണ് ഞാൻ തിരഞ്ഞെടുത്തത്. തിരിഞ്ഞുനോക്കുമ്പോൾ ആ പാതയിലൂടെയുള്ള എന്റെ ജീവിതയാത്ര സഫലമാണെന്ന് ഞാൻ കരുതുന്നു.'

സ്വാഭാവികമായും നാലു പതിറ്റാണ്ടു കാലത്തെ അദ്ദേഹത്തിന്റെ പ്രൊഫഷണൽ ജീവിതം സംഭവബഹുലമായിരുന്നു. വീണ്ടും ഗ്രന്ഥകാരന്റെ വാക്കുകൾ ഉദ്ധരിക്കട്ടെ:

'ഞാൻ കണ്ട ജീവിതങ്ങൾ, ജീവിതാന്ത്യങ്ങൾ– അവകളിലെ ദുരൂഹതകളുടെ ചുരുളഴിക്കാൻ നടത്തിയ ശ്രമങ്ങൾ, അതിലൂടെ നേടിയ വിപുലമായ അനുഭവസമ്പത്ത്– ആ അനുഭവങ്ങളുടെ ഓർമ്മപ്പുസ്തകത്തിന്റെ ചില താളുകളാണ് ഞാൻ മറിച്ചുനോക്കുന്നത്.'

സാധാരണഗതിയിൽ ഇത്തരമൊരു ആത്മകഥ അത്ര വളരെ രസനീയമാകണമെന്നില്ല; ചില ഉന്നത പോലീസ് ഉദ്യോഗസ്ഥന്മാരുടെ 'വീരഗാഥകൾ' വായിച്ചിട്ടുള്ളവർക്ക് അറിയാവുന്നതുപോലെ തന്നെ. പക്ഷേ, 'ഒരു പോലീസ് സർജന്റെ ഓർമ്മക്കുറിപ്പുകൾ' ഈ സാമാന്യ നിയമത്തിന് ഉജ്ജ്വലമായ ഒരു അപവാദമാകുന്നു. അന്യഥാ വൈരസ്യജനകമാകാവുന്ന ഈ കഥാപ്രപഞ്ചത്തെ അപൂർവ്വമായ ചാരുതയാർന്ന ഒരു വായനാനുഭവമാക്കുന്നത് ഒന്നിലേറെ ഘടകങ്ങളാണ്.

ആദ്യത്തേത് ഉമാദത്തന്റെ ഹൃദ്യമായ ആഖ്യാനശൈലി തന്നെ. വായനക്കാരനെ പിടിച്ചിരുത്തുന്ന കൊച്ചു കൊച്ചു വാക്യങ്ങളിൽ ഇരുത്തം വന്ന ഒരു കാഥികനെപ്പോലെ അദ്ദേഹം തന്റെ ഉപാഖ്യാനങ്ങൾ മെനഞ്ഞെടുത്തിരിക്കുന്നു. മഹാവൈയാകരണനായിരുന്ന അച്ഛന്റെ ശിക്ഷണംകൊണ്ടായിരിക്കണം വാക്യരചനയുടെ രഹസ്യങ്ങൾ അദ്ദേഹത്തിന് ഇത്രയേറെ ഹൃദിസ്ഥമായത്. ഉമാദത്തന്റെ, സശ്രദ്ധം ചെത്തിമിനുക്കിയെടുത്ത വാക്യങ്ങളുടെ മികവും മിഴിവും ഒരു പ്രൊഫഷണലിൽ അത്യപൂർവ്വമായി മാത്രം കാണാൻ കഴിയുന്ന ഒരു ആഖ്യാന വൈഭവവിശേഷമാണ്.

വായനക്കാരന്റെ ഉദ്വേഗോഷ്മാവ് ഒരു നിമിഷംപോലും താഴ്ന്നു പോകാതെ കഥാന്ത്യം വരെ നിലനിർത്തുവാൻ ലേഖകന് കഴിയുന്നത് ചടുലമായ ഈ കഥനശൈലിയുടെ മേന്മ കൊണ്ടാണ്.

ഉമാദത്തൻ കഥാതന്തു അനാവരണം ചെയ്യുന്നതും ക്രമാനുഗതമായി അത് മുമ്പോട്ടു കൊണ്ടുപോകുന്നതും ഒരു മികച്ച അപസർപ്പക നോവലിസ്റ്റിനുപോലും അസൂയ തോന്നുന്ന അവതരണ ചാതുരിയോടെയാണ്. സ്തോഭജനകമായ ഈ ആഖ്യാന രീതി, ഒറ്റയിരിപ്പിൽ വായിച്ചു തീർക്കാൻ തോന്നുന്ന ഒരു ഷെർലക്ക് ഹോംസ് നോവലിന്റെ രസനീയത അദ്ദേഹത്തിന്റെ കൃതിക്ക് നല്കുന്നു. എടുത്തു പറയേണ്ട മറ്റൊരു ആകർഷകത്വം പ്രമേയങ്ങളുടെ വൈവിധ്യമത്രെ. 'അസ്വാഭാവികമരണം' എന്ന പോലീസിന്റെ 'കൊട്ടത്താപ്പ്' ശീർഷകത്തിൽ ഒതുങ്ങുമെങ്കിലും അവയുടെ വിശദാംശങ്ങൾ ഏറെ വിഭിന്നങ്ങളാണ്. ഓരോ ഉപാഖ്യാനവും വീർപ്പടക്കി വായിക്കുന്ന ഒരു ആസ്വാദകനെ തീരെ പ്രതീക്ഷിച്ചിരിക്കാത്ത ഒരു ക്ലൈമാക്സ് ആണ് മിക്കപ്പോഴും കാത്തിരിക്കുന്നത്. അവസാനം വരെ പരിണാമഗുപ്തി നിലനിർത്തുവാൻ ഗ്രന്ഥകാരൻ കാണിക്കുന്ന പ്രാവീണ്യം ഓരോ കഥയ്ക്കും ശീർഷകം നല്കിയിരിക്കുന്നതിലും കാണാൻ കഴിയും. ധാരാളം നർമ്മബോധവും ഭാവനാസമ്പത്തും കൈമുതലായുള്ള ഒരെഴുത്തുകാരനു മാത്രം അണിയിച്ചൊരുക്കാൻ കഴിയുന്ന വിധത്തിലാണ് ഉമാദത്തൻ ഓരോ ഇതിവൃത്തത്തെയും അവതരിപ്പിച്ചിരിക്കുന്നത്.

പ്രമേയങ്ങളിലുള്ള വൈവിധ്യം അവയിൽകൂടി വ്യഞ്ജിപ്പിക്കപ്പെടുന്ന മനുഷ്യസ്വഭാവത്തിന്റെ വിലക്ഷണതകളിലും കാണാം. 'പ്രതിജനഭിന്നവിചിത്രമാർഗ്ഗ'മായ എന്തെല്ലാം ശീല വൈചിത്ര്യങ്ങളാണ്–പലപ്പോഴും അവ കടുത്ത വൈകൃതങ്ങളായി മാറുന്നു–നാം ഈ കഥകളിൽ കണ്ടെത്തുന്നത്! ഉദ്ദാമമായ, ഉച്ഛൃംഖലമായ കാമവും ക്രോധവും ലോഭവും മോഹവും വികാര ജീവികളായ, വിവേകം നഷ്ടപ്പെട്ട മനുഷ്യരെക്കൊണ്ട് ചെയ്യിക്കുന്ന ദാരുണകൃത്യങ്ങളുടെ ഭയാനകചിത്രങ്ങൾ നമ്മെ അക്ഷരാർത്ഥത്തിൽ ഞെട്ടിക്കുന്നു. പഴയ കാഞ്ചനവും കാമിനിയും തന്നെ മിക്ക കഥകളിലെയും ചാലകശക്തികൾ. എത്രമാത്രം കുടിലമാണ്, ദുരൂഹമാണ്, അന്ധതാമിസ്രാവൃതമാണ് മനുഷ്യസ്വഭാവമെന്നോർത്ത് നാം ചിന്താകുലരാകുന്നു.

'ഒരു പോലീസ് സർജന്റെ ഓർമ്മക്കുറിപ്പുകൾ' ശ്രദ്ധേയമാകുന്നത് അതിന്റെ കലാപരമായ മേന്മകൾ മാത്രം കൊണ്ടല്ലെന്ന് പറയേണ്ടതില്ലല്ലോ. തികച്ചും പ്രൊഫഷണൽ ആയ പരിപ്രേക്ഷ്യ

ത്തിലൂടെ മൂല്യനിർണ്ണയം നടത്തിയാലും ഈ ശാസ്ത്രശാഖയിലെ ഉത്കൃഷ്ടമായ, പ്രാമാണികമായ ഒരു ഗ്രന്ഥമാണിതെന്നു പറയാതെ വയ്യ. ഫോറൻസിക് മെഡിസിൻ എന്ന മേഖലയിലെ സങ്കീർണ്ണവും സാധാരണ വായനക്കാരന് അനഭിഗമ്യവുമായ സംജ്ഞകളും സങ്കേതങ്ങളും സമീപനങ്ങളും ലളിതമായ ഭാഷയിൽ വിശദീകരിക്കുവാൻ ഉമാദത്തന് കഴിഞ്ഞിരിക്കുന്നുവെന്നതാണ് ആദ്യമായി ചൂണ്ടിക്കാണിക്കേണ്ടുന്ന ഒരു മികവ്. പല വിദഗ്ദ്ധന്മാരും പാളിപ്പോകുന്നതിവിടെയാണ്. ഉമാദത്തനെപ്പോലെയോ, അതിലേറെയോ പ്രാഗല്ഭ്യം നേടിയിട്ടുള്ള ഫോറൻസിക് വിദഗ്ദ്ധന്മാർ കണ്ടേക്കാം. പക്ഷേ അവർക്ക് അദ്ദേഹം ഈ പുസ്തകത്തിൽ കൃതഹസ്തതയോടെ ചെയ്തിരിക്കുന്നതുപോലെ ഗഹനവും സങ്കേതദന്തുരവുമായ ഒരു ശാസ്ത്രത്തെ ഒരു ശരാശരി അനുവാചകന് അയത്നലളിതമായി വ്യാഖ്യാനിച്ചു കൊടുക്കാനുള്ള സിദ്ധിവിശേഷം ഉണ്ടായെന്നു വരില്ല.

ഫോറൻസിക് ശാസ്ത്രത്തിൽ വ്യാപരിക്കുന്ന വിദഗ്ദ്ധന്മാർക്കും ആ വിഷയം കലാശാലാതലത്തിൽ പഠിപ്പിക്കുന്ന അദ്ധ്യാപകർക്കും പഠിക്കുന്ന വിദ്യാർത്ഥികൾക്കും മാത്രമല്ല, ക്രിമിനൽ നിയമശാഖയിൽ അഭിഭാഷകവൃത്തി നടത്തുന്നവർക്കും അത്യന്തം പ്രയോജനകരമായ, പ്രായോഗികമൂല്യമുള്ള നിരവധി വിലപ്പെട്ട നിർദ്ദേശ ശകലങ്ങൾ (tips) ഒരു പോലീസ് സർജന്റെ ഓർമ്മക്കുറിപ്പുകളിൽ കണ്ടെത്താൻ കഴിയും. സാധാരണ കുറ്റാന്വേഷണോദ്യോഗസ്ഥന്മാരെ തീർത്തും കുഴയ്ക്കുന്ന, കുഴഞ്ഞുമറിഞ്ഞ ഒരു കേസിന്റെ ഇഴകൾ ഒരു മെഡിക്കോ ലീഗൽ വിദഗ്ദ്ധൻ അവധാനതയോടും വിവേകത്തോടും ഊഹാപോഹപടുത്വത്തോടും കൂടി എങ്ങനെ പിരിച്ചെടുക്കുന്നുവെന്ന് സ്ഫടികസ്ഫുടമായി പ്രദർശിപ്പിക്കുന്ന അനേകം പഠനമാതൃകകൾ (case studies) ഈ ഗ്രന്ഥത്തിലുണ്ട്. ഏറെ ജനശ്രദ്ധയാകർഷിച്ച പാനൂർ സോമൻ കേസ്, സുകുമാരക്കുറുപ്പ് കേസ്, പോളക്കുളത്ത് പീതാംബരൻ കേസ്, രാമൻകരി സോമൻ കേസ്. മുതുവറ തീവയ്പ്പ് കേസ്, ചാവക്കാട് ജോണി കേസ്, പാലാരിവട്ടം പ്രൊഫസ്സർ ചാക്കോ കേസ്–ഇവ ഏതാനും ദൃഷ്ടാന്തങ്ങൾ മാത്രമാണ്. ഓരോ കേസിലും പ്രൊഫഷണൽ പരിജ്ഞാനത്തിനും അനുഭവസമ്പത്തിനുമപ്പുറം, എത്രമാത്രം അവധാനതയോടും ക്ലേശസഹിഷ്ണുതയോടും സൂക്ഷ്മനിരീക്ഷണവ്യഗ്രതയോടും ഊഹാപോഹകൗശലത്തോടുമാണ് ഇരുത്തം വന്ന ഈ ഫോറൻസിക് ശാസ്ത്രജ്ഞൻ ഓരോ ചുവടും വച്ചത് എന്ന വസ്തുത ഈ രംഗത്തെ 'കന്നി അയ്യപ്പന്മാരുടെ' മാത്രമല്ല മുതിർന്നവരു

ടെയും സശ്രദ്ധമായ പഠനത്തിന് വിഷയമാകേണ്ടതാണ്. ഹൃദ്യ മായ ശൈലിയിൽ ഉമാദത്തൻ പറയുന്നു:

'മരിച്ചവർ കഥ പറയുന്നു. എന്നാൽ നിശ്ശബ്ദമായ ആ കഥാ ഖ്യാനം ശ്രവിക്കണമെങ്കിൽ ഒരു ഫോറൻസിക് സർജൻ ഏകാ ഗ്രമായ മനസ്സോടെ, പഞ്ചേന്ദ്രിയങ്ങളും വ്യാപരിപ്പിക്കണം.'

ഇതിനെക്കാൾ അർത്ഥവത്തും മൂല്യവത്തുമായ ഒരു ഉപ ദേശം ഈ രംഗത്ത് പ്രവർത്തിക്കുന്ന വിദഗ്ദ്ധന്മാർക്ക് ലഭിക്കാ നില്ല. ക്ഷമാമൂർത്തിയായ ഒരു അധ്യാപകനെപ്പോലെ കുറ്റാന്വേ ഷണമേഖലയിൽ താൻ വിജയപൂർവ്വം പ്രയോഗിച്ച ഓരോ സങ്കേതവും സമീപനവും ഓർമ്മക്കുറിപ്പുകളിൽ അദ്ദേഹം വിശദീ കരിച്ചു തരുന്നു. അവധാനപൂർവ്വം അദ്ദേഹത്തിന് ചെവി കൊടു ക്കുകയേവേണ്ടൂ. സാധാരണ വായനക്കാർ അവശ്യം അറി ഞ്ഞിരിക്കേണ്ട നിത്യജീവിതസംബന്ധിയായ അനേകം വിഷയ ങ്ങളും (രണ്ടാമധ്യായത്തിലെ ആത്മഹത്യയെക്കുറിച്ചുള്ള പരി ചിന്തനം ഉദാഹരണം) ഈ പുസ്തകത്തിൽ കണ്ടെത്താൻ കഴിയും. താത്പര്യമുള്ളവർക്ക് 'ഉരുട്ടലും' 'വിഷബാധയും' മുതൽ 'എക് സ്ഹ്യുമേഷനും' 'സൂപ്പർ ഇമ്പൊസിഷനും' 'ബാലിസ്റ്റിക്സും' വരെയുള്ള അനവധി വിഷയങ്ങളെപ്പറ്റി രസകരവും വിജ്ഞാന പ്രദവുമായ പാർശ്വവീക്ഷണങ്ങളും ലഭിക്കുന്നു.

ശാസ്ത്രീയമായ കുറ്റാന്വേഷണത്തിന്റെ പരിമിതികളെക്കു റിച്ച് ഉമാദത്തൻ തികച്ചും ബോധവാനാണ്. അവയ്ക്ക് അഭ്രം ശനീയത അവകാശപ്പെടാനാവില്ലെന്ന് അദ്ദേഹം മുന്നറിയിപ്പ് നല് കുന്നു:

'ഒരു നല്ല കുറ്റാന്വേഷകൻ ഒരിക്കലും ഒരു തെളിവിനെ മാത്രം അവലംബിക്കുവാൻ പാടില്ല. മെഡിക്കൽ തെളിവുകളും ശാസ്ത്രീ യമായ മറ്റു തെളിവുകളും അന്വേഷണത്തിൽ വെളിവാകുന്ന വസ്തുതകളുമായി പൊരുത്തപ്പെടുന്നില്ലെങ്കിൽ അവയെ തിരസ് കരിക്കുകതന്നെ വേണം. ശാസ്ത്രത്തിനും, ശാസ്ത്രജ്ഞനും തെറ്റു പറ്റാം.'

തീർന്നില്ല; അന്വേഷണം വിജയകരമാകണമെങ്കിൽ പല പ്പോഴും അൽപ്പം ഭാഗ്യംകൂടി വേണമെന്ന് അദ്ദേഹം വിനയാന്വി തനായി സമ്മതിക്കുന്നു. 'സോളമന്റെ തേനീച്ചകൾ' (വിശ്രുതനായ ക്രിമിനൽ നിയമപണ്ഡിതൻ സുപ്രീം കോടതി മുൻ ജഡ്ജി ശ്രീ കെ.ടി. തോമസിന്റെ മനോഹരമായ ഉപമ) പ്രൊഫഷണൽ കഴി വിനെയല്ല, യാദൃച്ഛികതയെയാണ് പലപ്പോഴും ആശ്രയിക്കു ന്നത്.

മാധ്യമഭാഷയിൽ 'കോളിളക്കം സൃഷ്ടിച്ച' എല്ലാ അസ്വാഭാവിക മരണങ്ങളുടെ കാര്യത്തിലും അന്വേഷണോദ്യോഗസ്ഥന്മാർ നേരി

ടേണ്ടി വരുന്ന ഗുരുതരമായ ഒരു പ്രശ്നമുണ്ട്. തദ്ദേശീയരായ പൊതുജനങ്ങളുടെ (പലപ്പോഴും അടിസ്ഥാനരഹിതമായ) മുൻവിധികളാണ് ഈ കീറാമുട്ടി. 'പതിനേഴുകാരിയുടെ ദുരൂഹമരണം' കൊലപാതകം. (അല്പം സെക്സിന്റെ മേമ്പൊടി കൂടി ചേർക്കാതെ വയ്യല്ലോ) അല്ലെങ്കിൽ പിന്നെന്ത്? വിവാഹപ്പിറ്റേന്ന് മണിയറയിൽ വധുവിന്റെ ഉത്തരീയത്തിൽ തന്നെ തൂങ്ങി നിൽക്കുന്ന നവവരൻ 'കെട്ടിഞാന്ന് ചത്തതാണെന്ന്' ചുമ്മാ അങ്ങ് വിശ്വസിക്കണോ? കോടീശ്വരനായ ദുബായ് മുതലാളിയുടെ വീട്ടിൽ ജോലിക്ക് നിന്ന അതിസുന്ദരിയായ പെൺകിടാവിന് അമ്പലക്കുളത്തിൽ ചാടിച്ചാകേണ്ട കാര്യമെന്ത്? 'മദാലസയായ' സീരിയൽ നടി നിന്ന നിൽപ്പിന് അങ്ങ് അപ്രത്യക്ഷയാകുമോ? പ്ലസ് വൺ വിദ്യാർത്ഥിനിയുടെ മൃതദേഹം റെയിൽപ്പാളത്തിൽ വന്നതെങ്ങനെ? റിസോർട്ടിന്റെ പരിസരത്തു കണ്ടെത്തിയ അജ്ഞാതയുവതിയുടെ പൂർണ്ണനഗ്നമായ മൃതദേഹം ക്രൂരമായ കൂട്ടബലാത്സംഗത്തിന്റെയും നരഹത്യയുടെയും കഥയല്ലേ പറയുന്നത്? ഇലക്ട്രോണിക് മാധ്യമത്തിന്റെ വമ്പിച്ച പ്രചാരം ഈ പ്രശ്നത്തിന്റെ ഗൗരവവും സങ്കീർണ്ണതയും അടുത്തകാലത്ത് ക്രമാതീതമായി വർദ്ധിപ്പിച്ചിരിക്കുന്നു. ഇത്തരം ഓരോ കേസിലും കൊലപാതകമല്ലാതെ മറ്റു ചില സാധ്യതകൾകൂടി ഉണ്ടാകാമെന്ന വിവേകപൂർവ്വമായ തിരിച്ചറിവ് 'ജന'ത്തിന് അപൂർവ്വമായി മാത്രമേ സംഭവിക്കാറുള്ളൂ. തങ്ങളുടെ ശക്തവും രൂഢമൂലവുമായ നിഗമനത്തിനനുസൃതമായിട്ടല്ല ആദ്യം മുതൽ അന്വേഷണം നീങ്ങുന്നതെങ്കിൽ 'ജനം' ക്ഷുഭിതരായി ഒരു ആക്ഷൻ കൗൺസിൽ രൂപീകരിച്ച് വമ്പിച്ച പ്രക്ഷോഭണത്തിനൊരുങ്ങുന്നു. രാഷ്ട്രപതി മുതൽ പഞ്ചായത്ത് മെമ്പർ വരെയുള്ള 'ഉന്നതർക്ക്' ഭീമഹർജികൾ പോകുന്നു. അറ്റകൈയ്ക്ക് സി.ബി.ഐ. അന്വേഷണം ആവശ്യപ്പെട്ട് ഹൈക്കോടതിയിൽ റിട്ട് ഹർജി സമർപ്പിക്കുന്നു.

അതിശക്തമായ ഈ 'താലിബാനിസ'ത്തിനെതിരെ പിടിച്ചു നിൽക്കാൻ അസാധാരണമായ ആത്മവിശ്വാസവും വിപദിധൈര്യവും സ്ഥിതപ്രജ്ഞത്വവും കൂടിയേ തീരൂ. ദുർബലഹൃദയർ പതറിപ്പോകുന്ന ഇത്തരം മനം മടുപ്പിക്കുന്ന സാഹചര്യങ്ങൾ ഉമാദത്തന് അനേകം തവണ കൈകാര്യം ചെയ്യേണ്ടി വന്നിട്ടുണ്ട്. രണ്ടവസരങ്ങളിലൊഴികെ, ഈ സന്ദർഭങ്ങളിൽ അനിവാര്യമായി ഉണ്ടാകുന്ന കടുത്ത അപവാദപ്രചരണങ്ങളെ കൂസലെന്യേ അദ്ദേഹം നേരിട്ടു. സത്യവും നീതിയും തന്റെ ഭാഗത്താണെന്ന് നിശ്ചയമുള്ള ഒരാൾ ലോകാപവാദത്തെ ഭയപ്പെടേണ്ടതില്ലല്ലോ. 'ന്യായ്യാത് പഥഃ പ്രവിചലന്തി പദം ന ധീരാഃ' എന്ന മഹാനായ ഭർത്തൃഹരിയുടെ ആപ്തവചനത്തിൽ അയാൾ ആശ്വാസവും

പിൻബലവും കണ്ടെത്തുന്നു. പക്ഷേ രണ്ടു കേസുകളുടെ അന്വേഷണവിഷയത്തിൽ–ഏറെ ഒച്ചപ്പാടുണ്ടാക്കിയ മുന്നാ കേസും അഭയ കേസുമാണ് അവ–ഉമാദത്തന്റെ പരിണത പ്രജ്ഞമായ മനസ്സിനെപ്പോലും ഈ ദുരാരോപണങ്ങൾക്ക് മുറി വേൽപ്പിക്കുവാൻ കഴിഞ്ഞു. അദ്ദേഹം ശാന്തനായി പ്രതികരി ക്കുന്നു:

'അടിസ്ഥാനരഹിതവും അസത്യജടിലവുമായ ആരോപണം ഉന്നയിക്കുകയും സ്വഭാവഹത്യ നടത്തുകയും ചെയ്തതിന്റെ പിന്നിലെ ചേതോവികാരം എന്തായിരുന്നുവെന്ന് എനിക്കറിയില്ല. എന്റെ കൈകൾ ശുദ്ധമായതിനാൽ ഏതു പ്രതിസന്ധിയെയും നേരിടാനുള്ള ധൈര്യം എനിക്കുണ്ട്. എന്നാൽ മനസ്സിനേറ്റ മുറി വിന്റെ വേദന മാറുന്നില്ല.'

ഒരു പോലീസ് സർജന്റെ ഓർമ്മക്കുറിപ്പുകളിലെ ഓരോ ഉപാ ഖ്യാനത്തിലും നാം കണ്ടെത്തുന്നത് കടുത്ത മാനസിക സമ്മർ ദ്ദത്തിനിടയിലും തികച്ചും മാന്യമായ, അഭിജാതമായ, ആരോടും ശത്രുത പുലർത്താത്ത മനോഭാവം ബോധപൂർവ്വം കാത്തു സൂക്ഷിക്കുന്ന വിവേകശാലിയായ ഒരു പ്രൊഫഷണലിനെ യാണ്. അദ്ദേഹത്തിന്റെ പ്രതിജ്ഞാബദ്ധത സത്യത്തോടും നീതി യോടും മാത്രമാണ്; ആ പ്രതിജ്ഞ നിറവേറ്റാനുള്ള പരിശ്രമത്തി ലാകട്ടെ–അതും ഒരു 'സത്യാന്വേഷണ പരീക്ഷണം' തന്നെയാ ണല്ലോ–എത്ര തീവ്രമായ ക്ലേശവും തിതിക്ഷയോടെ സഹി ക്കാൻ അദ്ദേഹം സന്നദ്ധനുമാണ്. ഒരു പടി കൂടി കടന്ന് 'നമ്മുടെ പ്രവൃത്തികൾ സത്യസന്ധമായിരുന്നാൽ പോരാ; അവ സുതാര്യ വുമായിരിക്കണം' എന്ന് അദ്ദേഹം നിഷ്കർഷിക്കുന്നു. ഒരു കേസിന്റെ അന്വേഷണത്തെക്കുറിച്ച് ആദ്യം മുതൽ അസ്ഥാന സ്ഥവും അകാരണവുമായ സംശയദൃഷ്ടി പുലർത്തുന്നവരോടു പോലും ഉമാദത്തനു പരിഭവമില്ല.

"കുറ്റകൃത്യങ്ങളുടെ അന്വേഷണത്തിൽ പൊതുജനം ഉന്നയി ക്കുന്ന ആരോപണങ്ങളിലും സംശയങ്ങളിലും ചിലപ്പോൾ കഴമ്പു ണ്ടായിരിക്കും. അത് വിശദമായി പരിശോധിക്കുകയും അന്വേ ഷിക്കുകയും ചെയ്യണം. ജനങ്ങളുമായി സംവദിക്കുന്നതും അവരു ടെ സംശയങ്ങൾ ദൂരീകരിക്കുന്നതും നല്ലതാണെന്നാണ് എന്റെ അഭിപ്രായം."

എത്ര വിവേകപൂർവ്വമായ അഭിപ്രായം!

ഒന്നാന്തരം ഒരു അപസർപ്പകനോവലിനെ അതിശയിക്കുന്ന 'ഒരു പോലീസ് സർജന്റെ ഓർമ്മക്കുറിപ്പുകൾ' ഒരു 'ബെസ്റ്റ് സെല്ലർ' ആകുമെന്ന കാര്യത്തിൽ എനിക്ക് സംശയമില്ല. ഇപ്പറ ഞ്ഞത് ഈ പുസ്തകത്തിന്റെ സാങ്കേതികദൃഷ്ട്യാ ഉള്ള പ്രാമാ

ണ്യത്തെയും പ്രാധാന്യത്തെയും ന്യൂനീകരിച്ചു കാണാനല്ല. ഒരു ഫോറൻസിക് വിദഗ്ദ്ധന്റെ മാത്രമല്ല, ഗൗരവബുദ്ധിയായ ഏതൊരു പോലീസ് ഉദ്യോഗസ്ഥന്റെയും, ഏതൊരു അഭിഭാഷകന്റെയും ഗ്രന്ഥശേഖരത്തിൽ തീർച്ചയായും അതിന് സ്ഥാനമുണ്ടായിരിക്കണം എന്നെനിക്ക് തോന്നുന്നു.

വിപുലമായ ശാസ്ത്രാവഗാഹം മാറ്റു കൂട്ടിയ അപൂർവ്വമായ ഒരു സർഗ്ഗപ്രതിഭയെ 'ഒരു പോലീസ് സർജന്റെ ഓർമ്മക്കുറിപ്പുകളിൽ' കണ്ടെത്താൻ നിർമ്മത്സരബുദ്ധികൾക്ക് പ്രയാസമില്ല. എന്റെ പ്രിയപ്പെട്ട ശിഷ്യന്റെ വിശിഷ്ടമായ ഈ കൃതി ആനന്ദത്തോടെ, അഭിമാനത്തോടെ, ചാരിതാർത്ഥ്യത്തോടെ ഞാൻ സജ്ജനസമക്ഷം അവതരിപ്പിക്കുന്നു.

തിരുവനന്തപുരം | **സി. പി. നായർ ഐ.എ.എസ്.**
ഫെബ്രുവരി 5, 2010 | ചീഫ് സെക്രട്ടറി (റിട്ട.)

നാം, മനുഷ്യർ കായേന്റെ വഴികളിലൂടെ...

കായേൻ സഹോദരനായ ആബേലിനോട് പറഞ്ഞു:

'നമുക്ക് വയലിലേക്ക് പോകാം.'

വയലിൽ ആയിരുന്നപ്പോൾ കായേൻ സഹോദരനായ ആബേലിനോട് കയർത്ത് അയാളെ കൊന്നു. പിന്നീട് കർത്താവ് കായേനോട് ചോദിച്ചു: 'നിന്റെ സഹോദരനായ ആബേൽ എവിടെ?'

കായേൻ മറുപടി പറഞ്ഞു: 'എനിക്കറിഞ്ഞുകൂടാ. ഞാൻ എന്റെ സഹോദരന്റെ സൂക്ഷിപ്പുകാരനോ?'

കർത്താവ് അരുൾ ചെയ്തു: 'നീ ചെയ്തത് എന്താണ്? നിന്റെ സഹോദരന്റെ രക്തം മണ്ണിൽ നിന്ന് എന്നോട് നിലവിളിക്കുന്നു. നീ ശപിക്കപ്പെട്ടിരിക്കുന്നു: നിന്റെ കൈയിൽനിന്ന് നിന്റെ സഹോദരന്റെ രക്തം സ്വീകരിക്കാൻ വായ് പിളർന്ന ഭൂമിയിൽ നിന്ന് നീ പുറന്തള്ളപ്പെട്ടിരിക്കുന്നു. ഇനി നീ കൃഷിയിറക്കിയാൽ നിലം നിനക്ക് വിള നല്കുകയില്ല. നീ നിത്യമായി ഭൂമിയിൽ അലഞ്ഞു നടക്കുന്നവനാകും.'

കായേൻ കർത്താവിനോട് പറഞ്ഞു: 'ഈ ശിക്ഷ എനിക്ക് വഹിക്കാനാകാത്ത വിധം ഭാരിച്ചതാണ്. ഇതാ, ഇന്ന് അങ്ങ് ഈ മണ്ണിൽനിന്ന് എന്നെ ആട്ടിപ്പായിച്ചിരിക്കുന്നു. അങ്ങയുടെ തിരുമുമ്പിൽനിന്ന് ഇനി ഞാൻ ഒളിച്ച് കഴിയേണ്ടി വരും. ഞാൻ ഭൂമിയിൽ അഭയമില്ലാത്തവനും അലഞ്ഞുതിരിയുന്നവനും ആകും. ആരു കണ്ടാലും എന്നെ കൊന്നുകളയും.'

ബൈബിൾ പഴയനിയമം - ഉൽപത്തി (4: 8-14).

ഉള്ളടക്കം

ഒരു പൊലീസ് സർജന്റെ ഓർമ്മക്കുറിപ്പുകൾ

1. തുടക്കം

കാലം 1969; മേയ് മാസത്തിന്റെ അവസാനത്തിലൊരു ദിനം. സമയം രാത്രി. സ്ഥലം തിരുവനന്തപുരം മെഡിക്കൽ കോളജിലെ ഹൗസ് സർജന്മാരുടെ ക്വാർട്ടേഴ്സിലെ കോമൺ ഹാൾ. മെസ്സിൽ നിന്നും മടങ്ങിവന്ന് ഉറങ്ങാൻ പോകുന്നതുവരെ നീളുന്ന സൗഹൃദ ചർച്ചയിൽ അന്നത്തെ വിഷയം അല്പം ഗൗരവമുള്ളതായിരുന്നു. ക്വാർട്ടേഴ്സിലെ നോട്ടീസ് ബോർഡിൽ അന്ന് പ്രിൻസിപ്പലിന്റെ ഒരു അറിയിപ്പ് പതിച്ചിരുന്നു. മെഡിക്കൽ കോളജിലെ വിവിധ വകുപ്പുകളിൽ ട്യൂട്ടർ തസ്തികകളിലേക്ക് നിയമനത്തിനായി ഹൗസ് സർജൻസി പൂർത്തിയാക്കിയവരിൽനിന്നും അപേക്ഷ ക്ഷണിച്ചിരിക്കുന്നതായി. അതേപ്പറ്റിയായിരുന്നു ഞാനും സുഹൃത്തുക്കളും ചർച്ച ചെയ്തത്.

എന്റെ സുഹൃത്തുക്കളിൽ പലരും മുമ്പേതന്നെ ഭാവിജീവിതത്തിന്റെ രൂപരേഖകൾ തീർച്ചപ്പെടുത്തിയിരുന്നു. എനിക്ക് പ്രത്യേകിച്ച് താത്പര്യങ്ങളില്ലായിരുന്നുവെങ്കിലും അദ്ധ്യാപനത്തിനോട് ഏറെ ആഭിമുഖ്യം തോന്നിയിരുന്നു. എന്തുകൊണ്ടോ ചികിത്സാരംഗത്തിനോട് അകാരണമായ ഒരു വിപ്രതിപത്തി ഉണ്ടായിരുന്നു. മെഡിക്കൽ കോളജിലെ വിവിധ വകുപ്പുകളിൽ അദ്ധ്യാപനം മാത്രമുള്ളവ നോൺ ക്ലിനിക്കൽ വിഭാഗങ്ങളെന്നും, ചികിത്സയും അദ്ധ്യാപനവും കൂടെയുള്ളവ ക്ലിനിക്കൽ വിഭാഗങ്ങളെന്നും വേർതിരിച്ച് അറിയപ്പെടുന്നു. അനാട്ടമി, ഫിസിയോളജി, ബയോകെമിസ്ട്രി, ഫാർമക്കോളജി, പത്തോളജി, മൈക്രോബയോളജി, ഫോറൻസിക് മെഡിസിൻ എന്നിവ അദ്ധ്യാപനം മാത്രമുള്ള വിഭാഗങ്ങളാണ്. ജനറൽ മെഡിസിൻ, ജനറൽ സർജറി, പീഡിയാട്രിക്സ് എന്നിവ ക്ലിനിക്കൽ വിഭാഗങ്ങളും. മെഡിക്കൽ വിദ്യാർത്ഥി ആയിരുന്നപ്പോൾതന്നെ ചില അദ്ധ്യാപകരുടെ പഠിപ്പിക്കുന്നതിലുള്ള വൈഭവം എന്നെ വല്ലാതെ ആകർഷിച്ചിരുന്നു. അതിലൊരാൾ ഫോറൻസിക് മെഡിസിൻ വിഭാഗം പ്രൊഫസ്സറും മേധാവിയും ആയിരുന്ന ഡോ. കന്തസ്വാമി ആയിരുന്നു.

മെഡിക്കൽ വിദ്യാർത്ഥികൾക്ക് പഠനകാലം നാലര വർഷമാണ്. പിന്നീട് ഒരു വർഷത്തെ ഹൗസ് സർജൻസിയും. ഓരോ വർഷവും യൂണിവേഴ്സിറ്റി പരീക്ഷ എന്ന കടമ്പ കടക്കണം. മൂന്നാം വർഷ പരീക്ഷ കഴിയുമ്പോഴാണ് ഫോറൻസിക് മെഡി

സിൻ എന്ന വിഷയം പഠിക്കാൻ തുടങ്ങുന്നത്. ഞാൻ നാലാം വർഷത്തെ പഠനം തുടങ്ങുമ്പോൾ ഫോറൻസിക് മെഡിസിനിൽ പ്രൊഫസ്സറുണ്ടായിരുന്നില്ല. അസോസിയേറ്റ് പ്രൊഫസ്സറായ ഡോ. ഗുഹരാജായിരുന്നു വകുപ്പു തലവൻ. അദ്ദേഹത്തിന്റെ പത്നി അയിഷാ ഗുഹരാജ് പ്രിവന്റീവ് മെഡിസിൻ വിഭാഗത്തിലെ അദ്ധ്യാപികയും. ഏതാനും മാസങ്ങൾക്കുശേഷം ഇരുവരെയും കോഴിക്കോടു മെഡിക്കൽ കോളജിലേക്കു സ്ഥലം മാറ്റി. അവിടെ നിന്നും ഡോ. കന്തസ്വാമിയെ പ്രൊഫസ്സറായി പ്രൊമോട്ടു ചെയ്തു തിരുവനന്തപുരത്തു നിയമിച്ചു. ഫോറൻസിക് മെഡിസിന്റെ ബാലപാഠങ്ങൾ അഭ്യസിപ്പിച്ച പ്രൊഫസ്സർ ഗുഹരാജ് സാറിന്റെ സ്നേഹവാത്സല്യങ്ങൾ എനിക്ക് ഔദ്യോഗിക ജീവിതത്തിൽ എന്നും ലഭിച്ചിരുന്നു. അയിഷ മാഡം മെഡിക്കൽവിദ്യാഭ്യാസ ഡയറക്ടറായി സർവീസിൽനിന്നും വിരമിച്ചു. സ്നേഹനിധികളായ ഈ ദമ്പതികൾ ഇപ്പോൾ കോഴിക്കോട്ട് വിശ്രമജീവിതം നയിക്കുന്നു.

ഡോ. കന്തസ്വാമി പ്രൊഫസ്സറായതിനുശേഷം ഫോറൻസിക് മെഡിസിൻ പഠനം സജീവമായി. അദ്ദേഹത്തിന്റെ നർമ്മം നിറഞ്ഞ ക്ലാസ്സുകൾ, വിദ്യാർത്ഥികളോടുള്ള സൗഹൃദപൂർണ്ണമായ സമീപനം എന്നിവ അദ്ദേഹത്തെ വിദ്യാർത്ഥികളുടെ ഏറ്റവും പ്രിയങ്കരനായ അദ്ധ്യാപകനാക്കി. വളരെ താമസിയാതെ സർക്കാർ അദ്ദേഹത്തെ പോലീസ് സർജനായി നിയമിച്ചു. അന്ന് മദിരാശി മെഡിക്കൽ കോളജിലെ ഫോറൻസിക് മെഡിസിൻ തലവനു മാത്രമായിരുന്നു പോലീസ് സർജൻ എന്ന പദവി ഉണ്ടായിരുന്നത്. കേരളത്തിലെ ആദ്യത്തെ പോലീസ് സർജനായ ഡോ. കന്തസ്വാമിയുടെ പ്രസിദ്ധിയും പരിവേഷവും എന്നെ വളരെയധികം സ്വാധീനിച്ചു.

ഡോ. കന്തസ്വാമി

കുറ്റാന്വേഷണത്തിനു വേണ്ടി വൈദ്യശാസ്ത്രതത്ത്വങ്ങളെ പ്രയോജനപ്പെടുത്തുന്ന മാർഗ്ഗങ്ങളാണ് ഫോറൻസിക് മെഡിസിൻ എന്ന ശാഖയുടെ പ്രതിപാദ്യം. ഫോറം എന്ന ലാറ്റിൻ വാക്കിനർത്ഥം കോടതി എന്നാണ്. ഫോറൻസിക് എന്ന വാക്ക് വൈദ്യശാസ്ത്രത്തിലെ ഏതു ശാഖയോടും ചേർക്കാം. ഫോറൻസിക് സൈക്യാട്രി എന്നാൽ മനോരോഗചികിത്സയിലെ തത്ത്വങ്ങൾ കുറ്റാന്വേഷണത്തിനുവേണ്ടി ഉപയോഗിക്കുക

എന്നതാണ്. അതുപോലെ ഫോറൻസിക് റേഡിയോളജിയിൽ എക്സ്റേ, സി.റ്റി. സ്കാൻ എന്നീ സങ്കേതങ്ങൾ കുറ്റാന്വേഷണ ത്തിനുപയോഗിക്കുന്നു.

പറഞ്ഞുവന്നത് ഡോ. കന്തസ്വാമിയുടെ അദ്ധ്യാപന വൈഭ വത്തെക്കുറിച്ചാണല്ലോ. ഞങ്ങൾ വിദ്യാർത്ഥികൾക്കു മുന്നിൽ ഈ ശാസ്ത്രശാഖയുടെ അനന്തവിസ്തൃതമായ ലോകം അദ്ദേഹം തുറന്നുകാട്ടി. മൃതദേഹ പരിശോധന നടത്തുമ്പോൾ അദ്ദേഹം വിദ്യാർത്ഥികളെ കൂടെ കൂട്ടുമായിരുന്നു. അസാധാരണ മരണ ങ്ങളിൽ മൃതശരീരത്തിൽനിന്നും തെളിവുകൾ ചികഞ്ഞെടുക്കു വാനുള്ള അദ്ദേഹത്തിന്റെ വൈഭവം അനന്യസാധാരണമായിരുന്നു. Dead men tell tales--you have to listen carefully to those tales എന്ന് അദ്ദേഹം ഞങ്ങളോട് എപ്പോഴും പറയുമായിരുന്നു. മെഡിക്കൽ ഡിറ്റക്ടീവ് എന്ന് ഞങ്ങൾ അദ്ദേഹത്തെ വിശേഷിപ്പിക്കുമായി രുന്നു.

അദ്ദേഹം ഒരിക്കൽ ഞങ്ങളെ തിരുവനന്തപുരം സെഷൻസ്സ് കോടതിയിൽ കൊണ്ടുപോയി. പ്രമാദമായ ഒരു കേസിൽ അദ്ദേ ഹത്തെ വിസ്തരിക്കുന്നതു കാണിക്കുക എന്നതായിരുന്നു ഉദ്ദേശ്യം. ഒരു ഡോക്ടർ കോടതിയിൽ വിദഗ്ദ്ധൻ എന്ന നിലയിൽ മെഡി ക്കോ ലീഗൽ കാര്യങ്ങളിൽ എപ്രകാരമാണ് മൊഴി നല്കേണ്ടത് എന്നതിന്റെ പ്രായോഗിക പരിശീലനം കൂടിയായിരുന്നു അത്. കോടതിയിലെ പെരുമാറ്റച്ചട്ടങ്ങളും, മൊഴി രേഖപ്പെടുത്തുന്ന രീതിയും ഏൾ സ്റ്റാൻലി ഗാർഡനറുടെ പെരി മേസൺ കഥക ളിൽ മാത്രം വായിച്ചറിഞ്ഞിരുന്ന എനിക്ക് കന്തസ്വാമിസാറിന്റെ കോടതിയിലെ പ്രകടനം വിലയേറിയ അനുഭവമായിരുന്നു.

ഹിന്ദുസ്ഥാൻ മോട്ടോഴ്സിന്റെ റീജിയണൽ മാനേജരായിരുന്ന ശിവജിക്കുറുപ്പിനെ, തിരുവനന്തപുരത്തുള്ള ഒരു വനിതാഹോ സ്റ്റലിന്റെ ഉടമ, അയാളുടെ വീട്ടുമുറ്റത്തു വച്ചു കുത്തിക്കൊന്നു. ബന്ധുവായ യുവതിയെ കാണാൻ ചെന്ന ശിവജിയും ഹോസ്റ്റൽ ഉടമയുമായി ഉണ്ടായ വാക്കുതർക്കം പിന്നീട് കൊലപാതകത്തിൽ കലാശിക്കുകയായിരുന്നു. ശിവജിയുടെ പോസ്റ്റ്മോർട്ടം പരി ശോധന ഞാൻ കണ്ടിരുന്നു. നെഞ്ചിലേറ്റ കത്തിമുറിവായിരുന്നു മരണകാരണം. സർക്കാർ വക്കീൽ ശ്രീ ശങ്കരയ്യരും പ്രതിഭാഗം വക്കീൽ പ്രഗല്ഭനായ ശ്രീ പിരപ്പൻകോട് ശ്രീധരൻ നായരുമാ യിരുന്നു. ഡോ. കന്തസ്വാമിയുടെ വിദഗ്ദ്ധാഭിപ്രായങ്ങളെ ഖണ്ഡി ക്കുവാൻ പിരപ്പൻകോടന്റെ (അങ്ങനെയാണ് അദ്ദേഹം അറിയ പ്പെടുന്നത്) ക്രോസ് വിസ്താരത്തിനു കഴിഞ്ഞില്ല. കന്തസ്വാമിയുടെ വാഗ്വിലാസം പിറ്റേന്ന് പത്രങ്ങൾ റിപ്പോർട്ടു ചെയ്തിരുന്നു. കേസ്

കേൾക്കുവാനുള്ള ആഗ്രഹത്താൽ ഞാൻ പിറ്റേദിവസവും ക്ലാസ് കട്ടുചെയ്തു കോടതിയിൽ പോയി.

ഡോ. എം. തങ്കവേലു

അദ്ധ്യാപകനാകണം എന്ന് ആഗ്രഹിച്ച എനിക്ക് ഏതു ശാഖ തിരഞ്ഞെടുക്കണെമെന്ന കാര്യത്തിൽ സംശയമില്ലായിരുന്നു. പിറ്റേദിവസം പ്രിൻസിപ്പലിന് അപേക്ഷ നല്കുന്നതിനു മുമ്പായി ഞാൻ വീട്ടിൽ പോയി എന്റെ ആഗ്രഹം അച്ഛനെ അറിയിച്ചു. എന്റെ പിതാവ് പ്രൊഫ. ബാലരാമപ്പണിക്കർ തിരുവനന്തപുരം സംസ്കൃത കോളജ് പ്രിൻസിപ്പലായി റിട്ടയർ ചെയ്തതിനുശേഷം യൂണിവേഴ്സിറ്റി ഗ്രാന്റ്സ് കമ്മീഷന്റെ പ്രൊഫസ്സറായി ജോലി നോക്കുകയായിരുന്നു. തിരുവനന്തപുരത്ത് ഇന്റർമീഡിയറ്റ് കോളജിൽനിന്നും പ്രീ യൂണിവേഴ്സിറ്റി പരീക്ഷ നല്ല മാർക്കോടുകൂടി പാസ്സായെങ്കിലും പതിനാറുവയസ്സു തികയാതിരുന്നതിനാൽ ആ വർഷം മെഡിക്കൽ കോളജിൽ പ്രവേശനം ലഭിച്ചില്ല. ഞാൻ സംസ്കൃത കോളജിൽ ചേരണമെന്നായിരുന്നു അച്ഛന്റെ ആഗ്രഹം. എങ്കിലും അടുത്ത വർഷം മെഡിക്കൽ കോളജിൽ ചേരുന്നതിന് അച്ഛൻ എതിരൊന്നും പറഞ്ഞില്ല. അതുപോലെ ഫോറൻസിക് മെഡിസിൻ വിഭാഗത്തിൽ ജോലിക്കു പ്രവേശിക്കുന്നതിനും അച്ഛൻ തടസ്സമൊന്നും പറഞ്ഞില്ല. അന്ന് മെഡിക്കൽ കോളജിൽ പ്രിൻസിപ്പലായിരുന്നത് പ്രശസ്തനായ പ്രൊഫസ്സർ എം. തങ്കവേലുവായിരുന്നു (ആ മഹാൻ ഈയിടെ ദിവംഗതനായി). സംസ്കൃത കോളജ് പ്രിൻസിപ്പലായിരുന്നപ്പോൾ മുതൽ അച്ഛന് ഡോ. തങ്കവേലുവുമായി ഗാഢമായ ബന്ധമാണുണ്ടായിരുന്നത്. തങ്കവേലു സാറിനോട് അച്ഛൻ എന്റെ ആഗ്രഹത്തെപ്പറ്റി അറിയിച്ചപ്പോൾ അദ്ദേഹവും പച്ചക്കൊടി കാട്ടിയതിനാൽ അച്ഛന് സമ്മതം മൂളാതിരിക്കുവാൻ കഴിഞ്ഞില്ല. പക്ഷേ, ഒരു നിബന്ധന മാത്രം അച്ഛൻ മുന്നോട്ടു വച്ചു. ഞാൻ ദിവസവും ഏതാനും രോഗികൾക്ക് സൗജന്യമായി വൈദ്യപരിശോധന നടത്തണം. അത് ഞാൻ അന്നു മുതൽ മുടങ്ങാതെ ചെയ്യുമായിരുന്നു.

അങ്ങനെ 1969 ജൂൺ 29-ാം തീയതി ഇരുപത്തിമൂന്നാം വയസ്സിൽ ഞാൻ പഠിച്ച മെഡിക്കൽ കോളജിൽതന്നെ അദ്ധ്യാപകനായി ചേർന്നു. എന്റെ മാതൃവിദ്യാലയമായ തിരുവനന്തപുരം മെഡിക്കൽ കോളജിനെക്കുറിച്ച് ഏതാനും വരികൾ എഴുതട്ടെ.

ഡോ. സി. ഒ. കരുണാകരൻ

ഇന്ത്യയ്ക്കു സ്വാതന്ത്ര്യം ലഭിക്കുമ്പോൾ രാജ്യത്ത് 22 മെഡിക്കൽ കോളജുകൾ മാത്രമാണുണ്ടായിരുന്നത്. സംസ്ഥാനത്തെ വിദ്യാർത്ഥികൾ മെഡിക്കൽ വിദ്യാഭ്യാസം നേടുന്നതിനുവേണ്ടി അന്യസംസ്ഥാനങ്ങളിലെ മെഡിക്കൽ കോളജുകളിൽ ചേരണമായിരുന്നു. ഇതിനു ധാരാളം പണം ആവശ്യമായിരുന്നതിനാൽ സാധാരണക്കാർക്ക് മെഡിക്കൽ വിദ്യാഭ്യാസം നേടുക എന്നത് അപ്രാപ്യമായിരുന്നു. സംസ്ഥാനത്തിന്റെ സാമ്പത്തിക സ്ഥിതി മോശമായിരുന്നിട്ടു കൂടി ഒരു മെഡിക്കൽ കോളജ് തുടങ്ങുവാനുള്ള തീരുമാനം എടുത്തത് ആദ്യത്തെ ജനകീയ മന്ത്രിസഭയും അതിന്റെ മുഖ്യമന്ത്രിയായ ശ്രീ പട്ടം താണുപിള്ളയുമായിരുന്നു. അന്നത്തെ ആരോഗ്യമന്ത്രി ശ്രീ സി. കേശവനും, വിദ്യാഭ്യാസമന്ത്രി ശ്രീ ടി.എം. വർഗീസുമായിരുന്നു. ദേശസ്നേഹികളായ ഈ ത്രിമൂർത്തികളാണ് കേരളത്തിലെ ആദ്യത്തെ മെഡിക്കൽ കോളജിന്റെ ബീജാവാപം നടത്തിയത്. ആരോഗ്യരംഗത്തെ പ്രശസ്തനായ ഡോ. സി.ഒ. കരുണാകരന്റെ മേൽനോട്ടത്തിലുള്ള കമ്മിറ്റിയായിരുന്നു മെഡിക്കൽ കോളജിന്റെ രൂപരേഖ തയ്യാറാക്കിയത്. കമ്മിറ്റിയിലെ മറ്റൊരംഗം പ്രശസ്ത ശസ്ത്രക്രിയാവിദഗ്ദ്ധനായ ഡോ.ആർ. കേശവൻ നായരായിരുന്നു.

ഡോ. ആർ. കേശവൻ നായർ

ഇരുവരും കൂടി ഇന്ത്യയിലെ പ്രശസ്തങ്ങളായ നിരവധി മെഡിക്കൽ കോളജുകൾ സന്ദർശിച്ച് മെഡിക്കൽ കോളജിന്റെ രൂപരേഖ തയ്യാറാക്കി. കനേഡിയൻ ആർക്കിടെക്ടായ റിച്ചിയെക്കൊണ്ട് പ്ലാൻ തയ്യാറാക്കി. എന്തിനേറെപ്പറയുന്നു, കർമ്മകുശലനായ ഡോ. സി.ഒ. യുടെയും ഡോ. കേശവൻ നായരുടെയും അശ്രാന്തപരിശ്രമംകൊണ്ട് കേരളത്തിലെ ആദ്യത്തെ മെഡിക്കൽ കോളജ് പിറവിയെടുത്തു. 1950 ജനുവരി 26-ാം തീയതി, തിരുവനന്തപുരം മെഡിക്കൽ കോളജിന്റെ ശിലാസ്ഥാപനം രാജപ്രമുഖൻ ശ്രീ ചിത്തിര തിരുനാൾ മഹാരാജാവു നിർവഹിച്ചു. തിരുവിതാംകൂർ രാജകുടുംബം കേരളത്തിന്റെ

തിരുവനന്തപുരം മെഡിക്കൽ കോളേജ് – പ്രധാനമന്ത്രി ശ്രീ ജവഹർലാൽ നെഹ്റു 1951 നവംബർ 27–ാം തീയതി ഉദ്ഘാടനം ചെയ്യുന്നു

ആരോഗ്യരംഗത്തെ വികസനത്തിന് മഹത്തായ നിരവധി സംഭാവനകൾ നല്കിയിട്ടുണ്ട്. അകാലത്തിൽ നാടു നീങ്ങിയ അവിട്ടം തിരുനാൾ രാജകുമാരന്റെ സ്മരണയ്ക്കായി രാജകുടുംബം 1948–ൽ നിർമ്മിച്ച ആശുപത്രി ഇന്ന് മെഡിക്കൽ കോളജിന്റെ ഭാഗമാണ്. പതിനാറു മാസംകൊണ്ട് മെഡിക്കൽ കോളജിന്റെ നിർമ്മാണം പൂർത്തിയായി. 1951–ൽ പ്രധാനമന്ത്രി ജവഹർലാൽ നെഹ്റു ഉദ്ഘാടനം നടത്തി. ലളിതവും മനോഹരവുമായ വാസ്തുവിദ്യയാണ് തിരുവനന്തപുരം മെഡിക്കൽ കോളജിന്റേത്. തിരുവനന്തപുരത്തിന്റെ പ്രാന്തപ്രദേശമായ ഉള്ളൂരിൽ വിശാലമായ ക്യാമ്പസും ഉദ്യാനവും ഒക്കെ ചേർന്ന് സ്ഥിതിചെയ്യുന്ന കോളജിലെ പഠനകാലത്തിന്റെ മധുരസ്മരണകൾ ഇന്നും മായാതെ നിൽക്കുന്നു. ഇന്ന് ആ ക്യാമ്പസ്സിന്റെ സൗന്ദര്യമൊക്കെ മാഞ്ഞുപോയിരിക്കുന്നു. രജതജൂബിലിയും സുവർണ്ണജൂബിലിയും ആഘോഷിച്ച ആ കലാലയം അന്താരാഷ്ട്രപ്രശസ്തി നേടിയിട്ടുണ്ട്. 1976–ൽ കോളജിന്റെ സിൽവർ ജൂബിലി ആഘോഷങ്ങളോടനുബന്ധിച്ച് ആയിരം പേർക്കിരിക്കാവുന്ന ഒരു ആഡിറ്റോറിയത്തിന് ശ്രീമതി ഇന്ദിരാഗാന്ധി തറക്കല്ലിട്ടു. തിരുവനന്തപുരം മെഡിക്കൽ കോളജിന്റെ പിതാവും ആദ്യത്തെ പ്രിൻസിപ്പലുമായ ഡോ. സി. ഒ. കരുണാകരന്റെ ഓർമ്മയ്ക്കായി ആഡിറ്റോറിയത്തിന് സി.ഒ. കരുണാകരൻ സ്മാരക രജതജൂബിലി ആഡിറ്റോറിയം എന്ന് പേരിടണമെന്നും തീരുമാനിച്ചു. നിർമ്മാണം പൂർത്തിയാകുവാൻ 20 വർഷം വേണ്ടിവന്നു. എന്നാൽ ഡോ. സി.ഒ. യുടെ നാമം ആഡിറ്റോറിയത്തിന് നല്കുന്നതിന് അന്നത്തെ

സർക്കാർ സമ്മതം നല്കിയില്ല. വ്യക്തികളുടെ നാമം സ്ഥാപനങ്ങൾക്കു നല്കുവാൻ പാടില്ല എന്നായിരുന്നു സർക്കാർ തീരുമാനം. സമ്മതം ലഭിക്കുവാൻ വേണ്ടി അന്ന് കോളജിന്റെ പ്രിൻസിപ്പലായിരുന്ന ഞാൻ നടത്തിയ പോരാട്ടത്തിന്റെ കഥ വിസ്താരഭയംകൊണ്ട് എഴുതുന്നില്ല. എന്റെ പ്രിയപ്പെട്ട ഗുരുവായ ഡോ. പി.കെ.ആർ.വാര്യരുടെ ശക്തമായ ഇടപെടൽ ഒന്നുകൊണ്ടു മാത്രമാണ് ഒടുവിൽ സർക്കാർ തീരുമാനം മാറ്റിയത്. ഒന്നാമത്തെ എം.ബി.ബി.എസ്. ബാച്ചിൽ 60 വിദ്യാർത്ഥികൾക്കാണ് പ്രവേശനം ലഭിച്ചത്. അവരെല്ലാം പിൽക്കാലത്ത് പ്രശസ്തരായ ഭിഷഗ്വരൻമാരായിത്തീർന്നു. ശ്രീ ചിത്തിര തിരുനാൾ ഇൻസ്റ്റിറ്റ്യൂട്ട് ഡയറക്ടറും മണിപ്പാൽ യൂണിവേഴ്സിറ്റി വൈസ് ചാൻസലറുമായിരുന്ന ഡോ. എം.എസ്. വല്യത്താൻ, മെഡിക്കൽ വിദ്യാഭ്യാസ ഡയറക്ടറായിരുന്ന പ്രൊഫ. ബലരാമൻ നായർ, മെഡിസിൻ പ്രൊഫസ്സർമാരായിരുന്ന കെ.വി. കൃഷ്ണദാസ്, സി.കെ. ഗോപി മുതലായ പ്രഗല്ഭന്മാർ തിരുവനന്തപുരം മെഡിക്കൽ കോളജിന്റെ കടിഞ്ഞൂൽ പുത്രന്മാരാണ്. പതിമൂന്നാമത്തെ തലമുറക്കാരനാണെന്ന് ഞാനും അഭിമാനത്തോടെ പറയട്ടെ.

ഫോറൻസിക് വകുപ്പിലേക്ക് പ്രൊഫസ്സർ കന്തസ്വാമി സഹർഷം എന്നെ സ്വാഗതം ചെയ്തു. ഒരു മൂത്ത സഹോദരനെപ്പോലെയായിരുന്നു അദ്ദേഹം എന്നോടും സഹപ്രവർത്തകരോടും പെരുമാറിയിരുന്നത്. മിക്ക ബിരുദധാരികളും ചേരാൻ മടിക്കുന്ന ഒരു വിഭാഗമാണ് ഫോറൻസിക് മെഡിസിൻ. ഈ വകുപ്പിലാണെങ്കിൽ മെഡിക്കൽ വിദ്യാർത്ഥികളെ പഠിപ്പിക്കുന്നതു കൂടാതെ പോസ്റ്റ്മോർട്ടം ഉൾപ്പെടെയുള്ള മെഡിക്കോ ലീഗൽ ജോലികൾ ചെയ്യുകയും കോടതിയിൽ ഹാജരായി മൊഴി നല്കുകയും ചെയ്യണം. അതിനാൽ ഈ വകുപ്പിൽ ചേരാൻ ആരും താത്പര്യം കാണിച്ചിരുന്നില്ല. പ്രത്യേകിച്ചും സ്ത്രീകൾ. ഇന്ന് ആ അവസ്ഥയൊക്കെ മാറി. ഇന്ന് ഫോറൻസിക് മെഡിസിനിൽ ഉന്നത ബിരുദമുള്ള പ്രഗല്ഭരായ വനിതാ ഡോക്ടർമാർ ധാരാളം പേരുണ്ട്.

ഡോ. കന്തസ്വാമിയുടെ ശിഷ്യന്മാരായി ഞങ്ങൾ നാലു ട്യൂട്ടർമാരാണുണ്ടായിരുന്നത്. എല്ലാവരും താത്കാലികമായി ജോലിക്കു ചേർന്നവർ. അവരിൽ ഞാനൊഴികെ മറ്റുള്ളവർ കുറെ മാസങ്ങൾക്കുശേഷം മറ്റു വകുപ്പുകളിലേക്കു ചേക്കേറി. ഞാനും പ്രൊഫസ്സറും മാത്രമായി. അതുകൊണ്ട് എനിക്കു വലിയ പ്രയോജനമുണ്ടായി, ധാരാളം ലക്ചർ ക്ലാസ്സുകൾ കൈകാര്യം ചെയ്യാനും പോസ്റ്റ്മോർട്ടം പരിശോധനകൾ നടത്തുവാനും ഒക്കെ അവസരം കിട്ടി. പോസ്റ്റ്മോർട്ടം പരിശോധന എന്നത് സമഗ്രമായ

ശരീര പരിശോധനയാണ്. ബാഹ്യമായിട്ടു കാണപ്പെടുന്ന മുറിവുകൾ, മരണാനന്തരം ശരീരത്തിന്റെ തൊലിയിലും പേശികളിലും ഇന്ദ്രിയങ്ങളിലും ഉണ്ടാകുന്ന മാറ്റങ്ങൾ എന്നിവ വിശദമായി പരിശോധിക്കുമ്പോൾതന്നെ മരണകാരണത്തെക്കുറിച്ച് ഏകദേശമായ ഒരു നിഗമനത്തിൽ എത്താൻ കഴിയും. പിന്നീട് ശരീരത്തിന്റെ മദ്ധ്യഭാഗത്തായി ഒരു മുറിവുണ്ടാക്കി ആന്തരിക അവയവങ്ങൾ വെളിയിലെടുത്ത് വിശദമായി പരിശോധിച്ച് അതിലെ മാറ്റങ്ങൾ പഠനവിധേയമാക്കുന്നു. ആമാശയവും കുടലും പരിശോധിച്ച് വിഷബാധയുടെ ലക്ഷണങ്ങൾ മനസ്സിലാക്കുന്നു. ഹൃദയവും ശ്വാസകോശങ്ങളും തലച്ചോറും പരിശോധിച്ച് രോഗലക്ഷണങ്ങളുണ്ടോ എന്നു നോക്കുന്നു. ഇതെല്ലാം കഴിയുമ്പോൾ തന്നെ മരണകാരണം വ്യക്തമാകും. ചിലപ്പോൾ സമ്പൂർണമായ കാരണം കണ്ടെത്താൻ അവയവങ്ങളുടെയും രക്തത്തിന്റെയും രാസപരിശോധനയും മൈക്രോസ്കോപ്പിക്ക് പരിശോധനയും വേണ്ടിവന്നേക്കാം.

ആദ്യത്തെ ഒരു മാസം പോസ്റ്റ്മോർട്ടം പരിശോധന കണ്ടുപഠിക്കുക, അടുത്ത മാസം പ്രൊഫസ്സറുടെ സഹായി ആയി കൂടെ നിന്ന് പോസ്റ്റ്മോർട്ടം ചെയ്യുക, പിന്നീട് പ്രൊഫസ്സറുടെ മേൽനോട്ടത്തിൽ സ്വയം ചെയ്യുക ഇതായിരുന്നു ഡോ. കന്തസ്വാമിയുടെ പരിശീലനമുറ. പ്രായോഗികമായ ഏതുതരം പരിശീലനവും ഇപ്രകാരം നടത്തിയാൽ മാത്രമേ പ്രാവീണ്യം നേടുവാൻ കഴിയൂ. അപ്രകാരം ഞാൻ ഏതു തരം കേസുകളും കൈകാര്യം ചെയ്യുവാനുള്ള കഴിവു നേടി. പോസ്റ്റ്മോർട്ടത്തിനുശേഷം സർട്ടിഫിക്കറ്റുകൾ തയ്യാറാക്കുന്നതിലുമുണ്ടായിരുന്നു പരിശീലനം. സർട്ടിഫിക്കറ്റ് എഴുതുന്ന രീതിയും ഇംഗ്ലിഷ് ഭാഷ ഉപയോഗിക്കുന്നതിലുള്ള കഴിവും സ്വായത്തമാക്കിയത് പ്രൊഫസ്സർ കന്തസ്വാമിയുടെ ഉത്തമമായ ശിക്ഷണം ഒന്നു കൊണ്ടുമാത്രമായിരുന്നു. സർക്കാരിലേക്കും കോളേജ് പ്രിൻസിപ്പലിനുമൊക്കെ കത്തുകൾ തയ്യാറാക്കുമ്പോൾ പ്രൊഫസ്സറുടെ സ്ക്രൈബായി വർത്തിച്ചതിലൂടെ ഔദ്യോഗിക കത്തിടപാടുകൾ നടത്തേണ്ട രീതിയും അഭ്യസിച്ചു. ഇത് പിൽക്കാലത്ത് വകുപ്പുമേധാവിയും പ്രിൻസിപ്പലും മെഡിക്കൽ വിദ്യാഭ്യാസ ഡയറക്ടറും ഒക്കെ ആയപ്പോൾ വളരെ പ്രയോജനപ്പെട്ടു.

എഴുപതുകളിൽ തിരുവനന്തപുരം മെഡിക്കൽ കോളേജിൽ ആഴ്ചയിൽ നാലോ അഞ്ചോ കേസ്സുകൾ മാത്രമേ പോസ്റ്റ്മോർട്ടം പരിശോധനയ്ക്കെത്തുമായിരുന്നുള്ളൂ. പലപ്പോഴും മൃതദേഹങ്ങൾ പോലീസ്, സമീപത്തുള്ള പ്രാഥമിക ആരോഗ്യകേന്ദ്രത്തിലോ, താലൂക്ക് ആശുപത്രിയിലേക്കോ പോസ്റ്റ്മോർട്ടത്തിനയയ്ക്കു

മായിരുന്നു. എന്നാൽ ക്രമേണ ആ സ്ഥിതിക്കു മാറ്റം വന്നു. ഫോറൻസിക് മെഡിസിന്റെ പ്രാധാന്യം ജനങ്ങൾ മനസ്സിലാക്കാൻ തുടങ്ങി. സംശയകരമായ മരണങ്ങളിൽ മൃതശരീരം മെഡിക്കൽ കോളേജിലേക്കയച്ച് വിദഗ്ദ്ധരെക്കൊണ്ട് പോസ്റ്റ്മോർട്ടം ചെയ്യിക്കണമെന്ന് ജനങ്ങൾ ആവശ്യപ്പെടാൻ തുടങ്ങി. പോലീസും ഇപ്രകാരം ചെയ്യുന്നതിന്റെ ആവശ്യകത മനസ്സിലാക്കി. അങ്ങനെ ഞങ്ങളുടെ വകുപ്പിൽ ജോലിത്തിരക്കേറുവാനും തുടങ്ങി. ജോലിയിൽ പ്രവേശിച്ച് മൂന്നു മാസം കഴിഞ്ഞപ്പോഴേക്കും ഞാൻ പരസഹായം കൂടാതെ പോസ്റ്റ്മോർട്ടം പരിശോധനകൾ നടത്തുവാൻ തുടങ്ങി.

2. വേദനിപ്പിച്ച ഒരാത്മഹത്യ

ജൂനിയർ ഡോക്ടർമാർക്ക് ആദ്യമൊക്കെ ആത്മഹത്യ ചെയ്തവരുടെ ശവശരീരങ്ങളാണ് പോസ്റ്റ്മോർട്ടം ചെയ്യാൻ ലഭിക്കുക. ഒരു ദിവസം തൂങ്ങി മരിച്ച ഒരു യുവതിയുടെ ശവം പോസ്റ്റ്മോർട്ടം ചെയ്യാൻ പ്രൊഫ. കന്തസ്വാമി നിർദ്ദേശിച്ചതനുസരിച്ച് ഞാൻ മോർച്ചറിയിലെത്തി. മെഡിക്കൽ കോളജിലെ ഫോറൻസിക് മെഡിസിൻ വകുപ്പിൽനിന്നും ഒരു കിലോമീറ്റർ അകലെയാണ് മോർച്ചറി. മിക്ക സർക്കാർ ആശുപത്രികളിലും കോമ്പൗണ്ടിന്റെ ഒരു കോണിൽ വൃത്തിഹീനമായ കെട്ടിടത്തിലായിരിക്കും മോർച്ചറി പ്രവർത്തിക്കുന്നത്. എന്നാൽ തിരുവനന്തപുരം മെഡിക്കൽ കോളജിലെ മോർച്ചറി വിശാലവും ആധുനിക സൗകര്യങ്ങളുള്ളതുമാണ്. പ്രേതപരിശോധനയ്ക്കുള്ള മേശകൾ (autopsy tables) പോലും ഇംഗ്ലണ്ടിൽനിന്നും ഇറക്കുമതി ചെയ്തവയാണ്. അന്ന് മോർച്ചറിയിൽ ക്ലീനർമാരായി ജോലി ചെയ്തിരുന്ന ജോർജും ജോഷ്വായും പൗലോസും അവയൊക്കെ എപ്പോഴും വൃത്തിയായി സൂക്ഷിക്കുമായിരുന്നു.

മൃതദേഹത്തിൽനിന്നും പരിശോധകർക്ക് രോഗാണുബാധയ്ക്ക് സാധ്യതയുള്ളതിനാൽ ഏപ്രൺ, കൈയുറകൾ, മാസ്ക് എന്നിവ ധരിച്ചുകൊണ്ടാണ് പരിശോധന നടത്തുന്നത്. ഒരു ശസ്ത്രക്രിയ ചെയ്യുന്ന അവധാനതയോടെ തന്നെയാണ് പോസ്റ്റ്മോർട്ടം പരിശോധനയും നടത്തുന്നത്. സാധാരണഗതിയിൽ ഒരു പ്രേതപരിശോധന നടത്തുവാൻ ഒരു മണിക്കൂർ വേണ്ടിവരും. പുഴുക്കൾ അരിക്കുന്നതും ദുർഗന്ധം വമിക്കുന്നതുമായ

ശവങ്ങൾ പരിശോധിക്കുമ്പോൾ മനം പിരട്ടും. എന്നാലും മരണ കാരണം കണ്ടുപിടിക്കാനുള്ള ആവേശമുള്ളപ്പോൾ ബുദ്ധിമുട്ടുകളൊക്കെ സഹിക്കും.

ഞാൻ വേഷം മാറി ഡിസക്ഷൻ ഹാളിലേക്കു ചെന്നു. മോർച്ചറി ടേബിളിൽ കിടക്കുന്ന യുവതിയുടെ മുഖം കണ്ടു ഞാൻ ഞെട്ടിപ്പോയി. മൂന്നു മാസം മുമ്പ് ഞാൻ ഹൗസ് സർജനായി അവിട്ടം തിരുനാൾ ആശുപത്രിയിൽ ജോലി ചെയ്യുമ്പോൾ കാഷ്വാലിറ്റിയിൽ വച്ചു കണ്ട അതേ സുന്ദരി. ഹൗസ് സർജൻസിയുടെ അവസാനത്തെ പോസ്റ്റിങ് ഗൈനക്കോളജി (സ്ത്രീരോഗവിഭാഗം) കാഷ്വാലിറ്റിയിലായിരുന്നു. ഒരു ദിവസം വൈകുന്നേരം ആറുമണിയോടെ അതിസുന്ദരിയായ ഒരു യുവതിയും അവളുടെ അമ്മൂമ്മയും കൂടി കാഷ്വാലിറ്റിയിൽ വന്നു. സാധാരണയായി പ്രസവവേദന തുടങ്ങിയ ഗർഭിണികളാണ് ആ കാഷ്വാലിറ്റിയിൽ വരുന്നത്. യുവതിക്ക് കഠിനമായ വയറുവേദനയാണെന്നും പരിശോധിച്ച് മരുന്നു നല്കണമെന്നും അമ്മൂമ്മ എന്നോടു പറഞ്ഞു. പരിശോധനമുറിയിൽ വച്ച് അവളോടു വേദനയെക്കുറിച്ചു ചോദിച്ചപ്പോൾ അവൾ വിങ്ങിക്കരയാൻ തുടങ്ങി. കുറെക്കഴിഞ്ഞ് അവൾ വിവരങ്ങൾ പറഞ്ഞു. തിരുവനന്തപുരത്ത് ഒരു കോളേജിൽ ബി.എ.യ്ക്കു പഠിക്കുന്ന അവളുടെ മാസക്കുളി മുടങ്ങിയിട്ട് രണ്ടു മാസമായി. താൻ ഗർഭിണിയാണെന്ന കാര്യം മറ്റാർക്കും അറിയില്ല. അച്ഛനും അമ്മയും വിദേശത്താണ്. മെഡിക്കൽ കോളേജിനടുത്തുള്ള വീട്ടിൽ അമ്മൂമ്മയോടും അനുജനോടും കൂടിയാണ് താമസം. ഞാൻ അവളെ എങ്ങനെയെങ്കിലും രക്ഷിക്കണം.

അന്ന് ഗർഭച്ഛിദ്രം നിയമവിധേയമാക്കിയിട്ടില്ല (1973-ലാണ് ഗർഭച്ഛിദ്ര നിയമം പ്രാബല്യത്തിൽ വന്നത്). അമ്മയുടെ ജീവന് ഹാനികരമാണെങ്കിലോ, ഗർഭസ്ഥശിശുവിന് ജനിതകവൈകല്യങ്ങൾ ഉണ്ടെങ്കിലോ മാത്രമേ ഗർഭച്ഛിദ്രം ചെയ്യാൻ പാടുള്ളൂ. ഞാൻ ഇത് അവളെ പറഞ്ഞു മനസ്സിലാക്കി. ഗർഭിണിയാണെന്നവിവരം വീട്ടുകാരെ അറിയിക്കുകയും കാമുകനുമായുള്ള വിവാഹം നടത്തുകയും ചെയ്തുകൂടേ എന്ന എന്റെ ചോദ്യത്തിനു മറുപടി നിശ്ശബ്ദമായ രോദനമായിരുന്നു. അമ്മൂമ്മയുമായി അവൾ മടങ്ങിപ്പോയപ്പോൾ അവൾക്കു വേണ്ടി ഒരു സഹായവും ചെയ്യാൻ കഴിഞ്ഞില്ലല്ലോ എന്ന സങ്കടം ബാക്കിയായി.

ഭാരിച്ച മനസ്സോടെ ഞാൻ അവളുടെ മൃതശരീരം പരിശോധിച്ചു. അവളുടെ ഗർഭപാത്രത്തിൽ അവളോടൊപ്പം മരണമടഞ്ഞ അഞ്ചു മാസം വളർച്ചയെത്തിയ ഒരു ശിശു ഉണ്ടായിരുന്നു. ആത്മഹത്യയോടൊപ്പം ഒരു കൊലപാതകവും!! മരണം കെട്ടി

ത്തൂങ്ങിയതുകൊണ്ടായിരുന്നെങ്കിലും ആമാശയത്തിൽ രൂക്ഷ ഗന്ധമുള്ള ഒരു വിഷദ്രാവകത്തിന്റെ അവശിഷ്ടം ഉണ്ടായിരുന്നു. ഏതുതരം വിഷമാണെന്ന് ഞാൻ ഇപ്പോൾ ഓർമ്മിക്കുന്നില്ല. ആദ്യം വിഷം കഴിച്ച് ആത്മഹത്യ ചെയ്യാൻ അവൾ ശ്രമിച്ചിട്ടുണ്ടാവണം. മരണം വേഗം സംഭവിക്കാത്തതിനാലോ, വിഷത്തിന്റെ പാർശ്വഫലങ്ങൾ അസഹനീയമായതിനാലോ മരണം ത്വരിതപ്പെടുത്താൻ വേണ്ടി തൂങ്ങി മരിച്ചതാവണം.

അവളുടെ മുറിയിൽനിന്നും കീടനാശിനിയുടെ ഒഴിഞ്ഞ കുപ്പി കണ്ടു കിട്ടിയെന്ന് പിന്നീട് മെഡിക്കൽ കോളേജ് പോലീസ് ഇൻസ്പെക്ടർ രവികുമാർ എന്നോടു പറഞ്ഞു. മരണത്തിനു കീഴടങ്ങുമ്പോഴും അവൾ തന്നേ വഞ്ചിച്ച കാമുകന്റെ പേരു വെളിപ്പെടുത്തിയില്ല. അവിഹിതഗർഭത്തിന്റെ കാര്യം ഇൻസ്പെക്ടർ ആരോടും വെളിപ്പെടുത്തിയതുമില്ല. ഒരു ഫോറൻസിക് സർജന്റെ മനസ്സിൽ മൃദുലവികാരങ്ങൾക്ക് സ്ഥാനമില്ലെന്നാണ് കരുതപ്പെടുന്നതെങ്കിലും എന്റെ മനസ്സിനെ പിടിച്ചുലച്ച നിരവധി ആത്മഹത്യകളുടെ ചിത്രങ്ങൾ ഓർമ്മയിലുണ്ട്.

എല്ലാ വികസിതരാജ്യങ്ങളിലും ആത്മഹത്യകളെയും ആത്മഹത്യാശ്രമങ്ങളെയും വളരെ ഗുരുതരമായ സാമൂഹികപ്രശ്നങ്ങളായിട്ടാണ് കണക്കാക്കുന്നത്. ആത്മഹത്യ തടയുവാനായി നിരവധി സാമൂഹികവും മനഃശാസ്ത്രപരവുമായ പഠനങ്ങളും കർമ്മപരിപാടികളും പല രാജ്യങ്ങളിലും നടന്നുവരുന്നു. നമ്മുടെ നാട്ടിലും ഇത്തരം സംരംഭങ്ങൾക്ക് തുടക്കം കുറിച്ചിട്ടുണ്ട്. പല ആശുപത്രികളും സന്നദ്ധ സംഘടനകളും ആത്മഹത്യകൾ തടയുവാനുള്ള ക്ലിനിക്കുകൾ ആരംഭിച്ചിട്ടുണ്ട്. കേരളത്തിൽ പ്രതിവർഷം ഏതാണ്ട് പന്തീരായിരം പേർ ആത്മഹത്യ ചെയ്യുന്നുണ്ട്. അതിന്റെ രണ്ടിരട്ടിയെങ്കിലും ആത്മഹത്യയ്ക്കു ശ്രമിക്കുന്നുണ്ടാവണം. ആത്മഹത്യ ചെയ്യുന്നവരിൽ നാൽപ്പത്തിയഞ്ചു ശതമാനം പേരും അവലംബിക്കുന്ന രീതി തൂങ്ങിമരണമാണ്. മുപ്പത്തിഅഞ്ചു ശതമാനം പേർ ഏതെങ്കിലും വിഷം കഴിച്ചും, എട്ടുശതമാനം വെള്ളത്തിൽ ചാടിയും മരണത്തെ പുൽകുന്നു. ആത്മഹത്യ ചെയ്യാൻ വിവിധ രീതികൾ അവലംബിക്കുന്നതിനെക്കുറിച്ച് രസകരമായ ഒരു കഥയുണ്ട്.

ഒരാൾ ആത്മഹത്യ ചെയ്യാൻ തീരുമാനിച്ചു. മരണം ഉറപ്പു വരുത്തുവാനായി അയാൾ മൂന്നു മാർഗ്ഗങ്ങളാണ് തിരഞ്ഞെടുത്തത്. ഒരു കുപ്പി വിഷം, ഒരു മുഴം കയർ, ഒരു റിവോൾവർ എന്നീ സാധനങ്ങളുമായി അയാൾ ഒരു മരത്തിൽ കയറി. താഴത്തെ ഒരു ശിഖരത്തിൽ നിന്നുകൊണ്ട് മുകളിലത്തെ ശിഖരത്തിൽ കയർ കെട്ടി. മറ്റേ അറ്റംകൊണ്ട് കഴുത്തിൽ കുരുക്കിട്ടു. അതിനുശേഷം

കുപ്പി തുറന്നു വിഷം കുടിച്ചു. റിവോൾവർ വലതു ചെന്നിയിൽ ചേർത്തു വച്ചു കാഞ്ചി വലിക്കുകയും ഒപ്പം താഴോട്ടു ചാടുകയും ചെയ്തു. നിർഭാഗ്യവശാൽ ചാട്ടത്തിൽ വെടിയുണ്ട ഉന്നം തെറ്റി കയറിലാണു കൊണ്ടത്. കയർ മുറിഞ്ഞു, അയാൾ താഴേക്കു വീണു. വീണ്ടും നിർഭാഗ്യം! മരം ഒരു കായൽക്കരയിലായിരുന്നു. അയാൾ വീണതാകട്ടെ വെള്ളത്തിലും. കായലിലെ ഉപ്പുവെള്ളം അയാൾ ഏറെ കുടിച്ചു. ഉപ്പുവെള്ളം കുടിച്ചപ്പോൾ ഛർദ്ദിയുണ്ടായി. കഴിച്ച വിഷം മുഴുവൻ വെളിയിൽ പോയി. നീന്തലറിയാമായിരുന്നതിനാൽ നീന്തി കരയിൽ കയറി രക്ഷപ്പെട്ടു!!

ആയുർവേദത്തിലെ ഒരു പ്രാമാണികഗ്രന്ഥമായ ചരകസംഹിതയിൽ ഒരു ശ്ലോകമുണ്ട്.

'മനഃശരീരയോ താപം അന്യോന്യം അനുവ്രജേത്
ആധാര ആധേയ ഭാവേന തപ്താജ്യ ഘടയോരിവ'

ശരീരം ഒരു കുടവും (പാത്രം) മനസ്സ് നെയ്യുമാണ്. ചൂടുള്ള നെയ്യ് കുടത്തിലൊഴിച്ചാൽ കുടം ചൂടാകും. കുടത്തിനെ ചൂടു പിടിപ്പിച്ചാൽ അതിനുള്ളിലൊഴിച്ചിരിക്കുന്ന നെയ്യ് ചൂടാകും. ഇപ്രകാരമാണ് മാനസികപ്രശ്നങ്ങൾ ശരീരത്തെയും ശാരീരിക പ്രശ്നങ്ങൾ മനസ്സിനെയും ബാധിക്കുന്നത് എന്നതാണ് ശ്ലോകത്തിന്റെ അർത്ഥം. നമ്മുടെ മഹാന്മാരായ പ്രാചീന ഭിഷഗ്വരന്മാർ എത്ര ഗഹനമായിട്ടാണ് മാനസികരോഗങ്ങളുടെ കാരണത്തെ അപഗ്രഥിച്ചിട്ടുള്ളത് എന്ന് ഈ ശ്ലോകം വ്യക്തമാക്കുന്നു. ആധുനികകാലത്തും പ്രസക്തമായ തത്ത്വമാണിത്. ആധുനിക വൈദ്യശാസ്ത്രവും ഇപ്പോൾ ഈ വഴിക്കാണ് ചിന്തിക്കുന്നത്. ശാരീരികമായ രോഗങ്ങളിൽ അൻപത് ശതമാനവും മാനസികമായ കാരണങ്ങളാലാണ് ഉണ്ടാകുന്നത്. ഇത്തരം രോഗങ്ങളെ 'സൈക്കോസൊമാറ്റിക് ഡിസോഡേഴ്സ്' എന്നു വിളിക്കുന്നു. അരിമ്പാറ മുതൽ ആമാശയത്തിലെ അമ്ലാധിക്യം വരെ മാനസികമായ കാരണങ്ങളാലാണ് ഉണ്ടാകുന്നത്. അതുപോലെ ശരീരത്തിലെ, പ്രത്യേകിച്ചും തലച്ചോറിലെ രാസപ്രവർത്തനങ്ങളിലുണ്ടാകുന്ന വ്യതിയാനങ്ങളാണ് മാനസികമായ പല രോഗങ്ങൾക്കും കാരണം.

ഇന്ന് ഈ പ്രബുദ്ധകേരളത്തിൽ ആത്മഹത്യകൾ കൂടി വരുന്നതായിട്ടാണ് ആധികാരികമായ പഠനങ്ങളും സ്ഥിതിവിവരക്കണക്കുകളും സൂചിപ്പിക്കുന്നത്. തെക്കേ ഇന്ത്യ ലോകത്തിലെ ആത്മഹത്യകളുടെ തലസ്ഥാനമാണെന്ന് ബ്രിട്ടീഷ് മെഡിക്കൽ ജേർണലായ *ലാൻസെറ്റിലെ* ഒരു ലേഖനത്തിൽ പറയുന്നു. ഓരോ പതിനഞ്ചു മിനിട്ടിലും ഇന്ത്യയിൽ മൂന്നു പേർ ആത്മഹത്യ

ചെയ്യുന്നു. അതിൽ ഒരാൾ തെക്കേ ഇന്ത്യാക്കാരനാണ്. കേരളത്തിൽ ഒരു ദിവസം മുപ്പത്തിരണ്ടു പേർ ആത്മഹത്യ ചെയ്യുന്നു. അറുപതു പേരെങ്കിലും ആത്മഹത്യയ്ക്ക് ശ്രമിക്കുന്നു. ഞെട്ടിപ്പിക്കുന്ന കണക്കാണിത്. ഇന്ത്യയിൽ ഒരു വർഷം ഒരു ലക്ഷം പേർ ആത്മഹത്യ ചെയ്യുന്നുവെന്ന് ദേശീയ ക്രൈം റിക്കാർഡ്സ് ബ്യൂറോയുടെ രേഖകൾ സൂചിപ്പിക്കുന്നു. എന്നാൽ അമേരിക്കയിൽ പ്രതിവർഷം ൩0,000 പേർ മാത്രമേ ആത്മഹത്യ ചെയ്യുന്നുള്ളൂ.

ആത്മഹത്യ ചെയ്യുന്നതിന് എന്തെല്ലാം കാരണങ്ങളുണ്ട്? സാമ്പത്തികബുദ്ധിമുട്ടുകൾ, മാറാരോഗം, പ്രേമനൈരാശ്യം, ശിഥിലമായ കുടുംബബന്ധങ്ങൾ, പരീക്ഷയിലെ തോൽവി മുതലായവ കാരണങ്ങളായി പറയുന്നെങ്കിലും ഇവയൊന്നും അടിസ്ഥാന കാരണങ്ങളല്ല. ഇതെല്ലാം 'കാഞ്ചി വലിക്കുന്ന' ഘടകങ്ങൾ മാത്രം. വിഷാദരോഗമാണ് (mental depression) എല്ലാ ആത്മഹത്യകളുടെയും കാരണം. ഡിപ്രഷൻ എന്നത് വൈകാരികമായ മ്ലാനത അല്ല. നേരേ മറിച്ച് തലച്ചോറിലെ ചില രാസവസ്തുക്കളുടെ പരിണാമമോ, ഏറ്റക്കുറച്ചിലുകളോമൂലം ഉണ്ടാകുന്ന ഒരു രോഗമാണ്. എന്തുകൊണ്ട് ഈ രാസപരിണാമങ്ങൾ സംഭവിക്കുന്നു എന്നതിന് വ്യക്തമായ ഉത്തരം നല്കാൻ വൈദ്യശാസ്ത്രത്തിനു കഴിഞ്ഞിട്ടില്ല. ഹൃദയം, കരൾ, തൈറോയ്ഡ് ഗ്രന്ഥി എന്നീ അവയവങ്ങൾക്ക് തകരാറുള്ളവരിൽ വിഷാദരോഗം ഉണ്ടാകാനുള്ള സാധ്യത കൂടുതലാണ്. ഗർഭനിരോധനത്തിനുപയോഗിക്കുന്ന ഹോർമോണുകൾ, മയക്കുമരുന്നുകൾ, മദ്യം എന്നിവ തലച്ചോറിലെ രാസപരിണാമങ്ങൾക്കു കാരണമാകാമെന്ന് പറയുന്നു.

പനിയോ ചുമയോ മറ്റു രോഗങ്ങളോ ബാധിച്ചാൽ നാം ഡോക്ടറുടെ ഉപദേശം തേടും. എന്നാൽ വിഷാദരോഗത്തിന്റെ ലക്ഷണങ്ങൾ ആരും ഗൗരവമായി കാണാറില്ല. ബന്ധുക്കൾക്കും സ്നേഹിതന്മാർക്കും തിരിച്ചറിയാനും കഴിയില്ല. ഈ അവസ്ഥയെ 'നീലക്കാലം' (Blue period) എന്നു വിളിക്കുന്നു. അറിവുള്ളവർ പോലും വിഷാദരോഗം ബാധിച്ചാൽ ഒരു മനോരോഗ ചികിത്സകനെ കാണാൻ മടിക്കും. അമേരിക്കയിൽ ആത്മഹത്യാനിരക്ക് കുറയുവാനുള്ള പ്രധാന കാരണം വിഷാദരോഗം ബാധിച്ചവർ മാത്രമല്ല മാനസികമായ എന്തെങ്കിലും ചെറിയ അസ്വസ്ഥതകൾ ബാധിച്ചവർ പോലും ഒരു സൈക്യാട്രിസ്റ്റിനെ സമീപിച്ച് ചികിത്സതേടുമെന്നതാണ്. നമുക്ക് മനോരോഗ ചികിത്സകനെയും ത്വക്‌രോഗ വിദഗ്ദ്ധനെയും കാണാൻ മടിയാണല്ലോ. അഥവാ കാണുന്നെങ്കിൽ ആരും അറിയാതെ വേണംതാനും!!

മിക്ക ആത്മഹത്യകളും മാനസികരോഗംകൊണ്ടാണെന്ന് അസന്ദിഗ്ദ്ധമായി തെളിയിക്കപ്പെട്ടിട്ടുണ്ട്. ആത്മഹത്യാശ്രമത്തിൽ നിന്നും രക്ഷപ്പെട്ട ഒരു പെൺകുട്ടിയുടെ കഥ പറയാം. എന്റെ ഒരു സ്നേഹിതന്റെ മകൾക്ക് പ്രീഡിഗ്രി പാസ്സായപ്പോൾ നഴ്സിങ്ങിനു ചേരാനായിരുന്നു ആഗ്രഹം. മാർക്കു കുറവായിരുന്നതിനാൽ ഒരു പ്രൈവറ്റ് കോളജിൽ വലിയ തലവരി കൊടുത്ത് പ്രവേശനം നേടി. ഈ തുക ഉണ്ടാക്കാൻ അവളുടെ അച്ഛന് വളരെയധികം ബുദ്ധിമുട്ടേണ്ടി വന്നു. ഹോസ്റ്റലിൽ താമസം തുടങ്ങി ഒരാഴ്ച കഴിഞ്ഞപ്പോൾ അവൾ ഹോസ്റ്റൽ മുറിയിലെ സീലിങ് ഫാനിൽ കെട്ടിത്തൂങ്ങി മരിക്കാൻ ശ്രമിച്ചു. ഭാഗ്യവശാൽ സഹപാഠികളിലൊരാൾ കണ്ടതിനാൽ അവളെ രക്ഷിക്കാൻ കഴിഞ്ഞു. അവളെ സ്വന്തം വീട്ടിൽ കൊണ്ടുവന്നു. ബന്ധുക്കളുടെ അഭിപ്രായപ്രകാരം ചില പൂജകളും മന്ത്രവാദവുമൊക്കെ നടത്തി അവളെ തിരികെ ഹോസ്റ്റലിലാക്കി. ഒരാഴ്ചയ്ക്കകം അവൾ വീണ്ടും ആത്മഹത്യയ്ക്കു ശ്രമിച്ചു. അത്തവണയും സഹപാഠികൾ കണ്ടതിനാൽ ശ്രമം വിഫലമായി.

എന്റെ സ്നേഹിതൻ മകളോടൊപ്പം എന്നെ കാണാൻ വന്നു. ആത്മഹത്യ ചെയ്യാൻ ശ്രമിച്ചതെന്തിനാണെന്നു ഞാൻ അവളോട് ചോദിച്ചു. അവൾ പറഞ്ഞതിങ്ങനെ: 'അങ്കിൾ, എന്റെ മനസ്സിനുള്ളിലിരുന്ന് ആരോ എപ്പോഴും പറയുന്നു: നീ മരിക്കൂ, നീ മരിക്കൂ, നീ എന്തിനാണ് നിന്റെ അച്ഛനു ഭാരമായി ജീവിക്കുന്നത്? മരിക്കൂ, മരിക്കൂ, ഞാൻ ആ ചിന്ത അകറ്റാൻ വളരെയധികം ശ്രമിച്ചു; സാധിക്കുന്നില്ല. ഞാൻ മരിച്ചാൽ എന്റെ അച്ഛനും അമ്മയ്ക്കും സങ്കടമാണെന്ന് എനിക്കറിയാം. പക്ഷേ ആ ശക്തമായ ചിന്ത, ഒരു അദൃശ്യ ശക്തി എന്നെ നിർബന്ധിക്കുന്നു.'

ആ അദൃശ്യശക്തി, ആത്മഹത്യ ചെയ്യാൻ പ്രേരിപ്പിക്കുന്ന ആ ശക്തി, സ്വന്തം മനസ്സുതന്നെയാണ്. മനസ്സെന്നു പറഞ്ഞാൽ രോഗഗ്രസ്തമായ തലച്ചോറാണ്. ഇത്തരം ഒരു ചിന്ത ഉണ്ടായാൽ ആരും അതിനെക്കുറിച്ച് മറ്റുള്ളവരോടു പറയാറില്ല. പറഞ്ഞാൽ തന്നെ ആരും കാര്യമായിട്ടെടുക്കാറില്ല. ചിലപ്പോൾ പരിഹസിച്ചുവെന്നും വരാം. ഇത്തരം രോഗലക്ഷണങ്ങൾ ഒരു മനോരോഗ ചികിത്സകന് പെട്ടെന്ന് മനസ്സിലാക്കാൻ സാധിക്കും. 'അക്യൂട്ട് മെന്റൽ ഡിപ്രഷൻ' എന്നറിയപ്പെടുന്ന ഈ വിഷാദരോഗം ഒരു 'സൈക്യാട്രിക് എമർജൻസി' (സത്വര ചികിത്സ വേണ്ടുന്ന അവസ്ഥ) യാണ്. എത്രയും പെട്ടെന്ന് ചികിത്സ ആരംഭിക്കേണ്ട ഒരു അവസ്ഥയാണ്. കടുത്ത വിഷാദരോഗം ബാധിച്ചവരെ ആശുപത്രിയിൽ പ്രവേശിപ്പിച്ച് ഷോക്ക് ചികിത്സ വരെ നല്കേണ്ടി വരും.

ആ ചികിത്സ ഭ്രാന്ത് ബാധിച്ചവർക്ക് നല്കുന്നതല്ലേ, അതു വേണ്ട എന്നു പറഞ്ഞ് ചികിത്സ നിഷേധിച്ചതു കാരണം ആത്മഹത്യയിലേക്ക് നയിച്ച സംഭവങ്ങൾ വരെ ഉണ്ടായിട്ടുണ്ട്. വിഷാദരോഗത്തിന്റെ ലക്ഷണങ്ങൾ വിശപ്പില്ലായ്മ, ഉറക്കക്കുറവ്, അസ്വസ്ഥത, നിരാശാബോധം, ജോലിയിൽ അശ്രദ്ധ, വിനോദങ്ങളോട് വിരക്തി, തളർച്ച, ക്ഷീണം എന്നിവയാണ്. സാധാരണ വൈദ്യപരിശോധനയിൽ ശാരീരികമായ ഒരു തകരാറും ഉള്ളതായി കാണുകയില്ല.

ഞാൻ എന്റെ സ്നേഹിതന്റെ മകളെ എന്റെ സുഹൃത്തും പ്രശസ്ത മനോരോഗ ചികിത്സകനുമായ ഡോ. വി.കെ. രാമചന്ദ്രന്റെ അടുത്തേക്കയച്ചു. രണ്ടാഴ്ചത്തെ ചികിത്സയോടെ അവൾ വിഷാദരോഗത്തിന്റെ പിടിയിൽ നിന്നും മോചിതയായി. വിവാഹിതയായി രണ്ടു കുട്ടികളുടെ അമ്മയായി അവൾ സസുഖം ജീവിക്കുന്നു.

കുടുംബ ഡോക്ടർമാരുടെയും ജനറൽ ഫിസിഷ്യന്മാരുടെയും കർത്തവ്യം ശാരീരിക പരിശോധനയിലും ലബോറട്ടറി പരിശോധനകളിലും തകരാറൊന്നുമില്ലെങ്കിൽ വിഷാദരോഗ ലക്ഷണങ്ങളുള്ള ഒരു വ്യക്തിയെ മാനസികരോഗ ചികിത്സകന്റെ അടുത്തേക്ക് അയയ്ക്കുക എന്നതാണ്. സാധാരണയായി ഈ നടപടി ആ വ്യക്തിക്കോ, ബന്ധുക്കൾക്കോ ഇഷ്ടമുള്ള കാര്യമല്ല. അതുകൊണ്ട് മിക്ക ജനറൽ ഫിസിഷ്യന്മാരും രോഗിയെ മാനസികരോഗ ചികിത്സകന്റെ അടുത്തേക്ക് അയയ്ക്കുകയില്ല. അതിനാൽ രോഗികളും ബന്ധുക്കളുമാണ് ഈ കാര്യത്തിൽ മുൻകൈ എടുക്കേണ്ടത്. അപകടകരമായ ഈ മാനസികാവസ്ഥയെക്കുറിച്ച് ജനങ്ങൾ ബോധവാന്മാരാകണം.

3. ലോക്കപ്പുമരണങ്ങൾ

പോലീസ് കസ്റ്റഡിയിലുണ്ടാകുന്ന മരണങ്ങൾ വളരെയധികം ജനശ്രദ്ധ ആകർഷിക്കുക മാത്രമല്ല, പോലീസ്സിനെക്കുറിച്ച് മോശമായ പൊതുജനാഭിപ്രായം ഉണ്ടാക്കുവാനും ഇടയാക്കുന്നു. എന്റെ ഔദ്യോഗിക ജീവിതത്തിൽ മൂന്നോ നാലോ ലോക്കപ്പു മരണങ്ങളിൽ പോസ്റ്റ്മോർട്ടം പരിശോധന നടത്തേണ്ടിവന്നിട്ടുണ്ട്. ഞാൻ ആദ്യം പങ്കെടുത്ത പോസ്റ്റ്മോർട്ടങ്ങളിലൊന്ന്

തിരുവനന്തപുരം ഫോർട്ട് പോലീസ്സ്റ്റേഷനിൽ വച്ചുണ്ടായ ഒരു ലോക്കപ്പ് മരണത്തിന്റേതായിരുന്നു.

വിക്രമനാചാരിയുടെ മരണം

ഫോറൻസിക് മെഡിസിൻ വകുപ്പിൽ ട്യൂട്ടറായി ജോലിയിൽ പ്രവേശിച്ചിട്ട് ഏറെ നാളായിട്ടില്ല. പ്രൊഫ. കന്തസ്വാമിയുടെ ശിഷ്യത്വത്തിൽ എല്ലാത്തരം മെഡിക്കോ ലീഗൽ കേസുകളും കൈയാളാനുള്ള പരിശീലനം നടക്കുന്ന കാലം. പോലീസ് കസ്റ്റഡിയിൽ വച്ച് മരണപ്പെട്ട ഒരു പാവപ്പെട്ടവന്റെ മൃതശരീരം പോസ്റ്റ്മോർട്ടം ചെയ്ത അനുഭവം ഒരിക്കലും മറക്കാനാവില്ല. കസ്റ്റഡി മരണം അതിനു മുമ്പ് അധികമൊന്നുമുണ്ടായിട്ടില്ല. ഒരു കേസിൽ പ്രതിയായ നാൽപ്പത്തിയഞ്ചുകാരനായ വിക്രമനാചാരി എന്നൊരാളെ പോലീസ് അറസ്റ്റ് ചെയ്ത് ലോക്കപ്പിലടച്ചു. ലോക്കപ്പിൽ വച്ച് അയാൾക്ക് കഠിനമായ നെഞ്ചുവേദന അനുഭവപ്പെട്ടു. ഡ്യൂട്ടിയിലുണ്ടായിരുന്ന പോലീസുകാർ ഉടൻതന്നെ പോലീസ് ജീപ്പിൽ അയാളെയുംകൊണ്ട് ഫോർട്ട് ആശുപത്രിയിലേക്കു പാഞ്ഞു. ഇനി ചികിത്സിക്കേണ്ടതില്ലെന്നും ആൾ മരിച്ചു കഴിഞ്ഞെന്നുമാണ് ഡോക്ടർമാർ പോലീസുകാരോട് പറഞ്ഞത്.

പോലീസ് മർദ്ദനംകൊണ്ടാണ് വിക്രമനാചാരി മരിച്ചതെന്നായിരുന്നു ബന്ധുക്കളുടെയും പ്രതിപക്ഷ കക്ഷികളുടെയും ആരോപണം. പിറ്റേദിവസം ആർ.ഡി.ഒ. പ്രേതവിചാരണ നടത്തി. വൈകാതെ ജഡം മെഡിക്കൽ കോളജിലെ മോർച്ചറിയിൽ എത്തിച്ചു. മാർക്സിസ്റ്റ് പാർട്ടിയുടെ നേതൃത്വത്തിലുള്ള പ്രതിപക്ഷം അപ്പോഴേക്കും ശക്തമായ പ്രക്ഷോഭം തുടങ്ങിക്കഴിഞ്ഞിരുന്നു.

പോസ്റ്റ്മോർട്ടം പരിശോധനയ്ക്കായി പ്രൊഫസ്സർ കന്തസ്വാമിയോടൊപ്പം ഞാനും കൂടി. ലോക്കപ്പു മരണം അന്വേഷിക്കുക, മുഖ്യമന്ത്രി രാജിവെയ്ക്കുക എന്നിങ്ങനെ മുദ്രാവാക്യം മുഴക്കുന്ന ആയിരത്തോളം പേർ വരുന്ന ജനക്കൂട്ടത്തിന്റെ ഇടയിലൂടെയാണ് ഞങ്ങൾ മോർച്ചറിയിലേക്ക് കയറിയത്. പോലീസുകാർ വിക്രമനാചാരിയെ ഇടിച്ചു കൊന്നതാണെന്ന് നാടൊട്ടുക്ക് സംസാരമുണ്ടായിരുന്നതിനാൽ അതീവ ജാഗ്രതയോടെയാണ് ഞങ്ങൾ പോസ്റ്റ്മോർട്ടം തുടങ്ങിയത്. തലമുടി നാരിഴ മുതൽ കാല്പാദം വരെ ഞങ്ങൾ അരിച്ചു പെറുക്കി പരിശോധിച്ചു. അടിയുടെയോ ഇടിയുടെയോ യാതൊരു ലക്ഷണവും കാണാൻ കഴിഞ്ഞില്ല. സാധാരണഗതിയിൽ ഇടിയേൽക്കാൻ സാധ്യതയുള്ള ശരീരഭാഗങ്ങളിലെ തൊലിയുടെ ഓരോ അടുക്കും കീറിമുറിച്ച് സൂക്ഷ്മ

മായി പരിശോധിച്ചിട്ടും ലോക്കപ്പ് മരണത്തിന്റെ തെളിവൊന്നും കിട്ടിയില്ല. എങ്കിൽ പിന്നെ എന്താണു മരണകാരണം?

ആന്തരികാവയവങ്ങളുടെ പരിശോധന ആരംഭിച്ചു. ആചാരിക്ക് ലോക്കപ്പിൽ വച്ച് നെഞ്ചുവേദന ഉണ്ടായി എന്ന് പ്രേത വിചാരണ റിപ്പോർട്ടിൽ രേഖപ്പെടുത്തിയിരുന്നതിനാൽ ഹൃദയം വിശദമായി പരിശോധിച്ചു. മരിച്ചയാളുടെ പ്രധാനപ്പെട്ട ഹൃദയ ധമനിയിൽ രക്തം കട്ട പിടിച്ചു കിടക്കുന്നു (coronary thrombosis). ഹൃദയത്തിന്റെ ധമനികളുടെ വ്യാസം ധമനീരോഗംമൂലം വളരെയേറെ ചുരുങ്ങിയിരുന്നു. മരണകാരണം ഹൃദ്രോഗമാണെന്ന് സംശയാതീതമായി വ്യക്തമായി.

മോർച്ചറിയിൽനിന്നും ഞാനും പ്രൊഫ. കന്തസ്വാമിയും പുറത്തേക്കിറങ്ങി. ജനക്കൂട്ടം ആകാംക്ഷയോടെ കാത്തുനിൽക്കുന്നുണ്ടായിരുന്നു. ഉരുട്ടിക്കൊലയാണോ എന്നറിയാനുള്ള ഉദ്വേഗത്തിലായിരുന്നു ഏവരും. പോസ്റ്റ്മോർട്ടം റിപ്പോർട്ട് സബ് ഡിവിഷണൽ മജിസ്ട്രേറ്റിനും ബന്ധപ്പെട്ട പോലീസ് ഇൻസ്പെക്ടർക്കും മാത്രമേ നല്കാവൂ എന്നാണ് നിയമം. മറ്റാരോടും വെളിപ്പെടുത്തിക്കൂടാ. പക്ഷേ, ശുദ്ധഗതിക്കാരനായ പ്രൊഫ. കന്തസ്വാമി മുന്നിൽ കണ്ട ചില നേതാക്കളോടു മരണകാരണം വെളിപ്പെടുത്തി. ഞങ്ങളും പോലീസും ഒത്തുകളിച്ചെന്നായി പിന്നത്തെ ആരോപണം. ഭാഗ്യമെന്നു പറഞ്ഞാൽ മതി ജനക്കൂട്ടത്തിന്റെ രോഷത്തിൽനിന്നും ഒരുവിധം ഞങ്ങളന്ന് രക്ഷപ്പെടുകയായിരുന്നു. സി.പി.എം. നേതാക്കളായിരുന്ന ശ്രീ കാട്ടായിക്കോണം ശ്രീധർ, ശ്രീ അവണാകുഴി സദാശിവൻ എന്നിവരൊക്കെയായിരുന്നു പ്രതിഷേധക്കാർക്ക് നേതൃത്വം നല്കിയിരുന്നത്.

പിറ്റെ ദിവസം എല്ലാ പത്രങ്ങളിലും വിക്രമനാചാരിയുടെ 'കൊലപാതകം' വളരെ വിശദമായി റിപ്പോർട്ടു ചെയ്തിരുന്നു. ഡോ. കന്തസ്വാമിയെ നിശിതമായി വിമർശിച്ചുകൊണ്ടുള്ള പരാമർശങ്ങൾ എന്നെ അസ്വസ്ഥനാക്കി. 'കൊറോണറി ത്രോംബോസിസ്' എന്ന മരണകാരണം ഫോറൻസിക് വിദഗ്ദ്ധന്മാരെ കളിയാക്കുവാനുള്ള ഒരു പദപ്രയോഗമായി മാറി. 'തനിനിറം' എന്ന പത്രത്തിൽ ഡോ. കന്തസ്വാമിയെ പരിഹസിച്ചുവരച്ച പി. കെ. മന്ത്രിയുടെ കാർട്ടൂണുകൾ വരെ പ്രത്യക്ഷപ്പെട്ടു. ഫോറൻസിക് മെഡിസിൻ വകുപ്പിൽ ഇനിയും തുടരണമോ എന്ന് ആലോചിക്കണമെന്ന് എന്റെ അച്ഛൻ എന്നോട് ഉത്കണ്ഠയോടെ പറഞ്ഞു. സത്യം അംഗീകരിക്കപ്പെടാത്തതിൽ ദുഃഖം തോന്നിയെങ്കിലും സത്യത്തിനുവേണ്ടി എപ്പോഴും നിലകൊള്ളണമെന്നും ആരോപണങ്ങളെ സധൈര്യം നേരിടണമെന്നുമുള്ള ഒരു വാശിയാണെനിക്കുണ്ടായത്. ഇന്നുവരെ ആ പന്ഥാവിൽനിന്നും തെല്ലും

വ്യതിചലിച്ചിട്ടില്ല എന്ന് ഞാൻ അഭിമാനത്തോടെ പറയട്ടെ. എന്റെ 'ഫോറൻസിക് മെഡിസിൻ ഫോർ ദി പോലീസ്' എന്ന പുസ്തകത്തിന്റെ അവതാരികയിൽ ബഹുമാന്യനായ ജസ്റ്റിസ് ശ്രീ കെ. ടി. തോമസ് ഇപ്രകാരം എഴുതി:

"The opinion given by him in a number of cases gave me the impression that he is not only an expert in the subject, but one who dauntlessly gives his opinion unmindful of public opinion built up by any media publication. He would dare to face any consequence for steadfastly adhering to his conviction formed from the data available."

ഇന്ത്യയുടെ പരമോന്നത നീതിപീഠത്തിൽ ന്യായാധിപനായിരുന്ന, സുപ്രസിദ്ധ ക്രിമിനൽ നിയമപടുവായ, നിഷ്പക്ഷമതിയായ ആ മഹാന്റെ പ്രസ്താവങ്ങൾ എന്നെ ധന്യനാക്കുന്നു.

കുഴഞ്ഞുവീണുള്ള മരണങ്ങൾ

വർഷങ്ങൾക്ക് ശേഷം എനിക്ക് വഞ്ചിയൂർ പോലീസ് സ്റ്റേഷനിൽ വച്ച് മരണമടഞ്ഞ ഒരു വൃദ്ധന്റെ മൃതദേഹപരിശോധന നടത്തേണ്ടി വന്നു. അന്നുഞാൻ തിരുവനന്തപുരം മെഡിക്കൽ കോളജിൽ അസോസിയേറ്റ് പ്രൊഫസ്സറായി ജോലി നോക്കുകയായിരുന്നു. പോലീസ് സ്റ്റേഷനിൽ പരാതിയുമായി ചെന്ന ഒരു വൃദ്ധൻ അവിടെ കുഴഞ്ഞുവീണു. അയാളെ ഉടൻതന്നെ പോലീസ് ജീപ്പിൽ കയറ്റി അടുത്തുള്ള ജനറൽ ആശുപത്രിയിലെത്തിച്ചുവെങ്കിലും ജീവൻ രക്ഷിക്കാനായില്ല. വൈകുന്നേരം അഞ്ചുമണി കഴിഞ്ഞതിനാൽ അന്ന് പ്രേതവിചാരണയും പോസ്റ്റ്മോർട്ടവും നടത്താൻ കഴിഞ്ഞില്ല. പിറ്റേദിവസത്തെ പത്രങ്ങളിലെല്ലാം വഞ്ചിയൂർ പോലീസ് സ്റ്റേഷനിലെ മരണത്തെക്കുറിച്ച് വിശദമായ വാർത്തകൾ ഉണ്ടായിരുന്നു. എന്റെ സീനിയറായിരുന്ന പ്രൊഫസ്സർ ജയപാലന് പെട്ടെന്ന് ദേഹാസ്വാസ്ഥ്യം ഉണ്ടായതിനാൽ മൃതദേഹ പരിശോധന നടത്തേണ്ട ചുമതല എനിക്കായി.

ഫോറൻസിക് മെഡിസിൻ വിഭാഗത്തിലെ ഡോക്ടർമാർക്ക് പോലീസ് വകുപ്പിൽ നിന്ന് ഹോണറേറിയവും പോലീസ് സർജൻ എന്ന പദവിയും പോലീസ് വാഹനവും നല്കിയിട്ടുണ്ട്. അതിനാൽ പൊതുജനങ്ങളിൽ പലരും (വക്കീലന്മാരിൽ ചിലരും) ഈ ഡോക്ടർമാർ പോലീസിന്റെ ആജ്ഞാനുവർത്തികളാണെന്നും അവരെ സഹായിക്കുന്നവരാണെന്നും തെറ്റിദ്ധരിക്കാറുണ്ട്. എന്നാൽ വിശദമായ മൃതദേഹ പരിശോധന നടത്തി ശരിയായ മരണകാരണം നല്കുമെന്നതിനാൽ കോടതികൾക്ക് ഫോറൻസിക്

വിദഗ്ദ്ധരെക്കുറിച്ച് മതിപ്പാണ്. എന്റെ ഔദ്യോഗികജീവിതത്തിൽ ഒരിക്കൽപോലും പോലീസിന്റെയോ രാഷ്ട്രീയക്കാരുടെയോ അവിഹിതമായ സ്വാധീനമോ ഇടപെടലോ ഉണ്ടായിട്ടില്ല. ഞാൻ വൃദ്ധന്റെ ദേഹം വിശദമായി പരിശോധിച്ചു. മർദ്ദനത്തിന്റെ ഒരു ലക്ഷണവും കാണാൻ കഴിഞ്ഞില്ല. ഹൃദയത്തിലെ രക്തക്കുഴലുകളിൽ കൊഴുപ്പടിഞ്ഞ് (ധമനീരോഗം) അവയുടെ വ്യാസം വളരെ കുറഞ്ഞിരുന്നു. പ്രധാനപ്പെട്ട കൊറോണറി ധമനികളിൽ എൺപതു ശതമാനത്തിലധികം അടവുണ്ടായിരുന്നു. ശരീരത്തിലെ മറ്റ് അവയവങ്ങൾക്കൊന്നും രോഗമോ കേടുപാടുകളോ ഉണ്ടായിരുന്നില്ല. ഹൃദ്രോഗമാണ് മരണകാരണം എന്ന് ഞാൻ റിപ്പോർട്ടു ചെയ്തു. അന്ന് പ്രതിപക്ഷത്തായിരുന്ന കമ്മ്യൂണിസ്റ്റ് പാർട്ടിയിലെ പല നേതാക്കൾക്കും എന്നെ അറിയാമായിരുന്നു. എന്റെ പരിശോധനയിൽ വിശ്വാസ്യത തോന്നിയതിനാലാവാം മരണത്തെ സംബന്ധിച്ച് നടന്ന പ്രതിഷേധയോഗങ്ങളിലൊന്നും എന്നെക്കുറിച്ച് മോശമായ ഒരു പരാമർശവുമുണ്ടായില്ല.

പോലീസ് സ്റ്റേഷനുകളിൽ കുഴഞ്ഞു വീണു മരിക്കുന്ന സംഭവങ്ങളുടെ എണ്ണം കൂടിവരികയാണ് എന്നു തോന്നുന്നു. ഇത്തരം മരണകാരണങ്ങൾക്ക് പലപ്പോഴും പോലീസ് കർമ്മണാ ഉത്തരവാദികൾ അല്ലെങ്കിലും വാചാ ഉത്തരവാദികൾ ആണെന്നാണ് എന്റെ അഭിപ്രായം. പോലീസ് സ്റ്റേഷനിൽ പ്രതിയായോ വാദിയായോ എത്തുന്ന ഒരു വ്യക്തി മാനസികമായി വലിയ പിരിമുറുക്കത്തിലായിരിക്കും. ഈ മാനസികാവസ്ഥ ശാരീരികമായ ചില പ്രതിപ്രവർത്തനങ്ങൾക്കു കാരണമാകും. അയാളുടെ രക്തസമ്മർദ്ദം വളരെയധികം വർദ്ധിക്കും, നാഡിമിടിപ്പു കൂടും, അഡ്രിനൽ ഗ്രന്ഥികളിൽനിന്നും അഡ്രിനാലിൻ, നോർ അഡ്രിനാലിൻ എന്നീ ഹോർമോണുകൾ വളരെയധികം ഉത്പാദിപ്പിക്കപ്പെടും. ഈ സ്രവങ്ങൾ ഹൃദയത്തിന്റെ മിടിപ്പു കൂട്ടുകയും, താളം തെറ്റിക്കുകയും ഹൃദയധമനികളെ വല്ലാതെ ചുരുക്കുകയും ചെയ്യും. ഹൃദയത്തിന്റെ ധമനികൾക്കോ, വാൽവുകൾക്കോ രോഗമോ തകരാറോ ഉള്ള ആളുകളിൽ ഈ പ്രതിപ്രവർത്തനങ്ങൾ മരണമുണ്ടാക്കും. ഇത് 'സ്ട്രെസ്സ് കാർഡിയോമയോപ്പതി' അഥവാ 'ബ്രോക്കൺ ഹാർട്ട് സിൻഡ്രോം' എന്നറിയപ്പെടുന്നു. ഉറ്റവരുടെ മരണവാർത്ത കേൾക്കുമ്പോഴും പെട്ടെന്നു ഭയപ്പെടുമ്പോഴും മരണം സംഭവിക്കുന്നത് മുൻ പറഞ്ഞ കാരണങ്ങളാലാണ്.

എല്ലാ പോലീസ് ഉദ്യോഗസ്ഥന്മാരും ഈ അവസ്ഥയെക്കുറിച്ച് ബോധവാന്മാരായിരിക്കണം. കേരളാ പോലീസിന്റെ പ്രമാണസൂക്തം 'മൃദുഃ ഭാവേ ദൃഢഃ കൃത്യേ' എന്നാണ്. അതിന്റെ അർത്ഥം പെരുമാറ്റം സൗമ്യമായിരിക്കണമെന്നും കർത്തവ്യങ്ങളിൽ

ഉറച്ചു നിൽക്കണമെന്നുമാണ്. ആർക്കും പോലീസ് സ്റ്റേഷനിൽ നിർഭയം ചെല്ലാമെന്നുള്ള അവസ്ഥ ഉണ്ടാകേണ്ടിയിരിക്കുന്നു. പൊതുജനങ്ങളോട് നല്ല പെരുമാറ്റം, സഭ്യമായ സംഭാഷണം എന്നിവ മാത്രം മതി പോലീസിന് ജനങ്ങളുടെ സ്നേഹാദരങ്ങൾ നേടാൻ.

എനിക്ക് കൈകാര്യം ചെയ്യേണ്ടി വന്ന മറ്റൊരു കസ്റ്റഡിമരണം ലോക്കപ്പിൽ ഉണ്ടായിരുന്ന ഒരു പ്രതിയുടെ ആത്മഹത്യ ആയിരുന്നു. ചാത്തന്നൂർ പോലീസ് സ്റ്റേഷനിലെ ലോക്കപ്പിൽ ഉണ്ടായിരുന്ന ഒരു പ്രതിയെ ലോക്കപ്പിന്റെ അഴിയിൽ തൂങ്ങിമരിച്ച നിലയിൽ കാണപ്പെട്ടു. അന്ന് അവിടെ സബ് ഇൻസ്പെക്ടറായിരുന്ന കൈലാസനാഥനെതിരായി (എസ്.പി. ആയി റിട്ടയർ ചെയ്തു) ജനരോഷം ഉണ്ടായി. പ്രതിഷേധം, ധർണ്ണ, ബസ്സ് തടയൽ മുതലായ സമരപരിപാടികൾക്കു നടുവിലാണ് സംഭവസ്ഥലം പരിശോധിക്കുവാനും മൃതദേഹം പോസ്റ്റ്മോർട്ടം നടത്തുവാനും വേണ്ടി ഞാനെത്തിയത്. ആർ.ഡി.ഒ.യും ഞാനും കൃത്യസ്ഥലമായ സ്റ്റേഷൻ ലോക്കപ്പു പരിശോധിക്കാനെത്തിയപ്പോൾ ആദ്യം ചെയ്ത നടപടി സ്റ്റേഷനിലുണ്ടായിരുന്ന എല്ലാ പോലീസുകാരെയും അകറ്റി നിർത്തുക എന്നതായിരുന്നു. അവിടെക്കൂടിയിരുന്ന ജനങ്ങൾ ഈ നടപടി പക്ഷപാതരഹിതമായ ഒന്നായി കണ്ടു.

വിശദമായ പരിശോധനയ്ക്കുശേഷം പ്രേതം കൊല്ലം ആശുപത്രി മോർച്ചറിയിലേക്കു മാറ്റി. അവിടെയുള്ള സീനിയർ ഡോക്ടർമാരുടെ സാന്നിദ്ധ്യത്തിൽ ഞാൻ പോസ്റ്റ്മോർട്ടം പരിശോധന നടത്തി. ഇതു വളരെ സുതാര്യമായ ഒരു നടപടി ആയിരുന്നു. ലോക്കപ്പിന്റെ അഴിയിൽ ഉടുമുണ്ടുപയോഗിച്ച് കെട്ടിത്തൂങ്ങി മരിച്ച ആ ചെറുപ്പക്കാരന്റെ ശരീരത്തിൽ മർദ്ദനത്തിന്റെ ലക്ഷണങ്ങളുണ്ടായിരുന്നില്ല. മോഷണക്കേസിൽ പിടിച്ച അയാളോട് തൊണ്ടിസാധനങ്ങൾ കണ്ടെടുക്കുന്നതിലേക്കായി പിറ്റേദിവസം പോകണമെന്ന് ഇൻസ്പെക്ടർ പറഞ്ഞിരുന്നു. ഒരുപക്ഷേ, പീഡനമുണ്ടാകുമെന്ന ഭയത്താലായിരിക്കണം അയാൾ ആത്മഹത്യ ചെയ്തത്. പരിശോധനാവേളയിൽ ഉണ്ടായിരുന്ന എന്റെ സുഹൃത്തുക്കളായ ഡോക്ടർമാർക്ക് പരിശോധനയിൽ തൂങ്ങിമരണത്തിന്റെ ലക്ഷണങ്ങൾ കാണിച്ചു ബോധ്യപ്പെടുത്താനും എനിക്കു കഴിഞ്ഞു. ഈ നടപടികൾകൊണ്ടാകണം ഞാൻ നല്കിയ റിപ്പോർട്ടിനെക്കുറിച്ച് പ്രതികൂലമായ ഒരു പരാമർശവും ഉണ്ടാകാത്തത്. നമ്മുടെ പ്രവൃത്തികൾ സത്യസന്ധമായിരുന്നാൽ മാത്രം പോരാ, അവ സുതാര്യവുമായിരിക്കണം.

വഞ്ചിയൂർ പോലീസ് സ്റ്റേഷനടുത്തുള്ള മജിസ്ട്രേറ്റ് കോടതി വരാന്തയിലാണ് വേറൊരു കസ്റ്റഡിമരണം നടന്നത്. വഞ്ചിയൂർ

സ്റ്റേഷനിലെ രണ്ടു പോലീസുകാർ ഒളിവിൽ കഴിഞ്ഞിരുന്ന ഒരു പ്രതിയെ പിടിക്കാൻ പോയി. നിരവധി കേസുകളിൽ വാറണ്ടുണ്ടായിരുന്ന അയാൾ പോലീസുകാരെ കണ്ടപ്പോൾ രക്ഷപ്പെടാൻ ശ്രമിച്ചില്ല. വീട്ടിനുള്ളിൽ കയറി ഷർട്ട് ധരിക്കുവാൻ അവർ അവനെ അനുവദിച്ചു. അവനുമായി ഒരു ഓട്ടോറിക്ഷയിൽ പോലീസുകാർ വഞ്ചിയൂർ കോടതിയിലെത്തി. ഒരു പോലീസുകാരൻ മജിസ്ട്രേറ്റിനെ കാണാൻ കോടതിക്കുള്ളിലേക്ക് പോയി. മറ്റെയാൾ പ്രതിയുമായി വരാന്തയിൽനിന്നു. അല്പം കഴിഞ്ഞപ്പോൾ പ്രതി കുഴഞ്ഞുവീണു. അയാളുടെ ശ്വാസം നിലച്ചിരുന്നു. പിന്നീടുണ്ടായ പൊതുജനരോഷം അതിശക്തമായിരുന്നു.

അന്ന് ഞാൻ കേരളാ പോലീസിന്റെ മെഡിക്കോ ലീഗൽ ഉപദേശകനായി ജോലി നോക്കുകയായിരുന്നു. മൃതദേഹം മോർച്ചറിയിലേക്കു മാറ്റുന്നതിനു മുമ്പ് ഞാൻ സ്ഥലത്തെത്തി മൃതദേഹം പരിശോധിച്ചു. മൃതദേഹത്തിന്റെ തൊലിക്ക് പിങ്ക് നിറമായിരുന്നു. സയനൈഡ് വിഷബാധയിലാണ് അത്തരം നിറവ്യത്യാസം കാണുന്നത്. കോടതിവരാന്തയിൽ വെച്ച് അയാൾ എങ്ങനെ സയനൈഡ് കഴിച്ചു? പോലീസുകാർ ഓട്ടോറിക്ഷയിൽ കയറ്റുന്നതിനു മുമ്പ് അയാളുടെ വസ്ത്രങ്ങളും ദേഹവും നന്നായി പരിശോധിച്ചിരുന്നതാണ്. പിന്നീട് പോസ്റ്റ്മോർട്ടം പരിശോധന നടന്നപ്പോഴാണ് അയാൾ പോലീസിന്റെ കണ്ണുവെട്ടിച്ചുവെന്ന് മനസ്സിലായത്.

തിരുവനന്തപുരം മെഡിക്കൽ കോളജിൽ ഡോ. ശ്രീകുമാരി നടത്തിയ പോസ്റ്റ്മോർട്ടം പരിശോധനയിൽ അയാളുടെ ആമാശയത്തിൽ ചവച്ചരയ്ക്കാത്ത ഒരു വെറ്റിലയും സയനൈഡിന്റെ മണവും ഉണ്ടായിരുന്നു. ഷർട്ട് ധരിക്കുവാൻ വീടിനുള്ളിൽ കയറിയ അയാൾ അവിടെ സൂക്ഷിച്ചിരുന്ന സയനൈഡ് പരൽ ഒരു വെറ്റിലയിൽ പൊതിഞ്ഞു വായ്ക്കുള്ളിൽ സൂക്ഷിച്ചിരുന്നിരിക്കണം. കോടതി വരാന്തയിൽ വച്ച് അതു വിഴുങ്ങിയിരിക്കണം. മരണകാരണം വെളിവായതോടെ പ്രതിഷേധം കെട്ടടങ്ങി.

മദ്യവും വിറയ്ക്കുന്ന ഭ്രാന്തും

കുറ്റാന്വേഷണത്തിൽ അന്തർജ്ഞാനം, സഹജാവബോധം എന്നിവയ്ക്കു സ്ഥാനമുണ്ടെങ്കിലും ശാസ്ത്രീയമായ യുക്തിവിചാരത്തിനാണ് പ്രഥമസ്ഥാനം. ഇതിന്റെ അടിസ്ഥാനത്തിൽ എത്തിച്ചേരുന്ന അനുമാനങ്ങളും അഭ്യൂഹങ്ങളും സത്യം കണ്ടുപിടിക്കുവാൻ സഹായിക്കും. ചില അവസരങ്ങളിൽ ഇങ്ങനെ ഉരുത്തിരിയുന്ന സിദ്ധാന്തങ്ങൾക്ക് നിയമം അനുശാസിക്കുന്ന രീതിയിലുള്ള തെളിവുണ്ടായെന്നു വരില്ല. ഇപ്രകാരം ഒരു ലോക്കപ്പു

മരണത്തെക്കുറിച്ച് വിദഗ്ദ്ധാഭിപ്രായം നല്കിയതിന്റെ പേരിൽ എനിക്ക് അനുഭവിക്കേണ്ടി വന്ന മനഃക്ലേശത്തിന്റെ കഥ പറയാം.

ചങ്ങനാശ്ശേരിക്കാരനായ ഒരു യുവാവ് ഗുജറാത്തിൽ ഒരു ടയർ വൾക്കനൈസിങ് കട നടത്തുന്നുണ്ടായിരുന്നു. അയാൾ അവധിക്കാലത്തു നാട്ടിലേക്ക് ട്രെയിൻമാർഗം യാത്ര തിരിച്ചു. കൂടെ രണ്ടുമൂന്നു സുഹൃത്തുക്കളും ഉണ്ടായിരുന്നു. നാട്ടിലുള്ള ഭാര്യയ്ക്കും കുട്ടികൾക്കുമുള്ള സമ്മാനങ്ങളും വാങ്ങിയിട്ടുണ്ട്. ദീർഘമായ ട്രെയിൻയാത്രയിൽ ഒരു ദിവസം പിന്നിട്ടപ്പോൾ തന്നെ യുവാവിൽ ചില അസ്വസ്ഥതകൾ കൂട്ടുകാർ കണ്ടു. അയാൾ മാനസികമായി വല്ലാത്ത പിരിമുറുക്കത്തിലായിരുന്നു.

ട്രെയിൻ തൃശൂരിൽ എത്തിയപ്പോഴേക്കും യുവാവ് ഒരു തരം മതിഭ്രമം ബാധിച്ച നിലയിലായിരുന്നു. ട്രെയിൻ ഒല്ലൂർ റെയിൽവേ സ്റ്റേഷനിൽ എത്തിയപ്പോൾ യുവാവ് ട്രെയിനിൽനിന്നും ഇറങ്ങി എങ്ങോട്ടെന്നില്ലാതെ ഓടിപ്പോയി. അപ്പോഴേക്കും ട്രെയിൻ നീങ്ങിത്തുടങ്ങിയതിനാൽ കൂട്ടുകാർക്ക് ഒന്നും ചെയ്യാനായില്ല. അവർ അടുത്ത സ്റ്റേഷനിൽ വിവരമറിയിക്കുകയും യുവാവിന്റെ പെട്ടിയും മറ്റും അയാളുടെ വീട്ടിൽ എത്തിക്കുകയും ചെയ്തു.

ഓടിപ്പോയ യുവാവ് രാത്രിയായപ്പോൾ ഒല്ലൂരിലുള്ള ഒരു വീട്ടിൽ ചെന്നു കയറി. അവിടെ ബഹളം വച്ചപ്പോൾ വീട്ടുകാർ പോലീസ് സ്റ്റേഷനിലേക്കു ഫോൺ ചെയ്തു. ഒരു ഹെഡ്കോൺസ്റ്റബിളും കോൺസ്റ്റബിളും വന്ന് യുവാവിനെ ജീപ്പിൽ കയറ്റി ഒല്ലൂർ പോലീസ് സ്റ്റേഷനിൽ കൊണ്ടുപോയി. ബുദ്ധിഭ്രമം ബാധിച്ചവനെപ്പോലെ അക്രമാസക്തനായിരുന്ന യുവാവിനെ അവർ ലോക്കപ്പിലടച്ചു. സബ് ഇൻസ്പെക്ടർ പിറ്റേ ദിവസം രാവിലെയാണ് സ്റ്റേഷനിലെത്തിയത്. ലോക്കപ്പ് തുറന്നു നോക്കിയപ്പോൾ യുവാവ് ചലനമറ്റ് കിടക്കുന്നതായി കണ്ടു. ഉടൻ തന്നെ അയാളെ അടുത്തുള്ള ആശുപത്രിയിൽ എത്തിച്ചു. ഡോക്ടർ പരിശോധിച്ചിട്ട് അയാൾ മരിച്ചുപോയതായി പറഞ്ഞു.

നിയമനടപടികൾക്കുശേഷം മൃതദേഹം തൃശൂർ മെഡിക്കൽ കോളജിൽ പോസ്റ്റുമോർട്ടം പരിശോധന നടത്തി. പോലീസ് മർദ്ദനംകൊണ്ടാണ് യുവാവ് മരിച്ചതെന്നായിരുന്നു ബന്ധുക്കളുടെ ആരോപണം. വിശദമായ പോസ്റ്റ്മോർട്ടം പരിശോധനയിൽ ശരീരത്തിൽ ഒരു പോറൽപോലും കണ്ടുപിടിക്കാൻ കഴിഞ്ഞില്ല. എന്നാൽ മരണത്തിനു ഹേതുവായ കാരണങ്ങളും ഉണ്ടായിരുന്നില്ല. രാസപരിശോധനയിൽ വിഷമോ മദ്യമോ മയക്കുമരുന്നുകളോ ശരീരത്തിലുണ്ടായിരുന്നില്ല. തലച്ചോറിന് ചെറിയ തോതിൽ

നീർവീക്കം (cerebral edema) മാത്രമായിരുന്നു ആന്തരികാവയവങ്ങളിൽ കണ്ടുപിടിക്കാൻ കഴിഞ്ഞ ഏക വ്യത്യാസം.

ഹൈക്കോടതിയുടെ നിർദ്ദേശപ്രകാരം കേസിന്റെ അന്വേഷണം ക്രൈംബ്രാഞ്ച് ഏറ്റെടുത്തു. ക്രൈംബ്രാഞ്ചിലെ ഡിവൈ.എസ്.പി. അന്വേഷണം തുടങ്ങി. നിരവധി സാക്ഷികളെ കണ്ടുചോദിച്ചതിൽനിന്നും പോലീസ് മർദ്ദിച്ചതായി തെളിവൊന്നും ലഭിച്ചില്ല. മതിഭ്രമം ബാധിച്ചവനെപ്പോലെ പെരുമാറിയതിനാലും വളരെ വൈകിയതിനാലും മാത്രമാണ് ലോക്കപ്പിൽ സൂക്ഷിച്ചതെന്നു മനസ്സിലായി. യുവാവിനോടൊപ്പം യാത്രചെയ്തിരുന്ന സുഹൃത്തുക്കളെ കണ്ടു ചോദിച്ചപ്പോൾ മൂന്നു ദിവസം നീണ്ട യാത്രയിൽ രണ്ടാം ദിവസം മുതൽ അയാൾ മാനസിക വിഭ്രമത്തിന്റെ ലക്ഷണങ്ങൾ കാണിച്ചിരുന്നുവെന്ന് പറഞ്ഞു. സമഗ്രമായ അന്വേഷണം നടത്തിയെങ്കിലും ശരിയായ നിഗമനങ്ങളിൽ എത്തിച്ചേരാൻ കഴിയാതെ വന്നപ്പോൾ ഐ.ജി.യുടെ നിർദ്ദേശപ്രകാരം കേസിന്റെ വിവരങ്ങൾ എന്നോട് ചർച്ച ചെയ്യുവാനും എന്റെ അഭിപ്രായം ആരായുവാനുമായിട്ടാണ് ഡിവൈ.എസ്.പി. വന്നത്. പോസ്റ്റ്മോർട്ടം സർട്ടിഫിക്കറ്റും കേസ് ഡയറിയും അനുബന്ധ രേഖകളും പരിശോധിക്കുകയും അന്വേഷണ ഉദ്യോഗസ്ഥനുമായി ചർച്ചകൾ നടത്തുകയും ചെയ്തതിനുശേഷം ഞാൻ ചില അനുമാനങ്ങളിൽ എത്തിച്ചേർന്നു. പോസ്റ്റ്മോർട്ടം പരിശോധനയിൽ മർദ്ദനത്തിന്റെ ലക്ഷണങ്ങൾ ഇല്ലാതിരുന്നതിനാലും തലച്ചോറിൽ നീർവീക്കത്തിന്റെ ലക്ഷണങ്ങൾ കാണപ്പെട്ടിരുന്നതിനാലും മരണകാരണം തലച്ചോറിനെ ബാധിച്ച അസുഖമായിരിക്കുമെന്ന് എനിക്കു തോന്നി. എന്നാൽ അതു സ്ഥാപിക്കണമെങ്കിൽ ചില വിവരങ്ങൾ കൂടി ലഭിക്കണം.

ഞാൻ ഡിവൈ.എസ്.പി.യോട് യുവാവിന്റെ വ്യക്തിജീവിതത്തെക്കുറിച്ച് അന്വേഷിക്കുവാൻ ആവശ്യപ്പെട്ടു. യുവാവിന് മദ്യമോ മയക്കുമരുന്നുകളോ ഉപയോഗിക്കുന്ന ശീലമുണ്ടോ എന്നറിയണമായിരുന്നു. ഡിവൈ.എസ്.പി. ഗുജറാത്തിൽ പോയി അന്വേഷിച്ചപ്പോൾ ഞാൻ ഊഹിച്ചതുപോലെ യുവാവിന് കടുത്ത മദ്യപാനശീലമുണ്ടായിരുന്നു എന്ന വിവരം ലഭിച്ചു. അയാൾ ദിവസവും അമിതമായി മദ്യപിക്കുമായിരുന്നു. ഈ വിവരവും തലച്ചോറിലെ നീർവീക്കവും ചേർത്തു ചിന്തിച്ചപ്പോൾ മരണകാരണത്തെപ്പറ്റി ശാസ്ത്രീയമായ ഒരു നിഗമനത്തിലെത്താൻ കഴിഞ്ഞു.

മദ്യം സ്ഥിരമായി ഉപയോഗിക്കുന്ന ഒരാൾ പെട്ടെന്ന് മദ്യപാനം നിർത്തിയാലോ, ദിവസവും കുടിക്കുന്ന അളവിനേക്കാൾ കൂടുതൽ കുടിച്ചാലോ അയാൾക്ക് ബുദ്ധിഭ്രമത്തിനു തുല്യമായ

അവസ്ഥ ഉണ്ടാകും. അതോടൊപ്പം വിറയലും സന്നിയുമുണ്ടാകും. 'വിറയ്ക്കുന്ന ഭ്രാന്ത്' (delirium tremens) എന്നാണ് ഈ അവസ്ഥയുടെ പേര്. മദ്യപാനം നിർത്തി 24 മുതൽ 72 മണിക്കൂറിനകം ലക്ഷണങ്ങൾ ആരംഭിക്കും. മതിഭ്രമം, ഉത്കണ്ഠ, ഉറക്കമില്ലായ്മ, മനം മറിപ്പ്, സന്നി, വിറയൽ എന്നിവയാണ് പ്രധാന ലക്ഷണങ്ങൾ.

സ്ഥിരം മദ്യപാനികളുടെ തലച്ചോറിലെ ചില രാസപ്രവർത്തനങ്ങളുടെ താളം തെറ്റാം. പെട്ടെന്ന് മദ്യപാനം നിർത്തിയാൽ ഈ താളം തെറ്റൽ ശരീരത്തിലെ അഡ്രിനൽ ഗ്രന്ഥിയെ ഉത്തേജിപ്പിക്കുകയും അഡ്രിനാലിൻ എന്ന അന്തർസ്രാവം അധികമായി ഉത്പാദിപ്പിക്കപ്പെടുകയും ചെയ്യും. ഇത് ഹൃദയത്തിന്റെ മിടിപ്പ് കൂട്ടും, രക്തസമ്മർദ്ദം വർദ്ധിപ്പിക്കും, തലച്ചോറിന്റെ പ്രവർത്തനങ്ങളെ ബാധിക്കും. മസ്തിഷ്കാഘാതവും ഹൃദയാഘാതവും സംഭവിക്കാം. ഈ അവസ്ഥയ്ക്ക് തക്ക സമയത്ത് ചികിത്സ നല്കിയില്ലെങ്കിൽ 35 ശതമാനം പേരിൽ മരണം സംഭവിക്കുന്നു എന്നാണ് സ്ഥിതിവിവരക്കണക്കുകൾ സൂചിപ്പിക്കുന്നത്.

ഈ കേസിൽ സ്ഥിരം മദ്യപാനിയായ യുവാവിന് മൂന്നു ദിവസം നീണ്ടു നിന്ന ട്രെയിൻ യാത്രയിൽ മദ്യം ലഭിച്ചില്ല. അയാൾ പ്രകടിപ്പിച്ച ലക്ഷണങ്ങൾ എല്ലാം തന്നെ ഡെലിറിയം ട്രെമൻസിന്റേതായിരുന്നു. ഇത്തരത്തിലൊരു മരണം ഒരു ആശുപത്രിയിലുണ്ടായി. ഒരു സ്ഥിരം മദ്യപാനി ഹൃദയശസ്ത്രക്രിയയ്ക്കു വിധേയനായി. ഓപ്പറേഷനു ശേഷം തീവ്രപരിചരണവിഭാഗത്തിൽ പ്രവേശിപ്പിച്ചിരുന്ന അയാൾ അടുത്ത ദിവസം അസ്വസ്ഥനായി ബഹളമുണ്ടാക്കി. ശരീരത്തിൽ ഘടിപ്പിച്ചിരുന്ന ഡ്രിപ്പു കുഴലുകളെല്ലാം ഊരിക്കളഞ്ഞിട്ട് വെളിയിലിറങ്ങി ഓടി ഒരു ജനാലയിലൂടെ താഴേക്കു ചാടി. അഞ്ചാമത്തെ നിലയിൽനിന്നു ചാടിയതിനാൽ എന്തു സംഭവിച്ചു എന്നു പറയേണ്ടതില്ലല്ലോ.

ഞാൻ വിശദമായി ഒരു അഭിപ്രായക്കുറിപ്പ് ഡിവൈ.എസ്.പി.ക്കു നല്കി. അദ്ദേഹം അത് ഹൈക്കോടതിയിൽ സമർപ്പിച്ചു. ഒരാഴ്ച കഴിഞ്ഞപ്പോൾ അന്ന് ഹൈക്കോടതിയിലെ ഗവൺമെന്റ് പ്ലീഡറായിരുന്ന എന്റെ സുഹൃത്ത് ശ്രീ ജോസ് തെറ്റയിൽ (ഇപ്പോൾ ബഹു. ഗതാഗതവകുപ്പുമന്ത്രി) എന്നെ അറിയിച്ചതെന്താണെന്നോ? പോലീസുകാരെ രക്ഷിക്കാൻ വേണ്ടി റിപ്പോർട്ടു തയ്യാറാക്കി എന്ന് ആരോപിച്ച് എന്നെക്കൂടി പ്രതിപ്പട്ടികയിൽ ചേർക്കണമെന്ന് കോടതി അഭിപ്രായപ്പെട്ടുവത്രെ! ശ്രീ ജോസിന്റെ നിർദ്ദേശപ്രകാരം ഞാൻ പത്തോളം പ്രാമാണിക ഗ്രന്ഥങ്ങളിൽ നിന്നും ഡെലിറിയം ട്രെമൻസിനെക്കുറിച്ചുള്ള പ്രസക്ത ഭാഗങ്ങൾ ഉദ്ധരിച്ചുകൊണ്ടുള്ള ഒരു വിശദമായ റിപ്പോർട്ടു കോടതിക്കു

സമർപ്പിച്ചു. ഏതായാലും പ്രതിയാകാതെ ശ്രീ ജോസ് എന്നെ രക്ഷിച്ചു!

ലോക്കപ്പിലെ 'ഉരുട്ടൽ'

മർദ്ദനംകൊണ്ടുണ്ടായിട്ടുള്ള ലോക്കപ്പ് മരണങ്ങൾ വിരളമല്ല. എന്റെ സഹപ്രവർത്തകയായിരുന്ന ഡോ. ശ്രീകുമാരി (ആലപ്പുഴ മെഡിക്കൽ കോളജിൽ ഫോറൻസിക് വകുപ്പധ്യക്ഷ) യാണ് ഏറ്റവും കൂടുതൽ ലോക്കപ്പ് മരണങ്ങളിൽ മൃതദേഹപരിശോധന നടത്തിയിട്ടുള്ളത്. ശ്രീകുമാരിയും ഞാനും കൂടി 'ഉരുട്ടൽ' മൂലമുണ്ടാകുന്ന മരണങ്ങളെക്കുറിച്ച് ഒരു ശാസ്ത്രീയ ലേഖനം ഫോറൻസിക് സയൻസസ്, ഇന്ത്യൻ അക്കാഡമിയുടെ ജേർണലിൽ പ്രസിദ്ധപ്പെടുത്തിയിട്ടുണ്ട്.

തികച്ചും നിരുപദ്രവകരമായ മർദ്ദനമുറ എന്ന നിലയ്ക്കാണ് ചില പോലീസ് സ്റ്റേഷനുകളിൽ ഉരുട്ടൽ നടക്കുന്നത്. ഇടിച്ചാൽ പാടുകളുണ്ടാവും. ചിലപ്പോൾ കാര്യമായ ക്ഷതമേൽക്കുകയും ചെയ്യും. എന്നാൽ ചില പോലീസുകാർ ധരിച്ചിട്ടുള്ളത് ഉലക്ക കൊണ്ടോ ഇരുമ്പു പൈപ്പ് കൊണ്ടോ പ്രതിയുടെ കാലിലും തുടയിലും ഉരുട്ടിയാൽ ഒരു പ്രശ്നവും വരില്ല എന്നാണ്. അസഹനീയമായ വേദനയിൽ പുളയുമ്പോൾ ഏതു കൊലകൊമ്പനും സത്യം തുറന്നു പറയുമെന്ന വികലമായ ധാരണയാണ് അവരിൽ പലർക്കുമുള്ളത്. എന്നാൽ കത്തിക്കുത്തുപോലും ഉരുട്ടിന്റെയത്ര മാരകമല്ല എന്നതാണ് വസ്തുത. തുടയുടെ മുൻഭാഗത്ത് തൊലിയുടെ ഒരിഞ്ചു താഴെ രണ്ടു പ്രധാന രക്തക്കുഴലുകളുണ്ട്. ഫെമറൽ ആർട്ടറി, ഫെമറൽ വെയിൻ എന്നിങ്ങനെയുള്ള ഈ രക്തക്കുഴലുകൾ മുട്ടിനു മുകളിൽ വരെ കാലിന്റെ മുൻഭാഗത്തു കൂടിയാണ് പോകുന്നത്. തുടയിൽ അമർത്തി ഉരുട്ടുമ്പോൾ ഈ രക്തധമനികൾ പൊട്ടി രക്തം തുടയ്ക്കകത്ത് കെട്ടി നിറയും. ധമനി പൊട്ടി ഒരു ലിറ്റർ രക്തം വാർന്നൊഴുകിയാലും പുറത്തറിയാൻ കഴിയില്ല. മാത്രവുമല്ല തുടയുടെ വണ്ണം കാര്യമായി കൂടുകയുമില്ല. പരമാവധി ഒരു സെന്റീമീറ്റർ വ്യാസമേ കൂടു. ഉരുട്ടുന്നവർക്കോ മർദ്ദനമേൽക്കുന്നവർക്കോ ഇത് മനസ്സിലാവുകയില്ല. കത്തിക്കുത്തുകൊണ്ടുള്ള മുറിവിനേക്കാൾ മാരകമാണിത്. കുത്തുകൊണ്ടാൽ രക്തം വെളിയിലേക്ക് വാർന്നൊഴുകുന്നത് അറിയാൻ കഴിയും. ഗുരുതരാവസ്ഥ ഏവർക്കും ബോധ്യപ്പെടുമെന്നതിനാൽ ആളെ ഉടൻ ആശുപത്രിയിലാക്കും. എന്നാൽ ഉരുട്ടേൽക്കുന്നവൻ അന്ത്യശ്വാസം വലിക്കുന്ന ഘട്ടമെത്തിയാലും വെറും മയക്കമാണെന്നേ പോലീസുകാർ കരുതൂ.

ആരോഗ്യമുള്ള ഒരാളുടെ ശരീരത്തിൽ അഞ്ചുമുതൽ ആറു ലിറ്റർവരെ രക്തമാണുള്ളത്. ഇതിൽ മൂന്നിലൊരുഭാഗം നഷ്ട മായാൽ മരണത്തിലേക്കു നീങ്ങാം. നിമിഷങ്ങൾക്കകം ആശു പത്രിയിൽ എത്തിച്ച് ചികിത്സ നല്കിയാൽ രക്ഷപ്പെടുവാനുള്ള സാധ്യതയുണ്ട്. ഉരുട്ടലിൽ രക്തക്കുഴൽ മാത്രമല്ല തകരു ന്നത്, പേശികൾക്കും ക്ഷതമേൽക്കും. പേശികൾ തകർന്ന് മയോഗ്ലോബിൻ എന്ന പേശീമാംസ്യം (muscle protein) രക്ത ത്തിൽ കലർന്നാൽ കിഡ്നിക്ക് തകരാറുണ്ടായി മരണം സംഭ വിക്കാം.

ഇനി അഥവാ ഉരുട്ടലും ഇടിയും ചതവുമൊന്നുമില്ലെന്നിരി ക്കട്ടെ, ലോക്കപ്പിലെ അത്യന്തം ഭീതിദമായ അന്തരീക്ഷത്തിൽ ഭീഷണിയും പീഡനവുമുണ്ടായാൽ രക്തസമ്മർദ്ദം കൂടി ഹൃദ്രോ ഗികൾ പെട്ടെന്നു മരിക്കും.

4. കോടതിയിൽ ആദ്യ കേസുമായി

നിരവധി മൃതദേഹപരിശോധനകൾ നടത്തിയിട്ടുണ്ടെങ്കിലും ആദ്യത്തെ 'കൊലക്കേസ് ഇപ്പോഴും എന്റെ ഓർമ്മയിൽ തെളിഞ്ഞു നിൽക്കുന്നു. മാസങ്ങൾക്കുശേഷം ആ കേസിൽ മൊഴി കൊടു ക്കുവാനായി തിരുവനന്തപുരം ഒന്നാം സെഷൻസ് കോടതിയിലെ 'സാക്ഷിക്കൂട്ടിൽ' (Witness Box) അല്പം പരിഭ്രമത്തോടെ നിന്നതും എനിക്ക് വിസ്മരിക്കുവാൻ കഴിയില്ല. പിന്നീട് കേരളത്തിലെ എത്രയോ കോടതികളിൽ വിദഗ്ദ്ധസാക്ഷിയായി (Expert Witness) ഞാൻ മൊഴി നല്കിയിട്ടുണ്ട്. അപ്പോഴെല്ലാം രസകരമായ ആദ്യാ നുഭവം ഓർമ്മയിൽവരും. ഒന്നാമത്തെ കൊലക്കേസിന്റെ കഥ വിവരിക്കാം.

ഒരിക്കൽ തിരുവനന്തപുരത്തു പത്മനാഭസ്വാമിക്ഷേത്രത്തി നടുത്തുള്ള ഒരു ഹോട്ടലിൽ തൂത്തുക്കുടിയിൽനിന്നു വന്ന മാരി യപ്പൻ മുതലാളി മുറിയെടുത്തു. കൂടെ ഭാര്യയും പ്രായമായ മകളുമുണ്ട്. സിൽക്കു ജുബ്ബായും വിരലുകളിൽ വൈരമോതി രങ്ങളും ധരിച്ചു വിലകൂടിയ കാറിൽ എത്തിയ മാരിയപ്പനും കുടുംബത്തിനും ഹോട്ടലിലെ പരിചാരകർ രാജകീയമായ പരി ചരണങ്ങൾ നല്കി. വൈകുന്നേരം മാരിയപ്പന്റെ ആവശ്യമനു സരിച്ച് റൂം ബോയ് കുട്ടൻ മുന്തിയ മദ്യം വാങ്ങിക്കൊടുത്തു. ഭാര്യയ്ക്കും മകൾക്കും ഭക്ഷണം മുറിയിൽ കൊണ്ടുക്കൊടുത്തതും കുട്ടൻതന്നെ.

ധനികനായ മാരിയപ്പന്റെ പ്രൗഢിക്കൊത്ത വേഷമോ ആഭരണങ്ങളോ ഭാര്യയും മകളും ധരിച്ചിരുന്നില്ല. എന്നത് കുട്ടൻ പ്രത്യേകം ശ്രദ്ധിച്ചു. രാത്രി പത്തുമണി കഴിഞ്ഞു കാണും, മാരിയപ്പന്റെ മുറിയിൽനിന്നും ഒച്ചയും ബഹളവും കേട്ടു കുട്ടൻ ചെന്നു നോക്കി, വാതിൽ അകത്തുനിന്നും അടച്ചിരിക്കുന്നു. തമിഴിൽ ഉച്ചത്തിലുള്ള സംഭാഷണത്തിനിടയ്ക്കു മാരിയപ്പന്റെ ആർത്തനാദം. കുട്ടൻ വാതിലിൽ തട്ടിവിളിച്ചിട്ടും ആരും വാതിൽ തുറന്നില്ല. കുട്ടൻ ഓടിപ്പോയി റിസപ്ഷനിസ്റ്റിനെയും മറ്റു പരിചാരകരെയും വിളിച്ചു. അവർ വന്നപ്പോഴേക്കും മുറിയിൽ ഒച്ചയും ബഹളവുമൊക്കെ നിലച്ചിരുന്നു. സ്ത്രീകളുടെ കരച്ചിൽ കേൾക്കാം.

കുട്ടന്റെ വിളി കേട്ട് വാതിൽ തുറന്നതു മാരിയപ്പന്റെ ഭാര്യയെന്നു പറഞ്ഞ പ്രായമായ സ്ത്രീ ആയിരുന്നു. അവരുടെ വസ്ത്രങ്ങളിൽ രക്തം പുരണ്ടിരുന്നു.

കട്ടിലിൽ നഗ്നനായ മാരിയപ്പൻ മുതലാളി നെഞ്ചിലും വയറ്റിലും നിരവധി കുത്തുകളേറ്റു മരിച്ചു കിടക്കുന്നു. മകളാകട്ടെ മുറിയുടെ ഒരു മൂലയിൽ മുഖം പൊത്തിനിന്നു കരയുന്നു. അവളുടെ വസ്ത്രങ്ങളിലും ചോരപ്പാടുകൾ.

ഫോർട്ട് പോലീസ് സ്റ്റേഷൻ സർക്കിൾ ഇൻസ്പെക്ടറായിരുന്ന ശ്രീ ഗോപാലകൃഷ്ണൻ നായരും (പന്മന) സംഘവും സ്ഥലത്തെത്തി. രാത്രിയായതിനാൽ പ്രേതപരിശോധനയും കൃത്യസ്ഥലപരിശോധനയും നടന്നില്ല. മുറിയൊക്കെ പൂട്ടി സീൽചെയ്തു. സ്ത്രീകളെ വനിതാപോലീസിന്റെ അകമ്പടിയോടെ റസ്ക്യൂ ഷെൽട്ടറിൽ രാത്രി പാർപ്പിച്ചു. അലമേലു എന്ന അമ്മയും ഗോമതിയെന്ന മകളും സി.ഐ. ഗോപാലകൃഷ്ണൻ നായരോടു പറഞ്ഞതിങ്ങനെ:

തൂത്തുക്കുടിയിലെ വ്യവസായി ആണ് മരണമടഞ്ഞ മാരിയപ്പൻ. സ്ത്രീ ലമ്പടനായ അയാളുടെ ചിന്ന വീട്ടുകാരിയാണ് വിധവയായ അലമേലു. മാരിയപ്പന്റെ വീട്ടിലെ ജോലിക്കാരിയായിരുന്ന അവർ ഭർത്താവിന്റെ മരണശേഷം മാരിയപ്പന്റെ വെപ്പാട്ടിയാവുകയായിരുന്നു. അവരുടെ ഏകമകളായിരുന്നു ഗോമതി. സുന്ദരിയായ ഗോമതി പ്രീഡിഗ്രിവരെ പഠിച്ചിട്ടുണ്ട്. ഗോമതിയുടെ മേൽ മാരിയപ്പന്റെ കഴുകൻ കണ്ണുകൾ പതിഞ്ഞു. അവൾക്കു ജോലിവാങ്ങി കൊടുക്കാമെന്ന് പറഞ്ഞാണ് അവളെയും അമ്മയെയും കൂട്ടി മാരിയപ്പൻ തിരുവനന്തപുരത്തു വന്നത്. മദ്യപിച്ചു ലക്കുകെട്ട മാരിയപ്പൻ അമ്മയുടെ മുമ്പിൽ വച്ച് മകളുമായി ലൈംഗികവേഴ്ചയ്ക്കു ശ്രമിച്ചു. അലമേലു അയാളുടെ കാൽ പിടിച്ചു കരഞ്ഞു. 'മകളെ നശിപ്പിക്കരുതേ' എന്നു യാചിച്ചു. മദ്യം

സിരകളിൽ ലഹരിപടർത്തിയ മാരിയപ്പൻ അലമേലുവിനെ മർദ്ദിച്ചു. നിവൃത്തിയില്ലാതെ അലമേലു കൈയിലുണ്ടായിരുന്ന ഒരു ചെറിയ പേനാക്കത്തി കൊണ്ട് മാരിയപ്പനെ കുത്തി. മുറിവേറ്റ മൃഗത്തെ പ്പോലെ ക്രുദ്ധനായ മാരിയപ്പൻ അലമേലുവിന്റെ കൈയിൽനിന്നും കത്തി പിടിച്ചു വാങ്ങാൻ ശ്രമിച്ചു. അമ്മയെ കൊല്ലുമെന്നു കരുതിയ ഗോമതി അമ്മയുടെ കൈയിൽനിന്നും കത്തി വാങ്ങി മാരിയപ്പനെ തെരുതെരെ കുത്തി.

നിരാലംബയായ ആ യുവതിക്കു സ്വന്തം മാനം രക്ഷിക്കാൻ അതല്ലാതെ വേറൊരു മാർഗ്ഗവുമുണ്ടായിരുന്നില്ല. അയാൾ മരിച്ചില്ലെങ്കിൽ അമ്മയെയും മകളെയും കൊല്ലുമായിരുന്നു. അതുകൊണ്ടാണ് അയാൾ മരിക്കുന്നതുവരെ ഗോമതിക്ക് അയാളെ കുത്തേണ്ടിവന്നത്.

പിറ്റേദിവസം രാവിലെ സർക്കിൾ ഇൻസ്പെക്ടർ പ്രേതവിചാരണ നടത്തി പോസ്റ്റ്മോർട്ടം പരിശോധനയ്ക്കായി മാരിയപ്പന്റെ മൃതദേഹം മെഡിക്കൽ കോളജ് മോർച്ചറിയിലേക്കയച്ചു. അന്നത്തെ എല്ലാ ദിനപത്രങ്ങളിലും മാരിയപ്പൻ കൊലക്കേസ്സിന്റെ വാർത്തകൾക്കായിരുന്നു പ്രാധാന്യം. ഒരു പത്രം തൂത്തുക്കുടിയിൽനിന്നും മാരിയപ്പന്റെ വിവരങ്ങൾ ശേഖരിച്ചു പ്രസിദ്ധീകരിച്ചിരുന്നു. പ്രൊഫസ്സർ കന്തസ്വാമി അവധിയിലായിരുന്നതിനാൽ മൃതദേഹ പരിശോധന നടത്തേണ്ട ചുമതല എനിക്കായിരുന്നു. ആദ്യമായിട്ട് ഒരു കൊലക്കേസ് കൈകാര്യം ചെയ്യുന്നതിന്റെ സംഭ്രമം ഉണ്ടായിരുന്നെങ്കിലും മുമ്പ് കുറെ കേസുകളിൽ പ്രൊഫസ്സറോടൊപ്പം പങ്കെടുത്ത അനുഭവം സഹായകമായിരുന്നു.

മാരിയപ്പന്റെ ശരീരത്തിൽ മുപ്പത്തിരണ്ടു കുത്തിമുറിവുകൾ ഉണ്ടായിരുന്നു. രണ്ടുമൂന്നെണ്ണം ഒഴികെ മിക്കതും മാരകമായിരുന്നില്ല. കൈയിലും വിരലുകളിലും ഉണ്ടായിരുന്ന മുറിവുകൾ പിടിവലി നടന്നതിന്റെ സൂചന നല്കി. മരണകാരണം ഹൃദയത്തിനും ശ്വാസകോശങ്ങൾക്കുമേറ്റ മുറിവുകളായിരുന്നു. ആമാശയത്തിൽ പകുതി ദഹിച്ച ഭക്ഷണപദാർത്ഥങ്ങളും മദ്യവുമുണ്ടായിരുന്നു. മദ്യത്തിന്റെ അളവു കണ്ടുപിടിക്കാനായി ആന്തരികാവയവങ്ങളുടെ ഭാഗങ്ങളും രക്തത്തിന്റെ സാമ്പിളും രാസപരിശോധനയ്ക്കയച്ചു.

കോടതി പ്രതികളെ റിമാൻഡു ചെയ്ത് പൂജപ്പുര സെൻട്രൽ ജയിലിലേക്കയച്ചു. അനാഥരായ അവരെ ജാമ്യത്തിലിറക്കാനൊന്നും ആരും വന്നില്ല. ദിവസങ്ങളോളം നഗരവാസികളുടെ സംഭാഷണവിഷയം അതായിരുന്നു. പത്രങ്ങളൊക്കെ ദിവസങ്ങളോളം മാരിയപ്പൻ കൊലപാതകത്തിന്റെ വിവരങ്ങൾ വലിയ പ്രാധാന്യത്തോടെ റിപ്പോർട്ടു ചെയ്തിരുന്നു. എന്നാൽ ഒരു

പത്രംപോലും ആ സാധു സ്ത്രീകളുടെ ജീവിതക്ലേശങ്ങളെക്കുറിച്ച് ഒന്നും എഴുതിയില്ല. ഏതാനും മാസങ്ങൾക്കു ശേഷം തിരുവനന്തപുരം സെഷൻസ്കോടതിയിൽ മാരിയപ്പൻ കൊലക്കേസിന്റെ വിചാരണ ആരംഭിച്ചു.

ഒരു ഡോക്ടർക്ക് ക്രിമിനൽ കേസുകളിൽ, പ്രത്യേകിച്ചും മനുഷ്യശരീരത്തെ ബാധിക്കുന്ന കുറ്റകൃത്യങ്ങളിൽ (Offences against human body) പല തരത്തിലുള്ള പരിശോധനകൾ നടത്തുകയും സർട്ടിഫിക്കറ്റുകൾ നല്കുകയും ചെയ്യേണ്ടി വരും. അയാൾ അപ്പോൾ മുതൽ ആ കേസിലെ ഒരു പ്രധാന സാക്ഷിയായി മാറുന്നു. കേസിന്റെ അന്വേഷണം പൂർത്തിയാകുമ്പോൾ അന്വേഷണ ഉദ്യോഗസ്ഥൻ കോടതിയിൽ കുറ്റപത്രം സമർപ്പിക്കും. കേസിന്റെ വിചാരണയ്ക്ക് ഒരു പ്രത്യേക ദിവസം ഹാജരാകാൻ കോടതിയിൽനിന്നും ഡോക്ടർക്ക് കല്പന (Summons) അയയ്ക്കും. അതിൻപ്രകാരം കൃത്യസമയത്തുതന്നെ കോടതിയിൽ എത്തണം. കോടതിയിലെ പെരുമാറ്റച്ചട്ടങ്ങൾ പാലിക്കണം.

സാക്ഷിക്കൂട്ടിൽ കയറിയാൽ ആദ്യം സത്യപ്രതിജ്ഞ (Oath taking) ചെയ്യണം. ഗീതയോ ബൈബിളോ ഖുറാനോ തൊട്ട് (പല കോടതികളിലും ഈ പുസ്തകങ്ങൾ ഞാൻ കണ്ടിട്ടില്ല) ഈശ്വരനാമത്തിലോ അല്ലെങ്കിൽ ദൃഢപ്രതിജ്ഞയോ ചെയ്യണം. സർക്കാർ വക്കീൽ ആദ്യവിസ്താരം (Chief Examination) നടത്തും. ഡോക്ടർ നല്കിയ സർട്ടിഫിക്കറ്റിനെ അടിസ്ഥാനമാക്കിയുള്ള ചോദ്യങ്ങൾക്ക് മറുപടി നല്കിയതിനുശേഷം ആ സർട്ടിഫിക്കറ്റ് കോടതി തെളിവായി സ്വീകരിക്കും. അടുത്തതായി പ്രതിഭാഗം വക്കീലിന്റെ എതിർവിസ്താരം (Cross Examination) ആരംഭിക്കും. എതിർവിസ്താരത്തിനുശേഷം സർക്കാർ വക്കീലിന് ഡോക്ടറെ വീണ്ടും പുനർവിസ്താരം (Re Examination) നടത്താം. അവസാനം വിസ്താരസമയത്ത് ന്യായാധിപൻ രേഖപ്പെടുത്തിയ മൊഴി വായിച്ചുനോക്കി ഒപ്പിട്ടു കൊടുക്കണം. മിക്ക ഡോക്ടർമാരും സർക്കാരിന്റെ വിദഗ്ദ്ധസാക്ഷിയായി മൊഴി നല്കുമ്പോൾ വാദി ഭാഗത്തോട്ട് കൂടുതൽ ചായ്വ് കാണിക്കാറുണ്ട്. മനഃപൂർവമല്ലെങ്കിലും ഈ പ്രവണത കോടതികൾക്ക് നീതിനിർവ്വഹണത്തിൽ ബുദ്ധിമുട്ടുണ്ടാക്കുമെന്നതിൽ സംശയമില്ല. പ്രശസ്ത ഫ്രഞ്ച് ഫോറൻസിക് സർജനായ ബ്രൗർഡേയുടെ വാക്കുകൾ ശ്രദ്ധേയമാണ്. "If the law has made you a witness, remain as a man of science. You have no victim to avenge, no guilty person to convict and no innocent person to save. You must bear testimony within the limits of science.' (നിയമം നിങ്ങളെ ഒരു സാക്ഷി ആക്കിയാൽ നിങ്ങൾ ഒരു ശാസ്ത്രകാരനായി നിലകൊള്ളുക. നിങ്ങൾ ഒരു പീഡി

തനു വേണ്ടിയും പ്രതികാരം ചെയ്യണ്ട, ഒരു കുറ്റവാളിയെയും ശിക്ഷിക്കണ്ട, ഒരു നിരപരാധിയെയും രക്ഷിക്കുകയും വേണ്ട. ശാസ്ത്രത്തിന്റെ അതിരുകൾക്കുള്ളിൽ നിന്നുകൊണ്ട് മൊഴി നല്കണം).

തിരുവനന്തപുരത്ത് ജില്ലാക്കോടതികൾ പ്രവർത്തിക്കുന്നത് രാജഭരണക്കാലത്ത് വിക്ടോറിയൻ വാസ്തുവിദ്യാശൈലിയിൽ നിർമ്മിച്ച പ്രൗഢഗംഭീരമായ സൗധ സമുച്ചയത്തിലാണ്. ജില്ലാജഡ്ജിയുടെ കോടതിയായ ഒന്നാം ബെഞ്ചാണ് ഏറ്റവും വിശാലവും ഭംഗിയുള്ളതുമായ കോടതി ഹാൾ. ആ കോടതിയിൽ ജഡ്ജിമാരായിരുന്ന ശ്രീ എസ്.കെ. ഖാദർ, ശ്രീ യു.എൽ. ഭട്ട്, ശ്രീ പദ്മനാഭൻ, ശ്രീ ചന്ദ്രശേഖരപിള്ള മുതലായ മഹാരഥന്മാരുടെ മുമ്പാകെ വിദഗ്ദ്ധ സാക്ഷിയായി മൊഴി കൊടുത്ത അവസരങ്ങൾ ഞാൻ ഓർമ്മിക്കുന്നു.

സെഷൻസ് കോടതിയിൽ മൊഴി നല്കുന്നതിനു മുമ്പായി ഞാൻ കുറെ തയ്യാറെടുപ്പുകൾ നടത്തി. ഹൃദയത്തിന്റെയും ശ്വാസകോശങ്ങളുടെയും ഘടനാശാസ്ത്രവും (Anatomy) മുറിവുകളെപ്പറ്റി വിവരിക്കുന്ന ഫോറൻസിക് മെഡിസിൻ പുസ്തകങ്ങളും വായിച്ച ഓർമ്മ പുതുക്കി. പ്രതിഭാഗം വക്കീൽ ചോദിക്കാൻ സാധ്യതയുള്ള ചോദ്യങ്ങൾക്ക് മറുപടി തയ്യാറാക്കി പഠിച്ചു. പോസ്റ്റ്മോർട്ടം സർട്ടിഫിക്കറ്റ് പല തവണ വായിച്ച് മുറിവുകളുടെ വിവരണമൊക്കെ ഹൃദിസ്ഥമാക്കി. ഇത്രയും തയ്യാറെടുപ്പുകൾ നടത്തിയെങ്കിലും പൂർണ്ണമായ ആത്മവിശ്വാസം ഉണ്ടായില്ല. അതിപ്രശസ്തനായ വക്കീൽ ശാസ്തമംഗലം ഗോവിന്ദപ്പിള്ളസാറാണ് പ്രതിഭാഗത്തിനു വേണ്ടി ഹാജരാകുന്നത് എന്നറിഞ്ഞപ്പോൾ ഉള്ള ധൈര്യവും പോയി.

ജില്ലാക്കോടതികളിൽ പ്രാക്ടീസ് ചെയ്തിരുന്ന എന്റെ അമ്മാവൻ വക്കം സുഗതനോട് ഞാൻ സെഷൻസ് കോടതിയിൽ ആദ്യമായി മൊഴികൊടുക്കാൻ പോകുന്ന കാര്യം അറിയിച്ചു. ഗോവിന്ദപ്പിള്ളസാറിനോട് ചോദ്യശരങ്ങൾകൊണ്ട് എന്നെ വധിക്കരുത് എന്ന് ശിപാർശ ചെയ്യാമെന്ന് സുഗതൻ വക്കീൽ ഉറപ്പു നല്കി. ഞാൻ കോടതിയിലെത്തിയപ്പോഴാണ് പ്രതിക്കൂട്ടിൽ നിൽക്കുന്ന അമ്മയെയും മകളെയും കാണുന്നത്. ജയിൽവാസവും യാതനകളും തളർത്തിയ കോലങ്ങൾ. പ്രോസിക്യൂഷന്റെ കേസ് അതിശയോക്തിപരവും യാഥാർത്ഥ്യത്തിനു നിരക്കാത്തതുമായിരുന്നു. സ്വയം രക്ഷയ്ക്കു വേണ്ടി ഒരാൾ കൊലപാതകം ചെയ്താലും ചിലപ്പോൾ പോലീസിന്റെ ഭാഷ്യം വേറൊന്നായിരിക്കും. മാരിയപ്പനോടുള്ള മുൻ വൈരാഗ്യംകൊണ്ട് അമ്മയും മകളും അയാളെ പ്രലോഭിപ്പിച്ച് തിരുവനന്തപുരത്ത് കൊണ്ടുവരികയും, അയാൾക്കു

മദ്യം നല്കി അബോധാവസ്ഥയിലാക്കി കുത്തിക്കൊന്നുവെന്നുമായിരുന്നു പ്രോസിക്യൂഷൻ കേസ്.

സർക്കാർ വക്കീലിന്റെ ചീഫ് വിസ്താരത്തിൽ ഞാൻ നന്നായി മൊഴി നല്കി. ഗോവിന്ദപ്പിള്ളസാർ ക്രോസ് വിസ്താരം ആരംഭിച്ചു.

'ഡോക്ടർക്ക് എത്ര വയസ്സായി?' ഗോവിന്ദപ്പിള്ളസാറിന്റെ ആദ്യത്തെ ചോദ്യം.

'ഇരുപത്തിനാല്.' ഞാൻ മറുപടി നല്കി.

'ഇരുപത്തിനാല് വയസ്സേ ആയിട്ടുള്ളൂ?'

'അതെ.' ചോദ്യത്തിന്റെ പ്രസക്തിയെന്തെന്ന് എനിക്കു മനസ്സിലായില്ല.

'ഇതുവരെ എത്ര പോസ്റ്റ്മോർട്ടം പരിശോധനകൾ നടത്തിയിട്ടുണ്ട്?'

'ഉദ്ദേശം നാൽപ്പതോളം.'

'ഇതുവരെ എത്ര കൊലക്കേസുകളിൽ പരിശോധന നടത്തിയിട്ടുണ്ട്?'

'മൂന്ന്.' പരുങ്ങലോടെ ഞാൻ ഉത്തരംനല്കി. മാരിയപ്പൻ കേസിനുശേഷം ഞാൻ രണ്ട് കൊലക്കേസുകളിൽ കൂടി പോസ്റ്റ്മോർട്ടം ചെയ്തിട്ടുണ്ടായിരുന്നു. ഗോവിന്ദപ്പിള്ളസാർ എതിർവിസ്താരം തുടർന്നു.

'ഡോക്ടർ ആദ്യമായിട്ടാണോ ഒരു കോടതിയിൽ മൊഴിനല്കുന്നത്?'

'അല്ല.' എന്റെ ഉത്തരം അദ്ദേഹം പ്രതീക്ഷിച്ചില്ല എന്ന് ആ മുഖഭാവത്തിൽ നിന്നും എനിക്കു മനസ്സിലായി. കൂർമ്മബുദ്ധിമാനായ അദ്ദേഹം വേറൊരു ചോദ്യം തൊടുത്തു.

'ആദ്യമായിട്ടാണോ സെഷൻസ് കോടതിയിൽ മൊഴിനല്കുന്നത്?'

'അതെ.' ഞാൻ പരിക്ഷീണനായി ഉത്തരം നല്കി.

അദ്ദേഹം വളരെ അനായാസമായി ഞാനെന്ന സാക്ഷി പ്രായവും പരിചയവും കുറഞ്ഞ ആളാണെന്ന് സ്ഥാപിച്ചു. പിന്നീട് പല തവണ ആ മഹാൻ എന്നെ ക്രോസ് വിസ്താരം നടത്തിയിട്ടുണ്ട്. വിനയാന്വിതനായ അദ്ദേഹത്തിന്റെ അന്തസ്സുറ്റതും കുലീനവുമായ പെരുമാറ്റം അഭിഭാഷകർക്ക് അനുകരണീയമാണ്. പ്രോസിക്യൂഷന്റെ പ്രധാന സാക്ഷി ഹോട്ടൽ ബോയ് കുട്ടനായിരുന്നു. മാരിയപ്പന്റെ ബഹളം കേട്ട് സ്റ്റെയർകേസ് ഇറങ്ങിവന്ന കുട്ടൻ മുറിയുടെ വെന്റിലേറ്ററിലൂടെ കൊലപാതകം കണ്ടു എന്ന് മൊഴി നല്കി. അമ്മ വെള്ളപ്പിടിയുള്ള കത്തികൊണ്ടും മകൾ പച്ചപ്പിടിയുള്ള കത്തി കൊണ്ടും മാരിയപ്പനെ കുത്തു

ന്നതു കുട്ടൻ കണ്ടത്രെ. പാവം കുട്ടൻ പോലീസിനെ ഭയന്ന് നല്കിയ മൊഴി കോടതി വിശ്വസിച്ചില്ല. ന്യായാധിപൻ സംഭവ സ്ഥലം സന്ദർശിച്ചു. സ്റ്റെയർകേസിൽ നിന്നാൽ മുറിയുടെ ഒരു കോണു മാത്രമേ കാണാൻ സാധിക്കുകയുള്ളൂവെന്നും കുട്ടന്റെ മൊഴി വ്യാജമാണെന്നും അദ്ദേഹത്തിനു മനസ്സിലാക്കാൻ കഴിഞ്ഞു.

വിചാരണകോടതി അമ്മയെ വെറുതേ വിടുകയും മകൾക്കു അഞ്ചു വർഷത്തെ തടവുശിക്ഷ വിധിക്കുകയും ചെയ്തു. സ്വയരക്ഷയ്ക്കു വേണ്ടതിലധികം പ്രവർത്തിച്ചു (Exceeded the limit of self defence) എന്ന കാരണത്താലാണ് ഇപ്രകാരം ശിക്ഷ ലഭിച്ചത്. അപ്പീലിൻമേൽ പിന്നീട് ഹൈക്കോടതി മകളുടെ ശിക്ഷയും ഇളവുചെയ്തുവെന്നാണ് ഞാൻ അറിഞ്ഞത്.

5. ഫോറൻസിക് മെഡിസിനിൽ ഉപരിപഠനം

ഫോറൻസിക് മെഡിസിൻ വകുപ്പിൽ ജോലിയിൽ പ്രവേശിച്ച് ഒരു വർഷത്തിനകം ഞാൻ വിവാഹിതനായി. വധു എന്റെ അച്ഛന്റെ സ്നേഹിതനായ മാവേലിക്കര വടയക്കാട് കുഞ്ഞുരാമൻ വൈദ്യരുടെ പുത്രി പത്മകുമാരി. 1970 ഏപ്രിൽ 22-ാം തീയതി വർക്കല ശിവഗിരി ശാരദാമഠത്തിൽ നടന്ന വിവാഹം വളരെ ലളിതമായിരുന്നു.

എന്റെ ശ്വശുരന് ഞാൻ ആരോഗ്യവകുപ്പിൽ ജോലിനോക്കണമെന്നായിരുന്നു ആഗ്രഹം. താമസിയാതെതന്നെ എനിക്ക് പബ്ലിക് സർവീസ് കമ്മീഷൻ മുഖേന ശൂരനാട്ടു പ്രാഥമികാരോഗ്യ കേന്ദ്രത്തിൽ അസിസ്റ്റന്റ് സർജനായി നിയമനം ലഭിച്ചു. എനിക്കു ഫോറൻസിക് മെഡിസിനിൽനിന്നും പ്രത്യേകിച്ച് തിരുവനന്തപുരത്തു നിന്നും, മാറുവാൻ ഒട്ടും താത്പര്യം തോന്നിയില്ല. ഞാൻ ശൂരനാട്ടെ ആശുപത്രിയിൽ ചാർജെടുത്തില്ല. എന്റെ തീരുമാനം ഭാര്യയുടെ ബന്ധുക്കൾക്ക് സന്തോഷകരമായിരുന്നില്ല

ബിരുദാനന്തരപഠനം

അക്കാലത്ത് ഫോറൻസിക് മെഡിസിനിൽ ബിരുദാനന്തരബിരുദം നേടണമെങ്കിൽ അന്യ സംസ്ഥാനങ്ങളിലെ മെഡിക്കൽ കോളജുകളിൽ ചേരണം. ഹൈദരാബാദിലെ ഉസ്മാനിയാ മെഡിക്കൽ കോളജിൽ കേരളത്തിൽനിന്നും രണ്ടു പേർ എം.ഡി.ക്കു പഠി

ക്കുന്നുണ്ടായിരുന്നു. കോട്ടയം മെഡിക്കൽ കോളജിലെ ഡോക്ടർ ജോർജ് പോളും, തിരുവനന്തപുരത്തു നിന്ന് ഡോ. ശിവശങ്കരപ്പിള്ളയും. ഡോ. ജോർജ് പോൾ പിന്നീട് കോട്ടയം മെഡിക്കൽ കോളജ് പ്രിൻസിപ്പലായി റിട്ടയർ ചെയ്തു. അതിനുശേഷം തിരുവല്ല പുഷ്പഗിരി മെഡിക്കൽ കോളജ് പ്രിൻസിപ്പലായിരിക്കവെ 2002-ൽ ഹൃദ്രോഗബാധയെത്തുടർന്ന് അന്തരിച്ചു.

ഡോ. ശിവശങ്കരപ്പിള്ള എനിക്കു മുമ്പേ മെഡിക്കൽ വിദ്യാഭ്യാസ ഡയറക്ടറായി റിട്ടയർ ചെയ്തു. ഇവരിൽ ഡോ. പിള്ള തിരുവനന്തപുരത്ത് അവധിക്കു വരുമ്പോൾ ഉസ്മാനിയായിലെ വിശേഷങ്ങൾ പറയുമായിരുന്നു. അദ്ദേഹത്തെപ്പോലെ എനിക്കും ഉസ്മാനിയായിൽ എം.ഡി. കോഴ്സിന് ചേരണമെന്ന് ആഗ്രഹം തോന്നി. എന്നാൽ ഭാഗ്യവശാൽ 1971-ൽ തിരുവനന്തപുരത്തെ വകുപ്പിൽതന്നെ എം.ഡി. കോഴ്സ് ആരംഭിക്കുകയും എനിക്കു പ്രവേശനം ലഭിക്കുകയും ചെയ്തു. സഹപാഠികൾ കോഴിക്കോടു മെഡിക്കൽ കോളജിലെ ഡോ. രാമചന്ദ്രനും ഡോ. പ്രഭാകരനുമായിരുന്നു. ഇവരിൽ പ്രഭാകരൻ ഇടയ്ക്കുവച്ചു പഠനം നിർത്തി. സർക്കാർ ഡെപ്യൂട്ടേഷൻ അനുവദിച്ചതിനാൽ ശമ്പളത്തോടു കൂടി എം.ഡി. പഠനം നടത്തുവാൻ കഴിഞ്ഞു. 1971-ൽ എം.ഡി. കോഴ്സിൽ ചേർന്നപ്പോഴായിരുന്നു എന്റെ മൂത്ത പുത്രൻ കണ്ണൻ ജനിച്ചത്. 1973-ൽ എം.ഡി. പാസ്സായ മാസത്തിലായിരുന്നു രണ്ടാമത്തെ പുത്രൻ ചന്തു ജനിച്ചത്. എന്റെ എം.ഡി. കോഴ്സ് വളരെ 'പ്രൊഡക്ടീവ്' (ഫലസമൃദ്ധമായ) ആയിരുന്നു എന്ന് പ്രൊഫ. കന്തസ്വാമി കളിയാക്കുമായിരുന്നു.

സർക്കാരിന്റെ ഡെപ്യൂട്ടേഷൻ ലഭിക്കുന്ന എം.ഡി. വിദ്യാർത്ഥികൾ പഠനത്തോടൊപ്പം ജോലിയും ചെയ്യണം. ഇത് എനിക്ക് വളരെ അനുഗ്രഹമായിരുന്നു. ക്ലാസ്സുകൾ എടുക്കുന്നതും പോസ്റ്റ് മോർട്ടം ചെയ്യുന്നതും മുടങ്ങിയില്ല. അതുകൊണ്ട് പ്രായോഗിക പരിശീലനം നന്നായി ലഭിച്ചു. ധാരാളം പുസ്തകങ്ങളും ജേർണലുകളും വായിക്കുവാനും സാധിച്ചു. അന്ന് വിവരസാങ്കേതിക വിദ്യ വെറും കേട്ടുകേൾവി മാത്രമായിരുന്നു. ഉയർന്ന അറിവു സമ്പാദിക്കുക എന്നത് വളരെ ദുഷ്കരമായിരുന്നു. ഭാഗ്യവശാൽ വകുപ്പിലെ ലൈബ്രറിയിൽ ധാരാളം നല്ല പുസ്തകങ്ങളുണ്ടായിരുന്നു. ലോകപ്രശസ്തന്മാരായ ഫോറൻസിക് ശാസ്ത്രജ്ഞന്മാരുടെ കൃതികളും അനുഭവകഥകളും വായിക്കാൻ സാധിച്ചു.

ആയിടെ ഉസ്മാനിയാ മെഡിക്കൽ കോളജിൽനിന്നും എം.ഡി. ബിരുദം നേടിയ ഡോ. ജോർജ് പോൾ അസിസ്റ്റന്റ് പ്രൊഫസ്സറായി തിരുവനന്തപുരത്തു വന്നത് എനിക്ക് വലിയ അനുഗ്രഹമായി. അദ്ദേഹത്തിൽനിന്നും എനിക്ക് സഹോദരതുല്യമായ സ്നേഹ

വാത്സല്യങ്ങളും ഫോറൻസിക് മെഡിസിനിൽ വേണ്ട പ്രായോഗിക പരിശീലനവും ലഭിച്ചു. അദ്ദേഹം 2002-ൽ ആകസ്മികമായി ഇഹ ലോകവാസം വെടിയുന്നതു വരെ ഞങ്ങളുടെ സ്നേഹബന്ധം അനുസ്യൂതമായി തുടർന്നു. നല്ല ഭാഷയിൽ ലളിതമായി പോസ്റ്റ് മോർട്ടം സർട്ടിഫിക്കറ്റുകൾ തയ്യാറാക്കുന്നതിലുള്ള അദ്ദേഹത്തി ന്റെ പ്രാവീണ്യം എനിക്ക് മാർഗ്ഗദർശകമായി. ഒരു മൃതദേഹപരി ശോധനയ്ക്കുശേഷം സർട്ടിഫിക്കറ്റിന്റെ നക്കൽ തയ്യാറാക്കി വകുപ്പിൽ എല്ലാ ദിവസവും നടക്കുന്ന 'ആട്ടോപ്സി കോൺ ഫറൻസിൽ' അവതരിപ്പിക്കണം. വിശദമായ ചർച്ചയ്ക്കു ശേഷം വേണ്ടഭേദഗതികൾ വരുത്തിയതിനു ശേഷമാണ് അസ്സൽ തയ്യാ റാക്കുന്നത്. കോടതികൾക്കു നല്കേണ്ട രേഖകൾ കുറ്റമറ്റതാ യിരിക്കാൻ ഈ രീതി സഹായിച്ചിരുന്നു. ഞാൻ പിന്നീട് ജോലി ചെയ്തിരുന്ന എല്ലായിടത്തും ഇപ്രകാരം ചെയ്തിരുന്നു.

ഡോ. കന്തസ്വാമി എന്നെയും സഹപാഠികളെയും ഒരു മാസത്തെ പരിശീലനത്തിനു ഹൈദരാബാദിലേക്കയച്ചു. അവിടെ ഉസ്മാനിയ മെഡിക്കൽ കോളജ്, കേന്ദ്ര സംസ്ഥാന ഫോറൻസിക് സയൻസ് ലബോറട്ടറികൾ, കേന്ദ്ര ഡിറ്റക്ടീവ് ട്രെയിനിങ് സ്കൂൾ എന്നിവിടങ്ങളിലെ പരിശീലനം പുതിയ അറിവുകൾ ലഭിക്കുവാൻ വളരെ സഹായകമായിരുന്നു. ഇന്ത്യയുടെ മധ്യഭാഗത്തുള്ള സംസ്ഥാന തലസ്ഥാനമായതുകൊണ്ടായിരിക്കാം, ന്യൂട്രിഷൻ ഇൻസ്റ്റിട്യൂട്ട്, ഫുഡ് റിസർച്ച് ഇൻസ്റ്റിറ്റ്യൂട്ട് മുതലായ കേന്ദ്രസർ ക്കാരിന്റെ നിരവധി ഗവേഷണ സ്ഥാപനങ്ങൾ ഹൈദരാബാദിൽ സ്ഥാപിക്കപ്പെട്ടിട്ടുള്ളത്. ആ സ്ഥാപനങ്ങൾ സന്ദർശിച്ചപ്പോൾ ഗഹനവും ഗൗരവവുമായ ഗവേഷണം ആത്മാർത്ഥതയുള്ള ശാസ്ത്രജ്ഞന്മാർ എപ്രകാരമാണ് ചെയ്യുന്നതെന്ന് കാണാൻ സാധിച്ചു.

മഹാന്മാരായ ഗുരുക്കന്മാർ

ഞങ്ങൾ ഹൈദരാബാദിൽ കുറ്റാന്വേഷണവുമായി ബന്ധപ്പെട്ട എല്ലാ സ്ഥാപനങ്ങളും സന്ദർശിച്ചു. സംസ്ഥാന ഫോറൻസിക് സയൻസ് ലബോറട്ടറി കേന്ദ്ര സർക്കാരിന്റെ ലബോറട്ടറിയെക്കാൾ മെച്ചമായിരുന്നു. ഹൈദരാബാദിൽ സംസ്ഥാന സർക്കാർ പോലീസ് സേനയുടെ നവീകരണത്തിനുവേണ്ടി ധാരാളം പണം ചെലവഴി ക്കുന്നു. സംസ്ഥാന ലബോറട്ടറിയിൽ മനോഹരമായ ഒരു മ്യൂസിയം സ്ഥാപിച്ചിട്ടുണ്ട്. അവിടെ പ്രദർശിപ്പിച്ചിരിക്കുന്നത് കുറ്റാന്വേഷണത്തിലെ നൂതന ഉപകരണങ്ങളും ഉപാധികളു മാണ്. ഒരു മുറിയിൽ നിറയെ 'കൺസീൽഡ് വെപ്പൺസ്' (രഹസ്യ

ആയുധങ്ങൾ) പ്രദർശിപ്പിച്ചിട്ടുണ്ട്. ക്ലിക്ക് ചെയ്യുമ്പോൾ വെടിയുണ്ട പായുന്ന ക്യാമറ, നിവർത്തുമ്പോൾ വെടി പൊട്ടുന്ന കുട, ബട്ടൺ അമർത്തിയാൽ ഒരു ചെറിയ ബുള്ളറ്റ് പായുന്ന ബാൾ പോയിന്റ് പേന എന്നിവ ആദ്യമായിട്ടാണ് ഞങ്ങൾ കാണുന്നത്. സുരക്ഷാ ഉദ്യോഗസ്ഥന്മാർ എന്തുകൊണ്ടാണ് വ്യക്തികളുടെ പക്കലുള്ള ഇത്തരം സാധനങ്ങൾ സൂക്ഷ്മമായി പരിശോധിക്കുന്നതെന്ന് അപ്പോഴാണ് മനസ്സിലായത്.

കേന്ദ്ര ഡിറ്റക്ടീവ് ട്രെയിനിങ് സ്കൂളിലെ പരിശീലകർ പരിചയസമ്പന്നരായ സീനിയർ പോലീസ് ഉദ്യോഗസ്ഥന്മാരായിരുന്നു. സ്കൂളിന്റെ പ്രിൻസിപ്പൽ ശ്രീ രാജാ ശ്രീധരൻ ഐ.പി.എസ്. മലയാളി ആയിരുന്നു. അവിടെയും ഒരു നല്ല മ്യൂസിയം സജ്ജീകരിച്ചിട്ടുണ്ട്. കള്ളനോട്ടുകൾ മുതൽ വിവിധതരം ബോംബുകൾ വരെ പ്രദർശിപ്പിച്ചിരുന്നു. ബംഗാളി ഐ.പി.എസ്. ഓഫീസർ ആയ ശ്രീ ചക്രവർത്തിയുടെ നർമ്മം നിറഞ്ഞ ക്ലാസ്സുകൾ ഇന്നും ഓർമ്മയിൽ തങ്ങി നിൽക്കുന്നു. എല്ലാ സംസ്ഥാനങ്ങളിൽ നിന്നുമുള്ള പോലീസ് ഉദ്യോഗസ്ഥന്മാർക്ക് ഇവിടെ കുറ്റാന്വേഷണത്തിൽ വിദഗ്ദ്ധപരിശീലനം നല്കുന്നു. ശാസ്ത്രീയ കുറ്റാന്വേഷണത്തിൽ ഫോറൻസിക് മെഡിസിന്റെ പങ്കിനെക്കുറിച്ച് നല്ല അവബോധം ഉണ്ടാക്കുവാൻ ഹൈദരാബാദിലെ പരിശീലനം സഹായിച്ചു.

ഹൈദരാബാദിലെ താമസത്തിനിടയ്ക്ക് ഫോറൻസിക് മെഡിസിന്റെ ഇന്ത്യയിലെ കാരണവർ ആയ പ്രൊഫ. ഭൂഷണറാവുവിനെ കാണാനും അദ്ദേഹത്തോടൊപ്പം കുറെ സമയം ചിലവഴിക്കാനും കഴിഞ്ഞത് മഹാഭാഗ്യമായി. അന്ന് അദ്ദേഹം ഉസ്മാനിയായിൽ പ്രൊഫസ്സർ, ഹെൽത്ത് സർവീസസ് ഡയറക്ടർ എന്നീ സ്ഥാനങ്ങൾ വഹിച്ചതിനു ശേഷം ഇന്ത്യാ ഗവൺമെന്റിന്റെ മെഡിക്കോ ലീഗൽ ഉപദേശകനായി പ്രവർത്തിക്കുകയായിരുന്നു. ലാൽ ബഹദൂർ ശാസ്ത്രി താഷ്കെന്റിൽ വച്ച് സംശയാസ്പദമായ സാഹചര്യത്തിൽ മരണമടഞ്ഞപ്പോൾ ശ്രീമതി ഇന്ദിരാഗാന്ധി പ്രൊഫ. ഭൂഷണറാവുവിനെയാണ് മൃതദേഹ പരിശോധന നടത്തുവാൻ നിയോഗിച്ചത്. പ്രൊഫ. റാവു പിന്നീടൊരിക്കൽ കേരളത്തിൽ ഒരു കോടതിയിൽ പ്രതിഭാഗം സാക്ഷിയായി മൊഴി കൊടുക്കുവാൻ വന്നു. കടുത്ത ഹൃദ്രോഗമുണ്ടായിരുന്നിട്ടുകൂടി അദ്ദേഹം ദീർഘയാത്ര ചെയ്ത് കോടതിയിൽ എത്തി. ലോക്കപ്പ് മരണത്തിൽ പ്രതിയാക്കപ്പെട്ട ഒരു സർക്കിൾ ഇൻസ്പെക്ടറുടെ നിരപരാധിത്വം തെളിയിക്കുവാൻ അദ്ദേഹത്തിന്റെ മൊഴി സഹായിച്ചു. പ്രതിയുടെ പക്കൽ നിന്നും അദ്ദേഹം ഒരു പ്രതിഫലവും വാങ്ങി

യില്ല. 1979-ൽ അദ്ദേഹം ദിവംഗതനായി. അദ്ദേഹത്തിന്റെ സ്മരണയ്ക്കായി ഫോറൻസിക് മെഡിസിൻ ഇന്ത്യൻ അക്കാദമി വർഷംതോറും ഒരു സ്മാരക പ്രഭാഷണം നടത്താറുണ്ട്. തിരുവനന്തപുരത്തുവച്ചു നടന്ന അക്കാഡമിയുടെ സമ്മേളനത്തിൽ ജസ്റ്റിസ് കെ.ടി. തോമസായിരുന്നു പ്രഭാഷണം നടത്തിയത്.

ഫോറൻസിക് മെഡിസിൻ ബിരുദാനന്തരപഠനത്തിന്റെ ഏറ്റവും വലിയ പ്രത്യേകത അനുബന്ധശാസ്ത്രശാഖകളായ പത്തോളജി, മൈക്രോബയോളജി മുതലായ വിഷയങ്ങളും പഠിക്കണമെന്ന തായിരുന്നു. ആ വിഷയങ്ങളിലൊക്കെ പ്രായോഗികമായ പരി ശീലനവും നേടണമായിരുന്നു. ഈ പരിശീലനം ഭാവിയിൽ വള രെയധികം പ്രയോജനം ചെയ്തു. ശരിക്കും പത്തോളജിയിൽ (ശരീരത്തിൽ രോഗാവസ്ഥകൾകൊണ്ടുണ്ടാക്കുന്ന വ്യതിയാന ങ്ങളുടെ പഠനം) അവഗാഹമുണ്ടെങ്കിലേ ഫോറൻസിക് മെഡി സിനിൽ പ്രാവീണ്യം നേടാൻ കഴിയൂ. പത്തോളജി വകുപ്പുമേ ധാവി ആയിരുന്ന ഡോ. കെ.ടി. മാത്യുവും പ്രൊഫസ്സറായിരുന്ന ഡോ. സാറാ വർഗീസ്സും എനിക്ക് ആ ശാസ്ത്രശാഖയിൽ വേണ്ടു വോളം അറിവു പകർന്നുതന്നു. മാത്യൂ സാർ പിന്നീട് ആലപ്പുഴ മെഡിക്കൽ കോളജ് പ്രിൻസിപ്പലായി റിട്ടയർ ചെയ്തതിനുശേഷം തിരുവനന്തപുരത്തു താമസിച്ചുവരവെ രോഗഗ്രസ്തനായി ചരമം പ്രാപിച്ചു. ഞങ്ങൾ ഒരു ജ്യേഷ്ഠസഹോദരിയെപ്പോലെ സ്നേഹിച്ച ഡോ. സാറാ വർഗീസ് മാഡമായിരുന്നു ഗവേഷണത്തിൽ എന്നെ സഹായിച്ചത്, എന്റെ ഗവേഷണപ്രബന്ധം അപകടങ്ങളിൽ മരി ച്ചവരുടെ ഹൃദയപേശികളിൽ ഉണ്ടാകുന്ന വ്യതിയാനങ്ങളെക്കു റിച്ചായിരുന്നു (Traumatic myocarditis). പ്രബന്ധം പരീക്ഷകരുടെ പ്രത്യേക പ്രശംസ നേടി.

സിഡ്നി സ്മിത്ത് എന്ന കുലപതി

എം.ഡി.ക്കു പഠിക്കുമ്പോൾ ഫോറൻസിക് മെഡിസിനിൽ അന്താ രാഷ്ട്ര പ്രസിദ്ധി നേടിയ നിരവധി മഹാന്മാരുടെ കൃതികൾ വായി ക്കാൻ അവസരം കിട്ടി എന്നു പറഞ്ഞുവല്ലോ. അവയിൽ എനിക്ക് ഏറ്റവും ഇഷ്ടമായത് പ്രൊഫസ്സർ സിഡ്നി സ്മിത്ത് രചിച്ച 'അധികവും കൊല' (Mostly murder) എന്ന പുസ്തകമായിരുന്നു. പ്രവചനസ്വഭാവത്തോടെ കാര്യങ്ങൾ കണ്ടെത്തുന്ന അപൂർവം ചില ഫോറൻസിക് വിദഗ്ദ്ധന്മാരുണ്ട്. അക്കൂട്ടത്തിൽപ്പെട്ട ഒരു മഹാനായിരുന്നു പ്രൊഫ. സ്മിത്ത്. എഡിൻബറോ യൂണിവേഴ് സിറ്റിയിൽ ഫോറൻസിക് മെഡിസിൻ പ്രൊഫസ്സറായിരുന്ന അദ്ദേഹത്തിന്റെ അനുഭവകഥകളുടെ ആ സമാഹാരത്തിലെ ഒന്നാമത്തെ കഥയായ 'മൂന്നു ചെറിയ എല്ലുകൾ' (Three small bones) എല്ലാ ഫോറൻസിക് വിദഗ്ദ്ധരും കുറ്റാന്വേഷണത്തിൽ താത്പര്യമുള്ളവരും വായിച്ചിരിക്കേണ്ടതാണ്. ആ പുസ്തകം ഇപ്പോൾ ലഭ്യമല്ലാത്തതിനാൽ രസകരമായ ഒന്നാമത്തെ കഥ ഇവിടെ വിവരിക്കുന്നത് ഉചിതമായിരിക്കുമെന്ന് കരുതുന്നു.

സിഡ്നി സ്മിത്ത് വർഷങ്ങൾക്കു മുമ്പ് ഈജിപ്തിൽ മെഡിക്കോ ലീഗൽ എക്സ്പർട്ടായി ജോലി നോക്കിയപ്പോഴത്തെ ഒരനുഭവ മാണ് അദ്ദേഹം 'മൂന്നു ചെറിയ എല്ലുകൾ' (ചിത്രം 5.2) എന്ന കഥയിൽ വിവരിച്ചിട്ടുള്ളത്. സ്മിത്തിന്റെ ഓഫീസിലേക്ക് പോലീസുകാർ ഒരു പാക്കറ്റ് കൊടുത്തയച്ചു. അതിൽ മൂന്നു കഷണം എല്ലുകളായിരുന്നു. ഒരു ഗ്രാമ ത്തിലെ ഉപയോഗശൂന്യമായ ഒരു കിണർ വൃത്തിയാക്കിയപ്പോൾ ഗ്രാമ വാസികൾക്ക് കിട്ടിയ എല്ലുകളായിരുന്നു അവ. മനുഷ്യന്റെ അസ്ഥികളാണെന്നു സംശയം തോന്നിയതിനാൽ അവർ പോ ലീസിനെ ഏൽപ്പിച്ചു. സംശയനിവൃത്തി വരുത്താനാണ് പോലീസുകാർ ആ എല്ലു കൾ സിഡ്നി സ്മിത്തിന് അയച്ചു കൊടുത്തത്.

പ്രൊഫ. സിഡ്നി സ്മിത്ത്

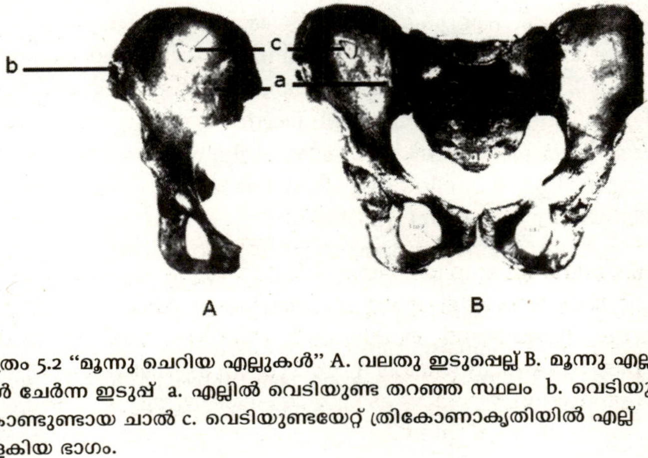

ചിത്രം 5.2 "മൂന്നു ചെറിയ എല്ലുകൾ" A. വലതു ഇടുപ്പെല്ല് B. മൂന്നു എല്ലു കൾ ചേർന്ന ഇടുപ്പ് a. എല്ലിൽ വെടിയുണ്ട തറഞ്ഞ സ്ഥലം b. വെടിയുണ്ട കൊണ്ടുണ്ടായ ചാൽ c. വെടിയുണ്ടയേറ്റ് ത്രികോണാകൃതിയിൽ എല്ല് ഇളകിയ ഭാഗം.

എല്ലിൻകഷണങ്ങൾ സൂക്ഷ്മമായി പരിശോധിച്ചശേഷം സ്മിത്ത് ഇപ്രകാരം അഭിപ്രായം നല്കി. "ഇത് ഒരു സ്ത്രീയുടെ അസ്ഥി കളാണ്. അവൾക്ക് 22-24 വയസിനടുത്ത് പ്രായമുണ്ടായിരുന്നു.

ഈ സ്ത്രീ ഒരു തവണയെങ്കിലും പ്രസവിച്ചിട്ടുണ്ടാവണം. അവളുടെ ഇടതുകാൽ വലതു കാലിനേക്കാൾ ചെറുതായിരുന്നിരിക്കണം. അതുകൊണ്ട് അവൾക്ക് മുടന്തുണ്ടായിരുന്നിരിക്കണം. ശൈശവത്തിൽ പോളിയോ രോഗം ബാധിച്ചതുകൊണ്ടായിരിക്കാം ഇപ്രകാരം മുടന്തുണ്ടായത്. മരിച്ചത് അടിവയറ്റിലേറ്റ വെടികൊണ്ടാണ്. പ്രതി ഈയ ഗുണ്ടുകൾ നിറയ്ക്കുന്ന നാടൻ തോക്കാണ് ഉപയോഗിച്ചത്. വെടിയേൽക്കുമ്പോൾ ആ സ്ത്രീ നിൽക്കുകയായിരുന്നു. പ്രതി ഏകദേശം മൂന്നുവാര ദൂരെ, യുവതിയുടെ ഇടതു മാറി ഇരുന്നുകൊണ്ടായിരിക്കണം നിറയൊഴിച്ചത്. വെടിയേറ്റയുടനേ അവൾ മരിച്ചില്ല. ഒരാഴ്ച കഴിഞ്ഞ് വയറ്റിൽ പഴുപ്പു ബാധിച്ചാണ് മരണം സംഭവിച്ചത്. സംഭവം നടന്നത് ഏതാനും മാസങ്ങൾക്കു മുമ്പായിരിക്കണം.''

സ്മിത്തിന്റെ വിവരണം കേട്ടപ്പോൾ അദ്ദേഹത്തിന്റെ മാനസികനിലയ്ക്ക് എന്തോ തകരാർ സംഭവിച്ചിട്ടുണ്ടെന്ന മട്ടിൽ പോലീസുകാർ മുഖത്തോടു മുഖം നോക്കി. അവർക്കതൊന്നും വിശ്വസിക്കാൻ തോന്നിയില്ല. എങ്കിലും പറഞ്ഞത് പ്രശസ്തനായ ഒരു ഫോറൻസിക് സർജനല്ലേ, ഒന്നന്വേഷിച്ചുകളയാം എന്ന മട്ടിലാണ് അവർ അന്വേഷണം തുടങ്ങിയത്. ആ ഗ്രാമത്തിൽ പ്രൊഫസ്സർ പറഞ്ഞ പ്രായത്തിലുള്ള മുടന്തുള്ള യുവതികളെ ആരെയെങ്കിലും കാണാതായിട്ടുണ്ടോ എന്നാണ് പോലീസ് ആദ്യം അന്വേഷിച്ചത്. എല്ലുകൾ കണ്ടെടുത്ത കിണറ്റിൽനിന്ന് ഏറെ അകലെയല്ലാത്ത ഒരു വീട്ടിൽ താമസിച്ച യുവതിയെ കാണാനില്ലെന്ന് ചിലർ വിവരം നല്കി. ഭർത്താവിനോടു പിണങ്ങി വൃദ്ധനായ പിതാവിനൊപ്പം താമസിച്ചിരുന്ന ഒരു കുട്ടിയുള്ള യുവതിയെ കുറെ മാസങ്ങളായി കാണാനില്ല എന്ന വിവരം പോലീസിനു ലഭിച്ചു. പോലീസ് ആ വൃദ്ധനെ ചോദ്യം ചെയ്തപ്പോൾ അയാൾ കുറ്റം സമ്മതിച്ചു; പക്ഷേ മകളെ മനഃപൂർവം കൊന്നതല്ല. ഏതാനും മാസങ്ങൾക്കു മുമ്പ് ഒരു ദിവസം അയാൾ തറയിലിരുന്ന് തന്റെ നാടൻ തോക്ക് വൃത്തിയാക്കുകയായിരുന്നു. അപ്പോൾ മകൾ എതിരെ വന്നുനിന്ന് വർത്തമാനം പറയുകയായിരുന്നു. നിറതോക്കാണെന്നറിഞ്ഞിരുന്നില്ല. അബദ്ധത്തിൽ വെടി പൊട്ടി ഉണ്ടകൾ മകളുടെ അടിവയറ്റിൽ തറച്ചു കയറി. ഭയം മൂലം അവളെ ആശുപത്രിയിൽ കൊണ്ടുപോയില്ല. വീട്ടിൽ വച്ചുതന്നെ നാടൻ ചികിത്സകൾ ചെയ്തെങ്കിലും ഏഴാം ദിവസം വയറ്റിൽ പഴുപ്പു ബാധിച്ച് അവൾ മരിച്ചു. ലൈസൻസില്ലാത്ത തോക്കായിരുന്നതിനാൽ പോലീസിൽ വിവരം അറിയിക്കാൻ ഭയമായിരുനു. അയാൾ രാത്രിയിൽ ശവം അടുത്തുള്ള പൊട്ടക്കിണറ്റിലിട്ടു.

ഒരു വർഷം കഴിഞ്ഞു. നാട്ടിൽ ജലക്ഷാമം വന്ന് കിണർ വൃത്തിയാക്കുവാൻ ഗ്രാമവാസികൾ ആലോചിച്ചപ്പോൾ അപകടം മനസ്സിലാക്കിയ വൃദ്ധൻ ഒരു രാത്രി കിണറ്റിൽ ഇറങ്ങി. അപ്പോഴേക്കും ശവം ചീഞ്ഞ് അസ്ഥിമാത്രമായിക്കഴിഞ്ഞിരുന്നു. അസ്ഥികളെല്ലാം കിണറ്റിൽനിന്നെടുത്ത് ഒരു ചാക്കിലാക്കി നൈൽ നദിയിൽ കൊണ്ടെറിഞ്ഞു. പക്ഷേ, രാത്രി ഇരുട്ടിൽ കിണറ്റിൽ നിന്നും അസ്ഥികൾ വാരിയെടുത്തപ്പോൾ മൂന്ന് കഷണങ്ങൾ കിണറ്റിൽതന്നെ കിടന്നത് വൃദ്ധൻ അറിഞ്ഞിരുന്നില്ല.

വൈദ്യശാസ്ത്രത്തിലുള്ള പരിജ്ഞാനവും സാമാന്യബുദ്ധിയുമാണ് ഒരുഫോറൻസിക് മെഡിസിൻ വിദഗ്ദ്ധന് അവശ്യം വേണ്ടത്. കിട്ടിയ മൂന്ന് എല്ലുകളും ഇടുപ്പെല്ലിന്റെ ഭാഗമായിരുന്നു. ലിംഗ നിർണ്ണയത്തിന് ഏറ്റവും യോജിച്ചത് ഇടുപ്പെല്ലാണ്. ഇടുപ്പെല്ലിന്റെ പ്രത്യേകതകളിൽനിന്ന് മരിച്ചത് സ്ത്രീയാണെന്ന് കണ്ടുപിടിച്ചു. എല്ലുകളുടെ വളർച്ചയിൽ നിന്ന് പ്രായവും നിർണ്ണയിച്ചു. ഗർഭാവസ്ഥയിൽ ഗർഭപാത്രം വികസിക്കുമ്പോൾ ഇടുപ്പെല്ലിന്റെ ഉൾഭാഗത്ത് ചെറിയ സുഷിരങ്ങൾ കാണപ്പെടും. പാർട്ടൂറിഷൻ പിറ്റ്സ് (parturition pits) എന്നാണ് ഇതറിയപ്പെടുന്നത്. ഇതിൽ നിന്നാണ് മരിച്ച യുവതി ഒരു തവണയെങ്കിലും ഗർഭിണിയായിട്ടുണ്ടെന്ന നിഗമനത്തിലെത്തിയത്.

വലത് ഇടുപ്പെല്ല് ഇടതിനേക്കാൾ വലുതായിരുന്നു. വലതു തുടയെല്ലും ഇടുപ്പെല്ലും ചേരുന്ന സന്ധി വലുതായിരുന്നു. ഇടതു കാലിനു നീളക്കുറവുള്ളപ്പോഴാണ് ഇങ്ങനെ ഉണ്ടാകുന്നത്. ശരീരത്തിന്റെ ഭാരം മുഴുവൻ വലതു കാലിനു താങ്ങേണ്ടി വരുമ്പോൾ ആ വശത്തെ സന്ധി വലുതാകും. ഈലക്ഷണങ്ങൾ കണ്ടതിൽ നിന്നാണ് യുവതിക്ക് മുടന്തുണ്ടെന്ന് ഊഹിച്ചത്. ശൈശവത്തിൽ പോളിയോ രോഗം ബാധിക്കുന്നവർക്കാണ് കാലുകൾ ശോഷിക്കുന്നതും മുടന്തുണ്ടാകുന്നതും. എല്ലിന്റെ ഉൾഭാഗത്ത് ചെറിയ ഈയവെടിയുണ്ടകൾ തറച്ചിരുന്നത് കിട്ടിയിരുന്നു. ഇടുപ്പെല്ലിന്റെ വേറൊരു ഭാഗത്ത് വെടിയുണ്ട കൊണ്ട് എല്ലിന്റെ ഒരു കഷണം അടർന്നു പോയിരുന്നു. മറ്റൊരു ഭാഗത്ത് വെടിയുണ്ട കൊണ്ട് ഒരു ചാൽ ഉണ്ടായിരുന്നു. അവിടെ എല്ലിൽ പഴുപ്പു ബാധിച്ച ലക്ഷണമുണ്ടായിരുന്നു. വെടിയുണ്ടകൾ നാടൻ തോക്കിൽ ഉപയോഗിക്കുന്നവ ആയിരുന്നു. വെടിയുണ്ടകൾ തമ്മിലുള്ള അകലത്തിൽ (dispersion) നിന്നും വെടി വച്ച അകലം കണക്കാക്കി. ഇടുപ്പെല്ലിൽ വെടിയുണ്ടകൾ തറച്ച ദിശ നോക്കിയപ്പോൾ ആ സ്ത്രീ നിൽക്കുമ്പോഴായിരുന്നു വെടിയേറ്റതെന്നു മനസ്സിലായി. പഴുപ്പു ബാധിച്ച ഭാഗം മൈക്രോസ്കോപ്പിലൂടെ പരിശോധിച്ചപ്പോൾ ഒരാഴ്ച കഴിഞ്ഞ വ്യത്യാസങ്ങൾ കാണാൻ കഴിഞ്ഞു.

അതായത് വെടിയേറ്റ ശേഷം യുവതി ഒരാഴ്ച ജീവിച്ചിരുന്നിരിക്കണം. ഏഴു ദിവസത്തിനു ശേഷമായിരിക്കണം മരണം നടന്നെന്ന് ഉറപ്പിക്കാൻ കഴിഞ്ഞു. എല്ലുകളിൽ അപ്പോഴും കുറച്ചു മാംസം ഒട്ടിയിരുന്നതിൽനിന്നും മരണം സംഭവിച്ചിട്ട് ഏതാനും മാസങ്ങളേ കഴിഞ്ഞിട്ടുള്ളു എന്ന് അനുമാനിച്ചു.

ഞാൻ നാൽപ്പത് വർഷങ്ങൾക്കു മുമ്പ് വായിച്ച ഈ കഥ മെഡിക്കൽ വിദ്യാർത്ഥികളെ വിവരിച്ചു കേൾപ്പിക്കാറുണ്ട്. ഫോറൻസിക് മെഡിസിനിൽ താത്പര്യം ജനിപ്പിക്കുവാനും, ആ ശാസ്ത്രശാഖയുടെ അനന്തമായ സാധ്യതകളെക്കുറിച്ച് മനസ്സിലാക്കുവാനും ഈ സംഭവകഥ ഉപകരിക്കുമെന്നതിൽ സംശയമില്ല.

ഫ്രാൻസിസ് ക്യാംമ്പ്സിന്റെ മാതൃക

ഇംഗ്ലണ്ടിൽ ഫ്രാൻസിസ് ക്യാംമ്പ്സ് എന്ന അതിപ്രശസ്തനായ ഒരു ഫോറൻസിക് വിദഗ്ദ്ധൻ ഉണ്ടായിരുന്നു. അദ്ദേഹം ഫോറൻസിക് മെഡിസിനിൽ നിരവധി ലേഖനങ്ങളും ആധികാരികഗ്രന്ഥങ്ങളും രചിച്ചിട്ടുണ്ട്. അദ്ദേഹത്തിന്റെ ഒരു അനുഭവകഥ എനിക്കോർമ്മവരുന്നു.

ഇംഗ്ലണ്ടിലെ വളരെ വിശാലമായ ഒരു ചതുപ്പു സ്ഥലത്തുനിന്നും ഒരാളുടെ മൃതദേഹം കണ്ടെത്തി. മാരകമായ മുറിവുകളോടൊപ്പം മരിച്ചതിനുശേഷം സംഭവിച്ച ഒടിവുകളും ആ ശരീരത്തിലുണ്ടായിരുന്നു. ജീവനുള്ളപ്പോൾ സംഭവിച്ചതും മരിച്ചതിനുശേഷം സംഭവിച്ചതുമായ മുറിവുകൾ തമ്മിൽ പല ജൈവവ്യത്യാസങ്ങളും ഉണ്ടായിരിക്കും. സൂക്ഷ്മനിരീക്ഷണത്തിലൂടെ ഇവ കണ്ടുപിടിക്കാം.

വാഹനങ്ങൾ ചെന്നെത്താത്ത ആ ചതുപ്പുസ്ഥലത്ത് എങ്ങനെ മൃതദേഹം കാണപ്പെട്ടു എന്നത് കുറ്റാന്വേഷകരെ കുഴക്കി. ശവശരീരത്തിലെ പരുക്കുകൾ പരിശോധിച്ച ഡോ. ക്യാമ്പ്സ്, കൊലയ്ക്കുശേഷം മൃതദേഹം ഒരു വിമാനത്തിൽനിന്ന് ചതുപ്പുസ്ഥലത്തേക്കിട്ടതായിരിക്കാമെന്ന് അഭിപ്രായപ്പെട്ടു. അതിന്റെ അടിസ്ഥാനത്തിൽ നടത്തിയ അന്വേഷണത്തിൽ സെസ്ന പോലെയുള്ള വിമാനങ്ങൾ വാടകയ്ക്കു പറത്തുന്ന ഒരു പൈലറ്റാണ് കൊലപാതകി എന്നു കണ്ടുപിടിക്കുവാൻ കഴിഞ്ഞു. ഇതാണ് കുറ്റാന്വേഷണത്തിൽ സാമാന്യബുദ്ധിയുടെ പ്രസക്തി.

ഇത്തരത്തിലുള്ള ശാസ്ത്രീയമായ ഊഹങ്ങൾ ആർതർ കോനൻ ഡോയ്ൽ എന്ന വിശ്വവിഖ്യാത കുറ്റാന്വേഷക നോവലിസ്റ്റ് തന്റെ ഷെർലക് ഹോംസ് കഥകളിൽ നിരവധി തവണ ഉപയോഗിച്ചതായി കാണാം. ഒരു ഡോക്ടറായിരുന്ന അദ്ദേഹം തന്റെ ഗുരുവായ ഡോ. ജോസഫ് ബെല്ലിനെ മാതൃകയാക്കിയാണ് ഷെർലക്

ഹോംസ് എന്ന കഥാപാത്രത്തെ സൃഷ്ടിച്ചത്. ഒരു രോഗി തന്റെ പരിശോധനാമുറിയിലേക്കു കയറി വരുമ്പോൾ തന്നെ അയാളെപ്പറ്റിയുള്ള പല അനുമാനങ്ങളും ഡോ.ബെൽ തന്റെ മെഡിക്കൽ വിദ്യാർത്ഥികളോട് പറയുമായിരുന്നു.

ആദ്യത്തെ പി.ജിക്കാരൻ!

ട്യൂട്ടറായി ഒന്നരവർഷം കഴിഞ്ഞാണ് ഞാൻ എം.ഡിക്കു ചേർന്നത്. അതിനാൽ എനിക്ക് രണ്ടു വർഷംകൊണ്ടു കോഴ്സ് പൂർത്തിയാക്കുവാൻ കഴിഞ്ഞു. ഇതിനിടയ്ക്ക് പ്രൊഫസ്സർ കന്തസ്വാമി ഒരു ഹ്രസ്വകാലപരിശീലനത്തിനായി അമേരിക്കയിലേക്ക് പോയിരുന്നു. ആധുനിക അധ്യാപനരീതികളിൽ പരിശീലനം നേടിയ അദ്ദേഹം തിരുവനന്തപുരം മെഡിക്കൽ കോളജിൽ ഒരു അധ്യാപക പരിശീലനകേന്ദ്രം ആരംഭിച്ചു. അമേരിക്കയിൽനിന്നും നേടിയ പുതിയ അറിവുകൾ അദ്ദേഹം എനിക്കു പകർന്നു തന്നു. പിന്നീട് ആ കേന്ദ്രത്തിൽ അധ്യാപകനാകുവാനും പ്രിൻസിപ്പലായിരിക്കുമ്പോൾ ആ കേന്ദ്രത്തിന് സ്വന്തമായി മുറികളും മറ്റ് അടിസ്ഥാന സൗകര്യങ്ങളും ഒരുക്കുവാനും എനിക്കു കഴിഞ്ഞു. ആ കേന്ദ്രം ഇപ്പോഴും നന്നായി പ്രവർത്തിക്കുന്നു. എല്ലാ മെഡിക്കൽ കോളജുകളിലും അധ്യാപക പരിശീലനകേന്ദ്രങ്ങൾ ഉണ്ടായിരിക്കണമെന്ന് ഇന്ത്യൻ മെഡിക്കൽ കൗൺസിലിന്റെ നിർദ്ദേശം വന്നത് 1997-ലാണ്. എന്നാൽ അതിനു മുമ്പുതന്നെ കേരളത്തിലെ എല്ലാ മെഡിക്കൽ കോളജുകളിലും അത്തരം കേന്ദ്രങ്ങൾ ഉണ്ടായിക്കഴിഞ്ഞിരുന്നു.

രണ്ടാം വർഷാവസാനം നടന്ന എം.ഡി. പരീക്ഷ മൂന്നു ദിവസം നീണ്ടുനിന്നു. അധ്യാപകനായി ജോലി നോക്കിയിരുന്നതിനാൽ എനിക്ക് പരീക്ഷയെക്കുറിച്ച് യാതൊരു ഉത്കണ്ഠയുമില്ലായിരുന്നു. എഴുത്തുപരീക്ഷയിൽ ചോദിക്കാൻ സാധ്യതയുള്ള ചോദ്യങ്ങൾക്ക് ഉത്തരങ്ങൾ നേരത്തേ തയ്യാറാക്കി പഠിച്ചിരുന്നു. എഴുത്തുപരീക്ഷയിലെ ചോദ്യങ്ങളിൽ മിക്കതും ഞാൻ പ്രതീക്ഷിച്ചവതന്നെയായിരുന്നു. എന്റെ പരീക്ഷകരായി വന്നത് മധുര മെഡിക്കൽ കോളജിലെ പ്രൊഫസ്സറായ പി.ജി. പോളും കോഴിക്കോട്ടുനിന്ന് പ്രൊഫ. ഗുഹരാജുമായിരുന്നു. എഴുത്തുപരീക്ഷയിലെ എന്റെ ഉത്തരക്കടലാസുകൾ പരിശോധിച്ച പ്രൊഫ. പി.ജി. പോൾ എനിക്ക് നേരത്തേ ചോദ്യങ്ങൾ ലഭിച്ചിരുന്നുവോ എന്നു സംശയം പ്രകടിപ്പിച്ചുവെന്ന് പ്രൊഫ. കന്തസ്വാമി പിന്നീടൊരിക്കൽ എന്നോടു പറഞ്ഞു. പ്രായോഗികപരീക്ഷയിൽ മൃതദേഹ പരിശോധന ഉൾപ്പെടെ എല്ലാ മെഡിക്കോ ലീഗൽ പരിശോധനകളും ചെയ്യുന്നതിലുള്ള സാമർത്ഥ്യമാണ് പരിശോധിച്ചത്. അതിലെല്ലാം എനിക്ക്

നല്ല പ്രകടനം കാഴ്ചവയ്ക്കാൻ കഴിഞ്ഞു.

അവസാനത്തെ ദിവസം നടന്ന വാചാ പരീക്ഷയിൽ (Viva Voce) പരീക്ഷകരുടെ ചോദ്യങ്ങൾക്ക് ഞാൻ ചെറിയ വാചകങ്ങളിൽ ഉത്തരം പറഞ്ഞു തുടങ്ങിയെങ്കിലും അവസാനം അതൊരു ചർച്ചയായി മാറി. വാചാപരീക്ഷ കഴിഞ്ഞ് ഞാൻ മുറിക്കു പുറത്തിറങ്ങി. പത്തു മിനിട്ടുകൾക്കുശേഷം പരീക്ഷകർ എന്നെ വിളിച്ച് അഭിനന്ദിക്കുകയും പാസ്സായതായി അറിയിക്കുകയും ചെയ്തു. അങ്ങനെ ഞാൻ ഫോറൻസിക് മെഡിസിനിൽ കേരള യൂണിവേഴ്സിറ്റിയിലെ ആദ്യത്തെ ബിരുദാനന്തരബിരുദക്കാരനായി.

6. എക്സ്ഹ്യുമേഷനും സൂപ്പർ ഇമ്പോസിഷനും

സംശയാസ്പദമായ മരണങ്ങളിൽ മറവു ചെയ്ത മൃതദേഹങ്ങൾ കുഴിച്ചെടുത്ത് പരിശോധന നടത്താറുണ്ട്. ഒരു ഫോറൻസിക് സർജന്റെ ദുരിതപൂർണ്ണമായ ജോലികളിലൊന്നാണ് 'എക്സ് ഹ്യുമേഷൻ' എന്നറിയപ്പെടുന്ന ഈ നടപടി. ചീഞ്ഞ് ദുർഗന്ധം വമിക്കുന്ന മൃതദേഹങ്ങളോ അസ്ഥികൂടങ്ങളോ പരിശോധിക്കുമ്പോഴുള്ള ശാരീരികക്ലേശവും മരണകാരണം കണ്ടുപിടിക്കുവാൻ കഴിയുമോ എന്ന ഉത്കണ്ഠയും കൂടി വല്ലാത്ത ഒരു മാനസികാവസ്ഥ സൃഷ്ടിക്കും. എങ്കിലും സത്യം കണ്ടുപിടിക്കാനുള്ള ഒരു യജ്ഞമായിട്ടാണ് ഞാൻ എക്സ്ഹ്യുമേഷനുകളെ കണ്ടിരുന്നത്. മിക്കപ്പോഴും ശവം കുഴിച്ചെടുത്ത് പരിശോധിക്കുന്നതു കാണുവാൻ ആയിരക്കണക്കിന് ആളുകൾ തടിച്ചു കൂടാറുണ്ട്. ചീഞ്ഞ ശവം പുറത്തെടുക്കുമ്പോൾ അവരിൽ പകുതി പേരെങ്കിലും സ്ഥലം വിടും. നിരവധി എക്സ്ഹ്യുമേഷനുകൾ ഞാൻ നടത്തിയിട്ടുണ്ട്. ഭാഗ്യവശാൽ മിക്കതിലും ഉപയോഗപ്രദമായ എന്തെങ്കിലും തെളിവുകൾ ലഭിക്കാതിരുന്നിട്ടില്ല.

ക്രിമിനൽ നടപടി നിയമം 176-ാം വകുപ്പനുസരിച്ചാണ് മൃതദേഹങ്ങൾ കുഴിച്ചെടുക്കുന്നത് (ചിത്രങ്ങൾ 6.1 മുതൽ 6.4 വരെ). ഈ നടപടിക്ക് എക്സിക്യൂട്ടീവ് മജിസ്ട്രേറ്റുമാർക്കേ അധികാരമുള്ളൂ. സാധാരണയായി ആർ.ഡി.ഒ.യൊ, തഹസീൽദാരോ ആയിരിക്കും പ്രേതവിചാരണ നടത്തുന്നത്. തദവസരത്തിൽ സന്നിഹിതനാകാൻ പോലീസ് ഫോറൻസിക് സർജനും അപേക്ഷ നല്കും. പ്രേതം കേടുപാടില്ലാതെ കുഴിച്ചെടുക്കുന്നതിന്

ഡോക്ടറുടെ സാന്നിദ്ധ്യം ആവശ്യമാണ്. അസ്ഥിമാത്രശേഷമായ ശരീരമാണെങ്കിൽ അസ്ഥികൾ നഷ്ടപ്പെടാതെ ശേഖരിക്കുന്നതിലും ഡോക്ടറുടെ സഹായം ആവശ്യമാണ്.

മിസ്സ് കുമാരിയുടെ മരണം

തിരുവനന്തപുരം മെഡിക്കൽ കോളജിൽ ട്യൂട്ടറായി ജോലി നോക്കുമ്പോഴായിരുന്നു ഞാൻ ആദ്യമായി ഒരു എക്സ്ഹ്യുമേഷനിൽ പങ്കെടുക്കുന്നത്. അത് വലിയ ഒച്ചപ്പാടുണ്ടാക്കിയ ഒരു കേസായിരുന്നു. അമ്പതുകളിൽ മലയാള സിനിമകളിൽ നിറഞ്ഞു നിന്നിരുന്ന നടിയായിരുന്നു മിസ്സ് കുമാരി എന്നറിയപ്പെട്ടിരുന്ന ത്രേസ്യാമ്മ. ശ്രീ സുബ്രഹ്മണ്യത്തിന്റെ സിനിമകളിലെ സ്ഥിരം നായികയായിരുന്ന അവർ ശ്രീ സത്യനോടൊപ്പം അഭിനയിച്ച 'നീലക്കുയിൽ' എന്ന ചിത്രം അക്കാലത്തെ ഏറ്റവും വലിയ ഹിറ്റായിരുന്നു.

മിസ്സ് കുമാരി പിന്നീട് വിവാഹിതയായി ചലച്ചിത്രരംഗം വിട്ടു. അവർ ഫാക്ടിലെ എൻജിനീയറായ ഭർത്താവുമൊത്ത് താമസിച്ചുവരവെ ആകസ്മികമായി മരണമടഞ്ഞു. മിസ്സ് കുമാരിയുടെ അച്ഛൻ മകളുടെ മരണത്തിൽ ദുരൂഹതയുണ്ടെന്നും അന്വേഷണം വേണമെന്നും ആവശ്യപ്പെട്ടു പോലീസിനു പരാതി നല്കി. ആ കേസന്വേഷണത്തിന്റെ ഭാഗമായിട്ടായിരുന്നു മരണം സംഭവിച്ചിട്ട് ഒരു വർഷം കഴിഞ്ഞുള്ള ആ എക്സ്ഹ്യുമേഷൻ. കുമാരിയുടെ മൃതദേഹം അടക്കം ചെയ്തിരുന്നത് കോട്ടയത്ത് ഭരണങ്ങാനത്തുള്ള ഒരു പള്ളിയിലായിരുന്നു. പ്രൊഫ. കന്തസ്വാമിയും ഞാനും തലേദിവസംതന്നെ കോട്ടയത്തെത്തി.

രാവിലെ ഞങ്ങൾ ഭരണങ്ങാനത്തെത്തി. മിസ്സ് കുമാരിയുടെ മൃതദേഹംഅടക്കം ചെയ്തിരുന്നത് ഒരു വലിയ ഹാളിനുള്ളിലുള്ള കോൺക്രീറ്റ് കല്ലറയിലായിരുന്നു. അതിനടുത്തുള്ള കല്ലറയിലായിരുന്നു സിസ്റ്റർ അൽഫോൻസാമ്മയുടെ ഭൗതികശരീരവും അടക്കം ചെയ്തിരുന്നത്. ആർ.ഡി.ഒ.യുടെ സാന്നിധ്യത്തിൽ ജോലിക്കാർ കല്ലറ പൊളിക്കാൻ തുടങ്ങി. കല്ലറ പൊളിച്ച് പുറത്തെടുത്ത മൃതദേഹം കണ്ട് എല്ലാവരും അത്ഭുതപ്പെട്ടു. മൃതദേഹം ഒട്ടും ചീഞ്ഞിരുന്നില്ല. ഡോ. കന്തസ്വാമിയും ഡോ. ജയപാലനും (അന്ന് കോട്ടയത്ത് അസി. പ്രൊഫസ്സർ) ചേർന്നായിരുന്നു പോസ്റ്റ്മോർട്ടം നടത്തിയത്.

വെയിലും മഴയും സൂര്യപ്രകാശവും ഏൽക്കാതെ, മണ്ണിനോടു ചേരാതെയിരിക്കുന്ന മൃതശരീരങ്ങളിൽ ചില രാസപ്രക്രിയ മൂലം തൊലിക്കടിയിലുള്ള കൊഴുപ്പ് സോപ്പുപോലുള്ള ഒരു പദാർത്ഥമായി മാറും. 'അഡിപ്പോസിയർ' (Adipocere) എന്നാണ് ഈ

ചിത്രം 6.1

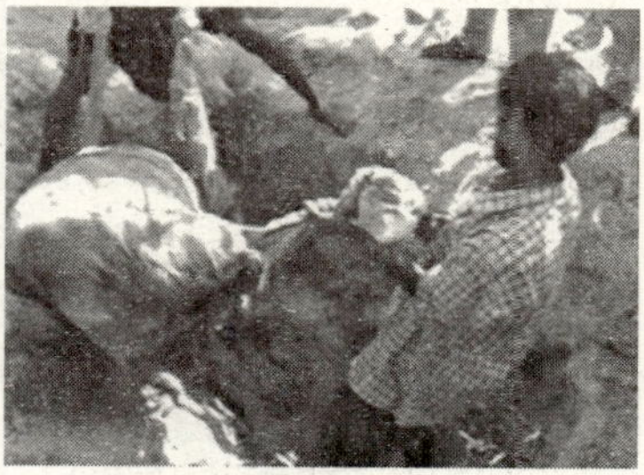

ചിത്രം 6.2

ചിത്രം 6.3

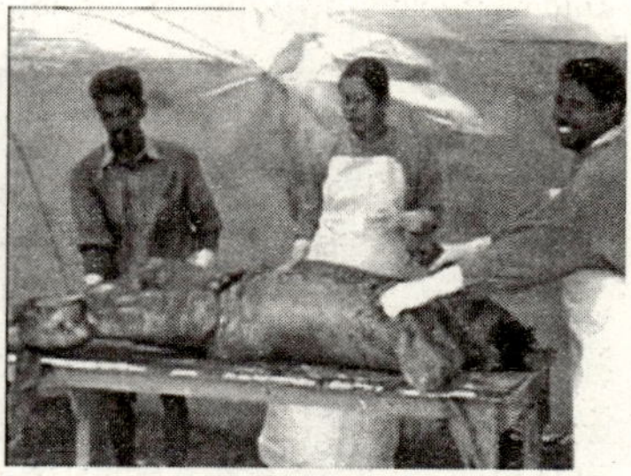

ചിത്രം 6.4

ചിത്രങ്ങൾ 6.1 – 6.4 എക്സ്ഹ്യുമേഷൻ നടപടികൾ– 6.1. മൃതശരീരം കുഴിച്ചെടുക്കുന്നു 6.2. മൃതദേഹം അടങ്ങിയ ചാക്ക് 6.3. ചാക്കിൽ നിന്നും മൃതദേഹം വെളിയിലെടുക്കുന്നു. 6.4. സ്ഥലത്തു വച്ചുള്ള പോസ്റ്റ്മോർട്ടം പരിശോധന (കടപ്പാട്– ഡോ. രാജാറാം)

വ്യത്യാസത്തിന്റെ പേര്. ഇതു കാരണം ശരീരം ചീയാതെയും ആകൃതി നഷ്ടപ്പെടാതെയുമിരിക്കും. എന്റെ ജോലി എക്സ്ഹ്യുമേഷന്റെയും മൃതദേഹപരിശോധനയുടെയും ഫോട്ടോകൾ എടുക്കുക എന്നതായിരുന്നെങ്കിലും എല്ലാ നടപടിക്രമങ്ങളും ഹൃദിസ്ഥമാക്കാൻ കഴിഞ്ഞു. മൃതദേഹത്തിന്റെ ആമാശയത്തിൽ അപ്പോഴും രൂക്ഷഗന്ധമുള്ള ഒരു കീടനാശിനിയുടെ അംശം ഉണ്ടായിരുന്നു. രാസപരിശോധനയിൽ അത് ഓർഗാനോഫോസ്ഫറസ് ഗ്രൂപ്പിൽ പെട്ട കൊടിയ വിഷമായിരുന്നു എന്നു തെളിഞ്ഞു. പോലീസിന്റെ തുടർന്നുള്ള അന്വേഷണത്തിൽ കൊലപാതകമാണെന്നതിനുള്ള സൂചനകൾ ഒന്നും ലഭിച്ചില്ല എന്നാണെന്റെ ഓർമ്മ.

അഴുകിയ ശവം തിരിച്ചറിയൽ

രണ്ടാമത്തെ എക്സ്ഹ്യുമേഷൻ ഞാൻ എം.ഡി.ക്കു പഠിക്കുമ്പോഴായിരുന്നു. ആ കേസിന് സവിശേഷതകൾ ഏറെയുണ്ടാ

യിരുന്നു. അക്കാലത്ത് വളരെയധികം വാർത്താപ്രാധാന്യം ലഭിച്ച ഒരു കൊലക്കേസ്സിലായിരുന്നു മൃതദേഹം കുഴിച്ചെടുത്തു പരിശോധന നടത്തിയത്. ഡോ. ജോർജ് പോളും ഞാനും ചേർന്നു നടത്തിയ പരിശോധനയിൽ മരണകാരണം കണ്ടുപിടിക്കുവാനും കേരളത്തിൽ ആദ്യമായി 'ഫോട്ടോഗ്രാഫിക് സൂപ്പർ ഇമ്പോസിഷൻ' എന്ന സങ്കേതം വികസിപ്പിച്ചെടുത്ത് ഫലപ്രദമായി ഉപയോഗിക്കുവാനും കഴിഞ്ഞു.

ആ കഥ ഇങ്ങനെ:

തിരുവനന്തപുരത്തിന്റെ പ്രാന്തപ്രദേശത്തുള്ള ഒരു ചെറിയ പട്ടണമാണ് കിളിമാനൂർ. അവിടെ ഒരു ഇടത്തരം കുടുംബം. കർഷകത്തൊഴിലാളിയായ രാധാകൃഷ്ണൻ ഭാര്യ ശാന്തയോടും സ്വന്തം അനുജൻ രവിയോടുമൊപ്പം സന്തോഷത്തോടെ കഴിയുകയായിരുന്നു. ജ്യേഷ്ഠന്റെ ഭാര്യ ശാന്തയോട് അനുജൻ രവിക്കു കുറെനാളായി അതിരുവിട്ടൊരു സ്നേഹമുണ്ട്. രാധാകൃഷ്ണനും സംശയം തോന്നാതിരുന്നില്ല. പക്ഷേ, അനുജന്റെ മനസ്സിൽ മറ്റു വിചാരമൊന്നും ഉണ്ടായിരിക്കില്ലെന്ന ചിന്തയിൽ അയാൾ അനുജനോട് ഒന്നും ചോദിച്ചില്ല. ഒരു രാത്രിയിൽ രാധാകൃഷ്ണൻ രണ്ടു പേരെയും കിടപ്പുമുറിയിൽ ഒന്നിച്ചു കണ്ടു. ജ്യേഷ്ഠൻ അനുജനെ അടിച്ചു താഴെയിട്ടു. അനുജൻ കത്തിയെടുത്ത് ജ്യേഷ്ഠന്റെ നെഞ്ചിൽ കുത്തി. രാധാകൃഷ്ണൻ തൽക്ഷണം മരിച്ചു.

ശാന്തയും രവിയും ചേർന്ന് മൃതദേഹം വലിച്ചിഴച്ച് വീടിനടുത്തുള്ള ചാണകക്കുഴിയിൽ കുഴിച്ചിട്ടു. പിറ്റേന്നു തൊട്ട് രാധാകൃഷ്ണനെ പുറത്തുകാണാതായപ്പോൾ നാട്ടുകാർ അന്വേഷിച്ചു തുടങ്ങി. ഭാര്യയോടു വഴക്കിട്ട് ചേട്ടൻ നാടുവിട്ടുപോയെന്ന് രവി പറഞ്ഞുപരത്തിയത് ജനം വിശ്വസിച്ചു. പോരാത്തതിന് രണ്ടാഴ്ച കഴിഞ്ഞപ്പോൾ രാധാകൃഷ്ണന്റേതായി ഒരു കത്തും ഇയാൾ അയൽവാസികളെ കാണിച്ചു. താൻ ഉടനേ മടങ്ങിവരുന്നില്ലെന്നും ഭാര്യയുടെ സ്വഭാവം തനിക്ക് ഇഷ്ടപ്പെടുന്നില്ലെന്നും മറ്റുമായിരുന്നു കത്തിലെ ഉള്ളടക്കം. ആളുകൾ അതും വിശ്വസിച്ചു.

മാസങ്ങൾ കടന്നുപോയി. ആളുകളെല്ലാം രാധാകൃഷ്ണനെ മറന്നു. അങ്ങനെയിരിക്കെ ഒരു നാൾ അനുജൻ രവി വീടിനടുത്തുള്ള ഒരു കള്ളുഷാപ്പിൽവച്ച് തന്റെയൊരു സുഹൃത്തിനോട് മദ്യലഹരിയിൽ തെല്ലു കുറ്റബോധത്തോടെ നടന്നതെല്ലാം പറഞ്ഞു. കത്തു വ്യാജമായി എഴുതിയുണ്ടാക്കിയത് താനാണെന്നും രവി വെളിപ്പെടുത്തി. ഇതു കേട്ട സുഹൃത്ത് അന്നു രാത്രി തന്നെ കിളിമാനൂർ പോലീസ് സ്റ്റേഷനിൽ ചെന്ന് സബ് ഇൻസ്പെക്ടറോട്

വിവരം പറഞ്ഞു.

അന്ന് കിളിമാനൂർ സ്റ്റേഷൻ ആറ്റിങ്ങൽ സർക്കിളിലാണ്. പരേതനായ ജി. ഗോപിനാഥനാണ് അന്നവിടെ സർക്കിൾ ഇൻസ്പെക്ടർ. സമർത്ഥനായ ഒരു പോലീസുദ്യോഗസ്ഥനായിരുന്നു ശ്രീ ഗോപിനാഥൻ (എസ്.പി.യായി റിട്ടയർ ചെയ്ത അദ്ദേഹം ആകസ്മികമായി അന്തരിച്ചു). പ്രാഥമിക അന്വേഷണത്തിനു ശേഷം അദ്ദേഹം മൃതദേഹം കുഴിച്ചെടുക്കാൻ ആർ.ഡി.ഒ.യ്ക്ക് അപേക്ഷ നല്കി.

അദ്ദേഹം അറിയിച്ചതനുസരിച്ച് ഡോ. ജോർജ് പോളും ഞാനും സ്ഥലത്തു ചെന്നു. ചാണകക്കുഴിക്കു ചുറ്റും ഒരു മറ കെട്ടി പോസ്റ്റ്മോർട്ടം അവിടെത്തന്നെ നടത്താൻ ഞങ്ങൾ തീരുമാനിച്ചു. അധികം ആഴത്തിലല്ലാതെ ഒരു അസ്ഥികൂടം കണ്ടെത്തി. കൊല നടന്നിട്ട് അപ്പോൾ ഏഴുമാസം കഴിഞ്ഞിരുന്നു.

അസ്ഥികൂടത്തിൽനിന്നും ലഭിച്ച വസ്ത്രഭാഗങ്ങളും ഏലസും രാധാകൃഷ്ണന്റേതാണെന്ന് സാക്ഷികൾ മൊഴി നല്കി. നെഞ്ചെല്ലിൽ നേരേ മധ്യഭാഗത്ത് ഒരു കുത്തിമുറിവുണ്ടായിരുന്നു. അനുജൻ രവിയുടെ പക്കൽനിന്നും പോലീസ് കണ്ടെടുത്ത കത്തിയുടെ വീതിയും കുത്തിമുറിവിന്റെ നീളവുമായി യോജിപ്പുമുണ്ടായിരുന്നു. വിജയകരമായ പ്രോസിക്യൂഷന് കൊല്ലപ്പെട്ടത് രാധാകൃഷ്ണനാണെന്ന് അസന്ദിഗ്ദ്ധമായി തെളിയിക്കണം. ഇതേ തുടർന്ന് ഞങ്ങൾ ശാസ്ത്രീയ തെളിവുകളെക്കുറിച്ച് ഗഹനമായ ആലോചന തുടങ്ങി.

ഒരാളുടെ മുഖത്തിന്റെ ആകൃതി മുഖാസ്ഥിയുടെ ആകൃതിയനുസരിച്ചായിരിക്കുമെന്നത് വൈദ്യശാസ്ത്രം അംഗീകരിച്ച പൊതുതത്ത്വമാണ്. അതിനെ അവലംബിച്ച് നടത്തുന്ന സങ്കേതമാണ് ഫോട്ടോഗ്രാഫിക് സൂപ്പർ ഇമ്പോസിഷൻ. അക്കാലത്ത് ഹൈദരാബാദിലെ കേന്ദ്ര ഫോറൻസിക് ലബോറട്ടറിയിൽ മാത്രമേ ഫോട്ടോഗ്രാഫിക് സൂപ്പർ ഇമ്പോസിഷൻ ടെക്നിക് ചെയ്യുമായിരുന്നുള്ളൂ. വളരെയധികം കാലതാമസം ഉണ്ടാകുമെന്നതിനാൽ തലയോട് ഹൈദരാബാദിൽ അയയ്ക്കാൻ ഇൻസ്പെക്ടർ ഗോപിനാഥന് താത്പര്യമില്ലായിരുന്നു. എന്നോട് സൂപ്പർ ഇമ്പോസിഷൻ ചെയ്തുകൂടേ എന്ന് അദ്ദേഹം ചോദിച്ചപ്പോൾ ആ വെല്ലുവിളി ഏറ്റെടുക്കാൻ എനിക്കു തോന്നി.

സൂപ്പർ ഇമ്പോസിഷനെക്കുറിച്ച് പഠിച്ചിട്ടുണ്ടെന്നല്ലാതെ ഞാൻ അത് ചെയ്തിട്ടുണ്ടായിരുന്നില്ല. ആ സങ്കേതത്തെക്കുറിച്ച് പുസ്തകങ്ങളിലും ജേർണലുകളിലും നിന്ന് കിട്ടാവുന്ന വിവരങ്ങളൊക്കെ ശേഖരിച്ചു. ലോകത്തിൽ ആദ്യമായി സൂപ്പർ ഇമ്പോ

സിഷൻ ചെയ്തത് എഡിൻബറോ യൂണിവേഴ്സിറ്റിയിലെ പ്രൊഫസ്സർ ഗ്ലെയിസ്റ്റർ ആയിരുന്നു. ഇംഗ്ലണ്ടിൽ സ്ഥിരതാമസക്കാരനായ ബക്ക്റക്സ്റ്റൻ എന്ന പാഴ്സി ഡോക്ടർ ഇംഗ്ലിഷുകാരിയായ ഭാര്യയെയും നഴ്സിനെയും കൊല ചെയ്തതിനുശേഷം മൃതദേഹങ്ങൾ പല കഷണങ്ങളാക്കി മുറിച്ചിട്ട് മറവു ചെയ്തു. ആ മൃതദേഹഭാഗങ്ങൾ പരിശോധിച്ച ഗ്ലെയ്സ്റ്റർ താദാത്മ്യനിർണ്ണയത്തിന് അവലംബിച്ച മാർഗ്ഗങ്ങളിലൊന്ന് സൂപ്പർ ഇമ്പോസിഷനായിരുന്നു. അദ്ദേഹം ആ കേസിനെക്കുറിച്ച് 'ബക്ക്റക്സ്റ്റൻകേസിലെ മെഡിക്കോ ലീഗൽ വസ്തുതകൾ' എന്നൊരു പുസ്തകം രചിച്ചിട്ടുണ്ട്. ഭാഗ്യവശാൽ ആ പുസ്തകം വകുപ്പിലെ ലൈബ്രറിയിലുണ്ടായിരുന്നു. അതിൽ നിന്നും ലഭിച്ച വിവരങ്ങളും സൂപ്പർ ഇമ്പോസിഷൻ ചെയ്യുവാൻ എനിക്കു സഹായകമായി. ഞാൻ നേരത്തേ ഫോട്ടോഗ്രാഫി കൂടാതെ ഫിലിം ഡെവലപ്പു ചെയ്യാനും പ്രിന്റു ചെയ്യാനും പഠിച്ചിരുന്നതിനാൽ എനിക്ക് സൂപ്പർ ഇമ്പോസിഷൻ പ്രയാസമില്ലാതെ ചെയ്യാൻ കഴിഞ്ഞു.

മരണപ്പെട്ട രാധാകൃഷ്ണന്റെ വീട്ടിൽ നിന്നും അയാളും ഭാര്യയും അനുജനും ചേർന്നുള്ള ഒരു ഗ്രൂപ്പ് ഫോട്ടോ ലഭിച്ചു. ആ ഫോട്ടോയിൽ കിളിമാനൂരിലെ ഒരു സ്റ്റുഡിയോയുടെ പേരുണ്ടായിരുന്നു. അവിടെനിന്നും ആ ഫോട്ടോയുടെ നെഗറ്റീവ് ലഭിച്ചു. നെഗറ്റീവ് എൻലാർജ് ചെയ്ത് രാധാകൃഷ്ണന്റെ മുഖത്തിന്റെ യഥാർത്ഥ വലിപ്പത്തിലുള്ള ഒരു ഫോട്ടോ ഉണ്ടാക്കണമെങ്കിൽ ഒറിജിനൽ ചിത്രത്തിൽ ഉള്ള ഏതെങ്കിലും വസ്തുവിന്റെ അളവുകൾ എടുക്കണം. രാധാകൃഷ്ണൻ ഒരു കസേരയിൽ ഇരിക്കുന്ന പോസിലായിരുന്ന ആ ഗ്രൂപ്പ്ഫോട്ടോയിൽ കസേരയുടെ ഭാഗങ്ങളും കാണാമായിരുന്നു. ഫോട്ടോ എടുക്കുമ്പോൾ രാധാകൃഷ്ണൻ ഇരുന്നിരുന്ന കസേര സ്റ്റുഡിയോയിൽനിന്നും 'കസ്റ്റഡി' യിലെടുത്തു. കസേരയുടെ ശരിയായ അളവുകൾക്കനുസരിച്ച് നെഗറ്റീവ് എൻലാർജ് ചെയ്തു. അങ്ങനെ രാധാകൃഷ്ണന്റെ മുഖത്തിന്റെ യഥാർത്ഥ വലിപ്പത്തിലുള്ള ഫോട്ടോ നിർമ്മിച്ചു.

അടുത്ത നടപടി തലയോടിന്റെ യഥാർത്ഥ വലിപ്പത്തിലുള്ള ഫോട്ടോ എടുക്കുന്നതാണ്. അതിനുവേണ്ടി തലയോട് പല ദിശകളിൽ തിരിക്കാവുന്ന ഒരു സ്റ്റാന്റിൽ ഉറപ്പിക്കണം. അത്തരമൊരു സ്റ്റാന്റ് എവിടെയും കിട്ടാനില്ലായിരുന്നു. ഞാൻ സ്റ്റാന്റിന്റെ ഒരു രേഖാചിത്രം വരച്ച് തിരുവനന്തപുരത്ത് പാറ്റൂരിൽ വർക്ക്ഷോപ്പ് നടത്തിയിരുന്ന എന്റെ സ്നേഹിതൻ ദാസിനെ ഏൽപ്പിച്ചു. സമർത്ഥനായ ദാസ് സ്റ്റീൽകൊണ്ട് മനോഹരമായ ഒരു സ്റ്റാന്റ് ഉണ്ടാക്കിത്തന്നു. ഫോട്ടോയിൽ രാധാകൃഷ്ണന്റെ മുഖത്തിന്റെ ചരിവിന് അനുസരിച്ച് തലയോട് സ്റ്റാന്റിൽ ഉറപ്പിച്ചു. തലയോ

ടിനു താഴെ ഒരു ടേപ്പ് സ്കെയിൽ വച്ച് ഫോട്ടോ എടുത്തു. ആ നെഗറ്റീവ്, സ്കെയിലിന്റെ യഥാർത്ഥ വലിപ്പം ലഭിക്കുന്നത്ര എൻലാർജ് ചെയ്തു. ഫോട്ടോഗ്രാഫിയുടെ ജോലികൾ ചെയ്യുവാനായി ഡിപ്പാർട്ടുമെന്റിലെ ഒഴിഞ്ഞ ഒരു മുറിയിൽ ഞാൻ സ്റ്റുഡിയോയും ഡാർക് റൂമും സജ്ജമാക്കിയിരുന്നു.

സൂപ്പർ ഇമ്പോസിഷനു വേണ്ടി ഫോട്ടോകൾ പകർത്തുന്നതിന് ഡയാ പോസിറ്റീവ് ഫിലിം വേണമായിരുന്നു. അതാകട്ടെ കേരളത്തിലെങ്ങും കിട്ടാനുമില്ല. ഞാൻ അന്ന് ക്രൈംബ്രാഞ്ച് എസ്.പി. ആയിരുന്ന ജയറാം പടിക്കലിനോട് എന്റെ ആവശ്യം അറിയിച്ചു. അദ്ദേഹം അന്നു തന്നെ ഒരു പോലീസ് കോൺസ്റ്റബിളിനെ വിട്ട് കോയമ്പത്തൂർ ലിപി കമ്പനിയിൽനിന്ന് ഫിലിം വാങ്ങി എനിക്കെത്തിച്ചു. കുറ്റാന്വേഷണത്തിൽ അനിതരസാധാരണമായ സാമർത്ഥ്യവും താത്പര്യവും കാണിച്ചിരുന്ന ഒരു ഉദ്യോഗസ്ഥനായിരുന്നു ശ്രീ പടിക്കൽ. ഫിലിം കിട്ടിയതോടെ സൂപ്പർ ഇമ്പോസിഷൻ പരിശോധനകൾ വേഗം പൂർത്തിയാക്കി. മുഖത്തിന്റെയും തലയോടിന്റെയും യഥാർത്ഥ വലിപ്പത്തിലുള്ള ചിത്രങ്ങൾ ഒന്നിനു മുകളിൽ ഒന്നായി വച്ചിട്ടാണ് താദാത്മ്യ നിർണ്ണയം ചെയ്യുന്നത് (ചിത്രങ്ങൾ 6.5 മുതൽ 6.7 വരെ).

അപ്രകാരം ഒന്നിച്ചു വയ്ക്കുമ്പോൾ മുഖാസ്ഥിയുടെ എട്ടു സ്ഥാനങ്ങൾ (Anthropological points) മുഖത്തിലെ എട്ടു സ്ഥാനങ്ങളുമായി (Anatomical landmarks) ഒത്തുചേർന്നാൽ തലയോട് മരിച്ചയാളുടേതാണെന്നു പറയുവാൻ കഴിയും. ഇത് ഒരു അസന്ദിഗ്ദ്ധമായ തെളിവല്ല. എന്നാൽ മറ്റു തെളിവുകളുടെ കണ്ണികളെ കൂട്ടിയിണക്കാൻ സഹായിക്കുന്ന ഒരു മാർഗ്ഗമാണ്. ഇൻസ്പെക്ടർ ഗോപിനാഥൻ രവിയെയും രാധാകൃഷ്ണന്റെ ഭാര്യയെയും പ്രതികളാക്കി കോടതിയിൽ കുറ്റപത്രം സമർപ്പിച്ചു. മാസങ്ങൾക്കു ശേഷം കേസ് വഞ്ചിയൂർ സെഷൻസ് കോടതിയിലെത്തി. സാഹചര്യത്തെളിവും പ്രതി സ്നേഹിതനോടു നടത്തിയ കുറ്റസമ്മതവും മാത്രമായിരുന്നു പ്രോസിക്യൂഷന് അവലംബം. പ്രതിഭാഗം വക്കീൽ പ്രശസ്തനായ എം.എൻ. പരമേശ്വരൻപിള്ളയായിരുന്നു. സൂപ്പർ ഇമ്പോസിഷൻ ഫോറൻസിക് സർജനും പോലീസുകാരും ചേർന്നു നടത്തിയ ഫോട്ടോഗ്രാഫിക് ചെപ്പടിവിദ്യയാണെന്ന് അദ്ദേഹം വാദിച്ചു. ഫോട്ടോഗ്രാഫിയെക്കുറിച്ച് നിരവധി ചോദ്യങ്ങൾ എന്നോടു ചോദിച്ചു. അന്ന് വകുപ്പു മേധാവി ആയിരുന്ന പ്രൊഫ. കന്തസ്വാമിയെയും വിസ്തരിച്ചു. ഞാൻ സൂപ്പർ ഇമ്പോസിഷൻ തനിച്ചാണോ അതോ ഏതെങ്കിലും ഫോട്ടോഗ്രാഫറുടെ സഹായത്തോടെയാണോ ചെയ്തത് എന്ന് അദ്ദേഹത്തോട് പ്രതിഭാഗം വക്കീൽ ചോദിച്ചു.

ചിത്രം 6.5

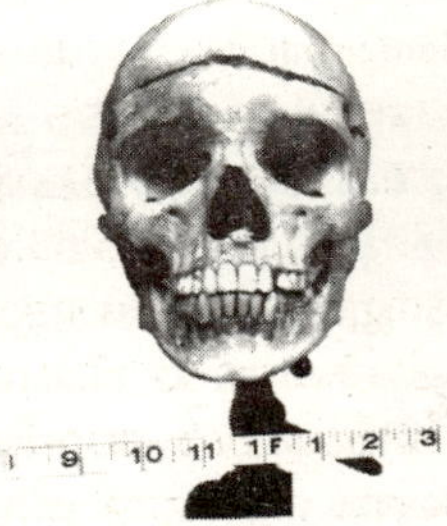

ചിത്രം 6.5

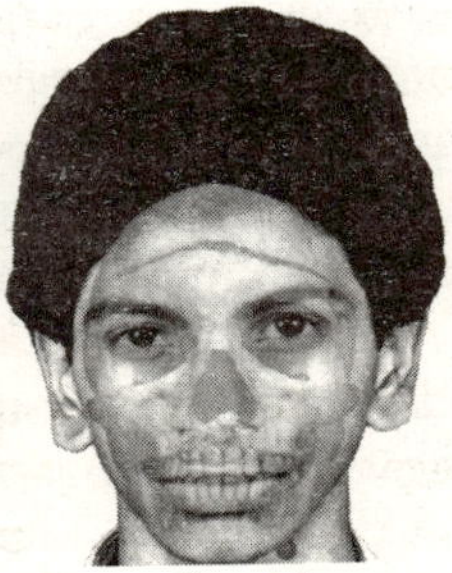

ചിത്രം 6.5

ചിത്രങ്ങൾ 6.5 – 6.7 സൂപ്പർ ഇമ്പോസിഷൻ ടെക്നിക് – 6.5 കൊല്ലപ്പെട്ട യുവാവിന്റെ ഫോട്ടോ 6.6. തിരിച്ചറിയാത്ത മൃതദേഹത്തിന്റെ തലയോട് 6.7 മുഖത്തിന്റെയും തലയോടിന്റെയും ചിത്രങ്ങൾ സൂപ്പർ ഇമ്പോസ് ചെയ്തപ്പോൾ.

ഉമാദത്തന് ഫോട്ടോഗ്രാഫിയിൽ നല്ല പ്രാവീണ്യം ഉള്ളതുകൊണ്ടാണ് സൂപ്പർ ഇമ്പോസിഷൻ ചെയ്യാൻ കഴിഞ്ഞത് എന്ന് അദ്ദേഹം മറുപടി നല്കിയതോടെ വക്കീൽ ചോദ്യങ്ങൾ അവസാനിപ്പിച്ചു. ആദ്യ പരീക്ഷണമായതിനാലോ, കീഴ്വഴക്കങ്ങൾ ഇല്ലാതിരുന്നതിനാലോ സൂപ്പർ ഇമ്പോസിഷന് ആ കേസിൽ വേണ്ടത്ര പ്രാധാന്യം ലഭിച്ചില്ല.

പിന്നീട് പ്രധാനപ്പെട്ട നിരവധി കേസുകളിൽ ഞാൻ സൂപ്പർ ഇമ്പോസിഷൻ ചെയ്തിട്ടുണ്ട്. മിക്കതിലും ബഹു. കോടതികൾ വിധിന്യായങ്ങളിൽ അഭിനന്ദനം രേഖപ്പെടുത്തിയിട്ടുമുണ്ട്. തലശ്ശേരി സെഷൻസ് കോടതിയിൽ ഞാൻ സൂപ്പർ ഇമ്പോസിഷൻ നടത്തിയ ഒരു കേസിൽ മൊഴി നല്കി. ജഡ്ജി ദിവംഗതനായ ശ്രീ പാറശാല രവി ആയിരുന്നു. അദ്ദേഹത്തിന്റെ വിധിന്യായത്തിൽ രണ്ടു പേജ് മുഴുവൻ സൂപ്പർ ഇമ്പോസിഷനെക്കുറിച്ചും അതു ചെയ്ത എന്നെക്കുറിച്ചുമുള്ള പ്രശംസയായിരുന്നു. ഒന്നാം പേജിൽ പലയിടത്തും skull-നെക്കുറിച്ച് പരാമർശിച്ചിരുന്നു. രണ്ടാം പേജിൽ എന്നെ പ്രശംസിച്ച് എഴുതിയ ഒരു വാചകം ഇപ്രകാരമായിരുന്നു; 'the skull of Dr. Umadethan in doing the superimposition technique is higly commendable' കഴിഞ്ഞ പേജിൽ ധാരാളം skull എന്ന വാക്കുകൾ ടൈപ്പു ചെയ്ത ടൈപ്പിസ്റ്റ് skill എന്നു കണ്ടപ്പോൾ അതു തെറ്റായിരിക്കാമെന്നു കരുതി തിരുത്തി skull എന്ന് ടൈപ്പു ചെയ്തതായിരിക്കാം! ഏതായാലും എന്റെ 'സ്കൾ' കുറെനാൾ ചിരിക്കു വക നല്കി.

കുപ്രസിദ്ധമായ സുകുമാരക്കുറുപ്പു കേസിൽ കൊല്ലപ്പെട്ട

ചാക്കോയുടെ തലയോടിന്റെ കുറച്ചു ഭാഗം കത്തിക്കരിഞ്ഞു പോയിരുന്നു. അസ്ഥിഭാഗങ്ങൾ കൂട്ടി യോജിപ്പിച്ചിട്ട് വിജയ കരമായി സൂപ്പർ ഇമ്പോസിഷൻ ചെയ്ത കഥ മറ്റൊരധ്യായത്തിൽ വിവരിക്കുന്നുണ്ട്. ഒരു കേസിലൊഴികെ മറ്റെല്ലാ കേസുകളിലും തലയോടും മുഖത്തിന്റെ ചിത്രവുമായി സാമ്യമുണ്ടായിരുന്നു.

ചെയ്യാത്ത സൂപ്പർ ഇമ്പോസിഷന്റെ പേരിൽ ഞാൻ പഴി വാങ്ങേണ്ടി വന്ന കഥ കൂടി പറയാം. ഒരിക്കൽ കേരള ഹൈക്കോടതി സെഷൻസ് ജഡ്ജിമാർക്ക് ഫോറൻസിക് മെഡിസിനിലും സയൻസിലും പരിശീലനം നല്കാൻ തീരുമാനിച്ചു. പരിശീലന പരിപാടിയുടെ ഉദ്ഘാടനം ഹൈക്കോടതി ഹാളിലായിരുന്നു. ഞാൻ അന്ന് കേരളാപോലീസിന്റെ മെഡിക്കോ ലീഗൽ ഉപദേശക നായിരുന്നു. ഹൈക്കോടതി ജഡ്ജിമാരുൾപ്പെട്ട സദസ്സിൽ ക്രൈം ബ്രാഞ്ച് ഐ.ജി. ശ്രീ സത്താർകുഞ്ഞും ഞാനുമുണ്ടായിരുന്നു. ഉദ്ഘാടകനായിരുന്ന ഗൗഹാട്ടി ചീഫ് ജസ്റ്റിസ് ശ്രീ യു.എൽ. ഭട്ട്, അദ്ദേഹത്തിന്റെ പ്രസംഗത്തിൽ താൻ പാലക്കാട് സെഷൻസ് ജഡ്ജായിരുന്നപ്പോൾ വിചാരണ ചെയ്ത ഒരു കൊലക്കേസിന്റെ കഥ വിവരിച്ചു:

'പാലക്കാടിനു സമീപത്തുള്ള വനത്തിൽനിന്നും പോലീസ്സിന് ഒരു അസ്ഥികൂടം കിട്ടി. ഡോ. ഉമാദത്തൻ സൂപ്പർ ഇമ്പോസിഷൻ നടത്തി അത് ഒരു വർഷത്തിനു മുമ്പ് കാണാതായ മാധവന്റേതാണെന്ന് സ്ഥിരീകരിച്ചു. വിചാരണയ്ക്കിടയിൽ മൈസൂറിൽ ജോലിക്കു പോയിരുന്ന മാധവൻ തിരികെ വന്നു. ഇതാണ് മെഡിക്കൽ സയൻസിനെ വിശ്വസിച്ചാലുള്ള കുഴപ്പം.'

സദസ്സ് ആർത്തുചിരിച്ചു. ഞാൻ അദ്ദേഹത്തിന്റെ വാക്കുകൾ കേട്ടു ഞെട്ടിപ്പോയി. ഞാൻ അങ്ങനെയൊരു കേസ്സ് ചെയ്തിട്ടില്ല. അദ്ദേഹം പാലക്കാട് സെഷൻസ് ജഡ്ജായിരിക്കുമ്പോൾ മറ്റൊരു കൊലക്കേസ്സിൽ ഞാൻ സൂപ്പർ ഇമ്പോസിഷൻ നടത്തിയിരുന്നു. കൊല്ലങ്കോട്ട് എന്ന സ്ഥലത്ത് ഒരു കളം ജോലിക്കാരനായ ഭർത്താവിനെ ഭാര്യയും കളത്തിന്റെ ഉടമയും ചേർന്ന് കൊലപ്പെടുത്തി ശവം കളത്തിൽ കുഴിച്ചിട്ട കേസ്സായിരുന്നു അത്. ശ്രീ ഭട്ടിന്റെ വിധിന്യായത്തിൽ എന്നെ അഭിനന്ദിക്കുകയും ചെയ്തിരുന്നു. മാധവന്റെ കേസ്സിൽ ഫോട്ടോ ഇല്ലായിരുന്നതിനാൽ സൂപ്പർ ഇമ്പോസിഷൻ ചെയ്യാൻ കഴിഞ്ഞിരുന്നില്ല. സദസ്സിൽ എന്റെ സമീപം ഇരുന്നിരുന്ന ജസ്റ്റിസ് പദ്മനാഭൻ (അദ്ദേഹം 2006 ഒക്ടോബറിൽ അന്തരിച്ചു) സാറിനോട് ഞാൻ ഈ കാര്യം പറഞ്ഞു. എന്റെ ബന്ധു കൂടിയായിരുന്ന അദ്ദേഹം എന്നോട് ഒരു കുറിപ്പു തയ്യാറാക്കി ജസ്റ്റിസ് ഭട്ടിനു നല്കാൻ പറഞ്ഞു. 'മൈ ലോർഡ്, അങ്ങയുടെ പ്രസ്താവത്തിന് ഒരു വിശദീകരണം

നല്കാൻ അനുവദിക്കണം' എന്ന് ഞാൻ ഒരു കുറിപ്പെഴുതി. ജസ്റ്റിസ് പദ്മനാഭൻ ആ കുറിപ്പ് ജസ്റ്റിസ് ഭട്ടിന് കൊടുത്തയച്ചു. കുറിപ്പ് ഉറക്കെ വായിച്ചിട്ട് അദ്ദേഹം എന്നെ വിശദീകരണത്തിനു ക്ഷണിച്ചു. ഞാൻ സദസ്സിനോട് കാര്യങ്ങൾ വിശദീകരിച്ചു കഴിഞ്ഞപ്പോൾ മഹാനായ ജസ്റ്റിസ് ഭട്ട് സദസ്സിനോടും എന്നോടും ഖേദം പ്രകടിപ്പിച്ചു.

സുപ്രീം കോടതി ജസ്റ്റിസായിരുന്ന ശ്രീ കെ.ടി. തോമസ്സ് കൊല്ലം ജില്ലാ ജഡ്ജി ആയിരിക്കുമ്പോൾ വിചാരണ നടത്തിയ ഒരു കൊലക്കേസിൽ ഞാൻ സൂപ്പർ ഇമ്പോസിഷൻ ചെയ്തിരുന്നു. ആ കേസിനെക്കുറിച്ച് അദ്ദേഹത്തിന്റെ 'സോളമന്റെ തേനീച്ചകൾ' എന്ന കൃതിയിൽ വിവരിച്ചിട്ടുണ്ട്. പൂയപ്പള്ളി പോലീസ് സ്റ്റേഷനിലെ കേ.ഡി. (Known Depredator) യായിരുന്ന ബുദ്ധനെ ഭാര്യയുടെ കാമുകനും സ്നേഹിതനും ചേർന്നു കൊലപ്പെടുത്തി ശവം കുഴിച്ചിട്ടു. അതിനുശേഷം കാമുകൻ ഭർത്താവിന്റെ സ്ഥാനമേറ്റെടുത്തു. ബുദ്ധനെ കുറെനാളായി കാണാതിരുന്നപ്പോൾ അയാളുടെ അനുജനു സംശയം തോന്നി. അയാൾ പോലീസിൽ വിവരമറിയിച്ചു. കാമുകനെ ചോദ്യവും ഭേദ്യവും ചെയ്തപ്പോൾ അയാൾ കുറ്റം സമ്മതിച്ചു. അന്ന് കൊല്ലം എസ്.പി. ആയിരുന്ന ശ്രീ രാമഭദ്രൻ അറിയിച്ചതനുസരിച്ച് ഞാനും സംഘവും സ്ഥലത്തെത്തി. ബുദ്ധന്റെ ശവം കുഴിച്ചിട്ട സ്ഥലം പ്രതി ചൂണ്ടിക്കാണിച്ചു. അവിടെ കുഴിച്ചപ്പോൾ ശവശരീരം കണ്ടു. ഇത് തെളിവുനിയമത്തിലെ 27-ാം വകുപ്പനുസരിച്ച് വളരെ സ്വീകാര്യമായ തെളിവാണ്.

മിക്ക എക്സ്ഹ്യുമേഷനിലും ഭാഗ്യം എന്നെ കടാക്ഷിക്കാറുണ്ട്. കുഴിച്ചെടുത്തപ്പോൾ ശവം ചീഞ്ഞ് അസ്ഥിമാത്രശേഷമായെങ്കിലും കഴുത്തു ഞെരിച്ചു കൊന്നതിന്റെ വ്യക്തമായ തെളിവുകൾ കണ്ടുപിടിക്കാൻ കഴിഞ്ഞു. കഴുത്തിനു ചുറ്റും ഒരു തോർത്ത് വരിഞ്ഞു മുറുക്കി കെട്ടിയിരുന്നു. കഴുത്തിൽ ശ്വാസക്കുഴലിന്റെ മുകൾഭാഗത്തുള്ള 'ഹയോയ്ഡ് അസ്ഥിയിൽ (Hyoid bone) രണ്ടു വശത്തും ഒടിവുണ്ടായിരുന്നു. പോസ്റ്റ്മോർട്ടത്തിനു ശേഷം തലയോട് ഞാൻ എടുത്തു. ഭാഗ്യവശാൽ ബുദ്ധന്റെ ഒരു പാസ്പോർട്ട് സൈസ് ഫോട്ടോ പൂയപ്പള്ളി പോലീസ് സ്റ്റേഷനിലെ കേ.ഡി. രജിസ്റ്ററിൽനിന്നും കിട്ടി. വൈകാതെതന്നെ സൂപ്പർ ഇമ്പോസിഷൻ ചെയ്ത് റിപ്പോർട്ടും ചിത്രങ്ങളും തലയോടും കോടതിക്കയച്ചു.

കൊല്ലം സെഷൻസ് കോടതിയിൽ മൊഴി കൊടുക്കുമ്പോൾ ചീഫ് വിസ്താരത്തിൽ തലയോട് ഞാൻ തിരിച്ചറിഞ്ഞയുടനെ ജഡ്ജി അത് അദ്ദേഹത്തിന്റെ മേശപ്പുറത്ത് പ്രതിഷ്ഠിച്ചു. വിസ്

താരം കഴിയുന്നതുവരെ അത് പ്രതികളെ നോക്കി പല്ലിളിക്കുന്നുണ്ടായിരുന്നു. അദ്ദേഹത്തിന്റെ വിധിന്യായത്തിൽ കേസിലെ എന്റെ പങ്കിനെക്കുറിച്ച് അഭിനന്ദിച്ചിരുന്നു.

സൂപ്പർ ഇമ്പോസിഷൻ സങ്കേതത്തിൽ ഇപ്പോൾ വലിയ മാറ്റങ്ങൾ ഉണ്ടായിക്കഴിഞ്ഞു. ഫോട്ടോഗ്രാഫിക് സൂപ്പർ ഇമ്പോസിഷനുപകരം വീഡിയോ സൂപ്പർ ഇമ്പോസിഷനാണ് ഇപ്പോൾ പ്രചാരത്തിലുള്ളത്. രണ്ടു വീഡിയോ ക്യാമറകൾ ഉപയോഗിച്ച് തലയോടിന്റെയും മുഖത്തിന്റെയും ചിത്രങ്ങൾ പകർത്തി ഒരു മോണിട്ടറിന്റെ സഹായത്തോടെ സൂപ്പർ ഇമ്പോസിഷൻ നടത്താം. കമ്പ്യൂട്ടറിന്റെ സഹായത്തോടെ ചില പ്രത്യേക സോഫ്റ്റ്വെയറുകൾ ഉപയോഗിച്ചും സൂപ്പർ ഇമ്പോസിഷൻ ചെയ്യാവുന്നതാണ്. ശാസ്ത്രം അതിവേഗത്തിൽ പുരോഗമിക്കുമ്പോൾ നാം നോക്കുകുത്തികളായി നിൽക്കുന്നു.

7. വഴി തെറ്റിക്കുന്ന തെളിവുകൾ

ഫോറൻസിക് മെഡിസിനിലെ ഒരു പാഠഭാഗം സ്വയമായും കൃത്രിമമായും സൃഷ്ടിക്കുന്ന മുറിവുകളെക്കുറിച്ച് പ്രതിപാദിക്കുന്നു. ഉരവുകളും കരിവാളിപ്പും കുത്തിമുറിവുമൊക്കെ സ്വയം സൃഷ്ടിക്കാം. 'ചാര്' (semecarpus anacardium) എന്ന മരത്തിന്റെ കായ്കളിലെകറ അലക്കുകാർ വസ്ത്രങ്ങളിൽ അടയാളമിടാനാണ് ഉപയോഗിക്കുന്നത്. ഈ കറ തൊലിയിൽ പുരട്ടിയാൽ തൊലി പൊള്ളി കറുക്കും. ഒറ്റനോട്ടത്തിൽ കരിവാളിപ്പുപോലെ തോന്നും. 'പറ്റുവള്ളി' എന്നു പേരുള്ള ഒരു പടരുന്ന വള്ളിച്ചെടിയുണ്ട്. അതിന്റെ തണ്ടിൽ നിറയെ ചെറിയ മുള്ളുകളുണ്ട്. ആ വള്ളി പുറത്ത് ഉരച്ചാൽ നീണ്ട ഉരവുകൾ ഉണ്ടാകും. ഇത്തരം മുറിവുകളെ കൃത്രിമ മുറിവുകൾ (Fabricated wounds) എന്നു വിളിക്കുന്നു. സൂക്ഷ്മമായ പരിശോധനയിൽ ഇവയെ തിരിച്ചറിയുവാൻ കഴിയും. കള്ളപ്പരാതി നല്കുവാനാണ് ചിലർ സ്വന്തം ശരീരത്തിൽ ഇങ്ങനെ കൃത്രിമമായി മുറിവുകൾ ഉണ്ടാക്കുന്നത്.

സ്വന്തം ശരീരത്തിൽ ശരിക്കുള്ള മുറിവുകൾ ഉണ്ടാക്കുന്നവരും ഉണ്ട്. ഇത്തരം മുറിവുകൾക്കും ചില പ്രത്യേകതകൾ ഉണ്ടായിരിക്കും. ഒരു ഫോറൻസിക് വിദഗ്ദ്ധന് ഇതൊക്കെ തിരിച്ചറിയു

വാൻ സാധിക്കും. പോലീസ് സബ് ഇൻസ്പെക്ടർമാരുടെ പരിശീലനകാലത്ത് അവരെയും ഫോറൻസിക് മെഡിസിന്റെ അടിസ്ഥാനതത്ത്വങ്ങൾ പഠിപ്പിക്കുന്നുണ്ട്. നമ്മുടെ പോലീസുദ്യോഗസ്ഥന്മാർ ഈ ശാസ്ത്രശാഖയെപ്പറ്റി സാമാന്യം നല്ല അവഗാഹമുള്ളവരാണ്. എങ്കിലും അവർക്കും ചില കള്ളപ്പരാതികളിൽ നെല്ലും പതിരും വേർതിരിക്കാൻ പ്രയാസമാണ്. വിശ്വസനീയമാം വിധം കഥകൾ മെനയുവാനും വഴി തെറ്റിക്കുന്ന തെളിവുകൾ ഉണ്ടാക്കുവാനും യാതൊരു മടിയുമില്ലാത്തവരുണ്ട്. ചില അന്വേഷണ ഉദ്യോഗസ്ഥന്മാർ അറിയാതെ ഈ ചതിക്കുഴികളിൽ വീണുപോവുകയും തന്മൂലം നിരപരാധികൾ പീഡിപ്പിക്കപ്പെടുകയും ചെയ്തിട്ടുണ്ട്. അത്തരത്തിലുള്ള ചില സംഭവങ്ങൾ വിവരിക്കാം.

ഒരു സ്ത്രീപീഡനത്തിന്റെ സത്യാവസ്ഥ

ഞാൻ തിരുവനന്തപുരം മെഡിക്കൽ കോളജിലെ ഫോറൻസിക് മെഡിസിൻ വകുപ്പിൽ ജോലി ചെയ്യുമ്പോൾ ഒരു ദിവസം ആര്യനാട് സബ് ഇൻസ്പെക്ടർ ലൈംഗികപീഡനത്തിനിരയായ പതിന്നാലു വയസ്സുള്ള ഒൻപതാം ക്ലാസ്സുകാരിയായ ഒരു ചെറിയ പെൺകുട്ടിയുടെ ശാരീരിക പരിശോധന നടത്തുവാനുള്ള അപേക്ഷയുമായി വന്നു. കൂടെ ആ പെൺകുട്ടിയുടെ അമ്മയും അവരുടെ അയൽവാസിയും പ്രതിയാണെന്ന് ആരോപിക്കപ്പെട്ടവനുമായ ഒരു നാൽപ്പത്തിഅഞ്ചുകാരനുമുണ്ടായിരുന്നു. പ്രതിയുടെ ലൈംഗികശക്തി(Potency) പരിശോധിക്കുവാനുള്ള അപേക്ഷയുമുണ്ടായിരുന്നു. ബലാത്സംഗക്കേസുകളിൽ അപ്രകാരം ഒരു നടപടി കൂടിയുണ്ട്. ആ കേസിലെ പരാതിക്കാരി പെൺകുട്ടിയുടെ അമ്മയായിരുന്നു.

ഒൻപതാം ക്ലാസിൽ പഠിക്കുന്ന മകളെ അയൽവാസിയായ ഒരു ചായക്കടക്കാരൻ ലൈംഗികമായി പീഡിപ്പിച്ചുവെന്നാണ് അമ്മ ആര്യനാട് സ്റ്റേഷനിൽ ചെന്ന് പരാതിപ്പെട്ടത്. പീഡനത്തിന് ഇരയായ മകളും അവരുടെ ഒപ്പമുണ്ടായിരുന്നു. ഉച്ചയ്ക്ക് മാതാപിതാക്കൾ വീട്ടിലില്ലാതിരുന്ന സമയത്ത് പീഡനം നടന്നെന്നാണ് വൈകിട്ട് അഞ്ചുമണിയോടെ സ്റ്റേഷനിൽ എത്തിയ അവർ പറഞ്ഞത്. തെളിവിലേക്കായി പെൺകുട്ടിയുടെ കീറിയ ബ്ലൗസും രക്തം പുരണ്ട പാവാടയും അമ്മ ഹാജരാക്കിയിരുന്നു. ഏതാനും മണിക്കൂർ മുമ്പ് പീഡനം നടന്നതിന്റെ ഭാവവും അവശതയുമെല്ലാം ആ പെൺകുട്ടിയുടെ മുഖത്ത് തെളിഞ്ഞു കണ്ടതിനാൽ എസ്.ഐ. ഉടൻതന്നെ ബലാത്സംഗത്തിനും വീട് അതിക്രമിച്ചു കയറിയതിനും കേസ് രജിസ്റ്റർ ചെയ്തു.

ആയിടെ ട്രെയിനിങ് കഴിഞ്ഞിറങ്ങിയ ബാച്ചിലെ ചെറുപ്പക്കാരനായ ഒരു പ്രൊബേഷണറായിരുന്നു അവിടുത്തെ എസ്.ഐ. അദ്ദേഹം പോലീസുകാരെയും കൂട്ടി ഉടൻ സംഭവസ്ഥലത്തേക്കു പാഞ്ഞു. പ്രതിയായ ചായക്കടക്കാരനെ കൈയോടെ പിടികൂടി. അയാൾ എല്ലാം നിഷേധിച്ചെങ്കിലും ജീപ്പിൽ കയറ്റി കക്ഷിയെ ഉടൻ സ്റ്റേഷനിൽ എത്തിച്ചു. പ്രതിയെ എസ്.ഐ.യും പോലീസുകാരും നിരന്തരം ചോദ്യം ചെയ്തിട്ടും അയാളൊന്നും സമ്മതിച്ചില്ല. പരാതിക്കാർ തന്റെ അയൽക്കാരാണെന്നും പെൺകുട്ടിയുടെ അമ്മ തന്റെ പക്കൽ നിന്നും നൂറു രൂപ കടം വാങ്ങിയിട്ടുണ്ടായിരുന്നെന്നും അതു തിരിച്ചു തരാത്തതിനെച്ചൊല്ലി തമ്മിൽ വഴക്കുണ്ടായതല്ലാതെ മറ്റൊന്നും ഉണ്ടായിട്ടില്ലെന്നുമായിരുന്നു അയാളുടെ മൊഴി. ചെറിയ പെൺകുട്ടിയെ പീഡിപ്പിച്ച പ്രതിയെ പോലീസുകാർ ശരിക്കും കൈകാര്യം ചെയ്തു. എന്റെ അടുത്തു വരുമ്പോൾ അയാൾ വേദനകൊണ്ട് നടക്കാൻപോലും കഴിയാത്ത അവസ്ഥയിലായിരുന്നു.

പെൺകുട്ടിയെ ചോദ്യം ചെയ്തപ്പോൾ ചായക്കടക്കാരൻ ആരുമില്ലാത്തപ്പോൾ വീട്ടിൽ വന്ന് അവളെ മാനഭംഗപ്പെടുത്തി എന്ന് അവൾ തറപ്പിച്ചു പറഞ്ഞു. ചോദ്യങ്ങൾക്ക് ഉത്തരം നല്കുമ്പോൾ അവൾ ഏങ്ങിക്കരഞ്ഞത് പോലീസുകാരുടെ മനസ്സലിയിച്ചതോടൊപ്പം അവർക്ക് പ്രതിയോടുള്ള രോഷം വർദ്ധിപ്പിക്കുകയും ചെയ്തു. താൻ നിരപരാധിയാണെന്നും, വ്യക്തിവിരോധംകൊണ്ടുള്ള വ്യാജമായ ആരോപണമാണെന്നുമുള്ള പ്രതിയുടെ ഉദീരണങ്ങൾ വനരോദനങ്ങളായി എന്നു മാത്രമല്ല, അയാൾക്ക് കൂടുതൽ ഭേദ്യങ്ങൾ ഏൽക്കേണ്ടിവരുകയും ചെയ്തു.

ഞാൻ അയാളെ ആദ്യംതന്നെ വിളിച്ചു വിവരങ്ങൾ ആരാഞ്ഞു. പോലീസിനോടു പറഞ്ഞതുപോലെ എന്നോടും അയാൾ എല്ലാം നിഷേധിച്ചു. എന്നോടു സംസാരിക്കുമ്പോൾ അയാൾ കരയുകയായിരുന്നു. അയാളുടെ ലൈംഗികശേഷി പരിശോധന പൂർത്തിയാക്കിയതിനു ശേഷം പീഡനത്തിനിരയായ പെൺകുട്ടിയെ മുറിയിലേക്ക് വിളിച്ച് സംഭവിച്ചതെല്ലാം വിവരിക്കാൻ ആവശ്യപ്പെട്ടു. യാതൊരു കൂസലുമില്ലാതെ അവൾ നടന്നതെല്ലാം അക്കമിട്ടു വിവരിച്ചു. പ്രതി വീട്ടിൽ ആരുമില്ലാത്ത തക്കം നോക്കി വാതിലിൽ മുട്ടിയതും അകത്തേക്കു കടന്നതും ബലാൽക്കാരമായി വട്ടംചുറ്റിപ്പിടിച്ചതുമെല്ലാം അവൾ കണ്ണീർ തുടച്ചുകൊണ്ടു പറഞ്ഞു. ചെറുക്കാൻ ശ്രമിച്ച തന്നെ വാപൊത്തി കീഴ്പ്പെടുത്തിയെന്നും പാവാടയും ബ്ലൗസും അടിവസ്ത്രവും വലിച്ചു

കീറി മാറ്റി ലൈംഗികമായി പീഡിപ്പിച്ചെന്നുമാണ് പെൺകുട്ടി പറഞ്ഞത്. ലൈംഗികബന്ധത്തിനിടയിലുണ്ടായ ഓരോ നിസ്സാരകാര്യങ്ങൾപോലും മനസ്സിൽനിന്ന് ഓർമ്മിച്ചെടുത്ത് അവൾ വിവരിച്ചു. യഥാർത്ഥത്തിൽ ബലാൽസംഗം നടന്നിട്ടുണ്ടെന്ന കാര്യത്തിൽ ആർക്കും സംശയമുണ്ടാവാത്ത വിധമായിരുന്നു പെൺകുട്ടിയുടെ മൊഴി.

അവൾ പറഞ്ഞ കാര്യങ്ങൾ രേഖപ്പെടുത്തിയതിനുശേഷം ഞാൻ അവളുടെ ശാരീരിക പരിശോധന ആരംഭിച്ചു. പരിശോധന കഴിഞ്ഞപ്പോൾ ഞാൻ ഞെട്ടിപ്പോയി. പെൺകുട്ടിയുടെ ദേഹത്തിലോ ജനനേന്ദ്രിയത്തിലോ ഒരു നേരിയ പോറൽപോലുമുണ്ടായിരുന്നില്ല. ക്രൂരമായി ബലാൽസംഗത്തിന് ഇരയായി എന്നു പരാതിപ്പെട്ട ആ പെൺകുട്ടി കന്യകയായിരുന്നു. അവളുടെ കന്യകാചർമ്മത്തിന് (Hymen) ഒരു ക്ഷതംപോലുമേറ്റിരുന്നില്ല. കന്യകാചർമ്മത്തിലെ സുഷിരത്തിലൂടെ ഒരു ചെറുവിരൽ പോലും കടത്താൻ സാധിക്കുമായിരുന്നില്ല. പെൺകുട്ടി പറഞ്ഞതു മുഴുവൻ കള്ളമാണെന്നു മനസ്സിലായി. അവളുടെ പാവാടയിൽ കണ്ട രക്തക്കറയും വ്യാജമായി ഉണ്ടാക്കിയതാണെന്ന് ഞാൻ ഊഹിച്ചു. എന്തെന്നാൽ രക്തം വാർന്ന ഒരു മുറിവും അവളുടെ ശരീരത്തിൽ ഉണ്ടായിരുന്നില്ല.

രക്തക്കറ ഉള്ള ഒരു ഭാഗം അല്പം ഉപ്പുലായനിയിൽ (നോർമൽ സലൈൻ) കുതിർത്ത് ഞാൻ ഒരു സ്മീയർ ഉണ്ടാക്കി മൈക്രോസ്കോപ്പിലൂടെ പരിശോധിച്ചു. രക്തത്തിൽ നിറയെ കേന്ദ്ര ബിന്ദുക്കളുള്ള ശോണാണുക്കൾ (Nucleated RBCs)! പക്ഷികൾക്കും ഇഴജന്തുക്കൾക്കുമാണ് ഇത്തരത്തിലുള്ള രക്തമുള്ളത്. നിർലജ്ജം കള്ളം പറഞ്ഞ ആ പെൺകുട്ടിയെ ഞാൻ ക്രോസ് വിസ്താരമൊന്നും നടത്തിയില്ല. അത് പോലീസിന്റെ ജോലിയാണല്ലൊ. അവളുടെ അമ്മ പറഞ്ഞുപഠിപ്പിച്ചത് അവൾ തത്ത പറയുന്നതുപോലെ പറഞ്ഞതാണെന്ന് എനിക്കു തോന്നി. അകാരണമായി പ്രതിയാക്കപ്പെട്ട, നിരപരാധിയായ ആ ചായക്കടക്കാരനെയോർത്ത് ഞാൻ ദുഃഖിച്ചു. അയാൾക്ക് പുറത്തു പുരട്ടുവാൻ ടർപ്പന്റൈൻ ലിനിമെന്റും വേദനയ്ക്കുള്ള ഗുളികകളും നല്കുകയും ആശ്വസിപ്പിക്കുകയും ചെയ്തു.

മറ്റൊരു മുറിയിൽ പരിശോധനാഫലം കാത്തിരുന്ന ആര്യനാട് എസ്.ഐ.യെ ഞാൻ മുറിക്കകത്തേക്കു വിളിപ്പിച്ചു വിവരമെല്ലാം പറഞ്ഞു. ബലാൽസംഗം നടന്നിട്ടേയില്ല എന്ന് ഞാൻ പറഞ്ഞപ്പോൾ കുറ്റബോധംകൊണ്ട് ആ യുവ സബ് ഇൻസ്പെക്ടർ തല കുനിച്ചു. പോലീസ് ട്രെയിനിങ് കോളജിൽ ഞാൻ ഫോറൻസിക് മെഡിസിൻ പരിശീലനം നല്കിയ ബാച്ചിൽപെട്ട

ആ ഇൻസ്പെക്ടറോട് കള്ളപ്പരാതികളെന്ന ചതിക്കുഴികളെക്കുറിച്ച് ഇനിയെങ്കിലും ജാഗരൂകനായിരിക്കണമെന്ന് ഓർമ്മിപ്പിച്ചു. സബ് ഇൻസ്പെക്ടർ പെൺകുട്ടിയുടെ അമ്മയെ കർക്കശമായി ചോദ്യം ചെയ്തപ്പോൾ അവർ സത്യം തുറന്നുപറഞ്ഞു. ചായക്കടക്കാരനുമായി വഴക്കുണ്ടായപ്പോൾ അയാൾ അവരുടെ കവിളത്തടിച്ചു. അതിന്റെ ദേഷ്യവും വാശിയും തീർക്കാനാണത്രെ അമ്മ ബലാൽസംഗക്കഥ മെനഞ്ഞത്. കോഴിയുടെ രക്തമാണ് മകളുടെ പാവാടയിൽ പുരട്ടിയതെന്നും അമ്മ സമ്മതിച്ചു. കള്ളപ്പരാതി നല്കിയതിന് അവരുടെ പേരിൽ കേസ്സെടുത്തു!

സ്വയം ചത്തും പകതീർക്കുന്നവർ

ആത്മഹത്യ ചെയ്യുമ്പോഴും അത് വിരോധം തീർക്കുന്നതിനുള്ള മാർഗ്ഗമാക്കി മാറ്റുന്നതിനു ചിലർ ശ്രമിക്കാറുണ്ട്. കൊലപാതകമാണെന്ന് സംശയം ജനിപ്പിക്കുന്ന തരത്തിലുള്ള ആത്മഹത്യാരീതികൾ സ്വീകരിക്കുക. വിരോധമുള്ളവർക്കു മരണത്തിൽ പങ്കുണ്ടെന്നു വരുത്തിത്തീർക്കുവാൻ വേണ്ടി കൃത്രിമമായി തെളിവുണ്ടാക്കുക എന്നിങ്ങനെ വിചിത്രമായ പല മാർഗ്ഗങ്ങളും ഇത്തരക്കാർ അവലംബിക്കാറുണ്ട്. കുടിലമനസ്സുകളുടെ ഈ പ്രഹസനം മൂലം എത്രയോ നിരപരാധികൾ ക്രൂശിക്കപ്പെട്ടിട്ടുണ്ട്. അത്തരം ചില സംഭവങ്ങൾ വായനക്കാരുമായി പങ്കുവയ്ക്കാം.

കോട്ടയം താലൂക്കിലെ ഒരു മലയോര ഗ്രാമം. അവിടെയുള്ള ഏക നമ്പൂതിരി ഇല്ലത്തിലെ യുവാവിനെ വിജനമായ ഒരു പ്രദേശത്ത് മരിച്ചനിലയിൽ കണ്ടെത്തി. മലർന്നു കിടക്കുന്ന നിലയിലായിരുന്നു ശവശരീരം. ശവത്തിന്റെ കാലുകൾ ഒരു കയർ കൊണ്ട് കൂട്ടിക്കെട്ടിയിരുന്നു. സാമാന്യം വലിയ ഒരു മരത്തിന്റെ മുറിച്ച ശിഖരം കാലുകൾക്കു കുറുകെ വച്ചിരുന്നു. ഷർട്ടിന്റെ മുകളിലത്തെ ബട്ടൻ ദ്വാരങ്ങൾ കീറി ബട്ടണുകൾ നഷ്ടപ്പെട്ടിരുന്നു.

ശരീരത്തിൽ മുറിവുകളില്ലെങ്കിലും ബലപ്രയോഗം നടന്ന ലക്ഷണങ്ങൾ. നമ്പൂതിരിയുടെ ഷർട്ടിന്റെ പോക്കറ്റിൽ അയാൾക്കു പോസ്റ്റിൽ ലഭിച്ച ഒരു കത്തുമുണ്ടായിരുന്നു. നാട്ടുകാരനായ ഒരു തോമസിന്റേതായിരുന്നു ആ കത്ത്. തോമസിന്റെ പക്കൽ നിന്നും നമ്പൂതിരി കുറെ പണം കടം വാങ്ങിയിരുന്നു. പല അവധികൾ കഴിഞ്ഞിട്ടും പണം തിരികെ കിട്ടാതെ വന്നപ്പോൾ തോമസ് നമ്പൂതിരിക്കെഴുതിയ ആ കത്തിൽ കടം വാങ്ങിയ പണം ഉടനേ തിരിച്ചു നല്കിയില്ലെങ്കിൽ കൊല്ലുമെന്ന ഭീഷണിയുണ്ടായി

രുന്നു. ഇൻക്വസ്റ്റ് സമയത്ത് ഈ കത്തിന്റെ ഉള്ളടക്കം മനസ്സിലാക്കിയ നാട്ടുകാർ ഒന്നടങ്കം തോമസുതന്നെയാണ് നമ്പൂതിരിയെ കൊന്നതെന്ന നിഗമനത്തിലെത്തി. തുടർന്ന് പോലീസ് തോമസിനെ കസ്റ്റഡിയിലെടുത്തു ചോദ്യം ചെയ്തു. പല തവണ ആവശ്യപ്പെട്ടിട്ടും പണം തിരികെ തരാത്തതിനാലുള്ള ദേഷ്യംകൊണ്ട് കത്തെഴുതിയതാണെന്നും നമ്പൂതിരിയുടെ മരണത്തിൽ പങ്കില്ലെന്നും തോമസ് പറഞ്ഞത് പോലീസ് വിശ്വസിച്ചില്ല.

പ്രേതപരിശോധനയിൽ പ്രേതത്തിന്റെ ചുണ്ടിലും കൈവിരലുകളിലും വയലറ്റു നിറമുണ്ടായിരുന്നു. വായ് തുറന്നു പരിശോധിച്ചപ്പോൾ നാവിൽ വയലറ്റു നിറത്തിലുള്ള ഏതാനും തരികൾ കാണപ്പെട്ടു. പ്രേതം കാണപ്പെട്ട സ്ഥലത്തിനടുത്തുള്ള കുറ്റിക്കാട്ടിൽനിന്നും വയലറ്റു നിറമുള്ള ഫ്യുറഡാൻ കീടനാശിനിയുടെ അവശിഷ്ടങ്ങൾ ഉണ്ടായിരുന്ന ഒരു കുപ്പി കിട്ടി. പിന്നീടു നടത്തിയ പോസ്റ്റ്മോർട്ടം പരിശോധനയിലും രാസപരിശോധനയിലും മരണകാരണം ഫ്യുറഡാൻ കീടനാശിനി കഴിച്ചതുകൊണ്ടാണെന്ന് വ്യക്തമായി. ശവശരീരത്തിൽ ബലപ്രയോഗത്തിന്റെ യാതൊരു ലക്ഷണങ്ങളുമില്ലായിരുന്നു. നമ്പൂതിരിയുടെ കാലിലെ കെട്ട് സ്വയം കെട്ടാവുന്ന തരത്തിലുള്ളതായിരുന്നു. മരത്തിന്റെ ശിഖരം കാലുകൾക്കു മുകളിൽ വച്ചതിന്റെ പിന്നിലെ ചേതോവികാരം ആർക്കും മനസ്സിലാക്കാൻ കഴിഞ്ഞില്ല. ഇതിനിടെ നമ്പൂതിരി ഭാര്യയ്ക്ക് എഴുതിയ ഒരു കത്തു കിട്ടി. അതിൽ കടബാദ്ധ്യത മൂലം താൻ ആത്മഹത്യ ചെയ്യുകയാണെന്ന് വ്യക്തമാക്കിയിരുന്നു. പാവം നിരപരാധി ആയ തോമസിന് കടം കൊടുത്ത പണം തിരികെ കിട്ടിയില്ലെന്നു മാത്രമല്ല, മാനസികവും ശാരീരികവുമായ പീഡനങ്ങളും അനുഭവിക്കേണ്ടി വന്നു.

ഒരിക്കൽ ധനികനായ ഒരു ഹാജിയുടെ വീട്ടുമുറ്റത്ത് ഒരു ദിവസം നേരം പുലർന്നപ്പോൾ ഒരു ഹിന്ദു യുവാവിന്റെ പ്രേതം കാണപ്പെട്ടു. അയാളുടെ ഷർട്ടിന്റെ പോക്കറ്റിൽ ഹാജിയുടെ പേരും മേൽവിലാസവും എഴുതിയിരുന്ന ഒരു കാർഡുണ്ടായിരുന്നു. ഈ കാർഡിന്റെ മറുവശത്ത് ഒരു തലയോടിന്റെ ചിത്രവുമുണ്ടായിരുന്നു. ഹാജിയാർ തന്റെ മകളുടെ കാമുകനായ ഹിന്ദു യുവാവിനെ കൊലപ്പെടുത്തിയെന്ന വാർത്ത നാട്ടിൽ പരന്നു. ഒരു സാമുദായിക ലഹള വരെ പൊട്ടിപ്പുറപ്പെടാമെന്ന സ്ഥിതിയുണ്ടായി. പോലീസ്സിന്റെ പ്രാഥമിക അന്വേഷണത്തിൽ മരിച്ച യുവാവ് ഹാജിയാരുടെ മകളുടെ പിന്നാലെ നടന്നു ശല്യമുണ്ടാക്കുന്നവനായിരുന്നുവെന്നും ഒരിക്കൽ ഹാജിയാരുടെ ആളുകൾ അയാളെ താക്കീതു ചെയ്തിട്ടുണ്ടെന്നും വെളിവായി.

ആ യുവാവിനെ ഒരു മോഷണവുമായി ബന്ധപ്പെട്ട് പോലീസ് തിരയുന്നുമുണ്ടായിരുന്നു.

മൃതദേഹ പരിശോധനയിൽ ഓർഗാനോ ഫോസ്ഫറസ് വിഭാഗത്തിൽപ്പെട്ട ഒരു കീടനാശിനിയുടെ അംശം ആമാശയത്തിൽ കണ്ടെത്തി. ശരീരത്തിൽ ബലപ്രയോഗത്തിന്റെ ലക്ഷണങ്ങൾ ഒന്നുംതന്നെ ഉണ്ടായിരുന്നില്ല. രാസപരിശോധനയിലും കീടനാശിനിയാണ് മരണകാരണമെന്ന് തെളിഞ്ഞു. ഷർട്ടിന്റെ പോക്കറ്റിൽ കണ്ട കൈയക്ഷരം മരിച്ച യുവാവിന്റേതുതന്നെയാണെന്നും കണ്ടുപിടിച്ചു. മണ്ണെണ്ണയുടെ മണവും അരുചിയുമുള്ള ഇത്തരം കീടനാശിനികൾ ആഹാരത്തിൽ കലർത്തിയോ അല്ലാതെയോ ഒരു വ്യക്തിക്ക് നല്കാൻ സാധ്യമല്ല. ബലമായി നല്കുകയാണെങ്കിൽ ശരീരത്തിൽ ബലപ്രയോഗത്തിന്റെ ലക്ഷണങ്ങൾ ഉണ്ടായിരിക്കും. മരിച്ച യുവാവിന്റെ ശരീരത്തിൽ യാതൊരു പരിക്കുകളും ഉണ്ടായിരുന്നില്ല. യുവാവിന്റെ മരണം ആത്മഹത്യയാണെന്ന് സ്ഥിരീകരിച്ചെങ്കിലും അയാളുടെ ബന്ധുക്കൾ ഹൈക്കോടതിയിൽ കേസ് ഫയൽ ചെയ്തു. ക്രൈംബ്രാഞ്ച് ഐ.ജി. അന്വേഷിക്കണമെന്ന ഹൈക്കോടതിയുടെ ഉത്തരവനുസരിച്ച് അന്ന് ഐ.ജി.യായിരുന്ന ശ്രീ സത്താർകുഞ്ഞിന്റെ നേതൃത്വത്തിൽ കേസ് വീണ്ടും അന്വേഷിച്ചു. അന്വേഷണത്തിൽ ഞാനും പങ്കെടുത്തിരുന്നു. ഞങ്ങൾ സമഗ്രമായ അന്വേഷണം നടത്തി മരണം ആത്മഹത്യയാണെന്നു റിപ്പോർട്ടു നല്കിയതിനു ശേഷമാണ് ആരോപണങ്ങൾ കെട്ടടങ്ങിയത്.

മരണമൊഴിയിലും കള്ളത്തരങ്ങൾ

മരണസമയത്തുപോലും ശത്രുക്കളോട് പകയും വിദ്വേഷവും വച്ചു പുലർത്തുകയും, സ്വന്തം മരണം ഒരു സമസ്യ ആക്കി മാറ്റി ഉത്തരവാദിത്വം അന്യരിൽ സ്ഥാപിക്കുവാനും മനുഷ്യർക്കു മടിയില്ല. ചിലർ തന്റെ മരണം ആത്മഹത്യയാണെന്നു മറ്റുള്ളവർ അറിയരുതെന്നു കരുതി ചില തെളിവുകൾ സൃഷ്ടിക്കുവാനും നിരപരാധികളെ കുടുക്കുവാനും ശ്രമിക്കും. ഇതുകാരണം ശിക്ഷിക്കപ്പെടുന്നത് നിരപരാധികളും.

മരണം ആസന്നമായിരിക്കുമ്പോൾ ഒരു വ്യക്തി നല്കുന്ന മൊഴി സത്യമായിരിക്കുമെന്നാണ് കരുതുന്നത്. നിയമത്തിലും മരണമൊഴിക്ക് വലിയ പ്രാധാന്യമാണ് നല്കിയിട്ടുള്ളത്. എന്നാൽ ചിലർ തികച്ചും വ്യാജമായ മൊഴി നല്കാറുണ്ട്. അതിന്റെ ഫലമായി ധാരാളം നിരപരാധികൾ ക്രൂശിക്കപ്പെട്ടിട്ടുണ്ട്. ഒരിക്കൽ ഭർത്തൃമതിയായ ഒരു യുവതിയെ ശരീരമാസകലം പൊള്ളലേറ്റ

നിലയിൽ ആശുപത്രിയിൽ കൊണ്ടുവന്നു. ശരീരത്തിലും കരിഞ്ഞ വസ്ത്രങ്ങളിലും മണ്ണെണ്ണയുടെ ഗന്ധമുണ്ടായിരുന്നെങ്കിലും അടുപ്പിൽനിന്നും യാദൃച്ഛികമായി തീ വസ്ത്രങ്ങളിൽ പടർന്നു പിടിച്ചു എന്നാണ് അവർ കാഷ്വാലിറ്റിയിലെ ഡോക്ടറോടു പറഞ്ഞത്. അദ്ദേഹം അപ്രകാരം ആക്സിഡന്റ് രജിസ്റ്ററിൽ രേഖപ്പെടുത്തുകയും ചെയ്തു. രണ്ടാം ദിവസം ആ സ്ത്രീയുടെ നില ഗുരുതരമായി. ഡോക്ടറുടെ അപേക്ഷപ്രകാരം മജിസ്ട്രേറ്റ് ആശുപത്രിയിൽ വന്ന് മരണമൊഴി രേഖപ്പെടുത്തിയപ്പോൾ അവർ പറഞ്ഞത് അമ്മായിയമ്മ തന്നെ കൊല്ലാനായി മണ്ണെണ്ണ ഒഴിച്ച് തീ കൊളുത്തിയെന്നാണ്. അമ്മായിയമ്മ പ്രതിയായെന്നു മാത്രമല്ല, അവരെ രക്ഷിക്കാൻ വേണ്ടി ആക്സിഡന്റ് രജിസ്റ്ററിൽ തെറ്റായ വിവരം എഴുതിയെന്ന് ഡോക്ടർക്കെതിരായും ആരോപണമുയർന്നു. നീണ്ട അന്വേഷണത്തിനൊടുവിലാണ് അവർ കുറ്റവിമുക്തരാക്കപ്പെട്ടത്. ഒരു കുറ്റകൃത്യത്തെപ്പറ്റി പ്രഥമവിവരം നല്കുന്നവനെയാണ് ആദ്യം സംശയിക്കേണ്ടത് (First informant is the first suspect) എന്നാണ് പോലീസ്സിന്റെ അലിഖിതനിയമം. ചില കേസുകളിൽ ഇത് ശരിയാകാമെന്നു വരാമെങ്കിലും മുൻവിധിയോടെയുള്ള കുറ്റാന്വേഷണം തെറ്റായ നിഗമനങ്ങളിലെത്താനുള്ള സാധ്യതയുണ്ട്. അത്തരത്തിലൊരു കേസ്സിനെക്കുറിച്ചു പറയാം.

കൊല്ലം താലൂക്കിൽപെട്ട ഒരു ചെറിയ പട്ടണത്തിൽ വിധവയായ ഒരു മധ്യവയസ്ക ഉപജീവനാർത്ഥം ചെറിയ ഒരു മെഡിക്കൽ ഷോപ്പ് നടത്തിവരുകയായിരുന്നു. അവരെ നമുക്ക് മേരി എന്നു വിളിക്കാം. അവർ തന്റെ പ്രായമായ അച്ഛനോടും ആറു വയസ്സുള്ള മകളോടുമൊപ്പമായിരുന്നു താമസം. അയൽവാസിയായ തെങ്ങുകയറ്റത്തൊഴിലാളിയായ ഒരു ചെറുപ്പക്കാരനെ വീട്ടിലെ പല ജോലികൾക്കും വിളിക്കുമായിരുന്നു. ക്രമേണ അയാൾ ആ വീട്ടിലെ വിശ്വസ്തനായ ആശ്രിതനായി മാറി. ആയിടയ്ക്കാണ് വിഭാര്യനായ ഒരു ബാങ്കുദ്യോഗസ്ഥനുമായി മേരി അടുപ്പത്തിലായത്. അയാൾ മേരിയെ വിവാഹം കഴിക്കാൻ തയ്യാറായി.

ഒരു ദിവസം രാവിലെ മേരിയുടെ കിടപ്പുമുറിയുടെ അടുത്ത മുറിയിൽ ആശ്രിതനായ യുവാവ് നെഞ്ചിൽ ഇടതു മുലക്കണ്ണിനു താഴെയായി രണ്ടു കുത്തിമുറിവുകളേറ്റ് തളം കെട്ടിയ രക്തത്തിൽ മരിച്ചു കിടക്കുന്നു. മേരിയുടെ അപ്പൻ അടുത്തുള്ള പോലീസ് സ്റ്റേഷനിൽ പോയി പ്രഥമവിവരം നല്കി. സംഭവസ്ഥലത്തെത്തിയ പോലീസിന് പ്രേതത്തിന്റെ സമീപത്തുനിന്നും മരണപ്പെട്ട യുവാവ് മേരിയുടെ അപ്പനെ അഭിസംബോധന ചെയ്തെഴുതിയ ഒരു

കത്തു ലഭിച്ചു. താനും മേരിയുമായി പ്രേമത്തിലാണെന്നും, ബാങ്കുദ്യോഗസ്ഥനെ അവർ വിവാഹം കഴിക്കുന്നത് തനിക്കിഷ്ട മില്ലെന്നുമൊക്കെ എഴുതിയിരുന്നു. എന്നാൽ ആ കത്തിൽ ആത്മ ഹത്യയെക്കുറിച്ച് ഒരു സൂചനയുമില്ലായിരുന്നു. മൃതശരീരത്തി നടുത്തു നിന്നും ലഭിച്ച രക്തം പുരണ്ട കത്തി മേരിയുടെ അപ്പന്റേ തായിരുന്നു. അപ്പനെ സംശയിക്കാൻ പോലീസിന് ഇതിൽപ്പരം എന്തു തെളിവു വേണം?

സമർത്ഥരും സത്യസന്ധരുമായ ഉദ്യോഗസ്ഥന്മാരായിരുന്നു കൊല്ലം ഡിവൈ.എസ്.പി. കരുണാകരക്കുറുപ്പും സർക്കിൾ ഇൻ സ്പെക്ടർ അബ്ദുൽ ഹമീദും. ഇവരിൽ ശ്രീ കുറുപ്പ് കുറച്ചു കാലം മുമ്പ് ദിവംഗതനായി. ഒരു സാഹിത്യകാരനും ഗ്രന്ഥകാ രനും കൂടിയായ ശ്രീ ഹമീദ് എസ്.പി. ആയി പെൻഷൻ പറ്റി എറണാകുളത്തു താമസിക്കുന്നു. ശ്രീ കുറുപ്പ് അറിയിച്ചതിൻ പ്രകാരം പ്രൊഫ. കന്തസ്വാമിയും ഞാനും സംഭവസ്ഥലത്തെത്തി. പ്രേതം അവിടെ വച്ചു തന്നെ പോസ്റ്റ്മോർട്ടം നടത്തി. യുവാ വിന്റെ നെഞ്ചിൽ ഇടതുവശം അടുത്തടുത്തായി കണ്ട കുത്തി മുറിവുകളിൽ ഒന്ന് വളരെ ആഴം കുറഞ്ഞതായിരുന്നു. മറ്റൊന്ന് ഹൃദയം ഭേദിച്ചിരുന്നു.

ആ മുറിവിന്റെ കീഴറ്റത്തു നിന്നും തുടങ്ങി വലത്തേക്ക് ഒരു വാലു പോലെ നീണ്ടതും ആഴം കുറഞ്ഞതുമായ മറ്റൊരു മുറി വുമുണ്ടായിരുന്നു (Tailing). ഇതെല്ലാം സ്വയം കുത്തിയതിന്റെ ലക്ഷണങ്ങളാണ്. കൊലപാതകമായിരുന്നെങ്കിൽ ടെയിലിങ്ങിന്റെ ദിശ വലതു വശത്തേക്കാകുമായിരുന്നില്ല. അതുപോലെ നെഞ്ചിൽ അടുത്തടുത്തായി ആഴം കുറഞ്ഞതും ആഴം കൂടിയതുമായ രണ്ടു മുറിവുകൾ ഉണ്ടാകാനുള്ള സാധ്യതയും കുറവായിരു ന്നേനെ. ആഴം കുറഞ്ഞ മുറിവ് ഒരു മടിച്ചുള്ള കുത്താണെന്നാ യിരുന്നു (Hesitation wound) ഞങ്ങളുടെ അനുമാനം. മറ്റൊരു കേസ്സിൽ സ്വയം കുത്തി മരിച്ച ഒരാളുടെ നെഞ്ചിൽ ഇടതു വശത്ത് മുപ്പത്തിരണ്ടു കുത്തിമുറിവുകളുണ്ടായിരുന്നു. അതിൽ ഒരെണ്ണം ഒഴികെ മറ്റൊരു കുത്തും നെഞ്ചിന്റെ ഭിത്തി പോലും തുളച്ചിരുന്നില്ല. ഇതിന്റെ പിന്നിലെ മനഃശാസ്ത്രം വിചിത്ര മാണ്.

ആത്മഹത്യ ചെയ്യുന്ന ആളിനും സ്വന്തം ശരീരത്തിൽ കുത്തി മുറിവേൽപ്പിക്കുവാൻ ഭയമായിരിക്കും. മടിച്ചു മടിച്ചായിരിക്കും ആദ്യത്തെ കുത്തുകൾ. അതൊക്കെ അടുത്തടുത്തായി ആഴമി ല്ലാത്ത കുത്തുകളായിരിക്കും. അങ്ങനെ നിരവധി കുത്തു കൾ കുത്തിയിട്ടും മരിക്കാത്തപ്പോൾ പിന്നീട് ധൈര്യം സംഭരിച്ച് മരിക്കുന്നതു വരെ ആഞ്ഞു കുത്തുന്നു. കൊലപാതകത്തിൽ

ഇത്തരം അടുത്തടുത്ത് നിരവധി ആഴം മുറിവുകൾ ഉണ്ടാകാനുള്ള സാധ്യത വളരെ വിരളമാണ്.

പോസ്റ്റ്മോർട്ടത്തിനുശേഷം ഡിവൈ.എസ്.പി. കുറുപ്പിനോടും ഹമീദിനോടുമൊപ്പം ഞങ്ങൾ മരിച്ച യുവാവിന്റെ വീട്ടിൽ പോയി. അവിടെ അയാളുടെ പൂട്ടി വച്ചിരുന്ന മേശ തുറന്നു പരിശോധിച്ചപ്പോൾ സ്വന്തം അനുജനെഴുതിയ ആത്മഹത്യാക്കുറിപ്പ് കണ്ടുകിട്ടി. അതിൽ അയാൾ 'വീരചരമം' പ്രാപിക്കുമെന്നെഴുതിയിരുന്നു. അതു വായിച്ചപ്പോൾ കേസ് തെളിഞ്ഞല്ലോ എന്ന് എല്ലാവരും ആശ്വസിച്ചു. അപ്പോഴും പോലീസ് സ്റ്റേഷനിൽ പിടിച്ചിട്ടിരുന്ന മേരിയുടെ വൃദ്ധനായ അപ്പൻ രക്ഷപ്പെട്ടല്ലോ എന്നോർത്താണ് ഞാൻ ആശ്വസിച്ചത്.

8. കോട്ടയം ജീവിതത്തിലെ ചില അന്വേഷണസംഭവങ്ങൾ

ഞാൻ എം.ഡി. പാസ്സായി രണ്ടു മാസത്തിനുശേഷം എന്നെ അസിസ്റ്റന്റ് പ്രൊഫസ്സറായി തിരുവനന്തപുരത്തു തന്നെ നിയമിച്ചു. കോട്ടയത്തെ പ്രൊഫസ്സറായ ഡോ. ജയപാലൻ ഇംഗ്ലണ്ടിൽ ഉപരിപരിശീലനത്തിനു പോയതിനാൽ ഏതാനും മാസങ്ങൾക്കുശേഷം എന്നെ കോട്ടയത്തേക്കു സ്ഥലം മാറ്റി. എനിക്ക് ആ പറിച്ചുനടലിനോട് പ്രതിപത്തി ഇല്ലായിരുന്നുവെങ്കിലും ആ മാറ്റം എനിക്കു വളരെ ഗുണകരമായിരുന്നു. ഇരുപത്തിയേഴാമത്തെ വയസ്സിൽ വകുപ്പു മേധാവിയാകാനും കോട്ടയം പോലീസ് സർജൻ എന്ന പദവി വഹിക്കാനും കഴിഞ്ഞു. പദവിയെക്കാളുപരി പരിചയസമ്പത്ത് വർദ്ധിപ്പിക്കുവാൻ ധാരാളം അവസരങ്ങൾ ലഭിച്ചുവെന്നതായിരുന്നു പ്രധാനമായ ഒരു നേട്ടം. മറ്റൊന്ന് നിരവധി സമർത്ഥരായ അന്വേഷണ ഉദ്യോഗസ്ഥന്മാരെ പരിചയപ്പെടാനും നിരവധി കുറ്റാന്വേഷണങ്ങളിൽ അവരുമായി സഹകരിക്കുവാനും സാധിച്ചുവെന്നതാണ്.

ഞാനും ഭാര്യയും രണ്ടു ചെറിയ കുട്ടികളുമായി ആദ്യമായി അച്ഛനമ്മമാരെ പിരിഞ്ഞ് കോട്ടയത്തു താമസമാക്കി. പ്രൊഫ. ജയപാലൻ അദ്ദേഹം താമസിച്ചിരുന്ന ക്വാർട്ടേഴ്സ് എനിക്ക് താമസിക്കാൻ വിട്ടുതന്നിരുന്നു. മെഡിക്കൽ കോളജ് ക്യാമ്പസിനകത്തുള്ള മനോഹരമായ ഒരു ചെറുകുന്നിലായിരുന്നു ആ ഭവനം. മെഡിക്കൽ കോളജും ആശുപത്രിയും വളരെ അടുത്തായി

രുന്നു. ആശുപത്രിയോടനുബന്ധിച്ചുള്ള ഒരു ചെറിയ കെട്ടിടത്തിലായിരുന്നു ഫോറൻസിക് മെഡിസിൻ വകുപ്പും മോർച്ചറിയും പ്രവർത്തിച്ചിരുന്നത്. വകുപ്പിൽ അന്ന് തസ്തികകൾ വളരെ കുറവായിരുന്നു. എന്റെ സഹായികളായി മൂന്നു ട്യൂട്ടർമാർ മാത്രമേ ഉണ്ടായിരുന്നുള്ളൂ. അവരിൽ ഡോ. രാധാകൃഷ്ണൻ ഏതാനും മാസങ്ങൾക്കു ശേഷം എം.ഡി.ക്കു പഠിക്കുവാൻ പോയി. ഡോ. രാമൻകുട്ടിയും ഡോ. രാജാപിള്ളയുമായിരുന്നു മറ്റു രണ്ടു പേർ. ഞങ്ങളുടെ അന്നത്തെ സൗഹൃദം ഇന്നും കുറവില്ലാതെ തുടരുന്നു.

ജോലിത്തിരക്കുകൾക്കിടയിലും കോട്ടയത്തെ വാസം സുഖപ്രദമായിരുന്നു. ഞാൻ താമസിച്ചിരുന്നത് എ ടൈപ്പ് ക്വാർട്ടേഴ്സുകളിലൊന്നിലായിരുന്നു. അയൽക്കാരൊക്കെ സീനിയർ പ്രൊഫസ്സർമാരായിരുന്നെങ്കിലും അവരൊക്കെ എന്നോടും ഭാര്യയോടും അതിയായ സ്നേഹവും വാത്സല്യവും പ്രകടിപ്പിച്ചിരുന്നു. തൊട്ടടുത്തായിരുന്നു പ്രിൻസിപ്പൽ ഡോ. പണ്ടാല താമസിച്ചിരുന്നത്. സ്വതേ ഗൗരവക്കാരനായ അദ്ദേഹം എന്റെ വീട്ടിനു മുന്നിലൂടെ നടക്കുമ്പോൾ എന്റെ മൂന്നു വയസ്സുകാരൻ മകൻ 'അപ്പൂപ്പാ' എന്ന് നീട്ടി വിളിക്കുമ്പോൾ അദ്ദേഹത്തിന്റെ മുഖത്ത് ഒരു ചെറുപുഞ്ചിരി വിടരും. എന്റെ അനാട്ടമി പ്രൊഫസ്സറായിരുന്ന അദ്ദേഹത്തിന് എന്നോട് പുത്രതുല്യമായ സ്നേഹമുണ്ടായിരുന്നു. മറ്റ് അയൽക്കാരായ കമ്മ്യൂണിറ്റി മെഡിസിൻ പ്രൊഫസ്സറായിരുന്ന മോളിമാഡം, ഭർത്താവായ എൻജിനീയർ ഫിലിപ്പ് സാർ, ബയോകെമിസ്ട്രി പ്രൊഫസ്സർ മേരി എയ്ഞ്ചലാ മാഡം, ഭർത്താവ് ശ്രീ കുഞ്ഞപ്പൻ എന്നീ സ്നേഹസമ്പന്നർ ഓർമ്മയിൽ മങ്ങാതെ നിൽക്കുന്നു.

അന്ന് കോട്ടയത്ത് എസ്.പി. ആയിരുന്ന ശ്രീ വെങ്കിടാചലം പ്രശസ്തനായ ഒരു നിയമപാലകനായിരുന്നു. പ്രതിമാസം പോലീസ് ക്ലബ്ബിൽ വച്ചു നടത്തുന്ന ക്രൈം കോൺഫറൻസുകളിൽ അദ്ദേഹം എന്നെയും ക്ഷണിക്കുമായിരുന്നു. ആ വേളകളിൽ അന്വേഷണത്തിലിരിക്കുന്ന കേസുകളെക്കുറിച്ചുള്ള സജീവമായ ചർച്ചകളുണ്ടായിരുന്നു. അക്കാലത്ത് സ്റ്റേറ്റ് പോലീസിലെ ക്രൈം ബ്രാഞ്ച് വിഭാഗത്തിന്റെ പ്രവർത്തനം ജനങ്ങളുടെ പ്രശംസ പിടിച്ചുപറ്റിയിരുന്നു.

ശ്രീ ജയറാം പടിക്കലായിരുന്നു ക്രൈംബ്രാഞ്ചിന്റെ മേധാവി. അദ്ദേഹം സമർത്ഥരായ ഡിറ്റക്റ്റീവുകളെ തിരഞ്ഞു പിടിച്ചു ക്രൈംബ്രാഞ്ച് വിഭാഗത്തിൽ നിയമിക്കുമായിരുന്നു. എല്ലാ കൊലപാതകങ്ങളും സംശയാസ്പദമായ മരണങ്ങളും അന്വേ

ഷിക്കുന്ന ചുമതല ക്രൈംബ്രാഞ്ചിനായിരുന്നു. തിരിഞ്ഞു നോക്കുമ്പോൾ ഈ രീതി നല്ലതാണ് എന്ന് എനിക്കു തോന്നുന്നു. നിരവധി ക്രമസമാധാനപ്രശ്നങ്ങൾ കൈകാര്യം ചെയ്യേണ്ടിവരുന്നതിനാൽ ലോക്കൽ പോലീസിന് കുറ്റകൃത്യങ്ങളുടെ അന്വേഷണത്തിൽ വേണ്ടത്ര ശ്രദ്ധ ചെലുത്താൻ കഴിയുന്നില്ല. അന്വേഷണത്തിൽ പുരോഗതിയില്ലാതെ നാളുകൾ കഴിഞ്ഞ ശേഷമായിരിക്കും അത്തരം കേസുകളുടെ അന്വേഷണം ക്രൈംബ്രാഞ്ചിനെ ഏൽപ്പിക്കുന്നത്. ഈ കാലതാമസം തുടർന്നുള്ള അന്വേഷണത്തെ പ്രതികൂലമായി ബാധിക്കുമെന്നു പറയേണ്ടതില്ലല്ലോ.

അന്ന് ക്രൈംബ്രാഞ്ചിന്റെ അംഗബലം വളരെ കുറവായിരുന്നു. ഓരോ ജില്ലയിലും ഒരു ഡിവൈ.എസ്.പി.യുടെ നേതൃത്വത്തിലുള്ള ഒരു ചെറിയ സംഘമാണുണ്ടായിരുന്നത്. കോട്ടയം പോലീസ് സർജന് തൃശൂർ, ഇടുക്കി ജില്ലകളിലെ കേസുകളും കൈകാര്യം ചെയ്യണമായിരുന്നു. ഇടുക്കി ക്രൈംബ്രാഞ്ച് ഓഫീസും കോട്ടയത്തായിരുന്നു. കോട്ടയം ക്രൈംബ്രാഞ്ച് ഡിവൈ.എസ്.പി.യായിരുന്ന ശ്രീ കരുണാകരനും ഇടുക്കി ക്രൈം ബ്രാഞ്ച് ഡിവൈ.എസ്.പി.യായിരുന്ന ശ്രീ തങ്കപ്പൻ നായരും പരിചയസമ്പന്നരും ഊർജ്ജസ്വലരുമായ കുറ്റാന്വേഷകരായിരുന്നു. കാലയവനികയ്ക്കുള്ളിൽ മറഞ്ഞ അവർ ഇരുവരുമായി നിരവധി കേസുകളുടെ അന്വേഷണത്തിൽ പങ്കെടുക്കുവാൻ കഴിഞ്ഞത് ഒരു ഊഷ്മളമായ ഓർമ്മയായി ഞാൻ ഇന്നും മനസ്സിൽ സൂക്ഷിക്കുന്നു.

അന്ന് പോലീസ് സർജന് ഔദ്യോഗിക വാഹനമില്ലായിരുന്നു. എസ്.പി.ക്കു മാത്രമാണ് കാർ ഉണ്ടായിരുന്നത്. ഇന്ന് ആ സ്ഥിതി ഒക്കെ മാറി, പോലീസ് വകുപ്പിൽനിന്നും എല്ലാ പോലീസ് സർജന്മാർക്കും ഔദ്യോഗിക വാഹനം നല്കിയിട്ടുണ്ട്. യാത്ര ചെയ്യേണ്ടിവരുമ്പോൾ അതാത് യൂണിറ്റുകൾ നല്കുന്ന ജീപ്പിലായിരുന്നു എന്റെ സഞ്ചാരം. ആഴ്ചയിൽ മിക്കപ്പോഴും രണ്ടു യാത്രകളെങ്കിലും ചെയ്യണമായിരുന്നു. യാത്രകൾ ക്ലേശകരമായിരുന്നെങ്കിലും കുറ്റകൃത്യം നടന്ന സ്ഥലങ്ങൾ സന്ദർശിക്കുന്നതിലും സ്ഥലത്തു പോയി പോസ്റ്റ്മോർട്ടം ചെയ്യുന്നതിലും ഞാൻ വളരെ താൽപര്യം കാണിച്ചിരുന്നു. കോട്ടയം പോലീസ് സർജനായിരുന്നപ്പോഴുള്ള ചില അനുഭവങ്ങൾ പങ്കു വയ്ക്കാം.

ആത്മഹത്യ കൊലപാതകമാകുന്നു

ഇടുക്കിയിൽ താമസക്കാരനായ ഗോപി എന്ന കർഷകത്തൊഴി ലാളിയുടെ ഭാര്യ ശാന്തയെയും രണ്ടുവയസ്സുള്ള ഇളയ മകളെയും ഒരു ദിവസം കാണാതായി. മദ്യപാനിയായ ഗോപി തലേദിവസം രാത്രി ശാന്തയുമായി വഴക്കു കൂടിയിരുന്നു. അയാൾ രാവിലെ ഉണർന്നപ്പോൾ ഭാര്യയും കുട്ടിയും വീട്ടിലില്ല. ശാന്ത ധരിച്ചിരുന്ന ആഭരണങ്ങൾ എല്ലാം ഒരു തകരപ്പാത്രത്തിൽ വച്ചിരിക്കുന്നു. പെട്ടിയിൽ സൂക്ഷിച്ചിരുന്ന വിവാഹസാരിയും കാണാനില്ല. ശാന്ത അവളുടെ അകലെയുള്ള സ്വന്തം വീട്ടിലും ചെന്നിട്ടില്ല. ഗോപി അവൾ പോകാനിടയുള്ള എല്ലാ ബന്ധുക്കളുടെ വീടുകളിലും അന്വേഷിച്ചിട്ടും ശാന്തയെക്കുറിച്ച് വിവരമൊന്നും ലഭിച്ചില്ല. രണ്ടാം ദിവസം ശാന്തയുടെയും കുട്ടിയുടെയും ശവങ്ങൾ ഗോപിയുടെ വീടിനടുത്ത് പെരിയാറിലെ ഒരു കയത്തിൽ പൊന്തി. പോലീസ് സ്ഥലത്തെത്തി; സാക്ഷികളുടെ സാന്നിധ്യത്തിൽ പ്രേതവിചാരണ (Inquest) നടത്തി. കുട്ടിയുടെ ശരീരം അമ്മയുടെ ദേഹവുമായി ചേർത്തുവച്ച് കെട്ടിയ നിലയിലായിരുന്നു. കെട്ടാനുപയോഗിച്ചി രുന്നത് ശാന്തയുടെ വിവാഹസാരിയായിരുന്നു. ശാന്തയെയും കുട്ടിയെയും ഗോപി കൊന്നതാണെന്ന് സാക്ഷികളെല്ലാം ഏക സ്വരത്തിൽ അഭിപ്രായപ്പെട്ടു.

കട്ടപ്പന സർക്കാർ ആശുപത്രിയിലെ ഒരു സീനിയർ ഡോക്ടർ സ്ഥലത്തു വന്നു ശവശരീരങ്ങൾ പോസ്റ്റ്മോർട്ടം പരിശോധന നടത്തി. ആറ്റിൻകരയിൽ ഒരു മറപ്പുരകെട്ടി അതിനകത്തു വച്ചാ യിരുന്നു പരിശോധന നടത്തിയത്. ശാന്തയെയും കുട്ടിയെയും കഴുത്തു ഞെരിച്ചു കൊന്നതാണെന്ന് ഡോക്ടർ അഭിപ്രായപ്പെട്ടു. അന്ന് ഇടുക്കി സർക്കിൾ ഇൻസ്പെക്ടർ ആയിരുന്ന ശ്രീ ജിന്നാ സാഹിബ് ജനസമ്മതനായ ഒരു ഉദ്യോഗസ്ഥനായിരുന്നു. അദ്ദേഹം അന്വേഷണം ഏറ്റെടുത്തു. ഒരു സ്ഥിരം മദ്യപാനിയായ ഗോപി ഇളയ കുട്ടിയുടെ പിതൃത്വത്തെച്ചൊല്ലി ശാന്തയോട് എന്നും വഴക്കിടുകയും മർദ്ദിക്കുകയും ചെയ്യുമായിരുന്നു. ശാന്തയെ കാണാതായതിന്റെ തലേന്നും വഴക്കിട്ടിരുന്നു എന്ന് ഗോപി സമ്മതിച്ചു. ജിന്നാ സാഹിബ് ആവർത്തിച്ചു ചോദ്യം ചെയ്തെ ങ്കിലും ഭാര്യയുടെ മരണത്തിൽ തനിക്ക് യാതൊരു പങ്കുമില്ലെന്നായി രുന്നു ഗോപിയുടെ നിലപാട്. എന്നാൽ ഗോപി രാത്രിയിൽ ഭാര്യ യുടെയും മകളുടെയും ശവശരീരങ്ങൾ ചുമന്ന് ആറ്റിൽ കൊണ്ടി ടുന്നത് താൻ കണ്ടുവെന്ന് ഒരു മീൻപിടിത്തക്കാരൻ മൊഴി നല് കിയിരുന്നു. അപ്പോഴേക്കും നാട്ടുകാർ ആക്ഷൻ കൗൺസിൽ ഉണ്ടാക്കി പ്രക്ഷോഭണം തുടങ്ങി. ജിന്നാസാഹിബിനെക്കു

റിച്ചും ആരോപണങ്ങൾ ഉന്നയിക്കപ്പെട്ടു. ഒടുവിൽ കേസ് ക്രൈം ബ്രാഞ്ച് അന്വേഷിക്കണമെന്ന് ഉത്തരവായി.

പോസ്റ്റ്മോർട്ടം സർട്ടിഫിക്കറ്റിന്റെ പകർപ്പുമായി ഇടുക്കി ക്രൈം ബ്രാഞ്ച് ഡിവൈ.എസ്.പി. ശ്രീ തങ്കപ്പൻ നായർ എന്നെക്കാണാൻ വന്നു. കേസിന്റെ വിശദവിവരങ്ങൾ എന്നോടു പറഞ്ഞു. സർട്ടിഫിക്കറ്റുകളിൽ കഴുത്തു ഞെരിച്ചുള്ള കൊലപാതകത്തിന്റെ എല്ലാ ലക്ഷണങ്ങളും രേഖപ്പെടുത്തിയിരുന്നു. ഈ കേസ്സിൽ ഇനി എന്താണ് വേണ്ടത്? ദൃക്സാക്ഷിയുടെ മൊഴിയുമുണ്ടല്ലോ എന്ന് ഞാൻ അദ്ദേഹത്തോടു ചോദിച്ചു. ഒരാഴ്ച സ്ഥലത്തു ക്യാമ്പ് ചെയ്ത് ഒരു പ്രാഥമികാന്വേഷണം നടത്തിയിട്ടാണ് അദ്ദേഹം വന്നിരിക്കുന്നത്. ഗോപിയോട് മുൻവിരോധമുള്ള സാക്ഷിയുടെ മൊഴി വിശ്വസിക്കാവുന്നതല്ലെന്നും, ഗോപിക്ക് ഭാര്യയുടെ ശവം ഒരു കുന്നിന്റെ മുകളിലുള്ള വീട്ടിൽനിന്നും ചുമന്ന് ആറ്റിൻകര വരെ കൊണ്ടുവരാൻ സാധിക്കുകയില്ലെന്നും അദ്ദേഹം പറഞ്ഞു.

പോസ്റ്റ്മോർട്ടം നടത്തിയ ഡോക്ടർ നല്കിയ മരണകാരണത്തെപ്പറ്റിയുള്ള അഭിപ്രായം ശരിയാകാൻ സാധ്യത കുറവാണെന്നു കൂടി പറഞ്ഞു. ശവശരീരങ്ങൾ കുഴിച്ചെടുത്തു വീണ്ടും പരിശോധിക്കുവാനുള്ള അപേക്ഷയുമായിട്ടാണ് അദ്ദേഹം വന്നിരിക്കുന്നത്. ഡോക്ടറുടെ അഭിപ്രായം തെറ്റായിരിക്കുമെന്ന് പറഞ്ഞപ്പോൾ വർഗ്ഗബോധംകൊണ്ട് എനിക്ക് അനിഷ്ടം തോന്നിയെങ്കിലും പരിചയസമ്പന്നനായ ആ കുറ്റാന്വേഷകന്റെ നിഗമനങ്ങളോട് വിയോജിക്കാൻ കഴിഞ്ഞില്ല.

ഇടുക്കിയിൽ ഞാനും സംഘവുമെത്തിയപ്പോൾ മുദ്രാവാക്യങ്ങളുമായി വലിയ ഒരു ജനക്കൂട്ടമാണ് ഞങ്ങളെ എതിരേറ്റത്. ജിന്നാ സാഹിബ് അദ്ദേഹത്തിന്റെ ജീപ്പിനു മുകളിൽ കയറി നിന്ന് ജനങ്ങളോട് ശാന്തരാകുവാൻ ആവശ്യപ്പെട്ടു. എന്നെ കുറെ പുകഴ്ത്തിയും സംസാരിച്ചു. ഏതായാലും ഞങ്ങൾക്ക് ശല്യം കൂടാതെ എക്സ്ഹ്യുമേഷനും പോസ്റ്റ്മോർട്ടവും ചെയ്യാൻ കഴിഞ്ഞു. പായിൽ പൊതിഞ്ഞു കെട്ടിയിരുന്ന മൃതദേഹങ്ങൾ ഒരു മാസം കഴിഞ്ഞിരുന്നെങ്കിലും അധികം ചീഞ്ഞിരുന്നില്ല. കുട്ടിയുടെ ശരീരം അമ്മയുടെ നെഞ്ചോടു ചേർത്തുവച്ച് ഒരു കസവു സാരികൊണ്ട് പൊതിഞ്ഞിരുന്നു. രണ്ടു മൃതദേഹങ്ങളും പോസ്റ്റ്മോർട്ടം ചെയ്തിരുന്നില്ല. കഴുത്തു മുതൽ അടിവയർ വരെ കത്തികൊണ്ട് വരഞ്ഞിരുന്നു. കഴുത്തു മുറിച്ചു പരിശോധിച്ചിട്ടേയില്ലായിരുന്നു. പിന്നെങ്ങനെ കഴുത്തു ഞെരിച്ചു കൊന്നുവെന്ന് ഡോക്ടർ മരണകാരണം രേഖപ്പെടുത്തി? ഞാൻ ഡിവൈ. എസ്.പി.യെ പോസ്റ്റ്മോർട്ടം ചെയ്യാത്ത ശരീരങ്ങൾ കാണിച്ചു

കൊടുത്തു. അദ്ദേഹത്തിന്റെ മുഖത്ത് അർത്ഥഗർഭമായ ഒരു പുഞ്ചിരി വിടരുന്നതു ഞാൻ കണ്ടു. ഞാൻ വിശദമായ പരിശോധന നടത്തി. അമ്മയുടെയും കുട്ടിയുടെയും ശ്വാസക്കുഴലുകളിൽ ചെളി കയറിയിരുന്നു; ജീവനോടെ വെള്ളത്തിൽ വീണ് മുങ്ങിമരിച്ചതിന്റെ ഒന്നാന്തരം ലക്ഷണം. ഞാൻ കഥ ചുരുക്കുന്നു. ദൃക്സാക്ഷി കള്ളം പറഞ്ഞതാണെന്ന് സമ്മതിച്ചു. കേസ്സ് ആത്മഹത്യയാണെന്ന് നിസ്സംശയം തെളിയിക്കപ്പെട്ടു. ആദ്യം പോസ്റ്റ്മോർട്ടം നടത്തിയ (നടത്താത്ത!!) ഡോക്ടർക്ക് സസ്പെൻഷൻ ഉൾപ്പെടെയുള്ള ശിക്ഷകൾ കിട്ടി.

ശ്രീ തങ്കപ്പൻ നായർ അന്വേഷിച്ച നിരവധി കേസുകളിൽ ഞാൻ പങ്കെടുത്തിട്ടുണ്ട്. അദ്ദേഹം റിട്ടയർ ചെയ്തതിനുശേഷം അരൂരിലെ സ്വഗൃഹത്തിൽ താമസിച്ചു വരവെ ഏതാനും വർഷങ്ങൾക്കുമുമ്പ് നിര്യാതനായി. ജിന്നാ സാഹിബ് ഡിവൈ.എസ്.പി. ആയി പെൻഷൻപറ്റി അധികകാലം കഴിയുന്നതിനു മുന്നെ ചരമമടഞ്ഞു. ജിന്നയുടെ വാക്സാമർത്ഥ്യവും ജനങ്ങളോടുള്ള സമീപനവും പോലീസുദ്യോഗസ്ഥന്മാർക്ക് അനുകരണീയമായ ഗുണങ്ങളാണെന്ന് ഞാൻ കരുതുന്നു. ഒരു സന്ദർഭത്തിൽ എനിക്കും ജിന്നയെ അനുകരിക്കേണ്ടിവന്നു.

മരണവേദിയാകേണ്ട വിവാഹവേദി

'തൃശൂർ ജില്ലയിലെ ഒരു പോലീസ് സ്റ്റേഷനിൽ മർദ്ദനമേറ്റ് ഒരു യുവാവ് മരിച്ചു; പോലീസ് സർജൻ സ്ഥലത്തു പോയി പോസ്റ്റ്മോർട്ടം നടത്തണം' എന്ന് ആവശ്യപ്പെട്ട് പോലീസ് ആസ്ഥാനത്തു നിന്നും എനിക്കൊരു സന്ദേശം ലഭിച്ചു. സാധാരണയായി മറ്റു ജില്ലകളിൽ പോലീസ് സർജന്റെ സേവനം ആവശ്യമുണ്ടെങ്കിൽ ജില്ലാ പോലീസ് സൂപ്രണ്ടായിരിക്കും വിളിക്കുന്നത്. മൃതദേഹം പോലീസ് സ്റ്റേഷനു സമീപമുള്ള ആശുപത്രിയിലെ മോർച്ചറിയിലായിരുന്നു സൂക്ഷിച്ചിരുന്നത്. ഞാൻ യാത്ര ചെയ്തിരുന്ന പോലീസ് വാഹനത്തിന് മോർച്ചറിയുടെ സമീപം വരെ പോകാൻ സാധിച്ചില്ല. വലിയ ഒരു ജനക്കൂട്ടം "കുട്ടനെ കൊന്നത് പോലീസാണേ, പോലീസ് സർജൻ നീതി പാലിക്കണം'' എന്ന മുദ്രാവാക്യങ്ങളും വിളിച്ച് വഴി തടഞ്ഞു നിന്നിരുന്നു. ഞാൻ കാറിൽ നിന്നും ഇറങ്ങിയപ്പോൾ മുദ്രാവാക്യം വിളി ഉച്ചത്തിലായി. ജനങ്ങളുടെ മുമ്പന്തിയിൽ നേതാവിനെപ്പോലെ ഒരു മീശക്കാരൻ നിൽക്കുന്നുണ്ടായിരുന്നു. ഞാൻ അദ്ദേഹത്തെയും ജനങ്ങളെയും നോക്കി കൈ കൂപ്പി തൊഴുതു. സ്വിച്ച് ഓഫ് ചെയ്തതുപോലെ ബഹളം അവസാനിച്ചു. നേതാവു തന്നെ ജനങ്ങളെ വകഞ്ഞുമാറ്റി എനിക്കു മോർച്ചറിയിലേക്ക് പോകാൻ വഴിയൊരുക്കി.

ഞാൻ യുവാവിന്റെ ശരീരം വിശദമായി പരിശോധിച്ചു. മർദ്ദനത്തിന്റെ യാതൊരു ലക്ഷണങ്ങളുമുണ്ടായിരുന്നില്ല. ആമാശയത്തിൽ നിറയെ രൂക്ഷഗന്ധമുള്ള, പച്ചനിറമുള്ള കീടനാശിനി കാണപ്പെട്ടു. ഒരു ട്രേയിൽ ഞാൻ മുറിച്ചു തുറന്ന ആമാശയവും അതിനകത്തുണ്ടായിരുന്ന കീടനാശിനിയും വച്ചിട്ട് നേതാവിനെ വിളിച്ചു കാണിച്ചു. ഞാൻ പറയാതെതന്നെ അദ്ദേഹം അത് 'എക്കൊലാക്സ്' എന്ന കീടനാശിനിയാണെന്ന് തിരിച്ചറിഞ്ഞു. ഞാൻ അദ്ദേഹത്തിന് ഓർഗാനോഫോസ്ഫറസ് കീടനാശിനികളെക്കുറിച്ച് ഒരു സ്റ്റഡി ക്ലാസ്സും കൊടുത്തു. പോസ്റ്റ്മോർട്ടം കഴിഞ്ഞ് ഞാൻ മോർച്ചറിക്കു പുറത്തു വന്നപ്പോൾ ജനങ്ങളുടെ മുഖത്ത് പ്രകടമായിരുന്നത് സ്നേഹഭാവമായിരുന്നു.

ഞാൻ അതിനു ശേഷം പോലീസ് സ്റ്റേഷനിലേക്കു പോയി. അവിടെവച്ച് ഇൻസ്പെക്ടർ കുട്ടന്റെ മരണത്തിന്റെ പശ്ചാത്തലം എന്നോടു വിവരിച്ചു. അയാൾ ഒരു പാറമടത്തൊഴിലാളിയായിരുന്നു. അന്നു രാവിലെ അയാളുടെ ധനികനായ അമ്മാവന്റെ ബിരുദധാരിയായ മകളുടെ വിവാഹമായിരുന്നു. വീട്ടിൽ പന്തലും വിവാഹവേദിയും ഒരുക്കിയിരുന്നു. പന്തലിൽ നിറയെ ബന്ധുക്കളും ക്ഷണിതാക്കളും ഇരുപ്പുറപ്പിച്ചു. വിവാഹമുഹൂർത്തമടുക്കാറായി. വരനെ വേദിയിലേക്ക് ആനയിച്ചു. അപ്പോൾ കുട്ടൻ ഒരു ബാഗുമായി വിവാഹവീട്ടിലെത്തി വേദിക്കു സമീപം വന്നു നിന്നു. അയാളുടെ ബാഗിൽനിന്നും പുക ഉയരുന്നത് കണ്ട ആരോ ഉറക്കെ നിലവിളിച്ചു. ആളുകൾ കുട്ടന്റെ കൈയിൽ നിന്നും ബാഗ് പിടിച്ചു വാങ്ങി ദൂരേക്കെറിഞ്ഞു. അതിനു മുകളിൽ മണ്ണിട്ടു മൂടി. ബഹളം ഉണ്ടാക്കിയ കുട്ടനെ പിടിച്ച് പോലീസ് സ്റ്റേഷനിലെത്തിച്ചു. അവിടെ ചെന്നപ്പോഴേക്കും കുട്ടൻ അവശനായിരുന്നു. വായിൽനിന്നും നുരയും പതയും വരാൻ തുടങ്ങിയപ്പോൾ പോലീസുകാർ അയാളെ ഉടൻ തന്നെ ആശുപത്രിയിൽ എത്തിച്ചു.

ഞാൻ ഇൻസ്പെക്ടറോടൊപ്പം വിവാഹവീട്ടിൽ പോയി. വധു വരന്റെ വീട്ടിലേക്ക് പൊയ്ക്കഴിഞ്ഞിരുന്നു. പോലീസിന്റെ സഹായത്തോടെ ഞാൻ ആ ബാഗ് പരിശോധിച്ചു. അതിനുള്ളിൽ പാറ പൊട്ടിക്കുവാൻ ഉപയോഗിക്കുന്ന അതിസ്ഫോടകശക്തിയുള്ള രണ്ട് ജെലാറ്റിൻ സ്റ്റിക്കുകൾ പകുതി കത്തിയ ഒരു തിരിയുമായി യോജിപ്പിച്ചിരുന്നു. അതോടൊപ്പം ബാഗു നിറയെ കുപ്പിച്ചില്ലുകളും എക്കൊലാക്സ് കീടനാശിനിയുടെ ഒരൊഴിഞ്ഞ കുപ്പിയും ഉണ്ടായിരുന്നു. കുപ്പിച്ചില്ലുകളിൽ വിഷം പുരണ്ടിരുന്നു.

മുറപ്പെണ്ണിനെ വിവാഹം കഴിക്കണമെന്ന് കുട്ടന് അതിയായ ആഗ്രഹമുണ്ടായിരുന്നു. അതു സാധിക്കാതെ വന്നപ്പോൾ പ്രതി

കാരത്തിനായി കുട്ടൻ ആസൂത്രണം ചെയ്ത അതിക്രൂരമായ പദ്ധതിയാണ് ഭാഗ്യവശാൽ പാളിപ്പോയത്. സ്ഫോടനം നടന്നിരുന്നെങ്കിൽ വധൂവരന്മാരുൾപ്പെടെ നൂറു കണക്കിനാളുകൾ മരിക്കുമായിരുന്നു. എന്റെ കൃത്യസ്ഥലപരിശോധന കാണുവാൻ കറുത്ത ബാഡ്ജുകൾ ധരിച്ച ധാരാളം ആളുകൾ കൂടിയിരുന്നു. ജെലാറ്റിൻ സ്റ്റിക്കുകൾ പൊട്ടിയിരുന്നെങ്കിൽ എന്തു സംഭവിക്കുമായിരുന്നു എന്ന് അറിയാവുന്ന അവർ ബാഡ്ജുകൾ ഊരിയെറിഞ്ഞു. പിറ്റേ ദിവസത്തെ പത്രങ്ങൾ 'മരണവേദിയാകുമായിരുന്ന വിവാഹവേദി' എന്ന തലക്കെട്ടോടെ വാർത്ത പ്രസിദ്ധീകരിച്ചിരുന്നു.

പാലായിൽനിന്നും ഒരു യുവതിയുടെ മൃതദേഹം പരിശോധനയ്ക്കുകൊണ്ടു വന്നു. ചുഴലി ബാധിച്ച് വായിലൂടെ നുരയും പതയും വന്നു എന്ന്പറഞ്ഞായിരുന്നു ഭർത്താവ് അവരെ പാലാ താലൂക്കാശുപത്രിയിൽ എത്തിച്ചത്. ഡോക്ടർ പരിശോധിച്ചപ്പോൾ അവർക്ക് ജീവനില്ലായിരുന്നു. പോലീസിൽ പ്രഥമവിവരം നല്കിയതും ഭർത്താവായിരുന്നു. പോസ്റ്റ്മോർട്ടം പരിശോധനയ്ക്കായി പോലീസ് തന്ന അപേക്ഷയിൽ രേഖപ്പെടുത്തിയിരുന്ന ഈ വിവരം വായിച്ചപ്പോൾ തന്നെ എനിക്ക് സംശയം തോന്നി.

ആരോഗ്യവതിയായ ഒരു സ്ത്രീ ചുഴലി വന്ന് പൊടുന്നനേ മരിക്കുവാനുള്ള സാധ്യത കുറവാണ്. കറുത്ത നിറമുള്ള സ്ത്രീയായിരുന്നെങ്കിലും അവരുടെ കഴുത്തിൽ ഒരു നേർത്ത അടയാളം ഞാൻ കണ്ടുപിടിച്ചു. തുണികൊണ്ട് കഴുത്തിൽ ചുറ്റി മുറുക്കിയതാകാം എന്ന് ഞാൻ ഊഹിച്ചു. കഴുത്തു ഡിസക്ടു ചെയ്തപ്പോൾ അകത്ത് രക്തം കട്ട പിടിച്ചതു കൂടി കണ്ടപ്പോൾ എന്റെ അനുമാനം ശരിയായി എന്നു മനസ്സിലായി. ഞാൻ ഉടനേ തങ്കപ്പൻ നായർക്ക് ഫോൺ ചെയ്തു വിവരങ്ങൾ അറിയിച്ചു. അദ്ദേഹം ഉടൻ തന്നെ മോർച്ചറിയിലെത്തി.

ഞാൻ ശവശരീരത്തിന്റെ കഴുത്തിലെ മുറിവുകൾ കാണിച്ചു കൊടുത്തു. അവരെ കഴുത്തു ഞെരിച്ചു കൊന്നതാണ് എന്നതിൽ സംശയമില്ല എന്നു ഞാൻ അദ്ദേഹത്തോടു പറഞ്ഞു. പ്രേതത്തിന്റെ ബന്ധവസ്ത് പോലീസുകാരനോട് അന്വേഷിച്ചപ്പോൾ ഭർത്താവ് മോർച്ചറിയുടെ വെളിയിൽ നിൽക്കുന്നുണ്ടെന്ന് അറിഞ്ഞു. പോലീസുകാരനോട് അയാളെ വിളിച്ചു കൊണ്ടു വരാൻ പറഞ്ഞു. ഭർത്താവ് വന്ന ഉടനേ തങ്കപ്പൻ നായർ അയാളെ ജീപ്പിൽ കയറ്റി എന്നോടു യാത്രാമൊഴിപോലും പറയാതെ പോയി.

ഒരു മണിക്കൂർ കഴിഞ്ഞ് അദ്ദേഹത്തിന്റെ ഫോൺസന്ദേശം വന്നു; ഭർത്താവ് കുറ്റം സമ്മതിച്ചു. മദ്യപാനവും ചീട്ടുകളിയുമാണ് അയാളുടെ ഹോബികൾ. ചീട്ടു കളിക്കാൻ പണമില്ലാത്തതിനാൽ ഭാര്യയുടെ മാല പണയം വയ്ക്കാൻ ചോദിച്ചിട്ട് അവർ കൊടുത്തില്ല. മാല ഊരി എടുക്കാൻ വേണ്ടി അയാൾ ഒരു തോർത്തുകൊണ്ട് ഭാര്യയുടെ കഴുത്തിൽ ചുറ്റി മുറുക്കി. മാല ഊരി എടുത്തു കഴിഞ്ഞപ്പോഴേക്കും അവൾ മരിച്ചിരുന്നു.

അതുപോലെ പോസ്റ്റ്മോർട്ടം കഴിഞ്ഞ ഉടനേതന്നെ പ്രതിയെ കണ്ടുപിടിച്ച വേറൊരു കേസിനെക്കുറിച്ചു പറയാം. സ്ഥലം പാലായാണെന്ന് തോന്നുന്നു. ഒരു ദിവസം വൈകുന്നേരം ഏഴുമണിയോടെ മധ്യവയസ്കയായ ഒരു സ്ത്രീ പോലീസ് സ്റ്റേഷനിൽ ചെന്ന് അല്പംമുമ്പ് അവരുടെ ഭർത്താവ് മദ്യലഹരിയിൽ ഒരു കത്തികൊണ്ട് സ്വയം നെഞ്ചിൽ കുത്തി മരിച്ചു കിടക്കുന്നുവെന്ന് പ്രഥമവിവരം നല്കി. അഞ്ചുമണി കഴിഞ്ഞതുകൊണ്ട് അന്ന് പ്രേതവിചാരണ നടത്തിയില്ല. എനിക്ക് അന്നുരാത്രി സന്ദേശം ലഭിച്ചതിനാൽ സ്ഥലത്തുവച്ചു പോസ്റ്റ്മോർട്ടം നടത്തുവാനുള്ള ഒരുക്കത്തോടെ ഞാൻ രാവിലെ തന്നെ സംഭവസ്ഥലത്തെത്തി.

പ്രേതവിചാരണ തീർന്നിരുന്നു. അകത്തൊരു മുറിയിൽ കിടന്നിരുന്ന ശവശരീരത്തിന്റെ ഒരു പ്രാഥമിക പരിശോധന നടത്തിയതിൽ മരണാനന്തരം പേശികൾക്കുണ്ടാകുന്ന ദൃഢത മുഖത്തും കഴുത്തിലും നഷ്ടമായിരുന്നു. മരണം സംഭവിച്ചിട്ട് 18 മണിക്കൂർ കഴിഞ്ഞിരിക്കണം. പ്രഥമവിവരത്തിൽ പറഞ്ഞിരുന്ന സമയത്തിനു മുമ്പേ മരണം സംഭവിച്ചിരിക്കണം. രക്തം പുരണ്ട ഒരു കത്തി മൃതദേഹത്തിനടുത്തു കിടന്നിരുന്നത് വിരലടയാളവിദഗ്ദ്ധർ പരിശോധിച്ചിട്ട് വിരലടയാളങ്ങൾ ലഭിച്ചില്ല. ഞാൻ മൃതദേഹം വീട്ടിനു വെളിയിലേക്കെടുക്കാൻ നിർദ്ദേശിച്ചു. മുറ്റത്തുതന്നെ പോസ്റ്റ്മോർട്ടത്തിനുള്ള ഒരുക്കങ്ങൾ ചെയ്തിരുന്നു.

മൃതദേഹത്തിന്റെ നെഞ്ചിൽ ഇടതുവശത്തായി ഏങ്കോണിച്ച് ആഴമുള്ള ഒരു കുത്തിമുറിവ് കാണപ്പെട്ടു. ആ മുറിവിന്റെ കീഴറ്റത്തു നിന്ന് തുടങ്ങി ഇടത്തേക്ക് വാലുപോലെ നീണ്ട ഒരു പോറലുണ്ടായിരുന്നു. കുത്തിയിട്ട് കത്തി വലിച്ചൂരി എടുക്കുമ്പോഴാണ് അത്തരം 'ടെയിലിങ്' ഉണ്ടാകുന്നത്. മരിച്ചയാൾ വലതുകൈയനായിരുന്നുവെന്ന് ഭാര്യയിൽനിന്നും ഞാൻ ചോദിച്ചു മനസ്സിലാക്കി. അയാൾ സ്വയം കുത്തിയതായിരുന്നെങ്കിൽ കത്തി വലിച്ചൂരി എടുക്കുമ്പോൾ ടെയിലിങ്ങിന്റെ ദിശ വലത്തേക്കാകുമായിരുന്നു. കുത്ത് ഹൃദയത്തെ ആഴത്തിൽ മുറിച്ചിരുന്നു.

ഈ കാരണങ്ങളാൽ അയാൾ ആത്മഹത്യ ചെയ്തതല്ല എന്ന് എനിക്ക് തോന്നി.

ഞാൻ പോസ്റ്റ്മോർട്ടം ചെയ്തുകൊണ്ടിരുന്നപ്പോൾ അല്പം അകലെ ഒരു ചെറുപ്പക്കാരൻ ഒരു തെങ്ങിൽ ചാരി നിൽക്കുന്നുണ്ടായിരുന്നു. അയാളുടെ മുഖത്ത് ആകാംക്ഷയും പരിഭ്രമവുമുണ്ടായിരുന്നത് ഞാൻ ശ്രദ്ധിച്ചു. പോസ്റ്റ്മോർട്ടത്തിനുശേഷം ഡിവൈ.എസ്.പി.യോട് അയാളാരാണെന്ന് ഞാൻ ചോദിച്ചു. ചെറുപ്പക്കാരൻ മരിച്ചയാളിന്റെ മകനായിരുന്നു.

അമ്മയുടെ മൊഴിപ്രകാരം അച്ഛൻ ആത്മഹത്യ ചെയ്യുമ്പോൾ മകൻ കുറച്ചകലെയുള്ള ഒരു സ്പോർട്സ് ക്ലബ്ബിൽ പോയിരിക്കുകയായിരുന്നു. പോലീസിന്റെ അന്വേഷണത്തിൽ ആ 'അലിബി' (കുറ്റകൃത്യം നടന്ന സമയം വേറൊരിടത്തായിരുന്നു എന്ന വാദം) സത്യമാണെന്ന് കണ്ടെത്തിയിരുന്നു. അമ്മ നല്കിയ പ്രഥമ വിവരത്തിലെ മരണസമയം കളവാണെന്നും സ്വയം കുത്തിയ മുറിവല്ലെന്നും ഞാൻ പറഞ്ഞപ്പോൾ ഡിവൈ.എസ്.പി. മകനെ വിളിച്ചു. അയാൾ ഞങ്ങളുടെ അടുത്തേക്ക് വന്നപ്പോൾ വല്ലാതെ പരിഭ്രമിച്ചിരുന്നു. അദ്ദേഹം അയാളെ ചോദ്യം ചെയ്തുകൊണ്ടിരുന്നപ്പോൾ ഞാൻ അയാളുടെ വിരലുകൾ പരിശോധിച്ചു. വലതുകൈയിലെ നഖങ്ങൾക്കിടയിൽ ധാരാളം ബ്രൗൺ നിറത്തിലുള്ള അഴുക്ക് അടിഞ്ഞിരിക്കുന്നതു കണ്ടു. അതു രക്തമായിരിക്കുമെന്ന് എനിക്കു തോന്നി. ഞങ്ങൾ അയാളെ അടുത്തുള്ള ഒരു മെഡിക്കൽ ലബോറട്ടറിയിൽ കൊണ്ടുപോയി നഖങ്ങളുടെ ഇടയിൽ നിന്നും സ്വാബ് എടുത്ത് പരിശോധിച്ചു (Benzidine test). എന്റെ ഊഹം ശരിയായിരുന്നു. സ്വാബ് കടുത്ത നീലനിറമായി. ധാരാളം രക്തമുണ്ടെന്നതിന്റെ തെളിവ്. നഖങ്ങളിൽ ഇത്രയും രക്തം എങ്ങനെ വന്നു എന്നു ചോദിച്ചപ്പോൾ അയാൾ ഞാനെല്ലാം പറയാമെന്നു പറഞ്ഞു പൊട്ടിക്കരഞ്ഞു. അയാൾ പറഞ്ഞതിങ്ങനെ:

അച്ഛൻ എന്നും കണ്ടമാനം മദ്യപിച്ചിട്ട് വീട്ടിൽ വന്ന് അമ്മയെ കഠിനമായി മർദ്ദിക്കും. തടസം പിടിക്കാൻ ചെന്നാൽ അയാളെയും തല്ലും. എത്ര നാൾ സഹിക്കും. ഇന്നലെ അവധി ദിവസമായതിനാൽ രാവിലെതന്നെ മദ്യപിക്കാൻ പോയിട്ട് ഉച്ചയ്ക്ക് തിരികെവന്ന് അമ്മയെ ഉപദ്രവിച്ചപ്പോൾ അയാൾ തടഞ്ഞു. അപ്പോൾ അച്ഛൻ ഒരു കത്തി എടുത്ത് അയാളെ കുത്താൻ ഭാവിച്ചപ്പോൾ കത്തി പിടിച്ചുവാങ്ങി അച്ഛന്റെ നെഞ്ചിൽ കുത്തി. അച്ഛൻ മരിച്ചു വീണു. 'നീയെന്താണു ചെയ്തത്?' എന്നു ചോദിച്ച് അമ്മ പൊട്ടിക്കരഞ്ഞു. എന്നാൽ അവർ പെട്ടെന്ന് സമനില വീണ്ടെടുത്തു.

കത്തി മകന്റെ കൈയിൽനിന്നും വാങ്ങി ശവശരീരത്തിന്റെ വലതുകൈയുടെ സമീപംവച്ചു. എന്നിട്ട് അയാളോട് പുതിയ വസ്ത്രങ്ങൾ ധരിച്ചിട്ട് സ്പോർട്സ് ക്ലബ്ബിൽ പോയിരിക്കാൻ പറഞ്ഞു. അമ്മ സന്ധ്യയോടെ പോലീസ് സ്റ്റേഷനിൽ പോയി വിവരം പറഞ്ഞു. വീട്ടിൽ പോലീസ് വന്നപ്പോഴാണ് അയാളും ക്ലബ്ബിൽനിന്നും വന്നത്. ആ കേസിൽ കോടതി അയാളെ ശിക്ഷിച്ചുവോ എന്നെനിക്കറിയില്ല.

രമൺ ശ്രീവാസ്തവ

കോട്ടയത്ത് ആയിടെ ഉത്തർപ്രദേശുകാരനായ ഒരു എ.എസ്.പി. ചാർജെടുത്തു. ഊർജ്ജസ്വലനായ ചെറുപ്പക്കാരൻ. പേര് രമൺ ശ്രീവാസ്തവ; പിൽക്കാലത്ത് കേരള ഡി.ജി.പി. ആയ അദ്ദേഹത്തെ പരിചയപ്പെട്ടത് ഒരു എക്സ്ഹ്യുമേഷൻ വേളയിലായിരുന്നു. കോട്ടയം ടൗണിലെ ഒരു ഡ്രൈക്ലീനിങ് സ്ഥാപനത്തിലെ ജീവനക്കാരനെ ആരോ കൊന്ന് പ്രേതം അവിടെത്തന്നെ ഒരു മൺകൂനയിൽ ഒളിപ്പിച്ചു. മണ്ണിനടിയിലായതുകൊണ്ട് ആർ.ഡി.ഒ.യാണ് ഇൻക്വസ്റ്റ് നടത്തിയത്. എ.എസ്.പി. വളരെ താത്പര്യത്തോടെ എക്സ്ഹ്യുമേഷനിൽ പങ്കെടുത്തു. അതിനുശേഷം പോസ്റ്റ്മോർട്ടം കാണാനായി എന്നോടൊപ്പം മോർച്ചറിയിലും വന്നു. എന്റെ അപേക്ഷപ്രകാരം മെഡിക്കൽ വിദ്യാർത്ഥികൾക്ക് എക്സ്ഹ്യുമേഷന്റെ നിയമവശങ്ങളെക്കുറിച്ച് ഒരു ക്ലാസ്സുമെടുത്തു. ഞങ്ങളുടെ സൗഹൃദം ഇന്നും അഭംഗുരം തുടരുന്നു. എന്റെ 'പ്രിൻസിപ്പിൾസ് ആൻഡ് പ്രാക്ടീസ് ഒഫ് ഫോറൻസിക് മെഡിസിൻ' എന്ന പുസ്തകത്തിന് അതിമനോഹരമായ ഒരു അവതാരിക അദ്ദേഹം എഴുതിയിട്ടുണ്ട്.

പതിനാലുകാരിയുടെ ശിശുഹത്യ

വിസ്താരഭയം കാരണം അന്നത്തെ എല്ലാ കേസുകളെക്കുറിച്ചും ഈ അധ്യായത്തിൽ വിവരിക്കുന്നില്ല. എന്നാലും എന്റെ മനസ്സിനെ മഥിച്ച ഒരു ശിശുഹത്യയെക്കുറിച്ചു പറയാതിരിക്കാൻ വയ്യ. ഭൂമിയിൽ പിറന്നു വീണ ഉടനേ, ആദ്യത്തെ കരച്ചിൽ കരഞ്ഞു തീർക്കുന്നതിനു മുമ്പേ സ്വന്തം അമ്മയുടെ കൈകളാൽ ജീവനൊടുങ്ങുന്ന കുരുന്നുകളെക്കുറിച്ചോർക്കുമ്പോൾ അതിയായ ദുഃഖം തോന്നും. ഹതഭാഗ്യരായ ആ അമ്മമാർ അനുകമ്പ അർഹിക്കുന്നുവെങ്കിലും നിയമത്തിന്റെ ദൃഷ്ടിയിൽ ശിക്ഷാർഹരാണ്.

ഇരിങ്ങാലക്കുടയിൽ സ്ത്രീകൾ മാത്രം ജോലി ചെയ്യുന്ന ഒരു നെയ്ത്തുശാലയിലെ ലാട്രിനിലെ ക്ലോസറ്റിൽ കണ്ട ഒരു ചോരക്കു

ഞ്ഞിന്റെ മൃതദേഹം എനിക്കു പരിശോധിക്കേണ്ടി വന്നു. കുട്ടിയുടെ തല ക്ലോസറ്റിന്റെ ദ്വാരത്തിനകത്തേക്ക് തിരുകി വച്ചിരുന്നു. പൊക്കിൾക്കൊടി മുറിച്ചിരുന്നില്ല. അതോടൊപ്പം മറുപിള്ളയുമുണ്ടായിരുന്നു. നവജാതശിശുവിന്റെ ശരീരത്തിന്റെ വളർച്ച പരിശോധിച്ചപ്പോൾ മാസം തികഞ്ഞു പ്രസവിച്ചതാണെന്നും, ശ്വാസകോശങ്ങൾ വികസിച്ചിരുന്നതിനാൽ ശ്വാസോച്ഛ്വാസം നടത്തിയിരുന്നുവെന്നും, പ്രസവിച്ചപ്പോൾ ജീവനുണ്ടായിരുന്നുവെന്നും മനസ്സിലായി. മുഖത്തു കണ്ട നഖക്ഷതങ്ങളും കരുവാളിപ്പുകളും ആന്തരികാവയവങ്ങളിലെ വ്യത്യാസങ്ങളും ശിശുവിനെ ശ്വാസം മുട്ടിച്ച് കൊന്നതിന്റെ സൂചനകളായിരുന്നു.

ശിശുവിനു ജന്മം നല്കിയ അമ്മയെ അതിനകം കണ്ടുപിടിച്ചിരുന്നു. പതിന്നാലു വയസ്സു മാത്രം പ്രായമുള്ള ഒരു പാവാടക്കാരി. അവളുടെ ഗർഭത്തിന് ഉത്തരവാദി സ്വന്തം അമ്മാവനായിരുന്നു. അവൾ ഗർഭിണിയായിരുന്നുവെന്ന് അന്നുവരെ ആരും അറിഞ്ഞിരുന്നില്ല. പതിവുപോലെ അന്നും രാവിലെ ജോലിക്കു വന്നു. ഉച്ചയോടെ അതികഠിനമായ വയറുവേദന ഉണ്ടായപ്പോൾ ലാട്രിനിൽ പോയി. അവിടെ വച്ച് പ്രസവിച്ചു. കുഞ്ഞ് കരഞ്ഞപ്പോൾ കൈകൊണ്ട് മൂക്കും വായും അമർത്തിപ്പിടിച്ചു. അപ്പോഴേക്കും മറുപിള്ളയും വെളിയിൽ വന്നിരുന്നു. ലാട്രിനിൽ നിന്നും വെളിയിൽ വന്ന അവളുടെ പാവാടയിൽ രക്തം പടർന്നിരുന്നത് അവൾ കണ്ടില്ലെങ്കിലും സഹപ്രവർത്തകർ കണ്ടു.

9. രണ്ട് അപകടമരണങ്ങളുടെ അന്വേഷണം

പ്രൊഫ. ജയപാലൻ ഇംഗ്ലണ്ടിൽനിന്നും തിരിച്ചെത്തിയപ്പോൾ എന്നെ തിരുവനന്തപുരത്തേക്ക് സ്ഥലം മാറ്റി. സഹപ്രവർത്തകരെയും അയൽക്കാരെയും പിരിയുന്നത് വേദനാജനകമായിരുന്നെങ്കിലും സ്വന്തം തട്ടകമായ തിരുവനന്തപുരത്തേക്കുള്ള മാറ്റം എനിക്ക് ഇഷ്ടമായിരുന്നു. അങ്ങനെ തിരുവനന്തപുരത്ത് പ്രൊഫ. കന്തസ്വാമിയോടൊപ്പം പ്രവർത്തിക്കുവാൻ വീണ്ടും അവസരം ലഭിച്ചു. രണ്ടു വർഷം കഴിഞ്ഞപ്പോൾ പ്രൊഫ. കന്തസ്വാമിക്ക് ലിബിയായിലെ ഗാരിയൂണിസ് യൂണിവേഴ്സിറ്റിയിൽ പ്രൊഫസ്സറായി നിയമനം കിട്ടി. കോട്ടയത്തുനിന്നും പ്രൊഫ. ജയപാലനെ തിരുവനന്തപുരത്തെ വകുപ്പുമേധാവി ആയി നിയമിച്ചു. 1981-ൽ എന്നെ പ്രൊഫസ്സറായി ആലപ്പുഴ മെഡിക്കൽ

കോളജിൽ നിയമിക്കുന്നതുവരെയുള്ള ആറു വർഷക്കാലം സംഭവബഹുലമായിരുന്നു.

അക്കാലത്ത് മെഡിക്കൽ ബിരുദധാരികൾക്ക് ഫോറൻസിക് മെഡിസിൻ ഒട്ടും ആകർഷകമായ ശാഖ ആയിരുന്നില്ല. പോസ്റ്റ് മോർട്ടം പരിശോധനകൾ നടത്തുന്നതും കോടതികളിൽ ഹാജരാകേണ്ടി വരുന്നതും യുവഡോക്ടർമാർ ഇഷ്ടപ്പെട്ടിരുന്നില്ല. ഇത്തരം പ്രയാസമേറിയ ജോലികൾക്ക് അധിക വേതനവുമില്ല. ഈ അവസ്ഥയ്ക്ക് ഇപ്പോഴും കാര്യമായ മാറ്റം ഉണ്ടായിട്ടില്ല. എങ്കിലും കേരളസർക്കാരിൽനിന്നും ഫോറൻസിക് സർജൻമാർക്ക് പ്രോത്സാഹനമായി പല പരിഗണനകളും ലഭിച്ചിട്ടുണ്ട്. അതെല്ലാംതന്നെ ആഭ്യന്തരവകുപ്പിൽ നിന്നാണ് ലഭിച്ചതെന്ന് അടിവരയിട്ട് പറയുവാൻ എനിക്ക് സന്തോഷമുണ്ട്.

1975-ൽ എല്ലാ ഫോറൻസിക് സർജന്മാർക്കും പോലീസ് സർജൻ പദവിയും ഓണറേറിയവും നല്കി. ട്യൂട്ടർമാർക്ക് അസിസ്റ്റന്റ് പോലീസ് സർജൻ സ്ഥാനവും, അസിസ്റ്റന്റ് പ്രൊഫസ്സർക്കും അസോസിയേറ്റ് പ്രൊഫസ്സർക്കും ഡെപ്യൂട്ടി പോലീസ് സർജൻ സ്ഥാനവും നല്കി. ശ്രീ വയലാർ രവി ആഭ്യന്തരമന്ത്രി ആയിരുന്നപ്പോഴാണ് പോസ്റ്റ്മോർട്ടം പരിശോധനകൾക്ക് പ്രത്യേക വേതനം നല്കാൻ ഉത്തരവായത്. അദ്ദേഹം പ്രത്യേക താത്പര്യം എടുത്തതിനാലാണ് അത് സാധ്യമായത്. അന്യസംസ്ഥാനങ്ങളിൽ ഇപ്പോഴും ഫോറൻസിക് സർജന്മാർക്ക് ഇത്തരത്തിലുള്ള യാതൊരു പ്രോത്സാഹനവും ലഭിക്കുന്നില്ല. ഇതിന് പുറമേ എല്ലാ വകുപ്പുകൾക്കും വാഹനവും, ടെലിഫോണും നല്കിയതും പോലീസ് വകുപ്പു തന്നെ.

ആ കാലഘട്ടത്തിൽ എനിക്ക് സങ്കീർണ്ണങ്ങളായ നിരവധി കേസുകളുടെ അന്വേഷണത്തിൽ പങ്കെടുക്കുവാൻ കഴിഞ്ഞു. പലതിലും മൃതദേഹപരിശോധന നടത്തിയതുകൊണ്ടു മാത്രം ഞാൻ തൃപ്തനാകുമായിരുന്നില്ല. അന്വേഷണ ഉദ്യോഗസ്ഥനോടൊപ്പം സംഭവസ്ഥലം സന്ദർശിക്കുവാനും സൂക്ഷ്മങ്ങളായ തെളിവുകൾ ശേഖരിക്കുവാനും കുറ്റാന്വേഷണത്തിൽ അവരെ സഹായിക്കുവാനും ഞാൻ താത്പര്യം കാണിച്ചിരുന്നു. അന്വേഷണ ഉദ്യോഗസ്ഥന്മാർക്ക് അത് സന്തോഷവുമായിരുന്നു. എന്നാൽ എന്റെ ചില സഹപ്രവർത്തകർ എന്റെ പ്രവൃത്തിയെ 'അന്വേഷണ ഉദ്യോഗസ്ഥന്റെ ഷൂസിൽ കടക്കുന്നു' എന്ന് കരുതിയിട്ടുള്ളതായി എനിക്കറിയാം. ഞാൻ ചെയ്യുമായിരുന്ന 'മെഡിക്കോ ലീഗൽ ഇൻവെസ്റ്റിഗേഷൻ' പുതിയ കാര്യമൊന്നുമല്ല. 'മെഡിക്കൽ എക്സാമിനർമാർ' എന്നറിയപ്പെടുന്ന അമേരിക്കയിലെ ഫോറൻ

സിക് സർജന്മാർ കുറ്റാന്വേഷണത്തിന്റെ എല്ലാ ഘട്ടങ്ങളിലും സജീവമായി പങ്കെടുക്കുന്നുണ്ട്. ശാസ്ത്രീയ കുറ്റാന്വേഷണം എന്നത് ഒരു കൂട്ടായ പ്രവർത്തിയാണ് എന്നു ഞാൻ വിശ്വസിക്കുന്നു. പോലീസുദ്യോഗസ്ഥനും ഫോറൻസിക് സർജനും ഫോറൻസിക് സയന്റിസ്റ്റും ഫോട്ടോഗ്രാഫറും വിരലടയാള വിദഗ്ദ്ധനും ഒക്കെയുള്ള ഒരു കൂട്ടായ്മയിലൂടെ മാത്രമേ ഫലപ്രദമായ കുറ്റാന്വേഷണം സാധ്യമാകൂ. എന്റെ ഓർമ്മയിൽ ഇപ്പോഴും മങ്ങാതെ നിൽക്കുന്ന ചില കേസുകളെക്കുറിച്ചു വിവരിക്കാം.

ക്രൈംബ്രാഞ്ചിലെ പ്രഗല്ഭരായ രണ്ട് ഉദ്യോഗസ്ഥന്മാരായിരുന്നു ശ്രീ ഷൺമുഖദാസും ശ്രീ യൂസഫ്കുഞ്ഞും. ദാസ് ഡി.വൈ.എസ്.പി. ആയിരിക്കുമ്പോൾ ഹൃദ്രോഗബാധയാൽ മരിച്ചു. യൂസഫ്കുഞ്ഞ് എസ്.പി. ആയി റിട്ടയർ ചെയ്ത് തിരുവനന്തപുരത്തു താമസിക്കുന്നു. ഒരു ദിവസം കിളിമാനൂരിനടുത്ത് റോഡരികിൽ ഒരാൾ കൊലചെയ്യപ്പെട്ട നിലയിൽ കിടക്കുന്നുവെന്നും ഇൻക്വസ്റ്റ് കഴിഞ്ഞ് പോസ്റ്റ്മോർട്ടത്തിനായി ശവശരീരം മോർച്ചറിയിലേക്കു അയയ്ക്കുന്നുവെന്നും ശ്രീ യൂസഫ്കുഞ്ഞ് എന്നെ വിളിച്ചു പറഞ്ഞു. ഉച്ചയോടെ മൃതദേഹം കൊണ്ടുവന്നു. നാല്പതു വയസ്സു പ്രായം വരുന്ന ഒരാളാണ് മരിച്ചത്. തലയ്ക്കേറ്റ പരിക്കാണ് മരണകാരണമെന്ന് പോസ്റ്റ്മോർട്ടത്തിൽനിന്നും മനസ്സിലായി. തലയോടിൽ ഒരു വശത്തു ഒരു രൂപാ നാണയത്തിന്റെ വലിപ്പത്തിൽ പൊട്ടിത്താണിരുന്നു (Depressed Fracture). തലച്ചോറിൽ രക്തസ്രാവവും ഉണ്ടായിരുന്നു.

പൊട്ടലിന്റെ ആകൃതിയിലും അളവുകളിലും നിന്ന് ആഘാതമേൽപ്പിച്ച ആയുധത്തിന്റെ ആകൃതി കണ്ടുപിടിക്കാമെന്നതിനാൽ ഇവയെ കൈയൊപ്പ് ഫ്രാക്ചറുകളെന്നും (Depressed Fracture) വിളിക്കാറുണ്ട്. ചുറ്റികപോലുള്ള ഏതെങ്കിലും ആയുധംകൊണ്ട് തലയ്ക്കടിച്ചതാകാമെന്നാണ് ആദ്യം തോന്നിയത്. എന്നാൽ അയാളുടെ മുതുകിൽ ഒരു കാർ ടയറിന്റെ ട്രെഡ് അടയാളങ്ങൾ കാണപ്പെട്ടു.

ഞാൻ അവയുടെ കൃത്യമായ അളവുകളും പാറ്റേണും രേഖപ്പെടുത്തി. മൃതദേഹ പരിശോധന കാണുവാനായി ഷൺമുഖദാസും യൂസഫ്കുഞ്ഞും മോർച്ചറിയിൽ വന്നിരുന്നു. ഞാൻ അവർക്ക് മൃതദേഹത്തിന്റെ തലയോടിലെ പൊട്ടലും ടയർ ട്രെഡ് അടയാളവും കാണിച്ചു കൊടുത്തു. ഉച്ചയ്ക്കുശേഷം ഞങ്ങൾ മൂവരുമായി സംഭവസ്ഥലത്തേക്കു പോയി.

മൃതദേഹം കിടന്നിരുന്നത് മടത്തറയിൽനിന്നും കിളിമാനൂരിലേക്കുള്ള ടാറിട്ട റോഡിന്റെ ഇടത്തേ അരികിലെ ഒരു കൊടുംതിരി

വിൽ ആയിരുന്നു. പ്രേതം കിടന്നിരുന്ന ഭാഗത്ത് അപ്പോഴും രക്തം കെട്ടിക്കിടക്കുന്നുണ്ടായിരുന്നു. സമീപത്തുള്ള ഒരു വീട്ടിലെ ഗൃഹനായിക മരിച്ച ആളിനെ തലേന്നു സന്ധ്യക്ക് ആ തിരിവിന് സമീപത്തു കണ്ടിരുന്നു. കുറെ സമയത്തിനു ശേഷം ആ ഭാഗത്തു നിന്നും ഒരു നിലവിളി കേട്ടതായും അവർ പറഞ്ഞു. രാവിലെ അയാൾ മരിച്ചു കിടക്കുന്നതാണ് അവർ കണ്ടത്.

മൃതദേഹത്തിന്റെ തലയോടിൽ കണ്ട വൃത്താകൃതിയിലുള്ള പൊട്ടൽ ഒരു കാറിന്റെ ഏതെങ്കിലും ഭാഗം ഇടിച്ചതുകൊണ്ട് ഉണ്ടായതായിരിക്കുമെന്ന് എനിക്കു തോന്നി. കൃത്യസ്ഥലം കാണാൻ ഞാൻ യാത്ര ചെയ്തത് ഒരു പഴയ മോഡൽ അംബാസഡർ കാറിലായിരുന്നു. ആ കാറിന്റെ ബമ്പറിന്റെ രണ്ടുവശങ്ങളും മഡ്ഗാഡുമായി ഉറപ്പിച്ചിരുന്നത് വൃത്താകൃതിയിലുള്ള ബോൾട്ടുകൾ കൊണ്ടായിരുന്നു. പുറത്തേക്കു തള്ളി നിന്നിരുന്ന ബോൾട്ടിന്റെ ആകൃതിയും വലിപ്പവും തലയോടിലെ പൊട്ടലിന്റെ അതേ വലിപ്പമാണെന്നു ഞാൻ കണ്ടെത്തി. സംഭവത്തിന്റെ പുനരാവിഷ്കാരത്തിനായി ഞങ്ങൾ ഒരാളെ ആ കൊടും തിരിവിൽ, റോഡിന്റെ ഇടത് അരികിൽ ഇരുത്തി. റോഡിന്റെ പ്രതലത്തിൽനിന്നും അയാളുടെ തലയിൽ ചെവിക്കു മുകളിൽ പൊട്ടൽ കണ്ട സ്ഥലം വരെയുള്ള പൊക്കം അളന്നു. ഈ അളവും അംബാസഡർ കാറിന്റെ ബമ്പർ ബോൾട്ട് പിടിപ്പിച്ചിട്ടുള്ള ഭാഗത്തിന്റെ ഉയരവും ഒന്നാണെന്ന് കണ്ടെത്തി.

സംഭവസ്ഥലത്തിന് അല്പം അകലെ കണ്ട ഒരു മുറുക്കാൻകടയിലേക്ക് നാരങ്ങാവെള്ളം കുടിക്കാനായി ഞങ്ങൾ ചെന്നു. ദാസും യൂസഫ്കുഞ്ഞും കടക്കാരനോട് വിവരങ്ങൾ തിരക്കി. അപ്രസക്തമാണെന്നു കരുതിയ ഒരു വിവരം അദ്ദേഹം ഞങ്ങളോട് പറഞ്ഞതാണ് കേസ് തെളിയാൻ സഹായകമായത്. കടക്കാരൻ പറഞ്ഞതിങ്ങനെ:

സന്ധ്യയ്ക്ക് കിളിമാനൂരുള്ള ഷാഹുൽ എന്ന ഡ്രൈവർ കടയ്ക്ക് സമീപം അയാളുടെ അംബാസഡർ ടാക്സി കാർ നിർത്തി കടയിൽനിന്നും സിഗരറ്റു വാങ്ങി. ആ കാറിന്റെ ഇടതുവശത്തെ ഹെഡ്ലൈറ്റ് കത്തുന്നുണ്ടായിരുന്നില്ല. അവിടെ വച്ച് കുറെ റിപ്പയർ നടത്തി നോക്കിയെങ്കിലും ലൈറ്റു ശരിയായില്ല. ഇനി കിളിമാനൂർ പോയി നന്നാക്കാമെന്നു പറഞ്ഞു. അയാൾ ഒറ്റക്കണ്ണൻ കാറുമായി യാത്ര ആയി. ആ സമയം കിളിമാനൂർക്കു ബസ്സു കാത്തുനിന്ന സ്ഥലവാസിയായ ഒരു ചെട്ടിയാർ കൂടി ആ കാറിൽ കയറി, കാർ ഓടിച്ചുപോയി. ഞങ്ങൾ വേഗം സംഭവസ്ഥലത്തേക്കു തിരികെ വന്നു. അപ്പോഴേക്കും ഇരുട്ടു പരന്നു തുടങ്ങിയിരുന്നു. വീണ്ടും സംഭവത്തിന്റെ ഒരു പുനരാവി

ഷ്കാരം കൂടി നടത്തി. ഒരാളെ കൊടുംതിരിവിൽ റോഡരികിൽ വീണ്ടും ഇരുത്തി. ഞങ്ങളുടെ കാറിന്റെ ഇടതുവശത്തെ ഹെഡ്‌ലൈറ്റിന്റെ കണക്ഷൻ മാറ്റി ലൈറ്റ് അണച്ചു. എന്നിട്ട് മടത്തറ ഭാഗത്തുനിന്നും കിളിമാനൂർ ഭാഗത്തേക്കു മെല്ലെ ഓടിച്ചു. കാർ വളവിലെത്തുമ്പോൾ ഇടതുവശത്തു ലൈറ്റില്ലാത്തതിനാൽ റോഡരികിൽ ഇരിക്കുന്ന ആളിനെ കാണാൻ ബുദ്ധിമുട്ടാണെന്ന് ഞങ്ങൾക്കു മനസ്സിലായി.

ഞങ്ങൾ മൂവരും കിളിമാനൂരിലേക്ക് യാത്ര തിരിച്ചു. കിളിമാനൂർ എത്താറാകുന്നതേ ഉള്ളൂ. റോഡരികിലുള്ള ഒരു ചെറിയ കാർ വർക്ക്ഷോപ്പിൽ ഒരു അംബാസഡർ കാർ കിടക്കുന്നത് ഞങ്ങളുടെ ശ്രദ്ധയിൽപ്പെട്ടു. വർക്ക്ഷോപ്പിന്റെ അഴിവാതിൽ അടച്ചിട്ടിരിക്കുന്നു. ഇത് അസാധാരണമാണെന്ന് ഞങ്ങൾക്ക് തോന്നി. ഞങ്ങൾ കാർ നിർത്തി വർക്ക്ഷോപ്പിനടുത്തേക്ക് ചെന്നു. അവിടെ ഒരു ജോലിക്കാരൻ പയ്യനുണ്ടായിരുന്നു. അയാളോട് ഈ കാർ ആരുടേതാണെന്നു ചോദിച്ചു. കിളിമാനൂർകാരൻ ഷാഹുൽ ഓടിക്കുന്നതാണെന്നും അയാൾ തലേന്ന് രാത്രിയിൽ കാറുമായി വന്ന് പയ്യനോട് കാർ നല്ലവണ്ണം കഴുകിയിടാൻ പറഞ്ഞിട്ടു പോയെന്നും ഇതുവരെ കാർ എടുക്കാൻ വന്നില്ല എന്നും പറഞ്ഞതു കേട്ടപ്പോൾ കേസ് വഴിത്തിരിവിലേക്കു നീങ്ങുന്നതായി ഞങ്ങൾക്കു തോന്നി.

ആ കാറും ഒരു പഴയ മോഡൽ അംബാസഡറായിരുന്നു. ഞാൻ ആ കാറിന്റെ ബമ്പർ ബോൾട്ടുകളുടെ അളവെടുത്തു. തലയിലെ പൊട്ടലിന്റെ അതേ ആകൃതിയും അളവും തന്നെ. കാറിന്റെ ഇടതുവശത്തെ മുന്നിലെ ടയറിന്റെ ട്രെഡ് മാർക്കുകൾ പരിശോധിച്ചു. ശരീരത്തിൽ കണ്ട ടയർ ട്രെഡ് അടയാളങ്ങളുടെ ആകൃതിയും അളവുകളുമായി അവയ്ക്ക് സാമ്യമുണ്ടായിരുന്നു. ഹാൻഡ് ലെൻസും ലൈറ്റും ഉപയോഗിച്ച് ബോൾട്ടു പരിശോധിച്ചപ്പോൾ ഉണങ്ങിയ രക്തക്കറകൾ. ആ രക്തക്കറകൾ ബ്ലേഡു കൊണ്ടു ചുരണ്ടി ശേഖരിച്ചു മരിച്ചവന്റെ രക്തഗ്രൂപ്പു കണ്ടുപിടിക്കുവാനായി പോസ്റ്റ്മോർട്ടം ചെയ്തപ്പോൾ രക്തം ശേഖരിച്ചിരുന്നു. ഈ രണ്ടു ഗ്രൂപ്പുകളും ഒന്നാണെന്നു കണ്ടെത്തുന്നതോടെ തെളിവിന്റെ ശക്തമായ ഒരു കണ്ണി ലഭിക്കുമെന്ന് എനിക്കു തോന്നി.

വർക്ക്ഷോപ്പിലെ പയ്യനിൽനിന്നും ഷാഹുലിന്റെ മേൽവിലാസം മനസിലാക്കിയ ഞങ്ങൾ നേരേ പോയത് തട്ടത്തുമലയിലുള്ള ഷാഹുലിന്റെ വീട്ടിലേക്കായിരുന്നു. ഷാഹുൽ വീട്ടിലുണ്ടായിരുന്നില്ല. അയാൾ വീട്ടിൽനിന്നും തലേന്നു കാറുമായി പോയതാ

ണെന്നും ഇതുവരെ തിരികെ വന്നില്ലെന്നുമാണ് അയാളുടെ പിതാവ് പറഞ്ഞത്.

ഷാഹുൽ മടത്തറയിലെ മുറുക്കാൻകടയ്ക്കു സമീപത്തു നിന്നും കാറിൽ കയറ്റിക്കൊണ്ടു പോയ ചെട്ടിയാരെ ചോദ്യം ചെയ്തപ്പോൾ ഞങ്ങളുടെ അനുമാനങ്ങളെല്ലാം ശരിയാണെന്നു മനസ്സിലായി. ചെട്ടിയാർ കാറിന്റെ മുൻസീറ്റിൽ ഇടതുവശത്താണിരുന്നത്. ഇടതുവശത്തു ലൈറ്റില്ലാതെ ആ കാർ നല്ല വേഗത്തിലായിരുന്നു ഓടിച്ചിരുന്നത്. കൊടുംവളവിലെത്തിയപ്പോൾ കാർ എന്തിലോ മുട്ടിയതായി ചെട്ടിയാർ പറഞ്ഞു. ഒരു നിലവിളിയും കേട്ടതായി അയാൾ പറഞ്ഞു.

പിറ്റേന്ന് മടത്തറയ്ക്കടുത്ത് ആരെയോ കൊന്ന് റോഡ് സൈഡിൽ തള്ളിയിരിക്കുന്നുവെന്നറിഞ്ഞപ്പോഴും ചെട്ടിയാർ നടന്ന സംഭവം ആരോടും പറഞ്ഞില്ല. പോലീസ് തന്നെ അന്വേഷിച്ചു വീട്ടിലെത്തിയെന്നറിഞ്ഞ ഷാഹുൽ പിറ്റേദിവസം ക്രൈം ബ്രാഞ്ചിൽ ഹാജരായി കുറ്റസമ്മതം നടത്തി. ഞങ്ങളുടെ അനുമാനങ്ങളെല്ലാം ശരിയായിരുന്നു. ഇപ്പോൾ ഇത്തരം 'ഇടിച്ചു മണ്ടുന്ന' (Hit and Run) കേസുകൾ കൂടിവരുന്നതായിട്ടാണ് അറിയുന്നത്. അപകടമുണ്ടായാൽ പരിക്കേറ്റ ആളിന് പ്രഥമശുശ്രൂഷ നല്കുകയും എത്രയും വേഗം അടുത്തുള്ള ആശുപത്രിയിൽ എത്തിക്കേണ്ടതും നിയമപരമായ ബാധ്യത മാത്രമല്ല, ധാർമ്മികമായ കർത്തവ്യം കൂടിയാണ്. തക്ക സമയത്ത് ചികിത്സ ലഭിക്കാതെ എത്ര ജീവനുകളാണ് പൊതുനിരത്തുകളിൽ പൊലിയുന്നത്?

ഏതായാലും ഒരു വൈകുന്നേരത്തെ ഏതാനും മണിക്കൂർ നേരത്തെ അന്വേഷണത്തിന്റെ ഫലമായി കേസിന്റെ സത്യാവസ്ഥ വെളിച്ചത്തു കൊണ്ടുവരാൻ കഴിഞ്ഞു. ആത്മാർത്ഥതയും അർപ്പണബോധവുമുണ്ടെങ്കിൽ സംശയാസ്പദമായ ഏതു കേസും തെളിയിക്കാനാകുമെന്നതാണ് ഈ കേസിന്റെ അന്വേഷണം വെളിവാക്കുന്നത്. കൂട്ടത്തിൽ ഒന്നുകൂടി പറയേണ്ടിയിരിക്കുന്നു. ഉദ്യോഗസ്ഥന്മാരുടെ കർമ്മകുശലതയെ അഭിനന്ദിക്കുകയും പ്രോത്സാഹിപ്പിക്കുകയും ചെയ്യുന്ന ആളായിരിക്കണം അന്വേഷണ സംഘത്തിന്റെ നേതാവ്. ആ ഗുണം വേണ്ടുവോളം ഉണ്ടായിരുന്ന ആളായിരുന്നു ദിവംഗതനായ ശ്രീ ജയറാം പടിക്കൽ. പിൽക്കാലത്ത് വളരെയേറെ വിമർശനങ്ങൾക്ക് പാത്രമായെങ്കിലും അദ്ദേഹത്തിന്റെ കുറ്റാന്വേഷണപാടവത്തെയും നേതൃത്വഗുണത്തെയും പ്രശംസിക്കാതിരിക്കാൻ കഴിയില്ല.

കുറെ വർഷങ്ങൾക്കു മുമ്പ് കാറിടിച്ച് മരിച്ച വഴിയാത്രക്കാരിയുടെ മൃതദേഹം രഹസ്യമായി മറവുചെയ്ത ഒരു സംഭവം

ഞാൻ ഓർമ്മിക്കുന്നു. ആ 'കാർഹത്യ' തെളിയിക്കാനായതും കുറ്റാന്വേഷകരും ഫോറൻസിക് വിദഗ്ദ്ധരും കൂട്ടായി പ്രവർത്തിച്ചതിനാലായിരുന്നു. ആ കഥ ഇങ്ങനെ:

തിരുവനന്തപുരത്തെ ഒരു കോളജധ്യാപകന് കാർ വാങ്ങാൻ ആഗ്രഹം തോന്നി. നമുക്ക് അദ്ദേഹത്തെ സൗകര്യാർത്ഥം മാത്യു വെന്നു വിളിക്കാം. അതിന് മുന്നോടിയായി ഡ്രൈവിങ് പഠിക്കണമല്ലൊ. കേശവദാസപുരത്തുള്ള ടാക്സി ഡ്രൈവറായ ഒരു സ്നേഹിതൻ അവധി ദിവസങ്ങളിൽ മാത്യുവിനെ ഡ്രൈവിങ് പഠിപ്പിക്കുവാൻ ആരംഭിച്ചു. കൂട്ടത്തിൽ മാത്യുവിന്റെ രണ്ടു വിദ്യാർത്ഥികളുമുണ്ടായിരുന്നു. അക്കാലത്ത് കഴക്കൂട്ടത്തു നിന്നും തുമ്പ വഴി വേളിയിലേക്കുള്ള റോഡ് പ്രായേണ തിരക്കു കുറഞ്ഞതാകയാൽ കാർ ഓടിച്ചു പഠിക്കാൻ തിരഞ്ഞെടുത്തത് ആ വഴിയായിരുന്നു. ഒരു ദിവസം ഡ്രൈവിങ് പഠനത്തിനിടയിൽ കാർ ഒരു വഴിയാത്രക്കാരിയായ വൃദ്ധയെ ഇടിച്ചു. ഇടിയുടെ ആഘാതത്തിൽ അവർ ദൂരെ തെറിച്ചു വീണു. മാത്യുവും കൂട്ടരും കാറിൽ നിന്നിറങ്ങി വൃദ്ധയുടെ സമീപത്തെത്തി. ചലനമറ്റു കിടന്നിരുന്ന അവരെ പരിശോധിച്ചപ്പോൾ അവർ മരിച്ചു വെന്നു മനസ്സിലായി.

വൃദ്ധയെ ആശുപത്രിയിലാക്കണമെന്ന് ടാക്സി ഡ്രൈവർ പറഞ്ഞെങ്കിലും മാത്യു അതിനോടു യോജിച്ചില്ല. ശവം എവിടെയെങ്കിലും കൊണ്ടുപോയി കളയാൻ തീരുമാനിച്ചു. ആ സമയത്ത് റോഡിൽ വാഹനങ്ങളോ ആളുകളോ ഉണ്ടായിരുന്നില്ല. സംഭവം ആരും കണ്ടില്ലെന്നു ബോധ്യമായ മാത്യുവും സ്നേഹിതരും വൃദ്ധയുടെ മൃതശരീരം കാറിന്റെ ഡിക്കിയിൽ കയറ്റി ഓടിച്ചു പോയി. ആദ്യം തീരുമാനിച്ചത് പ്രേതം കടലിലോ കായലിലോ കളയാനായിരുന്നു. സമീപത്തുള്ള പല സ്ഥലങ്ങളിലും പോയി നോക്കിയെങ്കിലും പകൽസമയത്ത് അപ്രകാരം ചെയ്യുന്നത് അപകടമാണെന്ന് മനസ്സിലാക്കിയ അവർ അകലെ എവിടെയെങ്കിലും ശവം മറവു ചെയ്യാൻ തീരുമാനിച്ചു. മാത്യുവിന് കന്യാകുമാരി ജില്ലയിലെ കുലശേഖരം എന്ന സ്ഥലം അറിയാമായിരുന്നു. മുൻപൊരിക്കൽ അവിടെ താമസമുള്ള ചില ബന്ധുക്കളെ കാണാൻ പോയിട്ടുണ്ട്. അവർ രാത്രിയിൽ കുലശേഖരത്തെത്തി ഒരു റബ്ബർ എസ്റ്റേറ്റിന്റെ കോണിൽ പൊന്തക്കാടുകൾക്കിടയിൽ വൃദ്ധയുടെ ശവം നിക്ഷേപിച്ചിട്ട് തിരികെ പോന്നു.

കൊല്ലപ്പെട്ട വൃദ്ധയുടെ വീട് അപകടം നടന്ന സ്ഥലത്തിനടുത്തായിരുന്നു. ഇതിനിടെ കാണാതായ വൃദ്ധയുടെ ബന്ധുക്കൾ

തുമ്പ റോഡിനു സമീപമുള്ള പ്രദേശങ്ങളിലൊക്കെ അന്വേഷണം നടത്തിയെങ്കിലും ഒരു വിവരവും ലഭിച്ചില്ല. അവർ തിരുവനന്തപുരത്തെ എല്ലാ ആശുപത്രികളിലും അന്വേഷിച്ചു പോയി. ഒടുവിൽ അവരെക്കുറിച്ച് ഒരു വിവരവും ലഭിക്കാതെ വന്നപ്പോൾ കഴക്കൂട്ടം പോലീസ് സ്റ്റേഷനിൽ പരാതി നല്കി. കഴക്കൂട്ടം പോലീസിന്റെ അന്വേഷണവേളയിൽ ഒരു അത്ഭുതം സംഭവിച്ചു. സംഭവസ്ഥലത്തിനടുത്തു താമസക്കാരനായ പത്തു വയസ്സുള്ള ഒരു ബാലൻ പോലീസിനോട് അവൻ കാർ അപകടം കണ്ടിരുന്നു എന്നു പറഞ്ഞു. റോഡിനു സമീപമുള്ള പറങ്കി മാവിൻതോട്ടത്തിൽ കളിച്ചുകൊണ്ടിരുന്ന ബാലൻ ആ കാറിന്റെ നമ്പർ മണ്ണിൽ കുറിച്ചിടുകയും ചെയ്തിരുന്നു. അവനെഴുതിയിട്ടിരുന്ന നമ്പർ പരിശോധിക്കുവാനായി പോലീസ് ബാലനെയും കൂട്ടി പറങ്കി മാവിൻ തോട്ടത്തിൽ പോയി. നിർഭാഗ്യത്താൽ നമ്പറിന്റെ അക്കങ്ങൾ മാഞ്ഞുപോയിരുന്നുവെങ്കിലും ആദ്യത്തെ മൂന്ന് അക്ഷരങ്ങൾ 'MDK' അപ്പോഴും വ്യക്തമായി വായിക്കാമായിരുന്നു. റീജിയണൽ ട്രാൻസ്പോർട്ട് ഓഫീസിൽനിന്നും കാറിന്റെ ഉടമസ്ഥന്റെ മേൽവിലാസം കിട്ടി. അധികം വൈകാതെ കാർ കണ്ടെത്താൻ കഴിഞ്ഞെങ്കിലും ഡ്രൈവർ ഒളിവിൽ പോയതു കാരണം അന്വേഷണം വഴിമുട്ടി. ബന്ധുക്കളുടെ പരാതിയെത്തുടർന്ന് അന്വേഷണം ക്രൈംബ്രാഞ്ച് ഏറ്റെടുത്തു.

അന്ന് ക്രൈംബ്രാഞ്ച് എസ്.പി. ആയിരുന്ന ജയറാം പടിക്കൽ ബ്രാഞ്ചിലെ സമർത്ഥനായ ഡിറ്റക്ടീവ് ഇൻസ്പെക്ടർ രവീന്ദ്രനെ അന്വേഷണത്തിനു നിയോഗിച്ചു. (രവീന്ദ്രൻ എസ്.പി. ആയി റിട്ടയർ ചെയ്തശേഷം തിരുവനന്തപുരത്ത് വിശ്രമജീവിതം നയിക്കുന്നു) അദ്ദേഹം ടാക്സി ഡ്രൈവറെക്കുറിച്ച് വിവരങ്ങൾ ശേഖരിച്ചു. കേശവദാസപുരം ടാക്സി സ്റ്റാന്റിലെ മറ്റു ഡ്രൈവർമാരിൽനിന്നും മാത്യുവിന്റെ ഡ്രൈവിങ്പഠനത്തെക്കുറിച്ചറിയാൻ കഴിഞ്ഞു. ക്രൈംബ്രാഞ്ച് അന്വേഷണം ആരംഭിച്ചുവെന്നറിഞ്ഞപ്പോൾ മാത്യു ലീവെടുത്ത് പത്തനാപുരത്തുള്ള കുടുംബവീട്ടിൽ രഹസ്യമായി താമസിക്കുകയായിരുന്നു. ഇൻസ്പെക്ടർ അവിടെപ്പോയി മാത്യുവിനെ പിടികൂടി ചോദ്യം ചെയ്യാനായി ക്രൈംബ്രാഞ്ച് ഓഫീസിൽ കൊണ്ടുവന്നു. യാതൊരു സമ്മർദ്ദവുമില്ലാതെ മാത്യു എല്ലാം തുറന്നുപറഞ്ഞു. താമസിയാതെ ഡ്രൈവറെയും മാത്യുവിനോടൊപ്പമുണ്ടായിരുന്ന വിദ്യാർത്ഥികളെയും അറസ്റ്റു ചെയ്തു.

പ്രേതം കിടത്തിയിരുന്ന കാറിന്റെ ഡിക്കി പരിശോധിച്ചപ്പോൾ അതിൽ നിന്നും രക്തക്കറകൾ, നീണ്ട നരച്ച തലമുടികൾ എന്നിവ

ലഭിച്ചു. ശ്രീ രവീന്ദ്രനോടൊപ്പം പ്രൊഫ. കന്തസ്വാമിയും ഞാനും കുലശേഖരത്തെ റബ്ബർ എസ്റ്റേറ്റിൽ പോയി. അപ്പോഴേക്കും ശവ ശരീരത്തിന്റെ മാംസഭാഗങ്ങൾ ചെന്നായ്ക്കൾ തിന്നു തീർത്തി രുന്നു. അവശേഷിച്ച എല്ലുകളിൽനിന്നും മൃതദേഹം പ്രായംചെന്ന ഒരു വൃദ്ധയുടേതാണെന്ന് കണ്ടുപിടിക്കാൻ കഴിഞ്ഞു. വൃദ്ധ യുടെ ഓല മേഞ്ഞ വീടിന്റെ പുരപ്പുറത്തുനിന്നും അവരുടെ ധാരാളം തലമുടിച്ചുരുളുകൾ ലഭിച്ചു. അവർ തലമുടി ചീകുമ്പോൾ പൊഴിയുന്ന തലമുടികൾ ചുരുട്ടി പുരപ്പുറത്തേക്കെറിയുമായി രുന്നു. കാറിൽനിന്നും കിട്ടിയ മുടികളും വീട്ടിൽനിന്നും ലഭിച്ച മുടികളും ഒന്നാണെന്ന് ഭാഭ അറ്റോമിക് റിസർച്ച് സെന്ററിൽ നടത്തിയ 'ന്യൂട്രോൺ ആക്ടിവേഷൻ അനാലിസിസ്' (മുടിയി ലുള്ള മൂലകങ്ങളുടെ താരതമ്യപഠനം) എന്ന ആധുനിക പരി ശോധനയിൽ കണ്ടെത്തി. മനഃപൂർവമല്ലാത്ത നരഹത്യയ്ക്കും തെളിവു നശിപ്പിച്ചതിനും എല്ലാവരെയും കോടതി ശിക്ഷിച്ചു.

10. പ്രതിക്കൂട്ടിലായ ഒരു ഡോക്ടർ

ദിവസവും മദ്യപിച്ചിട്ട് വീട്ടിലെത്തി അമ്മയെ മർദ്ദിക്കുന്ന അച്ഛനെ വധിച്ച മകന്റെ കഥ വിവരിച്ചിരുന്നു. ഞാൻ തിരുവനന്തപുരത്ത് ജോലി ചെയ്യുമ്പോൾ അതുപോലെയൊരു പിതൃഹത്യയുടെ അന്വേ ഷണത്തിൽ പങ്കെടുത്ത കഥയാണിതും. സത്യം കണ്ടുപിടിക്കാൻ കഴിഞ്ഞെങ്കിലും അതുകാരണം ഒരു ഡോക്ടർ പ്രതിക്കൂട്ടി ലായത് വളരെ നാൾ എന്നെ ദുഃഖത്തിലാഴ്ത്തിയിരുന്നു.

തിരുവനന്തപുരം താലൂക്കിന്റെ തെക്കേ അറ്റത്ത് സഹ്യ പർവ്വതനിരകളുടെ താഴ്വാരത്തുള്ള ഒരു ഗ്രാമം. ഇവിടുത്തെ താമസക്കാരധികവും മദ്ധ്യ തിരുവിതാംകൂറിൽനിന്ന് കുടിയേ റിയവരാണ്. മണ്ണിനോട് പടവെട്ടി റബ്ബറും കുരുമുളകുമൊക്കെ കൃഷിചെയ്തു ജീവിതം പടുത്തുയർത്തിയ അവരിൽ പലരും ധനികരായി. എന്നാൽ അവറാച്ചൻ മാത്രം ഒന്നും നേടിയില്ല. ഭാര്യയും നാലുമക്കളുമായി അയാൾ ബുദ്ധിമുട്ടിയാണ് ജീവി ച്ചത്. അക്കാലത്ത് റബ്ബറിന്റെ വിലയിടിവ് അവറാന് സാമ്പത്തി കമായി വളരെയധികം പ്രയാസങ്ങൾ ഉണ്ടാക്കി. ദുഃഖങ്ങൾ മറ ക്കാൻ അയാൾ മദ്യപാനം തുടങ്ങി. ക്രമേണ അയാൾ ഒരു തികഞ്ഞ മദ്യപാനിയായി. വൈകുന്നേരം മദ്യപിച്ചുവന്ന് ഭാര്യ യെയും മക്കളെയും മർദ്ദിക്കുന്നതും പതിവായി. പത്തൊൻ

പതു വയസ്സുള്ള മൂത്ത മകൻ ബേബി പത്താം സ്റ്റാൻഡേർഡ് പാസ്സായി. കോളജിൽ ചേരണമെന്ന അവന്റെ ആഗ്രഹം പണമില്ലാത്തതുകൊണ്ട് സാധിച്ചില്ല. അപ്പന്റെ മദ്യപാനവും കുടുംബത്തിലെ കലഹങ്ങളും അവനെ വളരെയധികം ദുഃഖിപ്പിച്ചു. അവന് അമ്മയോടായിരുന്നു കൂടുതൽ അടുപ്പവും സ്നേഹവും. അപ്പൻ അമ്മയെ തല്ലുന്നത് അവനു സഹിക്കാൻ കഴിയുമായിരുന്നില്ല. പലപ്പോഴും അവൻ അപ്പനെ പിടിച്ചു മാറ്റിയിട്ടുണ്ട്. അതിന് അവന് അപ്പന്റെ തല്ല് കൊണ്ടിട്ടുമുണ്ട്.

ഒരു ദിവസം വൈകുന്നേരം അവറാന്റെ വീട്ടിൽനിന്നും ഭാര്യയുടെയും കുട്ടികളുടെയും ഉച്ചത്തിലുള്ള നിലവിളി അയൽക്കാർ കേട്ടു. സ്ഥിരം സംഭവമാകയാൽ അവർ അതു കാര്യമായിട്ടെടുത്തില്ല. ഓടിവായോ എന്ന നിലവിളി വീണ്ടും കേട്ടപ്പോൾ അയൽപക്കത്തെ ചാക്കോയും തോമസും അവറാന്റെ വീട്ടിലെത്തി. അവിടെ ഒരു കട്ടിലിൽ ബോധമില്ലാതെ കിടക്കുന്ന അവറാനെയാണ് അവർ കണ്ടത്. വളരെയധികം മദ്യപിച്ചെത്തിയ അവറാൻ വീടിനടുത്തുള്ള ഒരു പാറയിൽ തലയടിച്ചു വീണെന്നും തല മുറിഞ്ഞു ധാരാളം ചോര വാർന്നു പോയെന്നും അയാളുടെ ഭാര്യ അവരോട് പറഞ്ഞു. അവറാനെ വിളിച്ചിട്ടു കണ്ണു തുറക്കുന്നതുമില്ല. അവറാനെ ആശുപത്രിയിൽ കൊണ്ടുപോകണം, ചാക്കോ ബേബിയോടു പറഞ്ഞു. അവിടെനിന്നും രണ്ടു കിലോമീറ്ററോളം പോയാലേ ഓട്ടോറിക്ഷയോ ടാക്സിയോ ലഭിക്കൂ. തോമസ് അവറാന്റെ മൂക്കിനടുത്തു വിരൽ വച്ചു നോക്കിയപ്പോൾ ശ്വാസമുണ്ടെന്നു തോന്നിയില്ല. മൂന്നു നാലു വീടിനപ്പുറത്തു താമസിക്കുന്ന തങ്കമ്മച്ചേടത്തിയുടെ മകൾ, നഴ്സിങ്ങിനു പഠിക്കുന്ന സെലിൻ അവധിക്കു വന്നിട്ടുണ്ട്. അവളെ വിളിച്ചു പരിശോധിപ്പിക്കാമെന്ന് ചാക്കോ പറഞ്ഞു. സെലിൻ വന്ന് അവറാനെ പരിശോധിച്ചിട്ട് അവറാൻ മരിച്ചു എന്നു പറഞ്ഞു. അയൽപക്കക്കാരുടെ ഇടയിൽ മരണം പോലീസിനെ അറിയിക്കണമെന്നും വേണ്ടെന്നും രണ്ടഭിപ്രായമുയർന്നു. ഏതായാലും അപകടമരണമായതിനാൽ അറിയിക്കാമെന്നു തീരുമാനിച്ചു.

സ്ഥലം പോലീസ് സ്റ്റേഷനിലെ ഹെഡ്കോൺസ്റ്റബിളും സംഘവുമെത്തി ഇൻക്വസ്റ്റ് നടത്തി. നിയമപ്രകാരം ശവശരീരം ജീർണ്ണിച്ചതാണെങ്കിലോ ആശുപത്രിയിലേക്ക് നീക്കാൻ ബുദ്ധിമുട്ടുണ്ടെങ്കിലോ മാത്രമേ സ്ഥലത്തു വന്ന് പോസ്റ്റ്മോർട്ടം ചെയ്യാൻ ഡോക്ടറോട് ആവശ്യപ്പെടാവൂ. എന്നാൽ അവറാന്റെ മൃതദേഹം അടുത്തുള്ള പ്രാഥമികാരോഗ്യകേന്ദ്രത്തിലെ അസിസ്റ്റന്റ് സർജൻ സ്ഥലത്തുവന്ന് പോസ്റ്റ്മോർട്ടം പരിശോധന നടത്തി. അതിനു

വേണ്ടി വീടിനു പുറകിൽ ഒരു മറ കെട്ടിയിരുന്നു. ഡോക്ടറും സഹായിയും മറയ്ക്കകത്തു കയറി പോസ്റ്റ്മോർട്ടം ആരംഭിച്ചു. ചുറ്റികയും ഉളിയുമൊക്കെ ഉപയോഗിച്ചു തലയോടു പൊട്ടിക്കുന്ന ശബ്ദമൊക്കെ വെളിയിൽ നിൽക്കുന്നവർക്കു കേൾക്കാമായിരുന്നു. പോസ്റ്റ്മോർട്ടം വേഗം കഴിഞ്ഞു. മൃതദേഹം അടുത്തുള്ള പള്ളിയിൽ സംസ്കരിച്ചു. ആ കുടിയേറ്റ ഗ്രാമത്തിലെ എല്ലാവരും ശവസംസ്കാരച്ചടങ്ങിൽ പങ്കെടുത്തു. മദ്യപാനി ആയിരുന്നെങ്കിലും അവറാച്ചനെ നാട്ടുകാർക്കിഷ്ടമായിരുന്നു.

അവറാന്റെ ശവമടക്കലിന്റെ രണ്ടാം ദിവസം ക്രൈം ഡിറ്റാച്ച്മെന്റ് ഡിവൈ.എസ്.പി. വേലായുധൻ നായർക്ക് ഒരു ഊമക്കത്തു ലഭിച്ചു. പാറക്കെട്ടിൽ വീണല്ല അവറാൻ മരിച്ചതെന്നും മകൻ ബേബി അയാളെ ഉലക്കകൊണ്ടടിച്ചു കൊലപ്പെടുത്തിയെന്നുമായിരുന്നു കത്തിലെ വിവരം. വേലായുധൻ നായർ ഉടനേതന്നെ വിശ്വസ്തരായ രണ്ടു കോൺസ്റ്റബിൾമാരെ അയച്ച് ഒരു രഹസ്യാന്വേഷണം നടത്തിയപ്പോൾ അവറാന്റെ മദ്യപാനവും അയാൾ വീട്ടുകാരെ പീഡിപ്പിക്കുമായിരുന്നതുമൊക്കെ മനസ്സിലാക്കാൻ കഴിഞ്ഞു. വേലായുധൻ നായർ അവറാന്റെ മകൻ ബേബിയെ ക്രൈം ഡിറ്റാച്ച്മെന്റ് ഓഫീസിലേക്ക് വിളിപ്പിച്ചു. ഓരോ ഡിസ്ട്രിക്ടിലും സംശയാസ്പദമായ മരണങ്ങളെക്കുറിച്ച് അന്വേഷണം നടത്തുന്ന പ്രത്യേക വിഭാഗമാണ് ക്രൈം ഡിറ്റാച്ച്മെന്റ്. ഒരു ഡിവൈ.എസ്.പി.ക്കാണ് ഈ യൂണിറ്റിന്റെ ചുമതല.

വേലായുധൻ നായർക്ക് ബേബിയെ അധികനേരം ചോദ്യം ചെയ്യേണ്ടി വന്നില്ല. അവൻ പൊട്ടിക്കരഞ്ഞുകൊണ്ട് കുറ്റം സമ്മതിച്ചു. അമ്മയെ എന്നും നിഷ്കരുണം മർദ്ദിക്കുന്നത് കണ്ട് സഹിക്കവയ്യാതെ അപ്പനെ കൊന്നതാണെന്ന് അവൻ ഏറ്റുപറഞ്ഞു. പതിവുപോലെ അപ്പൻ കണ്ടമാനം മദ്യപിച്ചിട്ടു വീട്ടിൽവന്ന് ബഹളമുണ്ടാക്കാൻ തുടങ്ങി. പാകംചെയ്തുവച്ചിരുന്ന ആഹാരസാധനങ്ങളൊക്കെ വലിച്ചെറിഞ്ഞു. അതു തടുക്കാൻ ചെന്ന അമ്മയെ കഠിനമായി മർദ്ദിക്കാൻ തുടങ്ങി. അപ്പോൾ ബേബി അവിടേക്കു ചെന്ന് അപ്പനെ തടഞ്ഞു. അവറാൻ മകനെയും പൊതിരെ തല്ലി. ബേബി അടുക്കളയിലുണ്ടായിരുന്ന ഒരു ഉലക്കകൊണ്ട് അപ്പന്റെ തലയ്ക്കടിച്ചു. നിലത്തു വീണ അവറാന്റെ നെഞ്ചിൽ വീണ്ടും രണ്ടു മൂന്നു പ്രാവശ്യം അടിച്ചു. അപ്പൻ മരിച്ചുവെന്ന് ബോധ്യമായപ്പോൾ ബേബി പോലീസിനു കീഴടങ്ങാൻ ഒരുങ്ങി. ഏകമകൻ ജയിലിലായാൽ കുടുംബം അനാഥമാകുമെന്ന് അമ്മ

അവനോടു പറഞ്ഞു. അങ്ങനെയാണ് പാറയിൽനിന്നും വീണതാണെന്ന കഥ മെനഞ്ഞത്.

വേലായുധൻ നായർ മെഡിക്കൽ കോളജിലെത്തി സംഭവത്തെക്കുറിച്ച് എന്നോടു പറഞ്ഞു. അസിസ്റ്റന്റ് സർജ്ജൻ തയ്യാറാക്കിയ പോസ്റ്റ്മോർട്ടം സർട്ടിഫിക്കറ്റും എന്നെ കാണിച്ചു. അതിൽ മരിച്ച ആളിന്റെ ശരീരത്തിൽ കുറെ ഉരവുകൾ മാത്രമാണ് കാണപ്പെട്ടത് എന്ന് രേഖപ്പെടുത്തിയിരുന്നു. തലയിൽ പരിക്കുകൾ ഉണ്ടായിരുന്നതായി എഴുതിയിട്ടുമില്ല. ബേബിയുടെ കുറ്റസമ്മതം ശരിയാണെങ്കിൽ തലയിലും നെഞ്ചത്തും ഉലക്കയടികൊണ്ടുള്ള പരിക്കുകൾ ഉണ്ടായിരുന്നിരിക്കണം. ശവമടക്കിയിട്ടു നാലു ദിവസം കഴിഞ്ഞിരുന്നു. ഓരോ ദിവസം കഴിയുംതോറും ശവം ചീഞ്ഞു തെളിവുകൾ നഷ്ടപ്പെടും. ഉടൻതന്നെ പ്രേതം കുഴിച്ചെടുത്തു പരിശോധിക്കേണ്ടത് ആവശ്യമാണെന്നു ഞാൻ പറഞ്ഞു.

ഡിവൈ.എസ്.പി. വേലായുധൻ നായർ അടുത്ത ദിവസം തന്നെ എക്സ്ഹ്യുമേഷനു വേണ്ട ഒരുക്കങ്ങൾ ചെയ്തു. നെയ്യാറ്റിൻകര തഹസിൽദാർ ഇൻക്വസ്റ്റ് തയ്യാറാക്കി. പള്ളിയിലെ സെമിത്തേരിയിൽ അവറാന്റെ കുഴിമാടത്തിനരികിൽതന്നെ പോസ്റ്റ്മോർട്ടം നടത്തുവാനുള്ള സംവിധാനങ്ങൾ ഒരുക്കിയിരുന്നു. ആ ഗ്രാമത്തിലെ ഒട്ടു മിക്ക ആളുകളും പള്ളിയിൽ എത്തിയിരുന്നു. എന്റെ സഹായി മോർച്ചറി ക്ലീനർ ജോഷ്വാ ശവപ്പെട്ടിയിൽനിന്നും ശവം പുറത്തെടുത്തു. വസ്ത്രങ്ങളൊക്കെ മാറ്റിയപ്പോൾ ഞാൻ ഞെട്ടിപ്പോയി. നേരത്തെ പോസ്റ്റ്മോർട്ടം നടത്തിയെന്നു രേഖപ്പെടുത്തിയ ശവത്തിൽ അതിന്റെ യാതൊരു ലക്ഷണവുമില്ല. തലയും ഉടലും കീറി ആന്തരിക അവയവങ്ങൾ ഒന്നും പരിശോധിച്ചിട്ടില്ല. പോസ്റ്റ്മോർട്ടം സർട്ടിഫിക്കറ്റ് ഞാൻ ഒന്നുകൂടി വായിച്ചുനോക്കി. പാറക്കെട്ടിൽ വീണാലുണ്ടാകാവുന്ന തരത്തിലുള്ള ഉരവുകളുടെ വിവരങ്ങൾ മാത്രമേ സർട്ടിഫിക്കറ്റിൽ രേഖപ്പെടുത്തിയിരുന്നുള്ളൂ. ശവശരീരത്തിൽ ആ മുറിവുകളൊന്നും ഞാൻ കണ്ടില്ല.

അധികം ചീയാത്ത ആ ശവശരീരം പരിശോധിച്ചപ്പോൾ എനിക്ക് യഥാർത്ഥ മരണകാരണം ബോധ്യമായി. ഉലക്കകൊണ്ടുള്ള അടിയേറ്റ് അവറാന്റെ തലയോടു പൊട്ടിത്തകർന്നിരുന്നു. തലച്ചോറിനുള്ളിൽ ക്ഷതവും രക്തസ്രാവവും ഉണ്ടായിരുന്നു. നെഞ്ചിൽ അടികളേറ്റു നിരവധി വാരിയെല്ലുകൾ ഒടിഞ്ഞിരുന്നു. ശ്വാസകോശങ്ങൾക്കും ക്ഷതങ്ങളേറ്റിരുന്നു.

ഡിവൈ.എസ്.പി. വേലായുധൻ നായർ ആദ്യം പോസ്റ്റ്മോർട്ടം നടത്തിയ ഡോക്ടറോടു ചോദിച്ചപ്പോൾ അദ്ദേഹം ശവശരീരം

കീറിമുറിച്ചില്ല എന്നു സമ്മതിച്ചു. സ്വയം പാറക്കെട്ടിൽ വീണു മരിച്ചതാണെന്നു പോലീസ്സ് പറഞ്ഞു. മൃതദേഹം കീറിമുറിക്കരുതെന്ന ബന്ധുക്കളുടെ അപേക്ഷ ഡോക്ടർ ചെവിക്കൊണ്ടു. അല്ലാതെ കുറ്റകൃത്യം മൂടിവയ്ക്കണമെന്നു ഡോക്ടർക്ക് ഉദ്ദേശ്യമില്ലായിരുന്നു. എന്നാൽ നിയമത്തിനു മുമ്പിൽ ഡോക്ടർ കുറ്റക്കാരനായി. ഇന്ത്യൻ പീനൽ കോഡ് 201-ാം വകുപ്പുപ്രകാരം ഡിവൈ.എസ്.പി.ക്കു ഡോക്ടർക്കെതിരായും ചാർജുഷീറ്റു നല്കേണ്ടി വന്നു. സാത്വികനായ ആ ഡോക്ടർക്ക് പ്രതിക്കൂട്ടിൽ നിൽക്കേണ്ട ഇട വന്നില്ല. കേസിൽ പ്രതിയായ മാനസികാഘാതം അദ്ദേഹത്തിന്റെ ഹൃദയത്തെ തളർത്തി. കേസിന്റെ വിചാരണ തുടങ്ങുന്നതിനു മുമ്പുതന്നെ ആ ജീവന്റെ തിരിനാളം അണഞ്ഞു.

ഇതുപോലെ ഡോക്ടർമാർ പോസ്റ്റ്മോർട്ടം പരിശോധന നടത്താതെ മരണകാരണം രേഖപ്പെടുത്തി സർട്ടിഫിക്കറ്റുകൾ നല്കിയ നിരവധി സംഭവങ്ങൾ ഉണ്ടായിട്ടുണ്ട്. പ്രേതവിചാരണ കഴിയുമ്പോൾ മരണകാരണത്തെപ്പറ്റി പോലീസ് ചില നിഗമനങ്ങളിലെത്തിയിട്ടുണ്ടാവും. പോസ്റ്റ്മോർട്ടം പരിശോധന നടത്തുവാനായി ഡോക്ടർക്കു നല്കുന്ന അപേക്ഷയിൽ അന്വേഷണ ഉദ്യോഗസ്ഥൻ അവ രേഖപ്പെടുത്തുകയും ചെയ്യും. ആ വിവരം ഡോക്ടറുടെ മനസ്സിനെ സ്വാധീനിക്കും. ചില ഡോക്ടർമാർ അപ്രകാരം ഒരു മുൻവിധിയോടെ മൃതദേഹപരിശോധന നടത്തുകയും ഇൻക്വസ്റ്റിൽ ഉരുത്തിരിയുന്ന പ്രാഥമിക മരണകാരണത്തിന് അനുസരണമായി അഭിപ്രായം നല്കുകയും ചെയ്യാറുണ്ട്. ഇത്തരം പ്രവൃത്തികൾ നിരപരാധികൾ കുറ്റാരോപിതരാകുവാനോ കുറ്റവാളികൾ രക്ഷപ്പെടാനോ കാരണമാകുന്നു. എല്ലാ ഡോക്ടർമാരും മൃതദേഹപരിശോധന ഒരു സത്യാന്വേഷണമാണെന്ന് കരുതി അവധാനതയോടെ പ്രവർത്തിക്കേണ്ടതാണ്.

എൺപതുകളിൽ രാജാക്കാട് പോലീസ് സ്റ്റേഷൻ കെ.ഡി.യായിരുന്ന 'റിപ്പർ ചാക്കോ' കോട്ടയം, ഇടുക്കി താലൂക്കുകളിൽ നിരവധി പേരെ കൊലപ്പെടുത്തിയിട്ടുണ്ട്. ആ കഥകൾ പിന്നീട് വിവരിക്കാം. വർഷങ്ങൾ നീണ്ട അന്വേഷണത്തിനൊടുവിൽ ചാക്കോ പിടിയിലായി. ഭേദ്യമുറകളൊന്നും കൂടാതെ തന്നെ ഒരു ദിവ്യ വെളിപാടുപോലെ അയാൾ താൻ ചെയ്ത എല്ലാ കൊലപാതകങ്ങളുടെയും സമഗ്രമായ വിവരണം നല്കി. രേഖപ്പെടുത്തിയപ്പോൾ അൻപതോളം പേജുകൾ ഉണ്ടായിരുന്ന ആ കുറ്റസമ്മതത്തിലെ എല്ലാ കൃത്യങ്ങളും മനുഷ്യമനഃസാക്ഷിയെ ഞെട്ടി

ഷിക്കുന്നവ ആയിരുന്നെങ്കിലും അതിൽ ഒന്ന് അതിക്രൂരവും പൈശാചികവുമായിരുന്നു.

ജോണി ഇടുക്കിയിലെ ഒരു ലോറി ഡ്രൈവറായിരുന്നു. ഭാര്യയും ബാല്യം പിന്നിടാത്ത മൂന്നു പെൺമക്കളും അടങ്ങിയതായിരുന്നു ജോണിയുടെ സന്തുഷ്ടകുടുംബം. ഒരു ദിവസം നേരം വെളുത്തപ്പോൾ നാട്ടുകാർ കണ്ടത് ജോണിയുടെ തീകത്തി ചാമ്പലായ വീടും അതിനുള്ളിലെ കത്തിക്കരിഞ്ഞ അഞ്ചു മൃതദേഹങ്ങളുമായിരുന്നു. ജോണിയും കുടുംബവും കൂട്ട ആത്മഹത്യ ചെയ്തതാണെന്നായിരുന്നു പോലീസിന്റെ നിഗമനം.

പ്രേതവിചാരണയ്ക്കു ശേഷം സർക്കാർ ഡോക്ടർ സ്ഥലത്തു വന്ന് അഞ്ചു മൃതദേഹങ്ങളും പോസ്റ്റ്മോർട്ടം ചെയ്തു. തീപ്പൊള്ളലാണ് മരണകാരണമെന്ന് സർട്ടിഫിക്കറ്റും നല്കി. പോലീസിന്റെ ഭാഗത്തുനിന്നും കൂടുതൽ അന്വേഷണമൊന്നും ഉണ്ടായില്ല. ജോണിയുടെ ലോറി ആയിടയ്ക്ക് വിറ്റിരുന്നു. സാമ്പത്തിക ബുദ്ധിമുട്ടുകൾ കാരണം കുടുംബമൊന്നാകെ ആത്മഹത്യ ചെയ്തതാണെന്ന് അന്തിമറിപ്പോർട്ടെഴുതി പോലീസ് കേസ് അവസാനിപ്പിച്ചു. വർഷങ്ങൾക്കുശേഷം ചാക്കോയുടെ കുറ്റസമ്മതത്തിൽ നിന്നാണ് അതൊരു ക്രൂരമായ കൂട്ടക്കൊലപാതകമാണെന്ന് മനസ്സിലായത്.

ജോണി ഒരു പുതിയ ലോറി വാങ്ങാനായിരുന്നു പഴയ ലോറി വിറ്റത്. വിറ്റു കിട്ടിയ തുക ജോണി സ്വന്തം വീട്ടിൽ ഒരു മേശവലിപ്പിലാണ് സൂക്ഷിച്ചിരുന്നത്. ഈ പണം കൈക്കലാക്കുകയായിരുന്നു ചാക്കോയുടെ ലക്ഷ്യം. ഒരു ദിവസം രാത്രി ജോണിയുടെ വീട്ടിലെ അടുക്കളയുടെ മൺഭിത്തി തുരന്ന് ചാക്കോ ഉള്ളിൽ കടന്നു. അയാളുടെ കൈയിൽ കനമുള്ള ഒരു ഇരുമ്പു കമ്പിയുമുണ്ടായിരുന്നു. ജോണിയും ഭാര്യയും ഇളയ മകളും ഒരു മുറിയിലും മറ്റു രണ്ടു കുട്ടികൾ വേറൊരു മുറിയിലും കിടന്നുറങ്ങുകയായിരുന്നു. ഇരുമ്പുകമ്പികൊണ്ട് എല്ലാവരുടെയും തലയ്ക്ക് ശക്തിയോടെ അടിച്ചു. ആരിൽനിന്നും ഒരു ഞരക്കം പോലും ഉയർന്നില്ല. എല്ലാവരും തൽക്ഷണം മരിക്കുകയോ ബോധം കെടുകയോ ചെയ്തിരിക്കണം. മേശവലിപ്പിൽനിന്നും പണം കൈക്കലാക്കിയതിനുശേഷം ചാക്കോ എല്ലാ ശരീരങ്ങളും ഒരു മുറിയിൽ ഒന്നിച്ചു കൂട്ടിയിട്ടു. ശരീരങ്ങൾക്കു മുകളിൽ വീട്ടിലുണ്ടായിരുന്ന സകല തുണികളും വാരിയിട്ടു. ജോണി വീട്ടിൽ സൂക്ഷിച്ചിരുന്ന ഒരു ക്യാൻ ഡീസൽ മുഴുവൻ അതിനു മുകളിൽ തളിച്ചു തീ കൊളുത്തി. ചാക്കോ തിരികെ പോകുമ്പോൾ തലയ്ക്കടിക്കാനുപയോഗിച്ച ഇരുമ്പുകമ്പി കിണറ്റിലുപേക്ഷിച്ചു.

ചാക്കോ കുറ്റസമ്മതം നടത്തിയതിനുശേഷം ജോണിയെയും കുടുംബാംഗങ്ങളെയും കൊലപ്പെടുത്തിയതിന് ക്രൈംബ്രാഞ്ച് കേസ് രജിസ്റ്റർ ചെയ്ത് അന്വേഷണം തുടങ്ങി. ഞാൻ അന്ന് പോലീസിന്റെ മെഡിക്കോ ലീഗൽ ഉപദേശകനായി ജോലി ചെയ്യുകയായിരുന്നു. അന്വേഷണത്തിന്റെ ആദ്യ നടപടിയായി ജോണിയുടെയും കുടുംബാംഗങ്ങളുടെയും മൃതദേഹങ്ങൾ കുഴിച്ചെടുത്തു കോട്ടയം മെഡിക്കൽ കോളജിലെ പ്രൊഫസ്സർ രാധാകൃഷ്ണൻ പരിശോധിച്ചു. അസ്ഥിമാത്രശേഷമായ ശവശരീരങ്ങളുടെ തലയോടുകൾ എല്ലാം പൊട്ടിത്തകർന്നിരുന്നു. ചാക്കോ കിണറ്റിലുപേക്ഷിച്ചിരുന്ന ഇരുമ്പുകമ്പിയും കണ്ടെടുത്തു. ക്രൈംബ്രാഞ്ച് നടത്തിയ അന്വേഷണത്തിൽ സർക്കാർ ഡോക്ടർ ശവശരീരങ്ങളുടെ പുറംപരിശോധന മാത്രമേ നടത്തിയിരുന്നുള്ളൂ എന്ന് കണ്ടെത്തി. ഉടലും തലയും മുറിച്ചു നോക്കിയില്ല. അന്ന് വിശദമായ പരിശോധന നടത്തിയിരുന്നെങ്കിൽ കൊലപാതകമാണെന്നു മനസ്സിലാക്കാമായിരുന്നു. കൃത്യസ്ഥലം പോലീസ് വിശദമായി പരിശോധിച്ചിരുന്നെങ്കിൽ കൊലപാതകത്തിലേക്കു വിരൽ ചൂണ്ടുന്ന പല തെളിവുകളും ലഭിക്കുമായിരുന്നു. ആത്മഹത്യ ആണെന്നുള്ള മുൻവിധിയാണ് അന്വേഷണം വഴി തെറ്റിച്ചത്.

പതിനാറോളം കൊലപാതകങ്ങളും നിരവധി ഭവനഭേദനങ്ങളും നടത്തി, ഒരു കാലത്ത് കോട്ടയം, ഇടുക്കി ജില്ലകളിലെ ജനങ്ങളുടെ പേടിസ്വപ്നമായിരുന്ന ചാക്കോ വിചാരണത്തടവുകാരനായി വിയ്യൂർ ജയിലിൽ കഴിയുമ്പോൾ അയാളുടെ കാലിൽ ക്യാൻസർ ബാധിച്ചു. കഠിനമായ വേദന സഹിക്കാൻ കഴിയാതെ റിപ്പർ ചാക്കോ തൂങ്ങി മരിച്ചു. രാത്രിയിൽ വീടുകളുടെ ജനാലക്കമ്പി വളച്ചോ വാതിൽ പൊളിച്ചോ ഉള്ളിൽ കയറി ഉറങ്ങിക്കിടക്കുന്ന ആളുകളുടെ തലയ്ക്ക് ഇരുമ്പുകമ്പി കൊണ്ടടിക്കുക എന്നതായിരുന്നു മിക്കവാറും എല്ലാ കൊലപാതകങ്ങളിലും ചാക്കോ അവലംബിച്ചിരുന്ന രീതി. അങ്ങനെയാണ് അയാൾക്ക് 'റിപ്പർ' എന്ന പേരു കിട്ടിയത്. റിപ്പർ ചാക്കോയെക്കുറിച്ച് 39-ാം അധ്യായത്തിൽ വിവരിക്കുന്നുണ്ട്.

11. മരണകാരണം തെളിഞ്ഞു!

കോട്ടയം താലൂക്കിലെ ആ മലയോരഗ്രാമത്തിലെ ജനങ്ങൾ നടുക്കത്തോടെയാണ് ആ കാഴ്ച കണ്ടത്. ഗ്രാമത്തിലൂടെ ഒഴുകുന്ന പുഴയിൽ രണ്ടു ശവശരീരങ്ങൾ. നാട്ടുകാരിൽ ഒരാൾ പോയി അടുത്ത പോലീസ് സ്റ്റേഷനിൽ വിവരമറിയിച്ചു. സാധാരണയായി ഇത്തരം കേസുകളിൽ പോലീസ് സ്ഥലത്തെത്താൻ വൈകുമെന്നാണ് പറയപ്പെടുന്നത്. അവർ എത്തുമ്പോഴേക്കും ശവശരീരങ്ങൾ ഒഴുകി അടുത്ത പോലീസ് സ്റ്റേഷന്റെ അതിർത്തിയിലെത്തും. എന്നാൽ ഈ കേസിൽ സബ് ഇൻസ്പെക്ടർ ഉടൻതന്നെ പോലീസുകാരുമായി സ്ഥലത്തെത്തി. ഒഴുകി നടക്കുന്ന ശവങ്ങൾ കരയ്ക്കടുപ്പിക്കാൻ കരയിൽ കൂടി നിന്നവരിൽ ആരും മുമ്പോട്ടു വന്നില്ല.

ഇത്തരം സന്ദർഭങ്ങളിൽ പോലീസ് അനുഭവിക്കുന്ന ബുദ്ധിമുട്ട് ഞാൻ പലപ്പോഴും കണ്ടിട്ടുണ്ട്. ഒരിക്കൽ തിരുവനന്തപുരത്തിനടുത്തുള്ള ഒരു വനത്തിനുള്ളിൽ ഒരു കാണിക്കാരനെ ആരോ കൊന്നു ശവം കുഴിച്ചിട്ടു. സർക്കിൾ ഇൻസ്പെക്ടർ, തഹസീൽദാർ എന്നിവരോടൊപ്പം ഞാനും സംഘവും വനത്തിനുള്ളിലൂടെ ദീർഘദൂരം നടന്ന് സ്ഥലത്തെത്തി. ഭാരമേറിയ 'പോസ്റ്റ്മോർട്ടം പെട്ടി' ചുമന്ന് മോർച്ചറി അറ്റൻഡർ ജോഷ്വാ അവശനായി. ശവക്കുഴി തോണ്ടാൻ കൂടി നിന്ന ആരും തയ്യാറായില്ല. കടുവ എന്ന അപരനാമധേയമുള്ള സർക്കിൾ ഇൻസ്പെക്ടർ കൃഷ്ണൻ നായർ എന്നോടു ക്ഷമാപണത്തോടെ പറഞ്ഞു: 'സർ, കുറച്ചു നേരം ഒന്നു ചെവി പൊത്തിക്കൊള്ളണേ.' പിന്നെ കേട്ടത് ശരിക്കും ഒരു കടുവയുടെ ഗർജ്ജനമായിരുന്നു. മേമ്പൊടിയായി ഇവിടെ പകർത്താൻ കൊള്ളാത്ത സരസ്വതീ വാഗ്വിലാസവും. പിന്നെ ഞാൻ കണ്ടത് സിനിമയിലെ ഫാസ്റ്റ് മോഷൻ രംഗങ്ങളിലെ കഥാപാത്രങ്ങളെപ്പോലെ ശവക്കുഴി തോണ്ടുന്ന ആളുകളെയാണ്.

വല്ല വിധേനയും ശവശരീരങ്ങൾ കരയ്ക്കടുപ്പിച്ച് പ്രേതവിചാരണ ആരംഭിച്ചു. ശരീരങ്ങൾ ഒട്ടും തന്നെ ചീഞ്ഞിരുന്നില്ല. ഇതിനിടെ കൂടിയിരുന്നവരിൽ ചിലർ പ്രേതങ്ങൾ തിരിച്ചറിഞ്ഞു. അയൽക്കാരായ ശേഖരന്റെ മൂത്തമകൻ രാജനും ഗോവിന്ദന്റെ ഇളയമകൻ മോഹനനുമായിരുന്നു അത്. ഇണപിരിയാത്ത ചങ്ങാതിമാരായിരുന്ന അവർ പത്താം ക്ലാസിലെ പരീക്ഷ കഴിഞ്ഞ് അവധി ദിനങ്ങൾ ആഘോഷിക്കുന്ന തിരക്കിലായിരുന്നു. മറ്റുള്ളവരുടെ പറമ്പിൽ കയറി തേങ്ങയിടുക, മാങ്ങ പറിക്കുക

തുടങ്ങിയ കുസൃതികൾ കാട്ടുന്നതിലായിരുന്നു ഇരുവർക്കും താത്പര്യം.

വിവരമറിഞ്ഞ് ഇരുവരുടെയും പിതാക്കന്മാരും ബന്ധുക്കളും സ്ഥലത്തെത്തി ശവശരീരങ്ങൾ തിരിച്ചറിഞ്ഞു. രണ്ടു പേരും തലേ ദിവസം രാത്രി ആഹാരം കഴിഞ്ഞിട്ട് സെക്കൻഡ്ഷോ സിനിമ കാണാനെന്നു പറഞ്ഞ് വീട്ടിൽനിന്നും പോയതാണ്. പിതാക്കന്മാർ പകൽ അവരെ അന്വേഷിച്ച് നടക്കുമ്പോഴായിരുന്നു ഞെട്ടിപ്പിക്കുന്ന വാർത്ത അറിഞ്ഞത്.

ബാല്യം മുതൽ നല്ലവണ്ണം നീന്തൽ അറിയാമായിരുന്ന, അരോഗദൃഢഗാത്രന്മാരായ അവർ മുങ്ങിമരിക്കുവാൻ സാധ്യതയില്ലെന്നായിരുന്നു നാട്ടുകാരുടെയും വീട്ടുകാരുടെയും അഭിപ്രായം. ഇൻക്വസ്റ്റിനുശേഷം മൃതദേഹങ്ങൾ പോസ്റ്റ്മോർട്ടം പരിശോധനയ്ക്കയച്ചു. പരിശോധന നടത്തിയ അസിസ്റ്റന്റ് സർജൻ ഇരുവരും മുങ്ങിമരിച്ചതാണെന്ന് അഭിപ്രായപ്പെട്ടു. ശരീരത്തിൽ പരുക്കുകൾ ഒന്നും അദ്ദേഹം കണ്ടില്ല. ഈ മരണകാരണത്തോട് യോജിക്കുവാൻ ബന്ധുക്കൾക്കും നാട്ടുകാർക്കും കഴിഞ്ഞില്ല. അവർ പ്രക്ഷോഭം തുടങ്ങിയതോടെ കേസന്വേഷണം ഉടൻതന്നെ ക്രൈംബ്രാഞ്ചിലേക്കു മാറ്റി.

അന്ന് ക്രൈംബ്രാഞ്ചിൽ എറണാകുളം യൂണിറ്റിലെ പ്രശസ്തനും സമർത്ഥനുമായ ഡിറ്റക്റ്റീവ് ഇൻസ്പെക്ടറായിരുന്നു ശ്രീ അബ്ദുൾ ഹമീദ്. കോട്ടയം താലൂക്കിലെ കേസുകളുടെ അന്വേഷണത്തിന്റെ ചുമതല അദ്ദേഹത്തിനായിരുന്നു. ഹമീദ് സഹപ്രവർത്തകരോടൊപ്പം കോട്ടയത്ത് താമസിച്ച് അന്വേഷണം തുടങ്ങി. ആദ്യമായി അദ്ദേഹം മൃതശരീരങ്ങൾ പോസ്റ്റ്മോർട്ടം ചെയ്ത ഡോക്ടറെയാണ് കാണാൻ പോയത്. ഫോറൻസിക് മെഡിസിനിൽ സാമാന്യം നല്ല അവഗാഹമുള്ള ഹമീദിന്, ഡോക്ടർ നല്കിയ വിശദീകരണങ്ങൾ തൃപ്തികരമായി തോന്നിയില്ല. ഹമീദിന്റെ ചോദ്യങ്ങൾക്കു മുന്നിൽ ഉത്തരം മുട്ടിയ ഡോക്ടർ ഒടുവിൽ ഒരു കുമ്പസാരം നടത്തി. അദ്ദേഹമല്ല പോസ്റ്റ്മോർട്ടം നടത്തിയത്, അറ്റൻഡറായിരുന്നു ശവങ്ങൾ കീറിയത്. മുങ്ങിമരണത്തിന്റെ ലക്ഷണങ്ങൾ ഉണ്ടായിരുന്നുവോ എന്നുപോലും നോക്കിയില്ല. വെള്ളത്തിൽനിന്ന് ലഭിച്ച ശവങ്ങളാകയാൽ മുങ്ങിമരണമായിരിക്കണം എന്നായിരുന്നു ഡോക്ടറുടെ നിഗമനം. അപ്രകാരം സർട്ടിഫിക്കറ്റ് നല്കുകയും ചെയ്തു. ഏതായാലും മൃതദേഹങ്ങൾ കുഴിച്ചെടുത്ത് വീണ്ടും പരിശോധന നടത്താൻ തീരുമാനിച്ചു.

പിന്നീട് ഹമീദ് എത്തിയത് തിരുവനന്തപുരം മെഡിക്കൽ കോളജിലെ ഫോറൻസിക് മെഡിസിൻ വിഭാഗത്തിലായിരുന്നു.

അന്ന് പ്രൊഫസ്സറായിരുന്നത് ഡോ. ജയപാലനായിരുന്നു. ഞാൻ അന്ന് അവിടെ അസോസിയേറ്റ് പ്രൊഫസ്സറായിരുന്നു. മരണകാരണം വ്യക്തമല്ലാത്തതിനാൽ വീണ്ടും ഒരു പോസ്റ്റ്മോർട്ടം മാത്രമാണ് ഏക പോംവഴി എന്നു ഞങ്ങൾ അഭിപ്രായപ്പെട്ടു. എന്നാൽ ശവശരീരങ്ങൾ മറവു ചെയ്തിട്ടുതന്നെ ഏതാണ്ട് നാലഞ്ചു ദിവസങ്ങൾ കഴിഞ്ഞിരുന്നു. മൃതദേഹങ്ങൾ തീർച്ചയായും അഴുകിയിരിക്കും. അങ്ങനെയെങ്കിൽ മരണകാരണം കണ്ടുപിടിക്കുവാനും പ്രയാസമായിരിക്കും. ഇത് പലപ്പോഴും ഒരു ഭാഗ്യപരീക്ഷണമായിട്ടാണ് എനിക്ക് തോന്നിയിട്ടുള്ളത്. ചിലപ്പോൾ മരണകാരണവും വിലപ്പെട്ട മറ്റു തെളിവുകളും ലഭിക്കും. ഒന്നും കണ്ടുപിടിക്കുവാൻ കഴിഞ്ഞില്ലെന്നും വരാം.

ഹമീദ് ഒട്ടും സമയം പാഴാക്കിയില്ല. പിറ്റേദിവസം തന്നെ ആർ.ഡി.ഒ.യുടെ ഉത്തരവു സമ്പാദിച്ചു. അടുത്ത ദിവസംതന്നെ ശവം കുഴിച്ചെടുത്ത് പരിശോധന നടത്താനുള്ള ഏർപ്പാടുകൾ ചെയ്തു. ഡോ. ജയപാലും ഞാനും പരിവാരങ്ങളുമായി അതിരാവിലെ തന്നെ സ്ഥലത്തെത്തി. ചീഞ്ഞ ശരീരത്തിൽനിന്നുള്ള ഗന്ധം മൂക്കും വായും മൂടുന്ന മാസ്ക് ധരിച്ചാലും അസഹനീയമായിരിക്കും. പലരുടെയും ധാരണ ഡോക്ടറും സഹായികളും മദ്യപിച്ചിട്ടാണ് ഈ പരിശോധന നടത്തുന്നതെന്നാണ്. ഈ ദുഷ്കരമായ കൃത്യം ജോലിയുടെ ഭാഗമായി ഡോക്ടർമാർ സഹിക്കുന്നു എന്നതാണ് സത്യം.

ഈ കേസിൽ രണ്ടു മൃതദേഹങ്ങൾ പരിശോധിക്കേണ്ടി വന്നത് ജോലി കൂടുതൽ ദുഷ്കരമാക്കി. എന്നാൽ മരണകാരണം കണ്ടുപിടിക്കാൻ കഴിഞ്ഞു എന്നതു ഞങ്ങൾക്കു വലിയ സന്തോഷം നല്കി. ഇരു ശവശരീരങ്ങളുടെയും ആന്തരിക അവയവങ്ങളിലൊന്നുംതന്നെ മുങ്ങിമരണത്തിന്റെ ലക്ഷണങ്ങൾ ഉണ്ടായിരുന്നില്ല. വളരെ അപ്രധാനമെന്നു തോന്നാവുന്ന ഒരു തെളിവാണ് പ്രേതപരിശോധനയിൽനിന്നും ലഭിച്ചത്. രണ്ടുപേരുടെയും കാൽവെള്ളകളിൽ ചെറിയ കുഴികളും അതിനു ചുറ്റുമുള്ള മാംസത്തിൽ നിറവ്യത്യാസവും ഉണ്ടായിരുന്നു.

ചെരിപ്പില്ലാതെ തറയിൽ ചവിട്ടിനിൽക്കുന്ന ഒരാൾക്ക് വൈദ്യുതാഘാതമേൽക്കുകയാണെങ്കിൽ വൈദ്യുതി അയാളുടെ ശരീരത്തിലൂടെ പ്രവേശിച്ച് ഭൂമിയിലേക്ക് പ്രവഹിക്കും. അപ്പോൾ വൈദ്യുതി പ്രവേശിക്കുന്ന ഭാഗത്തും ബഹിർഗമിക്കുന്ന ഭാഗത്തും പ്രത്യേകതരം പൊള്ളലുകൾ ഉണ്ടാകാം. കാലിലെ പൊള്ളലുകൾ ചെറിയ കുഴികളുടെ ആകൃതിയിലായിരിക്കും. ഇതിൽനിന്ന് ഇരുവരും വൈദ്യുതാഘാതമേറ്റു മരിച്ചതാകാം എന്നായിരുന്നു ഞങ്ങളുടെ നിഗമനം.

ഞങ്ങളുടെ അഭിപ്രായം ഹമീദിന് വലിയ ആശ്വാസമേകി. അസാധാരണ മരണങ്ങളുടെ അന്വേഷണം ആരംഭിക്കുന്നത് മൃതദേഹപരിശോധനയിൽ നിന്നാണ്. മരിച്ചതാരാണ്? എപ്പോൾ മരിച്ചു? എങ്ങനെ മരിച്ചു? എന്നീ വിവരങ്ങൾ അറിഞ്ഞാൽ മാത്രമേ കുറ്റാന്വേഷണം ആരംഭിക്കുവാൻ സാധിക്കുകയുള്ളൂ. മരണകാരണം വ്യക്തമായാലേ കുറ്റാന്വേഷണം ശരിയായ ദിശയിലേക്ക് കൊണ്ടുപോകാനും വിജയകരമായി അവസാനിപ്പിക്കുവാനും സാധിക്കുകയുള്ളൂ. മരണകാരണത്തെക്കുറിച്ച് ഡോക്ടർമാർ തെറ്റായ അഭിപ്രായങ്ങൾ നല്കിയതുകൊണ്ട് അന്വേഷണം വഴിതെറ്റിപ്പോയ നിരവധി ഉദാഹരണങ്ങൾ എനിക്കറിയാം. വഴിതെറ്റിയാലും സാരമില്ല; നിരപരാധികൾ അതുകൊണ്ട് പ്രതികളാക്കപ്പെട്ടാലോ? ഇത്തരുണത്തിൽ എനിക്ക് 'പാപ്പിലോൺ' (Papillon) എന്ന ആത്മകഥാപരമായ നോവൽ വായിച്ചത് ഓർമ്മ വരുന്നു.

ഹെൻറി ഷാരിയേയെ (Henry Charriere) ചെയ്യാത്ത കുറ്റത്തിന് ഫ്രഞ്ച് കോടതി ഡെവിൾസ് ദ്വീപിലേക്ക് നാടു കടത്തുന്നു. നിരപരാധിയായ അയാൾക്കെതിരെ പോലീസ് നിരവധി കള്ളത്തെളിവുകളെയും കള്ളസാക്ഷികളെയും ഹാജരാക്കിയിരുന്നു. കോടതിയിൽ പ്രതിക്കൂട്ടിൽ നിൽക്കുമ്പോഴുള്ള അയാളുടെ മനോവ്യാപാരങ്ങൾ വളരെ ഹൃദയസ്പർശിയായിട്ടാണ് നോവലിൽ അവതരിപ്പിച്ചിരിക്കുന്നത്. ഡെവിൾസ് ദ്വീപിൽനിന്നും അയാൾ പതിമൂന്നു തവണ രക്ഷപ്പെടാൻ ശ്രമിക്കുന്നു. പന്ത്രണ്ടു തവണയും അയാൾ പിടിക്കപ്പെടുന്നു. പതിമൂന്നാം തവണ രക്ഷപ്പെടുമ്പോൾ കഥ അവസാനിക്കുന്നു. നോവൽ പിന്നീട് സിനിമ ആക്കിയിട്ടുണ്ട്.

ഹമീദും സഹപ്രവർത്തകരും കർമ്മനിരതരായി അന്വേഷണം തുടർന്നു. അക്കാലത്ത് മിക്കവാറും പറമ്പുകളിൽ കൊക്കോ, ജാതി, ഗ്രാമ്പൂ എന്നീ നാണ്യവിളകൾ സമൃദ്ധമായി നട്ടു വളർത്തിയിരുന്നു. ഇന്ന് വാനിലയ്ക്കുള്ളതുപോലെ അന്ന് കൊക്കോയ്ക്ക് നല്ല വില ലഭിച്ചിരുന്നു. അതുകൊണ്ട് മോഷണം തടയാൻ തോട്ടങ്ങളുടെ വേലിയിൽ ചെമ്പുകമ്പികൾ വലിച്ചുകെട്ടി അതിലൂടെ ഇലക്ട്രിസിറ്റി കടത്തി വിടാറുണ്ട് എന്നൊരു വിവരം ഹമീദിന് ലഭിച്ചു. മരിച്ച യുവാക്കളുടെ സ്നേഹിതൻമാരിൽ ചിലരെ ചോദ്യം ചെയ്തപ്പോൾ അവർ ഇരുവരും ചില രാത്രികളിൽ ആറ്റിനക്കരെയുള്ള പാതിരിയുടെ തോട്ടത്തിൽ പോയി കൊക്കോ പറിക്കാറുണ്ടെന്നു വിവരം കിട്ടി. ഹമീദ് ആ തോട്ടത്തിൽ പോയി പരിശോധന നടത്തി.

പുഴയരികിലുള്ള പാതിരിയുടെ തോട്ടത്തിൽ നിറയെ ഫല വൃക്ഷങ്ങളായിരുന്നു. ഒരു ഭാഗത്ത് നിറയെ തഴച്ചു വളർന്ന് ധാരാളം കായ്കളുള്ള കൊക്കോച്ചെടികൾ. തോട്ടത്തിനു ചുറ്റും മുള്ളുവേലിയുമുണ്ട്. വേലിയിലൊരിടത്തും ചെമ്പുകമ്പിയോ അതിന്റെ അവശിഷ്ടങ്ങളോ കാണാൻ കഴിഞ്ഞില്ല. നിരാശനായി തിരികെ പോകാൻ തുടങ്ങുമ്പോൾ ഹമീദിന്റെ ശ്രദ്ധ വേലിക്കരികിലുള്ള ഒരു കൊക്കോച്ചെടിയിൽ പതിഞ്ഞു.

തടിയിൽ ചെറിയ ഉരവുപോലൊരു അടയാളം കണ്ടു. കൂടുതൽ പരിശോധിച്ചപ്പോൾ തോട്ടത്തിന്റെ അരികിൽ വളരുന്ന മിക്കവാറും എല്ലാ ചെടികളുടെയും തായ്ത്തടികളിൽ ഒരുപോലുള്ള ഉരവുകൾ കണ്ടു. ഒരു ചെടിയുടെ ചുവട്ടിൽ ഏതാനും ചെറിയ മരച്ചീളുകൾ കിടക്കുന്നത് ഹമീദിന്റെ ശ്രദ്ധയിൽ പെട്ടു. ആ ചീളുകൾ പരിശോധിച്ചപ്പോൾ അവയുടെ ഒരു വശം കരിഞ്ഞിരിക്കുന്നതായി കണ്ടു. അദ്ദേഹം ആ മരച്ചീളുകൾ ഫോറൻസിക് സയൻസ് ലബോറട്ടറിയിൽ പരിശോധനയ്ക്കായി അയച്ചു. വളരെ നേരം വൈദ്യുതി കടന്നുപോയ കമ്പിയുമായി സമ്പർക്കമുണ്ടായതിനാലാണ് തടിക്കഷണങ്ങൾ കരിഞ്ഞത് എന്നായിരുന്നു ലാബിലെ ശാസ്ത്രജ്ഞന്മാർ അഭിപ്രായപ്പെട്ടത്.

ഇത്രയും തെളിവുകൾ ലഭിച്ചപ്പോൾ പാതിരിയെ നേരിടാൻ സമയമായി എന്ന് ഹമീദ് തീരുമാനിച്ചു. പരിണതപ്രജ്ഞനായ അദ്ദേഹം പാതിരിയെ രഹസ്യമായി കോട്ടയം പോലീസ് ക്ലബ്ബിൽ കൊണ്ടുപോയി. ആദ്യം ചോദിച്ചപ്പോൾ പാതിരി കുറ്റം നിഷേധിച്ചു. അയാൾക്കെതിരെയുള്ള ശാസ്ത്രീയമായ തെളിവുകൾ ബോധ്യപ്പെടുത്തിയപ്പോൾ പാതിരിയച്ചൻ സർവതും ഏറ്റു പറഞ്ഞു.

കൊക്കോ മോഷണം പെരുകിയപ്പോൾ പാതിരി നിർദ്ദേശിച്ചതുസരിച്ച് ജോലിക്കാരനാണ് ചെമ്പുകമ്പി വാങ്ങി കൊക്കോ ചെടികളുടെ തടികളിൽ ചുറ്റി വൈദ്യുതി കടത്തിവിട്ടത്. ചെടികൾക്ക് കേടുവരാതിരിക്കാനാണ് മരക്കഷണങ്ങൾ തായ്ത്തടിയിൽ കെട്ടിവച്ചത്. പിറ്റേ ദിവസം അതിരാവിലെ തോട്ടം പരിശോധിക്കാനിറങ്ങിയ പാതിരി കണ്ടത് രണ്ടു ചെറുപ്പക്കാരുടെ മൃതദേഹങ്ങളാണ്. താൻ ചെയ്ത കൃത്യത്തിന്റെ ക്രൂരഫലം കണ്ട് ഞെട്ടിത്തരിച്ച പാതിരിക്ക് അനന്തര നടപടി ഉപദേശിച്ചുകൊടുത്തതും ജോലിക്കാരനായിരുന്നു. രണ്ടുപേരും ചേർന്ന് നേരംപുലരുന്നതിനു മുമ്പ് മൃതദേഹങ്ങൾ രണ്ടും പുഴയിലേക്ക് തള്ളിയിട്ടു. കമ്പിയും മരക്കഷണങ്ങളുമൊക്കെ അഴിച്ചു മാറ്റി. മാറ്റാൻ മറന്നുപോയ ഏതാനും മരക്കഷണങ്ങൾ ഹമീദിനു കാണാൻ പാകത്തിന് വിധി നീക്കിവച്ചിരുന്നു.

രാജനും മോഹനനും എന്തായിരിക്കും സംഭവിച്ചത്? കൊക്കോ മോഷ്ടിക്കുവാൻ പുഴ നീന്തിക്കടന്ന് പാതിരിയുടെ തോട്ടത്തിൽ കടന്ന അവർ ചെടികളിൽ കെട്ടിയിരുന്ന കമ്പി കണ്ടിട്ടുണ്ടാവില്ല. പാതിരിയുടെ ജോലിക്കാരൻ 230 വോൾട്ടു പ്രവഹിക്കുന്ന ഒരു പ്ലഗ്ഗിലായിരുന്നു കമ്പി ബന്ധിപ്പിച്ചിരുന്നത്. ചെരിപ്പിടാതെ, ഈർപ്പമുള്ള ശരീരം കമ്പിയുമായി സ്പർശിച്ചാൽ വൈദ്യുതി ശരീരത്തിലൂടെ കടന്ന് കാലിലൂടെ ഭൂമിയിലേക്ക് ബഹിർഗ മിക്കും. ഹൃദയവും ശ്വാസകോശങ്ങളും ഉടൻ തന്നെ പ്രവർ ത്തനരഹിതമായി മരണം സംഭവിക്കും. അപ്രകാരം വൈദ്യുതി ബഹിർഗമിച്ച ലക്ഷണങ്ങളാണ് പോസ്റ്റ്മോർട്ടം പരിശോധനയിൽ കണ്ടത്.

പാതിരിയെയും ജോലിക്കാരനെയും അറസ്റ്റുചെയ്തു. പാതി രിയുടെ കൊക്കോ ചെടികളെല്ലാം വെട്ടിനിരത്തിയാണ് നാട്ടു കാർ അവരുടെ രോഷം പ്രകടിപ്പിച്ചത്!

12. വിസാ ഏജന്റിന്റെ അന്ത്യം

കൊല്ലം പട്ടണത്തിന് ഇരുപത് കിലോമീറ്റർ വടക്കായി ദേശീയ പാത 47 കടന്നുപോകുന്ന ചെറുപട്ടണമാണ് കരുനാഗപ്പള്ളി. സർക്കിൾ ഇൻസ്പെക്ടറുടെ ഓഫീസും പോലീസ് സ്റ്റേഷനും പട്ടണത്തിന്റെ ഹൃദയഭാഗത്ത് ദേശീയപാതയ്ക്കരികിലാണ്. അന്ന് സർക്കിൾ ഇൻസ്പെക്ടർ ആയിരുന്ന ശ്രീ വിജയൻ സമർത്ഥനും സത്യസന്ധനുമായ ഒരു ഉദ്യോഗസ്ഥനായിരുന്നു (പിന്നീട് എസ്.പി. ആയി റിട്ടയർ ചെയ്തു). കരുനാഗപ്പള്ളിക്കാരനായ ഒരു വിസാ ഏജന്റ് അച്ചൻകുഞ്ഞിനെ ദുരൂഹസാഹചര്യത്തിൽ കാണാ തായി. ബന്ധുക്കളുടെ പരാതിയിൻമേൽ വിജയൻ 'മാൻ മിസ്സിങ് കേസ് രജിസ്റ്റർചെയ്ത് അന്വേഷണം ആരംഭിച്ചു. അയാളുടെ സൈക്കിൾ അവിടത്തെ ഒരു ക്ഷേത്രക്കുളത്തിൽനിന്നും കിട്ടി. ഇതോടെ കേസ് അന്വേഷണം ഊർജിതമായി. അച്ചൻകുഞ്ഞിന് ജീവഹാനി സംഭവിച്ചു കാണുമെന്ന് വിജയനു തോന്നി. അദ്ദേഹം അച്ചൻകുഞ്ഞിനെക്കുറിച്ച് കൂടുതൽ വിവരങ്ങൾ ശേഖരിക്കു വാൻ വിശ്വസ്തരായ പോലീസുകാരെ നിയോഗിച്ചു.

അച്ചൻകുഞ്ഞിനെ കാണാതായതിന്റെ തലേദിവസം അയാൾ രാജൻ എന്നൊരാളുമായി സ്ഥലത്തെ ചന്തയിൽവച്ച് സംസാരി ക്കുന്നതു ചിലർ കണ്ടിട്ടുണ്ടെന്ന് ഇൻസ്പെക്ടർ വിജയനു വിവരം

കിട്ടി. രാജൻ ആയിടെ സൗദി അറേബ്യയിൽനിന്നും നാട്ടിൽ മടങ്ങി എത്തിയിട്ടേ ഉണ്ടായിരുന്നുള്ളൂ. അയാൾ അധികനാൾ സൗദിയിൽ ജോലി നോക്കിയില്ല എന്നും അറിയാൻ കഴിഞ്ഞു. അച്ചൻകുഞ്ഞാണ് രാജന് വിസ നല്കിയതെന്ന് സി.ഐ. വിജയനു മനസ്സിലായി.

രാജനോടൊപ്പം സൗദിയിൽ പോയിട്ട് വൈകാതെ നാട്ടിൽ തിരിച്ചെത്തിയ ചിലരിൽനിന്നും അവിടെ അവർക്കു നേരിട്ട തിക്താനുഭവങ്ങളെക്കുറിച്ചും ഇൻസ്പെക്ടർ മനസ്സിലാക്കി. നല്ല ജോലിയും ശമ്പളവും വാഗ്ദാനം ചെയ്തുവെങ്കിലും രാജൻ ഉൾപ്പെടെ പലർക്കും അതൊന്നും ലഭിക്കുകയുണ്ടായില്ല. ഉള്ള സമ്പാദ്യവും കടംവാങ്ങിയ പണവുമൊക്കെ കൊടുത്തു നേടിയ വിസ വ്യാജമായിരുന്നുവെന്ന് മനസ്സിലാക്കിയത് സൗദിയിൽ ചെന്നപ്പോഴാണ്.

സ്വാഭാവികമായും രാജന് അച്ചൻകുഞ്ഞിനോടു വൈരാഗ്യം തോന്നിയിരിക്കണം. രാജനെ ചോദ്യം ചെയ്തെങ്കിലും അയാളിൽനിന്നും ഉപയോഗപ്രദമായ വിവരമൊന്നും ലഭിച്ചില്ല. അച്ചൻകുഞ്ഞുമായി വീണ്ടും വിസ ലഭിക്കുന്നതിനെക്കുറിച്ചാണ് താൻ സംസാരിച്ചത് എന്നായിരുന്നു രാജന്റെ ഭാഷ്യം. അച്ചൻകുഞ്ഞ് തന്റെ വീട്ടിൽ വന്നിട്ടേയില്ല എന്ന് അയാൾ ഇൻസ്പെക്ടറോടു പറഞ്ഞു. എന്നാൽ അച്ചൻകുഞ്ഞിന്റെ സ്നേഹിതനായ രാമൻകുട്ടിയിൽനിന്നും വളരെ നിർണ്ണായകമായ ഒരു വിവരം പോലീസിനു ലഭിച്ചു. അച്ചൻകുഞ്ഞിനെ കാണാതായതിന്റെ തലേന്ന് വൈകുന്നേരം രാമൻകുട്ടി ടൗണിൽവച്ച് അയാളെ കണ്ടിരുന്നു. സംഭാഷണമധ്യേ രാമൻകുട്ടിയോട് തന്നെ അന്ന് രാജൻ വീട്ടിലേക്ക് ഭക്ഷണവും മദ്യവും കഴിക്കുവാൻ ക്ഷണിച്ചിട്ടുണ്ടെന്ന് അയാൾ പറഞ്ഞിരുന്നു.

ചോദ്യം ചെയ്തപ്പോൾ രാജൻ കുറ്റം നിഷേധിച്ചെങ്കിലും പോലീസ് പിന്തിരിഞ്ഞില്ല. ആ ദിശയിൽ തന്നെ അന്വേഷണം തുടർന്നു. സാഹചര്യത്തെളിവുകളുടെ അടിസ്ഥാനത്തിൽ അയാൾ തന്നെ ആയിരിക്കും അച്ചൻകുഞ്ഞിനെ വകവരുത്തിയതെന്ന് പോലീസ് അനുമാനത്തിലെത്തി. പക്ഷേ, മൃതശരീരമോ അതിന്റെ ഭാഗങ്ങളോ കണ്ടുകിട്ടാതെ കൊലപാതകം നടന്നു എന്ന് തെളിയിക്കുവാൻ പ്രയാസമാണ്. നിയമത്തിൽ ഈ തെളിവ് 'Corpus delicti' അഥവാ 'Body of the crime'എന്നറിയപ്പെടുന്നു. ഇന്ത്യയിലെ നിയമം അനുസരിച്ച് ശവശരീരം കിട്ടിയില്ലെങ്കിലും കൊലപാതകം നടന്നുവെന്ന് അവിതർക്കിതമായി തെളിയിക്കണം.

അന്വേഷണത്തിന്റെ ഭാഗമായി ഇൻസ്പെക്ടർ വിജയൻ രാജന്റെ വീടിനു സമീപം സംശയം തോന്നിയ സ്ഥലങ്ങളൊക്കെ

കുഴിച്ചു നോക്കുകയും ചെയ്തു. ഇത്രയുമായപ്പോഴേക്കും കേസിനു തുമ്പുണ്ടായില്ല എന്നു നാട്ടുകാരുടെ പരാതി ഉയർന്നു. അങ്ങനെ കേസ് ക്രൈംബ്രാഞ്ചിന്റെ അന്വേഷണത്തിനു വിട്ടു. ഡി.ജി.പി. ആയി റിട്ടയർ ചെയ്ത ശ്രീ ജോൺ മത്തായി ആയിരുന്നു അന്നത്തെ ക്രൈംബ്രാഞ്ച് ഡി.ഐ.ജി. അദ്ദേഹം കേസിന്റെ അന്വേഷണച്ചുമതല ഡിവൈ.എസ്.പി. ശ്രീ മുഹമ്മദ്ഖാനെ ഏൽപ്പിച്ചു. (ശ്രീ ഖാൻ എസ്.പി. ആയി റിട്ടയർചെയ്ത് തിരുവനന്തപുരത്ത് വിശ്രമജീവിതം നയിക്കുന്നു). കേരളാ പോലീസിലെ അതിസമർത്ഥനും സത്യസന്ധനും കർമ്മകുശലനുമായ ഖാൻ സാഹിബ് അന്വേഷണത്തിനായി സഹപ്രവർത്തകരോടൊപ്പം കരുനാഗപ്പള്ളിയിലെ ഒരു ലോഡ്ജിൽ ക്യാമ്പ് ചെയ്തു. അദ്ദേഹത്തിന്റെ പ്രത്യേകത, കേസുണ്ടായ സ്ഥലത്തുതന്നെ താമസിച്ച് അന്വേഷണം നടത്തുക എന്നതായിരുന്നു.

ഇൻസ്പെക്ടർ വിജയൻ നടത്തിയ അന്വേഷണത്തിന്റെ വിവിധ വശങ്ങൾ മനസ്സിലാക്കിയശേഷം ഖാൻ നടത്തിയ അന്വേഷണത്തിൽ രാജനെ സംശയിക്കത്തക്ക നിരവധി തെളിവുകൾ കിട്ടി. രാമൻകുട്ടിയെ കൂടാതെ മറ്റൊരു സ്നേഹിതനോടും താൻ രാജന്റെ വീട്ടിൽ വിരുന്നിനു പോകുന്നുവെന്ന് അച്ചൻകുഞ്ഞ് പറഞ്ഞിരുന്നു. രാജന്റെ വീട്ടിലേക്കുള്ള വഴിയിലൂടെ അച്ചൻകുഞ്ഞ് സൈക്കിളിൽ പോകുന്നതായി കണ്ടുവെന്ന് വേറൊരു സാക്ഷിയും മൊഴി നല്കി. എന്നാൽ രാജന്റെ വീട്ടിൽനിന്നും അച്ചൻകുഞ്ഞ് തിരിച്ചുപോകുന്നത് ആരും കണ്ടിട്ടില്ല. ആ രാത്രിക്കുശേഷം അയാളെ ആരും ജീവനോടെ കണ്ടിട്ടില്ല.

മുഹമ്മദ് ഖാനും രാജനെ ചോദ്യം ചെയ്തെങ്കിലും ഒരു മുൻ സൈനികനായ അയാളിൽനിന്നും കുറ്റസമ്മതം ലഭിച്ചില്ല. മർദ്ദനമുറകളിലൊന്നും വിശ്വസിക്കാത്ത ഖാൻ ബുദ്ധിപരമായ ചില നടപടികൾ സ്വീകരിച്ചു. കൊല നടന്നിട്ടുണ്ടെങ്കിൽ അത് രാജന്റെ വീട്ടിൽ, തീർച്ചയായും അയാളുടെ ഭാര്യയ്ക്കും കുട്ടികൾക്കും അറിവുണ്ടായിരിക്കുമല്ലോ. കുട്ടികളിൽനിന്നും കാര്യമായ വിവരങ്ങളൊന്നും ലഭിച്ചില്ല. എന്നാൽ ഭാര്യയെ ചോദ്യം ചെയ്തപ്പോൾ അച്ചൻകുഞ്ഞ് രാജന്റെ വീട്ടിൽ ചെന്നിരുന്നതായും അവർ ഇരുവരും അവിടെവച്ചു മദ്യപിക്കുകയും ഭക്ഷണം കഴിക്കുകയും ചെയ്തുവെന്നുമുള്ള വിവരം ലഭിച്ചു.

രാജന്റെ ഭാര്യയെ ചോദ്യം ചെയ്തപ്പോൾ അയാൾ അടുത്ത മുറിയിലിരിക്കുകയായിരുന്നു. അപ്പോൾ ഖാന്റെ അന്വേഷണ സംഘത്തിലെ ഒരാളോട് തന്റെ ഭാര്യയെ ഉപദ്രവിക്കരുതെന്നും സത്യമെല്ലാം താൻ ഡിവൈ.എസ്.പി.യോടു പറയാമെന്നും രാജൻ

പറഞ്ഞു. പിന്നീട് നടന്നത് അയാളുടെ കുറ്റസമ്മതമായിരുന്നു. അച്ചൻകുഞ്ഞിനോടുള്ള പകയാണ് രാജനെ കൊലപാതകം ചെയ്യാൻ പ്രേരിപ്പിച്ചത്.

വളരെയേറെ പ്രതീക്ഷകളോടെയായിരുന്നു രാജൻ സൗദിയിലേക്കു പോയത്. അവിടെ ഉണ്ടായ ദുര്യോഗങ്ങൾക്കെല്ലാം കാരണം അച്ചൻകുഞ്ഞാണെന്ന് അയാൾ കരുതി. എന്നാൽ അച്ചൻകുഞ്ഞ് വിസ കച്ചവടത്തിലെ ഒരു ചെറിയ കണ്ണി മാത്രമായിരുന്നുവെന്നും യഥാർത്ഥ തട്ടിപ്പുകാർ മറ്റു ചിലരാണെന്നുമുള്ള യാഥാർത്ഥ്യം രാജൻ മനസ്സിലാക്കിയിരുന്നില്ല.

അച്ചൻകുഞ്ഞിനെ രാജൻ സ്വന്തം വീട്ടിലേക്ക് സത്കാരത്തിനായി ക്ഷണിച്ചു. മദ്യപിച്ച് സ്വബോധം നഷ്ടപ്പെട്ട അയാളുടെ കഴുത്തിൽ രാജൻ ചാരുകസേരയുടെ തുണികൊണ്ട് വരിഞ്ഞുമുറുക്കി ശ്വാസംമുട്ടിച്ചുകൊന്നു. ശവം സ്വന്തം പുരയിടത്തിൽ ഒരു വയലിനോട് ചേർന്ന ഭാഗത്ത് കുഴിയെടുത്ത് മറവു ചെയ്തു. അച്ചൻകുഞ്ഞിന്റെ സൈക്കിൾ അടുത്തുള്ള അമ്പലക്കുളത്തിൽ കൊണ്ടിട്ടു.

രാജന്റെ കുറ്റസമ്മതം കേട്ടിട്ടും ഖാൻ സാഹിബിനു പരിപൂർണ്ണ വിശ്വാസമായില്ല. എക്സ്ഹ്യുമേഷൻ നടത്താൻ തഹസിൽദാർ വന്നിട്ട് രാജൻ പറഞ്ഞ സ്ഥലത്ത് ശവം കണ്ടില്ലെങ്കിലോ എന്ന ആശങ്കയായിരുന്നു അദ്ദേഹത്തിന്. രാജൻ കാണിച്ചു കൊടുത്ത സ്ഥലം പരിശോധിച്ചപ്പോൾതന്നെ ആ സ്ഥലത്തിനു ചില പ്രത്യേകതകൾ ഉള്ളതായി അദ്ദേഹത്തിന്റെ ശ്രദ്ധയിൽപ്പെട്ടു. അവിടെ കുറെ ഭാഗത്തു സസ്യങ്ങൾ ഒന്നും ഉണ്ടായിരുന്നില്ല. അവിടെ പുതിയ മണ്ണും കാണപ്പെട്ടു.

രഹസ്യമായി മറവു ചെയ്ത ശവം കണ്ടുപിടിക്കാൻ ഇപ്പോൾ നിരവധി ശാസ്ത്രീയമായ മാർഗ്ഗങ്ങൾ ഉണ്ട്. ശവം മറവു ചെയ്യാനായി മണ്ണ് കുഴിക്കുമ്പോൾ ആ ഭാഗത്തുള്ള കാന്തികമണ്ഡലത്തിന് ചില വ്യതിയാനങ്ങൾ ഉണ്ടാകും. 'മാഗ്നറ്റോമെട്രി' എന്ന സങ്കേതം ഉപയോഗിച്ച് അതു മനസ്സിലാക്കുവാൻ കഴിയും. അതുപോലെ മണ്ണു കുഴിക്കുമ്പോൾ മണ്ണിന്റെ സാന്ദ്രതയ്ക്ക് വ്യത്യാസം ഉണ്ടാകും. 'ഗ്രൗണ്ട് പെനിട്രേറ്റിങ് റഡാർ' എന്ന ഉപകരണത്തിന്റെ സഹായത്തോടെ അത്തരം സ്ഥലങ്ങൾ തിരിച്ചറിയാൻ കഴിയും.

ഖാൻ സാഹിബിന്റെ സഹപ്രവർത്തകരിൽ ഒരാൾ ആ ഭാഗത്ത് അല്പം കുഴിച്ചു നോക്കിയപ്പോൾ അസഹനീയമായ ദുർഗന്ധം അനുഭവപ്പെട്ടു. ശവം അവിടെത്തന്നെ കാണുമെന്ന് ഏതാണ്ടു തീർച്ചയായി. അല്പം കൂടി മണ്ണു മാറ്റി നോക്കിയപ്പോൾ ശവ

ത്തിന്റെ കൈവിരലുകൾ കാണപ്പെട്ടതോടെ ഡിവൈ.എസ്.പി.ക്ക് ആശ്വാസമായി. അടുത്ത ദിവസം തന്നെ എക്സ്ഹ്യുമേഷൻ നടത്താൻ വേണ്ട നടപടികൾ പൂർത്തിയാക്കി.

ഡി.ഐ.ജി. ശ്രീ ജോൺ മത്തായിയുടെ ക്ഷണമനുസരിച്ച് എക്സ്ഹ്യുമേഷനിൽ സംബന്ധിച്ചതു ഞാനായിരുന്നു. ശവം മറവുചെയ്ത ഭാഗത്തെ മണ്ണു നീക്കുന്തോറും ഖാൻ സാഹിബ് വല്ലാത്ത മാനസിക സംഘർഷത്തിലായിരുന്നു. ഏതായാലും അധികം കുഴിക്കേണ്ടി വന്നില്ല. അച്ചൻകുഞ്ഞിന്റെ ചീഞ്ഞ വികൃതമായ ജഡം കണ്ടെടുത്തു. പ്രേതപരിശോധനയ്ക്കായി ഖാൻ സാഹിബ് കുഴിക്കരയിൽ തന്നെ ഒരു പന്തലും മേശയും മറ്റും ഒരുക്കിയിരുന്നു. ചീഞ്ഞ ശവത്തിൽ നിന്നും അസഹ്യമായ ദുർഗന്ധം വമിച്ചിരുന്നു. ആ കേസിലും ഭാഗ്യം എന്നെ തുണച്ചു. രാജൻ വരിഞ്ഞുമുറുക്കിയ ചാരുകസേരയുടെ തുണി അച്ചൻകുഞ്ഞിന്റെ കഴുത്തിൽ തന്നെയുണ്ടായിരുന്നു. കഴുത്തിലെ നേർത്ത അസ്ഥികൾ പൊട്ടിയിട്ടുണ്ടായിരുന്നു. കഴുത്തിലേൽപ്പിച്ച ബലപ്രയോഗമാണ് മരണകാരണമെന്ന് കണ്ടെത്താൻ കഴിഞ്ഞു.

ശവം ചീഞ്ഞുപോയതുകൊണ്ട് അച്ചൻകുഞ്ഞിന്റെ ഐഡന്റിറ്റി തെളിയിക്കേണ്ടത് ആവശ്യമായിരുന്നു. അയാളുടെ ഒരു പാസ്പോർട്ട് സൈസ് ഫോട്ടോ എൻലാർജ് ചെയ്ത് തലയോടിന്റെ യഥാർത്ഥ വലിപ്പത്തിലുള്ള ഫോട്ടോയുമായി സൂപ്പർ ഇമ്പോസ് ചെയ്തപ്പോൾ ശവം അച്ചൻകുഞ്ഞിന്റേതു തന്നെയെന്നു തെളിയിക്കാനായി. അങ്ങനെ നീണ്ട ഒരു കുറ്റാന്വേഷണം വിജയകരമായി പര്യവസാനിച്ചു.

13. ഒരു തരി സയനൈഡ്

കുറ്റാന്വേഷണ ചരിത്രം പരിശോധിച്ചാൽ പത്തൊൻപതാം നൂറ്റാണ്ട് നിരവധി ഭർത്തൃഹത്യകളുടെയും ഭാര്യാഹത്യകളുടെയും കാലമായിരുന്നു എന്നു കാണാം. എല്ലാ കൊലകൾക്കും ഉപയോഗിച്ചിരുന്നത് ആർസെനിക്ക് എന്ന വിഷമായിരുന്നു. നിറമോ മണമോ അരുചിയോ ഇല്ലാത്തതിനാൽ വിഷം ഭക്ഷണത്തിൽ കലർത്തിയായിരുന്നു നല്കിയിരുന്നത്. ഉള്ളിൽ ചെന്നാൽ കോളറ രോഗത്തിന്റെ ലക്ഷണങ്ങൾ ആയിരിക്കും പ്രകടമാകുന്നത്. വിഷബാധയാണെന്ന് ആർക്കും മനസ്സിലാകുകയില്ല. സംശയാതീതമായി

തെളിയിക്കപ്പെടാത്തതിനാൽ മിക്ക കൊലപാതകങ്ങളിലും ഘാതകർ രക്ഷപ്പെടുമായിരുന്നു. വിഷബാധ കണ്ടുപിടിക്കുവാനുള്ള ഉപാധികളും ഉപകരണങ്ങളും അക്കാലത്ത് വിരളമായിരുന്നു. വിഷശാസ്ത്രം അതിന്റെ ശൈശവദശയിലായിരുന്നു. എന്നാൽ ഇപ്പോൾ രാസപരിശോധനയ്ക്കുള്ള അത്യന്താധുനികമായ സങ്കേതങ്ങൾ ഉപയോഗിച്ച് ഏതു വിഷം, എന്തളവിൽ ശരീരത്തിൽ കടന്നിട്ടുണ്ട് എന്ന് രക്തമോ മൂത്രമോ പരിശോധിച്ചാൽ കണ്ടുപിടിക്കാം.

സമാനമായ രണ്ട് കൊലപാതകങ്ങൾ: കാമുകനോടൊപ്പം ജീവിക്കാൻ ഭർത്താവിന് വിഷം നല്കിയ ഭാര്യയുടെയും കാമുകിയോടൊപ്പം കഴിയാൻ ഭാര്യയ്ക്ക് വിഷം നല്കിയ ഭർത്താവിന്റെയും കഥ പറയാം.

കാമുകനുവേണ്ടി ഭർത്താവിന് വിഷം

സൗദി അറേബ്യയിൽ ഏറെനാൾ ജോലിചെയ്ത രമേശൻ തന്റെ സമ്പാദ്യവുമായി നാട്ടിലെത്തി. ഒരു വീടു പണിയണം, അല്പം കൃഷിഭൂമി വാങ്ങണം തുടങ്ങിയ ആഗ്രഹങ്ങളുമായി 15 വർഷമാണ് അയാൾ പ്രവാസിയായി ജീവിച്ചത്. അതിനിടെ ഭാര്യ നാട്ടുകാരനായ ഒരാളുമായി അവിഹിതമായ അടുപ്പത്തിലായി.

നാട്ടിലെത്തിയ ഭർത്താവ് അക്കാര്യം അറിഞ്ഞതോടെ കുടുംബത്തിൽ കലഹമായി. ഭാര്യ അവരുടെ വീട്ടിലേക്ക് പിണങ്ങിപ്പോയെങ്കിലും മധ്യസ്ഥർ ഇടപെട്ട് ദിവസങ്ങൾക്കകം തിരിയെ കൊണ്ടുവന്നു. ഭാര്യയ്ക്ക് അയാൾ മാപ്പും നല്കി. കുടുംബജീവിതം ശാന്തമായതോടെ രമേശൻ പുതിയ വീടു പണിയാനുള്ള ഒരുക്കം തുടങ്ങി. വീടിന്റെ പ്ലാൻ വരച്ചു. നിർമ്മാണ സാമഗ്രികൾ ശേഖരിച്ചു. കല്ലിടാനുള്ള നേരവും നിശ്ചയിച്ചു. അങ്ങനെയിരിക്കെയാണ് ഒരു ദിവസം ഭക്ഷണം കഴിച്ചുകൊണ്ടിരുന്നതിനിടെ രമേശൻ ഒരലർച്ചയോടെ മറിഞ്ഞു വീണു മരിച്ചത്, പതിവുപോലെ ഭാര്യയ്ക്കും മകൾക്കുമൊപ്പമിരുന്നാണ് അയാൾ അത്താഴം കഴിച്ചത്.

ഭക്ഷണത്തിനൊപ്പം ബ്രാണ്ടി കഴിക്കുന്ന ശീലം അയാൾക്കുണ്ടായിരുന്നു. എല്ലാ ദിവസവും ഭക്ഷണം വിളമ്പി മേശപ്പുറത്തു വച്ചതിനുശേഷം ഭാര്യ അയാളെ വിളിക്കും. അപ്പോൾ അയാൾ അലമാരയിൽ സൂക്ഷിച്ചിരിക്കുന്ന കുപ്പിയിൽ നിന്നും രണ്ട് ഔൺസ് ബ്രാണ്ടി ഒരു ഗ്ലാസ്സിൽ പകർന്നു കൊണ്ടായിരിക്കും ഡൈനിങ് ഹാളിലേക്ക് വരുന്നത്. ഭാര്യ ബ്രാണ്ടിയിൽ വെള്ളം പകർന്നു കൊടുക്കും. ഭക്ഷണം കഴിക്കുന്നതിലും പ്രത്യേകത

ഉണ്ടായിരുന്നു. ആദ്യം ഒരു കവിൾ ബ്രാണ്ടി കുടിക്കും, അതിനു ശേഷം ഒരു ഉരുള ചോറു തിന്നും, വീണ്ടും ഒരു കവിൾ ബ്രാണ്ടി, പിന്നെ ചോറ്.....

അന്നു രാത്രിയിലും രമേശൻ പതിവുപോലെ ഒരു കവിൾ ബ്രാണ്ടി കുടിച്ചു, ഒരു ഉരുള ചോറു തിന്നു, വീണ്ടും ഒരു കവിൾ ബ്രാണ്ടി. രണ്ടാമത്തെ ഉരുള ചോറ് കഴിച്ചു തീരുന്നതിനു മുമ്പു തന്നെ ഒരലർച്ചയോടെ കസേരയിൽനിന്ന് മറിഞ്ഞു വീഴുകയായിരുന്നു. ഭാര്യയും മകളും നിലവിളിച്ചതു കേട്ട് ഓടി വന്ന അയൽക്കാർ രമേശനെ ഉടൻതന്നെ അടുത്തുള്ള ആശുപത്രിയിൽ എത്തിച്ചു. അപ്പോഴേക്കും അയാൾ മരിച്ചിരുന്നു. ഡോക്ടർ പരിശോധിച്ചിട്ട് ചോറ് ശ്വാസകോശത്തിൽ കുടുങ്ങിയാണ് അയാൾ മരിച്ചതെന്ന് സാക്ഷ്യപ്പെടുത്തി. എങ്കിലും അസ്വാഭാവിക മരണമെന്ന നിലയിൽ പോലീസിനെ വിവരം അറിയിച്ചു. പ്രേതവിചാരണ നടന്നപ്പോൾ രമേശന്റെ ബന്ധുക്കൾ അയാളുടെ മരണകാരണത്തിൽ സംശയം പ്രകടിപ്പിച്ചതിനാൽ മൃതദേഹം പോസ്റ്റ്മോർട്ടം പരിശോധനയ്ക്കയച്ചു.

ഭക്ഷണം കഴിക്കുന്നതിനിടെ നാട്ടുവിശേഷങ്ങളും വീട്ടുകാര്യങ്ങളുമൊക്കെ ചർച്ച ചെയ്യുന്നത് ചിലർക്കൊരു ശീലമാണ്. ശ്വാസകോശത്തിൽ ഭക്ഷണം കടന്ന് ജീവഹാനി ഉണ്ടാകുവാൻ ഇത്തരം തീൻമേശ ചർച്ചകൾ കാരണമാകുമെന്ന കാര്യം ആരുമത്ര ഗൗരവത്തിലെടുക്കാറില്ല. ഭക്ഷണപദാർത്ഥങ്ങൾ ശ്വാസനാളത്തിൽ കുടുങ്ങിയാൽ ഒരുപക്ഷേ ആശുപത്രിയിൽ എത്തിക്കും മുമ്പേ മരണം സംഭവിച്ചേക്കാം.

പോസ്റ്റ്മോർട്ടം പരിശോധനയിൽ ശ്വാസനാളത്തിൽനിന്ന് അല്പം ചോറ് കണ്ടെടുത്തു. ആമാശയവും ആന്തരിക അവയവങ്ങളും രാസപരിശോധനയ്ക്ക് അയച്ചുവെങ്കിലും അതിന്റെ ഫലം ലഭിക്കുന്നതിനു മുമ്പുതന്നെ പോസ്റ്റ്മോർട്ടം നടത്തിയ ഡോക്ടർ മരണകാരണം ശ്വാസക്കുഴലിൽ ചോറു കുടുങ്ങിയതാണെന്ന് രേഖപ്പെടുത്തിയ സർട്ടിഫിക്കറ്റ് നല്കി. ആ അഭിപ്രായത്തോട് രമേശന്റെ ബന്ധുക്കൾക്ക് യോജിക്കാൻ കഴിഞ്ഞില്ല. അവരുടെ പരാതിയനുസരിച്ച് അന്ന് സർക്കിൾ ഇൻസ്പെക്ടറായിരുന്ന സോമനാഥൻപിള്ള (ഇപ്പോൾ എസ്.പി.) കേസന്വേഷണം ഏറ്റെടുത്തു. സംഭവത്തിൽ ദുരൂഹതയുണ്ടെന്ന് അദ്ദേഹത്തിന് തുടക്കത്തിലേ തോന്നിയെങ്കിലും ശ്വാസനാളത്തിലെ ചോറിന്റെ അംശം ആ അന്വേഷണോദ്യോഗസ്ഥനെ ആശയക്കുഴപ്പത്തിലാക്കി.

സോമനാഥൻപിള്ള സമർത്ഥനും സത്യസന്ധനുമായ ഒരു ഡിറ്റക്ടീവാണ്. അദ്ദേഹം രമേശന്റെ പോസ്റ്റ്മോർട്ടം റിപ്പോർട്ടു

മായി എന്നെ കാണാനെത്തി. റിപ്പോർട്ട് ഞാൻ വിശദമായി പരിശോധിച്ചു. ശ്വാസക്കുഴലിൽ ചോറിന്റെ ഏതാനും വറ്റുകൾ മാത്രമാണ് കാണപ്പെട്ടത്. ശ്വാസംമുട്ടി മരണം സംഭവിക്കാൻ അതു പര്യാപ്തമല്ല എന്നെനിക്കു തോന്നി. ശ്വാസക്കുഴൽ കഴുത്തിന്റെ മുന്നിലും ആഹാരക്കുഴൽ അതിനു പിന്നിലുമായാണ് സ്ഥിതിചെയ്യുന്നത്.

ശ്വാസക്കുഴലിന്റെ ആരംഭത്തിൽ ഒരു മൂടിയുണ്ട് എപ്പിഗ്ലോട്ടിസ് (Epiglottis). ആഹാരം കഴിക്കുമ്പോൾ ഇത് ശ്വാസക്കുഴലിന്റെ ദ്വാരം അടച്ച് ആഹാരശകലങ്ങൾ അകത്തു പ്രവേശിക്കാതെ സംരക്ഷിക്കും. എന്നാൽ സംസാരിച്ചുകൊണ്ടിരിക്കുകയാണെങ്കിൽ മൂടി തുറന്നു പോകാനും ആഹാരം പെട്ടെന്ന് ശ്വാസക്കുഴലിലേക്ക് കടക്കാനും സാധ്യതയുണ്ട്. ഏതു വസ്തു ഇങ്ങനെ കടന്നാലും ശക്തമായ ചുമയുണ്ടായി ശരീരം അതിനെ പുറത്തേക്കു തള്ളും. എന്നാൽ ഖരമായ ഭക്ഷണസാധനങ്ങളാണെങ്കിൽ അകത്തു കുടുങ്ങിക്കിടക്കും. വിഷം കഴിച്ചവരിലും മുങ്ങി മരിച്ചവരിലും മരണസമയത്ത് ഛർദ്ദി ഉണ്ടാവുകയും ആമാശയത്തിലെ ഭക്ഷണപദാർത്ഥങ്ങൾ ശ്വാസക്കുഴലിൽ പ്രവേശിക്കുകയും ചെയ്യാറുണ്ട്. ഈ പ്രക്രിയ 'Agonal regurgitation' എന്നറിയപ്പെടുന്നു. ഈ കാരണങ്ങളാൽ രമേശൻ മരിച്ചത് ശ്വാസക്കുഴലിൽ ചോറു കുടുങ്ങിയല്ല എന്നു ഞാൻ അഭിപ്രായപ്പെട്ടു.

രമേശന്റെ പോസ്റ്റ്മോർട്ടം സർട്ടിഫിക്കറ്റിൽ ശവശരീരത്തിന്റെ തൊലിക്കും രക്തത്തിനും ചെറിപ്പഴത്തിന്റേതുപോലെ ചുവപ്പു നിറമായിരുന്നു എന്ന് രേഖപ്പെടുത്തിയിരുന്നു. കൂടാതെ ആമാശയഭിത്തിയുടെ ഉള്ളിലെ ആവരണത്തിലും ചില വ്യതിയാനങ്ങളുണ്ടായിരുന്നു, ഈ വസ്തുതകൾ വിലയിരുത്തിയപ്പോൾ സയനൈഡ് വിഷം ഉള്ളിൽ ചെന്നിട്ടുണ്ടെന്ന് എനിക്കുതോന്നി. എന്നാൽ ആമാശയത്തിനുള്ളിൽ പ്രത്യേക ഗന്ധമൊന്നും ഇല്ലായിരുന്നു.

സയനൈഡുകൾക്ക് ഒരു പ്രത്യേക ഗന്ധമുണ്ട്, മരച്ചീനിക്കട്ടിന്റേയോ പച്ച ആൽമണ്ടിന്റേയൊ മണം. എന്നാൽ ആ മണം എല്ലാവർക്കും വേർതിരിച്ചറിയുവാൻ കഴിയുകയില്ല. ഇത് അത്ഭുതകരമായ ഒരു കാര്യമാണ്. സയനൈഡിന്റെ ഗന്ധം തിരിച്ചറിയുവാനുള്ള കഴിവ് ജനിതകഘടനയിലുള്ള പ്രത്യേകതകൾ കൊണ്ടാണെന്നാണ് ശാസ്ത്രീയമായ വിശദീകരണം (ഭാഗ്യവശാൽ എനിക്ക് ആ കഴിവ് കിട്ടിയിട്ടുണ്ട്). പോസ്റ്റ്മോർട്ടം നടത്തിയ ഡോക്ടർക്ക് ആ ഗന്ധം ലഭിച്ചിട്ടില്ലായിരിക്കും. ഞാൻ

സോമനാഥൻപിള്ളയോട് രാസപരിശോധനാഫലം കിട്ടിയെങ്കിൽ മാത്രമേ മരണകാരണം തീർച്ചപ്പെടുത്താൻ കഴിയൂ എന്നു പറഞ്ഞു.

അന്ന് എന്റെ സുഹൃത്തായ ശ്രീ കൃഷ്ണമൂർത്തിയായിരുന്നു മുഖ്യ രാസപരിശോധകൻ. ഞാൻ അദ്ദേഹത്തോട് ഈ കേസിന്റെ രാസപരിശോധന വേഗം നടത്തുവാൻ ആവശ്യപ്പെട്ടു. രാസ പരിശോധനയിൽ ഉണ്ടാകുന്ന കാലതാമസം ഫലത്തെ ബാധിക്കും. പിറ്റേദിവസം തന്നെ ലബോറട്ടറി പരിശോധനയിൽ പൊട്ടാസ്യം സയനൈഡിന്റെ അംശം കണ്ടെത്തിയതായി കൃഷ്ണമൂർത്തി എന്നെ അറിയിച്ചു. ആ വിവരം ഞാൻ സോമനാഥൻപിള്ളയ്ക്കു കൈമാറി.

ഇൻസ്പെക്ടർ അന്വേഷണം പുനരാരംഭിച്ചു. രമേശന്റെ ഭാര്യയെ ചോദ്യം ചെയ്തപ്പോൾ അവർ ഒന്നുമറിയാത്തതുപോലെ എല്ലാം നിഷേധിച്ചു. എന്നാൽ കാമുകന് പോലീസിന്റെ മുന്നിൽ അധികം പിടിച്ചുനിൽക്കാൻ കഴിഞ്ഞില്ല. ഇരുവരും ചേർന്നൊരുക്കിയ പദ്ധതിയായിരുന്നു സയനൈഡ് നൽകിയുള്ള കൊലപാതകം. ഭർത്താവിനെ വകവരുത്തിയെങ്കിലേ തങ്ങളുടെ ബന്ധം തുടരാൻ കഴിയൂ എന്ന് ഭാര്യ കാമുകനോട് പറഞ്ഞതിനെ തുടർന്നായിരുന്നു ഇത്. ഭക്ഷണത്തോടൊപ്പം ബ്രാണ്ടി കഴിക്കുന്ന ശീലമുള്ള രമേശന് അതിലൊഴിക്കാൻ വെള്ളമെടുത്തു കൊടുക്കുന്നത് ഭാര്യയാണ്. ആ വെള്ളത്തിൽ സയനൈഡ് കലർത്തിക്കൊടുക്കുവാൻ ഇരുവരും ചേർന്നു തീരുമാനിച്ചു.

പൊട്ടാസിയം സയനൈഡ്, സോഡിയം സയനൈഡ് എന്നിവ ഹൈഡ്രോ സയനിക്ക് ആസിഡിന്റെ ലവണങ്ങളാണ്. ഏറ്റവും മാരകമായ വിഷവസ്തുക്കളാണിവ. നൂറു മില്ലീഗ്രാം സയനൈഡ് മതി ഒരു മനുഷ്യനെ മൂന്നോ നാലോ മിനിറ്റിനകം കൊല്ലുവാൻ. അതായത് ഒരു പാരാസെറ്റാമോൾ ഗുളികയുടെ നാലിലൊന്ന് അളവിലുള്ള സയനൈഡ് മതിയെന്നർത്ഥം. ഈ വിഷം സാധാരണക്കാർക്ക് അത്രയെളുപ്പം കിട്ടുന്ന ഒന്നല്ല. എന്നാൽ സ്വർണ്ണപ്പണിക്കും ഇലക്ട്രോപ്ലേറ്റിങ്ങിനും ചില വ്യവസായങ്ങൾക്കും ലബോറട്ടറികൾക്കും സയനൈഡ് ലവണങ്ങൾ ആവശ്യമാണ്.

സയനൈഡ് കഴിച്ചാൽ ശരീരത്തിലെ കോശങ്ങൾക്ക് രക്തത്തിൽനിന്നും പ്രാണവായു ലഭിക്കുന്ന പ്രക്രിയ പെട്ടെന്ന് നിലച്ചുപോകും. നിമിഷങ്ങൾകൊണ്ട് മരണം സംഭവിക്കും. പലരും മനസ്സിലാക്കിയിരിക്കുന്നതുപോലെ സയനൈഡ് കഴിച്ചാൽ ശാന്തമായ മരണമല്ല സംഭവിക്കുന്നത്. വിഷം ഉള്ളിൽ ചെന്ന് രണ്ടോ മൂന്നോ മിനിറ്റു നേരം നെഞ്ചു പിളർക്കുന്നതുപോലെ വേദനയും

പാരവശ്യവും അനുഭവപ്പെടും. ആർത്തലച്ച് വെപ്രാളം കാണിക്കും. അഞ്ചുമിനിറ്റിനകം കണ്ണടയ്ക്കുമെങ്കിലും അതിനകം ഭീതിജനകമായ പരാക്രമം കാണിച്ചെന്നിരിക്കും.

കാമുകൻ തന്റെ സുഹൃത്തായ ഒരു സ്വർണ്ണപ്പണിക്കാരനിൽ നിന്നാണ് സയനൈഡ് വാങ്ങിയത്. ശല്യക്കാരനായ വളർത്തുനായയെ കൊല്ലാനാണെന്നാണ് സ്വർണ്ണപ്പണിക്കാരനോട് പറഞ്ഞത്. കാമുകന്റെ നായയ്ക്ക് സയനൈഡിന്റെ ഒരു 'ടെസ്റ്റ് ഡോസ്' നല്കി. പരീക്ഷണം വിജയകരമായിരുന്നു. തൽക്ഷണം ചത്തുവീണ നായയെ അടുത്തുള്ള ആറ്റിന്റെ കരയ്ക്ക് കുഴിച്ചിട്ടു. അതിനുശേഷം കാമുകൻ സയനൈഡ് രമേശന്റെ ഭാര്യയെ ഏൽപ്പിച്ചു. രമേശന് പതിവുപോലെ അന്നും ഗ്ലാസിൽ വെള്ളമെടുത്തു നല്കിയ ഭാര്യ വെള്ളത്തിൽ നേരത്തേതന്നെ അല്പം സയനൈഡ് കലർത്തിയിരുന്നു. തെളിവുകൾക്കു മുന്നിൽ പിടിച്ചുനില്ക്കാൻ കഴിയാതെ കൊലപാതകം നടത്തിയത് താനാണെന്ന് ഭാര്യ ഇൻസ്പെക്ടറോടു തുറന്നു സമ്മതിച്ചു.

കാമുകിക്കുവേണ്ടി ഭാര്യയ്ക്ക് വിഷം

കുറേ നാളുകൾക്കുശേഷം സമാനമായ വേറൊരു കേസ് എനിക്ക് പരിശോധിക്കേണ്ടി വന്നു. പോലീസ് ഡയറക്ടർ ജനറലായിരുന്ന ശ്രീ രാജഗോപാൽ നാരായൺ ഒരു ദിവസം എന്നെ പോലീസ് ഹെഡ്ക്വാർട്ടേഴ്സിലെ അദ്ദേഹത്തിന്റെ ആഫീസിലേക്ക് ഒരു കൂടിക്കാഴ്ചയ്ക്കു ക്ഷണിച്ചു. സ്വതേ മിതഭാഷി ആയ അദ്ദേഹം ഒരു മാതൃകാപോലീസ് മേധാവി ആയിരുന്നു. നെയ്യാറ്റിൻകര സ്വദേശിനിയായ ഒരു യുവതിയുടെ ദുരൂഹമരണത്തെക്കുറിച്ച് അവളുടെ പിതാവ് നൽകിയ പരാതിയെക്കുറിച്ചാണ് ഡി.ജി.പി. എന്നോടു സംസാരിച്ചത്. വിവാഹം കഴിഞ്ഞ് കഷ്ടിച്ച് രണ്ടു വർഷം തികയും മുമ്പെ ആയിരുന്നു അവളുടെ ആകസ്മികമായ മരണം.

പെൺകുട്ടിയുടെ ഭർത്താവ് ഒരു സുവിശേഷപ്രസംഗകനായിരുന്നു. സ്ത്രീധനം ആവശ്യപ്പെട്ട് അയാൾ ഭാര്യയെ നിരന്തരം പീഡിപ്പിച്ചിരുന്നതായി ലോക്കൽ പോലീസ്സിന്റെ അന്വേഷണത്തിൽ വ്യക്തമായി. പീഡനം സഹിക്ക വയ്യാതെ അവൾ ആത്മഹത്യ ചെയ്തുവെന്നാണ് പോലീസിന്റെ നിഗമനം. കേസ് ഏറക്കുറെ അവസാനിപ്പിച്ച മട്ടിലായിരുന്നു. ഡി.ജി.പി. കേസ് ഡയറി എനിക്കു പഠിക്കുവാനായി തന്നു.

കേസ് ഡയറിയിൽ ചേർത്തിരുന്ന പോസ്റ്റ്മോർട്ടം പരിശോധനാ റിപ്പോർട്ടിൽ വിഷം ഉള്ളിൽ ചെന്നു മരിച്ചതിന്റെ ലക്ഷണങ്ങളാണ് വിവരിച്ചിരുന്നത്. സമർത്ഥയായ ഒരു ഫോറൻസിക്

മെഡിസിൻ വിദഗ്ധയാണ് മൃതദേഹം പോസ്റ്റ്മോർട്ടം ചെയ്ത് റിപ്പോർട്ടു തയ്യാറാക്കിയിരുന്നത്. വിഷബാധയേറ്റുള്ള മറ്റേതു മരണങ്ങളിലുമെന്നപോലെ ആമാശയം, ചെറുകുടലിന്റെയും കരളിന്റെയും വൃക്കയുടെയും ഭാഗങ്ങൾ, രക്തം, മൂത്രം എന്നിവ കുപ്പികളിലാക്കി രാസപരിശോധനയ്ക്ക് അയച്ചിരുന്നു. 'മരണകാരണം രാസപരിശോധനയുടെ ഫലം ലഭിച്ചതിനുശേഷം നൽകുന്നതാണ്' എന്നായിരുന്നു സർട്ടിഫിക്കറ്റിൽ രേഖപ്പെടുത്തിയിരുന്നത്.

തിരുവനന്തപുരത്തെ മുഖ്യ രാസപരിശോധകന്റെ ലബോറട്ടറിയിലേക്കാണ് യുവതിയുടെ ആന്തരികാവയവങ്ങൾ പരിശോധനയ്ക്ക് അയച്ചത്. കൊച്ചി, കോഴിക്കോട് എന്നിവിടങ്ങളിൽ രണ്ട് റീജിയണൽ ലബോറട്ടറികൾ അന്നും പ്രവർത്തിക്കുന്നുണ്ട്. സ്വതന്ത്രമായ പ്രവർത്തനാധികാരമുള്ള വകുപ്പാണെങ്കിലും ശാസ്ത്രജ്ഞരുടെ കുറവും ആധുനിക ഉപകരണങ്ങളുടെ അഭാവവും കേസുകളുടെ ബാഹുല്യവും വീർപ്പുമുട്ടിക്കുന്ന അന്തരീക്ഷമാണ് ഈ ലാബുകളിലുള്ളത്. സ്വാഭാവികമായി പരിശോധനാഫലങ്ങൾ വൈകുകയും ചെയ്യും.

സാമ്പിളുകൾ പരിശോധനയ്ക്കെടുക്കാൻതന്നെ ചിലപ്പോൾ മാസങ്ങളെടുക്കും. ചിലയിനം വിഷവസ്തുക്കൾക്ക് കാലതാമസം മൂലം രാസപരിണാമം സംഭവിക്കുവാനും പരിശോധനയിൽ അവ കണ്ടുപിടിക്കാതെയിരിക്കുവാനും സാധ്യതയുണ്ട്. പരിശോധനയ്ക്കു ലഭിക്കുന്ന ശരീരഭാഗങ്ങളിൽനിന്ന് വിഷം കണ്ടുപിടിക്കുക എന്നത് അത്യന്തം ദുഷ്കരമായ പ്രവൃത്തിയാണ്. വികസിത രാജ്യങ്ങളിൽ രക്തം, മൂത്രം എന്നിവയിൽനിന്ന് ആധുനിക സങ്കേതം ഉപയോഗിച്ച് മിനിറ്റുകൾക്കകം വിഷമേതെന്ന് കണ്ടെത്താൻ സംവിധാനമുണ്ട്. ശരീരത്തിൽ എത്രത്തോളം വിഷം വ്യാപിച്ചെന്ന് കൃത്യമായി തിട്ടപ്പെടുത്താനും കഴിയും.

രാസപരിശോധനാഫലം കിട്ടും മുമ്പേയാണ് ഡി.ജി.പി. കേസ് ഡയറി എനിക്കു തന്നത്. സുവിശേഷപ്രസംഗകന്റെ ഭാര്യയുടെ കാര്യത്തിൽ രാസപരിശോധനാഫലം കിട്ടുന്നതു വരെ കാത്തിരിക്കുവാനോ അതു ത്വരിതപ്പെടുത്തുവാനോ പോലീസ് മുതിർന്നിരുന്നില്ല. സാധാരണ ഇത്തരം മരണങ്ങളിലെല്ലാം പോസ്റ്റ്മോർട്ടത്തിനുശേഷം അന്വേഷണഉദ്യോഗസ്ഥൻ ഫോറൻസിക്ക് സർജനെ കാണുകയും മരണകാരണത്തെക്കുറിച്ചുള്ള അഭിപ്രായം രേഖപ്പെടുത്തുകയും ചെയ്യണം. ഞാൻ സർജനോട് അതേക്കുറിച്ച് അന്വേഷിച്ചു. എന്നാൽ ഈ കേസിൽ അതും ഉണ്ടായില്ല. ആകെ പത്തു പേജുണ്ടായിരുന്ന കേസ് ഡയറിയിൽ ഏതാനും സാക്ഷികളുടെ മൊഴികളേ രേഖപ്പെടുത്തിയിരുന്നുള്ളൂ.

മുമ്പ് വിവരിച്ച കേസിലെപ്പോലെ പോസ്റ്റ്മോർട്ടം റിപ്പോർട്ടിലെ ആമാശയത്തിന്റെയും ഇതര അവയവങ്ങളുടെയും വിവരണ ങ്ങളിൽനിന്ന് ഇതിലെയും മരണകാരണം സയനൈഡ് ആയി രിക്കുമെന്ന് എനിക്കു സംശയം തോന്നി. പരിശോധനയുടെ ഫലം വരുമ്പോൾ സ്വാഭാവികമായും മാസങ്ങളെടുക്കും. പക്ഷേ, കേസ ന്വേഷണം അതുവരെ നിർത്തിവെയ്ക്കാൻ കഴിയില്ലല്ലോ. നേരത്തേ പറഞ്ഞ വസ്തുതകളുടെ വെളിച്ചത്തിൽ സയനൈഡ് വിഷബാധയാണ് മരണകാരണമെന്ന് ഉത്തമബോധ്യം വന്നാൽ ആ വഴിക്ക് അന്വേഷണം തുടരാം. പക്ഷേ, നിയമപരമായി രാസ പരിശോധനാഫലം കൂടിയേ തീരൂ.

അന്ന് ചീഫ് കെമിക്കൽ എക്സാമിനറായിരുന്ന കൃഷ്ണപിള്ള സാറുമായി എനിക്കു വ്യക്തിപരമായ അടുപ്പമുണ്ടായിരുന്നു. എന്റെ അഭ്യർത്ഥന മാനിച്ച് ഈ കേസിന്റെ രാസപരിശോധനാ ഫലം അദ്ദേഹം രണ്ടു ദിവസംകൊണ്ടറിയിച്ചു. സോഡിയം സയ നൈഡ് ഉള്ളിൽ ചെന്നതാണ് മരണകാരണമെന്ന് അങ്ങനെ സ്ഥിരീകരിച്ചു.

മരണം കൊലപാതകമോ ആത്മഹത്യയോ എന്നാണ് പിന്നീട് അറിയേണ്ടിയിരുന്നത്. സാധാരണക്കാർക്ക് അത്രയെളുപ്പം ലഭി ക്കാനിടയില്ലാത്ത സയനൈഡ് ഒരു പാവം വീട്ടമ്മയ്ക്ക് എങ്ങനെ കിട്ടും? ആത്മഹത്യയല്ല അത് ഒരു കൊലപാതകമായിരി ക്കാമെന്ന് തുടക്കത്തിലേ എനിക്കു തോന്നി. സ്വാഭാവികമായി സംശയം നീണ്ടത് സുവിശേഷപ്രസംഗകനായ ഭർത്താവിനു നേരെയാണ്.

സംഭവദിവസം രാവിലെ സുവിശേഷകൻ വീട്ടിൽനിന്നും പോകു ന്നത് അയൽവീട്ടിലെ പെൺകുട്ടി കണ്ടിരുന്നു. അല്പസമയത്തി നുശേഷം ആ പെൺകുട്ടി യുവതിയുടെ വീട്ടിൽ ചെന്നപ്പോൾ അവളുടെ ചലനമറ്റ ശരീരമാണ് കണ്ടത്. ആ പെൺകുട്ടിയുടെ നിലവിളി കേട്ടെത്തിയ പരിസരവാസികൾ യുവതിയെ ഉടൻ ആശുപത്രിയിൽ എത്തിച്ചെങ്കിലും മണിക്കൂറുകൾക്കു മുമ്പേ മരണം നടന്നതായി ഡോക്ടർ വ്യക്തമാക്കി. ഉടനേ സമീപത്തെ സ്റ്റേഷനിൽനിന്ന് എസ്.ഐ. ഉൾപ്പെടെ പോലീസുകാരെത്തി. പ്രേതവിചാരണയ്ക്കുശേഷം മൃതദേഹം പോസ്റ്റ്മോർട്ടത്തിനയച്ചു. ഭർത്താവായ സുവിശേഷപ്രസംഗകൻ ഇതിനകം ഒളിവിൽ പോയി രുന്നു.

നാലു ദിവസത്തിനു ശേഷമാണ് ഭർത്താവിനെ സ്ഥലത്തെ ചില പ്രബല വ്യക്തികൾ ചേർന്ന് അന്വേഷണ ഉദ്യോഗസ്ഥനു മുന്നിൽ ഹാജരാക്കിയത്. ഭാര്യ ആത്മഹത്യ ചെയ്തതാണെന്നും പോലീസ് ഉപദ്രവിക്കുമെന്ന് ഭയന്നാണ് ഒളിവിൽ കഴിഞ്ഞത്

എന്നുമാണ് അയാൾ പറഞ്ഞത്. പോലീസ് അതു വിശ്വസിച്ചോ എന്നറിയില്ല. എന്തായാലും കേസന്വേഷണത്തിൽ പിന്നീട് കാര്യമായ പുരോഗതി ഉണ്ടായില്ല.

കേസ് ഡയറി പരിശോധിച്ച ഞാൻ ഭർത്താവായ സുവിശേഷ പ്രസംഗകന്റെ മൊഴി വിശദമായി നോക്കി. സുവിശേഷ ജോലി കൂടാതെ താൻ ഒരു സിദ്ധവൈദ്യശാല കൂടി നടത്തുന്നുണ്ടെന്ന് അയാൾ പറഞ്ഞിരുന്നു. ആ മൊഴി പ്രസ്താവനയിൽ യാദൃച്ഛികമെന്നോണം ഉണ്ടായ ഒരു പരാമർശം എന്റെ ശ്രദ്ധ ആകർഷിച്ചു. സിദ്ധവൈദ്യശാല സ്ഥിതിചെയ്യുന്നത് ഒരു സ്വർണ്ണക്കടയുടെ സമീപമാണെന്ന് മൊഴിയിൽ രേഖപ്പെടുത്തിയിരുന്നു.

ഇപ്പോൾ വിജിലൻസ് ഡയറക്ടറായ ഡി.ജി.പി. ശ്രീ കെ.പി. സോമരാജനായിരുന്നു അന്ന് ക്രൈംബ്രാഞ്ച് ഡി.ഐ.ജി. ഞങ്ങൾ രണ്ടുപേരുടെയും സ്വദേശം കൊല്ലം ജില്ലയിലെ ഐവർകാലയിലാണ്. തറവാടുകൾ അടുത്തടുത്തും. പിതാക്കൻമാർ സുഹൃത്തുക്കളുമായിരുന്നു. ഞാൻ കേസിന്റെ കാര്യം അദ്ദേഹത്തിന്റെ ശ്രദ്ധയിൽപെടുത്തി. പിന്നീടുള്ള അദ്ദേഹത്തിന്റെ പ്രവർത്തനങ്ങൾ ത്വരിതഗതിയിലായിരുന്നു.

ഡിറ്റക്ടീവ് ഇൻസ്പെക്ടർ സോമശേഖരൻനായരോട് മൊഴിയിൽ പരാമർശിക്കപ്പെട്ട ആ സ്വർണ്ണപ്പണിക്കാരനെ കണ്ടെത്തി ക്രൈംബ്രാഞ്ച് ഹെഡ് ക്വാർട്ടേഴ്സിൽ കൊണ്ടുവരാൻ നിർദ്ദേശം നല്കി. സമർത്ഥനായ സോമശേഖരൻനായർ രണ്ടു മണിക്കൂറുകൾക്കകം അയാളെ കൊണ്ടുവന്ന് ചോദ്യം ചെയ്തപ്പോൾ സുഹൃത്തായ സുവിശേഷപ്രസംഗകന് അഞ്ചു ഗ്രാം സയനൈഡ് നല്കിയതായി അയാൾ സമ്മതിച്ചു. ശല്യക്കാരനായ ഒരു പൂച്ചയെ വക വരുത്താനാണെന്നു പറഞ്ഞാണ് അയാൾ സയനൈഡിനായി തന്നെ സമീപിച്ചതെന്നും സ്വർണ്ണപ്പണിക്കാരൻ വെളിപ്പെടുത്തി.

ഡി.ഐ.ജി. ഉടൻതന്നെ സോമശേഖരൻനായരെ അയച്ച് ഭർത്താവിനെ പിടികൂടി ക്രൈംബ്രാഞ്ചിൽ കൊണ്ടുവന്ന് ചോദ്യം ചെയ്യാൻ തുടങ്ങി. അയാൾ കുറ്റം പാടേ നിഷേധിച്ചു. മറ്റൊരു മുറിയിൽ നിർത്തിയിരുന്ന സ്വർണ്ണപ്പണിക്കാരനെ മുന്നിൽ കൊണ്ടുവന്നു നിർത്തിയപ്പോൾ സുവിശേഷപ്രസംഗകൻ സ്തബ്ധനായി. പിന്നീട് അണമുറിയാതെയുള്ള കുറ്റസമ്മതമായിരുന്നു.

സുവിശേഷകന് മറ്റൊരു സ്ത്രീയുമായി അടുപ്പമുണ്ടായിരുന്നു. അവളെ വിവാഹം കഴിക്കണമെങ്കിൽ ഭാര്യയെ വകവരുത്തിയേ തീരൂ. അതിനായി അവൾക്ക് ഭക്ഷണത്തിൽ സയനൈഡു ചേർത്തു നല്കാൻ തീരുമാനിച്ചു. സ്വർണ്ണപ്പണിക്കാരനിൽനിന്ന് വാങ്ങിയ സയനൈഡിന്റെ ശക്തി മനസിലാക്കുവാൻ

അയാൾ അല്പം സയനൈഡ് ചോറിൽ ചേർത്ത് പൂച്ചയ്ക്കു കൊടുത്തു. തൽക്ഷണം ചത്തുവീണ പൂച്ചയെ അയാൾ പറമ്പിൽ കുഴിച്ചിട്ടു. ഭാര്യ അവരുടെ വീട്ടിൽ പോയ നേരത്തായിരുന്നു ഈ പരീക്ഷണം.

രണ്ടു ദിവസം കഴിഞ്ഞ് വീട്ടിൽ വന്ന ഭാര്യയുമായി അയാൾ വഴക്കിട്ടു. അവളെ മർദ്ദിക്കുകയും ചെയ്തു. ഭക്ഷണം കഴിക്കാതെയാണ് ഭാര്യ അന്ന് ഉറങ്ങിയത്. പിറ്റേന്നു രാവിലെ നേരത്തെ എഴുന്നേറ്റ ഭർത്താവ് കാപ്പിയുണ്ടാക്കി. ഒരു ഗ്ലാസ്സ് കാപ്പിയിൽ സയനൈഡ് ചേർത്തു. പിണക്കത്തിലായിരുന്ന ഭാര്യയുടെ അടുത്തു ചെന്ന് അവളോട് സാന്ത്വനവാക്കുകൾ പറഞ്ഞ് കാപ്പി കൊടുത്തു. കാപ്പി കുടിച്ചയുടൻ മരിച്ചുവീണ ഭാര്യയെ കട്ടിലിൽ തന്നെ കിടത്തിയശേഷം പതിവുപോലെ അയാൾ സുവിശേഷ പ്രസംഗത്തിനു പോയി. കാപ്പി കുടിച്ച ഗ്ലാസ് കഴുകി തെളിവുകൾ മായ്ക്കാനും അയാൾ മറന്നില്ല.

താൻ ഒരിക്കലും പിടിക്കപ്പെടില്ലെന്നും അഥവാ അന്വേഷണം മുറുകിയാൽ തന്നെ വിഷം കഴിച്ചുള്ള ആത്മഹത്യയിൽ കേസ് അവസാനിച്ചുകൊള്ളും എന്നുമാണ് പ്രതി കരുതിയത്. പക്ഷേ, ഒരു തരി സയനൈഡും സ്വർണ്ണപ്പണിക്കാരനും കേസന്വേഷണത്തിൽ വഴിത്തിരിവായി മാറി.

വിഷബാധകൊണ്ടുള്ള മരണങ്ങളിൽ പലപ്പോഴും മിക്ക അന്വേഷണ ഉദ്യോഗസ്ഥന്മാരും വിഷം ഏതാണ്? അത് എവിടെനിന്നും ലഭ്യമായി? എന്നീ കാര്യങ്ങളെക്കുറിച്ച് അന്വേഷിക്കുന്നതിനു മുമ്പുതന്നെ അന്വേഷണം അവസാനിപ്പിക്കുന്നു എന്നാണ് ഞാൻ മനസ്സിലാക്കിയിട്ടുള്ളത്. ഇതിന്റെ കാരണങ്ങൾ വ്യക്തമല്ല. ഇത്തരം കേസുകൾ സമഗ്രമായി അന്വേഷിച്ചില്ലെങ്കിൽ രഹസ്യ കൊലപാതകങ്ങൾ കണ്ടുപിടിക്കപ്പെടാതിരിക്കുകയും കുറ്റവാളികൾ രക്ഷപ്പെടുകയും ചെയ്യും.

14. പൊട്ടക്കിണറുകളും അപഥസഞ്ചാരങ്ങളും

കേരളത്തിലെ നാട്ടിൻപുറങ്ങളിൽ മിക്ക വീടുകളിലും ആൾമറയില്ലാത്ത പൊട്ടക്കിണറുകൾ കാണും. ഉപയോഗശൂന്യമായ ഈ കിണറുകളിൽ വീണ് നിരവധി പേർ മരിക്കുന്നുണ്ട്. ഈ മരണങ്ങളെല്ലാം ദുരൂഹസാഹചര്യങ്ങളിലായതിനാൽ സംശയാസ്പദമായിത്തീരാറുണ്ട്. ഞാൻ ഇത്തരം നിരവധി കേസുകളിൽ

പോസ്റ്റ്മോർട്ടം പരിശോധന നടത്തുകയും അന്വേഷണത്തിൽ പങ്കെടുക്കുകയും ചെയ്തിട്ടുണ്ട്. മിക്കപ്പോഴും പൊട്ടക്കിണറ്റിൽ വീണു മരിക്കുന്ന ആളിന്റെ മൃതദേഹം അഴുകി ദുർഗന്ധം വമിക്കുമ്പോഴായിരിക്കും കണ്ടെടുക്കുന്നത്. പോസ്റ്റ്മോർട്ടം പരിശോധനയിൽ ശരിയായ മരണകാരണം കണ്ടുപിടിക്കുവാൻ പലപ്പോഴും ശവത്തിന്റെ ജീർണ്ണിച്ച അവസ്ഥ തടസ്സമാകാറുണ്ട്. മരണകാരണം കണ്ടുപിടിക്കാൻ കഴിഞ്ഞാലും, കിണറ്റിൽ വീഴാൻ ഇടയായ സാഹചര്യം പലപ്പോഴും ദുരൂഹമായിരിക്കും.

അത്തരം മരണങ്ങളിൽ ചിലത് വലിയ ഒച്ചപ്പാടുണ്ടാക്കിയിട്ടുണ്ട്. ഒരുഉദാഹരണം പറയാം. നാട്ടിൻപുറങ്ങളിലെ മിക്ക മദ്യഷോപ്പുകളുടെയും സമീപത്ത് ഒരു പൊട്ടക്കിണർ ഉണ്ടായിരിക്കും. മദ്യപിക്കുന്നവർ തമ്മിൽ വഴക്കുണ്ടാകുന്നതും പതിവാണ്. ചിലപ്പോൾ ചെറിയ അടികലശലുകളും ഉണ്ടാകും. വഴക്കു കൂടിയവർ 'നിന്നെ പിന്നെ കണ്ടോളാം' എന്ന വെല്ലുവിളിയോടെ ആയിരിക്കും പിരിയുന്നത്. അതിൽ ഒരാളെ പിന്നീട് കാണാതാകുന്നു. രണ്ടു ദിവസം കഴിഞ്ഞ് അയാളുടെ മൃതദേഹം കള്ളുഷാപ്പിനടുത്തുള്ള പൊട്ടക്കിണറ്റിൽ നിന്നും കണ്ടെടുക്കുന്നു. പിന്നെ എന്തായിരിക്കും സംഭവിക്കുക എന്നത് ഊഹിക്കാവുന്നതേ ഉള്ളൂ.

ഉന്മത്താവസ്ഥയിൽ വഴി തെറ്റി പൊട്ടക്കിണറ്റിൽ വീണു മരിച്ചതാണെങ്കിലും സംഭവം കൊലപാതകമായി മുദ്ര കുത്തപ്പെടും. നാട്ടുകാർ ആക്ഷൻ കൗൺസിൽ രൂപീകരിക്കും. മരിച്ചവനുമായി വഴക്കിട്ടവൻ പ്രതി ആയതുതന്നെ. പ്രതി ആയില്ലെങ്കിലും പീഡനങ്ങൾ ഏൽക്കേണ്ടി വരുമെന്നത് തീർച്ച. കേസുമായി ബന്ധമില്ലാത്തവർക്കുപോലും പലപ്പോഴും മാനസികപീഡനം ഏൽക്കേണ്ടിവരുന്നു. ഇത്തരം കേസുകളുടെ അന്വേഷണം നീണ്ടുപോകും. ഒന്നുകിൽ കേസ് തെളിയേണ്ട പട്ടികയിൽപ്പെടുത്തി അന്വേഷണം അവസാനിപ്പിക്കുകയോ, അല്ലെങ്കിൽ ക്രൈംബ്രാഞ്ചിലേക്ക് മാറ്റപ്പെടുകയോ ചെയ്യും.

ഇതുകൊണ്ട് സർക്കാരിനുണ്ടാകുന്ന സാമ്പത്തികമായ നഷ്ടം വളരെ വലുതാണ്. അന്വേഷണത്തിനു വേണ്ടി ചെലവാക്കുന്ന തുകയും സമയവും വ്യഥാവിൽ. ഇത്തരം സംഭവങ്ങൾക്ക് നിരവധി തവണ സാക്ഷ്യം വഹിക്കേണ്ടിവന്നിട്ടുള്ള എനിക്ക് പറയാനുള്ളത് സർക്കാർ ഇക്കാര്യം ഗൗരവത്തോടെ കാണണം, നാട്ടിലെ ഉപയോഗശൂന്യമായ കിണറുകൾ ഒന്നുകിൽ മൂടാനോ അല്ലെങ്കിൽ ആൾമറ കെട്ടി അപകടസാധ്യത ഇല്ലാതാക്കുവാനോ വേണ്ട നിയമനടപടികൾ കൈക്കൊള്ളണം എന്നാണ്.

വെള്ളത്തിൽ വീണാൽ, വെള്ളം ശ്വാസകോശത്തിൽ കയറി (വെള്ളം കുടിച്ചല്ല) ശ്വാസംമുട്ടിയാണ് മരണം സംഭവിക്കുക. ഇത്തരം മരണത്തെ Wet Drowning എന്ന് വിളിക്കുന്നു. എന്നാൽ ഒരു ജലാശയത്തിൽ ഉയരത്തിൽ നിന്ന് ശക്തിയോടെ തൂക്കായി വെള്ളത്തിൽ വീഴുമ്പോൾ വെള്ളം ശ്വാസകോശങ്ങളിൽ കയറുന്നതിനു മുമ്പുതന്നെ മരണം സംഭവിക്കും. വെള്ളം ശക്തിയിൽ മൂക്കിലൂടെ ശ്വാസക്കുഴലിൽ കയറുമ്പോൾ ഹൃദയസ്തംഭനമുണ്ടാകും. ഇതിനെ Dry Drowning എന്നു വിളിക്കുന്നു. അതിനാലാണ് നീന്തലറിയാവുന്നവർപോലും ആഴമുള്ള കിണറ്റിൽ വീണാൽ മരിക്കുന്നത്. കുളത്തിലോ നദിയിലോ മറ്റു ജലാശയങ്ങളിലോ ആണു വീഴുന്നതെങ്കിൽ നീന്തലറിയാവുന്ന ഒരാൾക്ക് രക്ഷപ്പെടാൻ കഴിയും. എന്നാൽ അബോധാവസ്ഥയിലാണ് വീഴുന്നതെങ്കിൽ മരണം തീർച്ചയായും സംഭവിക്കും.

അബോധാവസ്ഥ പല കാരണങ്ങൾകൊണ്ടുണ്ടാകാം. ചുഴലി മുതലായ രോഗങ്ങൾ, പ്രമേഹരോഗികളിൽ രക്തത്തിലെ പഞ്ചസാരയുടെ അളവ് പെട്ടെന്ന് കുറയുക (Hypoglycemia), മദ്യം, മയക്കുമരുന്നുകൾ ഉപയോഗിക്കുക എന്നിവ ബോധക്ഷയത്തിന് കാരണമാകും. വെള്ളത്തിലേക്ക് വീഴുമ്പോൾ തല എവിടെയെങ്കിലും ശക്തിയോടെ മുട്ടുകയാണെങ്കിലും ബോധം നഷ്ടപ്പെടാം. അബോധാവസ്ഥയിലായ ആൾക്ക് മരിക്കുവാൻ മൂന്നിഞ്ച് മാത്രം ആഴമുള്ള വെള്ളം മതി. അയാളുടെ മൂക്കും വായും വെള്ളത്തിൽ മുങ്ങിയിരിക്കണം എന്നുമാത്രം. മദ്യപിച്ച് അബോധാവസ്ഥയിലായ ഒരാൾ അയാളുടെതന്നെ ഛർദ്ദിയിൽ മുഖം അമർന്ന് മരിച്ച സംഭവവുമുണ്ടായിട്ടുണ്ട്.

ഒരു സംഭവകഥ വിവരിക്കാം. ഒരിക്കൽ പൊതുക്കാര്യപ്രസക്തനായ ഒരാളെ കാണാതായി. രണ്ടാം ദിവസം അയാളുടെ ശവം അയാളുടെ സ്വന്തം വീട്ടിൽനിന്നും അകലെ ഒരു പുരയിടത്തിലെ ആൾമറയില്ലാത്ത കിണറ്റിൽ കാണപ്പെട്ടു. ജഡം കിണറ്റിൽനിന്നും കരയ്ക്കെടുത്തു പരിശോധിച്ചു. മരിച്ചയാൾ ഷർട്ടും മുണ്ടും ധരിച്ചിരുന്നു. മുണ്ടു മടക്കിക്കുത്തിയ നിലയിലായിരുന്നു, മുണ്ട് നിവർത്തി നോക്കിയപ്പോൾ അതിനുള്ളിൽ സ്ത്രീകൾ മുണ്ടിനടിയിൽ ധരിക്കുന്ന ഒരു 'ഒന്നര' മുണ്ട് കാണപ്പെട്ടു. അതു കണ്ടപ്പോൾ ഇൻസ്പെക്ടറുടെ ചുണ്ടിന്റെ കോണിൽ ഒരു മന്ദസ്മിതം. കേസിനു ഒരു തുമ്പു കിട്ടിയല്ലോ എന്നതായിരുന്നു ആ ചിരിയുടെ അർത്ഥം.

പോസ്റ്റ്മോർട്ടം പരിശോധനയിൽ വെള്ളത്തിൽ മുങ്ങി ശ്വാസം മുട്ടി മരിച്ച ലക്ഷണങ്ങൾ കണ്ടു. ശരീരത്തിൽ യാതൊരു ബലപ്രയോഗത്തിന്റെയും ലക്ഷണങ്ങളില്ല. വേറൊരു കണ്ടെത്തൽ

അയാളുടെ ലിംഗാഗ്രചർമ്മത്തിനടിയിൽ മഞ്ഞ നിറത്തിലുള്ള ലിംഗസ്രവം (Smegma) ഇല്ലായിരുന്നു എന്നതാണ്. സമീപകാലത്ത് സംഭോഗത്തിൽ ഏർപ്പെട്ടിരിക്കാം എന്ന് സൂചിപ്പിക്കുന്ന തെളിവാണ്.

ഈ തെളിവും മടക്കിക്കുത്തിനിടയിലെ ഒന്നരമുണ്ട് കണ്ടെത്തിയതും കൂട്ടിച്ചേർത്തു വായിച്ചപ്പോൾ ഞങ്ങൾക്ക് ചില ഊഹങ്ങൾ തോന്നി. മരിച്ചയാൾ വിവാഹിതനും പ്രായപൂർത്തിയായ മക്കളുള്ളവനും ആയിരുന്നു. നാട്ടിൽ അയാളെക്കുറിച്ച് നല്ല പേരുമാണ്. യാതൊരു ദുശ്ശീലങ്ങളും ഇല്ലാത്തയാൾ. ശവം കാണപ്പെട്ട കിണറ്റിനു സമീപത്തുള്ള ഒരു വീട്ടിൽ മദ്ധ്യവയസ്കയായ ഒരു വിധവയായിരുന്നു താമസിച്ചിരുന്നത്. അയൽവാസികളെ കണ്ടു ചോദിച്ച കൂട്ടത്തിൽ ആ സ്ത്രീയെയും ചോദ്യം ചെയ്തു. അന്വേഷണ ഉദ്യോഗസ്ഥനെ കണ്ട മാത്രയിൽതന്നെ അവർ പൊട്ടിക്കരഞ്ഞു. അവർ പോലീസുദ്യോഗസ്ഥനോടു പറഞ്ഞതിങ്ങനെ:

മരിച്ചയാളും ആ സ്ത്രീയും സഹപാഠികളായിരുന്നു, കമിതാക്കളുമായിരുന്നു. എന്നാൽ അവരുടെ ബന്ധം സ്കൂൾ ജീവിതം അവസാനിച്ചതോടെ നിലച്ചു. ഇരുവരും വേർപിരിഞ്ഞു. ആ സ്ത്രീ ഒരു അദ്ധ്യാപകനെ വിവാഹം കഴിച്ചു. ഒരു കുട്ടിയുണ്ടായി അധികം വൈകാതെ ഭർത്താവ് അപകടത്തിൽ മരിച്ചു. ഭർത്താവ് മരിച്ചതിനുശേഷം പതിനഞ്ചു വർഷങ്ങൾക്കു മുമ്പ് അവർ ഒരിക്കൽ കണ്ടുമുട്ടി. പഴയ ഓർമ്മകൾ പങ്കുവച്ചു. അവരുടെ അവിഹിതബന്ധം അന്നു തുടങ്ങി. എല്ലാ ഒഴിവുദിവസങ്ങളിലും സന്ധ്യയ്ക്ക് ആരും കാണാതെ അയാൾ അവളുടെ വീട്ടിലെത്തുമായിരുന്നു.

സംഭവദിവസം രാത്രി അയാൾ അവളോടൊപ്പം ശയിക്കുമ്പോൾ ആരോ വാതിലിൽ മുട്ടി. അയാൾ ഭയന്നു വേഗം വസ്ത്രങ്ങൾ ധരിച്ചു. വീടിന്റെ പിന്നിലുള്ള വാതിൽ തുറന്ന് വെളിയിലേക്കിറങ്ങി. അടുത്ത ഒരു പുരയിടം കടന്നുവേണം റോഡിലെത്തുവാൻ. നിർഭാഗ്യവശാൽ ആ പുരയിടം മുഴുവൻ മഴ പെയ്ത് വെള്ളം കയറി കിടക്കുകയായിരുന്നു. ആ പുരയിടത്തിൽ ഒരു പൊട്ടക്കിണറുണ്ടെന്ന് അയാൾക്കറിയില്ലായിരുന്നു. എന്നാൽ അവൾക്കറിയാമായിരുന്നു. ആ വിവരം പറയുന്നതിനു മുമ്പ് അയാൾ പോയി.

വാതിൽക്കൽ നിന്ന അവൾക്ക് അയാൾ നടന്നുപോകുന്നത് കാണാമായിരുന്നു. അല്പം കഴിഞ്ഞ് അവൾ ഒരു ശബ്ദം കേട്ടു. അയാൾ പൊട്ടക്കിണറ്റിൽ വീഴുന്ന ശബ്ദം. നിസ്സഹായയായി നോക്കി നിൽക്കാനേ അവൾക്ക് കഴിഞ്ഞുള്ളൂ. വെപ്രാളത്തിൽ

വസ്ത്രം ധരിച്ചപ്പോൾ കാമിനിയുടെ ഒന്നരമുണ്ട് തന്റെ മുണ്ടിനുള്ളിൽ ചുറ്റിപ്പോയ കാര്യം അയാളും അറിഞ്ഞിരുന്നില്ല.

ഇതുപോലെയുള്ള മറ്റൊരു കേസിലും എനിക്ക് പ്രേതപരിശോധനയും കൃത്യസ്ഥലപരിശോധനയും നടത്തേണ്ടിവന്നിട്ടുണ്ട്. ചെറുപ്പക്കാരനായ ഒരു പോലീസ് കോൺസ്റ്റബിളിന്റെ മൃതദേഹം അയാളുടെ വീടിനടുത്തുള്ള ഒരു പൊട്ടക്കിണറ്റിൽ കാണപ്പെട്ടു. ആംഡ് റിസർവ് ക്യാമ്പിൽ താമസിച്ചിരുന്ന അയാൾ വാരാന്ത്യത്തിൽ സ്വന്തം വീട്ടിലെത്തിയതായിരുന്നു. നാട്ടിൽ ചിലരുമായി ശത്രുത ഉണ്ടായിരുന്നതിനാൽ അയാളുടെ മരണം ആസൂത്രിതമായ ഒരു കൊലപാതകമാണെന്ന് ബന്ധുക്കളും നാട്ടുകാരും വിശ്വസിച്ചു.

രാത്രി ഉറങ്ങാൻ കിടന്ന അയാളെ നേരം പുലർന്നപ്പോൾ കാണാനില്ലായിരുന്നു. അയാളെ അന്വേഷിച്ച് എ.ആർ. ക്യാമ്പിൽ പോയ ബന്ധുക്കൾക്ക് അയാൾ അവിടെ ചെന്നിട്ടില്ല എന്നറിയാൻ കഴിഞ്ഞു. പല സ്ഥലത്തും അന്വേഷിച്ചെങ്കിലും വിവരം ലഭിച്ചില്ല. പൊട്ടക്കിണറ്റിനു സമീപം മണ്ണിടിഞ്ഞ് കിടക്കുന്നത് ശ്രദ്ധയിൽപെട്ട ഒരാൾ കിണറ്റിനുള്ളിൽ നോക്കിയപ്പോഴാണ് മൃതദേഹം വെള്ളത്തിൽ പൊങ്ങിക്കിടക്കുന്നതായി കണ്ടത്. മൃതശരീരം കിണറ്റിൽനിന്നും വെളിയിലെടുത്തു പരിശോധിച്ചപ്പോൾ ഷർട്ടും ലുങ്കിയും ധരിച്ചിരുന്നതായി കാണപ്പെട്ടു. അയാളുടെ അണ്ടർവെയർ അരയിൽ തിരുകിയിരുന്നു.

പോസ്റ്റ്മോർട്ടം പരിശോധനയിൽ വെള്ളത്തിൽ മുങ്ങി ശ്വാസം മുട്ടി മരിച്ച ലക്ഷണങ്ങളായിരുന്നു കണ്ടത്. ശരീരത്തിൽ യാതൊരു ബലപ്രയോഗത്തിന്റെ അടയാളങ്ങളും ഉണ്ടായിരുന്നില്ല.

അപ്പോഴാണ് മരിച്ച കോൺസ്റ്റബിളിന്റെ അടുത്ത സുഹൃത്തായ ഒരു കോൺസ്റ്റബിൾ സ്ഥലത്തെത്തിയത്. അയാൾ ഇൻസ്പെക്ടറോട് മരിച്ചവന്റെ ഒരു അവിഹിതബന്ധത്തെക്കുറിച്ച് പറഞ്ഞു. വീടിനടുത്തുള്ള ഒരു സ്ത്രീയുമായി ബന്ധമുണ്ടെന്നും രാത്രിയിൽ ആരും അറിയാതെ വീട്ടിൽനിന്നിറങ്ങി പുരയിടത്തിൽ കൂടി നടന്ന് ആ സ്ത്രീയുടെ വീട്ടിൽ പോകാറുണ്ടെന്നും സ്നേഹിതനോട് മരിച്ച കോൺസ്റ്റബിൾ പറഞ്ഞിട്ടുണ്ട്.

ഭർത്തൃമതിയായ അവരെ പരസ്യമായി ചോദ്യം ചെയ്യുന്നത് പക്വമതിയായ ഇൻസ്പെക്ടർ ഒഴിവാക്കി. ഒരു കുടുംബം തകരുന്നതിന് ആ നീതിമാൻ കൂട്ടുനിന്നില്ല. നിയമപരമായി അദ്ദേഹം ചെയ്തതും ശരിയാണ്.

ക്രിമിനൽ നടപടി നിയമം 174-ാം വകുപ്പനുസരിച്ച് മരണത്തിൽ ആരുടെയെങ്കിലും കരങ്ങളുണ്ടോ (Foulplay) എന്നു മാത്രമേ കണ്ടുപിടിക്കേണ്ടതുള്ളൂ.

15. ഒരു നരാധമനെ കുടുക്കിയ സമർത്ഥനായ കുറ്റാന്വേഷകൻ

ഞാൻ തിരുവനന്തപുരം മെഡിക്കൽ കോളജിൽ അധ്യാപകനായി ജോലിയിൽ പ്രവേശിക്കുമ്പോൾ മെഡിക്കൽ കോളജ് പോലീസ് സ്റ്റേഷനിലെ സബ് ഇൻസ്പെക്ടർമാരായിരുന്നു ശ്രീ രവികുമാറും ശ്രീ രാമചന്ദ്രൻനായരും. രവികുമാർ എന്റെ ബന്ധു കൂടിയായിരുന്നു. പോലീസ് സേനയിൽ രണ്ടു പേരും സ്തുത്യർഹമായ സേവനം നടത്തി പോലീസ് സൂപ്രണ്ടുമാരായി റിട്ടയർ ചെയ്തു. രവി കൊല്ലത്തും രാമചന്ദ്രൻ തിരുവനന്തപുരത്തും വിശ്രമ ജീവിതം നയിക്കുന്നു. അവർ ഇരുവരുമായുള്ള എന്റെ സൗഹൃദം ഇപ്പോഴും ഊഷ്മളമായി തുടരുന്നു. രണ്ടുപേരും സമർത്ഥരായ കുറ്റാന്വേഷകരായിരുന്നു. നിരവധി കേസുകളിൽ അവരോട് സഹകരിക്കുവാൻ എനിക്കു കഴിഞ്ഞിട്ടുണ്ട്. ശ്രീ രാമചന്ദ്രൻ നടത്തിയ ഒരു അന്വേഷണത്തിന്റെ ഉദ്വേഗഭരിതമായ കഥ ഞാൻ പറയാം. അദ്ദേഹത്തിന്റെ സാമർത്ഥ്യവും ആത്മാർത്ഥതയും ശുഷ്കാന്തിയുംകൊണ്ടു മാത്രം തെളിഞ്ഞ ആ കേസ് എല്ലാ കുറ്റാന്വേഷകർക്കും മാർഗ്ഗദർശകവുംകൂടിയാണ്.

കാഞ്ഞങ്ങാട്ടെ കൃഷിക്കാരനായ ശങ്കരപ്പിള്ളയുടെ ബിരുദ ധാരിയായ ഏക മകൾ സുധയ്ക്ക് വിവാഹാലോചനകൾ തുടങ്ങി. പല ആലോചനകൾ വന്നെങ്കിലും യോജിച്ച ഒന്നും ലഭിച്ചില്ല. ആയിടയ്ക്ക് ഒരു പത്രത്തിലെ വൈവാഹിക പംക്തിയിൽ വന്ന ഒരു പരസ്യം ശങ്കരപ്പിള്ളയുടെ ശ്രദ്ധയിൽപ്പെട്ടു.

അനാഥനായ യുവാവ്, മെഡിക്കൽ റെപ്രസെന്റേറ്റീവ്, നാലക്ക ശമ്പളം, സ്ത്രീധനം ആവശ്യമില്ല ഇവയൊക്കെയായിരുന്നു പരസ്യത്തിലെ വിവരങ്ങൾ. ശങ്കരപ്പിള്ള മകളുടെ ഫോട്ടോ സഹിതം പരസ്യത്തിലെ ബോക്സ് നമ്പറിൽ കത്തെഴുതി. വിവാഹത്തിനു താത്പര്യമുണ്ടെന്നും മകളെ കാണാൻ ഉടൻ വരുന്നുണ്ടെന്നുമുള്ള വരന്റെ മറുപടി ശങ്കരപ്പിള്ളയ്ക്ക് ഏറെ സന്തോഷം നല്കി. വരൻ താമസിയാതെ വന്നു. സുമുഖനും സൗമ്യനുമായ ആ യുവാവിനെ ശങ്കരപ്പിള്ളയ്ക്കും സുധയ്ക്കും വളരെ ഇഷ്ടമായി. അയാളുടെ ജീവിതകഥ കേട്ടപ്പോൾ അച്ഛനും മകൾക്കും അയാളോട് അതിയായ അനുകമ്പ തോന്നി. ചെറുപ്പത്തിലേ അയാളുടെ മാതാപിതാക്കൾ മരിച്ചുപോയിരുന്നു. വകയിൽ ഒരു അമ്മാവനാണ് പഠിപ്പിച്ചത്. അദ്ദേഹവും മരിച്ചപ്പോൾ തികച്ചും അനാഥനായി. അയാളുടെ വിവാഹം നടത്തിക്കൊടുക്കുവാൻ കാരണവന്മാർ ആരുമില്ല. വിവാഹത്തിൽ പങ്കെടുക്കുവാൻപോലും ആരുമുണ്ടാ

വില്ല എന്നയാൾ ഗദ്ഗദത്തോടെ പറഞ്ഞപ്പോൾ സുധയ്ക്കും അച്ഛനും സങ്കടമായി. സ്ത്രീധനമായി ഒന്നും ആവശ്യപ്പെട്ടില്ലെന്നു മാത്രമല്ല വിവാഹത്തിനു ധനപരമായി സഹായിക്കുവാനും അയാൾ തയ്യാറായിരുന്നു. എന്തിനേറെപ്പറയുന്നു, വീടിനടുത്തുള്ള അമ്പലത്തിൽ വച്ച് രണ്ടാഴ്ചയ്ക്കകം സുധയും രവീന്ദ്രൻനായരുമായുള്ള വിവാഹം നടന്നു. അനാഥനായതിനാൽ വിവാഹത്തിനു വരന്റെ ഭാഗത്തുനിന്നു സംബന്ധിച്ചത് രണ്ടോ മൂന്നോ സുഹൃത്തുക്കൾ മാത്രമായിരുന്നു.

വിവാഹാനന്തരം രവീന്ദ്രൻനായർ സുധയുടെ വീട്ടിൽ താമസമാക്കി. അവിടെനിന്നും അയാൾ ഉദ്യോഗാവശ്യങ്ങൾക്കായി യാത്രപോകും. ഒന്നോ രണ്ടോ ആഴ്ചകൾക്കു ശേഷമായിരിക്കും തിരികെ വരുന്നത്. ബാംഗ്ലൂരിലെ ഒരു പ്രശസ്തമായ കമ്പനിയുടെ കേരളത്തിലെ റെപ്രസെന്റേറ്റീവാണ് താൻ എന്ന് സുധയോടും ശങ്കരപ്പിള്ളയോടും പറഞ്ഞിരുന്നതിനാൽ അയാളുടെ യാത്രകളിൽ പന്തികേടൊന്നും അവർക്ക് തോന്നിയിരുന്നില്ല. ഇങ്ങനെ ഒരു വർഷം പിന്നിട്ടു. യാത്രാവേളകളുടെ ദൈർഘ്യം കൂടിവന്നപ്പോൾ സുധ രവീന്ദ്രനുമായി വഴക്കിട്ടു. അയാളോടൊപ്പം ജോലിസ്ഥലത്തുപോയി താമസിക്കണമെന്ന് അവൾ വാശിപിടിച്ചു. ഒടുവിൽ അവർ ബാംഗ്ലൂരിലേക്കുപോകാൻ തീരുമാനിച്ചു. കാഞ്ഞങ്ങാട്ടു നിന്നും ബാംഗ്ലൂരിലേക്ക് ട്രെയിൻ മാർഗം യാത്ര തിരിച്ചു. ഒരു മാസം കഴിഞ്ഞ് ശങ്കരപ്പിള്ളയ്ക്ക് രവീന്ദ്രൻനായരുടെ ഒരു കത്തുവന്നു. ബാംഗ്ലൂരിൽ എത്തിയപ്പോഴേക്കും സുധയ്ക്കു ചിക്കൻപോക്സു പിടിപെട്ടുവെന്നും ഇപ്പോൾ ഭേദമായി എന്നുമായിരുന്നു കത്തിന്റെ ഉള്ളടക്കം. എന്നാൽ കത്തിൽ മേൽവിലാസമുണ്ടായിരുന്നില്ല. പിന്നെ ഇടയ്ക്കിടെ കിട്ടിയിരുന്ന രവീന്ദ്രൻനായരുടെ കത്തുകളിലെ പരസ്പരവിരുദ്ധങ്ങളായ കാര്യങ്ങൾ ശങ്കരപ്പിള്ളയുടെ മനസ്സിൽ സംശയമുളവാക്കി. സുധയുടെ ഒരു കത്തു പോലും ലഭിച്ചിരുന്നില്ല.

ശങ്കരപ്പിള്ള രവീന്ദ്രനെക്കുറിച്ച് അയാളുടെ മെഡിക്കൽ കമ്പനിക്കാരുമായി കത്തിടപാടുകൾ നടത്തി അയാൾ കൽക്കട്ടയിലാണെന്നു മനസ്സിലാക്കി. ശങ്കരപ്പിള്ള സുധയുടെ അനുജനെ കൽക്കട്ടയിലേക്കയച്ചു. അനുജൻ വളരെ ബുദ്ധിമുട്ടി രവീന്ദ്രൻനായരെ കണ്ടുപിടിച്ചു. എന്നാൽ സുധ അയാളോടൊപ്പം ഇല്ലായിരുന്നു. അളിയനോട് സുധ ആസാമിൽ നഴ്സിങ് പഠിക്കുകയാണെന്ന് പറഞ്ഞ് രവീന്ദ്രൻ അയാളെ തിരികെ നാട്ടിലേക്കയച്ചു.

തന്റെ മകൾക്ക് ഏതോ അപായം സംഭവിച്ചിരിക്കാമെന്നു തോന്നിയ ശങ്കരപ്പിള്ള അന്ന് ഐ.ജി. ആയിരുന്ന ശ്രീ വി.എൻ.

രാജന് നേരിട്ട് പരാതി നല്കി. അദ്ദേഹം ശങ്കരപ്പിള്ളയുടെ പരാതി അന്വേഷിക്കാൻ അന്ന് തിരുവനന്തപുരം കന്റോൺമെന്റ് ഡിവിഷണൽ ഇൻസ്പെക്ടർ ആയിരുന്ന രാമചന്ദ്രൻനായരെ ചുമതലപ്പെടുത്തി. അദ്ദേഹം രവീന്ദ്രൻനായരെ കണ്ടുപിടിക്കുവാനുള്ള ശ്രമമാരംഭിച്ചു.

രാമചന്ദ്രൻനായർ വിശ്വസ്തനായ ഒരു ഇൻസ്പെക്ടറെ ഇതിനുവേണ്ടി മുഴുവൻ സമയവും അന്വേഷിക്കുവാൻ നിയോഗിച്ചു. അന്വേഷണത്തിൽ രവീന്ദ്രന് ആലപ്പുഴയിൽ വേറൊരു ഭാര്യയും മക്കളുമുണ്ടെന്നും, അയാൾ തിരുവനന്തപുരത്ത് മറ്റൊരു സ്ത്രീയുടെ വീട്ടിൽ വരാറുണ്ടെന്നും വിവരം ലഭിച്ചു. രണ്ടു വീടുകളിലും നിരീക്ഷണത്തിന് പോലീസ്സുകാരെ നിയോഗിച്ചു. അങ്ങനെ മൂന്നു മാസം നീണ്ട അന്വേഷണത്തിനൊടുവിൽ സാക്ഷാൽ രവീന്ദ്രൻനായരെ പിടികിട്ടി. ചോദ്യം ചെയ്തപ്പോൾ അയാൾ ഇൻസ്പെക്ടർ രാമചന്ദ്രൻനായരോട് ഒരു കഥ പറഞ്ഞു. സുധയുമൊത്തു ട്രെയിനിൽ ബാംഗ്ലൂർക്ക് പോകുമ്പോൾ സുധ ട്രെയിനിൽനിന്നും യാദൃച്ഛികമായി വെളിയിൽ വീണുവെന്നും ഭയംകൊണ്ട് അയാൾ ആരോടും ഈ സംഭവം പറഞ്ഞില്ലെന്നുമായിരുന്നു അയാളുടെ വിശദീകരണം. പ്രായമായ അച്ഛനെ വിഷമിപ്പിക്കണ്ട എന്നു കരുതിയാണത്രെ സുധ ജീവിച്ചിരിക്കുന്നുവെന്ന ധാരണ ഉണ്ടാക്കുന്ന വിധത്തിലുള്ള കത്തുകളെഴുതിയിരുന്നത്.

ഇൻസ്പെക്ടർ ഈ കഥ സത്യമാണോ എന്നറിയുവാൻ കണ്ണൂർ മുതൽ ബാംഗ്ലൂർവരെയുള്ള എല്ലാ റെയിൽവേ സ്റ്റേഷനുകളിലും പോലീസ് സ്റ്റേഷനുകളിലും വിശദമായ അന്വേഷണം നടത്തി. രവീന്ദ്രൻ പറഞ്ഞ രീതിയിൽ ഒരു സംഭവവും നടന്നിട്ടില്ലെന്ന് തെളിഞ്ഞു. പിന്നീടുള്ള ചോദ്യംചെയ്യലിൽ രവീന്ദ്രൻ നടന്ന കാര്യം തുറന്നു പറഞ്ഞു.

കാഞ്ഞങ്ങാട്ടു നിന്നും രവീന്ദ്രനും സുധയും പോയത് മൈസൂരിലേക്കായിരുന്നു. അവിടെ ഒരു ലോഡ്ജിൽ വ്യാജപ്പേരിൽ അയാൾ മുറി വാടകയ്ക്കെടുത്തു. യാത്രയ്ക്കിടയിൽ പനി പിടിപെട്ട സുധയ്ക്ക് അയാൾ പനിക്കുള്ള മരുന്നാണെന്നു പറഞ്ഞ് നേരത്തേ കരുതിവെച്ചിരുന്ന ഉറക്കഗുളികകൾ നല്കി. ആ ഗുളികകൾ കഴിച്ച് അബോധാവസ്ഥയിലായ സുധയെ ശ്വാസം മുട്ടിച്ച് കൊലപ്പെടുത്തി. അതിനുശേഷം അവളുടെ ശരീരത്തിലുണ്ടായിരുന്ന സ്വർണാഭരണങ്ങളൊക്കെ അഴിച്ചെടുത്തു. ശവം അവിടെത്തന്നെ ഉപേക്ഷിച്ചിട്ട് മുറി പൂട്ടി അയാൾ സ്ഥലം വിട്ടു. മൈസൂരിലെ ഒരു സ്വർണക്കടയിൽ ആഭരണങ്ങൾ വിറ്റിട്ട് അയാൾ ബോംബെയിലേക്കു പോയി. പിന്നീടു കൊൽക്കൊത്തയിലേക്കു സ്ഥലംമാറ്റം വാങ്ങി പോയി.

രാമചന്ദ്രൻ നായർ ഉടൻ തന്നെ രവീന്ദ്രനെയുംകൂട്ടി മൈസൂരിലേക്കു യാത്ര തിരിച്ചു. രവീന്ദ്രനും സുധയും തങ്ങിയ ലോഡ്ജ് കണ്ടുപിടിച്ചു. ലോഡ്ജിലെ രജിസ്റ്ററിൽ കാണപ്പെട്ട രവീന്ദ്രന്റെ കൈയക്ഷരം തിരിച്ചറിയാൻ പ്രയാസമില്ലായിരുന്നു. രവീന്ദ്രനെ ലോഡ്ജ് മാനേജരും ചില ജോലിക്കാരും തിരിച്ചറിയുകയും ചെയ്തു.

അവിടുത്തെ പോലീസ് സ്റ്റേഷനിലെത്തിയ രാമചന്ദ്രൻനായർക്ക് രേഖകൾ പരിശോധിച്ചപ്പോൾ സംഗതി സത്യമാണെന്ന് മനസ്സിലായി. മൈസൂർ പോലീസ് കേസിനെക്കുറിച്ച് കാര്യമായ അന്വേഷണമൊന്നും നടത്തിയിരുന്നില്ല. സുധയെ കൊന്നിട്ട് മുറി പൂട്ടി പോകുമ്പോൾ രവീന്ദ്രൻനായർ സുധയെ തിരിച്ചറിയാനുതകുന്ന ഒരു തെളിവും ലോഡ്ജ്മുറിയിൽ ഉപേക്ഷിച്ചിരുന്നില്ല. അതിനാൽ സുധയുടെ ശവം അനാഥപ്രേതമായി പോസ്റ്റ്മോർട്ടം നടത്തി പരിശോധനയ്ക്കുശേഷം പൊതുശ്മശാനത്തു മറവു ചെയ്തിരുന്നു. രാമചന്ദ്രൻനായർ പോസ്റ്റ്മോർട്ടം പരിശോധന നടത്തിയ ഡോക്ടറെ കണ്ടെത്തി അദ്ദേഹത്തിൽനിന്നും മരണകാരണത്തെപ്പറ്റി കൂടുതൽ വിവരങ്ങൾ ലഭിച്ചു. മൃതശരീരത്തിൽ കഴുത്തു ഞെരിച്ച് ശ്വാസംമുട്ടിച്ച് കൊലപ്പെടുത്തിയ ലക്ഷണങ്ങൾ കാണപ്പെട്ടിരുന്നു. അവയവങ്ങളുടെ രാസപരിശോധനയിൽ ഉറക്കഗുളികകളുടെ അംശവും ഉള്ളതായി തെളിഞ്ഞിരുന്നു.

സുധയുടെ കൊലയുമായി രവീന്ദ്രനെ ബന്ധിപ്പിക്കുന്ന വലിയ തെളിവായിരുന്നു ഇൻസ്പെക്ടർ രാമചന്ദ്രൻനായർക്ക് രവീന്ദ്രൻ ആഭരണങ്ങൾ വിറ്റ സ്വർണക്കടക്കാരനെ കണ്ടുപിടിക്കുവാനും അവ വീണ്ടെടുക്കുവാനും കഴിഞ്ഞത്. പക്ഷേ, പ്രാഥമികമായ ഒരു തെളിവു ലഭിക്കുവാൻ നടത്തിയ ശ്രമം പരാജയപ്പെട്ടു. രവീന്ദ്രന്റെയും സുധയുടെയും വിവാഹത്തിന്റെ വിവരങ്ങൾ കാഞ്ഞങ്ങാട്ടുള്ള ക്ഷേത്രത്തിലെ രജിസ്റ്ററിൽ ചേർത്തിരുന്നു. എന്നാൽ ആ പേജ് രജിസ്റ്ററിൽനിന്നും നീക്കം ചെയ്തതായി കാണപ്പെട്ടു. ഇതിനെക്കുറിച്ച് അന്വേഷിച്ചപ്പോഴാണ് അതിൽ രവീന്ദ്രന്റെ പങ്കു മനസ്സിലായത്.

സുധയുടെ കൊലപാതകത്തിനുശേഷം രവീന്ദ്രൻ രഹസ്യമായി കാഞ്ഞങ്ങാട്ട് വന്നു. ദേവസ്വം ഇൻസ്പെക്ടറാണെന്ന് നടിച്ച് ക്ഷേത്രത്തിലെത്തി. അവിടത്തെ രജിസ്റ്ററുകൾ പരിശോധിക്കാൻ ആവശ്യപ്പെട്ടു. ആരും കാണാതെ ആ പേജ് കീറിക്കളഞ്ഞു. ഇൻസ്പെക്ടർ രാമചന്ദ്രൻനായർ കേസ് മൈസൂർ പോലീസിനു കൈമാറി. മൈസൂർ സെഷൻസ് കോടതി പ്രതിയെ ജീവപര്യന്തം ശിക്ഷിച്ചു.

വളരെ പ്രയാസപ്പെട്ട് കേസ് തെളിയിക്കുകയും പ്രതിയെ നിയമത്തിനു മുന്നിലെത്തിക്കുകയും ചെയ്ത ശ്രീ രാമചന്ദ്രൻ നായർക്ക് അഭിനന്ദനങ്ങൾക്കു പകരം കിട്ടിയത് 'അച്ചടക്കനടപടിയെടുക്കാതിരിക്കണമെങ്കിൽ കാരണം കാണിക്കുക' എന്ന ഇണ്ടാസാണ്. ചില ദിനപത്രങ്ങൾ സുധയുടെ കൊലപാതകം വെളിച്ചത്തു കൊണ്ടുവന്നതിൽ രാമചന്ദ്രൻനായരെ അഭിനന്ദിച്ചു കൊണ്ട് വാർത്തകൾ പ്രസിദ്ധീകരിച്ചിരുന്നത് ചില മേലധികാരികൾക്ക് ഇഷ്ടപ്പെട്ടില്ല. വർഷങ്ങൾക്കു ശേഷം ഡി.ജി.പി. ആയ ശ്രീ രാജഗോപാൽ നാരായണനാണ് ഔദ്യോഗികമായി ബഹുമതി നല്കിയത്. രാമചന്ദ്രൻനായർക്ക് ഔദ്യോഗിക ജീവിതത്തിൽ നൂറിൽപരം 'Good Service Entry' ലഭിച്ചിട്ടുണ്ട്.

സുധയെപ്പോലെ എത്ര പേരാണ് ദിവസവും ചതിക്കുഴികളിൽ വീഴുന്നത്?

16. എസ്.ഐ. സോമന്റെ മരണം കൊലപാതകമല്ല!

കണ്ണൂർ ഡിസ്ട്രിക്ടിലെ കൂത്തുപറമ്പ് സർക്കിളിൽപെട്ട പാനൂർ പോലീസ് സ്റ്റേഷൻ സബ് ഇൻസ്പെക്ടർ ജി. സോമൻ 1981 മാർച്ച് 12-ാം തീയതി രാവിലെ 11.55 മണിക്ക് വെടിയേറ്റു മരിച്ചു. സോമൻ ആത്മഹത്യ ചെയ്തതാണെന്നായിരുന്നു കേരള പോലീസിന്റെ കണ്ടെത്തൽ. പിന്നീട് അന്വേഷണം നടത്തിയ സി.ബി.ഐ., സോമൻ കൊല ചെയ്യപ്പെട്ടതാണെന്ന നിഗമനത്തിലെത്തി. ഇതിൽ ഏതാണ് ശരി? 1981 മുതൽ 1992 വരെ വാർത്താമാധ്യമങ്ങളിൽ നിറഞ്ഞു നിന്നിരുന്ന 'പാനൂർ സോമൻ കേസിന്റെ' ശാസ്ത്രീയ വശങ്ങൾ അനുവാചകരുടെ അറിവിനായി രേഖപ്പെടുത്തുവാൻ ഞാൻ ആഗ്രഹിക്കുന്നു.

ഇരുപത്തിയേഴു വർഷങ്ങൾക്കുശേഷം ഈ കഥ പറയുന്നതിന്റെ പ്രസക്തിയെന്ത് എന്ന ചോദ്യത്തിനു മറുപടിയായി സർ വിൻസ്റ്റൺ ചർച്ചിലിന്റെ വാക്കുകൾ ഞാൻ ഉദ്ധരിക്കട്ടെ: 'Truth is incontrovertible, Panic may resent it, Ignorance may deviate it, Malice may distort it; But there it is' ('സത്യം അവിതർക്കിതമാണ്, അമിതഭീതി അതിനോട് അനിഷ്ടം ഉളവാക്കും, അജ്ഞത അതിനെ വ്യതിചലിപ്പിക്കും, പക അതിനെ വളച്ചൊടിക്കും; എന്നാൽ അത്

അവിടെത്തന്നെ കാണും.') ഈ കേസിൽ സത്യത്തെ വളച്ചൊടിച്ചത് ശാസ്ത്രത്തിനു സംഭവിച്ച ഒരു പിഴവായിരുന്നു. അത് കണ്ടെത്താൻ നീതിമാന്മാരും നിയമജ്ഞരുമായ ജസ്റ്റിസ് കെ.ടി. തോമസിനും സഹജഡ്ജിമാർക്കും 'സോളമന്റെ തേനീച്ചകൾ' സഹായകമായിരുന്നില്ലെങ്കിൽ സത്യം തമസ്കരിക്കപ്പെടുമായിരുന്നു.

വെടിയേറ്റു മരിച്ച സോമന്റെ പ്രേതവിചാരണയും മൃതദേഹ പരിശോധനയും 12-ാം തീയതി തന്നെ നടത്തി. പാനൂർ പ്രൈമറി ഹെൽത്ത് സെന്ററിലെ ഡോക്ടർ ഭാഗ്യലക്ഷ്മി നടത്തിയ പോസ്റ്റ്മോർട്ടം പരിശോധനയ്ക്കുശേഷം മൃതദേഹം സംസ്കരിക്കുവാനായി സ്വദേശമായ തിരുവനന്തപുരത്തേക്ക് കൊണ്ടുവന്നു. സോമന്റെ ജ്യേഷ്ഠൻ ഡോ. ലാലപ്പൻ മരണം സംശയകരമാണെന്നും രണ്ടാമതും പോസ്റ്റ്മോർട്ടം പരിശോധന നടത്തണമെന്നും ആവശ്യപ്പെട്ടുകൊണ്ട് തിരുവനന്തപുരം സിറ്റി പോലീസ് കമ്മിഷണർക്ക് പരാതി നല്കി. കമ്മിഷണറുടെ നിർദ്ദേശപ്രകാരം സിറ്റി ഡിവിഷണൽ ഇൻസ്പെക്ടർ വീണ്ടും പ്രേതവിചാരണ നടത്തി. മൃതദേഹം പോസ്റ്റ്മോർട്ടം പരിശോധനയ്ക്കായി തിരുവനന്തപുരം മെഡിക്കൽ കോളജിലെ ഫോറൻസിക് മെഡിസിൻ വിഭാഗത്തിലേക്കയച്ചു. മാർച്ച് 14-ാം തീയതി ഉച്ചയ്ക്ക് ഒരു മണിക്ക് സോമന്റെ മൃതദേഹം അസിസ്റ്റന്റ് പ്രൊഫസ്സർ ഡോ. രാമൻകുട്ടി (പ്രൊഫസ്സറായി റിട്ടയർ ചെയ്തു) പോസ്റ്റ്മോർട്ടം പരിശോധന നടത്തി. അന്ന് അവിടെ പ്രൊഫസ്സറായിരുന്ന ഡോ. ജയപാലനും (മെഡിക്കൽ വിദ്യാഭ്യാസ ഡയറക്ടറായി റിട്ടയർചെയ്തു). അസോസിയേറ്റ് പ്രൊഫസ്സറായിരുന്ന ഞാനും അവധിയിലായിരുന്നു. ആദ്യത്തെ പോസ്റ്റ്മോർട്ടം പരിശോധന കഴിഞ്ഞ മൃതദേഹത്തിൽ യൂണിഫോം ഉണ്ടായിരുന്നില്ല; പകരം ഷർട്ടും മുണ്ടും ധരിപ്പിച്ചിരുന്നു. നെഞ്ചിൽ ഇടതു മുലക്കണ്ണിനടുത്തായി വെടിയുണ്ടകളേറ്റ മൂന്നു മുറിവുകളും (Three entry wounds) മുതുകിൽ ഇടതുവശത്തായി ഒരു വെടിയുണ്ട ബഹിർഗമിച്ച മുറിവും (One exit wound) കാണപ്പെട്ടു. മുതുകിലെ മുറിവിൽ ഒരു ബുള്ളറ്റിന്റെ അറ്റം തള്ളി നിൽപ്പുണ്ടായിരുന്നു.

ഇടതുമുലക്കണ്ണിന്റെ (Left nipple) ഇടതുവശത്തായി കാണപ്പെട്ട മുറിവിന് ഏഴു സെന്റീമീറ്റർ ആഴമേ ഉണ്ടായിരുന്നുള്ളൂ. ആ മുറിവുണ്ടാക്കിയ ബുള്ളറ്റ് നെഞ്ചിന്റെ ഭിത്തിയിൽ തറഞ്ഞിരിക്കുകയായിരുന്നു; ഉള്ളിലേക്ക് തുളച്ച് കയറിയിരുന്നില്ല. ഇടതു മുലക്കണ്ണിന്റെ വലതുവശത്ത് അടുത്തടുത്തായി കാണപ്പെട്ട രണ്ടു മുറിവുകളിൽ ഒന്നിൽ ബുള്ളറ്റ് നെഞ്ചിന്റെ ഭിത്തി തുളച്ച്

ഉള്ളിൽ കടന്ന് ആദ്യം ഇടതു ശ്വാസകോശത്തിനും, പിന്നെ താഴേക്കു പാഞ്ഞ് കരളിന്റെ ഇടതു ഭാഗത്തിനും ചെറുകുടലിനും മുറിവുകളുണ്ടാക്കിയിരുന്നു. രണ്ടാമത്തെ മുറിവുണ്ടാക്കിയ ബുള്ളറ്റ് നെഞ്ചിനുള്ളിൽ കടന്ന് ഹൃദയത്തിനു മുറിവേൽപ്പിച്ചിരുന്നു. ഹൃദയത്തിനും ഇടതു ശ്വാസകോശത്തിനും കരളിനുമേറ്റ മുറിവുകളായിരുന്നു മരണകാരണം.

അല്പം ശാസ്ത്രം

ഇനി പറയുന്ന കാര്യങ്ങൾ വായനക്കാരനു മനസ്സിലാകണമെങ്കിൽ 'ക്ഷേപണശാസ്ത്ര' (Ballistics) ത്തിന്റെ ചില അടിസ്ഥാനതത്ത്വങ്ങൾ അറിഞ്ഞിരിക്കണം. സോമന്റെ മരണത്തിന് കാരണമായ ബുള്ളറ്റുകൾ ഉതിർന്നത് പോലീസ് സ്റ്റേഷനിലെ 0.38 സ്മിത്ത് & വെസ്സൺ റിവോൾവറിൽനിന്നാണ് (ചിത്രം 16.1). ഇതിൽ ആറു വെടിത്തിരകൾ (Cartridges) നിറയ്ക്കാം (ചിത്രം 16.2).

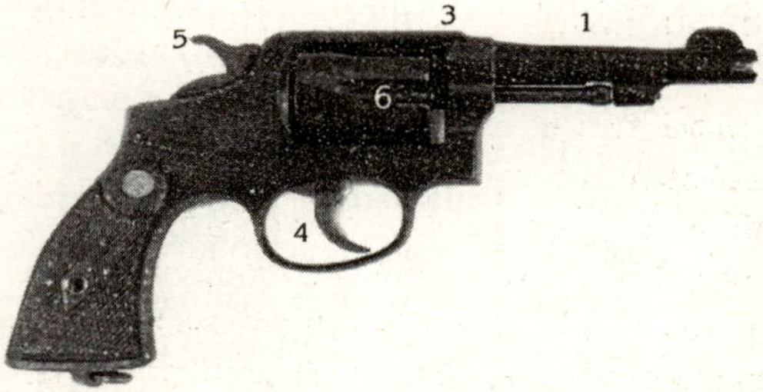

ചിത്രം 16 . 1 0.38 സ്മിത്ത് & വെസ്സൺ റിവോൾവർ

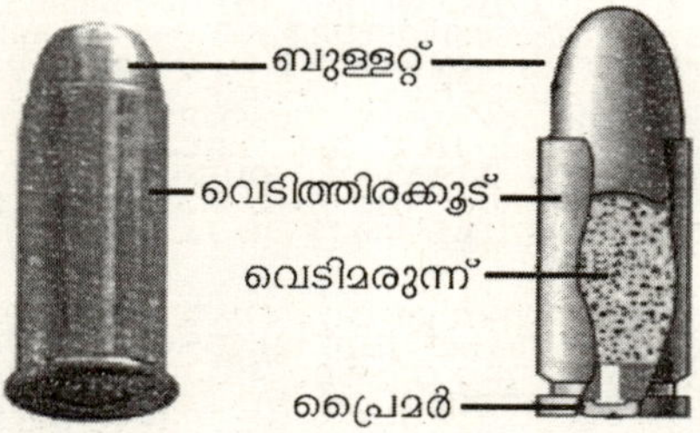

ചിത്രം 16. 2 വെടിത്തിര (Cartridge)

1. തോക്കിൻ കുഴൽ (Barrel) 2. കുഴലിന്റെ മുൻ അറ്റം (Muzzle)
3. കുഴലിന്റെ പിൻ അറ്റം (Breech) 4. കാഞ്ചി (Trigger)
5. ഹാമർ 6. തിരകൾ നിറയ്ക്കുന്ന അറ (Revolving Chamber)

ഒരു വെടിത്തിരയുടെ ലോഹനിർമ്മിതമായ കൂടിൽ (Cartridge case) ഏറ്റവും താഴെ രാസവസ്തു (Primer/Detonator) അടങ്ങിയ ഒരു ചെറിയ ക്യാപ്പ് (Percussion cap) ഉറപ്പിച്ചിരിക്കുന്നു. അതിനു മുകളിലാണ് വെടിമരുന്ന് (Explosive Charge) നിറച്ചിരിക്കുന്നത്. ഏറ്റവും മുകളിലായി ബുള്ളറ്റ് ഘടിപ്പിച്ചിരിക്കുന്നു.

റിവോൾവറിന്റെ കാഞ്ചി വലിക്കുമ്പോൾ തിരകൾ നിറച്ചിരിക്കുന്ന അറ കറങ്ങി, ഒരു തിരക്കൂട് തോക്കിൻകുഴലിന്റെ പിന്നറ്റത്തിനെതിരേ വരികയും, ഹാമറിന്റെ ഭാഗമായ ലോഹസൂചി (Firing Pin) തിരക്കൂടിന്റെ ചുവട്ടിലെ പ്രൈമർ രാസവസ്തു അടക്കം ചെയ്തിരിക്കുന്ന കപ്പിൽ ശക്തിയോടെ ഇടിക്കുകയും ചെയ്യും. അപ്പോൾ പ്രൈമറിൽനിന്നും ഉണ്ടാകുന്ന തീപ്പൊരി വെടിമരുന്നിനെ ജ്വലിപ്പിക്കുന്നു. തിരക്കൂടിനകത്തുണ്ടാകുന്ന അതിശക്തമായ മർദ്ദംകൊണ്ട് ബുള്ളറ്റ് ഒരു സെക്കൻഡിൽ മുന്നൂറു മീറ്റർ വേഗത്തിൽ പുറത്തേക്ക് പായും. റിവോൾവറിന്റെ കുഴലിനുള്ളിൽ ചാലുകളും വരമ്പുകളും (Ridges & grooves) ഉള്ളതിനാൽ ബുള്ളറ്റിന് ചുറ്റിയുള്ള ഭ്രമണം (Spinning motion) ലഭിക്കുന്നു. ഇതുകൊണ്ട് വായുവിന്റെ രോധം ചെറുത്ത് നാനൂറ് മീറ്ററോളം അകലെ വരെ സഞ്ചരിക്കാൻ സാധിക്കുന്നു.

തോക്കിൽനിന്നും അതിവേഗത്തിൽ പായുന്ന വെടിയുണ്ട ശരീരത്തിൽ തുളച്ചു കയറുമ്പോൾ ഉണ്ടാകുന്ന മുറിവാണ് 'പ്രവേശനമുറിവ്' (Entry wound). സാധാരണയായി ഈ മുറിവിന്റെ വ്യാസം വെടിയുണ്ടയുടെ വ്യാസത്തിന് തുല്യമോ അല്പം ചെറുതോ ആയിരിക്കും. ചിലപ്പോൾ വെടിയുണ്ട ശരീരത്തിലൂടെ കടന്ന് വെളിയിൽ പോകും. ആ മുറിവിനെ 'ബഹിർഗമന മുറിവ്' (Exit wound) എന്നു വിളിക്കുന്നു. വെടിയുണ്ടയ്ക്ക് ശരീരത്തിനുള്ളിൽ ഗതിഭ്രംശം (Deflection) സംഭവിച്ചില്ലെങ്കിൽ ഈ രണ്ട് മുറിവുകളും ഒരു ഋജുരേഖയിലായിരിക്കും. തോക്കിൻകുഴലിന്റെ അറ്റത്തുനിന്നും വെടിയുണ്ടയോടൊപ്പം കുറെ വസ്തുക്കളും ബഹിർഗമിക്കും. (ചിത്രം. 16.3) ആ വസ്തുക്കൾ (Fire ehects) പ്രവേശനമുറിവിനു ചുറ്റും പ്രത്യേകതരം വലയങ്ങൾ (Halo) ഉണ്ടാക്കും (ചിത്രം 16.4).

ഓരോ ബഹിർഗമനവസ്തുവും സഞ്ചരിക്കുന്ന ദൂരം വ്യത്യസ്തമാകയാൽ വെടി വച്ച അകലം (Range) അനുസരിച്ചായിരിക്കും വലയങ്ങൾ ഉണ്ടാകുന്നത്. ബുള്ളറ്റ് തോക്കിൻകുഴലിലൂടെ കടന്നുപോകുമ്പോൾ അതിന്റെ പുറത്ത് കുഴലിലെ ഗ്രീസും അഴുക്കും പുരളും. ഇവ പ്രവേശനമുറിവിനു ചുറ്റും ഒരു വലയം സൃഷ്ടിക്കും. ഇതാണ് ഗ്രീസ് കോളർ. വെടിയുണ്ട

ചിത്രം 16.3 വെടിയുതിർക്കുമ്പോൾ ബഹിർഗമിക്കുന്ന വസ്തുക്കൾ
1. ബുള്ളറ്റ് 2. ജ്വാല 3. വാതകം 4. പുക 5. കത്താത്ത വെടിമരുന്നുതരികൾ

വെടി വെച്ച അകലം — **പ്രവേശന മുറിവിനു ചുറ്റും ബഹിർഗമന വസ്തുക്കൾ ഉണ്ടാക്കുന്ന വലയങ്ങൾ**

7.5 സെന്റീമീറ്ററിൽ താഴെ

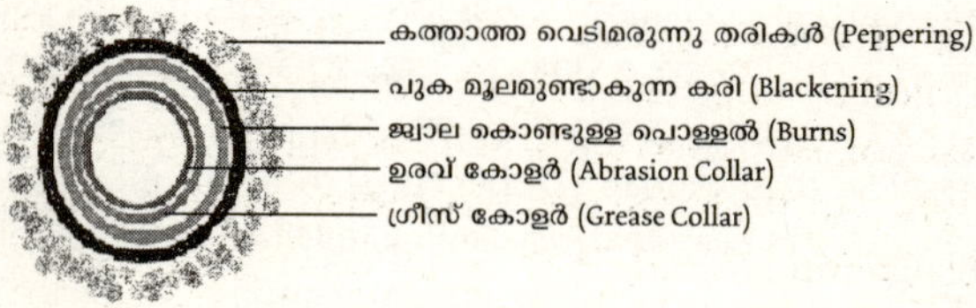

7.5 സെന്റീമീറ്ററിനു മുകളിൽ
15 സെന്റീമീറ്ററിൽ താഴെ

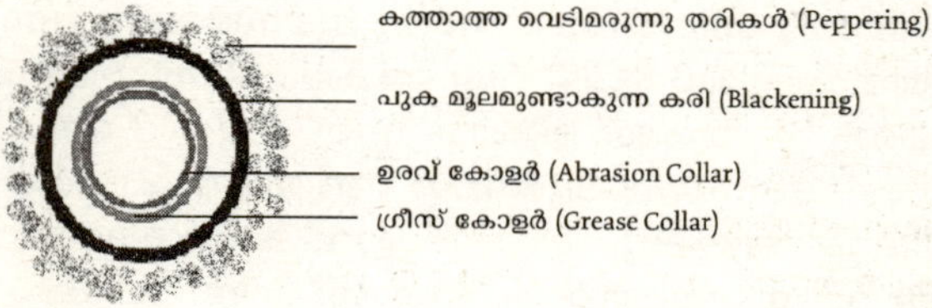

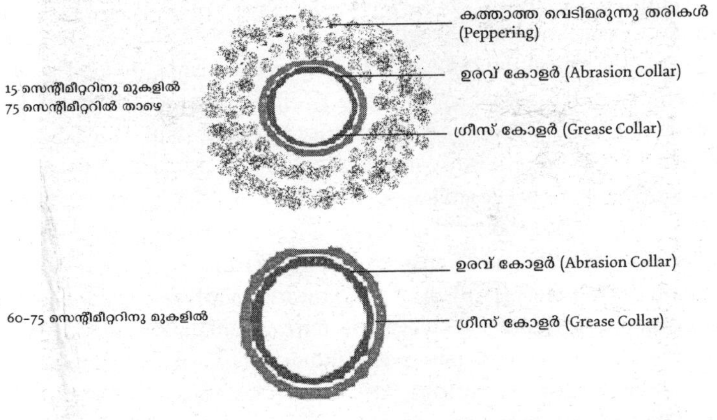

ചിത്രം 16.4 വെടിവെച്ച അകലമനുസരിച്ച് പ്രവേശന മുറിവിനു ചുറ്റും ബഹിർഗമന വസ്തുക്കൾ ഉണ്ടാക്കുന്ന വലയങ്ങൾ

ശരീരത്തിൽ ശക്തിയോടെ മുട്ടുമ്പോൾ തൊലിയിൽ ആദ്യം ഒരു ഉരവുണ്ടാക്കും. ആ ഉരവിലൂടെയാണ് തൊലി തുളച്ചു കയറുന്നത്. ഇതു മൂലം പ്രവേശനമുറിവിനു ചുറ്റും ഒരു ഉരവിന്റെ വലയം ഉണ്ടാകും. ഇതിനെ ഉരവു കോളർ (Abrasion Collar) എന്നു വിളിക്കുന്നു. എത്ര അകലെ നിന്നു വെടിവച്ചാലും പ്രവേശനമുറിവിനു ചുറ്റും ഈ രണ്ടു വലയങ്ങളും ഉണ്ടായിരിക്കും.

വെടിവയ്ക്കുന്ന അകലം മൂന്നിഞ്ചിനകത്താണെങ്കിൽ തോക്കിൻ കുഴലിന്റെ അറ്റത്തു നിന്നും പുറത്തുവരുന്ന ജ്വാല പ്രവേശന മുറിവിനു ചുറ്റും പൊള്ളലുണ്ടാക്കും (Burns). അകലം ആറിഞ്ചിനകത്താണെങ്കിൽ തോക്കിൻ കുഴലിൽനിന്നും ബഹിർഗമിക്കുന്ന പുക മുറിവിനുചുറ്റും കറുത്ത ഒരു വലയം സൃഷ്ടിക്കും (Blackening/Smudging). വെടി പൊട്ടുമ്പോൾ വെടിത്തിരക്കൂടിലുള്ള (Cartridge) വെടിമരുന്നു മുഴുവൻ കത്തുകയില്ല. അതിവേഗത്തിൽ പുറത്തേക്കു വരുന്ന കത്താത്ത വെടിമരുന്നിന്റെ തരികൾ പ്രവേശന മുറിവിനു ചുറ്റും തൊലിയിൽ തറഞ്ഞു കയറും. ഇവ ഓംലെറ്റിൽ കുരുമുളകു വിതറിയതു പോലെയിരിക്കും. അതുകൊണ്ട് ഈ അവസ്ഥയെ Peppering അഥവാ Tattooing എന്നു വിളിക്കുന്നു. വെടിവയ്ക്കുന്ന അകലം 60–75 സെന്റീമീറ്ററിനപ്പുറമാണെങ്കിൽ Peppering കാണുകയില്ല. ഈ വലയങ്ങളുടെ പ്രത്യേകതകളിൽനിന്ന് വെടി വെച്ച അകലം സാമാന്യം കൃത്യമായി കണ്ടുപിടിക്കാൻ കഴിയും.

എന്നാൽ വിവിധ തരം തോക്കുകളിൽ ബഹിർഗമന വസ്തുക്കൾ സഞ്ചരിക്കുന്ന ദൂരവും വ്യത്യസ്തമായിരിക്കും. അതുപോലെ പലതരം വെടിത്തിരകൾ (Ammunition) വ്യത്യസ്തങ്ങളായ Fire ehects ഉണ്ടാക്കും. എന്നാൽ കുഴലിനു നീളം കുറഞ്ഞ 0.38 റിവോൾവർ പോലെയുള്ള ആയുധങ്ങളിൽനിന്നും ബഹിർഗമിക്കുന്ന വസ്തുക്കളുടെ സഞ്ചാരദൂരം ചിത്രം 16.3-ൽ വിവരിച്ചിരിക്കുന്നതുപോലെ ആയിരിക്കും. ഓരോ വെടി ആയുധത്തിൽ നിന്നും ബഹിർഗമിക്കുന്ന വസ്തുക്കളുടെ കൃത്യമായ സഞ്ചാരദൂരം അറിയണമെങ്കിൽ അതെ ആയുധവും അതെ വെടിത്തിരകളും ഉപയോഗിച്ച് വിവിധ അകലങ്ങളിൽനിന്ന് സമാനമായ പ്രതലത്തിലേക്ക് വെടി വയ്ക്കണം. മനുഷ്യന്റെ തൊലിക്ക് സമാനമായ പ്രതലം പന്നിയുടെ തൊലിയാണ്!!

വെടിയേറ്റുള്ള മരണങ്ങളിൽ പോസ്റ്റ്മോർട്ടം പരിശോധന നടത്തുന്ന ഡോക്ടർക്ക് മരണകാരണം കണ്ടുപിടിക്കുന്നതു കൂടാതെ മറ്റു പല ഉത്തരവാദിത്വങ്ങളുമുണ്ട്. പ്രവേശനമുറിവുകൾക്കു ചുറ്റുമുള്ള Fire effects കൃത്യമായി രേഖപ്പെടുത്തുകയും ചിത്രങ്ങൾ എടുക്കുകയും വേണം. ശരീരത്തിനുള്ളിൽ ബുള്ളറ്റു തറഞ്ഞിരിക്കുന്നെങ്കിൽ അത് കേടുകൂടാതെ എടുത്ത് ഫോറൻസിക് സയൻസ് ലബോറട്ടറിയിലേക്ക് അയയ്ക്കണം. ബാലിസ്റ്റിക് വിദഗ്ദ്ധൻ ഈ വെടിയുണ്ടയും (Crime Bullet) കുറ്റകൃത്യത്തിൽ ഉപയോഗിച്ചുവെന്ന് കരുതുന്ന ആയുധത്തിൽനിന്ന് പരീക്ഷണാർത്ഥം ഉതിർക്കുന്ന വെടിയുണ്ടകളും (Test Bullets) തമ്മിൽ താരതമ്യപഠനം നടത്തും. ഒരു വെടി ആയുധത്തിൽ നിന്നും ഉതിരുന്ന ബുള്ളറ്റുകളിലെല്ലാം ഒരേ തരത്തിലുള്ള ചാലുകൾ (grooves) ഉണ്ടായിരിക്കും. ഒരു പ്രത്യേക തരം മൈക്രോസ്കോപ്പിന്റെ (Comparison Microscope) സഹായത്തോടെ ക്രൈം ബുള്ളറ്റിന്റെയും ടെസ്റ്റ് ബുള്ളറ്റിന്റെയും ചാലുകൾ താരതമ്യം ചെയ്യും. ഡോ. രാമൻകുട്ടി പോസ്റ്റ്മോർട്ടം സർട്ടിഫിക്കറ്റിൽ മരണകാരണം രേഖപ്പെടുത്തിയതിനോടൊപ്പം ഇപ്രകാരം കൂടി അഭിപ്രായപ്പെട്ടു: "The range of fire whether contact or close contact can be ascertained after examination of the clothing and the piece of skin removed during first autopsy."

അതായത് വെടിവെച്ച അകലം കണക്കാക്കണമെങ്കിൽ സോമന്റെ വസ്ത്രങ്ങളും (യൂണിഫോം) ഒന്നാമത്തെ മൃതദേഹ പരിശോധനയിൽ നീക്കംചെയ്ത തൊലിയും പരിശോധിക്കണം. ആദ്യം പോസ്റ്റ്മോർട്ടം നടത്തിയ ഡോക്ടർ പ്രവേശനമുറിവുകൾക്കു ചുറ്റുമുള്ള തൊലി പരിശോധനയ്ക്കായി എടുത്തിരുന്നു. സോമന് വെടിയേൽക്കുമ്പോൾ ധരിച്ചിരുന്ന യൂണിഫോം കാക്കി

ഷർട്ടിലായിരിക്കണം Fire effects കാണപ്പെടുവാൻ സാധ്യത. അതുകൊണ്ടാണ് വെടിവച്ച അകലം (Range) കണ്ടുപിടിക്കണമെങ്കിൽ വസ്ത്രങ്ങൾ പരിശോധിക്കണമെന്നു ഡോ. രാമൻകുട്ടി പറഞ്ഞത്. പ്രവേശനമുറിവിനു ചുറ്റുമുള്ള തൊലിയിൽ വ്യത്യാസങ്ങളൊന്നും ഉണ്ടായിരുന്നില്ല. ഷർട്ട് ധരിച്ചിരുന്നതിനാൽ തൊലിയിൽ ഫയർ ഇഫക്ടുകൾ (Fire effects) കാണപ്പെടുവാൻ സാധ്യതയുമില്ല.

പാളുന്ന അന്വേഷണം

സബ് ഇൻസ്പെക്ടർ സോമന്റെ മരണം കൊലപാതകമാണെന്നും കൂടുതൽ അന്വേഷണം വേണമെന്നും ആവശ്യപ്പെട്ട് അദ്ദേഹത്തിന്റെ ഭാര്യ മാർച്ച് 14-ാം തീയതി ആഭ്യന്തരവകുപ്പിന് പരാതി നല്കിയതിനാൽ അന്വേഷണം ക്രൈംബ്രാഞ്ച് ഏറ്റെടുത്തു. സോമൻ ആത്മഹത്യ ചെയ്തതാണെന്നായിരുന്നു ക്രൈംബ്രാഞ്ചിന്റെ നിഗമനം. ഇതേ തുടർന്ന് സർക്കാർ ശ്രീ സഖറിയാ മാത്യു ഐ.എ.എസ്സിനെ അന്വേഷണക്കമ്മീഷനായി നിയമിച്ചു. ഡോ. രാമൻകുട്ടിയും പ്രൊഫ. ജയപാലനും മാർച്ച് 21-ാം തീയതി പാനൂരിലെത്തി കമ്മീഷന്റെ സാന്നിധ്യത്തിൽ സോമന്റെ യൂണിഫോം കാക്കി ഷർട്ട്, ബനിയൻ, ട്രൗസർ, അണ്ടർവെയർ എന്നിവ പരിശോധിച്ചു. പരിശോധനയ്ക്കുശേഷം ഡോക്ടർമാർ കമ്മീഷന് മൊഴി നല്കി. അതുകൂടാതെ രാമൻകുട്ടി ഒരു റിപ്പോർട്ടു കൂടി നല്കി. അതിൽ ഷർട്ടിന്റെ വിവരണം ഇങ്ങനെ ആയിരുന്നു:

> "There were 3 circular holes on the left pocket of the shirt and an irregular hole on its back. All the three holes on the pocket showed evidence of `peppering' and a halo of blackening. There was no evidence of burning. All the three holes had corresponding perforations on the inner layer of the shirt."

ഷർട്ടിന്റെ ഇടതുപോക്കറ്റിൽ വൃത്താകൃതിയിലുള്ള മൂന്നു ദ്വാരങ്ങൾ കാണപ്പെട്ടു. ആ മൂന്നു ദ്വാരങ്ങൾക്കു ചുറ്റും കത്താത്ത വെടിമരുന്നുതരികളും (Peppering) കരിയുടെ വലയവും (Halo of blackening) കാണപ്പെട്ടു. രാമൻകുട്ടി ഷർട്ട് പരിശോധിച്ചതിനു ശേഷം തന്റെ ഫയലിൽ വരച്ചിട്ട ഒരു ചിത്രത്തിൽ മൂന്നു ദ്വാരങ്ങളുടെ സ്ഥാനങ്ങൾ അടയാളപ്പെടുത്തിയിരുന്നു (ചിത്രം 16.5).

സോമന്റെ മുതുകിൽ കാണപ്പെട്ട ബഹിർഗമന മുറിവിന് നേരേയുള്ള ഷർട്ടിന്റെ ഭാഗത്ത് ഒരു ദ്വാരം (irregular hole) ഉണ്ടാ

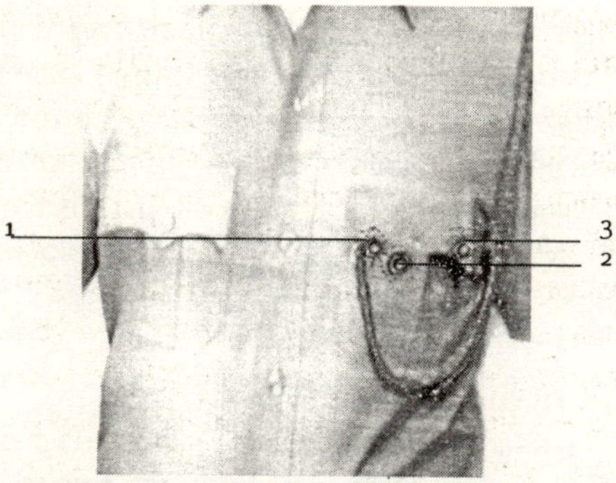

ചിത്രം 16. 5 സോമന്റെ കാക്കി ഷർട്ടിൽ ഇടതു പോക്കറ്റിൽ കാണപ്പെട്ട വൃത്താകൃതിയിലുള്ള മൂന്നു ദ്വാരങ്ങൾ. ഇവയ്ക്കു ചുറ്റും പെപ്പറിങ്ങും ബ്ലാക്കനിങ്ങും ഉണ്ടായിരുന്നു. 1. ബുള്ളറ്റ് നെഞ്ച് തുളച്ച് ഹൃദയത്തിലൂടെ കടന്ന് മുതുകിലെത്തി 2. ബുള്ളറ്റ് നെഞ്ച് തുളച്ച് ഇടത് ശ്വാസകോശത്തിനും ഡയഫ്രത്തിനും കരളിനും ചെറുകുടലിനും മുറിവേൽപ്പിച്ചു. 3. ബുള്ളറ്റ് തൊലി മാത്രം തുളച്ചു.

യിരുന്നു. ഇത് ബഹിർഗമിച്ച ബുള്ളറ്റുകൊണ്ടുണ്ടായതായിരുന്നു. ഷർട്ടിലെ ദ്വാരങ്ങൾക്കു സമാനമായ ദ്വാരങ്ങൾ ബനിയനിലുമുണ്ടായിരുന്നു. ഈ ദ്വാരങ്ങൾക്കുസമീപം രക്തക്കറകളുമുണ്ടായിരുന്നു. ഷർട്ടിന്റെ പോക്കറ്റിൽ ഉണ്ടായിരുന്ന ഒരു ലോഹവിസിലിന്റെ മുൻഭാഗം ഞണുങ്ങിയിരുന്നതായും (dent) മൂന്നാമത്തെ പ്രവേശനമുറിവിന്റെ സമീപത്തുള്ള ബട്ടൺ തകർന്നതായും കാണപ്പെട്ടു. ഡോക്ടർമാർ കൃത്യസ്ഥലവും സന്ദർശിച്ചു. സോമൻ ഇരുന്നിരുന്ന കസേരയിൽ ചാരുന്ന ഭാഗത്ത് ഒരു ചതവ് കാണപ്പെട്ടു. ഇത് മുതുകിലെ ബഹിർഗമന മുറിവിലൂടെ പുറത്തു വന്ന ബുള്ളറ്റിന്റെ അറ്റംകൊണ്ടുണ്ടായതാകാം. ഷർട്ടിന്റെ പോക്കറ്റിൽ കാണപ്പെട്ട ദ്വാരങ്ങൾ അടുത്തുവച്ച് (close range) വെടിവെച്ചപ്പോൾ ഉണ്ടായതാണെന്ന് ഡോ. രാമൻകുട്ടി അഭിപ്രായപ്പെട്ടു. പ്രൊഫ. ജയപാലനും ഇതേ അഭിപ്രായമാണ് നല്കിയത്.

ഇതിനിടെ സ്പെഷ്യൽ ആംഡ് പോലീസിന്റെ സഹായത്തോടെ ഞാൻ ചില ഫയറിങ് പരീക്ഷണങ്ങൾ നടത്തി. ഒരു സബ് ഇൻസ്പെക്ടർ സൗമനസ്യത്തോടെ തന്ന യൂണിഫോം ടെറികോട്ടൺ ഷർട്ടിൽ 0.38 സ്മിത്ത് & വെസ്സൺ റിവോൾവർകൊണ്ട് പല അകലങ്ങളിൽ നിന്ന് നിറയൊഴിച്ചു. ബഹിർഗമന വസ്തുക്കൾ സഞ്ചരിക്കുന്ന ദൂരം കണക്കാക്കുക എന്നതായിരുന്നു പരീക്ഷണത്തിന്റെ ലക്ഷ്യം. ആറിഞ്ചുവരെ കരിവലയവും (Blackening) മുപ്പതിഞ്ചുവരെ കത്താത്ത വെടിമരുന്നു തരികളും പ്രവേശനദ്വാരങ്ങൾക്കു ചുറ്റും കാണപ്പെട്ടു. ആ ഷർട്ട് ഒരു ഗ്ലാസ്സ് ഷോകേയ്

സിലാക്കി തിരുവനന്തപുരം മെഡിക്കൽ കോളജ്ജിലെ ഫോറൻസിക് മെഡിസിൻ മ്യൂസിയത്തിൽ ഇപ്പോഴും സൂക്ഷിച്ചിട്ടുണ്ട്. പാനൂരിൽനിന്നും തിരികെ വന്നിട്ട് പ്രൊഫ. ജയപാലനും ഡോ. രാമൻകുട്ടിയും ആ ഷർട്ടിൽ ഉള്ളതുപോലെ സോമന്റെ ഷർട്ടിലും ആറിഞ്ചിനകത്തുള്ള അകലത്തിനു സമാനമായ Fire effects ആണ് കണ്ടത് എന്ന് എന്നോട് പറഞ്ഞു.

ഡോക്ടർമാരുടെ പരിശോധനയ്ക്കുശേഷം സോമന്റെ വസ്ത്രങ്ങൾ കൂത്തുപറമ്പ് സർക്കിൾ ഇൻസ്പെക്ടർ ശ്രീ കുട്ടപ്പൻ (ആദ്യത്തെ അന്വേഷണ ഉദ്യോഗസ്ഥനായ ഇദ്ദേഹം സോമന്റെ അകന്ന ബന്ധു കൂടിയാണ്) വളരെ ശ്രദ്ധാപൂർവ്വം പാക്ക് ചെയ്ത്, തലശ്ശേരി സബ് ഡിവിഷണൽ മജിസ്ട്രേറ്റ് കോടതി മുഖേന 21–3–'81–ൽ പോലീസ് കോൺസ്റ്റബിൾ 294 വഴി തിരുവനന്തപുരത്തെ ഫോറൻസിക് ലബോറട്ടറിയിലേക്കയച്ചു. ഡയറക്ടർ ശ്രീ ഈശ്വരൻ പോറ്റി 24–3–'81–ന് ആ പായ്ക്കറ്റ് കൈപ്പറ്റി.

ഫോറൻസിക് ലബോറട്ടറിയിൽ കെമിസ്ട്രി, ഫിസിക്സ്, ബയോളജി, ബാലിസ്റ്റിക്സ്, ക്വെസ്റ്റിൻഡ് ഡോക്യുമെന്റ്സ് എന്നീ വിഭാഗങ്ങളുണ്ട്. വെടി ആയുധങ്ങളെ സംബന്ധിച്ചുള്ള പരിശോധനകൾ നടത്തുന്ന ബാലിസ്റ്റിക് വിഭാഗത്തിലേക്ക് അയയ്ക്കുന്നതിനുപകരം ബയോളജി വിഭാഗത്തിലേക്കാണ് ഡയറക്ടർ പായ്ക്കറ്റ് അയച്ചത്. രക്തം, ശുക്ലം, തലമുടി മുതലായവയുടെ പരിശോധനയാണ് ഈ വിഭാഗം കൈകാര്യം ചെയ്യുന്നത്. 24–3–'81 മുതൽ 6–4–'81 വരെ സോമന്റെ വസ്ത്രങ്ങൾ ബയോളജി വിഭാഗത്തിൽ ഉണ്ടായിരുന്നു. അന്വേഷണ ഉദ്യോഗസ്ഥൻ ബാലിസ്റ്റിക് പരിശോധനാ ഫലത്തെക്കുറിച്ച് ഡയറക്ടറോട് അന്വേഷിച്ചപ്പോഴാണ് അദ്ദേഹത്തിന് തെറ്റുപറ്റിയത് മനസ്സിലായത്. അദ്ദേഹം ഉടൻതന്നെ പായ്ക്കറ്റ് ബാലിസ്റ്റിക്സ് വിഭാഗത്തിലേക്ക് അയയ്ക്കുവാൻ ബയോളജി അസിസ്റ്റന്റ് ഡയറക്ടർക്ക് നിർദ്ദേശം നല്കി. 6–4–'81–ൽ ബയോളജി വിഭാഗത്തിൽനിന്നും സോമന്റെ വസ്ത്രങ്ങൾ അടങ്ങിയ പായ്ക്കറ്റ് ബാലിസ്റ്റിക്സ് വിഭാഗം അസിസ്റ്റന്റ് ഡയറക്ടർ ശ്രീ വിഷ്ണുപ്പോറ്റി കൈപ്പറ്റി. പായ്ക്കറ്റ് പൊട്ടിച്ച നിലയിലാണ് തനിക്ക് ലഭിച്ചതെന്ന് ശ്രീ പോറ്റി (ഇദ്ദേഹം പിന്നീട് ഡയറക്ടറായി റിട്ടയർ ചെയ്തു) അദ്ദേഹത്തിന്റെ റിപ്പോർട്ടിൽ രേഖപ്പെടുത്തിയിട്ടുണ്ട്.

ബാലിസ്റ്റിക്സ് വിദഗ്ദ്ധൻ പോറ്റി ഷർട്ടിൽ പല പരിശോധകൾ നടത്തി. അദ്ദേഹം പരിശോധിച്ചപ്പോൾ മധ്യത്തുള്ള ദ്വാരത്തിനു ചുറ്റും മാത്രമേ കരിയുടെയും (Blackening) കത്താത്ത വെടി മരുന്നുതരികളുടെയും (Peppering) വലയങ്ങൾ ഉണ്ടായിരുന്നുള്ളൂ. മറ്റു ദ്വാരങ്ങൾക്ക് ചുറ്റും ഒരു ഫയർ ഇഫക്ടുകളും

കണ്ടില്ല. കേസിൽ ഉൾപ്പെട്ട അതെ റിവോൾവർ ഉപയോഗിച്ച് വിവിധ അകലങ്ങളിൽനിന്ന് തുണിയിലേക്ക് വെടിവെച്ചുള്ള പരീക്ഷണവും നടത്തി. Blackening നാല്പത് സെന്റീമീറ്റർ അകലം വരെയും Peppering ഒരു മീറ്റർ അകലം വരെയും ഉണ്ടാകുന്നതായി കാണപ്പെട്ടു. ഈ പരീക്ഷണങ്ങളുടെ വെളിച്ചത്തിൽ സോമന്റെ നെഞ്ചിലേറ്റ രണ്ടു വെടികൾ ഒരു മീറ്ററിനും അപ്പുറത്ത് നിന്നാണ് വച്ചത് എന്നും മധ്യത്തിലുള്ളത് അഞ്ചു സെന്റീമീറ്റർ അകലെനിന്നാണെന്നും ശ്രീ പോറ്റി അഭിപ്രായപ്പെട്ടു. ഒരാളിന് ഒരു കൈത്തോക്ക് സ്വന്തം ശരീരത്തിൽനിന്നും മാറ്റിപ്പിടിക്കാവുന്ന ഏറ്റവും കൂടിയ അകലം മുപ്പതിഞ്ച് അഥവാ എഴുപത്തിഅഞ്ച് സെന്റീമീറ്ററാണ്. അപ്പോൾ അതിനർത്ഥം സോമൻ സ്വയം വെടിവച്ചതല്ല; ആരോ ഒരു മീറ്ററിൽ കൂടുതൽ അകലെനിന്ന് അദ്ദേഹത്തെ വെടിവെച്ചു കൊന്നതാണ് എന്നായിരുന്നു പോറ്റിയുടെ അഭിപ്രായം.

ബാലിസ്റ്റിക് വിഭാഗത്തിലെ പരിശോധനകൾക്കുശേഷം ശ്രീ പോറ്റി വസ്ത്രങ്ങൾ 13-5-81-ൽ ബയോളജി വിഭാഗത്തിലേക്ക് വീണ്ടും അയയ്ക്കുന്നു. ബയോളജി വിദഗ്ദ്ധൻ പിറ്റെ ദിവസം തന്നെ അദ്ദേഹത്തിന്റെ പരിശോധനാ റിപ്പോർട്ടു സഹിതം ഡയറക്ടർക്ക് തിരിച്ചയയ്ക്കുന്നു.

ശ്രീ പോറ്റി സത്യസന്ധനും സമർത്ഥനുമായ ഒരു ശാസ്ത്രജ്ഞനാണ്. ഷർട്ടിലെ രണ്ടു ദ്വാരങ്ങൾക്കു ചുറ്റും ഒരു ഫയർ ഇഫക്ടുകളും ഉണ്ടായിരുന്നില്ല എന്ന അദ്ദേഹത്തിന്റെ കണ്ടെത്തൽ തെറ്റാകാൻ വഴിയില്ല. എങ്കിലും അന്വേഷണ ഉദ്യോഗസ്ഥൻ രണ്ടാമതൊരു അഭിപ്രായംതേടി തോക്കും ഷർട്ടും പരിശോധിക്കുവാനായി തമിഴ്നാട് ഫോറൻസിക് ലബോറട്ടറിയിലെ ബാലിസ്റ്റിക് വിദഗ്ദ്ധൻ രാമയ്യയ്ക്ക് അയച്ചുകൊടുത്തു. അദ്ദേഹവും പോറ്റിയുടെ അഭിപ്രായത്തോട് യോജിച്ചു. ഇപ്പോൾ പ്രിയപ്പെട്ട വായനക്കാരന് തീർച്ചയായും ഒരു സംശയം തോന്നിക്കാണും. പ്രൊഫ. ജയപാലനും ഡോ. രാമൻകുട്ടിയും ശ്രീ സഖറിയാ മാത്യു കമ്മിഷനും മറ്റനേകം പേരും കാണുമ്പോൾ ഷർട്ടിലെ ദ്വാരങ്ങൾക്ക് ചുറ്റും ഉണ്ടായിരുന്ന കരിവലയവും കത്താത്ത വെടിമരുന്നുതരികളുടെ വലയവും എങ്ങനെ അപ്രത്യക്ഷമായി? ഡോക്ടർമാർ ഫയർ ഇഫക്ട്സ് കണ്ടാൽ തിരിച്ചറിയാൻ കഴിവുള്ളവരാണ്. രാമൻകുട്ടിക്കു തെറ്റിയാലും പ്രൊഫ. ജയപാലന് തെറ്റുപറ്റുകയില്ല. അദ്ദേഹം ഇംഗ്ലണ്ടിലെ പരിശീലനകാലത്ത് ധാരാളം വെടിയേറ്റുള്ള മരണങ്ങൾ പരിശോധന നടത്തിയിട്ടുള്ള ആളാണ്.

സോമന്റെ ഇൻക്വസ്റ്റ് തയ്യാറാക്കിയ സർക്കിൾ ഇൻസ്പെക്ടർ, ഷർട്ടിന്റെ ഇടതു പോക്കറ്റിൽ കാണപ്പെട്ട മൂന്നു ദ്വാര

ങ്ങൾക്കു ചുറ്റും കരിയുടെ വലയം ഉണ്ടെന്ന് രേഖപ്പെടുത്തിയിട്ടുണ്ട്. കോടതിയിൽ വസ്ത്രങ്ങൾ ഹാജരാക്കിയപ്പോൾ സമർപ്പിച്ച രേഖയിലും ആ വസ്തുത രേഖപ്പെടുത്തിയിട്ടുണ്ട്. ഏറ്റവും പ്രധാനപ്പെട്ട കാര്യം വസ്ത്രങ്ങളും മറ്റു തൊണ്ടിസാധനങ്ങളും ഫോറൻസിക് ലാബിലേക്കയച്ച മജിസ്ട്രേറ്റും ദ്വാരങ്ങൾക്ക് ചുറ്റുമുള്ള കരിയുടെ കാര്യം അദ്ദേഹത്തിന്റെ റിപ്പോർട്ടിൽ വിവരിച്ചിട്ടുണ്ട്.

വെടിയേറ്റുള്ള മരണങ്ങളിൽ സുപ്രധാനമായ തെളിവാണ് പ്രവേശന മുറിവിനു ചുറ്റും കാണപ്പെടുന്ന ഫയർ ഇഫക്ട്സ്. അന്വേഷണ ഉദ്യോഗസ്ഥനോ ഡോക്ടർമാരോ അതിന്റെ ഫോട്ടോഗ്രാഫുകൾ എടുത്തിരുന്നുവെങ്കിൽ അത് സംസാരിക്കുന്ന തെളിവാകുമായിരുന്നു.

സോമന്റെ ഷർട്ടിൽ വെടിയുണ്ടകൾ തുളച്ചു കയറിയ മൂന്നു ദ്വാരങ്ങളും തമ്മിലുള്ള അകലം മൂന്നു സെന്റീമീറ്റർ മാത്രമായിരുന്നു. അതായത് ആറു സെന്റീമീറ്റർ വ്യാസത്തിനകത്തായിരുന്നു മൂന്നു ദ്വാരങ്ങളും. പോറ്റിയുടെ അഭിപ്രായത്തിൽ മധ്യത്തിലുള്ള (രണ്ടാം നമ്പർ മുറിവ്) ദ്വാരത്തിന് ചുറ്റുമാണ് പെപ്പറിങ് ഉൾപ്പെടെയുള്ള ഫയർ ഇഫക്ടുകളുടെ വലയങ്ങൾ ഉണ്ടായിരുന്നത്. മറ്റു രണ്ട് ദ്വാരങ്ങൾക്ക് (ഒന്നും മൂന്നും മുറിവുകൾ) ചുറ്റും യാതൊരു ഫയർ ഇഫക്ടുകളുടെ വലയങ്ങളും ഇല്ലായിരുന്നുവെന്നാണ്.

ഇവിടെ സ്വാഭാവികമായും ഒരു ചോദ്യം ഉയരുന്നു. അഞ്ചു സെന്റീമീറ്റർ അകലത്തു നിന്നും 0.38 റിവോൾവർകൊണ്ട് വെടിവെച്ചാൽ ഉണ്ടാകുന്ന പെപ്പറിങ് വലയത്തിന്റെ വ്യാസം പതിനഞ്ച് സെന്റീമീറ്ററിൽ കൂടുതലാണ്. സോമന്റെ ഷർട്ടിലെ ഒന്നും മൂന്നും ദ്വാരങ്ങൾ മധ്യത്തിലെ ദ്വാരത്തിന്റെ (രണ്ടാമത്തെ) പെപ്പറിങ് വലയത്തിനുള്ളിലായിരിക്കണം (ചിത്രം 16.6). അപ്പോൾ ഒന്നും മൂന്നും ദ്വാരങ്ങൾക്ക് പെപ്പറിങ് കാണപ്പെട്ടില്ല എന്ന് എങ്ങനെ പറയാൻ കഴിഞ്ഞു? ഓരോ ദ്വാരത്തിന്റെയും പെപ്പറിങ് തമ്മിൽ വേർതിരിച്ചറിയാൻ സാധ്യമല്ലല്ലോ.

ഷർട്ടിലെ രണ്ടു പ്രവേശനദ്വാരങ്ങൾക്കു ചുറ്റുമുണ്ടായിരുന്ന ഫയർ ഇഫക്ട്സ് ബാലിസ്റ്റിക്സ് വിദഗ്ദ്ധന്റെ പരിശോധനയ്ക്കെത്തുമ്പോൾ നഷ്ടപ്പെട്ടതിന് പല കാരണങ്ങൾ ഉണ്ടാകാം. വസ്ത്രങ്ങൾ അലക്ഷ്യമായി കൈകാര്യം ചെയ്താൽ നഷ്ടപ്പെടാമെന്ന് ചില വിദഗ്ദ്ധർ പറയുന്നു. സർക്കിൾ ഇൻസ്പെക്ടർ വളരെ ശ്രദ്ധയോടെയാണ് വസ്ത്രങ്ങൾ പാക്ക് ചെയ്തത്. പോലീസുകാരൻ മുഖാന്തിരമാണ് ലബോറട്ടറിയിൽ എത്തിച്ചത്. അലക്ഷ്യമായി കൈകാര്യം ചെയ്തെങ്കിൽ എല്ലാ ദ്വാരങ്ങൾക്ക് ചുറ്റുമു

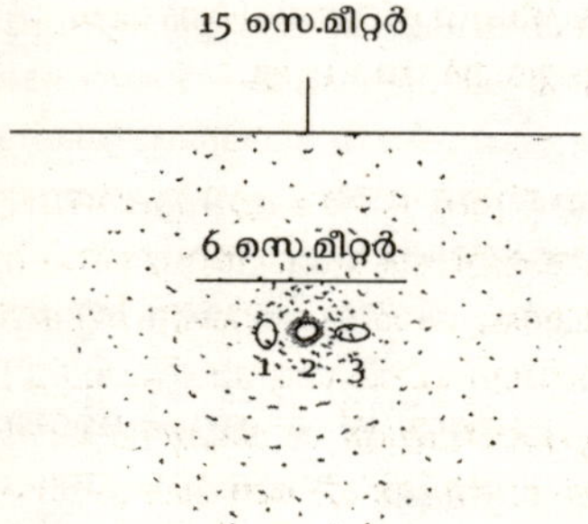

ചിത്രം 16.6 അഞ്ച് സെന്റീമീറ്റർ അകലത്തു നിന്നും 0.38 റിവോൾവർ കൊണ്ട് വെടിവച്ചാൽ പെപ്പറിങ് വലയത്തിന് 15 സെ.മീറ്റർ വ്യാസമുണ്ടാകും. ഒന്നും മൂന്നും ദ്വാരങ്ങൾ രണ്ടാമത്തെ ദ്വാരത്തിൽനിന്നും 3 സെ.മീറ്റർ വീതം അകലത്തിലായിരുന്നു.

ള്ളതും നഷ്ടപ്പെടണമായിരുന്നു. ശ്രീ പോറ്റിയുടെ പരിശോധനയ്ക്കെത്തുമ്പോഴേക്കും ഈ ഫയർ ഇഫക്ട് വലയങ്ങൾ നഷ്ടപ്പെട്ടിരുന്നുവെന്ന് കരുതാവുന്ന ഒരു വസ്തുത കൂടിയുണ്ട്.

ബാലിസ്റ്റിക്സ് വിദഗ്ദ്ധന്റെ കൈയിൽ കിട്ടുന്നതിനുമുമ്പ് ബയോളജി വിഭാഗത്തിൽ കിട്ടിയ വസ്ത്രങ്ങളുടെ പായ്ക്കറ്റ് തുറക്കുകയും അവിടെ പതിമൂന്നു ദിവസം സൂക്ഷിക്കുകയും ചെയ്തിരുന്നു. അപ്പോൾ പരിശോധനകൾ നടത്തിയതായി രേഖകൾ ഇല്ല. നടത്തിയിരിക്കണം എന്ന് അനുമാനിക്കേണ്ടിയിരിക്കുന്നു; എന്തെന്നാൽ ബാലിസ്റ്റിക് പരിശോധനയ്ക്കുശേഷം 13–5–'81–ൽ തിരികെ ബയോളജിയിൽ എത്തിച്ച വസ്ത്രങ്ങളുടെ പരിശോധനാ റിപ്പോർട്ട് പിറ്റെ ദിവസം തന്നെ നല്കിയിരിക്കുന്നു. വസ്ത്രങ്ങളിലെ രക്തക്കറകളുടെ പരിശോധനയാണ് അവിടെ നടന്നത്. രക്തപരിശോധനയ്ക്കുപയോഗിക്കുന്ന രാസവസ്തുക്കളിൽ അടങ്ങിയിട്ടുള്ള അസെറ്റിക് അമ്ലം വെടിമരുന്നിന്റെ അംശങ്ങളെ ലയിപ്പിക്കില്ലേ? അപ്പോൾ ഫയർ ഇഫക്ട്സ് നഷ്ടപ്പെടാൻ സാധ്യതയില്ലേ?

രണ്ടും മൂന്നും ദ്വാരങ്ങൾക്ക് ചുറ്റും ഫയർ ഇഫക്ടുകൾ കാണാതിരുന്നതിന് മറ്റൊരു സാധ്യത കൂടിയുണ്ട്. റിവോൾവറിന്റെ കുഴലറ്റം നെഞ്ചിനോട് ചേർത്ത് വച്ച് വെടിവച്ചാൽ (Contact firing) ഫയർ ഇഫക്ടുകൾ എല്ലാം മുറിവിനകത്തേക്കായിരിക്കും ഗമിക്കുന്നത്. പുറമേ ഷർട്ടിലോ തൊലിപ്പുറത്തോ ഒരു അടയാളവും കാണുകയില്ല. ഇത് കണ്ടുപിടിക്കുവാൻ മൃതദേഹപരിശോധനസമയത്ത് മുറിവിന്റെ ട്രാക്കിൽനിന്നും കുറച്ചു കലകൾ

ശേഖരിച്ച് രാസപരിശോധന നടത്തിയാൽ മതി. ഇപ്രകാരം സംഭവി ച്ചിരിക്കാനാണ് കൂടുതൽ സാധ്യത.

സ്വകാര്യപ്രശ്നങ്ങളുടെ ഭാരം താങ്ങാനാകാതെ

സോമന്റെ മരണത്തെപ്പറ്റി ആദ്യം അന്വേഷണം നടത്തിയ ക്രൈം ബ്രാഞ്ചിന്റെ കണ്ടെത്തലുകൾ എന്താണെന്നു നോക്കാം. സോമൻ 1976-ൽ സബ് ഇൻസ്പെക്ടർ ആയി ജോലിയിൽ പ്രവേശിച്ചത്. അദ്ദേഹത്തിന്റെ പ്രൊബേഷൻ അഞ്ചുവർഷമായിട്ടും പൂർത്തി യാക്കിയിരുന്നില്ല. ഇതിനിടയിൽ സോമനെതിരെ വഞ്ചനക്കുറ്റം ആരോപിച്ച് പുൽപ്പള്ളിക്കാരൻ ഡോ. വർഗീസ് ഡിവൈ.എസ്.പി. മുമ്പാകെ ഒരു പരാതി നല്കി. സോമൻ പുൽപ്പള്ളി സബ് ഇൻ സ്പെക്ടർ ആയിരിക്കുമ്പോൾ ചന്ദനക്കടത്തുകാരനായ സുരേന്ദ്ര നുമായി അടുപ്പമായി. അയാൾ ബിരുദധാരിയായ ഡോക്ടർ വർമ്മയാണെന്ന് സോമൻ ഡോ. വർഗീസിനെ പറഞ്ഞു വിശ്വസി പ്പിക്കുകയും ആശുപത്രിയിൽ നിയമിക്കുവാൻ ശക്തമായി സമ്മർദ്ദം ചെലുത്തുകയും ചെയ്തു. അങ്ങനെ ആശുപത്രി യിൽ ജോലി നേടിയ വ്യാജ ഡോക്ടർ അവിടെ നിന്നും ഒരു വൻതുക അപഹരിച്ചു. ഡോ. വർഗീസ് പരാതിപ്പെട്ടപ്പോൾ ആ തുക അദ്ദേഹത്തിനു തിരികെ നല്കാമെന്ന് സോമൻ വാഗ്ദാനം ചെയ്തെങ്കിലും അത് പാലിക്കാൻ കഴിഞ്ഞില്ല. ഡോ. വർഗീ സിന്റെ പരാതിയിൻ മേൽ ഡിവൈ.എസ്.പി. അന്വേഷണം നടത്തി സോമനെതിരെ 9-3-'81-ൽ കുറ്റപത്രം തയ്യാറാക്കി.

കേസിൽനിന്നും രക്ഷപ്പെടാനായി സോമൻ രണ്ട് എം.എൽ.എ. മാരെ സമീപിച്ചെങ്കിലും പ്രയോജനമുണ്ടായില്ല. കേസിന്റെ ആവശ്യ ത്തിനായി ധാരാളം പണവും ചെലവാക്കേണ്ടി വന്നു. ആ കേസ് സോമന് കടുത്ത മാനസികവ്യഥ ഉണ്ടാക്കിയെന്ന് പല സാക്ഷി കളുടെ മൊഴികളിൽനിന്നും അദ്ദേഹം എഴുതിയിരുന്ന ഡയറി യിൽനിന്നും കരുതേണ്ടിയിരിക്കുന്നു. സോമൻ 12-2-'81-ൽ കണ്ണൂർ ഫസ്റ്റ് ക്ലാസ്സ് മജിസ്ട്രേറ്റ് കോടതിയിൽ ഔദ്യോഗികാ വശ്യത്തിനു പോയിരുന്നു. അവിടെവച്ച് സ്നേഹിതനായ ഒരു വക്കീലിനോടും ഒരു ഹെഡ് കോൺസ്റ്റബിളിനോടും തന്റെ മനഃപ്രയാസങ്ങളെക്കുറിച്ച് അതീവ ദുഃഖത്തോടെ പറഞ്ഞു. താൻ എന്തെങ്കിലും കടുംകൈ ചെയ്യുമെന്നും അപ്പോൾ തന്റെ ഫോട്ടോ പത്രങ്ങളിൽ വരുമെന്നും അവരോടു പറഞ്ഞു.

ഡയറിയിൽ പല പേജുകളിലും സോമൻ തന്റെ സ്വകാര്യ ദുഃഖങ്ങളെക്കുറിച്ച് എഴുതിയിരുന്നു. വ്യാജഡോക്ടർ വർമ്മയു മായുള്ള ബന്ധം തന്നെ മോചനമില്ലാത്ത ഒരു ഊരാക്കുടുക്കിൽ

എത്തിച്ചുവെന്നും എഴുതിയിരുന്നു. ആത്മഹത്യയെക്കുറിച്ച് ഡയറിക്കുറിപ്പുകളിൽ സൂചനകൾ ഇല്ലായിരുന്നെങ്കിലും മരണത്തെക്കുറിച്ച് പലയിടത്തും അടിവരയിട്ട് എഴുതിയിരുന്നു. സ്നേഹിതനായ ഒരു പോലീസ് ഉദ്യോഗസ്ഥനോടും ബന്ധുവായ മറ്റൊരു പോലീസ് ഉദ്യോഗസ്ഥനോടും താൻ ആത്മഹത്യ ചെയ്യുമെന്ന് പറഞ്ഞിരുന്നു. സംഭവദിവസം (12-3-1981) രാവിലെ സോമൻ പോലീസ് സ്റ്റേഷനിലെത്തി. പതിവുള്ള എഴുത്തുജോലികൾ നിർവഹിച്ചു. തനിക്ക് പുള്ളോട്ടുകാവ് അമ്പലത്തിലെ ഉത്സവത്തിന് ബന്തവസ്സ് ഡ്യൂട്ടിക്ക് പോകാനുള്ളതിനാൽ റിവോൾവർ വേണമെന്ന് റൈട്ടറോട് (ഹെഡ് കോൺസ്റ്റബിൾ) ആവശ്യപ്പെട്ടു. റൈട്ടർ അലമാരയിൽ സൂക്ഷിച്ചിരുന്ന റിവോൾവറും വെടിത്തിരകളും സോമനെ ഏൽപ്പിച്ചു.

കുഞ്ഞുരാമൻ എന്നയാൾ രാവിലെതന്നെ അയാളുടെ സൈക്കിൾ മോഷണം പോയി എന്ന പരാതിയുമായി എത്തിയിരുന്നു. ഹെഡ് കോൺസ്റ്റബിളിനോട് അയാളുടെ മൊഴി രേഖപ്പെടുത്താൻ സോമൻ നിർദ്ദേശിച്ചു.

പോലീസ് സ്റ്റേഷനിലെ ഹാളിൽ ഹെഡ്കോൺസ്റ്റബിളും കുഞ്ഞുരാമനും സംസാരിച്ചുകൊണ്ടു നിൽക്കുമ്പോൾ സബ് ഇൻസ്പെക്ടറുടെ മുറിയിൽനിന്നും ഒരു വെടിയൊച്ച കേട്ടു. ഹെഡ്കോൺസ്റ്റബിൾ അവിടേക്ക് ഓടിച്ചെന്നതിന്റെ പിന്നാലെ കുഞ്ഞുരാമനും സെൻട്രി നിന്നിരുന്ന കോൺസ്റ്റബിളും എത്തി. അപ്പോൾ സ്വന്തം നെഞ്ചിലേക്ക് റിവോൾവറും ചൂണ്ടിയിരിക്കുന്ന സോമനെയാണ് കണ്ടത്.

ഒരു പ്രത്യേക രീതിയിലാണ് സോമൻ റിവോൾവർ പിടിച്ചിരുന്നത്. വലതുകൈകൊണ്ട് റിവോൾവറിന്റെ പിടിയിലും ഇടതുകൈകൊണ്ട് ബാരലിലും പിടിച്ചിരുന്നു. 'സർ, അരുതേ, വേണ്ട' എന്ന് കേണുപറഞ്ഞ ഹെഡ്കോൺസ്റ്റബിളിനു നേരേ സോമൻ റിവോൾവർ തിരിച്ചു മുറിക്ക് വെളിയിൽ പോകാൻ ആംഗ്യം കാണിച്ചു. അവർ മുറിയിൽനിന്നും വെളിയിലേക്ക് ഓടി. അപ്പോൾ രണ്ടു വെടിയുടെ ഒച്ചകൂടി കേട്ടു. പിന്നെ നിശ്ശബ്ദത. അപ്പോഴേക്ക് മറ്റു പോലീസുകാരും അവിടെ ഓടിയെത്തി. അപ്പോൾ സോമൻ നിശ്ചലനായി മേശപ്പുറത്തേക്ക് കമിഴ്ന്ന് കിടക്കുന്നു; റിവോൾവർ തറയിൽ വീണു കിടക്കുന്നു. അവർ ഉടൻതന്നെ സോമനെ ആശുപത്രിയിലേക്കു കൊണ്ടുപോയി.

കുഞ്ഞുരാമനെ കൂടാതെ ഈ സംഭവങ്ങൾക്ക് പോലീസുകാരനല്ലാത്ത ഒരാൾകൂടി ദൃക്സാക്ഷിയായിരുന്നു; പി.ഡബ്ല്യു.ഡി. അസിസ്റ്റന്റ് എൻജിനീയർ മുഹമ്മദ്. പോലീസ് സ്റ്റേഷന് വളരെ

അടുത്താണ് അദ്ദേഹത്തിന്റെ ഓഫീസ്. സബ് ഇൻസ്പെക്ടറുടെ മുറിയിൽനിന്നും ആദ്യത്തെ വെടിയൊച്ച കേട്ടപ്പോൾതന്നെ മുഹമ്മദും അങ്ങോട്ടേക്ക് ഓടിച്ചെന്നിരുന്നു.

ആശുപത്രിയിൽ ഡോക്ടർമാർ പുനരുജ്ജീവിപ്പിക്കാനുള്ള ചികിത്സ നല്കിയെങ്കിലും ഫലമുണ്ടായില്ല. വെടിയേറ്റുള്ള ഒരു മരണം സംഭവിച്ചാൽ കൈക്കൊള്ളേണ്ട നടപടികളിലെല്ലാം മനഃപൂർവമല്ലാത്ത പാകപ്പിഴകൾ ഉണ്ടായി. വിരലടയാള പരിശോധന നടത്തേണ്ടതായ റിവോൾവർ ഹെഡ് കോൺസ്റ്റബിൾ എടുത്ത് തുടച്ചു വൃത്തിയാക്കി ഭദ്രമായി മേശയിൽ വച്ചു. മൃതദേഹത്തിന്റെയും മുറിവുകളുടെയും വസ്ത്രങ്ങളുടെയും ഫോട്ടോകൾ എടുത്തില്ല. ഏറ്റവും പ്രധാനമായ ഒരു പരിശോധനയായ 'ഡെർമൽ നൈട്രേറ്റ് ടെസ്റ്റ്' ഇൻക്വസ്റ്റിലും പോസ്റ്റ്മോർട്ടം പരിശോധനയിലും ചെയ്തില്ല.

ഒരു വെടി ആയുധംകൊണ്ട് വെടിവയ്ക്കുന്ന ആളിന്റെ കൈയിൽ വെടിമരുന്നു കത്തുമ്പോഴുണ്ടാകുന്ന വാതകത്തിലെ നൈട്രൈറ്റിന്റെയും നൈട്രേറ്റിന്റെയും അംശങ്ങൾ (Powder residues) പറ്റിപ്പിടിക്കും. തോക്കിൻ കുഴലിന്റെ പിന്നിലെ (Breech) അറ്റത്തുകൂടി വാതകങ്ങൾ ലീക്ക് ചെയ്യുന്നതു കൊണ്ടാണ് ഇപ്രകാരം സംഭവിക്കുന്നത്.

ഉരുകിയ മെഴുകിൽ മുക്കിയെടുത്ത ഗാസ് (ബാൻഡേജിന് ഉപയോഗിക്കുന്ന തുണി) കൈയിൽ ചുറ്റിയതിനുശേഷം കട്ടിപിടിക്കുമ്പോൾ ഒരു കൈയുറപോലെയാകും. കൈയിലുള്ള ലവണങ്ങൾ ഗാസിൽ പറ്റിപ്പിടിക്കും. ആ ഗാസിനെ പാക്ക് ചെയ്ത് ലബോറട്ടറിയിലേക്കയയ്ക്കണം. ഡൈഫിനയിലാമിൻ എന്ന രാസവസ്തു സ്പ്രേ ചെയ്യുമ്പോൾ പിങ്ക് നിറം വരുന്നെങ്കിൽ വെടിമരുന്നിന്റെ അംശങ്ങൾ ഉണ്ടെന്ന് മനസ്സിലാക്കാം. ഇത് ലഘുവായ ഒരു ടെസ്റ്റാണ്. ഇപ്പോൾ ആധുനികമായ പല ടെസ്റ്റുകളും ഉണ്ട്.

സഹപ്രവർത്തകന്റെ മരണം ആത്മഹത്യയാണെന്ന് ഉത്തമ വിശ്വാസമുള്ളതിനാലാവണം നടപടികളിൽ ലാഘവം ഉണ്ടായത് എന്നു കരുതാം. എന്നാൽ അത് പിന്നീട് അവർക്കുതന്നെ വിനയായി.

ബാലിസ്റ്റിക് വിദഗ്ദ്ധന്മാരുടെ റിപ്പോർട്ടു ലഭിച്ചപ്പോൾ സോമൻ കേസ് ഒരു സ്വതന്ത്ര ഏജൻസിയെക്കൊണ്ട് അന്വേഷിപ്പിക്കണമെന്ന് ശ്രീ സഖറിയാ മാത്യു കമ്മീഷൻ സർക്കാരിനോട് ശിപാർശ ചെയ്തു. അതിന്റെ ഫലമായി 1982 ജൂലൈയിൽ കേസിന്റെ അന്വേഷണം കേന്ദ്ര അന്വേഷണ ഏജൻസിയായ സി.ബി.ഐ. ഏറ്റെടുത്തു.

അന്വേഷണ ഉദ്യോഗസ്ഥനായ ഡിവൈ.എസ്.പി. ശ്രീ വർഗീസ് തോമസ് സത്യസന്ധനായ ഒരു ഉദ്യോഗസ്ഥനാണ്. എന്നാൽ മറ്റുള്ളവരുടെ സത്യസന്ധതയിലും കഴിവിലും ഒട്ടും വിശ്വാസമില്ലാത്ത ആളാണ് അദ്ദേഹം. സോമൻ കേസിൽ ബാലിസ്റ്റിക് വിദഗ്ദ്ധന്റെ അഭിപ്രായം അടിസ്ഥാനമാക്കിയാണ് ശ്രീ വർഗീസ് തോമസ് അന്വേഷണം നടത്തിയത്. ഷർട്ടിലെ ദ്വാരങ്ങൾക്കു ചുറ്റും ഡോക്ടർമാരും അന്വേഷണ ഉദ്യോഗസ്ഥരും മജിസ്ട്രേറ്റും ഒക്കെ കണ്ട ഫയർ ഇഫക്ട്സ് ബാലിസ്റ്റിക്സ് വിദഗ്ദ്ധന്റെ മുന്നിലെത്തിയപ്പോൾ എങ്ങനെ അപ്രത്യക്ഷമായി എന്നു കണ്ടുപിടിക്കാനൊന്നും അദ്ദേഹത്തിനു തോന്നിയില്ല.

നേരേ മറിച്ച് ഡോക്ടർമാർ കണ്ടത് ഗ്രീസിന്റെ വലയമാണെന്ന് സമർത്ഥിക്കാനായിരുന്നു ശ്രമിച്ചത്. ശാസ്ത്രീയമായ തെളിവുകളെ 'ഒരു നുള്ള് ഉപ്പ്' ചേർത്തു മാത്രമേ കുറ്റാന്വേഷകർ സ്വീകരിക്കാവൂ എന്നാണെന്റെ അഭിപ്രായം. സ്വതന്ത്രമായ അന്വേഷണഫലങ്ങളുമായി (Field investigation) പൊരുത്തപ്പെടാത്ത ഒരു ശാസ്ത്രീയ തെളിവും അംഗീകരിക്കാൻ പാടില്ല.

ശ്രീ വർഗീസ് തോമസ് പതിനാറു മാസത്തെ അന്വേഷണത്തിനു ശേഷം 11-11-1983-ൽ പാനൂർ പോലീസ് സ്റ്റേഷനിലെ ഒരു ഹെഡ് കോൺസ്റ്റബിളിനെയും ആറു കോൺസ്റ്റബിൾമാരെയും അറസ്റ്റു ചെയ്തു. അവർക്കെതിരെ കൊലപാതകത്തിനും ഗൂഢാലോചനയ്ക്കും കുറ്റപത്രം സമർപ്പിച്ചു.

വർഗീസ് തോമസിന്റെ കുറ്റപത്രത്തിൽ പറയുന്നത് സബ് ഇൻസ്പെക്ടർ സോമനോട് പ്രതികളായ പോലീസുകാർക്ക് ശത്രുത ഉണ്ടായിരുന്നുവെന്നാണ്. അവരിൽ രണ്ടു പോലീസുകാർ ഒരു ലോറി ഡ്രൈവറുടെ പക്കൽനിന്നും അൻപതു രൂപ കൈക്കൂലി വാങ്ങുന്നത് സോമൻ തടഞ്ഞിരുന്നു. ആ സംഭവത്തിനുശേഷം ചില പോലീസുകാർ സോമന്റെ ക്വാർട്ടേഴ്സിൽ മദ്യപിച്ചിട്ടു ചെന്നു ഭീഷണിപ്പെടുത്തി. അവരിലൊരാൾ സോമനെ ഉടനേതന്നെ വധിക്കുമെന്ന് ഊമക്കത്തെഴുതി. ഏഴുപേരും കൂടി സോമനെ വധിക്കാൻ ഗൂഢാലോചന നടത്തി.

ഒന്നാം പ്രതി ഹെഡ്കോൺസ്റ്റബിൾ സബ്ഇൻസ്പെക്റുടെ മുറിയിൽ സ്റ്റേഷനിലെ നിറച്ച റിവോൾവറുമായി കടന്നുചെന്ന് അവിടെ കസേരയിൽ ഇരിക്കുകയായിരുന്ന സോമനെ മൂന്നു തവണ വെടിവച്ചു. സോമൻ ഉടൻ തന്നെ മരിച്ചെങ്കിലും അദ്ദേഹത്തെ ആശുപത്രിയിൽ കൊണ്ടുപോയി. എന്നിട്ട് സോമൻ ആത്മഹത്യ ചെയ്തതാണെന്ന് കളവായി മേലധികാരികളെ അറിയിച്ചു. ഒന്നാം പ്രതിതന്നെ പ്രഥമവിവരം രേഖപ്പെടുത്തി അസാ

ധാരണ മരണത്തിനു കേസ് രജിസ്റ്റർചെയ്തു. രണ്ടാം പ്രതി റിവോൾവർ എടുത്ത് സ്വന്തം മേശയ്ക്കുള്ളിൽ സൂക്ഷിച്ചു.

ഒരാൾക്ക് സ്വയം മൂന്നു തവണ സ്വന്തം നെഞ്ചിലേക്ക് നിറയൊഴിക്കാൻ സാധിക്കുകയില്ല എന്നായിരുന്നു വർഗീസ് തോമസിന്റെ നിഗമനം. അത് സാധൂകരിക്കാൻ പല വിദഗ്ധന്മാരുടെയും അഭിപ്രായങ്ങൾ സമ്പാദിച്ചു. ഈ അവസരത്തിൽ സോമന്റെ നെഞ്ചിലേറ്റ മൂന്നു മുറിവുകളെ അപഗ്രഥിക്കാം. ഡോ. രാമൻകുട്ടി പോസ്റ്റ്മോർട്ടം സർട്ടിഫിക്കറ്റിൽ മൃതദേഹത്തിന്റെ നെഞ്ചിൽ ഇടതുവശത്ത് അടുത്തടുത്തായി കാണപ്പെട്ട മുറിവുകൾ രേഖപ്പെടുത്തിയ മുറയ്ക്ക് (ചിത്രം 16. 5) ഒന്നാമത്തെ ബുള്ളറ്റ് ഹൃദയത്തെയും, രണ്ടാമത്തെ ബുള്ളറ്റ് ശ്വാസകോശം, കരൾ എന്നീ അവയവങ്ങളെയും മുറിവേൽപ്പിച്ചിരുന്നു. മൂന്നാമത്തെ ബുള്ളറ്റ് തൊലി മാത്രമേ തുളച്ചിരുന്നുള്ളു.

ഒരു റിവോൾവർകൊണ്ട് വെടിവച്ച് ആത്മഹത്യ ചെയ്യുന്ന ഒരാളിന് തന്റെ ഇടതു നെഞ്ചിലേക്ക് മൂന്നു തവണ നിറ ഒഴിക്കാൻ സാധിക്കുമോ? ആത്മഹത്യയ്ക്കു തുനിയുന്ന വ്യക്തി മരിക്കാൻ തിരഞ്ഞെടുക്കുന്നത് ഏതു മാർഗ്ഗമായാലും മരണം ഉറപ്പാക്കുക എന്നതായിരിക്കും അയാളുടെ ലക്ഷ്യം. ഒന്നാമത്തെ വെടികൊണ്ട് അബോധാവസ്ഥയോ മരണമോ ഉണ്ടായില്ലെങ്കിൽ വീണ്ടും വെടിവയ്ക്കും. അതിലും ലക്ഷ്യപ്രാപ്തി നേടിയില്ലെങ്കിൽ മൂന്നാമതും ശ്രമിക്കുമെന്നത് സ്വാഭാവികം.

രാമൻകുട്ടി മുറിവുകൾക്ക് നല്കിയ ഗണനാക്രമം നമുക്ക് മാറ്റി നോക്കാം. 1, 2, 3 എന്നത് 3, 2, 1 ക്രമത്തിലാണെങ്കിൽ മുൻഖണ്ഡികയിലെ ചോദ്യത്തിന് ഉത്തരം ലഭിക്കും. അപ്പോൾ ഒന്നാമത്തെ ബുള്ളറ്റ് തൊലിക്കു മാത്രമേ മുറിവേൽപ്പിച്ചുള്ളു. ആ വെടിയുണ്ടയ്ക്ക് ചലനവേഗം കുറഞ്ഞതുകൊണ്ടാണ് നെഞ്ച് തുളച്ച് ഉള്ളിലേക്ക് കയറാത്തത്. ഒരു കാരണം വെടിത്തിരക്കൂടിന്റെ ന്യൂനത (Defective cartridge) ആയിരിക്കാം. ഇടത്തെ പോക്കറ്റിന്റെ മൂന്നു ബട്ടണുകളിൽ ഇടത്തെ അറ്റത്തുള്ളത് തകർന്നിരുന്നു (Disrupted). ബുള്ളറ്റ് ബട്ടണിൽ തട്ടിയതുകൊണ്ട് അതിന്റെ ചലനവേഗം നഷ്ടപ്പെട്ടിരിക്കാം.

രണ്ടാമത്തെ ബുള്ളറ്റ് നെഞ്ചിനുള്ളിൽ കടന്ന് ഇടത് ശ്വാസകോശത്തിനും കരളിനുമാണ് മുറിവേൽപ്പിച്ചത്. ഈ ആന്തരികാവയവങ്ങൾക്ക് മുറിവു സംഭവിച്ചാൽ ഉടൻ മരണം സംഭവിക്കുകയില്ല. ഏത് പ്രവൃത്തി ചെയ്യാനുമുള്ള ശക്തി (Volitional activities) കുറെനേരംകൂടി കാണും. എന്നാൽ മൂന്നാമത്തെ വെടിയുണ്ട ഹൃദയത്തിന്റെ രണ്ടു കീഴറകളും തുളച്ചു. ഇതായിരിക്കണം

അവസാനത്തെ വെടി; എന്തെന്നാൽ ഹൃദയത്തിനേറ്റ ആ മുറിവ് ഉടൻ ബോധക്ഷയവും മരണവും ഉണ്ടാക്കും.

സോമൻ കേസിൽ വിദഗ്ദ്ധാഭിപ്രായം നല്കിയ ഫോറൻസിക് വിദഗ്ദ്ധന്മാരെല്ലാം മൂന്നു വെടിയേറ്റിട്ടുള്ളതിനാൽ കൊലപാതകത്തിനാണ് ഏറെ സാദ്ധ്യത എന്ന് സി.ബി.ഐ.ക്ക് മൊഴി നല്കി. ഇവരാരുംതന്നെ മൂന്നു വെടിയുണ്ടകൾ തറച്ച മുറിവുകൾ തമ്മിലുള്ള അകലത്തെക്കുറിച്ച് ഗൗരവമായി ചിന്തിച്ചില്ല എന്നു കരുതണം. ഓരോ മുറിവുകൾ തമ്മിൽ മൂന്ന് സെന്റീമീറ്റർ അകലം മാത്രമാണ് ഉണ്ടായിരുന്നത്. അതായത് വെടിവയ്പ് പരിശീലനത്തിൽ പറയുന്ന 'Bull's- Eye' ലാണ് മൂന്നു വെടിയുണ്ടകളും തറച്ചിരിക്കുന്നത്. ജീവിതത്തിൽ ഒരിക്കൽപോലും ഒരു റിവോൾവർകൊണ്ട് വെടി വെച്ചിട്ടില്ലാത്ത ഒന്നാം പ്രതി പട്ടാപ്പകൽ പതിനൊന്നുമണിക്ക് പരാതിക്കാരുടെ സാന്നിധ്യത്തിൽ ഒരു മീറ്റർ അകലെനിന്ന് കൃത്യമായി സോമന്റെ നെഞ്ചിൽ വെടിവച്ചു എന്ന് ആരോപിക്കുമ്പോൾ ഒരു കാര്യം വിസ്മരിക്കാൻ പാടില്ലായിരുന്നു. ഒന്നാംപ്രതി വെടിവയ്ക്കുമ്പോൾ സോമൻ അബോധാവസ്ഥയിലോ അനങ്ങാൻ വയ്യാത്ത വിധം ബന്ധിക്കപ്പെട്ട നിലയിലോ അല്ല കസേരയിൽ ഇരുന്നിരുന്നത്.

ആദ്യത്തെ വെടിയേൽക്കുമ്പോൾതന്നെ ശരീരത്തിന്റെ അവസ്ഥയ്ക്ക് (Position) മാറ്റം വരും. ഏതു മുറിവുണ്ടായാലും ശരീരം സ്വമേധയാ (Voluntary) അല്ലെങ്കിൽ അനൈച്ഛിക ചേഷ്ടയാലോ (Reflex action) പ്രതികരിക്കും. ഒരു ഉറുമ്പു കടിച്ചാൽ പോലും ഇതു സംഭവിക്കും. അപ്പോൾ രണ്ടാമതും മൂന്നാമതും വെടിയേൽക്കുന്നത് അടുത്തടുത്തായിരിക്കില്ല; ശരീരത്തിന്റെ പല ഭാഗങ്ങളിലായിരിക്കും. കൊലപാതകവും ആത്മഹത്യയും വേർതിരിച്ചറിയാൻ സഹായിക്കുന്ന ഒരു നിർണ്ണയമാണിത്. കത്തികൊണ്ട് നിരവധി തവണ കുത്തിയുള്ള കൊലപാതകശ്രമത്തിൽ സംഭവിക്കുന്ന മുറിവുകൾ ശരീരത്തിന്റെ പല ഭാഗങ്ങളിലായിരിക്കും. എന്നാൽ കത്തികൊണ്ട് സ്വയം കുത്തി മരിക്കുന്ന ആളിന്റെ ശരീരത്തിലെ മുറിവുകൾ കൈയെത്തുന്ന സ്ഥാനങ്ങളിൽ അടുത്തടുത്തായിരിക്കും. ഈ വസ്തുതകൾ എന്റെ മാത്രം അഭിപ്രായമല്ല; ലോകപ്രശസ്തരായ നിരവധി ഫോറൻസിക് വിദഗ്ദ്ധന്മാർ രചിച്ചിട്ടുള്ള പ്രാമാണിക ഗ്രന്ഥങ്ങളിൽ വിവരിച്ചിട്ടുള്ളതാണ്.

വാദവും പ്രതിവാദവും

അവസാനം തലശ്ശേരി സെഷൻസ് കോടതിയിൽ സോമൻ കേസ് വിചാരണ ആരംഭിച്ചു. പ്രതികൾക്കു വേണ്ടി ഹാജരായത് സുപ്രസിദ്ധനായ അഡ്വക്കേറ്റ് ശ്രീ കെ. കുഞ്ഞിരാമമേനോനായിരുന്നു. സ്പെഷ്യൽ പ്രോസിക്യൂട്ടർ പ്രശസ്തനായ ശ്രീ രത്നസിങ്ങും. വിചാരണയുടെ വിശദാംശങ്ങളിലേക്ക് ഞാൻ കടക്കുന്നില്ല. എങ്കിലും ചില വിദഗ്ദ്ധ സാക്ഷികളുടെ മൊഴികളെക്കുറിച്ച് പരാമർശിക്കേണ്ടിയിരിക്കുന്നു.

ബാലിസ്റ്റിക് വിദഗ്ദ്ധൻ ശ്രീ പോറ്റിയുടെ അഭിപ്രായത്തിൽ ഷർട്ടിൽ കാണപ്പെട്ട മൂന്നു ദ്വാരങ്ങളിൽ Blackening-, Peppering എന്നീ ഫയർ ഇഫക്റ്റുകൾ മധ്യത്തുള്ളതിനു ചുറ്റും മാത്രമായിരുന്നു കണ്ടിരുന്നത്. മറ്റു രണ്ടു ദ്വാരങ്ങൾക്കുചുറ്റും ഫയർഇഫക്റ്റുകൾ ഒന്നും കാണപ്പെട്ടിരുന്നില്ല. ഇതു സ്ഥാപിക്കുവാനായി അദ്ദേഹം Walker's Test എന്ന പരീക്ഷണം നടത്തിയിരുന്നു എന്ന് കോടതിയിൽ മൊഴിനല്കി. എന്നാൽ അദ്ദേഹത്തിന്റെ റിപ്പോർട്ടിൽ ഇതിനെക്കുറിച്ച് പരാമർശിച്ചിരുന്നില്ല. വസ്ത്രങ്ങളിൽ വെടിമരുന്നിന്റെ അംശങ്ങളുണ്ടെങ്കിൽ ചില രാസവസ്തുക്കളുടെ സഹായത്തോടെ അവയെ ഒരു ഫോട്ടോഗ്രാഫിക് പേപ്പറിലേക്ക് പകർത്തുന്ന രീതിയാണ് വാക്കേഴ്സ് ടെസ്റ്റ്. ടെസ്റ്റു നടത്തിയത് തെളിയിക്കാനായി ആ ഫോട്ടോഗ്രാഫിക് പേപ്പർ ശ്രീ പോറ്റി ഹാജരാക്കിയിരുന്നില്ല. ഇതിനെ പ്രതിഭാഗം വക്കീൽ ശക്തിയായി വിമർശിച്ചിരുന്നു.

ശ്രീ പോറ്റിയുടെ അഭിപ്രായത്തിൽ മധ്യത്തുള്ള മുറിവ് അഞ്ച് സെന്റീമീറ്റർ അകലെനിന്നും മറ്റു രണ്ടു മുറിവുകൾ ഒരു മീറ്റർ അകലെനിന്നും വെടിവച്ചതിൽ ഉണ്ടായതെന്നായിരുന്നു. ഷർട്ട് പരിശോധിച്ചപ്പോൾ ഫയർ ഇഫക്ട്സ് അപ്രത്യക്ഷമായിരുന്നതുകൊണ്ടായിരിക്കാം പോറ്റിക്ക് ഈ അഭിപ്രായം പറയേണ്ടി വന്നത്. അതുകൊണ്ട് സാങ്കേതികമായി അദ്ദേഹത്തെ കുറ്റപ്പെടുത്താനാവില്ലെങ്കിലും തന്റെ നിഗമനം യുക്തിക്കു നിരക്കാത്തതും പ്രായോഗികമല്ലാത്തതുമാണെന്ന് അദ്ദേഹം ചിന്തിച്ചില്ല എന്നത് ദുഃഖകരമാണ്.

ആ അഭിപ്രായമനുസരിച്ച് രണ്ടു സാധ്യതകളാണുള്ളത്. മേശയ്ക്കു പിന്നിൽ കസേരയിൽ ഇരിക്കുകയായിരുന്ന സോമന്റെ ഇടതുനെഞ്ചിൽ അഞ്ചു സെന്റീമീറ്റർ അകലെനിന്നും രണ്ടാമത്തെ മുറിവുണ്ടാക്കിയ വെടി വയ്ക്കണമെങ്കിൽ, ഒന്നുകിൽ പ്രതി എതിരെനിന്ന് മേശയ്ക്കു മുകളിലൂടെ കൈനീട്ടി റിവോൾവർ അദ്ദേഹത്തിന്റെ നെഞ്ചിനോട് അടുത്തുവച്ച് വെടി വയ്ക്കണം. അല്ലെങ്കിൽ മേശയ്ക്കു പിന്നിലേക്കു ചെന്ന് സോമന്റെ ഒരു

വശത്തുനിന്ന് തോക്ക് നെഞ്ചിനോട് അടുത്തുവച്ച് വെടിവയ്ക്കണം. ഈ വെടിയാണ് ആദ്യം വെച്ചതെങ്കിൽ പ്രതി പിന്നീട് ഒരു മീറ്റർ മാറി എതിരെ നിന്ന് രണ്ടു വെടി കൂടിവയ്ക്കണം അപ്പോഴൊക്കെ സബ് ഇൻസ്പെക്ടർ സോമൻ ഹെഡ് കോൺസ്റ്റബിളിന് വെടിവയ്ക്കാൻ പാകത്തിന് നെഞ്ച് വിരിച്ച് ഇരുന്നുകൊടുക്കണം!

പോറ്റിയുടെ അഭിപ്രായമനുസരിച്ച് രണ്ടാമത്തെ സാധ്യത എങ്ങനെയാണെന്ന് നോക്കാം. ആദ്യം പ്രതി സോമന്റെ മേശയ്ക്കു മുന്നിൽ എതിരെ നിന്ന് ഒന്നും മൂന്നും മുറിവുകൾ ഉണ്ടാക്കിയ രണ്ടു വെടികൾ വയ്ക്കണം. ശ്വാസകോശവും കരളും ഹൃദയവുമൊക്കെ തുളച്ച ആ വെടികളേറ്റ സോമൻ സാധാരണഗതിയിൽ മരിക്കുകയോ, അല്ലെങ്കിൽ അബോധാവസ്ഥയിലാവുകയോ ചെയ്യും. പിന്നീട് പ്രതി സോമന്റെ അടുത്തുചെന്ന് അദ്ദേഹത്തെ പിടിച്ചു നിവർത്തി നേരേ ഇരുത്തി തോക്ക് നെഞ്ചിനോട് ചേർത്ത് വെടിവയ്ക്കണം. സംഭവത്തിന്റെ ഈ പുനഃസൃഷ്ടിയുടെ വിവരണം ഞാൻ അതിശയോക്തി കലർത്തി പറയുന്നതല്ല.

സി.ബി.ഐ. അന്വേഷണ ഉദ്യോഗസ്ഥൻ ന്യൂ ഡൽഹിയിലെ കേന്ദ്രഫോറൻസിക് സയൻസ് ലബോറട്ടറിയിലെ ബാലിസ്റ്റിക്സ് വിഭാഗത്തിന്റെ തലവൻ ഡോ. പ്രസാദിന്റെ അഭിപ്രായവും തേടി. ശ്രീ പോറ്റിയുടെ 'വെടിദൂരത്തിൽ'നിന്നും വ്യത്യസ്തമായി രണ്ടു വെടികൾ നാല്പത് സെന്റീമീറ്റർ അകലത്തുനിന്നും മൂന്നാമത്തേത് നെഞ്ചിനോട് ചേർത്തും വച്ചതാണെന്ന് അഭിപ്രായപ്പെട്ടു. ആത്മഹത്യകളിൽ ഒന്നിൽ കൂടുതൽ തവണ പല അകലങ്ങളിൽ നിന്ന് വെടിവച്ച സംഭവം അദ്ദേഹം കണ്ടിട്ടില്ലെന്നും മൊഴിനല്കി. വെടിവയ്ക്കുമ്പോൾ റിവോൾവറിന് മുകളിലേക്ക് ഒരു 'Jerk' ഉണ്ടാകുമെന്നതിനാൽ ശരീരത്തിനുള്ളിൽ പ്രവേശിക്കുന്ന വെടിയുണ്ടകളുടെ ദിശ താഴേക്ക് ആയിരിക്കുകയില്ലെന്നും അതിനാൽ ആ വെടികളൊന്നും സ്വയം വച്ചതല്ലെന്നും കൂടി അദ്ദേഹം അഭിപ്രായപ്പെട്ടു.

ഈ അഭിപ്രായത്തിന് ശാസ്ത്രീയമായ അടിത്തറ ഉണ്ടെന്ന് ഞാൻ കരുതുന്നില്ല. സോമനെ വധിക്കാനായി വെടിവയ്ക്കുമ്പോഴും റിവോൾവറിന് മുകളിലേക്ക് 'Jerk' ഉണ്ടാകണമല്ലൊ. അപ്പോൾ ബുള്ളറ്റ് ശരീരത്തിനുള്ളിൽ പ്രവേശിക്കുന്നത് മുകളിലേക്കുള്ള ദിശയിൽ ആയിരിക്കണമല്ലൊ. എന്നാൽ സോമന്റെ ഇടതുനെഞ്ചിൽ കാണപ്പെട്ട ഒന്നും രണ്ടും മുറിവുകൾ ഉണ്ടാക്കിയ ബുള്ളറ്റുകളുടെ പഥം (Track) ശരീരത്തിനുള്ളിൽ പുറകിലേക്കും താഴേക്കുമായിരുന്നു (Directed downwards and back wards). വെടിയേൽക്കുന്ന സമയത്ത് സോമൻ കസേരയിൽ ഇരിക്കുകയായിരുന്നെങ്കിൽ ബുള്ളറ്റുകളുടെ ഈ ദിശ കൊലപാതക വാദവുമായി യോജിക്കുന്നില്ല.

വെടിയുണ്ടകളുടെ ശരീരത്തിനുള്ളിലെ ദിശയെ മാത്രം അടിസ്ഥാനമാക്കി നിഗമനങ്ങളിലെത്തുന്നത് ശരിയല്ല എന്നാണ് എന്റെ അഭിപ്രായം. ശരീരത്തിന്റെ നില, വെടിവയ്ക്കുമ്പോൾ റിവോൾവറിന്റെ കുഴലിന്റെ അറ്റം ഏതു ദിശയിലേക്ക്, ഏത് ആങ്കിളിലേക്കാണ് ചൂണ്ടിയിരിക്കുന്നത്, ബുള്ളറ്റിന്റെ ഗതിഭ്രംശം (Ricochet/Deflction) എന്നീ വസ്തുതകളെ അനുസരിച്ചായിരിക്കും വെടിയുണ്ടയുടെ ദിശയും. പ്രവേശനമുറിവും ബഹിർഗമനമുറിവും മിക്കവാറും ഋജുരേഖയിലായിരിക്കും. ഇവകൾ തമ്മിൽ യോജിപ്പിക്കുന്ന ഒരു രേഖ പ്രവേശനമുറിവിൽനിന്നും സാങ്കൽപ്പികമായി നീട്ടിയാൽ വെടിവച്ചപ്പോൾ തോക്കിന്റെ കുഴൽ ഏതു ദിശയിലായിരുന്നു എന്ന് കണ്ടുപിടിക്കാം. എന്നാൽ ഇതിൽനിന്നും നിർണ്ണായകമായ അഭിപ്രായങ്ങൾ പറയുന്നത് നീതിക്ക് നിരക്കാത്തതാണ്. വെടി വയ്ക്കുമ്പോൾ റിവോൾവറിന് മുകളിലേക്ക് ഒരു 'Jerk' ഉണ്ടാകുമെന്നത് ശരിയാണ്. അതുകൊണ്ട് വെടി വയ്ക്കാനറിയാവുന്നവർ ഒരു കൈയിൽ തോക്ക് പിടിച്ചിട്ട് അതിന്റെ കുഴലിനു മുകളിൽ മറ്റേ കൈപ്പത്തിവച്ച് ജെർക്ക് തടയും. ക്രൈംബ്രാഞ്ചിന്റെ അന്വേഷണത്തിൽ സോമൻ അപ്രകാരമാണ് തോക്കു പിടിച്ചിരുന്നത് എന്ന് ദൃക്സാക്ഷികളുടെ മൊഴി ലഭിച്ചിട്ടുണ്ടായിരുന്നു. ഈ ദൃക്സാക്ഷികൾ സി.ബി.ഐ.യുടെ കേസിൽ പ്രതികളായെങ്കിലും ആ മൊഴികൾ ശാസ്ത്രീയ നിഗമനങ്ങളെ ശരിവയ്ക്കുന്നു. മറ്റൊരു ദൃക്സാക്ഷിയായ കുഞ്ഞുരാമൻ സി.ബി.ഐ. അന്വേഷണവേളയിൽ മജിസ്ട്രേറ്റുമുമ്പാകെ നല്കിയ മൊഴി ക്രൈംബ്രാഞ്ചിനു നല്കിയതിനു കടകവിരുദ്ധമായിരുന്നു!!

ബഹു. സെഷൻസ് കോടതി സോമന്റെ മരണം കൊലപാതകമാണെന്ന നിഗമനത്തിലെത്തി ഒന്നു മുതൽ മൂന്നു വരെ പ്രതികളെ കൊലപാതകത്തിനും ഗൂഢാലോചനയ്ക്കും ജീവപര്യന്തം തടവു ശിക്ഷയ്ക്കു വിധിച്ചു. മറ്റു പ്രതികളെ ഗൂഢാലോചനയിൽ പങ്കില്ല എന്നു കണ്ടെത്തി വിട്ടയച്ചു.

പ്രതികളുടെ അപ്പീൽ വാദംകേട്ട ബഹു. ഹൈക്കോടതിയുടെ ഡിവിഷൻ ബെഞ്ചിലെ ജഡ്ജുമാരായ ബഹു. ജസ്റ്റിസ് സുകുമാരനും ബഹു. ജസ്റ്റിസ് രാജശേഖരനും അഭിപ്രായസമന്വയത്തിലെത്തിയില്ല. ജസ്റ്റിസ് രാജശേഖരൻ പ്രതികളെ കുറ്റവിമുക്തരാക്കണമെന്ന് അഭിപ്രായപ്പെട്ടപ്പോൾ ജസ്റ്റിസ് സുകുമാരൻ ഒന്നാം പ്രതിക്ക് വധശിക്ഷ നല്കണമെന്നും ബാക്കി ആറുപ്രതികൾക്ക്

ജീവപര്യന്തം തടവുശിക്ഷ നല്കണമെന്നും തീരുമാനിച്ചു. അതിനാൽ ബഹു. ചീഫ് ജസ്റ്റിസ്, ബഹു. ജസ്റ്റിസ് കെ.ടി. തോമസ് തലവനായുള്ള ഒരു ഫുൾ ബെഞ്ചിന് കേസ് കേൾക്കാൻ ഉത്തരവിട്ടു. ആ ബെഞ്ചിലെ മറ്റു ജഡ്ജിമാർ ബഹു. ജസ്റ്റിസ് തുളസീദാസും ബഹു. ജസ്റ്റിസ് ഷംസുദീനുമായിരുന്നു. ഫുൾബെഞ്ചിന്റെ വിധിന്യായത്തിലെ പ്രസക്തഭാഗങ്ങൾ മാത്രം ഉദ്ധരിച്ചുകൊണ്ട് ദീർഘമായ ഈ അധ്യായം അവസാനിപ്പിക്കട്ടെ.

വെടിവച്ച് ആത്മഹത്യ ചെയ്യുന്ന ഒരാളുടെ കൈയിൽ തോക്ക് മുറുകെ പിടിച്ച നിലയിൽ കാണപ്പെടാൻ സാധ്യതയുണ്ട്. അതുപോലെ മുങ്ങി മരിച്ച ആളിന്റെ കൈയിൽ ചിലപ്പോൾ ജലസസ്യങ്ങൾ കാണപ്പെടാം. ഈ അവസ്ഥ Cadaveric spasm എന്നറിയപ്പെടുന്നു. മരണസമയത്ത് പ്രവർത്തിച്ചിരുന്ന കുറെ പേശികൾക്കു മുറുക്കവും വലിച്ചിലും ഉണ്ടാകുന്നതിനാലാണ് ഇങ്ങനെ സംഭവിക്കുന്നത്. എന്നാൽ എല്ലാ ആത്മഹത്യകളിലും ആയുധം കൈയിൽ മുറുകെ പിടിച്ച നിലയിൽ കാണണമെന്നില്ല. ഞാൻ നാല്തു വർഷത്തിനിടയ്ക്ക് ആകെ രണ്ടോ, മൂന്നോ കേസുകളിലാണ് കഡാവെറിക് സ്പാസം കണ്ടിട്ടുള്ളത്. കഡാവെറിക് സ്പാസം ഇല്ലാതിരുന്നതിനാൽ സോമന്റെ മരണം ആത്മഹത്യ അല്ലെന്ന സി.ബി.ഐ.യുടെ വാദം ഫുൾബെഞ്ച് തള്ളിക്കളഞ്ഞു. പ്രശസ്ത ഫോറൻസിക് വിദഗ്ദ്ധനായ ബെർണാഡ് നൈറ്റിന്റെ ഗ്രന്ഥത്തിൽ കഡാവെറിക് സ്പാസം എന്നത് ഒരു അപൂർവ പ്രതിഭാസമാണെന്നും പല ഫോറൻസിക് വിദഗ്ദ്ധർക്കും അവരുടെ ആയുഷ്കാലത്ത് ഒരിക്കൽപോലും അത് കാണാൻ സാധിച്ചിട്ടില്ലെന്നും എഴുതിയിട്ടുള്ളത് വിധിന്യായത്തിൽ ഉദ്ധരിച്ചിട്ടുണ്ട്.

കോടതി ഏറ്റവും ഗൗരവമായി അപഗ്രഥിച്ചിട്ടുള്ളത് ഷർട്ടിലെ വെടിയുണ്ടകൾ തുളഞ്ഞുണ്ടായ ദ്വാരങ്ങൾക്കു ചുറ്റും കണ്ടതും കാണാത്തതുമായ ഫയർ ഇഫക്ടുകളെക്കുറിച്ചായിരുന്നു. 'സോളമന്റെ തേനീച്ചകൾ' പാറിപ്പറന്നത് അവകളെ ചുറ്റിയായിരുന്നു എന്നത് നീതി നടപ്പാക്കുവാൻ ന്യായാധിപശ്രേഷ്ഠന്മാർക്കു സഹായകമായി. ഡോ. ജയപാലനെപ്പോലുള്ള ഡോക്ടർമാർ ഉൾപ്പെടെ നിരവധി പേർ കണ്ടതും രേഖപ്പെടുത്തിയിട്ടുള്ളതുമായ ഫയർ ഇഫക്ടുകൾ ബാലിസ്റ്റിക്സ് വിദഗ്ദ്ധൻ കണ്ടില്ല എന്നതിനു നേരേ കണ്ണടയ്ക്കാൻ സാധ്യമല്ലെന്നും, ഡോക്ടർമാർ ഷർട്ട് ശ്രദ്ധയോടെ പരിശോധിച്ചില്ല എന്ന് കരുതാനാവില്ല എന്നും കോടതി തറപ്പിച്ച് അഭിപ്രായപ്പെട്ടു.

"We cannot shut our eyes to those sturdy materials which consistently proclaim that all the three holes were surrounded with black spots (indicating peppering or tattooing). Nor can we assume that PW 13 Dr. Ramankutty and Dr. Jayapalan would not have carefully examined the shirt."

ഷർട്ടിലെ ദ്വാരങ്ങൾക്കു ചുറ്റും വെടിയുടെ ശിഷ്ടകങ്ങൾ (Fire Residues) ഉണ്ടായിരുന്നിരിക്കണം എന്ന് ന്യായമായും സംശയി ക്കേണ്ടിയിരിക്കുന്നുവെന്നും ഏതെങ്കിലും ദ്വാരങ്ങൾക്കുചുറ്റും അവ ഇല്ലായിരുന്നു എന്നതിന്റെ അടിസ്ഥാനത്തിൽ തീരുമാന ങ്ങൾ ഈ കേസിൽ എടുക്കുന്നത് അപകടമാണെന്നും ന്യായ പീഠം അഭിപ്രായപ്പെട്ടു.

"A reasonable doubt that arises that there could have been firing residue on the texture around all the three holes on M.O. 1 shirt. Any conclusion about the range of shots based on the absence of firing residue around any one of the holes, therefore, cannot safely be acted upon in this case."

ബാലിസ്റ്റിക് വിദഗ്ദ്ധൻ നടത്തിയെന്നു പറയുന്ന Walker's Test ഫോട്ടോഗ്രാഫുകൾ അദ്ദേഹം സൂക്ഷിക്കാത്തത് ബഹു. കോടതി ഗൗരവപൂർവം വീക്ഷിച്ചു. ഫോട്ടോകൾ കാലം ചെല്ലുന്തോറും മങ്ങിപ്പോകുമെന്നതിനാലാണ് താൻ സൂക്ഷിച്ചുവയ്ക്കാത്തതെന്ന ശ്രീ പോറ്റിയുടെ വിശദീകരണം ബഹു. കോടതിക്ക് സ്വീകാര്യ മായില്ല. തമിഴ്നാട് ബാലിസ്റ്റിക് വിദഗ്ദ്ധൻ പരീക്ഷണാർത്ഥം നടത്തിയ വാക്കേഴ്സ് ടെസ്റ്റിന്റെ ഫോട്ടോഗ്രാഫുകൾ അദ്ദേഹം സൂക്ഷിച്ചുവയ്ക്കുകയും എട്ടു വർഷത്തിനു ശേഷവും മങ്ങാ തെയും മായാതെയും ഇരിക്കുന്നുവെന്ന് ബഹു. ന്യായപീഠം നിരീക്ഷിച്ചു.

എല്ലാ വിദഗ്ദ്ധന്മാരും ആത്മഹത്യ ചെയ്യുന്ന വ്യക്തിക്ക് സ്വശരീ രത്തിൽ ഒന്നിൽ കൂടുതൽ തവണ വെടി വയ്ക്കാൻ കഴിയു കയില്ല എന്നു സമർത്ഥിച്ചു. ടെയ്‌ലറുടെ പ്രശസ്തമായ 'പ്രിൻ സിപ്പിൾസ് ആൻഡ് പ്രാക്ടീസ് ഓഫ് മെഡിക്കൽ ജൂറിസ്പ്രുഡൻ സ്' 13-ാം വാല്യം എന്ന ഗ്രന്ഥത്തിൽ ഒരു ഇൻസ്പെക്ടർ അടച്ചിട്ട സ്വന്തം ഫ്ലാറ്റിൽവച്ച് തന്റെ നെഞ്ചിൽ ഒരു റിവോൾവർ കൊണ്ട് അഞ്ചു തവണ വെടിവച്ച് മരിച്ച സംഭവം വിവരിച്ചിട്ടുണ്ട്.

സ്പിറ്റ്സ് ആൻഡ് ഫിഷർ രചിച്ച 'മെഡിക്കോ ലീഗൽ ഇൻവെസ്റ്റി ഗേഷൻ ഓഫ് ഡെത്ത്' എന്ന പുസ്തകത്തിൽ ഒരു 72 വയസ്സുകാരൻ 0.25 കാലിബർ പിസ്റ്റൾ ഉപയോഗിച്ച് മൂന്നു തവണ സ്വയം വെടി വെച്ച് മരിച്ചതിനെക്കുറിച്ച് പ്രതിപാദിച്ചിട്ടുണ്ട്. മൂന്ന് വെടിയുണ്ട കളും അയാളുടെ ഹൃദയം തുളച്ചിരുന്നു.

പ്രൊഫ. ടെഡെഷിയും പ്രൊഫ. എക്കർട്ടും 'ഒന്നിൽ കൂടുതൽ തവണ വെടിവെച്ച്" ആത്മഹത്യചെയ്ത നിരവധി സംഭവങ്ങൾ രേഖപ്പെടുത്തിയിട്ടുണ്ട്. ഒന്നാമത്തെ വെടി തന്നെ മാരകമാണെങ്കിൽകൂടി വീണ്ടും പല തവണ നിറയൊഴിക്കാൻ കഴിഞ്ഞിട്ടുണ്ടെന്ന വസ്തുത ഗൗരവമായി കണക്കിലെടുക്കണമെന്ന് അവർ അഭിപ്രായപ്പെട്ടിട്ടുണ്ട്. ബഹു. ഫുൾബെഞ്ച് മുകളിൽ വിവരിച്ച ഉദാഹരണങ്ങൾ വിധിന്യായത്തിൽ പ്രാധാന്യത്തോടെ ഉദ്ധരിക്കുകയും അവയെ അവലംബിക്കുകയും ചെയ്തു.

ശരീരത്തിനുള്ളിലെ ബുള്ളറ്റുകളുടെ ദിശയെ അടിസ്ഥാനമാക്കിയുള്ള നിഗമനങ്ങൾ ശരിയാകണമെന്നില്ല എന്ന് കോടതി അഭിപ്രായപ്പെട്ടു. പല കാരണങ്ങളാൽ ബുള്ളറ്റുകൾക്ക് ഗതിഭ്രംശം സംഭവിക്കാമെന്ന് കോടതി അഭിപ്രായപ്പെട്ടു. ഒന്നാമത്തെ പ്രവേശനമുറിവിന്റെ തൊട്ടടുത്തായി ഷർട്ടിന്റെ പോക്കറ്റിൽ ഉണ്ടായിരുന്ന ഒരു ലോഹവിസിൽ ഞണുങ്ങിയതായി കാണപ്പെട്ടു. ബുള്ളറ്റ് വിസിലിൽ ഉരസിയതുകൊണ്ടാകാം അതു ഞണുങ്ങിയത് എന്ന് അനുമാനിക്കാം. പോക്കറ്റിലെ മൂന്നാമത്തെ പ്രവേശനമുറിവിന്റെ സമീപത്തുള്ള ഒരു ബട്ടൺ തകർന്നിരുന്നത് ബുള്ളറ്റ് അതിൽ തട്ടിയതിനാലായിരിക്കാം. ഒന്നാമത്തെ മുറിവുണ്ടാക്കിയ ബുള്ളറ്റ് തട്ടി ആറാമത്തെ വാരിയെല്ല് പൊട്ടിത്തകർന്നിരുന്നു. ഈ കാരണങ്ങളാൽ ബുള്ളറ്റുകൾക്ക് ഗതിഭ്രംശം സംഭവിക്കാമെന്ന വസ്തുത അവഗണിക്കാൻ സാധ്യമല്ല.

ബഹു. കോടതി ഈ വസ്തുതകൾക്ക് ആധാരമായി പ്രാമാണിക ഗ്രന്ഥത്തിൽനിന്നുള്ള ഉദ്ധരണികൾ വിധിന്യായത്തിൽ ചേർത്തിരുന്നു. മരണത്തിനുമുമ്പ് സോമൻ മാനസികമായ വ്യഥ അനുഭവിച്ചിരുന്നു എന്ന ചില സാക്ഷികളുടെ മൊഴികൾക്കും കോടതി പ്രാധാന്യം നല്കുകയുണ്ടായി. നിർണ്ണായകമായ തീരുമാനങ്ങൾ എടുക്കുമ്പോൾ ശാസ്ത്രീയമായ തെളിവുകളെ പൂർണ്ണമായി വിശ്വസിക്കരുതെന്ന ഗുണപാഠം കൂടി ഈ വിധിന്യായം പ്രദാനം ചെയ്യുന്നു.

ബഹു. ജസ്റ്റിസ് കെ.ടി. തോമസ് അധ്യക്ഷനായ ഹൈക്കോടതിയുടെ ഫുൾബെഞ്ച് ഒന്നു മുതൽ മൂന്നു വരെ പ്രതികളുടെ ശിക്ഷ റദ്ദാക്കി. അങ്ങനെ എട്ടു വർഷത്തെ നരകയാതനയിൽ നിന്നും നിരപരാധികളായ ആ ഏഴുപോലീസുകാർ മോചിതരായി. സോളമന്റെ തേനീച്ചകളേ! നിങ്ങൾ നീതിമാന്മാരായ ന്യായാധിപന്മാർക്ക് എന്നും സത്യത്തിലേക്കുള്ള വഴികാട്ടികളാകേണമേ!

വാൽക്കഷണം 1: പ്രതികളെ നിരുപാധികം വിട്ടയച്ച ഹൈക്കോടതിയുടെ വിധിക്കെതിരെ സോമന്റെ ഭാര്യ ശ്രീമതി ആലീസ് സുപ്രീം കോടതിയിൽ അപ്പീൽ നല്കി. സുപ്രീം കോടതിയുടെ വിധി വളരെ സംക്ഷിപ്തവും അർത്ഥപൂർണ്ണ വുമായിരുന്നു; അതിലെ പ്രസക്തഭാഗം ഇങ്ങനെ:

"There being no evidence whatsoever and no incriminating circumstance which would outweigh everything else, there seems no escape but to uphold the judgement and order of the High Court under appeal. We cannot go by the sole circumstance that these seven persons on duty at the police station, when the incident took place, must be held accountable for the death of the deceased. That would be too dangerous a theory to accept, as blatantly as it was sought to be put. When there is no evidence to connect the accused with the crime the question whether the deceased met a homicidal or suicidal death becomes academic. We rule that question out of consideration. For the foregoing reasons, the appeals and special leave petitions are dismissed."

എല്ലാത്തിനേക്കാൾ ഉപരി പ്രാധാന്യമുള്ളത് പ്രതികൾക്കെതിരെ തെളിവുകളോ അവരെ കുറ്റാരോപിതരാക്കുന്ന സാഹചര്യങ്ങളോ ഇല്ലെന്നുള്ളതാണ്. അതിനാൽ ഹൈക്കോടതിയുടെ വിധിയും ഉത്തരവും പിന്താങ്ങുകയേ രക്ഷയുള്ളൂ. സംഭവം നടന്നപ്പോൾ ഈ ഏഴു പേർ പോലീസ് സ്റ്റേഷനിൽ ഡ്യൂട്ടിയിൽ ഉണ്ടായിരുന്നു എന്ന സാഹചര്യത്തെ മാത്രം അടിസ്ഥാനമാക്കി സോമന്റെ മരണത്തിന് അവർ ഉത്തരവാദികളാണെന്ന് തീരുമാനിക്കാൻ കഴിയുകയില്ല. എത്ര നിർലജ്ജമായും ഒച്ചപ്പാടോടുംകൂടി ആവശ്യ പ്പെട്ടാലും ആ സിദ്ധാന്തം സ്വീകരിക്കുന്നത് അത്യന്തം അപകട കരമാണ്. പ്രതികളെ കുറ്റകൃത്യവുമായി ബന്ധിപ്പിക്കുന്ന ഒരു തെളിവും ഇല്ലാത്തപ്പോൾ സോമന്റെ മരണം ആത്മഹത്യയാണോ കൊലപാതകമാണോ എന്ന ചോദ്യം വെറും സൈദ്ധാന്തികമാണ്. അതിനാൽ ആ ചോദ്യം ഞങ്ങൾ പരിഗണിക്കുന്നില്ല. മുൻപറഞ്ഞ കാരണങ്ങളാൽ ഈ അപ്പീലും സ്പെഷ്യൽ ലീവ് പെറ്റിഷനും തള്ളിക്കൊണ്ട് ഉത്തരവാകുന്നു."

വാൽക്കഷണം 2: ഹൈക്കോടതി വിധി പ്രസ്താവിച്ച ദിവസം ഞാൻ എറണാകുളത്തായിരുന്നു. പാലാരിവട്ടത്ത് പ്രൊഫസ്സർ

ചാക്കോയുടെ കൊലക്കേസ് (വേറൊരു അധ്യായത്തിൽ വിവരിക്കുന്നുണ്ട്). സംസ്ഥാന ക്രൈംബ്രാഞ്ചിൽ നിന്നും സി.ബി.ഐ. കൊച്ചി യൂണിറ്റ് ഏറ്റെടുത്തിരുന്നു. കൊലപാതകം നടന്ന സ്ഥലം സന്ദർശിക്കുവാനും അന്വേഷണഉദ്യോഗസ്ഥന്മാരുമായി ചർച്ച നടത്തുവാനുമായിരുന്നു ഞാൻ കൊച്ചിയിലെത്തിയത്. അന്ന് യൂണിറ്റിന്റെ തലവൻ എസ്.പി. ശ്രീ ത്യാഗരാജനായിരുന്നു (ഒറീസ്സാ കേഡർ ഐ.പി.എസ്. ഉദ്യോഗസ്ഥനായ അദ്ദേഹം ഇപ്പോൾ ഭുവനേശ്വറിൽ എ.ഡി.ജി.പി.യാണ്.) ഏറ്റവും സത്യസന്ധനും, ഉയർന്ന തത്ത്വദീക്ഷ പുലർത്തുന്ന ഒരു മാതൃകാപോലീസ് ഉദ്യോഗസ്ഥനായ ത്യാഗരാജൻ കേരളത്തിൽ ജോലി നോക്കിയിരുന്ന കാലഘട്ടത്തിൽ നിരവധി കൊലക്കേസുകൾ തെളിയിക്കുകയുണ്ടായി. ആ കേസുകളുടെ അന്വേഷണങ്ങളിൽ എനിക്ക് അപ്രധാനമല്ലാത്ത പങ്കു വഹിക്കാൻ കഴിഞ്ഞിട്ടുണ്ട്. ആ കഥകൾ ഈ പുസ്തകത്തിൽ പിന്നീട് വിവരിക്കുന്നുണ്ട്.

കൃത്യസ്ഥലസന്ദർശനം കഴിഞ്ഞശേഷം ഞാനും ശ്രീ ത്യാഗരാജനും, ഡി.ഐ.ജി. ശ്രീ രമണിയുമൊന്നിച്ച് ഉച്ചഭക്ഷണം കഴിച്ചുകൊണ്ടിരുന്നപ്പോൾ ഒരു സി.ബി.ഐ. ഇൻസ്പെക്ടർ അവിടെ വന്നിട്ട് ത്യാഗരാജനോട് പാനൂർ സോമൻ കേസിൽ ഹൈക്കോടതിവിധി പ്രസ്താവിച്ച കാര്യം അറിയിച്ചു. വിധിയുടെ വാർത്തകേട്ട ത്യാഗരാജനും രമണിയും വളരെയധികം വിഷണ്ണരായി. "ഈ വിധിയെക്കുറിച്ച് ഡോക്ടറുടെ അഭിപ്രായമെന്താണ്?" ത്യാഗരാജൻ എന്നോട് ചോദിച്ചു.

"ഞാൻ ഈ വിധിയിൽ വളരെ സന്തുഷ്ടനാണ്; സത്യം ജയിച്ചു." സത്യം അപ്രിയമാണെങ്കിലും ആരുടെമുമ്പിലും തുറന്നു പറയുക എന്നത് അന്നും ഇന്നും എന്റെ സ്വഭാവമാണ്. എന്റെ ഉത്തരം അവർ ഒട്ടും പ്രതീക്ഷിക്കാത്തതായിരുന്നുവെന്ന് അവരുടെ മുഖഭാവം വ്യക്തമാക്കി.

'എന്തുകൊണ്ടാണ് താങ്കൾ അങ്ങനെ പറയുന്നത്?' ത്യാഗരാജന്റെ സ്വരത്തിൽ അല്പം നീരസം കലർന്നിരുന്നു.

'സോമൻ ആത്മഹത്യ ചെയ്തതാണ്.' എന്റെ ഉത്തരം അവർക്ക് തീരെ ഇഷ്ടപ്പെട്ടില്ല.

'എന്ത് അടിസ്ഥാനത്തിലാണ് നിങ്ങൾ അങ്ങനെ പറയുന്നത്?' ത്യാഗരാജൻ വിടാൻ ഒരുക്കമല്ല. 'ഇത് സി.ബി.ഐ. കെട്ടിച്ചമച്ച കേസാണെന്നാണോ?'

'ആ കേസിനെക്കുറിച്ച് പറയണമെങ്കിൽ ഒരു ദിവസം മുഴുവൻ വേണം. നമുക്ക് പിന്നീടൊരിക്കലാകാം.'

അസുഖകരമായ ആ സംഭാഷണം തുടരുവാൻ എനിക്ക് ഒട്ടും താത്പര്യം തോന്നിയില്ല. സോമന്റെ മരണം കൊലപാതകമാണെന്ന് അടിയുറച്ച് വിശ്വസിച്ചിരിക്കുന്ന ആ ഉദ്യോഗസ്ഥന്മാരോട് എന്തു പറഞ്ഞിട്ടും കാര്യമില്ല എന്നെനിക്കുതോന്നി. ത്യാഗരാജനും രമണിയും എന്നോട് പിന്നെ ഒന്നും സംസാരിച്ചില്ല. ഞാൻ തിരുവനന്തപുരത്തേക്കു മടങ്ങി.

ഒരു മാസത്തിനു ശേഷം ശ്രീ ത്യാഗരാജൻ എന്നെ ഫോൺ ചെയ്തു; സി.ബി.ഐ.യിലെ ഇൻസ്പെക്ടർമാർക്ക് ഒരു ക്ലാസ്സെടുക്കാമോ എന്നാരാഞ്ഞു. പഠിപ്പിക്കുന്നത് എനിക്ക് വളരെ സന്തോഷകരമായ കാര്യമായതിനാൽ ഞാൻ ക്ഷണം സ്വീകരിച്ചു. കൊച്ചിയിലെ സി.ബി.ഐ. ഓഫീസിൽവച്ച് 28 ഇൻസ്പെക്ടർമാരോട് അസാധാരണ മരണങ്ങളുടെ അന്വേഷണത്തെക്കുറിച്ച് മൂന്നു മണിക്കൂർ സംസാരിച്ചു. ക്ലാസ്സിനുശേഷം ത്യാഗരാജൻ എന്നെ അദ്ദേഹത്തിന്റെ ഓഫീസിലേക്ക് ക്ഷണിച്ചു. ആദ്യമായി അദ്ദേഹം എന്നോട് അന്ന് അസുഖകരമായി പെരുമാറിയതിൽ ഖേദം പ്രകടിപ്പിച്ചു. ഞാൻ അതൊന്നും കാര്യമാക്കിയിട്ടില്ല എന്ന് അദ്ദേഹത്തോടു പറഞ്ഞു. പിന്നീട് അദ്ദേഹം എന്നോടു പറഞ്ഞ ചില കാര്യങ്ങൾ അദ്ദേഹത്തിന്റെ സമ്മതത്തോടെ വായനക്കാരുമായി പങ്കുവയ്ക്കുന്നു.

അദ്ദേഹം പറഞ്ഞതിങ്ങനെ:

'അന്ന് ഡോക്ടർ തിരികെ പോയതിനു ശേഷവും ഡോക്ടറുടെ വാക്കുകൾ എന്റെ ചെവിയിൽ മുഴങ്ങുന്നുണ്ടായിരുന്നു. സോമൻ ആത്മഹത്യചെയ്തതാണെന്ന് പറയാൻ എന്തായിരിക്കും കാരണം? എന്തെങ്കിലും അടിസ്ഥാനമില്ലാതെ പറയുന്ന ആളല്ല എന്ന് ചുരുങ്ങിയ കാലംകൊണ്ട് എനിക്കു മനസ്സിലാക്കാൻ കഴിഞ്ഞിട്ടുണ്ട്. സോമൻ കേസ് അന്വേഷണം നടക്കുമ്പോൾ മറ്റൊരു എസ്.പി. ആയിരുന്നു കൊച്ചി യൂണിറ്റിന്റെ തലവൻ. എനിക്ക് ആ കേസിനെക്കുറിച്ച് കേട്ടറിവു മാത്രമേ ഉണ്ടായിരുന്നുള്ളൂ. ഞാൻ സോമന്റെ കേസ് ഡയറി ആദ്യന്തം വായിച്ചു. എന്റെ മനസ്സിൽ നിരവധി സംശയങ്ങൾ ഉണർന്നു. ഞാൻ സ്വന്തമായി ഒരു രഹസ്യാന്വേഷണം നടത്തി. സത്യം എത്ര വികൃതമായി വളച്ചൊടിക്കപ്പെട്ടു എന്ന് മനസ്സിലായപ്പോൾ ഞാൻ ഞെട്ടിപ്പോയി. ഞാൻ വീണ്ടും ഡോക്ടറോട് ഖേദം അറിയിക്കുന്നു.'

ഞാൻ ത്യാഗരാജന്റെ കരം ഗ്രഹിച്ചു.

'അങ്ങെങ്കിലും സത്യം മനസ്സിലാക്കിയതിൽ എനിക്ക് അതിയായ സന്തോഷമുണ്ട്. ഞാൻ അങ്ങേക്ക് ഞെട്ടലുണ്ടാക്കുന്ന ഒരു കാര്യംകൂടി പറയട്ടെ. അങ്ങയുടെ യൂണിറ്റ് അന്വേഷിച്ച മറ്റൊരു കേസിലും സത്യത്തിന്റെ മുഖം വികൃതമാക്കിയിട്ടുണ്ട്.'

എന്നെ മുഴുമിപ്പിക്കാൻ സമ്മതിക്കാതെ അദ്ദേഹം പറഞ്ഞു.

'പോളക്കുളം പീതാംബരൻ കേസല്ലേ? ഡോക്ടർ ഇതു പറയുമെന്ന് എനിക്കറിയാമായിരുന്നു. അതുകൊണ്ട് ഞാൻ ആ കേസിലും വിശദമായ അന്വേഷണം നടത്തി. അത് പാനൂർ സോമൻ കേസിന്റെ റെപ്ലിക്ക തന്നെ.'

അദ്ദേഹത്തിന്റെ ഈ 'സത്യാന്വേഷണത്തിന്റെ' ഫലമായി പലർക്കും അദ്ദേഹത്തോട് ശത്രുത ഉണ്ടായി. ധാരാളം കല്ലേറുകൾ നേരിടേണ്ടി വന്നു. സ്വന്തം കേഡർ സംസ്ഥാനത്തേക്ക് മടങ്ങിയ അദ്ദേഹം ഇപ്പോഴും 'കർമ്മണ്യേവാധികാരസ്തെ, മാ ഫലേഷു കദാചന' എന്ന ഭഗവദ്ഗീതാവചനത്തിൽ അടിയുറച്ചു വിശ്വസിച്ചുകൊണ്ട് സ്തുത്യർഹമായ സേവനം ചെയ്യുന്നു.

ചരിത്രം വീണ്ടും വീണ്ടും ആവർത്തിക്കുന്നത് കാണുമ്പോൾ ദുഃഖിക്കുകയല്ലാതെ വേറെ നിവർത്തിയില്ലല്ലോ.

17. പൊതുജനത്തിന്റെ മുറവിളികൾക്കു മുന്നിൽ

ആലപ്പുഴയിലേക്ക്

സർക്കാർ സർവീസിൽ ഒഴിച്ചുകൂടാൻ കഴിയാത്ത ഒന്നാണ് സ്ഥലംമാറ്റം. കോട്ടയത്തുനിന്നും തിരുവനന്തപുരത്ത് വന്നിട്ട് നാലുവർഷം കഴിഞ്ഞപ്പോൾ എനിക്ക് അസ്സോഷിയേറ്റ് പ്രൊഫസ്സറായി പ്രൊമോഷൻ ലഭിച്ചു. ഭാഗ്യവശാൽ അപ്പോൾ സ്ഥലംമാറ്റം ഉണ്ടായില്ല. അങ്ങനെ തുടർച്ചയായി ആറുവർഷം എനിക്ക് തിരുവനന്തപുരത്ത് ജോലി ചെയ്യാൻ കഴിഞ്ഞു. ഇതിനിടയിൽ എന്റെ പ്രിയപ്പെട്ട അച്ഛൻ മസ്തിഷ്കസംബന്ധമായ അസുഖത്തെ തുടർന്ന് ശയ്യാവലംബിയായി. സംസ്കൃതത്തിലും മലയാളത്തിലും മുപ്പതോളം ഗ്രന്ഥങ്ങളുടെ കർത്താവായ അദ്ദേഹം ആ അവസ്ഥയിലും രണ്ടു പുസ്തകങ്ങൾ കൂടി രചിച്ചു; ആറന്മുള നാരായണ പിള്ള വൈദ്യൻ ചട്ടമ്പിസ്വാമികളെക്കുറിച്ചു രചിച്ച *പരമഭട്ടാരക ശതകത്തിന്റെ*യും ശ്രീനാരായണഗുരുവിരചിതമായ *ആത്മോപദേശശതകത്തിന്റെ*യും വ്യാഖ്യാനങ്ങൾ. ഒരു വർഷത്തിനുശേഷം അദ്ദേഹം നിര്യാതനായി. മരണത്തിനു മുമ്പ് അദ്ദേഹം തനിക്ക് കുടുംബസ്വത്തായി ലഭിച്ച ഐവർകാലയിലുള്ള വീടും രണ്ടേക്കർ സ്ഥലവും ആയുർവേദ ആശുപത്രി തുടങ്ങാനായി സർക്കാരിന് വിട്ടുകൊടുത്തു. സത്യസന്ധത, ആർജ്ജവം, ആർദ്രത, നിർഭയത്വം

തുടങ്ങിയ മൂല്യങ്ങൾ എന്നിൽ ഊട്ടിയുറപ്പിച്ച എന്റെ ആദർശ പുരുഷനായ അച്ഛന്റെ പാവനസ്മരണയ്ക്കു മുന്നിൽ ഞാൻ നമ്രശീർഷനാകുന്നു.

കോഴിക്കോടു മെഡിക്കൽ കോളജിൽ പ്രൊഫസ്സറായിരുന്ന എന്റെ ഗുരു ഡോ. ഗുഹരാജ് സർവീസിൽനിന്നും സ്വമേധയാ വിരമിച്ചപ്പോൾ ഉണ്ടായ ഒഴിവിൽ എന്നെ പ്രൊഫസ്സറായി പ്രൊമോട്ടു ചെയ്തു. എന്നാൽ ആലപ്പുഴ പ്രൊഫസ്സറായിരുന്ന ഡോ. ശിവ ശങ്കരപ്പിള്ള കോഴിക്കോട്ടേക്ക് സ്ഥലംമാറ്റം ആവശ്യപ്പെട്ടതിനാൽ എനിക്ക് നിയമനം ലഭിച്ചത് ആലപ്പുഴ മെഡിക്കൽ കോളജിലാ യിരുന്നു. അങ്ങനെ 1981 ജൂലൈ ഒന്നാം തീയതി ഞാൻ പ്രൊഫ സ്സറും പോലീസ് സർജനുമായി ആലപ്പുഴ മെഡിക്കൽ കോളജിൽ ജോലിയിൽ പ്രവേശിച്ചു.

തിരുമല ദേവസ്വം ട്രസ്റ്റായിരുന്നു 1963-ൽ സ്വകാര്യമേഖലയിൽ കേരളത്തിലെ ആദ്യത്തെ മെഡിക്കൽ കോളജായ ആലപ്പുഴ മെഡിക്കൽ കോളജ് സ്ഥാപിച്ചത്. ഒൻപതു വർഷങ്ങൾക്കുശേഷം സർക്കാർ കോളജ് ഏറ്റെടുത്തു. ധാരാളം പരിമിതികൾ ഉണ്ടാ യിരുന്നെങ്കിലും ആത്മാർത്ഥതയുള്ള അധ്യാപകരും സമർത്ഥരായ വിദ്യാർത്ഥികളും ഉള്ളതുകൊണ്ട് കോളജ് നല്ല അക്കാദമിക് നിലവാരം പുലർത്തിയിരുന്നു. ഞാൻ ജോലിയിൽ ചേരുമ്പോൾ ഡോ. സാമു അയ്യരായിരുന്നു പ്രിൻസിപ്പൽ. സാത്വികനും സ്നേ ഹസമ്പന്നനുമായ അദ്ദേഹം എനിക്ക് താമസിക്കാൻ ഒരു ക്വാർ ട്ടേഴ്സ് അനുവദിച്ചു. നാഗർകോവിൽ സ്വദേശിയായ അദ്ദേഹം റിട്ടയർചെയ്ത് വിശ്രമജീവിതം നയിച്ചു വരവെ ഏതാനും വർഷ ങ്ങൾക്കുമുമ്പ് അന്തരിച്ചു.

മെഡിക്കൽ കോളജ് സ്ഥിതി ചെയ്യുന്നത് ആലപ്പുഴ പട്ടണത്തിൽ നിന്നും പത്തു കിലോമീറ്റർ തെക്കു മാറി വണ്ടാനം എന്ന സ്ഥല ത്താണ്. അന്ന് ആശുപത്രികെട്ടിടങ്ങളുടെ പണി പൂർത്തിയാ യിരുന്നില്ല. മെഡിക്കൽ കോളജ് ആശുപത്രി പ്രവർത്തിച്ചിരു ന്നത് പട്ടണത്തിലെ താലൂക്കാശുപത്രിയുടെ പഴയ കെട്ടിടത്തി ലായിരുന്നു. മോർച്ചറിയും ആശുപത്രി ക്യാമ്പസിലായിരുന്നതി നാൽ ഓരോ പോസ്റ്റ്മോർട്ടം പരിശോധനയ്ക്കും വണ്ടാനത്തു നിന്നും ആശുപത്രിയിലേക്ക് യാത്ര ചെയ്യണം. പോലീസ് സർ ജന് ഔദ്യോഗികവാഹനം ഉണ്ടായിരുന്നില്ല. പലപ്പോഴും പൊതു വാഹനങ്ങളെ ആശ്രയിക്കേണ്ടി വന്നിരുന്നു. അന്ന് ആലപ്പുഴ എസ്.പി. ആയിരുന്ന ശ്രീ കെ. സുകുമാരൻ നായർ (ഡി.ജി.പി. ആയി റിട്ടയർ ചെയ്തു) ഈ ദുരവസ്ഥയ്ക്ക് ഒരു പരിഹാരം ഉണ്ടാക്കി. പോലീസ് സർജന് മോർച്ചറിയിലേക്കുള്ള യാത്രകൾക്ക്

ആംഡ് റിസർവ് ക്യാമ്പിൽനിന്ന് വാഹനം നല്കാൻ അദ്ദേഹം ഉത്തരവിട്ടു. പിന്നീട് പോലീസ് ഹെഡ്ക്വാർട്ടേഴ്സിൽനിന്നും സ്ഥിരമായി ഒരു വാഹനം അനുവദിച്ചു.

ഒരു രാത്രി പോസ്റ്റ്മോർട്ടം

മിതഭാഷിയായ ശ്രീ സുകുമാരൻ നായർ ഒരു മാതൃകാ പോലീസ് ഉദ്യോഗസ്ഥനായിരുന്നു. ഏതാണ്ട് സമപ്രായക്കാരായ ഞങ്ങളുടെ സൗഹൃദം ഇന്നും ഊഷ്മളമായി തുടരുന്നു. ആയിടയ്ക്ക് ഒരു നബിദിനാഘോഷവേളയിൽ ലഹള പൊട്ടിപ്പുറപ്പെട്ടു. അക്രമാസക്തരായ ജനക്കൂട്ടത്തെ പിരിച്ചുവിടാനായി പോലീസ് നടത്തിയ വെടിവയ്പിൽ ഒരാൾ മരിക്കുകയും മറ്റൊരാൾക്ക് ഗുരുതരമായി പരിക്കേൽക്കുകയും ചെയ്തു. മരിച്ചയാളിന്റെ മൃതദേഹപരിശോധന അടുത്ത ദിവസം രാവിലെതന്നെ ഞാൻ നടത്തി. പരിക്കേറ്റു ചികിത്സയിലായിരുന്നയാൾ അന്നു വൈകുന്നേരം മരിച്ചു.

ആലപ്പുഴയിൽ സംഘർഷഭരിതമായ അന്തരീക്ഷമായിരുന്നു. മരിച്ചയാളിന്റെ പോസ്റ്റ്മോർട്ടം പരിശോധന അടുത്ത ദിവസത്തേക്ക് മാറ്റിവച്ചാൽ വീണ്ടും വെടിവയ്പ്പുണ്ടാകുമെന്നും അതിനാൽ രാത്രിതന്നെ പരിശോധന നടത്തണമെന്നും എസ്.പി. എന്നോട് ആവശ്യപ്പെട്ടു. സാധാരണയായി വൈകുന്നേരം അഞ്ചു മണി വരെ മാത്രമേ പോസ്റ്റ്മോർട്ടം പരിശോധന നടത്താറുള്ളു. പ്രത്യേക നിയമമൊന്നും ഇല്ലെങ്കിലും സാർവ്വത്രികമായി പിൻതുടർന്നു വരുന്ന കീഴ്വഴക്കം അതാണ്. പ്രേതവിചാരണയും പകൽവെളിച്ചത്തിൽ മാത്രമേ നടത്തുന്ന പതിവുള്ളൂ. എന്നാൽ ക്രമസമാധാനപ്രശ്നങ്ങൾ ഉണ്ടാകാൻ സാധ്യതയുണ്ടെങ്കിൽ പ്രേതവിചാരണ രാത്രിയിലും നടത്താമെന്ന് വ്യവസ്ഥയുണ്ട്. ആധുനിക ലൈറ്റിങ് സംവിധാനങ്ങൾ ഉണ്ടെങ്കിൽ രാത്രിയിലും പോസ്റ്റ്മോർട്ടം പരിശോധന നടത്താമെന്നാണ് എന്റെ വ്യക്തിപരമായ അഭിപ്രായം. ഇത് പൊതുജനങ്ങൾക്ക് വളരെ ആശ്വാസകരമായ നടപടി കൂടി ആയിരിക്കും. അതിസൂക്ഷ്മമായ എത്രയോ സർജിക്കൽ ഓപ്പറേഷനുകൾ രാത്രിയിൽ നടത്താറുണ്ട്? മണിപ്പാൽ മെഡിക്കൽ കോളജിൽ സ്ഥിരമായി രാത്രി പോസ്റ്റ്മോർട്ടം പരിശോധനകൾ നടത്തുന്നുണ്ട്.

സർക്കാർ ഉത്തരവു ലഭിച്ചാൽ രാത്രി പോസ്റ്റ്മോർട്ടം ചെയ്യാൻ തയ്യാറാണെന്ന് ഞാൻ ശ്രീ സുകുമാരൻ നായരെ അറിയിച്ചു. അദ്ദേഹം മിനിട്ടുകൾക്കകം കളക്ടറുടെ ഉത്തരവ് എനിക്കെത്തിച്ചു. ഞാൻ മോർച്ചറിയിലെത്തുമ്പോൾ എസ്.പി. വലിയ പോലീസ് സന്നാഹത്തോടെ ആശുപത്രിയിൽ ഉണ്ടായിരുന്നു.

പോസ്റ്റ്മോർട്ടം പരിശോധന കഴിഞ്ഞ ഉടൻതന്നെ പോലീസ് അകമ്പടിയോടെ മൃതദേഹം സംസ്കാരച്ചടങ്ങുകൾ നടത്തി മറവുചെയ്തു. വളരെ സമാധാനപരമായി എല്ലാം പര്യവസാനിച്ചു. അടുത്ത ദിവസം ആർ.എസ്.പി. നേതാവായ ശ്രീ താമരാക്ഷൻ എന്നോട് എന്തിനാണ് നിയമം തെറ്റിച്ച് രാത്രിയിൽ പോസ്റ്റ്മോർട്ടം ചെയ്തതെന്ന് ക്ഷുഭിതനായി ചോദിച്ചു. ഞാൻ അദ്ദേഹത്തോട് വസ്തുതകൾ വിശദീകരിച്ചപ്പോൾ എന്നോടുള്ള പരിഭവം മാറി.

തൂങ്ങിമരിച്ച പതിനാലുകാരൻ

എനിക്ക് ആലപ്പുഴ കൂടാതെ എറണാകുളം ജില്ലയിലെയും സംശയാസ്പദവും പ്രമാദവുമായ മരണങ്ങളിൽ മൃതദേഹപരിശോധന നടത്തേണ്ട ചുമതലയുമുണ്ടായിരുന്നു. ക്ലേശകരമായ ജോലി ആയിരുന്നെങ്കിലും ഞാൻ ഒരിക്കൽപോലും വിദൂരസ്ഥലങ്ങളിൽ ചെന്ന് മൃതദേഹപരിശോധന നടത്താനുള്ള പോലീസിന്റെ ആവശ്യം നിരാകരിച്ചിട്ടില്ല. ആലപ്പുഴയിലെ ഔദ്യോഗിക ജീവിതത്തിനിടയിൽ കൈകാര്യം ചെയ്ത കേസുകളിൽ ചിലത് ഞാൻ അടുത്ത അധ്യായങ്ങളിൽ വിവരിക്കാം.

കായംകുളത്തിനടുത്തുള്ള ഒരു അനാഥാലയത്തിലെ അന്തേവാസിയായ പതിനാലു വയസ്സു മാത്രം പ്രായമുള്ള ഒരു ബാലന്റെ ശവം വളരെ പൊക്കമുള്ള ഒരു മരത്തിന്റെ കൊമ്പിൽ കെട്ടിത്തൂങ്ങി മരിച്ച നിലയിൽ കാണപ്പെട്ടു. ഒരു വികാരിക്കായിരുന്നു അനാഥാലയത്തിന്റെ ചുമതല. വികാരിയെക്കുറിച്ച് പല അപവാദങ്ങളും ആരോപണങ്ങളും ജനങ്ങൾ ഉന്നയിച്ചു. പ്രേതപരിശോധനയ്ക്കെത്തിയ ഹെഡ് കോൺസ്റ്റബിൾ ജനം കേൾക്കേ ഇങ്ങനെയൊരു അഭിപ്രായം പാസ്സാക്കി. 'ഒട്ടും സംശയമില്ല. ഇവനെ അടിച്ചു കൊന്നു കെട്ടിത്തൂക്കിയതുതന്നെ.' പ്രേതവിചാരണയ്ക്കുശേഷം സർക്കാർ ആശുപത്രിയിലെ ഡോക്ടർ പോസ്റ്റ്മോർട്ടം പരിശോധന നടത്തി. തൂങ്ങി മരിച്ച ലക്ഷണങ്ങൾ അല്ലാതെ അസാധാരണമായ ഒന്നും പരിശോധനയിൽ കണ്ടെത്തിയില്ല.

എന്നാൽ ജനങ്ങൾ അതൊന്നും വിശ്വസിക്കാൻ തയ്യാറായില്ല. പരിചയസമ്പന്നനായ ഹെഡ്കോൺസ്റ്റബിളിന് ഒറ്റനോട്ടത്തിൽ തന്നെ കൊലപാതകമാണെന്നു മനസ്സിലായതല്ലേ!! ഇതിനിടയിൽ പ്രദേശവാസികൾ ഒരു ആക്ഷൻ കൗൺസിൽ ഉണ്ടാക്കിയിരുന്നു. അവരുടെ നിവേദനഫലമായി കേസ് ലോക്കൽ പോലീസിൽ നിന്നും ക്രൈംബ്രാഞ്ച് ഏറ്റെടുത്ത് അന്വേഷണം ആരംഭിച്ചു. മൃതദേഹം കുഴിച്ചെടുത്ത് വീണ്ടും ഞാൻ പരിശോധന നടത്തി. സംശയകരമായ ഒന്നും കാണാൻ കഴിഞ്ഞില്ല. അതിനുശേഷം

ഞാൻ ബാലൻ തൂങ്ങി നിന്ന മരവും കൃത്യസ്ഥലവും കാണുവാൻ അന്വേഷണ ഉദ്യോഗസ്ഥരോടൊപ്പം പോയി.

വലിയ ഉയരമുള്ള മരത്തിൽ പതിനാലുകാരന് കയറി തൂങ്ങി മരിക്കാൻ സാധിക്കുകയില്ല എന്നതായിരുന്നു ആക്ഷൻ കൗൺസിൽ അംഗങ്ങളുടെ വാദം. അവരുടെ സാന്നിധ്യത്തിൽതന്നെ ഞാൻ കേസിന്റെ പുനരാവിഷ്കാരം നടത്തി. പതിനാലു വയസ്സുള്ള മറ്റൊരു ബാലനോട് മരത്തിൽ കയറാൻ നിർദ്ദേശിച്ചു. അവൻ നിഷ്പ്രയാസം മരത്തിൽ കയറുകയും ഒരു ശിഖരത്തിൽ കയർ കെട്ടുകയും ചെയ്തു. പുനരാവിഷ്കാരം അതുവരെ മാത്രമല്ലേ ചെയ്യാൻ കഴിയൂ!! പരാതിക്കാരുടെ സംശയം മാറിയെന്ന് പറയേണ്ടതില്ലല്ലോ.

ഒരു വിചിത്രമായ ആത്മഹത്യ

കുറ്റകൃത്യങ്ങളുടെ അന്വേഷണത്തിൽ പൊതുജനം ഉന്നയിക്കുന്ന ആരോപണങ്ങളിലും സംശയങ്ങളിലും ചിലപ്പോൾ കഴമ്പുണ്ടായിരിക്കും. അതു വിശദമായി പരിശോധിക്കുകയും അന്വേഷിക്കുകയും ചെയ്യണം. ജനങ്ങളുമായി സംവദിക്കുന്നതും, അവരുടെ സംശയങ്ങൾ ദൂരീകരിക്കുന്നതും നല്ലതാണെന്നാണ് എന്റെ അഭിപ്രായം. അപ്രകാരം ജനങ്ങളുടെ സാന്നിധ്യത്തിൽ നടത്തിയ ഒരു അന്വേഷണത്തിന്റെ കഥ പറയാം.

ആലപ്പുഴയ്ക്കടുത്തുള്ള ഒരു ഗ്രാമത്തിൽ മധ്യവയസ്കയായ ഒരു അവിവാഹിതയുടെ ശവം വീട്ടുവളപ്പിലെ കിണറ്റിൽ കാണപ്പെട്ടു. കിണറ്റിൻകരയിൽ അടുത്തടുത്ത് രണ്ട് സ്ഥലത്ത് ധാരാളം രക്തം വാർന്നൊഴുകി മണ്ണ് കുതിർന്നിട്ടുണ്ട്. അതിനു സമീപം രക്തം പുരണ്ട ഒരു തോർത്തും രണ്ടു ചെരിപ്പുകളും കണ്ടെത്തി. വീട്ടിനുള്ളിൽ മോഷണം നടന്ന ലക്ഷണമൊന്നും കണ്ടില്ല. ഞാൻ സംഭവസ്ഥലത്തെത്തിയപ്പോൾ ദേശവാസികൾ നിരവധി പേർ അവിടെ കൂടിയിട്ടുണ്ട്. പോലീസ് നായയെ കൊണ്ടുവന്നിട്ടുണ്ട്. ഒരു ദാരുണമായ കൊലപാതകം നടന്ന ലക്ഷണങ്ങൾ.

ആൾമറയില്ലാത്ത കിണറ്റിൽ അധികം വെള്ളമില്ലായിരുന്നു. വെള്ളമാകട്ടെ രക്തം പടർന്ന് ചുവന്ന നിറത്തിലും. രണ്ടു ചെറുപ്പക്കാർ കിണറ്റിലിറങ്ങി ജഡം കരയിൽ കയറ്റി. കിണറ്റിൽ മുങ്ങി നോക്കിയപ്പോൾ മൂർച്ചയുള്ള ഒരു കറിക്കത്തിയും കിട്ടി. ശരീരം കിണറ്റുകരയിൽതന്നെ ഒരു ടാർപോളിനിൽ കിടത്തി ഞാൻ പരിശോധിച്ചു. പരേതയുടെ കഴുത്തിൽ രണ്ടു വശങ്ങളിലും രണ്ടു മുറിവുകൾ. ഏതോ മൂർച്ചയുള്ള ആയുധംകൊണ്ട് മുറിച്ചതാണെന്നു മനസ്സിലായി. ഈ മുറിവുകളുടെ ഓരോ അറ്റങ്ങ

ളിലും വാലുപോലെ ചെറിയ മൂന്നു നാലു മുറിവുകൾ കാണപ്പെട്ടു.

മനുഷ്യർ ആത്മഹത്യചെയ്യാൻ നിരവധി മാർഗ്ഗങ്ങൾ സ്വീകരിക്കാറുണ്ട്. ചിലത് വളരെ അസാധാരണങ്ങളും ഭയാനകങ്ങളുമായിരിക്കും. അതിലൊന്നാണ് സ്വയം കഴുത്തറുത്തു മരിക്കുകയെന്നത്. ഭൂരിപക്ഷം കേസുകളിലും സ്ത്രീകളാണ് ഇത്തരത്തിലൊരു മാർഗ്ഗം സ്വീകരിക്കുന്നതായി കണ്ടിട്ടുള്ളത്. ആത്മഹത്യ തന്നെ മനസ്സിന്റെ താളം തെറ്റി സംഭവിക്കുന്ന ഒന്നായിരിക്കെ, മാർഗ്ഗം തിരിഞ്ഞെടുക്കുന്നതിലും ആ താളഭ്രംശത്തിനു പങ്കുണ്ടായിരിക്കും.

മൂർച്ചയുള്ള ആയുധംകൊണ്ടു കഴുത്തറുത്ത് ആത്മഹത്യ ചെയ്തതാണെങ്കിൽ ആ മുറിവിന്റെ പ്രത്യേകതകളിൽനിന്നും, സ്വയം ഉണ്ടാക്കിയ മുറിവാണെന്ന് നിസ്സംശയം പറയുവാൻ കഴിയും. ഒരു വ്യക്തി സ്വയം കഴുത്തറുക്കുമ്പോൾ ആദ്യത്തെ മുറിവിന് വലിയ ആഴം ഉണ്ടായിരിക്കുകയില്ല. ആ മുറിവുണ്ടാക്കിയപ്പോൾ അനുഭവപ്പെട്ട വേദനയും രക്തപ്രവാഹവും കാരണം അയാൾക്ക് സന്ദേഹം ഉണ്ടാകും. എന്നാൽ വീണ്ടും ധൈര്യമവലംബിച്ച് കഴുത്തിൽ മുറിവുണ്ടാക്കും. രണ്ടാമത്തെ മുറിവ് ആദ്യത്തെ മുറിവിന്റെ അതേ ദിശയിലായിരിക്കില്ല. ഇങ്ങനെ മൂന്നോ നാലോ മുറിവുകൾ ഉണ്ടാക്കിയാലേ മരണം സംഭവിക്കുകയുള്ളൂ. അപ്പോൾ കഴുത്തിൽ ഉണ്ടാക്കുന്ന മുറിവുകൾ എല്ലാം ചേർന്ന് ഒരു വലിയ മുറിവായിട്ടായിരിക്കും കാണപ്പെടുക. ഈ മുറിവിന്റെ രണ്ടറ്റത്തും വാലുപോലുള്ള മുറിവുകൾ കാണും. ഇവയെ 'സന്ദേഹമുറിവുകൾ' (Hesitation wounds) എന്നു വിളിക്കുന്നു. ഇപ്രകാരം സന്ദേഹമുറിവുകൾ കാണപ്പെട്ടാൽ, കഴുത്ത് മുറിച്ചത് സ്വയമാണെന്നു കരുതാം.

മരണപ്പെട്ട സ്ത്രീയുടെ കഴുത്തിൽ കാണപ്പെട്ട മുറിവുകൾ അവർ സ്വയം ഉണ്ടാക്കിയതാണെന്ന് മനസ്സിലായി. മരണം ത്വരിതപ്പെടുത്തുവാൻ വേണ്ടി കിണറ്റിൽ ചാടിയതാവണം. മരിച്ച സ്ത്രീയുടെ കിടക്കമുറിയിൽ കട്ടിലിൽ തലയിണയ്ക്കടിയിലായി ഒരു ആത്മഹത്യാക്കുറിപ്പ് കണ്ടെത്തി. ഇൻസ്പെക്ടർ ആ കത്ത്, പഞ്ചായത്തുകാരെയും ജനങ്ങളെയും വായിച്ചു കേൾപ്പിച്ചു. ജീവിതനൈരാശ്യം ബാധിച്ച ഒരു ഏകാകിനിയുടെ അവസാനത്തെ യാത്രാമൊഴി വായിച്ചു കേട്ടപ്പോൾ പലരുടെയും കണ്ണുകൾ ഈറനണിഞ്ഞു. അങ്ങനെ പ്രഥമദൃഷ്ട്യാ കൊലപാതകമെന്നു ജനങ്ങളും പോലീസ്സുദ്യോഗസ്ഥരും കരുതിയ കേസിനു തുമ്പുണ്ടാക്കാൻ കഴിഞ്ഞു.

കത്തി കഴുകിവെച്ച മരുമകൾ

ഇതുപോലെ മറ്റൊരു സംഭവംകൂടി ഓർമ്മയിൽ വരുന്നു. ആലുവായ്ക്കടുത്ത ഏലൂരിലെ അലൂമിനിയം കമ്പനിയിലെ ഒരു ജീവനക്കാരന്റെ ക്വാർട്ടേഴ്സിൽ അയാളുടെ വൃദ്ധയായ അമ്മയെ കഴുത്തിനേറ്റ വലിയ ഒരു മുറിവോടെ മരിച്ച നിലയിൽ കണ്ടു. വീട്ടിനുള്ളിലെ കുളിമുറിയിലാണ് മൃതദേഹം കാണപ്പെട്ടത്. കൊലപാതകം നടന്ന സ്ഥലം സന്ദർശിക്കുകയും പോസ്റ്റ്മോർട്ടം പരിശോധന നടത്തുകയും ചെയ്യണമെന്ന സന്ദേശം കിട്ടിയപ്പോൾ തന്നെ മൃതദേഹത്തിന്റെ സ്ഥാനം മാറ്റരുതെന്ന് ഞാൻ ആവശ്യപ്പെട്ടിരുന്നു. ശവശരീരത്തിന്റെ പ്രാഥമിക പരിശോധനയിൽ നിന്നും മരണസമയം മുതലായ പല നിർണ്ണയങ്ങളും ലഭിക്കും. അതുപോലെസൂക്ഷ്മങ്ങളായ തെളിവുകൾ ശേഖരിക്കുവാനും സാധിക്കും.

വൃദ്ധയുടെ മൃതദേഹം കുളിമുറിയിലായിരുന്നു കാണപ്പെട്ടതെങ്കിലും എല്ലാ വസ്ത്രങ്ങളും ധരിച്ച നിലയിലായിരുന്നു. സ്വർണാഭരണങ്ങൾ ഒന്നും നഷ്ടപ്പെട്ടിരുന്നില്ല. അവർ ധരിച്ചിരുന്ന നേർത്ത ഒരു സ്വർണമാല വാഷ്ബേസിനടുത്ത് ചുവരിൽ തറച്ചിരുന്ന ആണിയിൽ തൂക്കിയിട്ട നിലയിൽ കാണപ്പെട്ടു. വീട്ടിൽ മോഷണശ്രമം നടന്ന ലക്ഷണങ്ങൾ ഒന്നും കണ്ടില്ല. വൃദ്ധയുടെ മരുമകൾ പറഞ്ഞത് ഭർത്താവ് രാവിലെ ഫാക്ടറിയിലും കുട്ടികൾ സ്കൂളിലും പോയതിനുശേഷം അവർ മാർക്കറ്റിൽ പോയി. അപ്പോൾ വീട്ടിൽ വൃദ്ധ ഒറ്റയ്ക്കായിരുന്നു. തിരികെ വന്നപ്പോൾ അമ്മായിഅമ്മയെ കൊല്ലപ്പെട്ട നിലയിൽ കണ്ടു എന്നാണ്. മരുമകളും അമ്മായിഅമ്മയും തമ്മിൽ നിത്യവും വഴക്കാണെന്ന് അയൽക്കാരിൽനിന്നും വിവരം ലഭിച്ച അന്വേഷണ ഉദ്യോഗസ്ഥന് കൊല നടത്തിയത് മരുമകളാണെന്ന കാര്യത്തിൽ ഒരു സംശയവുമില്ലായിരുന്നു!

പ്രാഥമിക പരിശോധനയ്ക്കുശേഷം പോസ്റ്റ്മോർട്ടം പരിശോധനയ്ക്കായി മൃതദേഹം വീട്ടിനു പിന്നിൽ മുറ്റത്ത് ഒരു മേശയിൽ കിടത്തി. വൃദ്ധയുടെ കഴുത്തിലെ രക്തക്കറകൾ തുടച്ചു മാറ്റി മുറിവു പരിശോധിച്ചു. മുറിവിന്റെ ഇരുവശങ്ങളിലും രണ്ടു മൂന്നു സന്ദേഹമുറിവുകൾ കണ്ടു. കഴുത്തിലെ ജൂഗുലാർ സിര മുറിഞ്ഞിരുന്നു. സിര മുറിഞ്ഞാൽ വായു കയറും. അതു വഴി കയറുന്ന വായു ഹൃദയത്തിന്റെ വലതു കീഴറയിലെത്തും. അവിടെ രക്തവുമായി ചേർന്ന് ഉണ്ടാകുന്ന പത ശ്വാസകോശങ്ങളിലേക്കുള്ള രക്തപ്രവാഹത്തിന് തടസ്സമുണ്ടാക്കും. മിനിട്ടുകൾക്കുള്ളിൽ മരണം സംഭവിക്കും. ഈ അവസ്ഥയ്ക്ക് Air embolism

എന്നാണ് പേര്. വൃദ്ധയുടെ കഴുത്തിലെ മുറിവ് സ്വയം ഉണ്ടാക്കിയതാണെന്നും മരണം ആത്മഹത്യതന്നെയെന്നും ഉറപ്പായി. ആത്മഹത്യയാണെങ്കിൽ മൃതദേഹത്തിനരികിൽ കത്തി ഉണ്ടായിരിക്കണമല്ലൊ. എന്നാൽ കൃത്യത്തിനുപയോഗിച്ച കത്തി കാണാനില്ല. ഞാൻ ഡിവൈ.എസ്.പി.യോട് കാര്യങ്ങൾ വിശദീകരിച്ചു. അദ്ദേഹം മരുമകളെ വിളിച്ച് മാറ്റിനിർത്തി സത്യം മൂടിവച്ചാലുള്ള ഭവിഷ്യത്തുകളെക്കുറിച്ച് പറഞ്ഞു മനസ്സിലാക്കി.

കഴുത്തറുക്കാനുപയോഗിച്ച കറിക്കത്തി മരുമകൾ കഴുകി വൃത്തിയാക്കി ഒളിച്ചുവച്ചിരുന്നു. സ്വന്തം കറിക്കത്തി ആയതിനാൽ തന്നെ സംശയിക്കാതിരിക്കാൻ വേണ്ടിയാണ് അങ്ങനെ ചെയ്തതെന്ന അവരുടെ മൊഴി കേട്ടപ്പോൾ ഞങ്ങൾക്കു ഗൂഢമായെങ്കിലും ചിരിക്കാതിരിക്കാൻ കഴിഞ്ഞില്ല.

18. മധുവിധുനാളിൽ മരണം വന്നവഴി

ഇന്നും ഞാൻ വ്യക്തമായി ഓർമ്മിക്കുന്നു; എനിക്ക് എട്ടോ ഒൻപതോ വയസ്സുള്ളപ്പോഴാണ് ആദ്യമായി ഒരു തൂങ്ങിമരണം കാണുന്നത്. ഒരു ദിവസം രാവിലെ അയലത്തെ വീട്ടിൽനിന്നും കൂട്ടനിലവിളി ഉയർന്നപ്പോൾ അമ്മ അറിയാതെ ഞാൻ അവിടെ പോയി. ആ വീട്ടിലെ ചേച്ചി തൂങ്ങി മരിച്ചു നിൽക്കുന്നത് ജനാലയിലൂടെ ഞാൻ കണ്ടു. നാവു നീട്ടി... കണ്ണുകൾ തുറിച്ച്... ഹോ... ആ മുഖം എത്രയോ നാൾ ഭീതിദമായി സ്വപ്നങ്ങളിൽ പ്രത്യക്ഷപ്പെടുമായിരുന്നു. പിന്നീട് ഔദ്യോഗികജീവിതത്തിൽ നിരവധി തൂങ്ങിമരണങ്ങളിൽ ശവശരീരങ്ങൾ പരിശോധിക്കേണ്ടി വന്നിട്ടുണ്ട്. അപ്പോഴൊക്കെ മനസ്സു നീറാതെ നിർവ്വികാരമായി കൃത്യനിർവ്വഹണം നടത്തുവാൻ എനിക്കു കഴിയുമായിരുന്നില്ല.

തൂങ്ങി മരിക്കുമ്പോൾ അതികഠിനമായ വേദനയും മരണവെപ്രാളവും അനുഭവിക്കേണ്ടി വരുമെന്നാണ് പൊതുവേയുള്ള ധാരണ. എന്നാൽ കഴുത്തിലെ കുരുക്കു മുറുകുമ്പോൾ മസ്തിഷ്കത്തിലേക്കുള്ള രക്തക്കുഴലുകൾ അടയുന്നതുമൂലം പെട്ടെന്നു തന്നെ അബോധാവസ്ഥ ഉണ്ടാകും. പിന്നീടാണ് ശ്വാസക്കുഴൽ അടഞ്ഞ് ശ്വാസതടസ്സം ഉണ്ടാകുന്നത്. അബോധാവസ്ഥയിൽ മരണം സംഭവിക്കുന്നു. തൂങ്ങി മരിക്കാൻ ശ്രമിച്ചു പരാജയപ്പെട്ട ഒരാൾ അയാളുടെ അനുഭവങ്ങൾ എന്നോട് പറഞ്ഞിട്ടുണ്ട്. നമുക്കയാളെ 'സജീവൻ' എന്നു വിളിക്കാം.

രണ്ടു കുട്ടികളുണ്ടായശേഷം വന്ധ്യംകരണശസ്ത്രക്രിയ നടത്തിയ സജീവന്റെ ഭാര്യ മൂന്നാമതും ഗർഭിണിയായി. ഭാര്യ വഞ്ചിച്ചതിലുള്ള മനഃപ്രയാസത്തിൽ അയാൾ തൂങ്ങി മരിക്കാൻ തീരുമാനിച്ചു. വീടിനടുത്തുള്ള ഒരു കശുമാവിൽ കയറി. കൈയിൽ കരുതിയിരുന്ന സാരിയുടെ ഒരറ്റം ഒരു ശിഖരത്തിൽ കെട്ടി, മറ്റേ അറ്റം കഴുത്തിലും. എന്നിട്ട് താഴേക്ക് ചാടി. 'നിർഭാഗ്യവശാൽ' സജീവന്റെ സാഹസം അയാളുടെ ഭാര്യ കാണാനിടയായി. പശുവിനു കൊടുക്കാൻ പുല്ലരിയുകയായിരുന്ന അവൾ അരിവാളുമായി മരത്തിൽ കയറി സാരി മുറിച്ചു (സജീവന്റെ ഭാഷയിൽ അവളുടെ രണ്ടാമത്തെ വഞ്ചന). ബോധരഹിതനായി നിലംപതിച്ച സജീവനെ മെഡിക്കൽ കോളജാശുപത്രിയിൽ പ്രവേശിപ്പിച്ചു. രണ്ടു ദിവസത്തെ ചികിത്സകൊണ്ട് അയാൾ പൂർണ്ണസുഖം പ്രാപിച്ചു. ആശുപത്രി വിട്ട സജീവൻ എന്നെ കാണാൻ വന്നു.

ഭാര്യയുടെ വഞ്ചനയും ആത്മഹത്യാശ്രമം പരാജയപ്പെട്ടതും അയാളെ ഏറെ ദുഃഖിതനാക്കിയിരുന്നു. അയാളുടെ കഴുത്തിൽ സാരി മുറുകിയ അടയാളം (Ligature mark) അപ്പോഴും കാണാമായിരുന്നു. അയാൾ 'തൂങ്ങി മരിച്ചപ്പോൾ' ഉണ്ടായ അനുഭവങ്ങൾ എന്നോടു പറഞ്ഞു. കഴുത്തിൽ സാരിയുടെ ഒരറ്റംകൊണ്ട് കുടുക്കിട്ടതിനുശേഷം താഴേക്ക് ചാടിയപ്പോൾ കണ്ണുകൾക്കു മുന്നിൽ രണ്ട് അഗ്നിഗോളങ്ങൾ പ്രത്യക്ഷപ്പെട്ടതുപോലെ തോന്നി. ചെവിയിൽ വല്ലാത്ത ഒരു മുഴക്കം കേട്ടു. പിന്നീട് ഒന്നും അറിഞ്ഞില്ല. കണ്ണു തുറന്നപ്പോൾ ആശുപത്രിയിലാണ്.

ഞാൻ അയാളെ ആശ്വസിപ്പിച്ചു. വന്ധ്യംകരണ ശസ്ത്രക്രിയയ്ക്കുശേഷവും കുറച്ചു നാൾ കൂടി ഉത്പാദനശേഷി ഉണ്ടായിരിക്കുമെന്നും കുട്ടികൾ ഉണ്ടാകാൻ സാധ്യതയുണ്ടെന്നും ഞാൻ സജീവനോട് പറഞ്ഞു. എന്റെ കൗൺസലിങ് ഫലപ്രദമായി; അയാൾ തെളിഞ്ഞ മനസ്സോടെയാണ് തിരികെ പോയത്. ഒരു കുടുംബം രക്ഷപ്പെട്ടല്ലോയെന്ന് ഞാൻ ആശ്വസിച്ചു.

സജീവന്റെ ഭാര്യയുടെ പ്രസവം എസ്.എ.ടി. ആശുപത്രിയിലായിരുന്നു. പ്രസവാനന്തരം അവളും വന്ധ്യംകരണശസ്ത്രക്രിയയ്ക്ക് വിധേയയായി. പിന്നീടൊരിക്കലും സജീവൻ ആത്മഹത്യയ്ക്കു ശ്രമിച്ചിട്ടില്ല!!

കൊലപാതകമെന്ന് ബന്ധുക്കളും നാട്ടുകാരും ആരോപിച്ച ഒരു തൂങ്ങിമരണത്തിന്റെ കഥ പറയാം. വളരെ സങ്കീർണ്ണമെന്ന് പോലീസുദ്യോഗസ്ഥർ കരുതിയ ഒരു സംഭവമായിരുന്നു. ശാസ്ത്രവും യുക്തിയും സാഹചര്യത്തെളിവുകളും കൂട്ടിയിണക്കിയപ്പോൾ പെട്ടെന്ന് തുമ്പുണ്ടാക്കാൻ കഴിഞ്ഞു.

ഒരു ദിവസം രാവിലെ കോളജ്ജിലേക്ക് പോകാൻ ഒരുങ്ങുമ്പോഴായിരുന്നു ടൗൺ സർക്കിൾ ഇൻസ്പെക്ടർ വീട്ടിലെത്തിയത്. എന്തോ കുഴപ്പം പിടിച്ച കേസുമായാണ് വരുന്നതെന്ന് മുഖഭാവം കണ്ടപ്പോഴെ വ്യക്തമായിരുന്നു. നഗരപ്രാന്തത്തിലെ ഒരു വീടിന്റെ തൊഴുത്തിൽ അപരിചിതനായ ഒരാൾ തൂങ്ങി നിൽക്കുന്നു. തല്ലിക്കൊന്നു കെട്ടിത്തൂക്കിയതാണെന്നു പറഞ്ഞ് അതിനകം നാട്ടുകാർ ഒച്ചപ്പാടും ബഹളവും തുടങ്ങിയിരുന്നു. മരിച്ചയാൾ ആരാണെന്നോ എവിടെനിന്നു വന്ന ആളാണെന്നോ ആർക്കും ഒരു പിടിയുമില്ല. തലേന്നു രാത്രിയിലായിരിക്കണം സംഭവം നടന്നത്. രാവിലെയാണ് വീട്ടുകാർ പ്രേതം കാണുന്നത്. ഞാൻ ഇൻസ്പെക്ടറോടൊപ്പം സ്ഥലത്തെത്തി.

മൃതദേഹം സസൂക്ഷ്മം നിരീക്ഷിച്ചു. പ്രായം മുപ്പതിനടുത്ത്. വേഷം ഷർട്ടും അണ്ടർ വെയറും മാത്രം. ധരിച്ചിരുന്ന ട്രൗസർ രണ്ടായി കീറി ഒരറ്റം തൊഴുത്തിലെ കഴുക്കോലിലും മറ്റെ അറ്റം കഴുത്തിൽ കുരുക്കിട്ടും കെട്ടിയിട്ടുണ്ട്. സാധാരണ തൂങ്ങി മരണത്തിന്റെ എല്ലാ ലക്ഷണങ്ങളും കാണപ്പെട്ടു. കണ്ണുകൾ പുറത്തേക്ക് തള്ളി, നാവ് നീട്ടി കടിച്ചുപിടിച്ചാണ് ജഡം കാണപ്പെട്ടത്. വായുടെ കോണിൽനിന്നും ഉമിനീർ താഴേക്ക് ലംബമായി ഒലിച്ചിട്ടുണ്ട്. ഇത് തൂങ്ങിമരണത്തിന്റെ നല്ല ഒരു തെളിവാണ്. അതുകണ്ടാൽ തൂങ്ങിയപ്പോൾ ജീവനുണ്ടായിരുന്നുവെന്നും (antemortem suspension), പ്രേതം കാണപ്പെട്ട അതേ സ്ഥിതിയിൽതന്നെയാണ് മരണം സംഭവിച്ചതെന്നും അനുമാനിക്കാം.

മരിച്ചയാളുടെ ഷർട്ടിന്റെ പോക്കറ്റിൽനിന്ന് അയാളുടെ പേരും മേൽവിലാസവും എഴുതിയ ഒരു കടലാസ്സും, തിരുവനന്തപുരത്തിനടുത്ത് വർക്കല എന്ന സ്ഥലത്തെ ഒരു പ്രൈവറ്റ് ആശുപത്രിയിൽ സിഫിലിസ്സ് എന്ന ഗുഹ്യരോഗമുണ്ടോയെന്ന് കണ്ടുപിടിക്കാനുള്ള ലബോറട്ടറി പരിശോധന (V D R L Test) നടത്തിയതിന്റെ രേഖയും കാംപോസ് എന്ന മനഃക്ഷോഭശാന്തിക്കുള്ള മരുന്നിന്റെ കുറിപ്പടിയും കണ്ടെടുത്തു. അയാൾക്ക് ഗുഹ്യരോഗങ്ങളൊന്നുമില്ല എന്നായിരുന്നു പരിശോധനാഫലം സൂചിപ്പിച്ചത്. ഇവ കൂടാതെ പത്തു കാമ്പോസു ഗുളികകളുടെ ഒരു സ്ട്രിപ്പും പോക്കറ്റിൽ ഉണ്ടായിരുന്നു. പത്ത് ഗുളികകളിൽനിന്നും നാലു ഗുളികകൾ എടുത്തിരുന്നതായി കാണപ്പെട്ടു. അയാൾ വലതു കൈയിലെ മോതിരവിരലിൽ ഒരു പുതിയ തിളങ്ങുന്ന വിവാഹമോതിരം ധരിച്ചിരുന്നു. അതിൽ 'സീന' എന്ന പേര് കൊത്തിയിരുന്നു. അന്വേഷണ ഉദ്യോഗസ്ഥൻ മൃതശരീരത്തിൽനിന്നും ലഭിച്ച വിവരങ്ങളുടെ നിജസ്ഥിതി മനസ്സിലാക്കുവാൻ വേണ്ടി വർക്കല പോലീ

സുമായി ബന്ധപ്പെട്ടു. മരിച്ചയാൾ വർക്കലയ്ക്കടുത്തുള്ള ഒരു ഹൈസ്കൂൾ അധ്യാപകനായ സതീഷാണ് എന്ന് വ്യക്തമായതോടെ വിവരം ബന്ധുക്കളെ അറിയിക്കുവാനും ഏർപ്പാടു ചെയ്തു.

പ്രേതവിചാരണയ്ക്കു ശേഷം മൃതശരീരം മോർച്ചറിയിലേക്ക് മാറ്റി. ഞാൻ ശരീരം വിശദമായി പരിശോധിച്ചു. ശരീരത്തിൽ ബലപ്രയോഗത്തിന്റെ ലക്ഷണങ്ങൾ ഒന്നും കണ്ടില്ല. ആന്തരികാവയവങ്ങളിലും ജീവനോടെ തൂങ്ങിമരിച്ച ലക്ഷണങ്ങൾ തന്നെയാണ് ഉണ്ടായിരുന്നത്. ഇയാൾ വർക്കല നിന്ന് മൂന്നോ നാലോ മണിക്കൂർ യാത്ര ചെയ്ത് എന്തിന് ആലപ്പുഴയിലെത്തി ആത്മഹത്യ ചെയ്യണം. അതും യാതൊരു മുൻപരിചയവുമില്ലാത്ത ഒരു വീട്ടിന്റെ തൊഴുത്തിൽ? അതായിരുന്നു എന്നെ അലട്ടിയ ചോദ്യം.

പോസ്റ്റ്മോർട്ടം കഴിഞ്ഞ് പുറത്തിറങ്ങിയപ്പോഴാണ് ചില പോലീസ് ആഫീസർമാർ രഹസ്യമായി അക്കാര്യം പറഞ്ഞത്. സതീഷ് തൂങ്ങിച്ചത്ത വീടിനു തൊട്ടടുത്ത് ലൈംഗികത്തൊഴിലാളിയായ ഒരു സ്ത്രീ ഒറ്റയ്ക്ക് താമസിക്കുന്നുണ്ട്. ആ സ്ത്രീയുടെ വീട്ടിൽ വച്ച് യുവാവിനെ തല്ലിക്കൊന്ന് കെട്ടിത്തൂക്കിയതാണ് എന്നൊരു കഥ അതിനകം ആ പ്രദേശമാകെ പരന്നിരുന്നു. അതുകൊണ്ട് അന്വേഷണ ഉദ്യോഗസ്ഥർ പോസ്റ്റ്മോർട്ടം പരിശോധന കഴിയാൻ വേണ്ടി ഉദ്വേഗത്തോടെ കാത്തിരിക്കുകയായിരുന്നു. ആ കഥയിൽ ഒരു കഴമ്പില്ലെന്നും ആ യുവാവിന്റെ ശരീരത്തിൽ ഒരു പരിക്കുപോലും ഉണ്ടായിരുന്നില്ല എന്നും ഞാൻ അവരോടു പറഞ്ഞു.

സതീഷിന്റെ ബന്ധുക്കൾ ആലപ്പുഴയിൽ എത്തി മൃതദേഹം തിരിച്ചറിഞ്ഞു. അയാളുടെ വിവാഹം കഴിഞ്ഞിട്ട് വെറും പത്തു ദിവസമെ ആയിരുന്നുള്ളു. രണ്ടു ദിവസം മുമ്പ് ആലപ്പുഴ ഒരു ഓഫീസ് കാര്യത്തിനു പോകുന്നു എന്ന് ഭാര്യയോട് പറഞ്ഞിട്ടാണ് വീട്ടിൽനിന്നും യാത്ര തിരിച്ചത്. പോകുന്നതിനു മുമ്പ് സ്വന്തം സ്വർണമാല ഊരി ഭാര്യയെ ഏൽപ്പിച്ചിരുന്നു. വർക്കലയിലെ പ്രൈവറ്റ് ആശുപത്രിയിൽ പോയതിനെക്കുറിച്ച് വീട്ടുകാർക്കറിവില്ലായിരുന്നു. വിവാഹത്തിനു മുമ്പ് സതീഷ് മുമ്പു കുറച്ചുകാലം ആലപ്പുഴയിൽ ഒരു സ്കൂളിൽ ജോലി ചെയ്തിരുന്നു എന്നും ബന്ധുക്കൾ പറഞ്ഞു. ഇത്രയും വിവരങ്ങൾ ലഭിച്ചതോടെ എനിക്ക് പ്രയാസമേറിയ ഒരു പദപ്രശ്നത്തിലെ കിട്ടാത്ത ഉത്തരം ലഭിച്ചതുപോലെ തോന്നി.

സതീഷ് ആലപ്പുഴയിൽ ജോലി ചെയ്തിരുന്നപ്പോഴത്തെ പരിചയം വച്ചാവും ഒരുപക്ഷേ ആ ലൈംഗികത്തൊഴിലാളിയുടെ

വീട്ടിൽ സന്ദർശനത്തിന് എത്തിയത്. വിവാഹം കഴിഞ്ഞ് പത്താം നാൾ പരസ്ത്രീഗമനത്തിനു തുനിയുമോ? അങ്ങനെയാണെങ്കിൽ തന്നെ അയാൾ കെട്ടിത്തൂങ്ങി ജീവനൊടുക്കിയതെന്തിന്? ഇങ്ങനെയുള്ള ചോദ്യങ്ങൾക്ക് ഉത്തരം കിട്ടണമെങ്കിൽ ആ 'സുരത' സുന്ദരിയെ ചോദ്യം ചെയ്യണം. ആ സ്ത്രിയെ വൈകിട്ടു പോലീസ് ക്ലബ്ബിലേക്ക് വിളിപ്പിക്കാൻ ഞങ്ങൾ തീരുമാനിച്ചു.

പോലീസുകാർ വൈകിട്ടുതന്നെ ആലപ്പുഴയിലെ സുന്ദരിയെ പോലീസ് ക്ലബ്ബിൽ എത്തിച്ചു. ഞങ്ങൾ കാര്യങ്ങൾ ചോദിച്ചു തുടങ്ങിയപ്പോൾതന്നെ അവർ കരഞ്ഞു കൊണ്ട് സംഭവിച്ചതെല്ലാം വെളിപ്പെടുത്തി. സതീഷ് അവളുടെ ഒരു പഴയ സന്ദർശകനായിരുന്നു. വിവാഹശേഷം ഇതാദ്യമായാണ് തലേന്നാൾ രാത്രി വീണ്ടും ചെന്നത്. പക്ഷേ പഴയ സതീഷായിരുന്നില്ല അത്. പുരുഷത്വമുണരാത്ത ഒരു മനുഷ്യൻ. അവളുടെ പ്രോത്സാഹനമൊന്നും ഫലവത്തായില്ല. വളരെ നേരം ശ്രമിച്ചിട്ടും അയാൾക്ക് അവളുമായി ഇണ ചേരാൻ കഴിഞ്ഞില്ല. അയാൾ പൊട്ടിക്കരഞ്ഞു കൊണ്ട് പോക്കറ്റിലുള്ള പണം മുഴുവൻ വാരിയെറിഞ്ഞ് പുറത്തേക്ക് ഓടുകയായിരുന്നു. അടുത്ത ദിവസം രാവിലെ അയൽവക്കത്തെ വീട്ടിലെ തൊഴുത്തിൽ ഒരു ചെറുപ്പക്കാരൻ തൂങ്ങി മരിച്ചു നിൽക്കുന്നത് കാണുവാൻ അവളും പോയിരുന്നു. അയാൾ സതീഷാണെന്ന് മനസ്സിലായപ്പോൾ അവൾ ഞെട്ടിപ്പോയി. ആരോടും ഒന്നും പറയാനാവാതെ അവൾ വീട്ടിലേക്കു തിരിച്ചുപോയി.

മൃതശരീരത്തിന്റെ ഷർട്ടിന്റെ പോക്കറ്റിൽനിന്നു കാംപോസ് ഗുളികകൾ കിട്ടിയപ്പോഴേ ഞാനീ സാധ്യത സംശയിച്ചിരുന്നു. പോരാത്തതിന് തിളക്കം മാറാത്ത വിവാഹമോതിരവും. പല യുവാക്കൾക്കും മധുവിധുനാളുകളിൽ ഉത്തേജകശേഷി നഷ്ടപ്പെടാറുണ്ട്. ആ അവസ്ഥ മധുവിധുഷണ്ഡത്വം (Honeymoon Impotence) എന്നറിയപ്പെടുന്നു. ആദ്യരാത്രിയെക്കുറിച്ചുള്ള ഭീതിയും ഉത്കണ്ഠയുമാണ് ലിംഗോദ്ധാരണം ഉണ്ടാകാത്തതിന്റെ കാരണങ്ങൾ. മധുവിധു ഷണ്ഡത്വം അനുഭവപ്പെടുന്ന നവവരന്മാരിൽ ചിലർക്ക് വിഷാദരോഗം ഉണ്ടാകാനുള്ള സാധ്യതയുണ്ട്. അവരിൽ ചിലർ ആത്മഹത്യചെയ്യാൻ സാധ്യതയുമുണ്ട്. സതീഷും അക്കൂട്ടത്തിലൊരാളായിരുന്നിരിക്കണം.

എന്റെ ബന്ധുവായ ഒരു യുവതിയെ വിവാഹം കഴിച്ച വിദേശത്തു ജോലിയുള്ള വരന് മധുവിധുഷണ്ഡത്വം കാരണം വിവാഹാനന്തരം അവരുമായിക്കഴിഞ്ഞ പത്തുദിവസവും ലൈംഗികമായി ബന്ധപ്പെടാൻ കഴിഞ്ഞില്ല. അയാൾ തിരികെ പോയി. ഒരു മാസത്തിനുശേഷം ഭാര്യയ്ക്ക് അയാളുടെ ജോലിസ്ഥല

ത്തേക്ക് പോകാനുള്ള വിമാനടിക്കറ്റും വിസായും അയച്ചു കൊടുത്തെങ്കിലും അവർ പോയില്ല. ബന്ധുവായ ഒരു ഡോക്ടറോട് അവർ ഭർത്താവിന്റെ ഷണ്ഡത്വത്തെക്കുറിച്ചു പറഞ്ഞിരുന്നു. മധുവിധു ഷണ്ഡത്വത്തെക്കുറിച്ച് അറിവില്ലായിരുന്ന ഡോക്ടർ അവരോട് പറഞ്ഞത് അത് ഒരു മാറാവ്യാധിയാണെന്നായിരുന്നു. ആ ബന്ധം വിവാഹമോചനത്തിൽ കലാശിച്ചു. അവരുടെ ഭർത്താവ് വീണ്ടും വിവാഹം കഴിച്ചു.; അയാളുടെ ഭാര്യ മൂന്നു പ്രസവിച്ചു, സസുഖം ജീവിക്കുന്നു.

മധുവിധു നാളുകളിൽ ഷണ്ഡത്വം അനുഭവപ്പെട്ടപ്പോൾ സതീഷ് വർക്കലയിലെ ഡോക്ടറെ കണ്ടിരുന്നു. ഡോക്ടർ ടെൻഷൻ അകറ്റാൻ കൊടുക്കുന്ന കാമ്പോസ് ഗുളിക കഴിക്കാൻ നിർദ്ദേശിച്ചു. കാമ്പോസ് ഗുളികയ്ക്ക് ഒരു കുഴപ്പമുണ്ട്. അത് പേശികളെ തളർത്തും. ലിംഗോദ്ധാരണം സാധ്യമാവുകയില്ല. ആ ഗുളിക കഴിച്ചപ്പോൾ സതീഷിന്റെ അവസ്ഥ കൂടുതൽ വഷളായിട്ടുണ്ടാകണം. നിരാശനായ സതീഷ് തന്റെ വിവാഹപൂർവ്വ ലൈംഗികാനുഭവങ്ങളെക്കുറിച്ച് ഓർമ്മിച്ചിരിക്കണം. ആലപ്പുഴയിൽ ജോലി ചെയ്തിരുന്നപ്പോൾ സുരതസുന്ദരിയുമായി വേഴ്ച നടത്തിയപ്പോൾ തന്റെ പുരുഷത്വത്തിന് തകരാറൊന്നുമില്ലായിരുന്നല്ലോ!! ആലപ്പുഴ പോയി തന്റെ പുരുഷത്വത്തിന് സ്ഥായിയായ തകരാറു സംഭവിച്ചിട്ടുണ്ടോ എന്നു കണ്ടുപിടിക്കണമെന്ന് അയാൾ തീരുമാനിച്ചിരിക്കാം. അവിടെയും പരാജയപ്പെട്ടപ്പോൾ അയാൾ മാനസികമായി തകർന്നു പോയിരിക്കും. ഇനി ജീവിച്ചിരുന്നിട്ട് പ്രയോജനമില്ല എന്ന് അയാൾക്ക് തോന്നിയിട്ടുണ്ടാവും.

ഡിവൈ.എസ്.പി.യും ഞാനും സതീഷിന്റെ ഭാര്യയെ കണ്ടു, ഒരു സാധു യുവതി. പ്രേമവിവാഹമായിരുന്നു അവരുടേത്. സംഭാഷണത്തിനിടയിൽ അല്പസാവകാശം ലഭിച്ചപ്പോൾ ഞാനതു ചോദിച്ചു. കിടപ്പറയിലെ എട്ടുരാവുകളിലും സതീഷ് ഷണ്ഡനായിരുന്നു. ഭാര്യ നിർബന്ധിച്ചിട്ടാണത്രെ അയാൾ വർക്കലയിലെ ഡോക്ടറെ കാണാൻ പോയത്. പിന്നീട് ഞങ്ങളാ ഡോക്ടറെയും കണ്ടു. അതോടെ അന്വേഷണം പൂർത്തിയായി. മധുവിധുകാലത്തെ ഈ ഉത്തേജനമില്ലായ്മയ്ക്ക് മരുന്നല്ല, കൗൺസലിങ് ആണ് വേണ്ടത്. സതീഷ് ഒരു മനഃശാസ്ത്രജ്ഞനെ കണ്ടിരുന്നെങ്കിൽ...

19. കൊലയാളിയായ കാമുകൻ

ആലപ്പുഴയിൽ പോലീസ് സൂപ്രണ്ടായിരുന്ന ശ്രീ രാമചന്ദ്രൻ ഐ.പി.എസ്സുമൊത്ത് നിരവധി കേസുകളുടെ അന്വേഷണത്തിൽ പങ്കുകൊള്ളാൻ എനിക്ക് അവസരം ലഭിച്ചിട്ടുണ്ട്. അദ്ദേഹത്തിന്റെ ജ്യേഷ്ഠൻ ചീഫ് സെക്രട്ടറിയായിരുന്ന ശ്രീ ചന്ദ്രഭാനുവിന്റെ മകൻ ഡോ. കൈലാസ് എന്റെ സഹപാഠിയായിരുന്നു. കൈലാസ് അദ്ദേഹത്തെ 'ഉപ്പാപ്പൻ' എന്നാണ് സംബോധന ചെയ്തിരുന്നത്. ഞാനും ചിലപ്പോൾ തമാശയ്ക്ക് അങ്ങനെ വിളിക്കുന്നത് അദ്ദേഹത്തിന് ഇഷ്ടമായിരുന്നു. കുടുംബപരമായ ഒരടുപ്പവും എസ്.പി.യുമായി എനിക്കുണ്ടായിരുന്നു. പെൻഷൻപറ്റി തിരുവനന്തപുരത്ത് വിശ്രമജീവിതം നയിക്കവെ രോഗബാധിതനായി ചരമമടഞ്ഞു. ശുദ്ധനും സ്നേഹസമ്പന്നനുമായ അദ്ദേഹം എന്നോട് പ്രത്യേക മമത പുലർത്തിയിരുന്നു.

പ്രധാനപ്പെട്ട എല്ലാ കേസുകളിലും സംഭവസ്ഥലം സന്ദർശിക്കുവാൻ അദ്ദേഹം താത്പര്യം കാണിച്ചിരുന്നു. അന്ന് ആലപ്പുഴ ഡിവൈ.എസ്.പി. ആയിരുന്ന ശ്രീ കെ.കെ. ബോസും (എസ്.പി. ആയി റിട്ടയർചെയ്തു) സമർത്ഥനും സത്യസന്ധനുമായ ഉദ്യോഗസ്ഥനായിരുന്നു. റിട്ടയർ ചെയ്യുന്നതു വരെ അവിവാഹിതനായിരുന്ന ബോസ് (പിന്നീട് വിവാഹിതനായി!) എസ്.പി.യുടെ അതിവിശ്വസ്തനായ സഹപ്രവർത്തകനായിരുന്നു. എല്ലാ പ്രമാദമായ കേസുകളിലും എസ്.പി. പോലീസ് ക്ലബ്ബിൽവച്ച് നടത്തുന്ന ചർച്ചകളിൽ ഞാനും പങ്കെടുക്കുമായിരുന്നു. ഒരു ദിവസം അദ്ദേഹം മാവേലിക്കരയിലെ സ്കൂളിൽ ഒരു യുവതിയുടെ മൃതദേഹം കണ്ടെത്തിയെന്നും പ്രഥമദൃഷ്ട്യാ കൊലപാതകമാണെന്നു സംശയിക്കുന്നുവെന്നും ഫോണിലൂടെ എന്നെ അറിയിച്ചു.

പോലീസ് സൂപ്രണ്ടും ഞാനും കൃത്യസ്ഥലത്ത് എത്തുന്നതിനു മുമ്പുതന്നെ ചെങ്ങന്നൂർ ഡിവൈ.എസ്.പി. ഹരിദാസും (എസ്.പി. ആയി റിട്ടയർ ചെയ്തു.) മാവേലിക്കര സർക്കിൾ ഇൻസ്പെക്ടർ ദേവസ്യയും (ഇപ്പോൾ എസ്.പി.) മറ്റ് ഉദ്യോഗസ്ഥന്മാരും അവിടെയെത്തിയിരുന്നു. ഡിവൈ.എസ്.പി. ഹരിദാസുമായി 1974-ൽ ഞാൻ കോട്ടയം പോലീസ് സർജനായിരിക്കുമ്പോൾ തുടങ്ങിയ ഊഷ്മളമായ സൗഹൃദം 2000-ൽ അദ്ദേഹത്തിന്റെ മകൾ ഡോ. രൂപയെ എന്റെ മകൻ കണ്ണൻ വിവാഹം കഴിച്ചതോടെ സന്തോഷകരമായ ഒരു കുടുംബബന്ധമായി മാറി. ശാന്തനും പക്വമതി

യുമായ അദ്ദേഹം ക്രൈംബ്രാഞ്ച് എസ്.പി.യായി റിട്ടയർ ചെയ്ത് കൊല്ലത്ത് താമസിക്കുന്നു. നല്ല ഒരു എഴുത്തുകാരൻ കൂടിയായ ഹരിദാസ് ആനുകാലികങ്ങളിൽ തന്റെ കുറ്റാന്വേഷണാനുഭവങ്ങൾ എഴുതുന്നുണ്ട്. അദ്ദേഹം ആരോടും കോപത്തോടെ പെരുമാറുന്നത് ഞാൻ കണ്ടിട്ടില്ല.

വ്യാജഡോക്ടർ എന്റെ ശിഷ്യൻ!

ഒരിക്കൽ ഒരു യാത്രയ്ക്കിടയിൽ ഞാൻ ചെങ്ങന്നൂരിലെ അദ്ദേഹത്തിന്റെ ഓഫീസിൽ ചെന്നപ്പോൾ അദ്ദേഹം ഒരു ചെറുപ്പക്കാരനുമായി സംസാരിക്കുകയായിരുന്നു. നന്നായി വസ്ത്രധാരണം ചെയ്ത സുമുഖനായ യുവാവ്. ശ്രീ ഹരിദാസ് അയാളെ എനിക്ക് പരിചയപ്പെടുത്തി; ചെങ്ങന്നൂരിലെ ഒരു പ്രൈവറ്റ് ആശുപത്രിയിലെ ഡോക്ടറാണ്. അയാൾ വ്യാജഡോക്ടറാണെന്ന് ഒരു മെഡിക്കൽ റെപ്രസെന്റേറ്റീവിന്റെ പരാതി ലഭിച്ചതിനെത്തുടർന്നാണ് ചോദ്യം ചെയ്യാൻ വിളിപ്പിച്ചത്. അയാളുടെ എം.ബി.ബി.എസ്. ഡിഗ്രി സർട്ടിഫിക്കറ്റിന്റെയും മെഡിക്കൽ കൗൺസിൽ രജിസ്ട്രേഷന്റെയും അസ്സൽ കൈവശം ഇല്ല. ഫോട്ടോകോപ്പികൾ ശ്രീ ദാസ് എന്നെ കാണിച്ചു; കേരളാ യൂണിവേഴ്സിറ്റിയുടെ ഡിഗ്രിയും ടി.സി. മെഡിക്കൽ കൗൺസിലിന്റെ രജിസ്ട്രേഷനും. പ്രഥമദൃഷ്ട്യാ സംശയിക്കാനുള്ള വകയൊന്നും കണ്ടില്ല. ഹരിദാസ് അയാളെ ചോദ്യം ചെയ്യാൻ രഹസ്യമായി എന്നോട് ആവശ്യപ്പെട്ടു.

അയാൾ തിരുവനന്തപുരം മെഡിക്കൽ കോളജിലാണ് പഠിച്ചത് എന്നു പറഞ്ഞു. അയാൾ പഠിച്ച കാലഘട്ടത്തിൽ ഞാൻ അവിടെ അസിസ്റ്റന്റ് പ്രൊഫസ്സറായി ജോലി നോക്കുന്നുണ്ട്. അയാളെ ഫോറൻസിക് മെഡിസിൻ പഠിപ്പിച്ചിട്ടുണ്ടാവണം. പക്ഷേ എന്നെ അറിയുന്ന ഭാവമില്ല. ഡോ. ഉമാദത്തനെ അറിയാമോ എന്ന ചോദ്യത്തിന് നന്നായി അറിയാമെന്നും അയാളെ പഠിപ്പിച്ചിട്ടുണ്ടെന്നും ധൈര്യമായി മറുപടി പറഞ്ഞപ്പോൾ എനിക്ക് ഒരു അപരൻ ഉണ്ടോ എന്നു തോന്നിപ്പോയി. ആദ്യത്തെ വർഷം ഏതെല്ലാം വിഷയങ്ങൾ പഠിക്കണം എന്ന ചോദ്യത്തിന്റെ ഉത്തരം മെഡിസിൻ, സർജറി, ഗൈനക്കോളജി എന്നായിരുന്നു. അവ അവസാന വർഷം പഠിക്കേണ്ട വിഷയങ്ങളാണ്.

'ഇതാരെന്നറിയാമോ?' എന്നെ ചൂണ്ടിക്കാണിച്ചുകൊണ്ട് ഹരിദാസ് അയാളോട് ചോദിച്ചു. അറിയില്ല എന്ന് അയാൾ പറഞ്ഞു. 'ഇതാണ് ഡോക്ടർ ഉമാദത്തൻ.' ഹരിദാസ് അയാളോട് പറഞ്ഞപ്പോൾ തന്റെ കള്ളി വെളിച്ചത്തായി എന്ന് അയാൾക്ക് മനസ്സിലായി. പോലീസുകാരനോട് അയാളെ ലോക്കപ്പിലാക്കാൻ ഹരി

ദാസ് പറഞ്ഞപ്പോൾതന്നെ അയാൾ മുഴുവൻ സത്യവും വെളിപ്പെടുത്തി. തിരുനന്തപുരത്തുകാരനായ അയാൾ പ്രീഡിഗ്രി വരെയേ പഠിച്ചിട്ടുള്ളൂ. സ്നേഹിതനായ ഒരു ഡോക്ടറുടെ സർട്ടിഫിക്കറ്റുകളുടെ ഫോട്ടോകോപ്പികൾ തരപ്പെടുത്തിയാണ് ചെങ്ങന്നൂരിൽ ഡോക്ടറുടെ ജോലി നേടിയത്. അങ്ങനെ സസുഖം കഴിയുമ്പോഴാണ് അയാളുടെ അയൽക്കാരനായ മെഡിക്കൽ റെപ്രസെന്റേറ്റീവ് ആശുപത്രിയിൽ വന്നത്.

അയാളുടെ വിവാഹവും ഒരു ചതിയുടെ കഥയായിരുന്നു. ഡോക്ടറാണെന്നു പറഞ്ഞ് വിശ്വസിപ്പിച്ചായിരുന്നു ആയുർവേദ ബിരുദധാരിയായ ഒരു യുവതിയെ വിവാഹം കഴിച്ചത്. ഇയാളെക്കാളും വിരുതന്മാരായ വ്യാജന്മാർ പോലീസിന്റെ പിടിയിലായിട്ടുണ്ട്. അവരിൽ നാലാം ക്ലാസ്സുകാരൻ വരെ ഉൾപ്പെടും. ആർമി മെഡിക്കൽ കോറിൽ ഓപ്പറേഷൻ തിയേറ്റർ അറ്റൻഡറായിരുന്ന ഒരു വിദ്വാൻ തിരുവല്ലയിലെ പ്രശസ്തമായ ആശുപത്രിയിൽ ഗൈനക്കോളജിസ്റ്റായി ജോലി നേടിയിരുന്നു. അയാൾ നന്നായി സിസേറിയൻ ഓപ്പറേഷനുകൾ ചെയ്യുമായിരുന്നു. അയാളെ ശ്രീ ദാസ് പിടികൂടിയപ്പോൾ ഓപ്പറേഷനു വിധേയരായ സ്ത്രീകൾ നാണക്കേടു കാരണം സാക്ഷികളാകാൻ തയ്യാറായില്ലത്രെ.

മാവേലിക്കര ടൗണിന്റെ പ്രാന്തപ്രദേശത്തുള്ള മതിൽക്കെട്ടില്ലാത്ത ഒരു പ്രൈമറിസ്കൂളിന്റെ ക്ലാസ്സ്മുറിയിൽ നിലത്ത് 20-22 വയസ്സു പ്രായം തോന്നിക്കുന്ന ഒരു യുവതിയുടെ ശവശരീരം കിടക്കുന്നു. വിലകുറഞ്ഞ സാരിയും ബ്ലൗസുമാണ് വേഷം. സാരിയുടെ കീഴ്ഭാഗം മുകളിലേക്ക് വലിച്ച് മാറ്റി വച്ചിട്ടുള്ളതിനാൽ ഗുഹ്യഭാഗം അനാവൃതമായിരുന്നു. ഗുഹ്യരോമങ്ങളിൽ ശുക്ലം പതിച്ച അടയാളങ്ങൾ (Matting of pubic hair) കൊല്ലപ്പെടുന്നതിനുമുമ്പ് അവളെ ലൈംഗികവേഴ്ചയ്ക്ക് വിധേയമാക്കിയിരുന്നു എന്നു സൂചിപ്പിച്ചു. സാരിയുടെ മുന്താണിഭാഗം കഴുത്തിൽ വരിഞ്ഞ് ചുറ്റിയിരുന്നു. കഴുത്തിലും മുഖത്തും നഖക്ഷതങ്ങളേറ്റ പാടുകളുണ്ട്. പുറമേയുള്ള പരിശോധനയിൽ തന്നെ ശ്വാസംമുട്ടിച്ചു കൊന്നതാണെന്ന് മനസ്സിലായി.

എന്നാൽ ഏറ്റവും പ്രധാനമായ തെളിവ് അവളുടെ വലതു കൈപ്പത്തിക്കുള്ളിൽ മുറുകെപ്പിടിച്ചിരുന്ന ഏതാനും തലമുടി നാരുകളായിരുന്നു. മരിക്കുന്നതിന് തൊട്ടുമുമ്പുള്ള പ്രവൃത്തിയാണത്. അതിനെ Cadaveric spasm എന്നു വിളിക്കുന്നു. ശ്വാസം മുട്ടിയപ്പോൾ അവൾ മരണവെപ്രാളത്തിൽ കൊലയാളിയുടെ തലമുടിയിൽ മുറുകെ പിടിച്ചു വലിച്ചപ്പോൾ ഊരി വന്ന തലനാരിഴകളാണവ. നീളം കുറഞ്ഞ ആ തലമുടിയിഴകൾ കൊലപാ

തകിയുടേതാകാനേ സാധ്യതയുള്ളൂ. കൊലയാളിയെ കുറ്റകൃത്യ വുമായി കൂട്ടിയിണക്കുന്ന ശക്തമായ കണ്ണികളാണവ. സമാന മായ മറ്റൊരു കൊലപാതകത്തിൽ മൃതശരീരത്തിന്റെ വലതു കൈക്കുള്ളിൽ കൊലയാളിയുടെ ഷർട്ടിന്റെ പോക്കറ്റിന്റെ ഭാഗമു ണ്ടായിരുന്നു. ഞാൻ മൃതശരീരത്തിന്റെ നഖങ്ങളും മുറിച്ചെടുത്തു. കൊലയാളിയുമായി മൽപ്പിടിത്തം ഉണ്ടായിട്ടുണ്ടെങ്കിൽ അയാളുടെ തൊലിയിലെ കോശങ്ങൾ നഖത്തിനിടയിൽനിന്നും കിട്ടാൻ സാധ്യ തയുണ്ട്.

പ്രേതവിചാരണയ്ക്കുശേഷം ഞാൻ സ്കൂൾ കോമ്പൗണ്ടിൽ ഉണ്ടായിരുന്ന ഒരു ഷെഡ്ഡ് തൽക്കാലത്തേക്ക് മോർച്ചറിയാക്കി മാറ്റി. മൃതദേഹപരിശോധനയിൽ സാരികൊണ്ട് കഴുത്ത് ഞെരിച്ച് കൊന്നതാണെന്ന് സ്ഥിരീകരിച്ചു. യുവതി നാലു മാസം ഗർഭി ണിയായിരുന്നു. കഴുത്തു ഞെരിച്ചപ്പോൾ അവൾ നിലവിളി ക്കാൻ ശ്രമിച്ചിരിക്കും. മുഖത്തു കണ്ട നഖക്ഷതങ്ങൾ ഉണ്ടായത് അവൾ നിലവിളിച്ചപ്പോൾ കൊലയാളി അവളുടെ വായ് കൈ കൊണ്ട് പൊത്തിപ്പിടിച്ചതുകൊണ്ടായിരിക്കും. ഒരു ബലാത്സം ഗത്തെ സൂചിപ്പിക്കുന്ന ബലപ്രയോഗത്തിന്റെ ലക്ഷണങ്ങൾ ശരീ രത്തിൽ കാണപ്പെട്ടില്ല. ഞാൻ അവളുടെ യോനീസ്രവവും (Vaginal swab), ശുക്ലം പുരണ്ടിരുന്ന ഗുഹ്യരോമങ്ങളും ശേഖരിച്ചു. രക്ത

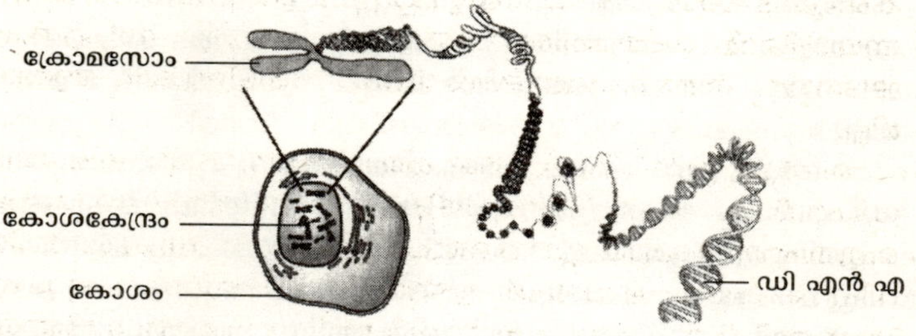

ചിത്രം 19. 1 ഒരു കോശത്തിലെ ഡി.എൻ.എ. യുടെ ഘടന

ഗ്രൂപ്പു കണ്ടുപിടിക്കുന്നതുപോലെ ശുക്ലത്തിന്റെ ഗ്രൂപ്പുമാത്രമേ നിർണ്ണയിക്കാൻ കഴിയുമായിരുന്നുള്ളൂ. പ്രതിയുടെ രക്തഗ്രൂപ്പു തന്നെയായിരിക്കും അയാളുടെ ശുക്ലത്തിനും. അക്കാലത്ത് ഡി.എൻ.എ. പരിശോധന ഇന്ത്യയിൽ പ്രചാരത്തിൽ വന്നിട്ടില്ല.

ഡി.എൻ.എ. ടെസ്റ്റിന്റെ രീതികൾ

വായനക്കാരുടെ അറിവിലേക്കായി ഡി.എൻ.എ. പരിശോധനയെക്കുറിച്ച് വളരെ ചുരുക്കത്തിൽ പറയാം. ഒരു വ്യക്തിയുടെ ശരീരം കോടാനുകോടി കോശങ്ങൾകൊണ്ട് നിർമ്മിതമാണ്. ഓരോ കോശത്തിന്റെയും കേന്ദ്രത്തിൽ (Nucleus) 46 നാരുകൾ പോലുള്ള ക്രോമസോമുകൾ എന്ന വസ്തുക്കൾ ഉണ്ട്. ഇവ നിർമ്മിച്ചിരിക്കുന്നത് ഡി.എൻ.എ. (DNA-Deoxy ribonucleic acid) എന്നറിയപ്പെടുന്ന ജനിതകവസ്തുക്കൾ (Genes) കൊണ്ടാണ്. ഒരു പിരിയൻ ഗോവണിയുടെ ആകൃതിയിലുള്ള ഡി.എൻ.എ.യിൽ അഡനിൻ, തൈമിൻ, ഗുവാനിൻ, സൈറ്റോസിൻ എന്നീ ന്യൂക്ലിയോടൈഡുകളും ഡീഓക്സി റൈബോസ് എന്ന പഞ്ചസാരയും ഫോസ്ഫേറ്റും അടങ്ങിയിരിക്കുന്നു. ഒരു കോശത്തിൽ മൂവായിരം കോടി ഡി.എൻ.എ. കണികകൾ ഉണ്ട് (ചിത്രം 19.1). ഓരോ മനുഷ്യനിലും ഇവകളുടെ ശ്രേണീഘടന വ്യത്യസ്തമായിരിക്കും. അതായത് ഒരേ തരത്തിലുള്ള ഡി.എൻ.എ. ഘടനയുള്ള ആരും ഈ ഭൂമിയിൽ ഉണ്ടാകാനുള്ള സാധ്യത തീരെയില്ല. ഒരേ തരത്തിലുള്ള വിരലടയാളങ്ങളുള്ളവർ ഇല്ലാത്തതുപോലെ അതുല്യമായ ഒരു സവിശേഷതയാണ് ഡി.എൻ.എ. ഘടനയും.

ബലാത്സംഗത്തിനിരയായ ഒരു സ്ത്രീയുടെ യോനിയിൽനിന്നും കിട്ടുന്ന ശുക്ലത്തിലെ പുരുഷബീജങ്ങളുടെ ഡി.എൻ.എ. ഘടന കണ്ടുപിടിക്കാം. ആ ഘടനയും കുറ്റവാളിയെന്ന് സംശയിക്കുന്നയാളിന്റെ രക്തത്തിലെ ശ്വേതാണുക്കളുടെ ഡി.എൻ.എ. ഘടനയും സമാനമാണെങ്കിൽ വേറേ തെളിവുകൾ ആവശ്യമില്ല.

തലമുടി, ഉമിനീര്, പല്ല്, മജ്ജ, തൊലി എന്നിവയിൽ നിന്നെല്ലാം ഡി.എൻ.എ. ഘടന കണ്ടുപിടിക്കാം. കഴിഞ്ഞ നൂറ്റാണ്ടിലെ ഐതിഹാസികമായ ഈ കണ്ടുപിടിത്തം കുറ്റാന്വേഷണത്തിൽ വിപ്ലവകരമായ മാറ്റങ്ങൾ ഉണ്ടാക്കിയിരിക്കുന്നു. കുറ്റാന്വേഷണത്തിൽ മാത്രമല്ല, പിതൃത്വനിർണ്ണയം, താദാത്മ്യ നിർണ്ണയം എന്നിവയിലും ഈ സങ്കേതം ഉപയോഗിക്കാം. ഇപ്പോൾ ഇന്ത്യയിലെ പല ഫോറൻസിക് ലാബുകളിലും ഈ പരിശോധന നടത്തുന്നുണ്ട്.

ഊരും പേരും തിരിച്ചറിയാത്ത യുവതിയായതിനാൽ മുഖത്തിന്റെ ഫോട്ടോഗ്രാഫ് എടുക്കുകയും തിരിച്ചറിയുവാൻ സഹായിക്കുന്ന മറ്റ് അടയാളങ്ങൾ രേഖപ്പെടുത്തുകയും ചെയ്തു. അപ്പോഴാണ് മാവേലിക്കര സബ് ഇൻസ്പെക്ടർ ജോണി മാത്യുവിന് മരിച്ച യുവതിയുടെ ഒരു ഹാൻഡ്ബാഗ് സ്കൂൾ പരിസരത്തുള്ള ഒരു ചെടിയുടെ ചുവട്ടിൽനിന്നും ലഭിക്കുന്നത്. ബാഗ്

യുവതിയുടേതാണെന്ന് മനസ്സിലായത് അതിനുള്ളിൽ അവളുടെ ഒരു പാസ്പോർട്ട് സൈസ് ഫോട്ടോ ഉണ്ടായിരുന്നതിനാലാണ്. അതു കൂടാതെ ഒരു സാരിയും ബ്ലൗസും ഒന്നുരണ്ടു ബസ് ടിക്കറ്റുകളും മാവേലിക്കരയുള്ള ഒരു സിനിമാ തിയേറ്ററിലെ രണ്ട് ടിക്കറ്റുകളും ഏതാനും നാണയങ്ങളും ഉണ്ടായിരുന്നു. ആ ഫോട്ടോഗ്രാഫിൽ ഞങ്ങളെ ഏറെ സന്തോഷിപ്പിച്ച ഒരു വിലപ്പെട്ട തെളിവുണ്ടായിരുന്നു; ഫോട്ടോയ്ക്കു പിന്നിൽ ഫോട്ടോയെടുത്ത സ്റ്റുഡിയോയുടെ പേരും സ്ഥലനാമവും മുദ്രണം ചെയ്തിരുന്നു.

കൊലപാതകിയെക്കുറിച്ചുള്ള തെളിവു ലഭിക്കണമെങ്കിൽ കൊലചെയ്യപ്പെട്ടതാരെന്നറിയണം. അജ്ഞാതശവമാണെങ്കിൽ ആളെ തിരിച്ചറിഞ്ഞില്ലെങ്കിൽ അന്വേഷണം വഴിമുട്ടും. അമേരിക്ക മുതലായ രാജ്യങ്ങളിൽ എല്ലാ പൗരൻമാരുടെയും ജനിതകവിവരങ്ങൾ (ഡി.എൻ.എ.ടൈപ്പിങ്) ശേഖരിച്ചു വയ്ക്കുന്ന രീതിയുണ്ടെങ്കിലും നമ്മുടെ നാട്ടിൽ ആ സമ്പ്രദായം നിലവിൽ വന്നിട്ടില്ല.

എസ്.പി. അപ്പോൾ തന്നെ മാവേലിക്കര സബ് ഇൻസ്പെക്ടർ ജോണി മാത്യുവിനെ യുവതിയുടെ ഫോട്ടോയുമായി ഹൈറേഞ്ചിലെ ആ ചെറുപട്ടണത്തിലേക്കയച്ചു. എസ്.പി. രാമചന്ദ്രന് ഒരു പ്രത്യേകതയുണ്ട്. ഓരോ കേസിന്റെ അന്വേഷണത്തിലും ഉദ്യോഗസ്ഥൻമാരുമായി ഒരു ചർച്ച നടത്തും; ഒരു 'ബ്രെയിൻ സ്റ്റോമിങ് സെഷൻ.' എല്ലാവരുടെയും അഭിപ്രായങ്ങൾ ആരായും. ഓരോ അനുമാനങ്ങളെക്കുറിച്ചും ചർച്ച ചെയ്യും. ചർച്ചയുടെ ഒടുവിൽ ഭാവി പരിപാടികളെക്കുറിച്ച് ഒരു രൂപരേഖയുണ്ടാക്കും.

പ്രതി മാവേലിക്കരക്കാരനായിരിക്കും എന്നായിരുന്നു എന്റെ അനുമാനം. ഹൈറേഞ്ചിലെ യുവതി ഒരുപക്ഷേ, അവന്റെ കാമുകിയായിരുന്നിരിക്കാം. ഗർഭിണിയായ അവളെ സ്വന്തം നാട്ടിൽ കൊണ്ടുവന്ന് കൊല ചെയ്തതെന്തിനെന്ന ചോദ്യത്തിന് ഞങ്ങൾക്ക് ശരിയായ ഉത്തരം കണ്ടെത്താനായില്ല. ഏതായാലും അന്വേഷണം വിജയകരമാക്കിയത് മിടുക്കനായ സബ് ഇൻസ്പെക്ടർ ജോണിയായിരുന്നു.

ജോണിക്ക് സ്റ്റുഡിയോ കണ്ടുപിടിക്കാൻ പ്രയാസമുണ്ടായില്ല. സ്റ്റുഡിയോ ഉടമ ഫോട്ടോ കണ്ടമാത്രയിൽതന്നെ യുവതിയെ തിരിച്ചറിഞ്ഞു. തോട്ടം തൊഴിലാളിയായ അവറാന്റെ മകൾ സൂസി. എസ്.എസ്.എൽ.സി. പാസ്സായ അവൾ അച്ഛനമ്മമാർക്കും സഹോദരങ്ങൾക്കുമൊപ്പം തോട്ടത്തിലെ തൊഴിലാളികൾക്കുള്ള പാർപ്പിടങ്ങളിലൊന്നിൽ താമസിക്കുന്നുവെന്നാണ് അയാൾ എസ്.ഐ.

യോട് പറഞ്ഞത്. സൂസിയുടെ വീട്ടിലെത്തിയ സബ് ഇൻസ്പെക്ടറെക്കണ്ട് അമ്പരന്ന അവളുടെ അമ്മ പറഞ്ഞത് സൂസി ചങ്ങനാശ്ശേരിയിലുള്ള ചെറിയമ്മയുടെ വീട്ടിൽ പോയിരിക്കുകയാണ് എന്നാണ്. ആ അമ്മയുടെ ജിജ്ഞാസ നിറഞ്ഞ ചോദ്യങ്ങൾക്കുത്തരം നല്കാതെ, പിന്നെ വരാമെന്നു പറഞ്ഞ് ഇൻസ്പെക്ടർ ജോണി അവിടെനിന്നും യാത്രയായി. ജോണിയുടെ മനസ്സിൽ കൊലപാതകിയെക്കുറിച്ചുള്ള ചിത്രം തെളിഞ്ഞു.

ജോണി തോട്ടം തൊഴിലാളികളോട് മാവേലിക്കരക്കാർ ആരെങ്കിലും അവിടെ ജോലിചെയ്യുന്നുണ്ടോ എന്ന് ചോദിച്ചപ്പോൾ സുരേന്ദ്രൻ എന്ന തൊഴിലാളി മാവേലിക്കരക്കാരനാണെന്നും തലേ ദിവസം അവൻ നാട്ടിൽ പോയിട്ട് ഇന്ന് തിരികെ വന്നിട്ടുണ്ടെന്നും വിവരം ലഭിച്ചു. സുരേന്ദ്രൻ താമസിക്കുന്ന വീട്ടിൽ ചെന്ന് മുട്ടിവിളിച്ച ജോണിയുടെ മുന്നിൽ പ്രത്യക്ഷപ്പെട്ടത് സാക്ഷാൽ സുരേന്ദ്രൻ തന്നെയായിരുന്നു. അവന്റെ ഇടത്തെ കവിളിൽ നഖംകൊണ്ട് കോറിയ നാലു വരകൾ ഉണ്ടായിരുന്നു.

യൂണിഫോം ധരിച്ച ജോണിയെ കണ്ടതോടെ സുരേന്ദ്രന്റെ മുഖം വിളറി. താൻ ചെയ്ത കുറ്റകൃത്യങ്ങൾ കണ്ടുപിടിക്കപ്പെട്ടു എന്നു മനസ്സിലായി. സുരേന്ദ്രൻ ജോണിയുടെ കാൽക്കൽ വീണു തേങ്ങി. മുഴുവൻ വിവരവും ജോണിയോടു പറഞ്ഞു.

സുരേന്ദ്രനും സൂസിയും പ്രേമബദ്ധരായിരുന്നു. അവരുടെ അടുപ്പം അതിരുകൾ ലംഘിച്ചു. അവൾ ഗർഭിണിയായി. സുരേന്ദ്രൻ അവളെ ഗർഭച്ഛിദ്രത്തിനു പ്രേരിപ്പിച്ചു. അതിനു വഴങ്ങാത്ത അവളോടു തന്റെ മാവേലിക്കരയുള്ള വീട്ടിൽ പോയി താമസിക്കാമെന്നും അവിടെ ചെന്നിട്ട് വിവാഹം രജിസ്റ്റർ ചെയ്യാമെന്നും അവൻ പറഞ്ഞു.

ചങ്ങനാശ്ശേരിയിലുള്ള ചെറിയമ്മയെ കാണാൻ പോകുന്നുവെന്ന് പറഞ്ഞാണ് സൂസി വീട്ടിൽനിന്നും പോന്നത്. അവർ ഇരുവരും ബസ്സിൽ മാവേലിക്കരയെത്തി. രാത്രി ഒരു ഹോട്ടലിൽനിന്നും ഭക്ഷണം കഴിച്ചു. അതിനുശേഷം ഒരു സിനിമാതിയേറ്ററിൽ പോയി സെക്കൻഡ് ഷോ കണ്ടു. വീട്ടിലേക്ക് രാവിലെ പോകാമെന്നും രാത്രി സ്കൂളിൽ കഴിച്ചുകൂട്ടാമെന്നും സുരേന്ദ്രൻ സൂസിയെ പറഞ്ഞു വിശ്വസിപ്പിച്ചു. സ്കൂളിലെത്തിയ അവർ ശാരീരികമായി ബന്ധപ്പെട്ടു. അതിന്റെ ആലസ്യത്തിൽ കിടന്ന സൂസിയെ അവൻ സാരിയുടെ മുന്താണികൊണ്ട് കഴുത്തു ഞെരിച്ചു. മരണവെപ്രാളത്തിൽ അവൾ അലറി. ഒച്ച വെളിയിൽ കേൾക്കാതിരിക്കാൻ അവളുടെ വായിൽ അവൻ സാരി തിരുകി. അവൾ അവന്റെ മുഖത്ത് മാന്തി. തലമുടിയിൽ പിടിച്ചു വലിച്ചു.

കുറച്ചു സമയം കഴിഞ്ഞ് അവളുടെ ചലനം നിലച്ചു. അവൾ മരിച്ചുവെന്ന് ഉറപ്പായപ്പോൾ സുരേന്ദ്രൻ സ്കൂളിൽനിന്നും ഇറങ്ങി. അയാൾ വീട്ടിൽ പോയില്ല. മാവേലിക്കര ബസ്സ് സ്റ്റാന്റിൽ രാത്രി കഴിച്ചുകൂട്ടി. അതിരാവിലെയുള്ള ബസ്സിൽ കയറി താമസ സ്ഥലത്തെത്തി.

സ്കൂളിനകത്തേക്ക് കയറുന്നതിനു മുമ്പ് സൂസി അവളുടെ കൈയിലുണ്ടായിരുന്ന ബാഗ് മുറ്റത്തെ കുറ്റിച്ചെടികൾക്കിടയിൽ ഒളിപ്പിച്ചതെന്തിന്? അവളുടെ ഫോട്ടോ ബാഗിൽ സൂക്ഷിച്ചിരുന്നതെന്തിന്? സുരേന്ദ്രൻ അവളെ അപായപ്പെടുത്തുമെന്ന് അവൾ സംശയിച്ചിരുന്നുവോ? അവളുടെ ആറാമിന്ദ്രിയം ഒരു മുന്നറിയിപ്പ് നല്കിയിരിക്കാം. ഒരുപക്ഷേ, അതൊക്കെ യാദൃച്ഛികമാകാം. ആ ഫോട്ടോ ഉണ്ടായിരുന്നില്ലെങ്കിൽ കൊല ചെയ്യപ്പെട്ടത് സൂസിയാണെന്ന് തിരിച്ചറിയാൻ ബുദ്ധിമുട്ടുമായിരുന്നു.

അന്നു രാത്രി തന്നെ പ്രതിയെയും കൂട്ടി മാവേലിക്കരയിൽ തിരിച്ചെത്തിയ സബ് ഇൻസ്പെക്ടർ ജോണി മാത്യുവിനെ എല്ലാവരും അഭിനന്ദിച്ചു. സുരേന്ദ്രനെ അടുത്ത ദിവസം രാവിലെ ആലപ്പുഴ ഫോറൻസിക് മെഡിസിൻ ലബോറട്ടറിയിൽ കൊണ്ടുവന്നു. ഞാൻ അയാളുടെ മുഖത്തെ മുറിവുകൾ പരിശോധിച്ചു. ആ കോറലുകൾ നഖംകൊണ്ടുണ്ടായതാണെന്ന് വ്യക്തമായിരുന്നു. ഞാൻ അയാളുടെ തലമുടിയുടെ സാമ്പിളുകൾ ശേഖരിച്ചു.

സൂസിയുടെ വലതു കൈപ്പത്തിയിലുണ്ടായിരുന്ന തലമുടികളുമായി താരതമ്യം ചെയ്യാനായി ഫോറൻസിക് സയൻസ് ലബോറട്ടറിയിലേക്കയച്ചു. അയാളുടെ രക്തഗ്രൂപ്പ് കണ്ടുപിടിക്കാനായി രക്തത്തിന്റെ സാമ്പിളും ശേഖരിച്ചു.

സുരേന്ദ്രൻ സമീപകാലത്ത് ലൈംഗികവേഴ്ച നടത്തിയിട്ടുണ്ടോ എന്നറിയാൻ ഒരു പരിശോധന കൂടി നടത്തി. അയാളുടെ ലിംഗാഗ്രത്തിൽനിന്നും ഒരു സ്വാബ് കൊണ്ടെടുത്ത കോശങ്ങളെ മൈക്രോസ്കോപ്പിലൂടെ പരിശോധിച്ചപ്പോൾ അവ സ്ത്രീയോനിയിലെ കോശങ്ങളാണെന്ന് മനസ്സിലായി. അങ്ങനെ കൊലയാളിയെ കുറ്റകൃത്യവുമായി ബന്ധപ്പെടുത്താനുള്ള തെളിവുകൾ എല്ലാം ശേഖരിച്ചു. ഒരു ദിവസംകൊണ്ട് പ്രതിയെ പിടികൂടിയ സബ് ഇൻസ്പെക്ടർ ജോണി മാത്യുവിന് ഗുഡ് സർവ്വീസ് എൻട്രിയും റിവാഡും ലഭിച്ചു. ശാസ്ത്രീയമായ തെളിവുകൾ ഉണ്ടായിരുന്നിട്ടും കോടതി പ്രതിക്ക് സംശയത്തിന്റെ ആനുകൂല്യം നല്കിയതുകൊണ്ട് ശിക്ഷയിൽനിന്നും അയാൾ രക്ഷപ്പെട്ടു എന്നാണ് എന്റെ അറിവ്.

20. കാര്യസ്ഥന്റെ മരണം

തിരുവല്ലയിലെ പ്രശസ്തമായ ഒരു ക്രിസ്ത്യൻ തറവാട്ടിൽ കാര്യസ്ഥനായി ജോലി നോക്കിയിരുന്ന മധ്യവയസ്കനെ ഒരു ദിവസം കാണാതായി. രണ്ടു ദിവസം നീണ്ടുനിന്ന അന്വേഷണങ്ങൾക്കൊടുവിൽ അയാളുടെ മൃതദേഹം അല്പമകലെയുള്ള കരിമ്പിൻ തോട്ടത്തിനുള്ളിൽ കാണപ്പെട്ടു. ചത്തതു കീചകനെങ്കിൽ കൊന്നത് ഭീമൻ തന്നെ എന്നായിരുന്നു നാട്ടുകാരിൽ പലരുടെയും അഭിപ്രായം. ഉന്നതനായ ഒരു പോലീസ് ഉദ്യോഗസ്ഥന്റെ ഭാര്യാഗൃഹത്തിലെ കാര്യസ്ഥനായിരുന്നു പരേതൻ എന്നതുകൊണ്ട് അപവാദങ്ങൾക്ക് വീര്യം കൂടി.

മൃതദേഹത്തിൽ കാണപ്പെട്ട ചില ലക്ഷണങ്ങളാണ് നാട്ടുകാരിൽ സംശയം ഉളവാക്കിയത്. മൃതദേഹത്തിന്റെ, പ്രത്യേകിച്ചും മുഖത്തിന്റെ നിറം ചുവപ്പു കലർന്ന കറുപ്പായിരുന്നു. മുഖത്തും കൈകാലുകളിലും തൊലിയിൽ പൊള്ളലേറ്റതുപോലുള്ള കുമിളകൾ ഉണ്ടായിരുന്നു. കണ്ണുകൾ തുറിച്ചിരുന്നു. നാവ് വെളിയിലേക്ക് തള്ളിയിരുന്നു. മൂക്കിൽനിന്നും വായിൽനിന്നും രക്തം കലർന്ന ദ്രാവകം ഒലിച്ചിറങ്ങിയിരുന്നു. ഈ ലക്ഷണങ്ങൾ കാര്യസ്ഥനെ ശ്വാസം മുട്ടിച്ച് കൊന്ന് ആളെ തിരിച്ചറിയാതിരിക്കാൻ വേണ്ടി മുഖത്ത് ആസിഡ് ഒഴിച്ചതുകൊണ്ട് ഉണ്ടായതാണെന്നായിരുന്നു നാട്ടുകാരുടെ അഭിപ്രായം.

മരണാനന്തരം മനുഷ്യശരീരത്തിൽ നിരവധി വ്യത്യാസങ്ങൾ ഉണ്ടാകും. ആദ്യമായി പേശികൾ ദൃഢമാകാൻ തുടങ്ങും. പേശികളിലുണ്ടാകുന്ന ചില രാസപരിണാമങ്ങൾകൊണ്ടുണ്ടാകുന്ന ഈ പ്രതിഭാസത്തെ 'റിഗർ മോർട്ടിസ്' (Rigor mortis) എന്ന് വിളിക്കുന്നു. ആദ്യം മുഖത്തിലെയും കഴുത്തിലെയും പേശികളാണ് ദൃഢമാകുന്നത്. ഇത് മരിച്ച് രണ്ടു മണിക്കൂറിനകം ഉണ്ടാകും. പിന്നീട് വായ തുറക്കാനോ, കഴുത്ത് തിരിക്കാനോ സാധിക്കുകയില്ല. ഒരാൾ മരിച്ചുകഴിഞ്ഞാലുടൻ മൃതശരീരത്തിന്റെ കീഴ്ത്താടിയും തലയും ചേർത്ത് ഒരു തുണികൊണ്ട് കെട്ടുന്നത് ആവശ്യമില്ലാത്ത കാര്യമാണ്. നാലു മണിക്കൂറുകൾകൊണ്ട് കൈകളിലും, ആറു മണിക്കൂറിനകം കാലുകളിലും റിഗർ മോർട്ടിസ് വ്യാപിക്കും. ഈ അവസ്ഥ 18–24 മണിക്കൂർ വരെ നില നിൽക്കും. അന്തരീക്ഷത്തിന്റെ ഊഷ്മാവിനനുസൃതമായി റിഗർ മോർട്ടിസ് തുടങ്ങുന്നതിനും നിലനിൽക്കുന്നതിനുമുള്ള സമയത്തിന് ഏറ്റക്കുറച്ചിലുകൾ ഉണ്ടാകാം.

പൂർണ്ണമായും റിഗർ മോർട്ടിസ് വ്യാപിച്ച ശവശരീരം ഒരു മരപ്പലകപോലെ ദൃഢമായിരിക്കും. പിന്നീട് ശരീരം ജീർണ്ണിക്കു

വാൻ തുടങ്ങുന്നതിന്റെ ലക്ഷണങ്ങൾ പ്രത്യക്ഷപ്പെട്ടു തുടങ്ങും. അതുകൊണ്ടാണ് മരിച്ച് 24 മണിക്കൂറിനകം മൃതദേഹം സംസ്കരിക്കുന്നത്. ജീർണ്ണിക്കാതിരിക്കണമെങ്കിൽ ശവശരീരം നാലു ഡിഗ്രി സെൽഷ്യസിൽ ശീതീകരണികളിൽ സൂക്ഷിക്കുകയോ, രാസദ്രവ്യങ്ങൾ ശരീരത്തിൽ കുത്തി വച്ച് എംബാം (Embalming) ചെയ്യുകയോ വേണം.

മരിച്ച നിമിഷംതന്നെ ശരീരകോശങ്ങൾ ജീർണ്ണിക്കുവാൻ തുടങ്ങും. കോശങ്ങളിലെ എൻസൈമുകൾ, കുടലിലെ സൂക്ഷ്മ ജീവികൾ എന്നിവയുടെ പ്രവർത്തനംകൊണ്ട് കോശങ്ങളും കലകളും നശിക്കാൻ തുടങ്ങും. കൂടിയ ഊഷ്മാവും ഈർപ്പവുമാണ് ജീർണ്ണനം ത്വരിതപ്പെടുത്തുന്ന മറ്റു ഘടകങ്ങൾ. ശവശരീരത്തിന്റെ തൊലിയിൽ പലതരം നിറവ്യത്യാസങ്ങൾ പ്രത്യക്ഷപ്പെടും. കുടലിനുള്ളിലെ സൂക്ഷ്മജീവികൾ പെരുകുമ്പോൾ ഉത്പാദിപ്പിക്കുന്ന ദുർഗന്ധമുള്ള വാതകങ്ങൾ ശരീരത്തിനുള്ളിൽ നിറയുന്നതുകൊണ്ട് ശരീരം വീർക്കും. ആ മർദ്ദംകൊണ്ട് കണ്ണുകൾ തുറിക്കും, നാവ് വെളിയിലേക്ക് തള്ളും, തൊലിയിൽ പോളകൾ ഉണ്ടാകും, അസഹനീയമായ ദുർഗന്ധം വമിക്കും. പുരുഷപ്രേതത്തിൽ വൃഷണവും ലിംഗവും വീർത്ത് വലുതാകും. മരിച്ചത് ഗർഭിണിയായ സ്ത്രീയാണെങ്കിൽ ഗർഭസ്ഥശിശു പുറന്തള്ളപ്പെടും (പ്രേതപ്രസവം!). എന്തിനേറെപ്പറയുന്നു, സുന്ദരനായിരുന്ന മനുഷ്യന്റെ ശരീരം രണ്ടുമൂന്നു ദിവസംകൊണ്ട് അഴുകി വീർത്ത് വികൃതമായി ബന്ധുക്കൾക്കു പോലും തിരിച്ചറിയാൻ സാധിക്കാത്ത നിലയിലാകും. ജീർണ്ണിച്ച ശരീരത്തിന്റെ ഈ അവസ്ഥാവിശേഷങ്ങളാണ് സാധാരണക്കാരുടെ മനസ്സിൽ സംശയങ്ങൾ ജനിപ്പിക്കുന്നത്.

തുറസ്സായ സ്ഥലത്ത് കാറ്റും വെയിലുമേറ്റ് കിടക്കുന്ന ശവം വേഗം ജീർണ്ണിക്കും. ശവത്തെ ഉറുമ്പുകൾ ആക്രമിക്കും. തൊലിയിൽ ഉറുമ്പുകൾ കടിച്ചുണ്ടാകുന്ന മുറിവുകൾ കണ്ടാൽ ബലപ്രയോഗത്തിന്റെ ലക്ഷണങ്ങളാണെന്നു തോന്നും. ശവത്തിൽ ഈച്ചകൾ മുട്ടയിടും. അവ വിരിഞ്ഞുണ്ടാകുന്ന പുഴുക്കൾ (Maggots) ശരീരഭാഗങ്ങൾ ഭക്ഷിക്കും. പക്ഷികളും എലികളും മൃഗങ്ങളും ഒക്കെ ശവശരീരത്തിൽ ആക്രമണം നടത്തും. ഒരു മാസത്തിനകം മാംസഭാഗങ്ങൾ നശിച്ച് അസ്ഥിമാത്രശേഷമാകും. എന്നാൽ മണ്ണിൽ കുഴിച്ചിടുന്ന ശവത്തിന്റെ മാംസഭാഗങ്ങൾ ചീയാൻ ഒരു വർഷം വേണ്ടിവരും. മരുഭൂമികളിൽ മറവു ചെയ്ത മൃതദേഹങ്ങൾ ചീഞ്ഞുപോകാതെ ഉണങ്ങി വരണ്ട് വർഷങ്ങൾ കഴിഞ്ഞാലും കേടുകൂടാതെയിരിക്കും.

നമുക്ക് 'കൊല്ലപ്പെട്ട' കാര്യസ്ഥന്റെ കഥയിലേക്ക് മടങ്ങാം. പ്രഥമവിവരം ലഭിച്ചയുടനേതന്നെ പോലീസ് സ്ഥലത്തെത്തി. പ്രേതവിചാരണയിൽ മൊഴി നല്കിയ സാക്ഷികൾ കാര്യസ്ഥന്റെ മരണം കൊലപാതകമാണെന്ന് ഏകകണ്ഠമായി അഭിപ്രായപ്പെട്ടു. മൃതദേഹത്തിന്റെയും സംഭവസ്ഥലത്തിന്റെയും വർണ്ണചിത്രങ്ങൾ എടുക്കുവാൻ പരിചയസമ്പന്നനായ ഇൻസ്പെക്ടർ മറന്നില്ല. ജനങ്ങൾ ആവശ്യപ്പെട്ടതനുസരിച്ച് സ്ഥലത്തു വച്ച് പോസ്റ്റ്മോർട്ടം ചെയ്യാനായി താലൂക്കിലെ വിദഗ്ദ്ധനായ ഡോക്ടർക്ക് അപേക്ഷ നല്കി. അദ്ദേഹം അന്നു തന്നെ സ്ഥലത്തെത്തി മൃതദേഹപരിശോധന നടത്തി. പരിശോധനയ്ക്കു മുമ്പ് അദ്ദേഹം നാട്ടുകാരുടെ ആരോപണങ്ങൾ സശ്രദ്ധം കേൾക്കുകയുമുണ്ടായി. പരിശോധനയ്ക്കുശേഷം പോസ്റ്റ്മോർട്ടം സർട്ടിഫിക്കറ്റു ലഭിക്കാൻ അല്പം വൈകിയെങ്കിലും അദ്ദേഹം അഭിപ്രായപ്പെട്ടത് കാര്യസ്ഥന്റെ മരണകാരണം കഴുത്തിലെ ബലപ്രയോഗമാണെന്നായിരുന്നു (Ligature strangulation).

അന്ന് ആലപ്പുഴ ജില്ലാ പോലീസ് സൂപ്രണ്ടായിരുന്നത് ശ്രീ ജി. കൃഷ്ണമൂർത്തിയായിരുന്നു (റിട്ടയർ ചെയ്തതിനുശേഷം സാമൂഹിക പ്രവർത്തനങ്ങളിൽ മുഴുകിയിരുന്ന അദ്ദേഹം ഏതാനും വർഷങ്ങൾക്ക് മുമ്പ് നിര്യാതനായി). അദ്ദേഹം കാര്യസ്ഥന്റെ കൊലപാതകത്തിന്റെ അന്വേഷണത്തിന്റെ ചുമതല ഏറ്റെടുത്തു. കാര്യസ്ഥൻ താമസിച്ചിരുന്നത് അയാൾ ജോലി ചെയ്തിരുന്ന തറവാട്ടിലെ പറമ്പിൽ തന്നെയുള്ള ഒരു പഴയ വീട്ടിലായിരുന്നു. ശ്രീ കൃഷ്ണമൂർത്തി തിരുവല്ലയിൽ ക്യാമ്പ് ചെയ്ത് അന്വേഷണം തുടങ്ങി. ഫോറൻസിക് സയൻസ് ലബോറട്ടറിയിലെ ബയോളജി അസിസ്റ്റന്റ് ഡയറക്ടർ ശ്രീ പരമേശ്വരൻ നായർ കാര്യസ്ഥന്റെ വീട് സമഗ്രമായി പരിശോധിച്ചു. അവിടെ ഹാൾമുറിയിൽ തറയിൽ രക്തക്കറകൾ ഉണ്ടായിരുന്നുവെന്നും, അവ കഴുകിക്കളയാൻ ശ്രമിച്ചിട്ടുണ്ടെന്നും അദ്ദേഹം അഭിപ്രായപ്പെട്ടു.

രക്തക്കറകൾ ഉണ്ടോ എന്നു പരിശോധിക്കുന്നത് ബെൻസിഡിൻ റീയേജന്റ് (Benzidine reagent) എന്ന രാസവസ്തു ഉപയോഗിച്ചാണ്. രക്തക്കറകൾ ഉണ്ടെന്ന് സംശയമുള്ള വസ്തുക്കളിലോ സ്ഥലങ്ങളിലോ ഈ രാസവസ്തു പ്രയോഗിച്ചാൽ രക്തത്തിന്റെ നേരിയ അംശമുണ്ടെങ്കിൽ പോലും ഒരു നീല നിറം പ്രത്യക്ഷപ്പെടും. ഇത് വെറുമൊരു പ്രാഥമിക പരിശോധനയാണ് (screening test). കഫം, പഴുപ്പ്, പച്ചക്കറിക്കറകൾ മുതലായ നിരവധി വസ്തുക്കൾ ബെൻസിഡിൻ റീയേജന്റുമായി ചേരുമ്പോൾ നീലനിറം നല്കും (false positive reaction). മനുഷ്യരക്തമാണെന്ന് തീർച്ചപ്പെടു

ത്താനുള്ള മറ്റു പരിശോധനകൾ (confirmatory tests) നടത്താതെ നിഗമനങ്ങളിൽ എത്തിച്ചേരുന്നത് അത്യന്തം അപകടമാണ്. കാര്യസ്ഥൻ താമസിച്ചിരുന്ന വീട്ടിൽ 'രക്തം' കണ്ടുപിടിച്ചതോടെ പുതിയ കഥകൾ പ്രചരിച്ചു. അയാളെ വീട്ടിൽവച്ച് കൊലപ്പെടുത്തിയിട്ട് കരിമ്പിൻതോട്ടത്തിൽ കൊണ്ടിട്ടതാണെന്ന സംശയം ശക്തമായി. അതോടെ അന്വേഷണം ഊർജിതമായി നടന്നെങ്കിലും കൊലപാതകത്തിലേക്ക് വിരൽചൂണ്ടുന്ന ഒരു തെളിവു പോലും ലഭിച്ചില്ല. അവസാനം കേസിന്റെ അന്വേഷണം ക്രൈംബ്രാഞ്ചിനു കൈമാറി.

കൊല്ലം ക്രൈംബ്രാഞ്ച് എസ്.പി. ശ്രീ ബാൽ അന്വേഷണം ഏറ്റെടുത്തു. അദ്ദേഹം ഒരു പ്രാഥമികാന്വേഷണത്തിനു ശേഷം എന്നെ കാണാൻ വന്നു. വളരെ മുൻപു തന്നെ ശ്രീ ബാലുമായി തുടങ്ങിയ എന്റെ സൗഹൃദം ഇന്നും ഊഷ്മളമായി തുടരുന്നു. ഇപ്പോൾ അദ്ദേഹം ആലപ്പുഴയിൽ സസുഖം വിശ്രമജീവിതം നയിക്കുന്നു. വ്യക്തിബന്ധങ്ങളിൽ തികഞ്ഞ മാന്യതയും ആത്മാർത്ഥതയും പുലർത്തുന്ന അദ്ദേഹം സമർത്ഥനായ ഒരു കുറ്റാന്വേഷകനായിരുന്നു.

അദ്ദേഹം പോസ്റ്റ്മോർട്ടം സർട്ടിഫിക്കറ്റും മൃതദേഹത്തിന്റെ വർണ്ണചിത്രങ്ങളും എനിക്കു പരിശോധിക്കുവാൻ തന്നു. സർട്ടിഫിക്കറ്റിൽ കഴുത്തിൽ വർത്തുളാകൃതിയിൽ ഒരു അടയാളം ഉള്ളതായും അതിനടിയിൽ രക്തം കട്ട പിടിച്ചതായും രേഖപ്പെടുത്തിയിരുന്നു. മരണകാരണം കഴുത്തു ഞെരിച്ചതുകൊണ്ടാണെന്ന് സംശയാതീതമായി അഭിപ്രായപ്പെട്ടിരിക്കുന്നു. ശവശരീരത്തിന്റെ വർണ്ണചിത്രങ്ങൾ കണ്ടപ്പോൾ വിദഗ്ദ്ധ ഡോക്ടറുടെ അഭിപ്രായത്തെക്കുറിച്ച് സംശയം തോന്നി.

മൃതദേഹത്തിന്റെ ചിത്രങ്ങളിൽ മുഖത്തിലും കഴുത്തിലും മറ്റു ഭാഗങ്ങളിലും പല വിധത്തിലുള്ള നിറവ്യത്യാസങ്ങൾ തെളിഞ്ഞു കാണാമായിരുന്നു. ചിത്രം പരിശോധിച്ചിട്ട് നിഗമനങ്ങളിലെത്തുന്നത് ശരിയല്ലെങ്കിലും പോസ്റ്റ്മോർട്ടം സർട്ടിഫിക്കറ്റിൽ വിവരിച്ച രീതിയിലുള്ള ഒരു അടയാളം (Ligature mark) എനിക്ക് കാണാൻ കഴിഞ്ഞില്ല. രണ്ടു ദിവസത്തെ ജീർണ്ണതയുള്ള ആ മൃതശരീരത്തിന്റെ കഴുത്തിൽ അത്തരമൊരു അടയാളം കണ്ടുപിടിക്കാനുള്ള സാധ്യത കുറവാണ്. ആന്തരികാവയവങ്ങളിലുള്ള വ്യത്യാസങ്ങൾ കണ്ടുപിടിക്കാൻ കഴിഞ്ഞേക്കാം. ഞാൻ എന്റെ അഭിപ്രായം ശ്രീ ബാലിനോടു പറഞ്ഞപ്പോൾ അദ്ദേഹം അതിനോടു പൂർണ്ണമായി യോജിച്ചു. അദ്ദേഹം നടത്തിയ അന്വേഷണത്തിൽ കൊലപാതകമാകാനുള്ള സാധ്യതകൾ ഒന്നും കണ്ടെത്തിയില്ല.

ഞാൻ ശ്രീ ബാലിനോടൊപ്പം സംഭവസ്ഥലം സന്ദർശിച്ചു. കാര്യസ്ഥൻ താമസിച്ചിരുന്ന വീട്ടിൽ വച്ച് അയാളെ കൊലപ്പെടുത്തി ഒരു കിലോമീറ്റർ അകലെയുള്ള കരിമ്പിൻതോട്ടത്തിൽ കൊണ്ടിടാനുള്ള സാധ്യത തീരെയില്ല എന്ന് ഞങ്ങൾക്ക് മനസ്സിലായി. ആ വീട്ടിൽനിന്നും കരിമ്പിൻതോട്ടത്തിലേക്കുള്ള വഴി വാഹനങ്ങൾക്ക് പോകാൻ സാധിക്കാത്തതും ജനബാഹുല്യമുള്ളതുമായിരുന്നു. ഹാളിൽ കാണപ്പെട്ട രക്തത്തിന്റെ ഉറവിടവും ഞങ്ങൾ കണ്ടെത്തി. കാര്യസ്ഥന്റെ മരണത്തിന് ഒരു മാസംമുമ്പ് ആ മുറിയിൽ ഒരു പൂച്ചയെ ചത്ത് ചീഞ്ഞ നിലയിൽ കണ്ടിരുന്നു. അതിന്റെ ശരീരം നീക്കം ചെയ്തിട്ട് ആ മുറി കഴുകി വൃത്തിയാക്കിയിരുന്നു.

ഇതിനിടയിൽ കാര്യസ്ഥൻ മരിക്കുന്നതിന്റെ തലേ ദിവസം പൊടിയാടി എന്ന സ്ഥലത്തുള്ള ഒരു കടയിൽനിന്നും എക്കലക്സ് എന്ന കീടനാശിനി വാങ്ങിയതായി ശ്രീ ബാലിന് വിവരം ലഭിച്ചു. കടക്കാരൻ നല്കിയ ബില്ലിന്റെ കാർബൺ പകർപ്പിൽ വിഷം വാങ്ങിയ ആളിന്റെ പേര് കാര്യസ്ഥന്റേതായിരുന്നു. സാധാരണയായി കാര്യസ്ഥൻ കൃഷി ആവശ്യത്തിനു വേണ്ടി കീടനാശിനികൾ വാങ്ങാറുള്ളതിനാൽ കടക്കാരന് അതിൽ അസാധാരണമായി ഒന്നും തോന്നിയിരുന്നില്ല. എന്നാൽ പുതിയതായി വാങ്ങിയ ആ കീടനാശിനിയുടെ കുപ്പി കാര്യസ്ഥന്റെ വീട്ടിൽ ശ്രീ ബാലിന് കണ്ടെത്താൻ കഴിഞ്ഞില്ല.

ആ വീടിനുള്ളിൽ ശ്രീ ബാൽ പരിശോധന നടത്തുമ്പോൾ ഞാനും അദ്ദേഹത്തോടൊപ്പം ഉണ്ടായിരുന്നു. കാര്യസ്ഥന്റെ മേശപ്പുറത്തുണ്ടായിരുന്ന പല സാധനങ്ങളുടെ കൂട്ടത്തിൽ ഒരു നോട്ടുബുക്ക് ഞാൻ കൗതുകത്തിന് മറിച്ചു നോക്കി. വരവുചെലവുകളുടെ കണക്കുകൾ എഴുതിയിരുന്ന ആ പുസ്തകത്തിന്റെ ഒരു പേജിൽ ഇപ്രകാരം എഴുതിയിരുന്നു; '....ബാങ്കിലെ അക്കൗണ്ടിൽ മിച്ചമുള്ള രൂപ മകനു കൊടുക്കണം.' മറ്റൊരു പേജിൽ '.........അടുത്തുള്ള പതിനഞ്ച് സെന്റ് സ്ഥലം മകൾക്ക് കൊടുക്കണം.'

ഞാൻ ആ പുസ്തകത്തിലെ കാര്യസ്ഥന്റെ അന്ത്യലിഖിതങ്ങൾ ശ്രീ ബാലിനെ കാണിച്ചു കൊടുത്തു. സോളമന്റെ തേനീച്ചകൾ ഡോക്ടറുടെ അടുത്തേക്കാണല്ലോ പറന്നു വരുന്നത് എന്ന് ശ്രീ ബാൽ എന്നോടു പറഞ്ഞു. ആ പുസ്തകം നോക്കാൻ എന്നെ പ്രേരിപ്പിച്ച ചേതോവികാരം എന്തായിരുന്നുവെന്ന് ഇന്നും എനിക്കറിയില്ല.

രണ്ടു ദിവസത്തിനകം കാര്യസ്ഥന്റെ മൃതദേഹം കുഴിച്ചെടുത്ത് വീണ്ടും പോസ്റ്റ്മോർട്ടം പരിശോധന നടത്തി. ആദ്യത്തെ

പരിശോധന നടത്തിയത് ഒരു വിദഗ്ദ്ധനായിരുന്നതിനാൽ രണ്ടാമത്തെ പരിശോധന അന്ന് സംസ്ഥാന മെഡിക്കോ ലീഗൽ ഇൻസ്റ്റിറ്റ്യൂട്ട് ഡയറക്ടറായിരുന്ന ഡോ. ശിവശങ്കരപ്പിള്ളയെക്കൊണ്ട് നടത്തിച്ചു. അടക്കം ചെയ്തിട്ട് ഒരു മാസം കഴിഞ്ഞിരുന്നെങ്കിലും മൃതശരീരം അധികമൊന്നും ജീർണ്ണിച്ചിരുന്നില്ല. ആദ്യം പരിശോധിച്ച വിദഗ്ദ്ധൻ ആന്തരികാവയവങ്ങൾ കീറി നോക്കിയിരുന്നില്ല എന്നു മനസ്സിലായപ്പോൾ ഞങ്ങൾ ഞെട്ടിപ്പോയി. എല്ലാ അവയവങ്ങളും യഥാസ്ഥാനത്ത് ഒരു പോറലും കൂടാതെയിരിക്കുന്നു. ആമാശയം തുറന്നപ്പോൾ രൂക്ഷഗന്ധവും പച്ച നിറവുമുള്ള കീടനാശിനി–എക്കലക്സിന്റെ അവശിഷ്ടം അപ്പോഴും ഉണ്ടായിരുന്നു.

മൃതദേഹപരിശോധന നടത്തുന്ന ഡോക്ടർ ഊഹാപോഹങ്ങൾക്ക് ചെവി കൊടുക്കുന്നത് അപകടമാണ്. ഓരോ പരിശോധനയും സത്യം കണ്ടുപിടിക്കുവാനുള്ള യജ്ഞമായി കരുതണം. വസ്തുനിഷ്ഠമായ അഭിപ്രായം രൂപീകരിക്കണമെങ്കിൽ സ്വതന്ത്രമായി ചിന്തിക്കുകയും പരിശോധനാഫലങ്ങളെ ശാസ്ത്രീയമായി വിലയിരുത്തുകയും വേണം.

21. ആത്മഹത്യ ചെയ്ത മനഃശാസ്ത്രജ്ഞൻ

കേരള പോലീസിലെ സജീവ സാന്നിധ്യമായിരുന്നു ദിവംഗതനായ ഡി. ജി.പി. ശ്രീ കൃഷ്ണൻ നായർ. പ്രഗല്ഭനായ പോലീസ് ഉദ്യോഗസ്ഥനും സരസനായ പ്രാസംഗികനും പ്രസിദ്ധനായ ഗ്രന്ഥകാരനുമായിരുന്ന അദ്ദേഹത്തിന് എന്നോട് സഹോദരനിർവ്വിശേഷമായ സ്നേഹമായിരുന്നു. പല കേസുകളിലും അദ്ദേഹം എന്റെ അഭിപ്രായം ആരായുമായിരുന്നു. ഇംഗ്ലീഷ്സാഹിത്യത്തിൽ ബിരുദാനന്തരബിരുദം നേടിയിരുന്ന അദ്ദേഹം റിട്ടയർ ചെയ്തതിനു ശേഷം സാഹിത്യപ്രവർത്തനങ്ങളുമായി കൊല്ലത്തു താമസിച്ചുവരവെ 1999–ൽ നിര്യാതനായി.

ഞാൻ ആലപ്പുഴ മെഡിക്കൽ കോളജിലെ ഫോറൻസിക് മെഡിസിൻ പ്രൊഫസ്സറും പോലീസ് സർജനുമായി ജോലി നോക്കുമ്പോൾ ശ്രീ കൃഷ്ണൻനായർ എറണാകുളത്തു ഡി.ഐ.ജി. ആയിരുന്നു. ആലുവായിൽ ചെറുപ്പക്കാരനായ ഒരു ഡോക്ടർ ദുരൂഹസാഹചര്യത്തിൽ മരണപ്പെട്ടു. പ്രേതപരിശോധനയും കൃത്യസ്ഥലപരിശോധനയും നടത്തണമെന്ന അദ്ദേഹത്തിന്റെ നിർദ്ദേശമനുസരിച്ച് ഞാൻ ഉടൻതന്നെ ആലുവായിലെത്തി.

സംഭവസ്ഥലത്തു ഡി.ഐ.ജി. തന്നെ സന്നിഹിതനായിരിക്കുന്നതു കണ്ടപ്പോൾ വളരെ സംഭ്രമജനകമായ കേസാണെന്ന് എനിക്കു തോന്നി. അദ്ദേഹം എന്നോട് കേസിന്റെ പശ്ചാത്തലം വിവരിച്ചു.

മരണപ്പെട്ട ഡോക്ടർ കോശി ഒരു മനോരോഗ ചികിത്സക നായിരുന്നു. അയർലണ്ടിൽനിന്നും ബിരുദാനന്തരബിരുദം നേടിയ അദ്ദേഹം ആലുവായിലുള്ള ഒരു ആശുപത്രിയിൽ ജോലി നോക്കു കയായിരുന്നു. ഭാര്യയും കുട്ടിയും ഭാര്യാഗൃഹത്തിൽ പോയിട്ടു തിരികെ വന്നപ്പോൾ വീടിന്റെ മുൻവാതിൽ പുറത്തുനിന്നും താഴിട്ട് പൂട്ടിയിരിക്കുകയായിരുന്നു. ഭാര്യ കൈയിലുണ്ടായിരുന്ന താക്കോൽ ഉപയോഗിച്ച് വാതിൽ തുറന്ന് അകത്തുകയറി നോക്കിയപ്പോൾ ഡോക്ടർ കിടപ്പുമുറിയിൽ മരിച്ചു കിടക്കുന്ന താണ് കണ്ടത്. ഡോക്ടറെ ആരോ കൊലപ്പെടുത്തിയതാണെ ന്നാണ് പ്രഥമവിവരണത്തിലെ ആരോപണം.

ഡോക്ടറുടെ ശവശരീരം കിടന്നിരുന്ന കിടപ്പുമുറിയിലേക്ക് ഞാൻ കയറി. പ്രേതം ജീർണ്ണിക്കാൻ തുടങ്ങിയിരുന്നു. ആ മുറി യിൽ അസഹനീയമായ ദുർഗന്ധം നിറഞ്ഞു നിന്നിരുന്നു. ശവ ശരീരം ജീർണ്ണിക്കുമ്പോഴുണ്ടാകുന്ന നിറഭേദവും തൊലിയി ലുണ്ടാകുന്ന കുമിളകളും തുറിച്ച കണ്ണുകളും നാവുമൊക്കെ സാധാരണക്കാരിൽ പല സംശയങ്ങളും ജനിപ്പിക്കും. ഇതിനെ ക്കുറിച്ച് മുൻ അധ്യായത്തിൽ വിവരിച്ചിട്ടുണ്ട്. പ്രേതം കിടന്ന കട്ടിലിനു സമീപമുണ്ടായിരുന്ന ടീപ്പോയിൽ ഒരൊഴിഞ്ഞ ബിയർ കുപ്പിയും ഒരു സ്ഫടിക ഗ്ലാസ്സും ഉണ്ടായിരുന്നു. ആ ഗ്ലാസ്സിൽ അല്പം ബിയർ അവശേഷിച്ചിരുന്നു. അതിൽ വെളുത്ത പൊടി പോലൊരു വസ്തുവും കാണപ്പെട്ടു. ഏതോ വസ്തു ബിയറിൽ ചേർത്തു കഴിച്ചിട്ടുണ്ടാകുമെന്നെനിക്കുതോന്നി. വിരലടയാള വിദഗ്ദ്ധന്റെ പരിശോധന നടക്കാത്തതിനാൽ ഞാൻ ആ ഗ്ലാസ്സ് പരിശോധിച്ചില്ല.

കുറ്റാന്വേഷണത്തിൽ ഏറ്റവും പ്രധാനമായി പാലിക്കേണ്ട കാര്യം കൃത്യസ്ഥലം പരിരക്ഷിക്കുക എന്നതാണ്. ഒരു കുറ്റകൃത്യം നടന്ന സ്ഥലത്തേക്ക് ആരും പ്രവേശിക്കാതെ നോക്കണം. സംഭവ സ്ഥലത്തുള്ള ഒരു വസ്തുവിലും സ്പർശിക്കാൻ പാടില്ല. പ്രശസ്ത ഫ്രഞ്ച് കുറ്റാന്വേഷണ ശാസ്ത്രജ്ഞനായ എഡ്മൺഡ് ലൊക്കാർഡിന്റെ ഒരു തത്ത്വമുണ്ട്. 'ഒരു കുറ്റവാളിയുടെ ശരീര ത്തിൽനിന്നും കൃത്യസ്ഥലത്തിൽ സൂക്ഷ്മത്തെളിവുകൾ നിക്ഷേ പിക്കപ്പെടും, അതുപോലെ കൃത്യസ്ഥലത്തുനിന്ന് സൂക്ഷ്മ ത്തെളിവുകൾ അയാളുടെ ശരീരത്തിലേക്ക് പകരുകയും ചെയ്യും.' വിരലടയാളങ്ങൾ, കാൽപ്പാടുകൾ, രക്തം, തലമുടി മുതലായ ഈ സൂക്ഷ്മത്തെളിവുകളുടെ അപഗ്രഥനത്തിൽ

നിന്നും കുറ്റവാളിയെ കുറ്റകൃത്യവുമായി ബന്ധപ്പെടുത്താൻ സാധിക്കും. ഈ തെളിവുകൾ നഷ്ടപ്പെടാതെയും ദൂഷിതമാകാതെയും ഇരിക്കണമെങ്കിൽ കൃത്യസ്ഥലം പരിരക്ഷിച്ചേ മതിയാകൂ. ഈ നിയന്ത്രണം കുറ്റാന്വേഷകർക്കും ബാധകമാണ്.

ഡോക്ടറുടെ ആ കിടപ്പുമുറിയിൽ ഒരു മേശയും കസേരയും ഉണ്ടായിരുന്നു. മേശമേൽ കുറെ മെഡിക്കൽ പുസ്തകങ്ങളും. മേശപ്പുറത്തു നിവർത്തിവച്ചിരുന്ന ഒരു പുസ്തകത്തിൽ എന്റെ ശ്രദ്ധ പതിഞ്ഞു. മരുന്നുകളെക്കുറിച്ചു പ്രതിപാദിക്കുന്ന ആ പുസ്തകത്തിൽ തുറന്നു വച്ചിരിക്കുന്ന പേജിൽ ശക്തിയുള്ള ഒരു ഉറക്കഗുളികയെക്കുറിച്ചുള്ള വിവരണമുണ്ടായിരുന്നു. മേശയ്ക്കു സമീപം വച്ചിരുന്ന ചവറിടുന്ന പ്ലാസ്റ്റിക് തൊട്ടിയിൽ അതേ ഗുളികയുടെതന്നെ ഒഴിഞ്ഞ അമ്പതോളം അലൂമിനിയം ഫോയിൽ കവറുകൾ കിടക്കുന്നതും എന്റെ കണ്ണിൽപ്പെട്ടു.

ഇൻക്വസ്റ്റിനുശേഷം ശവശരീരം ആലുവ സർക്കാരാശുപത്രി മോർച്ചറിയിലേക്കു മാറ്റി. അവിടെവച്ച് നടത്തിയ വിശദമായ പരിശോധനയിൽ മൃതദേഹത്തിൽ ബലപ്രയോഗത്തിന്റെ യാതൊരു ലക്ഷണങ്ങളും എനിക്കു കാണാൻ കഴിഞ്ഞില്ല. ആമാശയത്തിൽ ഗ്ലാസ്സിൽ അവശേഷിച്ചിരുന്ന തരത്തിലുള്ള വെളുത്ത പൊടി ഉണ്ടായിരുന്നു. ആന്തരിക അവയവങ്ങളിൽ വിഷബാധയുടെ ലക്ഷണങ്ങളും കണ്ടു. ആമാശയവും ആന്തരികാവയവങ്ങളുടെ ഭാഗങ്ങളും രാസപരിശോധനയ്ക്കായി ശേഖരിച്ചു. (പിന്നീട് രാസപരിശോധനയിൽ അതേ ഗുളികകളുടെ രാസവസ്തു കണ്ടെത്തി). പോസ്റ്റ്മോർട്ടം പരിശോധനയ്ക്കു ശേഷം ഞാൻ ആലുവാപ്പുഴയുടെ തീരത്തുള്ള അതിഥിമന്ദിരത്തിലേക്ക് പോയി. ഡി.ഐ.ജി. അവിടെ ഉത്കണ്ഠാകുലനായി കാത്തിരിക്കുന്നുണ്ടായിരുന്നു. പോസ്റ്റ്മോർട്ടം പരിശോധനയുടെ വിവരങ്ങൾ ഞാൻ ഡി.ഐ.ജി.യോട് പറഞ്ഞു. അദ്ദേഹം എനിക്ക് ഡോക്ടർ കോശിയെ മരണത്തിലേക്കു നയിച്ച കഥ പറഞ്ഞുതന്നു. അതിങ്ങനെ:

ഡോക്ടർ കോശി കേരളത്തിലെ ഒരു മെഡിക്കൽ കോളജിൽനിന്നുമാണ് എം.ബി.ബി.എസ്. പാസ്സായത്. അതിനുശേഷം നാട്ടിലെ ഒരു ആശുപത്രിയിൽ ജോലിയിൽ പ്രവേശിച്ചു. മനോരോഗചികിത്സയിൽ പ്രാഗല്ഭ്യം നേടുവാൻവേണ്ടി ഉപരിപഠനത്തിനായി വിദേശത്തു പോകണമെന്നതായിരുന്നു കോശിയുടെ ആഗ്രഹം. അതിനായി അയാൾ അയർലൻഡിലേക്കു പോയി. അവിടെവച്ച് ഒരു സുന്ദരിയായ ഐറിഷ് യുവതിയുമായി പ്രണയത്തിലായി. അവളെ വിവാഹം കഴിച്ചു. അതോടെ പഠനം അവതാളത്തിലായി. പല തവണ ഫെല്ലോഷിപ്പ് പരീക്ഷ എഴുതി

യെങ്കിലും ജയിക്കാനായില്ല. മനോരോഗചികിത്സയിൽ ഒരു ഡിപ്ലോമയെങ്കിലും കിട്ടാൻ നാലുവർഷം വേണ്ടിവന്നു. ബിരുദം കിട്ടിക്കഴിഞ്ഞപ്പോൾ കോശി ഐറിഷ് ഭാര്യയോടു യാത്രപോലും പറയാതെ നാട്ടിലേക്കു മടങ്ങി. നാട്ടിൽ വന്ന കോശി ആലുവായിലെ ഒരു സ്വകാര്യാശുപത്രിയിൽ സൈക്യാട്രിസ്റ്റായി ജോലിയിൽ പ്രവേശിച്ചു. സമ്പന്നയായ ഒരു യുവതിയെ വിവാഹം കഴിച്ചു. അവർക്ക് ഒരു കുട്ടിയുമുണ്ടായി.

ഭൂതകാലമൊക്കെ വിസ്മരിച്ച് കോശി അങ്ങനെ സസുഖം കഴിയുമ്പോൾ അയർലൻഡ്കാരി ഭാര്യ അയാളെ അന്വേഷിച്ച് ആലുവായിലെത്തി. ഭാര്യാസമേതനായിക്കഴിയുന്ന കോശിയെ ക്കണ്ടപ്പോൾ മദാമ്മ കോപിഷ്ഠയായി. അവർ ബഹളമുണ്ടാക്കി. ഭാര്യയോടും ബന്ധുക്കളോടും അവർ തന്റെ ഒരു സ്നേഹിത മാത്രമാണെന്ന് കോശി പറഞ്ഞു. ഐറിഷ്കാരി വിവാഹ സർട്ടി ഫിക്കറ്റും മറ്റു രേഖകളും കാണിച്ചതോടെ കോശിയുടെ കള്ളി വെളിച്ചത്തായി. മദാമ്മയെ കോശിയുടെ ബന്ധുക്കൾ അനുന യത്തിൽ അയർലൻഡിലേക്ക് പറഞ്ഞയച്ചെങ്കിലും കോശിയുടെ നാട്ടിലെ ദാമ്പത്യജീവിതത്തിൽ അസ്വാരസ്യങ്ങൾ ഉണ്ടായി. ഭാര്യ പിണങ്ങി കുട്ടിയുമായി സ്വന്തം വീട്ടിൽ പോയി. കുറെ നാളു കൾക്കുശേഷം അവർ തിരികെ വന്ന് കോശിയോടൊപ്പം താമ സമാക്കിയെങ്കിലും അവരുടെ ദാമ്പത്യബന്ധം സുഖകരമായി രുന്നില്ല.

ഹതാശയായ ഐറിഷ് ഭാര്യ വീണ്ടും കേരളത്തിൽ വന്നു. ഇത്തവണ അവർ കാര്യങ്ങൾ നിയമപരമായി നേരിടാൻ തീരു മാനിച്ചു. ആദ്യമായി ഡി.ഐ.ജി. ശ്രീ കൃഷ്ണൻ നായർക്ക് പരാതി നല്കി. കോശിയുടെ ഭാര്യ വീണ്ടും പിണങ്ങി അവരുടെ വീട്ടിൽ പോയി. പ്രശ്നങ്ങളിൽനിന്നും എന്നേക്കുമായി രക്ഷപ്പെ ടാനായിരിക്കും കോശി ജീവനൊടുക്കിയത്.

ശ്രീ കൃഷ്ണൻ നായർ, അദ്ദേഹത്തിന്റെ ഒരു ഗ്രന്ഥത്തിൽ ഈ സംഭവം വിവരിച്ചിട്ടുണ്ട്. ഡോക്ടർ കോശിയുടെ മരണശേഷം അയർലൻഡുകാരി വീണ്ടും പരാതിയുമായി അദ്ദേഹത്തിന്റെ അടുത്തെത്തിയിരുന്നു. കോശിയെ അയാളുടെ ഭാര്യയുടെ ബന്ധുക്കൾ കൊലപ്പെടുത്തിയതാണെന്നായിരുന്നു അവരുടെ ആരോപണം. ഡി.ഐ.ജി. അവരെ പോസ്റ്റ്മോർട്ടം സർട്ടിഫിക്കറ്റും രാസപരിശോധനാഫലവും കാണിച്ചു. വസ്തുതകൾ ശരിയായി മനസ്സിലാക്കിയപ്പോൾ നിർഭാഗ്യയായ ആ വനിത കണ്ണീരോടെ അയർലൻഡിലേക്ക് മടങ്ങിപ്പോയി.

പരിശോധനയ്ക്കെത്തുന്ന എല്ലാ മൃതശരീരങ്ങളും കാണു മ്പോൾ എന്റെ മനസ്സ് വേദനിക്കാറുണ്ടെങ്കിലും അക്കൂട്ടത്തിൽ

പരിചയമുള്ള മുഖങ്ങൾ ഉണ്ടാകുന്നത് അത്യന്തം ദുഃഖകരമാണ്. കഴിയുമെങ്കിൽ ആ പരിശോധന ഞാൻ ഒഴിവാക്കുമായിരുന്നു. ഒരിക്കൽ എനിക്ക് പ്രിയങ്കരനായ ഒരു പ്രൊഫസ്സറുടെ മൃതദേഹ പരിശോധന നടത്തേണ്ടി വന്നു. ദന്തൽ കോളജിലെ പ്രൊഫ സ്സറായ അദ്ദേഹമാണ് എനിക്ക് ഫോറൻസിക് ഓഡൻറ്റോളജി യുടെ (കുറ്റാന്വേഷണത്തിനുതകുന്ന ദന്തശാസ്ത്രശാഖ) ബാല പാഠങ്ങൾ അഭ്യസിപ്പിച്ചത്. തിരുവനന്തപുരം ദന്തൽ കോളജിൽ ഫോറൻസിക് ഓഡൻറ്റോളജിവകുപ്പ് തുടങ്ങിയതും അദ്ദേഹമാ യിരുന്നു.

ഒരിക്കൽ ഒരു ദൂരയാത്ര കഴിഞ്ഞ് തിരുവനന്തപുരം സെൻ ട്രൽ റെയിൽവേ സ്റ്റേഷനിൽ എത്തിയ അദ്ദേഹം അവിടെ കുഴഞ്ഞു വീഴുകയായിരുന്നു. ആശുപത്രിയിൽ എത്തിച്ചപ്പോ ഴേക്കും അദ്ദേഹം മരിച്ചിരുന്നു. മരണകാരണം വ്യക്തമല്ലാത്തതി നാലും ആകസ്മികമായ മരണമാകയാലും പ്രേതവിചാരണയും പോസ്റ്റ്മോർട്ടം പരിശോധനയും ആവശ്യമായിരുന്നു. അന്ന് ഒരു അവധി ദിവസമായിരുന്നു; പോസ്റ്റ്മോർട്ടം പരിശോധന നടത്തേണ്ട ചുമതല എനിക്കും.

വൈമനസ്യത്തോടെ ഞാൻ ആ ശരീരം പരിശോധിക്കാൻ തുടങ്ങി. മരണകാരണം ഹൃദ്രോഗമായിരിക്കുമെന്ന മുൻവിധി യോടെ പരിശോധന തുടങ്ങിയ ഞാൻ ആമാശയം പരിശോധി ക്കാനായി തുറന്നപ്പോൾ ഞെട്ടിപ്പോയി. നിറയെ രൂക്ഷഗന്ധമുള്ള കീടനാശിനി. അതൊരു ആത്മഹത്യയായിരുന്നു. പിന്നീട് അദ്ദേഹ ത്തിന്റെ ബാഗിൽനിന്നും കീടനാശിനിയുടെ ഒഴിഞ്ഞ കുപ്പിയും അതിന്റെ ഗന്ധമുള്ള ഒരു സ്റ്റീൽ ഗ്ലാസ്സും കണ്ടെടുത്തു. ഇന്നും അദ്ദേഹം എന്തിനു സ്വയം ജീവനൊടുക്കി എന്നത് ഉത്തരമി ല്ലാത്ത സമസ്യയായി എന്നെപ്പോലെയുള്ള സഹപ്രവർത്തകരെ അലട്ടുന്നു.

എന്നെ വളരെയധികം ദുഃഖത്തിലാഴ്ത്തിയ, ഇപ്പോഴും വേദനി പ്പിക്കുന്ന ഒരു ഓർമ്മയായിത്തുടരുന്ന ഒരു സ്നേഹിതന്റെ അകാ ലവിയോഗത്തിന്റെ കഥയോടെ ഈ അധ്യായം അവസാനിപ്പി ക്കട്ടെ. ഞാൻ തിരുവനന്തപുരം മെഡിക്കൽ കോളജിൽ അസി സ്റ്റന്റ് പ്രൊഫസ്സറായി ജോലിചെയ്യുന്ന കാലം. മറ്റൊരു വകു പ്പിലെ അസിസ്റ്റന്റ് പ്രൊഫസ്സറായിരുന്നു ഡോ. വേണുഗോപാൽ. കോഴിക്കോട് മെഡിക്കൽ കോളജിൽ ആയിരുന്നു വേണുവിന്റെ ബിരുദബിരുദാനന്തര പഠനങ്ങൾ. വേണുവിനെ അദ്ധ്യാപക സംഘടനയുടെ ഒരു മീറ്റിങ്ങിൽ വച്ചാണ് ഞാൻ ആദ്യമായി പരി ചയപ്പെടുന്നത്. പലപ്പോഴും വേണുവിന്റെ മുഖത്ത് ഒരു ശോക ഭാവം നിഴലിച്ചിരുന്നത് എന്റെ ശ്രദ്ധയിൽപ്പെട്ടിരുന്നു. വേണുവി

നോട് എന്തെങ്കിലും പ്രശ്നങ്ങളുണ്ടോ എന്നു ഞാൻ ചോദിച്ചിരുന്നു. പക്ഷേ, അയാൾ ഒരിക്കലും എന്നോട് ഉള്ളു തുറന്നു സംസാരിച്ചിരുന്നില്ല. പൊതുവേ അന്തർമുഖനായിരുന്നെങ്കിലും നല്ല അധ്യാപകനായിട്ടാണ് വേണു അറിയപ്പെട്ടിരുന്നത്.

ഒരു ദിവസം എന്നെ കാണാൻ വന്ന വേണു പൊട്ടാസിയം സയനൈഡ് കഴിച്ചാൽ വേഗം മരിക്കുമോ എന്ന് ചോദിച്ചു. ഞാൻ മാരകമായ ആ വിഷത്തിന്റെ ലക്ഷണങ്ങൾ വിവരിച്ചു. ഓരോ കോശങ്ങളും പ്രാണവായുവിനായി പിടഞ്ഞ് അത്യന്തം വേദനാജനകമായ മരണമാണെന്നു ഞാൻ പറഞ്ഞപ്പോൾ വേണു അവിശ്വാസത്തോടെ എന്നെ നോക്കി. ശാസ്ത്രീയവശങ്ങൾ വിവരിച്ചു പറഞ്ഞുകൊടുത്തു. എന്താണ് ഈ ചോദ്യത്തിന്റെ പ്രസക്തി എന്ന് ആരാഞ്ഞപ്പോൾ വേണുവിന്റെ മറുപടി മറ്റൊരു ചോദ്യമായിരുന്നു. മരിക്കാൻ ഏതു മാർഗ്ഗമാണ് ഏറ്റവും നല്ലത്?

വേണുവിന്റെ ചോദ്യം ഞാൻ തമാശയായിട്ടാണ് കരുതിയത്. എന്താ മരിക്കാൻ വല്ല ഉദ്ദേശ്യവുമുണ്ടോ എന്ന ചോദ്യത്തിന്റെ മറുപടി ഒരു പുഞ്ചിരിയിലൊതുക്കി വേണു യാത്രപറഞ്ഞു. അതവസാനത്തെ യാത്ര പറയലായിരുന്നുവെന്ന് എനിക്ക് പിറ്റേന്നു രാവിലെയാണ് മനസ്സിലായത്. വേണു ഒരു മുഴം കയറിൽ ജീവനൊടുക്കി. തമാശയായിട്ടാണെങ്കിലും ഞാൻ പറഞ്ഞ മറുപടിയെക്കുറിച്ച് എനിക്കു ഇപ്പോഴും കുറ്റബോധം തോന്നുന്നു. വേണുവിന്റെ ചോദ്യം ഞാൻ ഗൗരവമായി കണ്ട് വേണ്ട കൗൺസലിങ് നല്കിയിരുന്നുവെങ്കിൽ അയാളെ ആത്മഹത്യയിൽനിന്നും ഒരുപക്ഷേ, രക്ഷിക്കാമായിരുന്നു.

22. നവദമ്പതികളെ കൊലചെയ്ത സുഹൃത്ത്

പണം മനുഷ്യനെ പ്രലോഭിപ്പിക്കുന്ന വസ്തുക്കളിൽ ഏറ്റവും പ്രധാനമായതാണെന്ന കാര്യത്തിൽ സംശയമില്ല. പണത്തിനു വേണ്ടിയുള്ള കൊള്ളയുടെയും കൊലപാതകങ്ങളുടെയും നിരവധി കഥകൾ നാം കേൾക്കാറുണ്ട്. എന്നാൽ പണത്തിനുവേണ്ടി സ്വന്തം സ്നേഹിതനെയും അയാളുടെ നവവധുവിനെയും അമ്മയെയും വിവാഹരാത്രിയിൽതന്നെ അതിക്രൂരമായി കൊലപ്പെടുത്തിയ സംഭവം ഒരുപക്ഷേ ചരിത്രത്തിലെ ആദ്യത്തേതായിരിക്കും.

ഇടുക്കി ജില്ലയിലെ ഒരു ഉൾനാടൻ ഗ്രാമത്തിലെ യുവകർഷകനാണ് തോമസ്. സ്വന്തമായുള്ള കുറച്ചു സ്ഥലത്ത് റബർ, കുരുമുളക് എന്നിവ കൃഷിചെയ്താണ് ഉപജീവനം നടത്തിയിരുന്നത്. ദുശ്ശീലങ്ങളൊന്നും ഇല്ലാത്ത അദ്ധ്വാനശീലനായ ആ യുവാവിനെക്കുറിച്ച് നാട്ടുകാർക്ക് നല്ല മതിപ്പായിരുന്നു. തോമസ് കുട്ടിയായിരിക്കുമ്പോൾതന്നെ അയാളുടെ അപ്പൻ മരിച്ചു. സ്കൂൾ വിദ്യാഭ്യാസം പൂർത്തിയാക്കിയ തോമസ് ജോലി തേടി അലഞ്ഞില്ല. അയാൾക്ക് കൃഷിയിലായിരുന്നു താത്പര്യം. അയാളുടെ എല്ലാമായ വിധവയായ അമ്മയും ഒപ്പമുണ്ടായിരുന്നു. ആയിടയ്ക്കാണ് തോമസിന് അകന്ന ബന്ധത്തിൽപ്പെട്ട വറീച്ചന്റെ മകൾ അന്നമ്മയുടെ വിവാഹാലോചന വന്നത്. സാമ്പത്തികമായി വറീച്ചന്റെ കുടുംബം ഉയർന്ന നിലയിൽ ആയിരുന്നെങ്കിലും തോമസിന്റെ സ്വഭാവശുദ്ധിയും അദ്ധ്വാനശീലവുമാണ് അന്നമ്മയുടെ വരനായി തോമസിനെ തിരഞ്ഞെടുക്കാൻ വറീച്ചനെ പ്രേരിപ്പിച്ചത്.

ഗ്രാമത്തിലെ പള്ളിയിൽ വച്ചു നടന്ന വിവാഹത്തിൽ നാട്ടുകാർ എല്ലാവരും പങ്കെടുത്തു. സുന്ദരിയായ വധുവിനെ എല്ലാവർക്കും ഇഷ്ടമായി. അവൾ ധരിച്ചിരുന്ന നൂറു പവനിലധികം വരുന്ന സ്വർണ്ണാഭരണങ്ങൾ എല്ലാവരുടെയും ശ്രദ്ധയാകർഷിച്ചു. ധനികനായ വറീച്ചന്റെ മകളെ ഭാര്യയായി ലഭിച്ച തോമസ്സിനോട് അയാളുടെ സ്നേഹിതന്മാർക്ക് അസൂയയും തോന്നാതിരുന്നില്ല. ചിലർ അയാൾക്ക് ലഭിച്ചത് അനർഹമായ ഭാഗ്യമാണെന്നു പറയാനും മടിച്ചില്ല. വിവാഹത്തിന്റെ ചടങ്ങുകൾ വീഡിയോയിൽ പകർത്തുന്നുണ്ടായിരുന്നു. വിവാഹാനന്തരം നടന്ന സൽക്കാരവും വിഭവസമൃദ്ധമായിരുന്നു. തോമസ് വധുവിനെയും അമ്മയെയും കൂട്ടി സ്വന്തം വീട്ടിലേക്ക് യാത്ര തിരിച്ചു.

വിവാഹപ്പിറ്റേന്ന് പുതുമണവാട്ടിയെ കാണാനെത്തിയ അയൽക്കാരി റോസി കോളിങ് ബെല്ലടിച്ചിട്ടും ആരും വാതിൽ തുറന്നില്ല. കുറെ നേരം കഴിഞ്ഞിട്ടും ആരും വാതിൽ തുറക്കാത്തപ്പോൾ റോസി വീടിന്റെ പിന്നാമ്പുറത്തു ചെന്നു. അവിടെ തുറന്നു കിടന്നിരുന്ന വാതിലിലൂടെ ഉള്ളിൽ കയറിയ റോസി കണ്ടത് തോമസിന്റെ അമ്മ മറിയച്ചേടത്തി ശരീരത്തിൽ നിരവധി വെട്ടുകളേറ്റ് ചോരയിൽ മുങ്ങിക്കിടക്കുന്ന കാഴ്ചയാണ്.

റോസിയുടെ നിലവിളികേട്ട് ഓടിയെത്തിയ അയൽക്കാർ ആ രംഗം കണ്ട് സ്തബ്ധരായി. അവരിൽ ചിലർ മുൻവശത്തെ സ്വീകരണമുറിയിലെ ജനലിലൂടെ നോക്കിയപ്പോൾ ഒരു കസേരയിൽ മുറിവുകളേറ്റു കിടക്കുന്ന തോമസ്സിന്റെ ശവശരീരമാണ്

കണ്ടത്. വിവരം അറിഞ്ഞ് തൊടുപുഴ ഡിവൈ.എസ്.പി. ഷെരിഫിന്റെ നേതൃത്വത്തിൽ പോലീസ് സംഘം എത്തി.

ആരുടെയും ഹൃദയമിടിപ്പ് ഒരു നിമിഷമെങ്കിലും നിലയ്ക്കുന്ന കാഴ്ചയാണ് ഷെരീഫിനും സംഘത്തിനും കാണുവാൻ കഴിഞ്ഞത്. സ്വീകരണമുറിയിൽ തോമസ്സും കിടപ്പുമുറിയിൽ നവവധു അന്നമ്മയും അടുക്കളയിൽ മറിയച്ചേടത്തിയും അതിദാരുണമായി കൊല ചെയ്യപ്പെട്ട നിലയിൽ കിടക്കുന്നു. വീട്ടിൽപലയിടത്തും രക്തം തളം കെട്ടിയിരുന്നു. ഷെരീഫ് ആദ്യം കൃത്യസ്ഥലം ബന്തവസ്സ് ചെയ്തു. അന്വേഷണസംഘത്തിൽ പെട്ടവരല്ലാത്ത ആരെയും വീട്ടിനുള്ളിൽ കയറ്റരുതെന്ന് നിർദ്ദേശിച്ചു. രക്തക്കറ പുരണ്ട വിരലടയാളങ്ങളും പാദമുദ്രകളും വീടിനുള്ളിലും കാണപ്പെട്ടിരുന്നു.

തോമസ്സിന്റെ മൃതദേഹം സ്വീകരണമുറിയിലെ കസേരകളിലൊന്നിൽ ഇരിക്കുന്ന രീതിയിലാണ് കാണപ്പെട്ടത്. അയാളുടെ കഴുത്തിലും മുഖത്തും നെഞ്ചത്തുമൊക്കെ ആഴത്തിലുള്ള വെട്ടിമുറിവുകൾ ഉണ്ടായിരുന്നു. സമീപമുണ്ടായിരുന്ന ടീപ്പോയി മേൽ ഓറഞ്ച് സ്ക്വാഷിന്റെ അവശിഷ്ടമുള്ള രണ്ട് ഗ്ലാസ്സുകൾ ഉണ്ടായിരുന്നു. പരിചയസമ്പന്നനായ ഷെരീഫ് വിശദമായ പ്രേതവിചാരണ ആരംഭിച്ചു. ശവശരീരങ്ങളുടെയും കൃത്യസ്ഥലത്തിന്റെയും ചിത്രങ്ങൾ എടുത്തു. എല്ലാ മൃതദേഹങ്ങളിലും നല്ല മൂർച്ചയുള്ള ആയുധംകൊണ്ടുള്ള നിരവധി മുറിവുകൾ ഉണ്ടായിരുന്നു. വിരലടയാളവിദഗ്ദ്ധരെത്തി; വിരലടയാളങ്ങളും പാദമുദ്രകളും പരിശോധിച്ചു. പ്രതിയുടേതെന്ന് സംശയിക്കുന്ന പാദമുദ്രകൾക്ക് ഒരു പ്രത്യേകതയുണ്ടായിരുന്നു. വലതുകാലിന്റെ മൂന്നാമത്തെ വിരൽ വളരെ നീളം കുറഞ്ഞതാണെന്നു മനസിലാക്കാമായിരുന്നു.

അലമാരയിൽനിന്നും ലഭിച്ച വിരലടയാളങ്ങളും ടീപ്പോയി മേൽ കണ്ട ഗ്ലാസ്സുകളിലൊന്നിലെ വിരലടയാളങ്ങളും തമ്മിൽ സാമ്യമുണ്ടെന്ന് പ്രാഥമിക പരിശോധനയിൽ തന്നെ തെളിഞ്ഞു. തോമസിന്റെ വീട്ടിൽ അന്നു രാത്രിയിൽ അതിഥിയായി എത്തിയ ആളായിരിക്കണം കൊലകൾ നടത്തിയത് എന്നു വ്യക്തമായി. മൃതദേഹങ്ങൾ പോസ്റ്റ്മോർട്ടം പരിശോധനയ്ക്കയച്ചതിനു ശേഷമാണ് എനിക്ക് കൃത്യസ്ഥലത്ത് എത്താൻ കഴിഞ്ഞത്. ഷെരീഫ് എന്നെ മൃതദേഹങ്ങൾ കിടന്നിരുന്ന സ്ഥലങ്ങളൊക്കെ കാണിച്ചു തന്നു. ആ വീട്ടിലെ എല്ലാ മുറികളിലും രക്തം തളം കെട്ടിക്കിടക്കുന്നുണ്ടായിരുന്നു. കിടപ്പുമുറിയിലെ സ്റ്റീൽ അലമാര തുറന്നു കിടന്നിരുന്നു. അതിനുള്ളിലായിരുന്നിരിക്കണം പണവും ആഭരണങ്ങളും സൂക്ഷിച്ചിരുന്നത്. അതു മുഴുവൻ കവർന്നിരുന്നു.

ആ അലമാരയുടെ കൈപ്പിടിയിൽ രക്തക്കറകൾ പുരണ്ടിരുന്നു. എന്നാൽ എന്റെ ശ്രദ്ധയാകർഷിച്ചത് കൈപ്പിടിയിൽ നിന്നും താഴേക്ക് ലംബമായി ഒഴുകിയ രക്തത്തിന്റെ ഒരു ചാലായിരുന്നു. കൂടാതെ കിടപ്പുമുറിയിലെ കട്ടിലിലെ കിടക്കവിരിയിൽ നിന്നും കുറച്ച് ഭാഗം കീറിയെടുത്തതായും കാണാൻ കഴിഞ്ഞു. കിടക്കയിൽ വെട്ടുകത്തിപോലെ ഒരു ആയുധം വെച്ച രക്തം പുരണ്ട അടയാളവും ഉണ്ടായിരുന്നു.

മൂർച്ചയുള്ള ആയുധം ഉപയോഗിക്കുന്ന കുറ്റവാളിയുടെ കൈപ്പത്തിയോ കൈവിരലുകളോ അതേ ആയുധംകൊണ്ടു തന്നെ മുറിയാം. കൈയിൽ ധാരാളം രക്തം പറ്റുമ്പോൾ ആയുധം കൈയിൽനിന്നും താഴേക്ക് വഴുതിപ്പോകാം. അപ്പോൾ മൂർച്ചയുള്ള ഭാഗം വിരലുകളിലോ കൈപ്പത്തിയിലോ സ്പർശിക്കുകയും മുറിവുകൾ ഉണ്ടാവുകയും ചെയ്യും. ചിലപ്പോൾ ആയുധത്തിനുവേണ്ടി പിടിവലി ഉണ്ടാകുമ്പോഴും മുറിവുകൾ സംഭവിക്കാം.

പ്രതിയുടെ ഒരു കൈക്ക് മുറിവേറ്റിരിക്കാമെന്ന് ഞാൻ ഊഹിച്ചു. ആ മുറിവ് സാമാന്യം ഗുരുതരമായതും കൂടുതലായി രക്തം വാർന്നതുമായ ഒന്നായിരിക്കണം. അതുകൊണ്ടായിരിക്കണം അലമാരയുടെ കൈപ്പിടിയിൽ പിടിച്ചപ്പോൾ രക്തം താഴേക്ക് ഒഴുകിയതും, മുറിവ് വച്ചുകെട്ടാൻ കിടക്കവിരി കീറിയെടുത്തതും. അലമാരയിൽ കാണപ്പെട്ട രക്തം ഗ്രൂപ്പു ചെയ്യാനായി പ്രത്യേകം ശേഖരിച്ചു.

ഗുരുതരമായ മുറിവായതിനാൽ കുറ്റവാളി തീർച്ചയായും വൈദ്യസഹായം തേടും എന്നെനിക്കു തോന്നി. എറണാകുളത്ത് പാലാരിവട്ടത്ത് പ്രൊഫസ്സർ ചാക്കോയെ കൊലപ്പെടുത്തിയ പ്രതിയുടെ വിരലുകൾക്ക് മുറിവേറ്റിരുന്നു. അയാളും കൊലയ്ക്കു ശേഷം മുറിവ് വച്ചുകെട്ടാനായി കിടക്കവിരി കീറിയെടുത്തിരുന്നു. പിന്നീട് വൈദ്യസഹായം തേടി ഒരു ആശുപത്രിയിൽ ചെന്നിരുന്നു (ആ കഥ മറ്റൊരു അധ്യായത്തിൽ വിവരിച്ചിട്ടുണ്ട്). എന്റെ അനുമാനം ഞാൻ ഷെരീഫിനോട് പറഞ്ഞപ്പോൾ അദ്ദേഹം സമഗ്രമായ ഒരു പദ്ധതി ആസൂത്രണം ചെയ്തു.

ആദ്യമായി എല്ലാ രക്തക്കറകളുടെയും സാമ്പിൾ ഷെരീഫ് ശേഖരിച്ച് ഗ്രൂപ്പ് നിർണ്ണയത്തിനായി അയച്ചു. അദ്ദേഹം പോലീസുകാരെ തൊടുപുഴയിലും പരിസരപ്രദേശങ്ങളിലുമുള്ള എല്ലാ ആശുപത്രികളിലും രഹസ്യാന്വേഷണത്തിന് അയച്ചു.

മൂന്നാമത്തെ ദിവസം ഡിവൈ.എസ്.പി.ക്ക് വലതുകൈക്ക് മുറിവും പൊള്ളലുമേറ്റ ഒരു ചെറുപ്പക്കാരൻ കൊല നടന്നതിന്റെ പിറ്റേദിവസം ഒരു പ്രൈവറ്റ് ആശുപത്രിയിൽ ചെന്നതായി രഹസ്യ

വിവരം കിട്ടി. കൊലയാളിക്ക് കൈക്ക് മുറിവേൽക്കാം, പക്ഷേ, പൊള്ളലേൽക്കുന്നതെങ്ങനെ? ഷെരീഫിന്റെ ആറാമിന്ദ്രിയം ഉണർന്നു. അവനെ ഒന്നു കാണാൻ ഷെരീഫ് തീരുമാനിച്ചു.

ആശുപത്രിയിൽ എത്തിയ ഡിവൈ.എസ്.പി.യോട് അങ്ങനെ ഒരാൾ ചികിത്സയ്ക്കു വന്നിട്ടില്ല എന്നായിരുന്നു ചെറുപ്പക്കാരനായ ആർ.എം.ഒ. ഡോക്ടർ ബിജു പറഞ്ഞത്. അപ്പോൾ ഡോക്ടറുടെ മുഖത്തുണ്ടായ സംഭ്രമം ഡിവൈ.എസ്.പി. ഷെരീഫ് പ്രത്യേകം ശ്രദ്ധിച്ചു. ഡോക്ടറെക്കുറിച്ച് കൂടുതൽ അന്വേഷിക്കണമെന്ന് അദ്ദേഹത്തിന് തോന്നി. അവിവാഹിതനായ ഡോക്ടർ ആശുപത്രിയോടനുബന്ധിച്ചുള്ള ഒരു ക്വാർട്ടേഴ്സിലാണ് താമസം. ഡോക്ടറെ സ്ഥിരമായി സന്ദർശിക്കുന്ന മാത്യു എന്ന ഒരു സ്നേഹിതനുണ്ടെന്നും, അയാൾ കൊല്ലപ്പെട്ട തോമസ്സുമായിട്ടു ബന്ധമുള്ള ആളാണെന്നും വിവരം ലഭിച്ചു.

ആശുപത്രിയിൽ ചികിത്സയിൽ കഴിഞ്ഞിരുന്ന മാത്യുവിനെ ഷെരീഫ് കണ്ടു. അയാളെ കണ്ട മാത്രയിൽതന്നെ ഷെരീഫിന്റെ മനസ്സ് മന്ത്രിച്ചു; ഇതുതന്നെ പ്രതി. അയാളുടെ വലതുകൈയിൽ ബാൻഡേജ് ചുറ്റിയിരുന്നു. ഷെരീഫ് അവന്റെ വലതുകാലിൽ നോക്കി. മൂന്നാമത്തെ വിരൽ നന്നേ നീളം കുറഞ്ഞതായിരുന്നു.

ഡിവൈ.എസ്.പി.യെ കണ്ടപ്പോൾ തന്നെ മാത്യുവിന്റെ മുഖം വിളറി. കൈയിൽ എന്തിനാണ് ബാൻഡേജ് ചെയ്തിരിക്കുന്നത് എന്നു ചോദിച്ചപ്പോൾ പൊള്ളലേറ്റതുകൊണ്ടാണെന്ന് മറുപടി. എങ്ങനെ പൊള്ളൽ സംഭവിച്ചു എന്നതിന് വ്യക്തമായ മറുപടി കിട്ടാത്തതിനാൽ ഷെരീഫ് ബാൻഡേജ് അഴിപ്പിച്ച് അയാളുടെ കൈ പരിശോധിച്ചു. വലതുചൂണ്ടുവിരലിലും ഉള്ളംകൈയിലും നീണ്ട രണ്ടു മുറിവുകൾ. ഏതോ മൂർച്ചയുള്ള ആയുധംകൊണ്ടുണ്ടായതാണെന്ന് വ്യക്തം. വിരൽത്തുമ്പുകളിലെ തൊലി പൊള്ളിയിട്ടുണ്ട്. മുറിവും പൊള്ളലും ഒരുമിച്ച് എങ്ങനെയുണ്ടായി എന്ന ചോദ്യത്തിന് തൃപ്തികരമായ മറുപടി കിട്ടാത്തതിനാൽ കൂടുതൽ ചോദ്യം ചെയ്യാനായി ഷെരീഫ് അയാളെ കസ്റ്റഡിയിൽ എടുത്തു.

കൊല നടന്നതിന്റെ അടുത്ത ദിവസം രാവിലെ മാത്യു ആശുപത്രിയിൽ ചെന്നിരുന്നതായി ആശുപത്രിയിലെ രണ്ടു നേഴ്സുമാർ ഷെരീഫിനോട് പറഞ്ഞു. അയാളുടെ വലതുകൈയിലെ ചൂണ്ടുവിരലിൽ ഒരു മുറിവുണ്ടായിരുന്നു. വിരലിൽ ഒരു ബാൻഡ് എയ്ഡ് പ്ലാസ്റ്റർ ഒട്ടിച്ചിരുന്നു. അവർ അതു മാറ്റി മുറിവ് വൃത്തിയാക്കി പുതിയ പ്ലാസ്റ്റർ ഒട്ടിച്ചു. ടെറ്റനസ്സ് ടോക്സോയ്ഡ് കുത്തിവയ്ക്കുകയും ചെയ്തു. നഴ്സുമാരോട് മോട്ടോർ സൈക്കിളിന്റെ

കമ്പികൾക്കിടയിൽ പെട്ടാണ് വിരലിന് മുറിവേറ്റതെന്നാണ് പറഞ്ഞത്.

അന്നു വൈകുന്നേരമാണ് ഡോക്ടർ ബിജു മാത്യുവിനെ ചികിത്സയ്ക്കായി ആശുപത്രിയിൽ പ്രവേശിപ്പിച്ചതെന്ന് ഒരു ലേഡി ഡോക്ടർ മൊഴി നല്കി. മാത്യുവിന്റെ വിരലുകൾക്ക് പൊള്ളലേറ്റിരുന്നു. ആശുപത്രിയിൽ വരുമ്പോൾ അയാൾ മദ്യപിച്ച് ഉന്മത്തനായിരുന്നു. ആശുപത്രിയിൽനിന്നും മാത്യുവിന്റെ ചികിത്സാവിവരങ്ങൾ രേഖപ്പെടുത്തിയ കേസ് ഷീറ്റും ബില്ലുകളും ഡിവൈ.എസ്.പി. തെളിവിലേക്കായി ശേഖരിച്ചു. മാത്യുവും ഡോക്ടറും കൂടി ആ ദിവസം പല മദ്യശാലകൾ സന്ദർശിച്ചതായും ഒരു കുപ്പി ബ്രാൻഡി വാങ്ങിയതായും വിവരം ലഭിച്ചു.

വിരലുകളിൽ പൊള്ളലേറ്റതിന് തൃപ്തികരമായ വിശദീകരണം നല്കാൻ മാത്യു ആദ്യമൊന്നും തയ്യാറായില്ല. അയാളെ കൂടുതൽ പരിശോധനയ്ക്കായി തൊടുപുഴ സർക്കാർ ആശുപത്രിയിലേക്കയച്ചു. മാത്യുവിന്റെ വലതുകൈയിലെ ചൂണ്ടുവിരലിലും ഉള്ളംകൈയിലും മൂർച്ചയുള്ള ഒരു ആയുധംകൊണ്ടുണ്ടായ മുറിവുകൾ ഉണ്ടായിരുന്നു. കൈപ്പത്തിയിലും കൈവിരലുകളിലും പൊള്ളലും കാണപ്പെട്ടു. പരിശോധിച്ച ഡോക്ടറോട് വിരലുകളിലെ മുറിവുകൾ തോമസ്സിനെയും അമ്മയെയും ഭാര്യയെയും കൊലപ്പെടുത്തിയപ്പോൾ കത്തികൊണ്ടുണ്ടായതാണെന്ന് മാത്യു പറഞ്ഞു. കൈയിൽ സ്വയം ബ്രാൻഡി ഒഴിച്ച് തീ കത്തിച്ച് പൊള്ളിച്ചതാണെന്നും അയാൾ സമ്മതിച്ചു.

മാത്യു ഡിവൈ.എസ്.പി. മുമ്പാകെ വിശദമായ ഒരു കുറ്റസമ്മതം നടത്തി. അയാൾ തോമസ്സിന്റെ കൂട്ടുകാരനായിരുന്നു. തോമസിന്റെ വിവാഹത്തിലും സൽക്കാരത്തിലും പങ്കെടുത്തിരുന്നു. നിറയെ സ്വർണാഭരണങ്ങൾ അണിഞ്ഞിരുന്ന അന്നമ്മയെ കണ്ടപ്പോൾ അയാളുടെ മനസ്സിൽ കൊലപാതകത്തിന്റെ രൂപരേഖ തെളിഞ്ഞു. മാത്യുവിന് ധാരാളം കടബാധ്യതയുണ്ടായിരുന്നു. അവൻ നീണ്ട മൂർച്ചയുള്ള ഒരു കത്തി സംഘടിപ്പിച്ചു. രാത്രി പത്തു മണി കഴിഞ്ഞപ്പോൾ അവൻ കത്തിയുമായി തോമസ്സിന്റെ വീട്ടിലെത്തി. കത്തി ഷർട്ടിനുള്ളിൽ ഒളിപ്പിച്ചു വച്ചിരുന്നു.

മാത്യു കോളിങ്ബെല്ലിന്റെ സ്വിച്ചമർത്തി. തോമസ്സിന്റെ വീടിന്റെ മുൻവശത്തെ ഇലക്ട്രിക് ലൈറ്റിന്റെ പ്രകാശത്തിൽ അയാളെ ഒരു അയൽക്കാരൻ കാണുന്നുണ്ടായിരുന്നു. തോമസ്സ് വാതിൽ തുറന്നു, മാത്യുവിനെ അകത്തേക്ക് ക്ഷണിച്ചു. അന്നമ്മ രണ്ടു ഗ്ലാസ്സ് ഓറഞ്ച് സ്ക്വാഷ് കൊണ്ടു വന്നു. കസേരയിൽ

ഇരുന്നു സംസാരിച്ചുകൊണ്ടിരുന്ന തോമസ്സിനെ മാത്യു തെരുതെരെ കുത്തി. തോമസ്സിന്റെ ശരീരത്തിൽ പലയിടത്തായി പതിനെട്ട് കുത്തിമുറിവുകളുണ്ടായിരുന്നു. മാത്യു പിന്നീട് അടുക്കളയിൽ ചെന്ന് മറിയച്ചേടത്തിയെ കുത്തിക്കൊന്നു. ആ സാധു സ്ത്രീയുടെ ശരീരത്തിൽ പതിനഞ്ച് കുത്തിമുറിവുകളുണ്ടായിരുന്നു.

മണിയറയിലായിരുന്ന നവവധു ബഹളം കേട്ട് വെളിയിലേക്കിറങ്ങിയപ്പോൾ മാത്യു അന്നമ്മയുടെ ശരീരത്തിൽ പല ഭാഗങ്ങളിലായി പന്ത്രണ്ട് കുത്തിമുറിവുകൾ ഏൽപ്പിക്കുകയും നിഷ്കരുണം അവളുടെ കഴുത്ത് രണ്ട് തവണ കുറുകെ മുറിക്കുകയും ചെയ്തു. ഇതിനിടയിൽ രക്തംകൊണ്ട് നനഞ്ഞ കൈപ്പത്തിയിലേക്ക് മൂർച്ചയുള്ള കത്തി തെന്നിയാണ് മാത്യുവിന്റെ വിരലുകളിൽ മുറിവുകളുണ്ടായത്. കത്തി കട്ടിലിൽ വച്ചിട്ട് ആഭരണങ്ങളും പണവും കൈക്കലാക്കാൻ അയാൾ അലമാര തുറന്നു. എല്ലാ തട്ടുകളിലും പരതി നോക്കി; സ്വർണവുമില്ല, പണവുമില്ല. അയാൾ പരിഭ്രാന്തനായി, അലമാരയിലുള്ള തുണികൾ മുഴുവൻ വാരിവലിച്ചു പുറത്തിട്ടു. വിവാഹസമയത്ത് വധു ധരിച്ചിരുന്ന ആഭരണങ്ങൾ ഒന്നും കണ്ടുകിട്ടിയില്ല.

മാത്യുവിന്റെ മുറിവേറ്റ വിരലുകളിൽനിന്നും ധാരാളം രക്തം ഒഴുകാൻ തുടങ്ങി. അയാൾ കട്ടിലിൽ വിരിച്ചിരുന്ന ബെഡ്ഷീറ്റ് കീറി കൈയിൽ കെട്ടി. തീൻമുറിയിൽ മരിച്ചു കിടന്ന അന്നമ്മയും മറിയച്ചേടത്തിയും ധരിച്ചിരുന്ന മാലയും വളകളും ഊരിയെടുത്തു. ജഡങ്ങളുടെ വിരലുകളിൽ ഇറുകിയിരുന്ന മോതിരങ്ങൾ എടുക്കാൻ അയാൾക്ക് സാധിച്ചില്ല.

തോമസ്സിന്റെ അലമാരയിൽ ഒരു രഹസ്യഅറ ഉണ്ടായിരുന്ന കാര്യം മാത്യുവിനറിയില്ലായിരുന്നു. ഒരു ഷെൽഫിന്റെ അടിയിലായി നിർമ്മിച്ചിരുന്ന ആ അറയിലായിരുന്നു ആഭരണങ്ങളും പണവും സൂക്ഷിച്ചിരുന്നത്.

വീട്ടിൽനിന്ന് ഇറങ്ങിയ മാത്യു ആയുധം ഒരു കുറ്റിക്കാട്ടിലേക്കു വലിച്ചെറിഞ്ഞു. അയാളുടെ വസ്ത്രങ്ങളിൽ നിറയെ ചോരയായിരുന്നു. തോമസ്സിന്റെ വീടിന്റെ പിന്നിലെ പാടത്തിനക്കരെയുള്ള അരുവിയിൽ വസ്ത്രങ്ങൾ കഴുകി. മാത്യു ഒരു ജട്ടി മാത്രം ധരിച്ചു നിന്ന് കുളിക്കുന്നത് പാടവരമ്പത്തു കൂടി പോകുകയായിരുന്ന ഒരു പഞ്ചായത്ത് മെംബർ കണ്ടിരുന്നു. രാവിലെ മാത്യു ആശുപത്രിയിൽ പോയി മുറിവ് ബാൻഡേജ് ചെയ്യുകയും ടെറ്റനസ്സ് ഇൻജക്ഷൻ എടുക്കുകയും ചെയ്തു.

അതിനുശേഷം അയാൾ പോയത് സ്നേഹിതനായ ഡോക്ടറുടെ അടുത്തേക്കായിരുന്നു. എം.ബി.ബി.എസ്. ബിരുദധാരിയായ ഡോക്ടർക്ക് മാത്യുവുമായി അസാധാരണമായ ഒരു സുഹൃദ്ബന്ധമായിരുന്നു ഉണ്ടായിരുന്നത്. അവർ അശ്ലീലസാഹിത്യവും ചിത്രങ്ങളും കൈമാറ്റം ചെയ്യുന്നതിലൂടെയാണ് സുഹൃത്തുക്കളായത്. നടന്ന സംഭവങ്ങൾ മാത്യു ഡോക്ടറെ ധരിപ്പിച്ചു. മാത്യുവിന്റെ വിരലടയാളങ്ങൾ തോമസ്സിന്റെ വീട്ടിൽ നിന്നും പോലീസിന് ലഭിക്കുവാൻ സാധ്യതയുണ്ടെന്ന് കുറ്റാന്വേഷണ കഥകൾ വായിക്കാറുള്ള ഡോക്ടർക്ക് തോന്നി. അതിനയാൾ കണ്ട പോംവഴി മാത്യുവിന്റെ വിരലുകളുടെ അഗ്രങ്ങൾ പൊള്ളിക്കുക എന്നതായിരുന്നു. മാത്യുവിന്റെ വിരലുകളിൽ ബ്രാൻഡി ഒഴിച്ച് തീ കത്തിച്ച് പൊള്ളിച്ചു. എന്നിട്ട് അയാളെ ആശുപത്രിയിൽ പ്രവേശിപ്പിച്ചു.

വിരലടയാളങ്ങളെ സംബന്ധിച്ച് ഡോക്ടർക്കുണ്ടായിരുന്ന അറിവ് തെറ്റായിരുന്നു. തൊലിക്ക് രണ്ട് അടുക്കുകളുണ്ട് (Layers): ഉപരിതലത്തിലെ അടുക്കായ എപ്പിഡെർമിസും (Epidermis) അതിനു താഴെയുള്ള ഡെർമിസും (Dermis). ഡെർമിസിലെ നിമ്നോന്നതങ്ങളാണ് വിരലടയാളങ്ങൾ. ഉപരിപ്ലവമായ പൊള്ളലുകൾ വിരലടയാളങ്ങളെ നശിപ്പിക്കുകയില്ല. മാത്യുവിന്റെ വിരലടയാളങ്ങൾ എടുക്കാൻ പോലീസിന് അയാളുടെ വിരലുകളിലെ പൊള്ളലുകൾ ഭേദമാകുന്നതുവരെ കാത്തിരിക്കേണ്ടി വന്നെങ്കിലും അവ തോമസിന്റെ വീട്ടിൽനിന്നു ലഭിച്ചവയുമായി യോജിച്ചു. കൃത്യസ്ഥലത്ത് കാണപ്പെട്ട പാദമുദ്രകൾ മാത്യുവിന്റേതാണെന്ന് തെളിഞ്ഞു. അലമാരയിൽ കാണപ്പെട്ട രക്തക്കറകളുടെ ഗ്രൂപ്പും മാത്യുവിന്റെ രക്തഗ്രൂപ്പും ഒന്നായിരുന്നു.

നിഷ്ഠുരമായി മൂന്നു പേരെ കൊല ചെയ്തിട്ടും മാത്യുവിന് ലഭിച്ചത് അൻപത്തിനാല് ഗ്രാം സ്വർണം മാത്രമായിരുന്നു. അതയാൾ ഒരു ഓടയിൽ ഒളിപ്പിച്ചിരുന്നു. ആ സ്വർണം മുഴുവൻ ഒളിപ്പിച്ചിരുന്ന സ്ഥലത്തുനിന്നും ഷെരീഫ് കണ്ടെടുത്തു. കൊലപാതകത്തിന് ഉപയോഗിച്ച കത്തിയും വീണ്ടെടുത്തു. മാത്യുവിനെയും തെളിവ് നശിപ്പിക്കാൻ കൂട്ടുനിന്നതിന് ഡോക്ടറെയും അറസ്റ്റ് ചെയ്തു. ഇരുവരെയും റിമാൻഡ് ചെയ്ത് ജയിലിലേക്കയച്ചു. മാത്യുവിനെ കൊലപാതകത്തിനും ഡോക്ടറെ കുറ്റവാളിയെ സംരക്ഷിച്ചതിനും തെളിവ് നശിപ്പിക്കുവാൻ കൂട്ടുനിന്നതിനും പ്രതികളാക്കി തൊടുപുഴ സെഷൻസ് കോടതിയിൽ കുറ്റപത്രം സമർപ്പിച്ചു.

മൂന്നു പേരെ കൊല ചെയ്തത് മാത്യുവാണെന്ന് സാഹചര്യങ്ങൾ അസന്ദിഗ്ദ്ധമായും അന്യൂനമായും തെളിയിച്ചുവെന്ന്

കോടതി അഭിപ്രായപ്പെട്ടു. സ്വർണാഭരണങ്ങൾ കവർച്ച ചെയ്യണ മെന്നുള്ള ഉദ്ദേശ്യത്തോടെ തോമസ്സിന്റെ വീട്ടിൽ കടന്നുകയറി അയാളെയും കുടുംബത്തെയും വധിച്ചിട്ട് കടന്നപ്പോൾ പ്രതി കൃത്യസ്ഥലത്ത് ഒരുപിടി തെളിവുകൾ അവശേഷിപ്പിച്ചിരുന്നു. അന്വേഷണ ഉദ്യോഗസ്ഥരുടെ സൂക്ഷ്മദൃഷ്ടികൾ അതെല്ലാം കണ്ടെത്തുകയും അതവരെ പ്രതിയിലേക്ക് നയിക്കുകയും ചെയ്തു.

വിധിന്യായത്തിലെ ഈ വരികൾ വായിച്ചപ്പോൾ ആ തെളി വുകൾ കണ്ടെത്തുന്നതിൽ എനിക്കും ഒരു പങ്കുണ്ടായിരുന്നു വെന്നോർത്ത് അതിയായ സന്തോഷം തോന്നി. കൊലപാതകങ്ങൾ നടത്തുമ്പോൾ പ്രതിക്ക് കൈയിൽ മുറിവേറ്റിരിക്കാമെന്ന നിഗ മനം അയാളെ പിടികൂടാൻ അന്വേഷണ ഉദ്യോഗസ്ഥനായ ഷെരീ ഫിന് സഹായകമായി. പ്രതിയെ പിടികൂടുകയും കവർച്ചമുതൽ വീണ്ടെടുക്കുകയും കൊലയ്ക്കുപയോഗിച്ച ആയുധവും നിരവധി ശാസ്ത്രീയ തെളിവുകളും കണ്ടെത്തുകയും ചെയ്ത ശ്രീ ഷെരീഫും അന്വേഷണസംഘവും അന്യാദൃശമായ ആത്മാർ ത്ഥതയും പാടവവുമാണ് കാഴ്ചവെച്ചത്.

കുറച്ചു നാളുകൾക്ക് മുമ്പ് ഞാൻ തൊടുപുഴ പോലീസ് സ്റ്റേഷനിലെ അസിസ്റ്റന്റ് സബ് ഇൻസ്പെക്ടർ ശ്രീ മോഹനു മായി ടെലിഫോണിൽ സംസാരിക്കാനിടയായി. ഈ സംഭവം നടക്കുമ്പോൾ ഹെഡ് കോൺസ്റ്റബിളായിരുന്ന മോഹനും അന്വേഷണസംഘത്തിലെ അംഗമായിരുന്നു. ഫോണിലൂടെ ഞാൻ സ്വയം പരിചയപ്പെടുത്തിയപ്പോൾ മോഹൻ ആദ്യം പറഞ്ഞത് ഈ കേസിലെ എന്റെ പങ്കിനെക്കുറിച്ചായിരുന്നു. എനിക്ക് അതി യായ സന്തോഷം തോന്നിയ നിമിഷമായിരുന്നു അത്.

123 പേജുള്ള വിധിന്യായത്തിൽ ബഹു. ജഡ്ജ് ശ്രീ രാംകു മാർ (ഇപ്പോൾ കേരള ഹൈക്കോടതി ജഡ്ജി) ഇപ്രകാരം രേഖപ്പെടുത്തി:

"ദാമ്പത്യജീവിതത്തിന്റെ ഹർഷോന്മാദങ്ങൾ ഹൃദയം നിറയെ ആസ്വദിക്കുന്നതിനു മുമ്പെ ആ യുവമിഥുനങ്ങളുടെ ജീവന്റെ തിരിനാളങ്ങൾ ഏറ്റവും ക്രൂരവും ഭയാനകവുമായ രീതിയിൽ തല്ലിക്കെടുത്തി. നിഷ്ഠുരമായ ആ നരഹത്യകളുടെ പിന്നിലെ നൃശംസതയും പൈശാചികതയും ഏതു കഠിനഹൃദയനെപ്പോലും ഞെട്ടിക്കും. ആ വീട്ടിൽ കടന്നുചെന്ന പ്രതി അക്ഷരാർത്ഥ ത്തിൽതന്നെ രക്തദാഹിയായ ഒരു രാക്ഷസനായി മാറി തന്റെ ഇംഗിതങ്ങൾ നടപ്പാക്കുകയായിരുന്നു. അവസാനശ്വാസം വലി ക്കുന്നതിനു മുമ്പ് ആ ഹതഭാഗ്യർ അനുഭവിച്ച വേദന എത്ര

കഠിനമായിരുന്നിരിക്കുമെന്നത് ഊഹിക്കാവുന്നതിലും അപ്പുറമാണ്.''

ബഹു. കോടതി മാത്യുവിനെ വധശിക്ഷയ്ക്കു വിധിച്ചു; സംശയത്തിന്റെ ആനുകൂല്യം നല്കി ഡോക്ടറെ കുറ്റവിമുക്തനാക്കി. ഹൈക്കോടതി പിന്നീട് മാത്യുവിന്റെ വധശിക്ഷ ജീവപര്യന്തമായി കുറവു ചെയ്തു.

അഭിമാനകരമായ ഔദ്യോഗികജീവിതത്തിനു ശേഷം ശ്രീ ഷെരീഫ് റിട്ടയർ ചെയ്തു. ഇപ്പോൾ ആലുവായിൽ സന്തോഷകരമായ വിശ്രമജീവിതം നയിക്കുന്നു.

ഹീനമായ കുറ്റകൃത്യങ്ങൾ ചെയ്യുന്നവരുടെയും സ്ഥിരം കുറ്റവാളികളുടെയും ജനിതകവസ്തുക്കളുടെ ഉറവിടമായ ക്രോമസോമുകളിൽ ചില പ്രത്യേകതകൾ കാണപ്പെടാറുണ്ട്. അതായത് കുറ്റവാസന ജന്മവാസനയാണത്രെ.

23. നല്ല സമരിയക്കാരനു പീഡനം!

'നിന്നെപ്പോലെ നിന്റെ അയൽക്കാരനെ സ്നേഹിക്കുക.'

'ആരാണ് എന്റെ അയൽക്കാരൻ?' നിയമജ്ഞൻ ചോദിച്ചു: യേശു മറുപടി പറഞ്ഞു: 'ഒരു മനുഷ്യൻ ജറുസലേമിൽനിന്നും യെറിക്കോയിലേക്ക് പോവുകയായിരുന്നു. അയാൾ കവർച്ചക്കാരുടെ കൈയിൽ അകപ്പെട്ടു. അവർ അയാളെ കൊള്ളയടിച്ച്, തല്ലി മൃതപ്രായനാക്കിയിട്ട് പോയി. ഒരു പുരോഹിതൻ ആ വഴിയെ വന്നു. അയാളെ കണ്ടപ്പോൾ പുരോഹിതൻ മറുവശത്തുകൂടി കടന്നുപോയി. അപ്രകാരം ഒരു ലേവിയൻ അവിടെ വന്നു, അയാളെ കണ്ട് മറുവശത്തുകൂടി കടന്നുപോയി. എന്നാൽ ഒരു സമരിയക്കാരൻ യാത്രാമധ്യേ അയാൾ കിടന്നിരുന്നിടത്തു വന്നു. അയാളെ കണ്ടപ്പോൾ സമരിയക്കാരന് കനിവ് തോന്നി. സമരിയക്കാരൻ അയാളുടെ അടുക്കൽ ചെന്ന് എണ്ണയും വീഞ്ഞുമൊഴിച്ച് മുറിവുകൾ വച്ചുകെട്ടി. അനന്തരം അയാളെ സ്വന്തം മൃഗത്തിന്റെ പുറത്തിരുത്തി ഒരു സത്രത്തിലേക്ക് കൊണ്ടുവന്നു പരിചരിച്ചു. പിറ്റേന്ന് സമരിയക്കാരൻ രണ്ടു ദിനാറ എടുത്ത് സത്രം സൂക്ഷിപ്പുകാരനെ ഏൽപ്പിച്ചിട്ടു പറഞ്ഞു: 'ഇയാളെ പരിചരിക്കുക. എന്തെങ്കിലും കൂടുതൽ ചെലവു വന്നാൽ ഞാൻ മടങ്ങി വരുമ്പോൾ നിനക്കു തന്നുകൊള്ളാം.'

'ഈ മൂന്നു പേരിൽ ആരാണ് കവർച്ചക്കാരുടെ കൈയിൽ അകപ്പെട്ട ആ മനുഷ്യന് അയൽക്കാരനായി നിന്നത്?'

BILL OF SUPPLY

CASH

CURRENT B

SHA RETAIL S

Store.cials

Regd. Off

Shephered

Corp. Of

Shepher

GSTIN

Bill

Sold

HSN

OKS (INDIA) PVT. LTD.
ACE 1, COCHIN AIRPORT.
a@dcbexplore.com
IX/1342, D C B Complex, Good
Street, Kottayam 686001.
: D C Kizhakemuri Edam, Good
Street, Kottayam 686001.
2AADCC2466N

5.022918 Date :02

No : //////////////

ITEM Name	Qty	Rate	Value
4901010 M T YUDE KATHAKAL	1	550.00	550.00
4901010 ORU POLICE SURGEONTE ORMAKKURI	1	460.00	460.00

Net Value 1010.00

For Current Books (India) P Ltd

02:50 SUNIL KUMAR

Manager

*** Thank You ***

'എന്താണ് നിന്റെ അഭിപ്രായം?'

'അയാളോട് കരുണ കാണിച്ചവൻ തന്നെ.' യേശു പറഞ്ഞു. 'നീയും പോയി ഇതുപോലെ ചെയ്യുക' (ലൂക്കാ. 10: 25-37).

സഹജീവികളോട് കരുണ കാണിക്കുവാനും അവർക്ക് വേണ്ട ഉപകാരങ്ങൾ ചെയ്യുവാനും എല്ലാ മതങ്ങളും മനുഷ്യരെ ഉദ്ബോധിപ്പിക്കുന്നു.

നമ്മുടെ നാട്ടിൽ വാഹനാപകടങ്ങൾ ദിനംപ്രതി വർദ്ധിച്ചു വരുന്നു. പ്രതിവർഷം ഉണ്ടാകുന്ന അൻപതിനായിരത്തിലധികം അപകടങ്ങളിൽ ഉദ്ദേശം നാലായിരത്തോളം പേർ മരണമടയുന്നു. അതിന്റെ നാലിരട്ടി ആളുകൾ ഗുരുതരമായ പരിക്കുകൾ ഏറ്റ് ആശുപത്രികളിലെത്തുന്നു. പരിക്കേൽക്കുന്നവർക്ക് തക്ക സമയത്ത് ചികിത്സ ലഭിക്കുകയാണെങ്കിൽ മരണനിരക്ക് കുറയുവാൻ സാധ്യതയുണ്ട്. അപകടത്തിൽ പെട്ട് പരിക്കുകളേറ്റു കിടക്കുന്ന ആളിന് പ്രഥമശുശ്രൂഷ നൽകുകയും എത്രയും വേഗം അയാളെ ആശുപത്രിയിൽ എത്തിക്കുകയും ചെയ്താൽ ജീവൻ രക്ഷിക്കുവാൻ കഴിഞ്ഞേക്കും. ഇത് പൗരധർമ്മമാണ്. പാശ്ചാത്യരാജ്യങ്ങളിൽ എല്ലാ പൗരന്മാർക്കും പ്രഥമശുശ്രൂഷയിലും പുനരുജ്ജീവന ചികിത്സയിലും പ്രായോഗിക പരിശീലനം നൽകുന്നുണ്ട്.

എല്ലാ വികസിതരാജ്യങ്ങളിലും അടിയന്തിര വൈദ്യസഹായം ലഭിക്കുവാൻ ഒരു പ്രത്യേക ടെലിഫോൺ നമ്പരിൽ വിളിച്ചാൽ മിനിറ്റുകൾക്കകം പ്രഥമശുശ്രൂഷയിൽ പ്രാവീണ്യം നേടിയ 'പാരാമെഡിക്സ്' സുസജ്ജമായ ആംബുലൻസിൽ പാഞ്ഞെത്തി രോഗിയെ ആശുപത്രിയിലെത്തിക്കും. ആംബുലൻസിൽ വച്ചു തന്നെ ജീവൻ രക്ഷിക്കുവാനുള്ള ചികിത്സകൾ ആരംഭിക്കും. രോഗിയുടെ ആരോഗ്യനിലയെക്കുറിച്ചും, ആശുപത്രിയിൽ ഒരുക്കേണ്ട ചികിത്സാസംവിധാനങ്ങളെക്കുറിച്ചും വയർലെസ് വഴി സന്ദേശം നൽകുന്നതിനാൽ ആശുപത്രിയിൽ എത്തുമ്പോൾ തന്നെ ഒട്ടും താമസിക്കാതെ വേണ്ട ചികിത്സ ആരംഭിക്കും.

നമ്മുടെ നാട്ടിലും ഇതൊക്കെ പ്രാവർത്തികമാക്കാവുന്നതേ ഉള്ളൂ. സ്കൂൾ പാഠ്യപദ്ധതിയിൽ പ്രഥമശുശ്രൂഷയുടെയും പുനരുജ്ജീവന ചികിത്സയുടെയും പ്രായോഗിക പരിശീലനം ഉൾപ്പെടുത്തണം. പോലീസിനും ഇത്തരത്തിലുള്ള പരിശീലനം നൽകണം. സ്വകാര്യമേഖലയിലെ ആശുപത്രികളെയും ഉൾപ്പെടുത്തി ഒരു ആംബുലൻസ് ശൃംഖലയും (Network) അടിയന്തിരചികിത്സാ സംവിധാനങ്ങളും (Trauma care) ഉണ്ടാകണം.

രോഗിയെ ആശുപത്രിയിലെത്തിക്കുന്ന സമരിയക്കാരന് നിയമപരമായ എന്തെങ്കിലും പ്രശ്നങ്ങൾ ഉണ്ടാകുമെന്ന ആശങ്ക

വേണ്ട. ആശുപത്രിയിലെ അത്യാഹിതവിഭാഗത്തിലെ ഡോക്ടറോട് വിവരം പറയണം. അദ്ദേഹം രോഗിക്ക് ചികിത്സ നൽകുന്നതോടൊപ്പം പോലീസിനെ വിവരമറിയിക്കുകയും ചെയ്യും. പോലീസിൽനിന്നും സമരിയക്കാരന് ഉപദ്രവമൊന്നുമുണ്ടാവുകയില്ല. ചിലപ്പോൾ കൂടുതൽ വിവരങ്ങൾ അറിയണമെന്നുണ്ടെങ്കിൽ മാത്രം സമീപിക്കും. എന്നാൽ ഒരു കുറ്റകൃത്യം സംബന്ധിച്ച് പോലീസിന് വിവരം നൽകുന്ന ആളിന്റെ മൊഴി രേഖപ്പെടുത്തേണ്ടിവരും. പിന്നീട് കോടതിയിൽ സാക്ഷിയായി ഹാജരായി മൊഴി നൽകേണ്ടി വരും. ഇത് കർത്തവ്യബോധമുള്ള ഒരു പൗരന്റെ കടമയായി കരുതണം. ഇതൊക്കെയാണെങ്കിലും ചിലപ്പോൾ സമരിയക്കാർക്ക് പീഡനങ്ങൾ ഏൽക്കേണ്ടി വന്നിട്ടുണ്ട്.

ഒരാളുടെ ജീവൻ രക്ഷിച്ച ഒരു സമരിയക്കാരന് ജയിലിൽ കിടക്കേണ്ടി വന്നു. ഭാഗ്യവശാൽ എനിക്ക് ആ കേസിൽ ഒരു സത്യാന്വേഷണം നടത്താൻ ഇട വന്നതുകൊണ്ടു മാത്രം അയാൾ രക്ഷപ്പെട്ടു. ആ കഥ ഇങ്ങനെ:

ആ നല്ല സമരിയക്കാരനെ നമുക്ക് രാഘവൻ എന്നു വിളിക്കാം. പത്തനംതിട്ട ജില്ലയിലെ ഒരു പ്രശസ്തമായ കോളജിലെ ലബോറട്ടറി അസിസ്റ്റന്റ് ആയ രാഘവൻ സത്യസന്ധനും സൽസ്വഭാവിയുമായിരുന്നു. പരോപകാരിയായ അയാളെ നാട്ടുകാർക്ക് വലിയ ഇഷ്ടമായിരുന്നു. അവരുടെ പ്രശ്നങ്ങൾ പരിഹരിക്കുവാൻ തന്നാലാകുന്ന സഹായങ്ങൾ ചെയ്യുന്നതിൽ രാഘവൻ അതിയായ താത്പര്യം കാണിച്ചിരുന്നു. ജോലി ചെയ്തിരുന്ന കോളജിലെ വിദ്യാർത്ഥികൾക്കും അധ്യാപകർക്കും അയാൾ പ്രിയങ്കരനായിരുന്നു. കോളജിൽനിന്നും അല്പം അകലെയായിരുന്നു അയാൾ ഭാര്യയും രണ്ട് ചെറിയ കുട്ടികളുമൊത്ത് താമസിച്ചിരുന്നത്.

ഒരു ദിവസം രാവിലെ തന്റെ സൈക്കിളിൽ കോളജിലേക്ക് വരികയായിരുന്ന രാഘവൻ വഴിയരികിലുള്ള വിജനമായ ഒരു പറമ്പിൽനിന്നും ഒരു ഞരക്കം കേട്ടു. രാഘവൻ സൈക്കിളിൽനിന്നും താഴെയിറങ്ങി പറമ്പിലേക്ക് കയറി നോക്കിയപ്പോൾ ഒരാൾ വയറു പൊത്തിപ്പിടിച്ചുകൊണ്ട് തറയിൽ കിടക്കുന്നു. വയറ്റിലുള്ള ഒരു കുത്തിമുറിവിലൂടെ കുടൽ പുറത്തേക്ക് വന്നിട്ടുണ്ട്. വസ്ത്രങ്ങളിലും കൈകളിലും രക്തം പുരണ്ടിട്ടുണ്ട്. രാഘവന് ആളാരാണെന്ന് മനസ്സിലായില്ല. അയാൾ ഓടിപ്പോയി അടുത്തുള്ള വീടുകളിൽനിന്ന് രണ്ടാളുകളെയും കൂട്ടി ഒരു ടാക്സി പിടിച്ച് മുറിവേറ്റ ആളെ അടുത്തുള്ള മിഷൻ ആശുപത്രിയിൽ എത്തിച്ചു. ആശുപത്രിയിലെത്തുമ്പോഴേക്കും കുത്തേറ്റ

ആളിന്റെ ബോധം നഷ്ടപ്പെട്ടിരുന്നു. കൊലപാതകശ്രമമാകയാലും ഊരും പേരും തിരിച്ചറിയാത്തതിനാലും ആശുപത്രി അധികൃതർക്ക് അയാളെ അവിടെ പ്രവേശിപ്പിച്ച് ചികിത്സിക്കുവാൻ മടിയായിരുന്നു. രാഘവൻ എല്ലാ ഉത്തരവാദിത്വങ്ങളും ഏറ്റെടുക്കുവാൻ തയ്യാറാണെന്നു പറഞ്ഞതിനു ശേഷമാണ് ചികിത്സ തുടങ്ങിയത്.

സ്വകാര്യ ആശുപത്രികളിൽ നിലനിൽക്കുന്ന ഈ അവസ്ഥാവിശേഷം ഗുരുതരമായി പരുക്കുകളേറ്റ് അടിയന്തിരമായി വൈദ്യസഹായം ആവശ്യമുള്ളവർക്കും അവരെ ആശുപത്രിയിൽ എത്തിക്കുന്ന സമരിയക്കാർക്കും ഒരുപോലെ ബുദ്ധിമുട്ടുണ്ടാക്കുന്നുണ്ട്. ചികിത്സയുടെ ചെലവ് ആരുടെ പക്കൽ നിന്ന് ഈടാക്കുമെന്നതാണ് ആശുപത്രി അധികൃതരെ അലട്ടുന്ന പ്രധാന പ്രശ്നം എന്നു തോന്നുന്നു. സർക്കാർ തലത്തിൽ പലവട്ടം ചർച്ചകൾ നടത്തുകയും പോംവഴികൾ നിർദ്ദേശിക്കുകയും ചെയ്തിട്ടുണ്ടെങ്കിലും ഈ പ്രശ്നം ഇപ്പോഴും പൂർണ്ണമായും പരിഹൃതമായിട്ടില്ല. പൊതുജനങ്ങളുടെയും സന്നദ്ധ സംഘടനകളുടെയും സഹകരണത്തോടെ ഒരു ചികിത്സാഫണ്ട് രൂപീകരിക്കുന്നത് നന്നായിരിക്കുമെന്ന് എനിക്ക് തോന്നുന്നു.

മുറിവേറ്റ ആളിന് അടിയന്തിരമായി ശസ്ത്രക്രിയ ചെയ്യണമായിരുന്നു. അതിനായി രക്തം നൽകുവാനും രാഘവൻ തയ്യാറായി. അയാളുടെയും മുറിവേറ്റയാളിന്റെയും രക്തഗ്രൂപ്പുകൾ ഒന്നായിരുന്നു. സ്വന്തം പണവും രക്തവും സമയവും നഷ്ടമായെങ്കിലും ഒരു ജീവൻ രക്ഷിക്കാൻ സാധിച്ചുവെന്ന ചാരിതാർത്ഥ്യത്തോടെയാണ് നല്ല സമരിയക്കാരനായ രാഘവൻ ആശുപത്രിയിൽനിന്നും മടങ്ങിയത്.

ഇതിനിടയിൽ മുറിവേറ്റ ആളിനെ തിരിച്ചറിഞ്ഞിരുന്നു; ഒരു ഗോപാലൻ ആശാരി. മരപ്പണിക്കാരനായ അയാൾ ഒരു സ്ഥിരം മദ്യപാനിയായിരുന്നു. വിവരമറിഞ്ഞ് അയാളുടെ ഭാര്യ ആശുപത്രിയിലെത്തി. ആശാരിയുടെ ശസ്ത്രക്രിയ കഴിഞ്ഞ് അയാളെ വാർഡിലേക്ക് മാറ്റി. ആശുപത്രിയിൽ പ്രവേശിപ്പിച്ചപ്പോൾ അത്യാഹിത വിഭാഗത്തിലെ ഡോക്ടർ ആശാരിയുടെ വയറ്റിലെ മുറിവിന്റെ ആകൃതിയും അളവുകളും 'മുറിവു രജിസ്റ്ററിൽ' (Accident Register) രേഖപ്പെടുത്തുകയും സ്ഥലം പോലീസ് സ്റ്റേഷനിൽ വിവരം അറിയിക്കുകയും ചെയ്തിരുന്നു. അയാൾക്ക് ബോധം ഇല്ലായിരുന്നതിനാൽ മുറിവ് എങ്ങനെയാണ് സംഭവിച്ചത് എന്ന വിവരം രേഖപ്പെടുത്താൻ കഴിഞ്ഞിരുന്നില്ല.

പോലീസ് സ്റ്റേഷനിൽനിന്നും ആദ്യത്തെ ദിവസം തന്നെ അസിസ്റ്റന്റ് സബ് ഇൻസ്പെക്ടർ ആശുപത്രിയിൽ എത്തിയെങ്കിലും ഓപ്പറേഷനു വിധേയനായ ആശാരിയെ കാണാൻ കഴിഞ്ഞില്ല. മൂന്നാം ദിവസം ഇൻസ്പെക്ടർ ആശാരിയിൽ നിന്നും വിശദമായ മൊഴിയെടുത്തു.'ആരാണ് കുത്തിയത്?' എന്ന ഇൻസ്പെക്ടറുടെ ചോദ്യത്തിന് 'തന്നെ ആശുപത്രിയിൽ എത്തിച്ച ആളാണ് പ്രതി' എന്നായിരുന്നു ആശാരി നൽകിയ മറുപടി. അങ്ങനെ നല്ല സമരിയക്കാരനായ രാഘവനെ ആശാരിയെ വധിക്കാൻ ശ്രമിച്ച കുറ്റത്തിന് ഇന്ത്യൻ പീനൽ കോഡ് 307-ാം വകുപ്പനുസരിച്ച് പോലീസ് അറസ്റ്റു ചെയ്തു. ആശാരി കുത്തേറ്റു കിടന്ന പറമ്പിൽനിന്നും രക്തം പുരണ്ട ഒരു ഉളി പോലീസ് കണ്ടെടുത്തു. രക്തം വാർന്ന് മൃതപ്രായനായ ആശാരിയുടെ ജീവൻ രക്ഷിക്കാൻ സ്വന്തം ജീവരക്തംപോലും നൽകിയ നിരപരാധിയായ തന്നെ കേസിൽ കുടുക്കരുതെന്ന് രാഘവൻ കേണപേക്ഷിച്ചിട്ടും പ്രയോജനമുണ്ടായില്ല.

നല്ലവനായ രാഘവനെ ഭാഗ്യം കൈവിട്ടില്ല. എങ്ങനെയെന്നറിയില്ല, അന്നത്തെ ഡി.ജി.പി. ശ്രീ രാജഗോപാൽ നാരായൺ ആശാരിയുടെ കേസ് ഡയറി പരിശോധിച്ച് അഭിപ്രായം പറയുവാനായി എനിക്കയച്ചു തന്നു. ഞാൻ സശ്രദ്ധം വായിച്ചു. ആശാരിയുടെ മൊഴി പൂർണ്ണമായും വിശ്വസിച്ചിട്ട് രാഘവനെ അറസ്റ്റു ചെയ്തതല്ലാതെ വസ്തുനിഷ്ഠമായ ഒരു അന്വേഷണവും നടത്തിയിരുന്നില്ല. രാഘവനെ പ്രതിയാക്കിയത് തികച്ചും യുക്തിരഹിതവും സാമാന്യബുദ്ധിക്ക് നിരക്കാത്തതുമായ ഒരു പ്രവൃത്തിയാണെന്ന് എനിക്ക് തോന്നി. ഒരു കുറ്റവാളിയും തന്റെ ഇരയുടെ ജീവൻ രക്ഷിക്കുവാൻ അയാളെ ആശുപത്രിയിൽ എത്തിക്കുകയും സ്വന്തം രക്തം നൽകുകയും ചെയ്യുകയില്ല. ആശാരിയുടെ വയറ്റിലേറ്റ മുറിവിനെക്കുറിച്ച് വിശദമായി പഠിക്കുവാനായി ഞാൻ ആ സ്വകാര്യ ആശുപത്രിയിലെ കേസ് ഫയലും മുറിവു രജിസ്റ്ററും പരിശോധിച്ചു.

ആശാരിയുടെ വയറ്റിന്റെ വലതുഭാഗത്തായിരുന്നു കുത്തിമുറിവ്. ആ മുറിവിന്റെ നീളവും പറമ്പിൽനിന്നും പോലീസിനു ലഭിച്ച ഉളിയുടെ വായ്ത്തലയുടെ വീതിയും തുല്യമായിരുന്നു. മുറിവിന്റെ ആഴം വളരെ കുറവായിരുന്നു. വയറിന്റെ ഭിത്തി മാത്രമേ തുളഞ്ഞിരുന്നുള്ളൂ. മുറിവിന്റെ സ്ഥാനവും ചരിവും ആഴവും ഒക്കെക്കൂടി അപഗ്രഥിച്ചപ്പോൾ വലതുകൈയനായ ഒരാൾ സ്വയം മുറിവേൽപ്പിച്ചതാകാമെന്നു തോന്നി. ആ ഉളി ആശാരിയുടേതാണ് എന്ന വസ്തുത എന്റെ നിഗമനത്തിന്

ശക്തി പകർന്നു. ആശാരി നല്ല സമരിയക്കാരനായ രാഘവനെ എന്തിനു പഴിചാരി? വൈകാതെ അതിന്റെ ഉത്തരവും എനിക്കു ലഭിച്ചു.

ഗോപാലനാശാരി ദിവസവും ധാരാളം മദ്യം കഴിക്കും. ജോലി ചെയ്തു ലഭിക്കുന്ന പണത്തിന്റെ ഏറിയ പങ്കും മദ്യത്തിനു ചെലവാക്കും. മദ്യപിച്ചു വീട്ടിൽ ചെന്നിട്ട് ഭാര്യയുമായി വഴക്കിടുകയും അവരെ മർദ്ദിക്കുകയും ചെയ്യും. ഈ രംഗങ്ങൾ മദ്യപാനികളുടെ വീടുകളിൽ ദിവസവും അരങ്ങേറുന്നു. ഇതിലെ ഭർത്താവെന്ന കഥാപാത്രത്തിന് സംഭവിക്കുന്ന ദുര്യോഗങ്ങൾ പലതാണ്. അയാൾക്ക് പല തരത്തിലുള്ള മാനസികരോഗങ്ങൾ ഉണ്ടാകുന്നു. അതിൽ സാധാരണമായിട്ടുള്ളത് വിഷാദരോഗമാണ്. ആത്മഹത്യാപ്രവണതയാണ് പ്രധാന ലക്ഷണം. സ്ഥിരം മദ്യപാനികൾ പതിവിലും കൂടുതൽ അളവിൽ മദ്യം കഴിക്കുകയാണെങ്കിലോ, രണ്ടോ മൂന്നോ ദിവസം മദ്യം കഴിക്കാതിരിക്കുകയാണെങ്കിലോ അവർക്ക് 'ഡെലിറിയം ട്രെമെൻസ്' (വിറയ്ക്കുന്ന സംഭ്രാന്തി) എന്ന അവസ്ഥ ഉണ്ടാകും. ഈ അവസ്ഥയിൽ അതിയായ മതിഭ്രമം (Hallucinations) ഉണ്ടാകും. പരസ്പരബന്ധമില്ലാത്ത കാര്യങ്ങൾ പറയും, പ്രവർത്തിക്കും. ഇതിനെക്കുറിച്ച് വിശദമായി ലോക്കപ്പ് മരണങ്ങൾ എന്ന അധ്യായത്തിൽ വിവരിച്ചിട്ടുണ്ട്.

ആശുപത്രിയിലെ ചികിത്സാരേഖകളിൽ ആശാരിയുടെ ഓപ്പറേഷന്റെ രണ്ടാം ദിവസം അയാൾക്ക് അതിയായ സംഭ്രമം ഉണ്ടാവുകയും ബഹളം വയ്ക്കുകയും ചെയ്തതായി രേഖപ്പെടുത്തിയിരുന്നു. ഈ ദിവസമാണ് എ.എസ്.ഐ. ആശാരിയെ ചോദ്യം ചെയ്തതും, രാഘവനാണ് കുത്തിയതെന്ന് അയാൾ പറഞ്ഞതും. ഓപ്പറേഷൻ തീയറ്ററിലേക്ക് കൊണ്ടു പോകുന്നതിനു മുമ്പ് ആശാരിക്ക് ബോധം തെളിഞ്ഞിരുന്നു. എങ്ങനെയാണ് മുറിവ് സംഭവിച്ചതെന്ന് സർജൻ ആശാരിയോട് ചോദിച്ചപ്പോൾ താൻ സ്വയം കുത്തിയതാണെന്ന് അയാൾ പറഞ്ഞതായി കേസ് ഷീറ്റിൽ രേഖപ്പെടുത്തിയിരുന്നു. പിന്നീട് ആശാരിയെ വിശദമായി ചോദ്യം ചെയ്തപ്പോൾ താൻ ജീവിതനൈരാശ്യം മൂലം ആത്മഹത്യയ്ക്കു ശ്രമിച്ചതാണെന്ന് അയാൾ സമ്മതിച്ചു.

24. കൊലപാതകമെന്നു തോന്നുന്ന ആത്മഹത്യകൾ

ഒരു അസാധാരണ മരണം സംഭവിച്ചാൽ അത് ആത്മഹത്യയാണോ കൊലപാതകമാണോ എന്നത് പലപ്പോഴും ഒരു വിവാദമുണ്ടാക്കുന്ന വിഷയമാകാറുണ്ട്. മൃതദേഹപരിശോധനയിൽ മരണകാരണം (cause of death) മാത്രമേ കണ്ടുപിടിക്കുവാൻ കഴിയുകയുള്ളൂ. എന്നാൽ കൃത്യസ്ഥലപരിശോധനയിലൂടെയും ശാസ്ത്രീയമായ തെളിവുകളുടെ അപഗ്രഥനത്തിലൂടെയും അന്വേഷണ ഉദ്യോഗസ്ഥന്റെ നിരീക്ഷണങ്ങളുടെ വെളിച്ചത്തിൽ മരണവിധത്തെ (Manner of death)ക്കുറിച്ച് ഒരു ഫോറൻസിക് സർജന് അഭിപ്രായം നല്കാം എന്നാണ് ഞാൻ കരുതുന്നത്. എന്നാൽ ആ അഭിപ്രായം ഇരിമ്പുലക്കയാകരുത്. വ്യക്തമായ മരണകാരണം കണ്ടുപിടിക്കാത്തതുകൊണ്ടും, മരണവിധത്തെക്കുറിച്ച് തെറ്റായ നിഗമനങ്ങളിലെത്തിയതുകൊണ്ടും വഴിതെറ്റിപ്പോയ കുറ്റാന്വേഷണങ്ങൾ നിരവധിയാണ്. അത്തരമൊരു സംഭവത്തെക്കുറിച്ച് പറയാം.

നവവധുവിന്റെ ആത്മഹത്യ മിക്കപ്പോഴും സ്ത്രീധനസംബന്ധമായ പീഡനഫലമാണ് എന്നാണ് കുറ്റാന്വേഷകരും പൊതുജനങ്ങളും പലപ്പോഴും വിലയിരുത്തുന്നത്. വിവാഹം കഴിഞ്ഞ് ഒരു മാസത്തിനകം നവവധു ആത്മഹത്യചെയ്ത സംഭവങ്ങൾ നിരവധിയുണ്ട്. ഇതൊന്നും സ്ത്രീധനമരണങ്ങളല്ല. മെന്റൽ ഡിപ്രഷൻ അഥവാ വിഷാദരോഗംകൊണ്ടുണ്ടാകുന്ന മാനസിക വിഭ്രാന്തിയാണ് ആത്മഹത്യയിൽ കലാശിക്കുന്നത്. തലച്ചോറിലുള്ള സീറോടോണിൻ തുടങ്ങിയ നാഡീവ്യൂഹസംബന്ധിയായ രാസവസ്തുക്കളുടെ ഏറ്റക്കുറച്ചിലാണ് ഈ രോഗാവസ്ഥയുടെ കാരണം. ശക്തമായ ആത്മഹത്യാ പ്രവണതയാണ് ഈ രോഗത്തിന്റെ ലക്ഷണം. വിവാഹശേഷമുള്ള മാനസിക സംഘർഷങ്ങളാവാം ഈ അവസ്ഥയുടെ കാരണങ്ങൾ.

ശാന്തയുടെ മരണം

ആലപ്പുഴ മെഡിക്കൽ കോളജിനു സമീപത്തുള്ള ഒരു ഗ്രാമത്തിലെ ഒരു ഇടത്തരം കുടുംബം. അച്ഛനും മകനും കർഷകത്തൊഴിലാളികൾ. ഇളയ മകൾ സ്കൂളിൽ പഠിക്കുന്നു. മകൻ ശാലീനയായ ഒരു പെൺകുട്ടിയെ വിവാഹം കഴിച്ചു. ശാന്ത എന്നാണ് പെൺകുട്ടിയുടെ പേര്. ശാന്തയുടെ വീട് വൈക്കത്തായിരുന്നു. അച്ഛനമ്മമാരുടെ ഏകമകൾ. എസ്.എസ്.എൽ.സി.വരെ പഠിച്ചി

ട്ടുള്ള ശാന്ത ഭർത്താവിന്റെ വീട്ടുകാരുമായും അയൽക്കാരുമായും പെട്ടെന്നു തന്നെ ഇണങ്ങിച്ചേർന്നു. വീട്ടുജോലികൾ ചെയ്യുന്നതിലും അവൾ സമർത്ഥയായിരുന്നു. അമ്മായിയമ്മയും മരുമകളും തമ്മിൽ അസ്വാരസ്യങ്ങൾ ഒന്നുമുണ്ടായിരുന്നില്ല.

ഒരു ദിവസം വൈകിട്ട് ശാന്തയുടെ അമ്മായിയമ്മയും നാത്തൂനും കൂടി അയൽപക്കത്തെ വീട്ടിൽ ടി.വി. പരിപാടികൾ കാണാൻ പോയി. സാധാരണയായി ഭർത്താവും അച്ഛനും ജോലി കഴിഞ്ഞു വരുമ്പോൾ രാത്രി എട്ടുമണിയെങ്കിലും ആകും. അമ്മായിയമ്മയും നാത്തൂനും ടി.വി. പരിപാടി കണ്ടിട്ടു തിരികെ വന്നപ്പോൾ ശാന്തയെ വീട്ടിനുള്ളിൽ കണ്ടില്ല. അവർ പുറത്തിറങ്ങി നോക്കിയപ്പോൾ പറമ്പിന്റെ കോണിലുള്ള ചെറിയ ഞാറമരത്തിൽ എന്തോ അനങ്ങുന്നു. മണ്ണെണ്ണവിളക്കിന്റെ വെളിച്ചത്തിൽ അവർ ഞാറയുടെ താഴത്തെ ശിഖരത്തിൽ ഒരു ലുങ്കിയിൽ തൂങ്ങി നിൽക്കുന്ന ശാന്തയെ കണ്ടു.

അമ്മായിയമ്മ നിലവിളിച്ചുകൊണ്ട് അടുത്തേക്കു ചെന്നു; കൂടെ മകളും. വിളക്കു താഴെയിട്ട് അവർ ഇരുവരും ചേർന്ന് തൂങ്ങി നിന്നിരുന്ന ശാന്തയുടെ കാലുകളിൽ വരിഞ്ഞു പിടിച്ചു മേൽപ്പോട്ടുയർത്തി. അവരുടെ നിലവിളികേട്ട് അയൽപക്കക്കാരും ഓടിവന്നു. കൂട്ടത്തിൽ പ്രീഡിഗ്രിക്കു പഠിക്കുന്ന ധൈര്യശാലിയായ ചിത്ര ശാന്തയുടെ കഴുത്തിലെ കെട്ടഴിച്ചു. കെട്ട് മുറുകിയിരുന്നതിനാൽ കുറെ ബുദ്ധിമുട്ടിയാണ് അഴിച്ചത്. ശാന്തയെ തറയിൽ കിടത്തിയപ്പോൾ അവൾക്കു ശ്വാസമുണ്ടെന്നു തോന്നി. ശരീരത്തെ ചൂടും നഷ്ടപ്പെട്ടിരുന്നില്ല.

അയൽപക്കത്തെ രാജൻ വേഗം ഓട്ടോറിക്ഷ പിടിച്ചുകൊണ്ടു വന്നു. ശാന്തയെ അമ്മായിയമ്മയും രാജനും ചേർന്ന് മെഡിക്കൽ കോളജ് ആശുപത്രിയിൽ കൊണ്ടുപോയി. കാഷ്വാലിറ്റിയിലെ ഡോക്ടർ ശാന്തയെ പരിശോധിച്ച് മരണം സ്ഥിരീകരിച്ചു. രാത്രി ആയതിനാൽ അടുത്ത ദിവസമാണ് പ്രേതവിചാരണ നടന്നത്. ശാന്തയുടെ ബന്ധുക്കൾ മരണത്തിൽ സംശയമുണ്ടെന്ന് അഭിപ്രായപ്പെട്ടു. ഇത്തരം മരണങ്ങളിലെല്ലാം വധുവിന്റെ വീട്ടുകാരുടെ നിലപാട് ഇങ്ങനെതന്നെ ആയിരിക്കും. അതോടെ വരനും അയാളുടെ വീട്ടുകാരും അവരുടെ ബദ്ധശത്രുക്കളാകും; കുടുംബബന്ധങ്ങൾ ശിഥിലമാകും. നാട്ടുകാരുടെ പിന്തുണ വധുവിന്റെ വീട്ടുകാർക്കായിരിക്കുമെന്ന് പറയേണ്ടതില്ലല്ലൊ.

മൃതദേഹപരിശോധനയിൽ ശാന്തയുടെ കഴുത്തിനു ചുറ്റും ലുങ്കി മുറുകി ഉരഞ്ഞ പാടും അതിനടിയിൽ രക്തസ്രാവവും കാണപ്പെട്ടു. കഴുത്തിനു പിറകിലും ഇടതുവശത്തും നഖക്ഷ

തങ്ങൾ ഉണ്ടായിരുന്നു. ആന്തരികാവയവങ്ങളിൽ ശ്വാസം മുട്ടിയുള്ള മരണത്തിന്റെ ലക്ഷണങ്ങൾ. ഒരു രഹസ്യ കൊലപാതകം കണ്ടുപിടിച്ചു എന്ന സന്തോഷമായിരുന്നു ഡോക്ടർക്ക്. കഴുത്തിലുള്ള നഖക്ഷതങ്ങളും ഉരഞ്ഞ പാടുകളും ബലപ്രയോഗം കൊണ്ടുണ്ടായതാണെന്ന് അദ്ദേഹം അഭിപ്രായപ്പെട്ടു. തുണി കൊണ്ടു കഴുത്തിനു ചുറ്റും വരിഞ്ഞു മുറുക്കി കൊന്നു എന്നതായിരുന്നു അദ്ദേഹത്തിന്റെ നിഗമനം.

സ്ത്രീധനമരണങ്ങളുടെ വകുപ്പിൽ പെടുത്തിയതിനാൽ കേസിന്റെ അന്വേഷണം ആലപ്പുഴ ഡിവൈ.എസ്.പി.യുടെ ചുമതലയുള്ള നവാഗതനായ എ.എസ്.പി. ഏറ്റെടുത്തു. ഡോക്ടറെ ചോദ്യം ചെയ്തപ്പോൾ കൊലപാതകമാണെന്ന സൂചന ലഭിച്ചതിനാൽ ഊർജിതമായ അന്വേഷണം തുടങ്ങി. അമ്മായിയമ്മയും അയൽവാസിയായ രാജനും ചേർന്നു ശാന്തയെ കൊലപ്പെടുത്തി ഞാറമരത്തിൽ കെട്ടിത്തൂക്കി എന്നായിരുന്നു എ.എസ്.പി.യുടെ കണ്ടെത്തൽ.

എ.എസ്.പി. ഇരുവരെയും അറസ്റ്റുചെയ്തു കോടതിയിൽ ഹാജരാക്കി. പിന്നീട് ജാമ്യത്തിൽ ഇറങ്ങിയ അവർ അന്നു മുഖ്യമന്ത്രിയായിരുന്ന ഇ. കെ. നായനാർക്ക് നിവേദനം നല്കി. തങ്ങൾ നിരപരാധികളാണെന്നും കേസ് കെട്ടിച്ചമച്ചതാണെന്നും, വേറൊരു ഉദ്യോഗസ്ഥനെക്കൊണ്ട് അന്വേഷിപ്പിക്കണമെന്നുമായിരുന്നു അവരുടെ അപേക്ഷ. മുഖ്യമന്ത്രിയുടെ നിർദ്ദേശ പ്രകാരം ക്രൈംബ്രാഞ്ചിലെ പോലീസ് സൂപ്രണ്ടായ ശ്രീ എസ്.കെ. വിശ്വംഭരൻ അന്വേഷണം ഏറ്റെടുത്തു.

കുറ്റാന്വേഷണത്തിൽ വളരെ പ്രഗല്ഭനായ വിശ്വംഭരൻ കേരളത്തിൽ കോളിളക്കമുണ്ടാക്കിയ പല കേസുകളും തെളിയിച്ചിട്ടുള്ള ആളാണ്. മിതഭാഷിയും മൃദുലമനസ്കനുമായ അദ്ദേഹം പത്തനംതിട്ട ഡിസ്ട്രിക്ട് എസ്.പി. ആയാണ് റിട്ടയർ ചെയ്തത്. ഇപ്പോൾ ചെങ്ങന്നൂരിൽ വിശ്രമജീവിതം നയിക്കുന്നു. ശാന്തയുടെ കേസ് ഫയലൊക്കെ പഠിക്കുകയും പ്രാഥമിക അന്വേഷണം നടത്തുകയും ചെയ്തശേഷം അദ്ദേഹം എന്നെ കാണാൻ വന്നു. വിശ്വംഭരന്റെ അന്വേഷണത്തിൽ ശാന്ത തൂങ്ങിമരിച്ച സമയത്തു വീട്ടിൽ ആരും തന്നെ ഇല്ലായിരുന്നു എന്നു തീർച്ചപ്പെടുത്താൻ കഴിഞ്ഞു. അമ്മായിയമ്മയുടെ നിലവിളി കേട്ടയുടൻ ഓടിവന്ന നാട്ടുകാർ കണ്ടത് തൂങ്ങിനിൽക്കുന്ന ശാന്തയെ രക്ഷിക്കുവാൻ ശ്രമിക്കുന്ന അമ്മായിയമ്മയെ ആണ്. നാത്തൂനെതിരെയും രാജനെതിരെയും തെളിവുകളൊന്നുംതന്നെ കണ്ടെത്താനായില്ല.

പോസ്റ്റ്മോർട്ടം റിപ്പോർട്ടിൽ കഴുത്തിലെ ഉരഞ്ഞ പാടിനെക്കുറിച്ചും രക്തസ്രാവത്തെക്കുറിച്ചും വിവരിച്ചിരിക്കുന്നതു വായിച്ച എനിക്കു ബലപ്രയോഗം ഉണ്ടായിട്ടില്ല എന്നു മനസ്സിലാക്കുവാൻ കഴിഞ്ഞു. നഖക്ഷതങ്ങളും രക്തസ്രാവവും ഉണ്ടായിരുന്നതിനാലാണ് ഡോക്ടർ കൊലപാതകമാണെന്ന് അഭിപ്രായപ്പെട്ടത് എന്ന് എനിക്കു മനസ്സിലായി. തൂങ്ങി മരിക്കുവാൻ ശ്രമിക്കുന്ന വ്യക്തിയുടെ കഴുത്തിലെ കുരുക്ക് മരണം സംഭവിച്ചതിനു ശേഷം ഉടനേ അഴിച്ചു മാറ്റാൻ ശ്രമിച്ചാൽ കഴുത്തിലെ തൊലിക്കടിയിൽ രക്തസ്രാവമുണ്ടാകാം. ഞെരുങ്ങി അടഞ്ഞിരിക്കുന്ന രക്തക്കുഴലുകൾ കഴുത്തിലെ കെട്ടഴിക്കുമ്പോൾ പെട്ടെന്ന് വികസിക്കുകയും രക്തത്തിന്റെ മർദ്ദംകൊണ്ട് പൊട്ടുകയും ചെയ്യുന്നതിനാലാണിങ്ങനെ സംഭവിക്കുന്നത്. നഖക്ഷതങ്ങൾക്ക് താഴെയുള്ള കലകളിൽ രക്തസ്രാവമോ ക്ഷതമോ ഉള്ളതായി രേഖപ്പെടുത്തിയിരുന്നില്ല. ഇതിൽനിന്നും മനസ്സിലായത് കൈവിരലുകൾകൊണ്ട് കഴുത്തിൽ ബലം പ്രയോഗിച്ചിട്ടില്ല എന്നാണ്. എന്നാൽ കഴുത്തിൽ നഖങ്ങൾ സ്പർശിച്ചിട്ടുണ്ട്. കൂർത്ത നഖങ്ങളുള്ള ഒരു വ്യക്തി സ്വയം കഴുത്തിൽ കുരുക്കിടുമ്പോൾ നഖക്ഷതങ്ങൾ ഉണ്ടാകാം. തൂങ്ങി നിൽക്കുന്ന വ്യക്തിയെ രക്ഷിക്കുവാനായി കഴുത്തിലെ കുരുക്കഴിക്കുന്ന ആളിന്റെ നഖങ്ങൾകൊണ്ടും കോറലുകൾ ഉണ്ടാകാം.

ഞാൻ ശ്രീ വിശ്വംഭരനോടൊപ്പം സംഭവസ്ഥലം സന്ദർശിച്ചു. ശാന്തയുടെ കഴുത്തിലെ കെട്ടഴിച്ച് അവളെ രക്ഷിക്കുവാൻ ശ്രമിച്ച ചിത്രയെ ഞങ്ങൾ കണ്ടു. സംഭവത്തിന്റെ കൃത്യമായ വിവരണം ഞങ്ങളോടു പറയുകയായിരുന്ന ചിത്രയുടെ കൈവിരലുകൾ ഞാൻ ശ്രദ്ധിച്ചു. എല്ലാ വിരലുകളിലും നീണ്ട കൂർത്ത നഖങ്ങൾ. ഈ കേസ് ഒരുപക്ഷേ രണ്ടാമതൊരന്വേഷണം നടത്തിയിരുന്നില്ലെങ്കിൽ നിരപരാധികളായ അമ്മായിയമ്മയും നല്ല സമരിയക്കാരനായ ഒരയൽക്കാരനും ശിക്ഷിക്കപ്പെടുമായിരുന്നു.

ഒരു നല്ല കുറ്റാന്വേഷകൻ ഒരിക്കലും ഒരു തെളിവിനെ മാത്രം അവലംബിക്കുവാൻ പാടില്ല. മെഡിക്കൽ തെളിവുകളും ശാസ്ത്രീയമായ മറ്റു തെളിവുകളും അന്വേഷണത്തിൽ വെളിവാകുന്ന വസ്തുതകളുമായി പൊരുത്തപ്പെടുന്നില്ലെങ്കിൽ അവയെ തിരസ്കരിക്കുകതന്നെ വേണം. ശാസ്ത്രത്തിനും ശാസ്ത്രജ്ഞനും തെറ്റുപറ്റാം.

സ്വയം തൂങ്ങുന്നതും കെട്ടിത്തൂക്കുന്നതും

ഒരാളെ കൊലപ്പെടുത്തിയിട്ട് കെട്ടിത്തൂക്കിയാൽ മൃതദേഹ പരിശോധനയിൽ കണ്ടുപിടിക്കാൻ സാധിക്കുമോ എന്ന് എന്നോട് പലരും ചോദിച്ചിട്ടുണ്ട്. ആ ചോദ്യത്തിൽ തന്നെ അതിനുള്ള ഉത്തരവുമുണ്ട്. 'കൊലപ്പെടുത്തി'യിട്ട് എന്ന് പറയുമ്പോൾ തന്നെ മരണകാരണം വേറെയെന്തെങ്കിലും ആയിരിക്കുമല്ലൊ. പോസ്റ്റ് മോർട്ടം പരിശോധനയിൽ അത് കണ്ടുപിടിക്കുവാൻ കഴിയും; മരിച്ചതിനു ശേഷം മൃതദേഹം കെട്ടിത്തൂക്കിയാൽ (ഇതത്ര എളുപ്പമുള്ള കാര്യമല്ല) തൂങ്ങിമരണത്തിന്റെ ലക്ഷണങ്ങൾ കാണുകയുമില്ല. ഇത്തരമൊരു സംഭവം വിവരിക്കാം.

പത്തനാപുരം എന്ന സ്ഥലത്ത് മുപ്പത്തിയഞ്ച് വയസ്സുള്ള ഒരു സ്ത്രീ കൂലിവേലക്കാരനായ ഭർത്താവും, രണ്ട് ചെറിയ കുട്ടികളുമായി കഴിഞ്ഞുവന്നിരുന്നു. ആ സ്ത്രീയെ ഒരു ദിവസം രാവിലെ വീട്ടിനുള്ളിൽ കെട്ടിത്തൂങ്ങി മരിച്ച നിലയിൽ കാണപ്പെട്ടു: ഭാര്യ തൂങ്ങിമരിച്ചു എന്ന് പോലീസിൽ പ്രഥമവിവരം നല്കിയത് ഭർത്താവ് തന്നെയായിരുന്നു. പ്രേതവിചാരണയിലും കൃത്യസ്ഥല പരിശോധനയിലും പോലീസിന് സംശയകരമായി ഒന്നും കണ്ടെത്താൻ കഴിഞ്ഞില്ല.

എന്നാൽ ഭർത്താവ് മദ്യപാനിയും ഭാര്യയെ ദിവസവും മർദ്ദിക്കുന്നവനുമാകയാൽ പ്രേതവിചാരണയിൽ സംബന്ധിച്ച സാക്ഷികൾ ഒന്നടങ്കം മരണകാര്യത്തിൽ സംശയം പ്രകടിപ്പിച്ചു. അങ്ങനെ മൃതദേഹം പരിശോധനയ്ക്കായി മെഡിക്കൽ കോളജിൽ കൊണ്ടുവന്നു. പോസ്റ്റ്മോർട്ടത്തിനുള്ള അപേക്ഷയിൽ തൂങ്ങിമരിച്ച നിലയിൽ കാണപ്പെട്ടു എന്നല്ലാതെ മറ്റു വിവരണങ്ങൾ ഒന്നും എഴുതിയിരുന്നില്ല.

പത്തനാപുരത്തുകാരിയുടെ മൃതദേഹപരിശോധനയിൽ ആദ്യമായി എന്റെ ശ്രദ്ധയിൽ പെട്ടത് അവരുടെ ശരീരത്തിൽ കാണപ്പെട്ട മർദ്ദനങ്ങളുടെ അടയാളങ്ങളാണ്. പരുപരുത്ത വടി കൊണ്ട് അടിക്കുകയും ഇടിക്കുകയും ചെയ്താൽ ഉണ്ടാകുന്ന തരത്തിലുള്ള കരിവാളിപ്പുകൾ മുതുകിലും നെഞ്ചിലും ഉണ്ടായിരുന്നു. എന്നാൽ അവയൊന്നും മാരകങ്ങളായിരുന്നില്ല. കഴുത്തിനു ചുറ്റും രണ്ട് ഉരവുകൾ കാണപ്പെട്ടു; കണ്ഠമുഴയ്ക്കു താഴെ കഴുത്തിനു ചുറ്റുമായി ഒരിഞ്ച് വീതിയുള്ള ഒന്നും, താടിയെല്ലിനു താഴെ കഴുത്തിന്റെ വശങ്ങളിൽ ഏങ്കോണിച്ചുള്ള അപൂർണ്ണമായ മറ്റൊന്നും. ആദ്യത്തെ ഉരവ് ജീവനുള്ളപ്പോൾ സംഭവിച്ചതാണെന്നും, രണ്ടാമത്തേത് മരണശേഷം ഉണ്ടായതാണെന്നും ഞാൻ തിരിച്ചറിഞ്ഞു. ഒരു ഫോറൻസിക് സർജന് ലക്ഷണങ്ങളിൽ

നിന്നും ജീവനുള്ളപ്പോഴും മരണാനന്തരവും സംഭവിക്കുന്ന മുറിവുകളെ തിരിച്ചറിയുവാൻ കഴിയും.

സ്ത്രീയുടെ കഴുത്തിന്റെ ആന്തരിക പരിശോധനയിൽ അവരെ ഉദ്ദേശം ഒരിഞ്ച് വ്യാസമുള്ള കയർകൊണ്ട് കഴുത്തിനു ചുറ്റും വരിഞ്ഞു മുറുക്കിശ്വാസം മുട്ടിച്ചുവെന്ന് മനസ്സിലായി. ആദ്യത്തെ ഉരവ് (Ligature mark) അങ്ങനെ ഉണ്ടായതാണ്. അതിനുശേഷം അതേ തരത്തിലുള്ള കയർകൊണ്ട് കഴുത്തിൽ കുരുക്കിട്ട് കെട്ടിത്തൂക്കിയതുകൊണ്ടാണ് രണ്ടാമത്തെ അടയാളം ഉണ്ടായത്. ശവശരീരം കെട്ടിത്തൂക്കിയാലും കഴുത്തിൽ അടയാളമുണ്ടാകും. എന്നാൽ അതിൽ ജൈവലക്ഷണങ്ങൾ (Antemortm features) ഉണ്ടായിരിക്കുകയില്ല.

ആ സ്ത്രീയുടെ ആമാശയം പരിശോധിച്ചപ്പോഴാണ് ഞാൻ അത്ഭുതപ്പെട്ടത്. അതിനുള്ളിൽ മണ്ണെണ്ണയുടെ ഗന്ധമുള്ള ഒരു ദ്രാവകം കാണപ്പെട്ടു. ഓർഗാനോഫോസ്ഫറസ് വിഭാഗത്തിൽപെട്ട കീടനാശിനിക്കാണ് സാധാരണ ഇത്തരം മണമുണ്ടായിരിക്കുന്നത്. ഈ വിഷം ആമാശയത്തിൽനിന്നും ചെറുകുടലിലേക്ക് ഒഴുകിയിരുന്നില്ല. അതിനാൽ വിഷം ഉള്ളിൽ ചെന്ന ഉടനേതന്നെ മരണം സംഭവിച്ചിരിക്കണം എന്നായിരുന്നു എന്റെ നിഗമനം.

ആമാശയത്തിൽ വിഷം, കഴുത്ത് ഞെരിച്ചതിനാലുണ്ടായ മരണം, മരണാനന്തരമുള്ള കെട്ടിത്തൂക്കൽ എന്നീ മൂന്നവസ്ഥകളും എങ്ങനെ സംയോജിപ്പിക്കാം എന്ന ചിന്ത എന്നെ വല്ലാതെ കുഴക്കി. ഏതായാലും കൃത്യസ്ഥലം സന്ദർശിക്കുവാനും അതോടൊപ്പം പ്രഥമവിവരം നല്കിയ ഭർത്താവിനെ കാണുവാനും തീരുമാനിച്ചു. അന്വേഷണ ഉദ്യോഗസ്ഥനോട് പോസ്റ്റ്മോർട്ടം പരിശോധനയിൽ കണ്ടെത്തിയ വസ്തുതകൾ ടെലിഫോണിലൂടെ അറിയിച്ചു. ഞാൻ അടുത്ത ദിവസം പത്തനാപുരത്തെത്തി. അതിനു മുൻപു തന്നെ ഭർത്താവ് ഇൻസ്പെക്ടറോട് കുറ്റസമ്മതം നടത്തിയിരുന്നു. അയാൾ പറഞ്ഞതിങ്ങനെ:

പതിവുപോലെ മദ്യപിച്ചെത്തിയ അയാൾ ഭാര്യയുമായി വഴക്കുണ്ടാക്കി; അവളെ മർദ്ദിച്ചു. അവളുടെ കഴുത്തിൽ കുത്തിപ്പിടിച്ച് മുതുകിൽ ഇടിച്ചു. ഒരു വിറകു കഷണംകൊണ്ട് അടിച്ചു. അവൾ പ്രജ്ഞയറ്റ് താഴെ വീണു. ചലനമില്ലാതെ കിടക്കുന്നതു കണ്ടിട്ട് അവൾ മരിച്ചു എന്നയാൾ കരുതി. അവൾ വിഷം കഴിച്ച് ആത്മഹത്യ ചെയ്തതായി തോന്നിക്കാൻ വേണ്ടി വീട്ടിലുണ്ടായിരുന്ന കീടനാശിനി അവളുടെ വായിലേക്ക് ഒഴിച്ചു കൊടുത്തു. വിഷം ഉള്ളിൽ ചെന്ന ഉടനേ ബോധം വന്ന അവൾ ഛർദ്ദിക്കുവാനും ഒച്ച വയ്ക്കാനും തുടങ്ങി.

സംഗതി പന്തിയല്ലെന്നു കണ്ട അയാൾ ഒരു കയറെടുത്ത് അവളുടെ കഴുത്തിനു ചുറ്റും വരിഞ്ഞുമുറുക്കി. രണ്ടുമൂന്നു മിനിട്ടുകൾക്കകം അവൾ പിടഞ്ഞു മരിച്ചു. തൂങ്ങിമരിച്ചതാണെന്നു വരുത്തിത്തീർക്കാൻ വേണ്ടി അവളെ കെട്ടിത്തൂക്കാനായിരുന്നു പിന്നീടയാൾ ശ്രമിച്ചത്. കഴുത്ത് ഞെരിക്കുവാനുപയോഗിച്ച അതേ കയർകൊണ്ട് കഴുത്തിൽ കുടുക്കിട്ട് അവളുടെ ശരീരം വലിച്ചുപൊക്കി കഴുക്കോലിൽ കെട്ടാൻ അയാൾ ആവുന്നത്ര ശ്രമിച്ചിട്ടും സാധിച്ചില്ല. ഒരാൾക്ക് തനിയെ ഒരു മൃതദേഹത്തെ കെട്ടിത്തൂക്കുവാൻ വളരെ പ്രയാസമായിരിക്കും. അത് ഏതാണ്ട് അസാദ്ധ്യമെന്നുതന്നെ പറയാം. അയാൾ പിന്നീട് അടുത്ത സ്നേഹിതനായ അയൽക്കാരന്റെ സഹായം തേടി. അൻപതു രൂപ പ്രതിഫലമായി നല്കി. അവർ ഇരുവരുമായി ശവം കഴുക്കോലിൽ കെട്ടിത്തൂക്കി.

നേരം പുലർന്നപ്പോൾ അയാളുടെ ഉറക്കെയുള്ള നിലവിളി കേട്ട് നാട്ടുകാർ ഓടിക്കൂടി. അവരുടെ മുൻപിൽ നല്ല അഭിനയമാണ് അയാൾ കാഴ്ച വച്ചത്.

വിചിത്രമായ രീതികൾ അവലംബിച്ചിട്ടുള്ള തൂങ്ങിമരണങ്ങൾ ഞാൻ കണ്ടിട്ടുണ്ട്. ബെൽട്ട്, സ്റ്റീൽ കമ്പി, പൈജാമച്ചരട് എന്നിവ ലൈഗേച്ചറായി ഉപയോഗിക്കാറുണ്ട്. ഒരിക്കൽ പോലീസ്‌ലോക്കപ്പിൽ ഉണ്ടായിരുന്ന ഒരു പ്രതി ലോക്കപ്പിന്റെ അഴിയിൽ തൂങ്ങി മരിച്ചു. അയാൾക്ക് ഉറങ്ങാൻ നല്കിയ ചാക്കിൽനിന്നും നിരവധി ചണനൂലുകൾ ഇളക്കിയെടുത്ത് കൂട്ടിക്കെട്ടിയ ലൈഗേച്ചറാണ് തൂങ്ങാൻ ഉപയോഗിച്ചത്. ജനാലക്കമ്പി, കട്ടിലിന്റെ കാല്, വാതിലിന്റെ കൈപിടി എന്നിവയിൽ ലൈഗേച്ചർ കെട്ടി മരിച്ച കേസുകൾ പലപ്പോഴും ഉണ്ടായിട്ടുണ്ട്. ശവശരീരത്തിന്റെ പാദങ്ങൾ, കാൽമുട്ടുകൾ, നിതംബം എന്നീ ഭാഗങ്ങൾ തറയിൽ മുട്ടിയ നിലയിലും കാണപ്പെടാം. ഇതിനെ 'ഭാഗിക തൂങ്ങിമരണം' (Partial hanging) എന്നു വിളിക്കുന്നു. ശരീരം തറയിൽമുട്ടിയാൽ എങ്ങനെ ശ്വാസംമുട്ടി മരണം സംഭവിക്കുമെന്ന് ആരും ന്യായമായും സംശയിക്കും. കഴുത്തിലുള്ള ശ്വാസനാളം അടയുവാൻ പതിനഞ്ചു കിലോഗ്രാം മർദ്ദം മതി. കഴുത്തിലെ ധമനികൾ അടയുവാൻ അഞ്ചും സിരകൾ അടയുവാൻ രണ്ടും കിലോഗ്രാം പ്രഷർ മതി. ശരീരം മുമ്പ് വിവരിച്ചതുപോലെ ഏതു നിലയിലാണെങ്കിലും കുറഞ്ഞത് രണ്ട് കിലോഗ്രാം പ്രഷർ കഴുത്തിലെ കുരുക്കിൽ അനുഭവപ്പെട്ടാൽ മരണം സംഭവിക്കും.

കട്ടിലിനടിയിൽ കിടന്ന് കുറുകെയുള്ള ക്രാസിയിൽ ചരടിന്റെ ഒരറ്റം കെട്ടി, മറ്റേ അറ്റം കഴുത്തിലും കെട്ടി മരിച്ച സംഭവം റിപ്പോർട്ട് ചെയ്തിട്ടുണ്ട് ശരീരം ഏതാണ്ട് മുഴുവനും തറയിൽ

ചേർന്നിരുന്നു; തല മാത്രമാണ് ഉയർന്നിരുന്നത്. തലയുടെ ഭാരം ഉദ്ദേശം നാലു കിലോഗ്രാമാണ്. കഴുത്തിലെ കുരുക്കിൽ അത്രയും ഭാരം കൊണ്ടുണ്ടാകുന്ന പ്രഷർ മതി കഴുത്തിലെ സിരകൾ അടയാനും മരണം സംഭവിക്കുവാനും.

നൈലോൺവാൾ!

അപൂർവമായ സാഹചര്യങ്ങൾകൊണ്ടുമാത്രം ഒരു തൂങ്ങിമരണം കൊലപാതകമെന്ന് കരുതാനാവില്ല. നൈലോൺ കയർ, കമ്പി എന്നിവ ലൈഗേച്ചറായി ഉപയോഗിച്ചാൽ ചിലപ്പോൾ ശരീരത്തിന്റെ ഭാരംകൊണ്ടും കെട്ടിത്തൂങ്ങുമ്പോൾ ഉണ്ടാകുന്ന ചാട്ടം (Long drop) കൂടുതലാണെങ്കിലും കഴുത്ത് മുറിഞ്ഞുപോകാൻ സാധ്യതയുണ്ട്. മനുഷ്യശരീരത്തിലെ ഏറ്റവും ബലം കുറഞ്ഞ ഭാഗം കഴുത്താണ്; എന്നാൽ ഏറ്റവും പ്രധാനമായ ധമനികളും സിരകളും നാഡികളും സ്ഥിതിചെയ്യുന്നതും കഴുത്തിലാണ്. നൈലോൺ കയർ, കമ്പി എന്നിവയുടെ ടെൻസൈൽ ബലവും ശരീരഭാരവും നീണ്ട ചാട്ടവുമാണ് കഴുത്ത് മുറിയുന്നതിന്റെകാരണങ്ങൾ. ഒരു സോപ്പ് ബാറിനെ ഒരു നൂലുകൊണ്ട് മുറിക്കാമെന്നതുപോലെയാണിത്.

ഇത്തരത്തിലുള്ള മൂന്നു കേസുകൾ ഞാൻ അപഗ്രഥിക്കുകയും അഭിപ്രായം നല്കുകയും ചെയ്തിട്ടുണ്ട്. ഒരിക്കൽ കേരളത്തിലെ വടക്കുള്ള ജില്ലയിലെ ഒരു നദിയിലൂടെ തലയില്ലാത്ത മനുഷ്യശവശരീരം ഒഴുകി വന്നത് പോലീസ് നടപടികൾക്കുശേഷം പോസ്റ്റ്മോർട്ടത്തിന് മെഡിക്കൽ കോളജിലേക്കയച്ചു. തലയില്ലാത്തതിനാൽ ആളെ തിരിച്ചറിയാനായില്ല. മൂർച്ചയുള്ള ആയുധം കൊണ്ട് കഴുത്ത് വെട്ടിക്കൊലപ്പെടുത്തിയതാണെന്ന സംശയം പിറ്റേദിവസം തല കിട്ടിയപ്പോൾ മാറി. കഴുത്തിൽ വെട്ടിമുറിവില്ലായിരുന്നു. കഴുത്തിലെ പേശികളും മറ്റു കലകളും ചതഞ്ഞറ്റുപോയതുപോലെയിരുന്നു. തല കിട്ടിയപ്പോൾ മരിച്ചയാളിനെയും തിരിച്ചറിഞ്ഞു. അപ്പോഴാണ് ആ നദിയുടെ കുറുകെയുള്ള ഒരു പാലത്തിന്റെ കൈവരിയിൽനിന്നും ഒരു നൈലോൺ കയർ നദിയിലേക്ക് തൂങ്ങിക്കിടക്കുന്നത് ആളുകളുടെ ശ്രദ്ധയിൽ പെട്ടത്.

ആ കയറിന്റെ താഴത്തെ അറ്റത്ത് ഒരു ഊരാങ്കുടുക്ക് (Slipknot) ഉണ്ടായിരുന്നു. കുടുക്കിന്റെ ഭാഗത്ത് കയറിൽ രക്തവും മാംസാവശിഷ്ടങ്ങളും ഉണ്ടായിരുന്നു. അവ ഫോറൻസിക് സയൻസ് ലബോറട്ടറിയിൽ പരിശോധിച്ചപ്പോൾ മനുഷ്യശരീരത്തിലെ കലകളാണെന്ന് ബോധ്യമായി. രക്തഗ്രൂപ്പും കണ്ടുപിടിക്കുവാൻ സാധിച്ചു. ഫോറൻസിക് പുസ്തകങ്ങളിൽ ഇത്തരം മരണങ്ങളെ

ക്കുറിച്ച് പ്രതിപാദിച്ചിട്ടുണ്ടെങ്കിലും ആദ്യമായിട്ടായിരുന്നു അത്തരമൊരു കേസ് മുമ്പിലെത്തുന്നത്.

അധികം വൈകാതെയായിരുന്നു രണ്ടാമത്തെ സംഭവം നടന്നത്. പട്ടിമറ്റം എന്ന സ്ഥലത്ത് താമസിക്കുകയായിരുന്ന ഒരു മധ്യവയസ്കനായ എൻജിനീയറുടെ ഭാര്യയെയും വിദ്യാർത്ഥിനികളായ മൂന്നു പെൺമക്കളെയും കൊല ചെയ്യപ്പെട്ട നിലയിൽ വീട്ടിനുള്ളിലും, എൻജിനീയറുടെ ശിരസ്സറ്റ മൃതദേഹം വീട്ടുമുറ്റത്തെ കിണറ്റിനുള്ളിൽ വെള്ളത്തിനടിയിലും കാണപ്പെട്ടു. കിണറ്റിൽ വെള്ളം കോരാനുള്ള കപ്പി ഉറപ്പിക്കുന്ന തുലാത്തിൽ ഒരു നൈലോൺ കയർ കെട്ടിയിരുന്നു; അതിന്റെ താഴത്തെ അറ്റത്ത് ഒരു ഊരാങ്കുടുക്കും. ഉടൽ കരയ്ക്കെടുത്തതിനുശേഷം വീണ്ടും കിണറിൽ മുങ്ങിത്തപ്പിയപ്പോൾ ശിരസ്സും കിട്ടി. നൈലോൺ കയറിലെ ഊരാങ്കുടുക്കിൽ രക്തവും മാംസശകലങ്ങളും ഉണ്ടായിരുന്നു. ഭാര്യയുടെയും മക്കളുടെയും ശരീരങ്ങളിൽ നിരവധി വെട്ടിമുറിവുകളുണ്ടായിരുന്നു. വീട്ടിലെ വെട്ടുകത്തി തന്നെയായിരുന്നു മൂവരെയും വധിക്കാൻ ഉപയോഗിച്ചത്. ഒരു കുടുംബഹത്യ; കാരണം എന്തായിരിക്കാം? ഭ്രാന്തജടിലമാസങ്ങൾക്ക് കാരണം ഒന്നും വേണ്ട.

എൻജിനീയർ നല്ല തൂക്കമുള്ള ആളായിരുന്നു. തൂങ്ങാനുപയോഗിച്ച നൈലോൺ കയറിന് നീളക്കൂടുതലുമുണ്ടായിരുന്നു. അതുകൊണ്ട് ഒരു നീണ്ട ചാട്ടമായിരിക്കണം സംഭവിച്ചത്. ഈ കാരണങ്ങളാലായിരിക്കണം കഴുത്ത് മുറിഞ്ഞത്. സ്വതേ അന്തർമുഖനായിരുന്ന എൻജിനീയർക്ക് പ്രകടമായ മാനസികരോഗങ്ങളില്ലായിരുന്നെങ്കിലും അയാളുടെ മരണം ആത്മഹത്യയാകയാൽ കുടുംബഹത്യ നടത്തിയത് അയാൾതന്നെ എന്നായിരുന്നു എന്റെ നിഗമനം. പോലീസിന്റെ അന്വേഷണഫലവും അതുതന്നെയായിരുന്നു.

എന്നാൽ ഈ നിഗമനത്തോട് ചില നാട്ടുകാർക്കു യോജിപ്പില്ലായിരുന്നു. ഈ അവസരത്തിൽ സി.ബി.ഐ. യിൽ മുമ്പ് ജോലി ചെയ്തിരുന്ന ഒരു 'അപസർപ്പകൻ' ഒരു പ്രസിദ്ധീകരണത്തിൽ ഈ കേസിൽ ഞാൻ നല്കിയ അഭിപ്രായത്തെക്കുറിച്ച് വളരെ മോശമായ ഭാഷയിൽ ഒരു ലേഖനം എഴുതി. അതിനു മുമ്പും പലപ്പോഴും അദ്ദേഹത്തിന്റെ അടിസ്ഥാനമില്ലാത്ത ആരോപണങ്ങൾക്ക് ഞാൻ പാത്രമായിട്ടുണ്ടെങ്കിലും ഒരിക്കൽപോലും ഞാൻ പ്രതികരിച്ചിട്ടില്ല. കാരണം ഞാൻ വൈദ്യശാസ്ത്രത്തിന്റെയും കുറ്റാന്വേഷണ ശാസ്ത്രത്തിന്റെയും വിജ്ഞാനപാരാവാരത്തിന്റെ കരയിലിരിക്കുന്ന ഒരു ശിശു മാത്രമാണ് എന്നെനിക്കറിയാവുന്നതുകൊണ്ടാണ്.

നേരത്തേ വിവരിച്ച സംഭവങ്ങൾക്ക് സമാനമായ രണ്ടു കഥകൾ കൂടി പറഞ്ഞിട്ട് ഈ അധ്യായം അവസാനിപ്പിക്കാം. കൊല്ലം പട്ടണത്തിൽ ചിന്നക്കടയ്ക്കു സമീപം റോഡിലൂടെ ചരക്കുകൾ കയറ്റിയ ഒരു ലോറി പോകുകയായിരുന്നു. ചരക്കുകൾ ടാർ പോളിൻകൊണ്ട് പൊതിഞ്ഞു കെട്ടിയിരുന്ന ഒരു നൈലോൺ കയർ അഴിഞ്ഞ് ലോറിയുടെ പിന്നിൽ ഇരുവശങ്ങളിലേക്കും വായുവിൽ പാറി നടക്കുന്നുണ്ടായിരുന്നത് ലോറിയുടെ ഡ്രൈവറും ക്ലീനറും അറിഞ്ഞിരുന്നില്ല.

ആ സമയത്ത് റോഡരികിൽ നടപ്പാതയിലൂടെ നടന്നു വരികയായിരുന്ന ഒരു മനുഷ്യന്റെ കഴുത്തിൽ കാലപാശംപോലെ ആ കയർ ചുറ്റി. കഴുത്തിൽ ചുറ്റിയ കയറിന്റെ കുറച്ചു ഭാഗം ഫുട്ട്പാത്തിലെ ഇരുമ്പുവേലിയിലും ചുറ്റി അയാളുടെ കഴുത്തു മുറിഞ്ഞ് തലയും ഉടലും വേർപെട്ട് റോഡിൽ പതിച്ചു. അവിശ്വസനീയം!! മരണം ജീവന്റെ തിരിനാളങ്ങൾ ഊതിക്കെടുത്തുന്നത് ഏതെല്ലാം രീതിയിലായിരിക്കുമെന്നത് പ്രവചനാതീതമാണ്.

കുറച്ചു നാളുകൾക്ക് മുമ്പ് ഇംഗ്ലണ്ടിൽ ഒരാൾ വിചിത്രമായ രീതിയിൽ ആത്മഹത്യ ചെയ്തു. അയാൾ തന്റെ കാർ ഓടിച്ചുകൊണ്ടുവന്ന് ഒരു വൈദ്യുതി പോസ്റ്റിനു സമീപം നിർത്തി; കാറിന്റെ ഗ്ലാസ്സ് താഴ്ത്തി. ഒരു നൈലോൺ കയർ എടുത്ത് ഒരറ്റം പോസ്റ്റിൽ ബലമായി കെട്ടി; മറ്റേ അറ്റം സ്വന്തം കഴുത്തിലും. എന്നിട്ട് കാർ അതിവേഗത്തിൽ മുന്നോട്ടോടിച്ചു. എന്തു സംഭവിച്ചിരിക്കുമെന്ന് മുൻ ഖണ്ഡികകൾ വായിച്ചിട്ടുള്ള നിങ്ങൾക്ക് പറയുവാൻ കഴിയും.

25. ചാക്കോവധവും സുകുമാരക്കുറുപ്പും

ഇരുപത്തിയഞ്ചു വർഷം കഴിഞ്ഞിട്ടും സുകുമാരക്കുറുപ്പ് കേസ് എന്ന പേരിൽ കുപ്രസിദ്ധി നേടിയ ചാക്കോവധക്കേസ് ഇന്നും കേരളത്തിലെ ജനങ്ങളുടെ മനസ്സിൽ മായാത്ത ഓർമ്മയായി നിലകൊള്ളുന്നു. മുഖ്യപ്രതിയായ സുകുമാരക്കുറുപ്പ് ഇപ്പോഴും പിടികിട്ടാപ്പുള്ളിയായി ഒളിവിലാണെങ്കിലും വിദഗ്ദ്ധവും ശാസ്ത്രീയവുമായ അന്വേഷണം നടന്ന ഒരു കേസായിരുന്നു അത്. അത്തരത്തിലൊരു കേസന്വേഷണം നടന്നതുകൊണ്ടുമാത്രമാണ് കൊലപാതകം നടന്ന് മൂന്നാഴ്ചകൊണ്ടുതന്നെ ഗൂഢാലോചനയുടെ മുഴുവൻ ചുരുളുകളും പോലീസിന് അഴിക്കാനായത്.

അന്വേഷണത്തിന്റെ തുടക്കം തൊട്ടുള്ള ഓരോ ഘട്ടത്തിലും ഫോറൻസിക് പരിശോധനകൾക്കു നിർണ്ണായകമായ പങ്കാണുണ്ടായിരുന്നത്.

ആദ്യം ഒരു പോസ്റ്റ്മോർട്ടം പരിശോധന, പിന്നീട് മൃതശരീരം കുഴിച്ചെടുത്ത് വീണ്ടും പരിശോധന, തലയോടിന്റെ സൂപ്പർ ഇമ്പോസിഷൻ തുടങ്ങിയ ശാസ്ത്രീയ പരീക്ഷണങ്ങൾ; കൊല്ലപ്പെട്ടതു ചാക്കോതന്നെയെന്ന് ശാസ്ത്രീയമായി തെളിയിക്കുന്നതിനു വേണ്ടിയായിരുന്നു ഇതെല്ലാം.

ഒരു പ്രവാസിയുടെ ദാരുണമായ മരണമെന്നോ കൊലപാതകമെന്നോ ക്രൈംരേഖകളിൽ ഇടം പിടിച്ചേക്കാമായിരുന്ന ഒരു സംഭവമാണ് അവിശ്വസനീയമായ വഴിത്തിരിവുകളിലേക്ക് പൊടുന്നനെ നീങ്ങിയത്. പോലീസിന്റെ ചോദ്യം ചെയ്യലിൽ പുറത്തുവന്ന ഓരോ വെളിപ്പെടുത്തലുകൾക്കും ഒരു കുറ്റാന്വേഷണ നോവലിലെ ക്ലൈമാക്സ് അദ്ധ്യായങ്ങളുമായി സാദൃശ്യമുണ്ടായിരുന്നു. ഇങ്ങനെയും ഒരു കൊലപാതകമോ എന്ന് ചിന്തിച്ചുപോകുംവിധമായിരുന്നു പ്രതികൾ വിവരങ്ങൾ ഒന്നൊന്നായി കുറ്റസമ്മതമൊഴിയായി നല്കിയത്.

മാവേലിക്കരയിൽനിന്ന് ചെങ്ങന്നൂരിലേക്ക് പോകുംവഴി കൊല്ലകടവ് പാലത്തിനു സമീപം, കുന്നം എന്ന സ്ഥലത്ത് ഒരു വയലിൽ കത്തിക്കരിഞ്ഞ കാറിനകത്ത് മൃതദേഹം കണ്ടത് 1984 ജനുവരി 22-ന് പുലർച്ചെയാണ്. റോഡിലൂടെ പോയ ഒരു കാറിലെ യാത്രക്കാരനാണ് ആ കാഴ്ച ആദ്യം കണ്ടത്. റോഡിൽനിന്നും വയലിലേക്ക് ഇറങ്ങിയ നിലയിൽ ഒരു അംബാസഡർ കാർ തീ കത്തുന്നു. കാർ യാത്രക്കാർ അടുത്തുള്ള വീട്ടിൽ മുട്ടിവിളിച്ചു.

ചിത്രം 25.1 കുന്നം വയലിൽ കണ്ട തീ പിടിച്ച അംബാസഡർ കാർ

ആ വീട്ടിലെ താമസക്കാരനായ സുരേഷ്കുമാർ അയൽക്കാരനായ രാധാകൃഷ്ണനാശാരിയെ വിളിച്ചുണർത്തി. ഇരുവരും കൂടി കാറിനടുത്തേക്ക് ചെന്നു. കാറിന്റെ വലതുവശത്തെ വാതിൽ തുറന്നിരിക്കുകയായിരുന്നു. അവർ അതിലൂടെ നോക്കിയപ്പോൾ സ്റ്റിയറിങ് വീലിനു പിന്നിൽ കത്തിക്കൊണ്ടിരിക്കുന്ന ഒരു മൃതദേഹം കണ്ട് ഞെട്ടിപ്പോയി. തിരിച്ചറിയാനാവാത്ത വിധം മൃതശരീരം കരിക്കട്ടപോലെയായിരുന്നു. രാധാകൃഷ്ണൻ ഉടനേ അടുത്ത വീട്ടിലെ ഓട്ടോറിക്ഷയിൽ കയറി മാവേലിക്കര പോലീസ് സ്റ്റേഷനിൽ പോയി വിവരം അറിയിച്ചു. ഡ്യൂട്ടിയിലുണ്ടായിരുന്ന ഹെഡ്കോൺസ്റ്റബിൾ അപ്പോൾ തന്നെ ചെങ്ങന്നൂർ ഡിവൈ.എസ്.പി. ഹരിദാസിനെ ടെലിഫോൺ ചെയ്ത് വിവരമറിയിച്ചു. അദ്ദേഹം രാവിലെ അഞ്ചുമണിയോടെ സംഭവസ്ഥലത്തെത്തി.

പാതി കത്തിയ നിലയിൽ അംബാസഡർ കാറിന്റെ നമ്പർ കെ.എൽ.ക്യു. 7831 എന്നത് തെളിഞ്ഞു കാണാമായിരുന്നു (ചിത്രം 25.1). റോഡിന്റെ കിഴക്കുവശത്തുനിന്നും ഒരു തീപ്പെട്ടിയും ഒരു ജോടി ചെരിപ്പുകളും ഒരു റബ്ബർ ഗ്ലൗസും ലഭിച്ചു. ഗ്ലൗസിൽ ഒരു രോമം പറ്റിപ്പിടിച്ചിരുന്നു. കാറിനുള്ളിൽനിന്നും ഒരൊഴിഞ്ഞ പെട്രോൾ ടിന്നും കിട്ടി. വയലിലെ നെൽച്ചെടികൾ ചവിട്ടിമെതിച്ച് ആരോ ഓടിയതിന്റെ അടയാളങ്ങളും കാണപ്പെട്ടു. സമീപവാസികളിൽ ചിലർ ആ കാർ ചെറിയനാടുകാരനും പ്രവാസിയുമായ സുകുമാരക്കുറുപ്പിന്റേതാണെന്നും കത്തിക്കരിഞ്ഞ ശവം അയാളുടേതാണെന്നും തിരിച്ചറിഞ്ഞിരുന്നു.

പോലീസിന്റെ ഇൻക്വസ്റ്റ് നടക്കുന്നതിനിടയിലാണ് ആലപ്പുഴ മെഡിക്കൽ കോളജിൽനിന്ന് പോസ്റ്റ്മോർട്ടത്തിനായി ഞാൻ കുന്നത്ത് എത്തിയത്. അന്ന് ആലപ്പുഴ പോലീസ് സൂപ്രണ്ടായിരുന്ന ശ്രീ രാമചന്ദ്രൻ, ചെങ്ങന്നൂർ ഡിവൈ.എസ്.പി.യായിരുന്ന ശ്രീ പി.എം. ഹരിദാസ് എന്നിവർ സംഭവസ്ഥലത്തെത്തിയിരുന്നു. KLQ 7831 എന്ന നമ്പറുള്ള കറുത്ത അംബാസഡർ കാർ റോഡിൽനിന്നും താഴെയുള്ള വയലിലേക്ക് ചരിഞ്ഞ് ഇറങ്ങിയതുപോലെയാണ് കണ്ടത്. കാറിൽ ഡ്രൈവറുടെ സീറ്റിൽ സ്റ്റിയറിങ്ങിനു പിന്നിൽ കാണപ്പെട്ട മൃതദേഹം തിരിച്ചറിയാൻ കഴിയാത്തവണ്ണം കത്തിക്കരിഞ്ഞിരുന്നു.

തീ പിടിച്ച കാർ രണ്ടാഴ്ച മുമ്പ് മാത്രം അബുദാബിയിൽനിന്നും ലീവിന് വന്ന സുകുമാരക്കുറുപ്പിന്റേതാണെന്നും കാറിനുള്ളിൽ കാണപ്പെട്ട കത്തിക്കരിഞ്ഞ ജഡം കുറുപ്പിന്റേതാണെന്നും വാർത്ത പരന്നതോടെ ഉച്ചയോടെ അവിടം ജനസമുദ്രമായി മാറി. അപകടമരണമെന്നായിരുന്നു ആദ്യത്തെ ധാരണ.

ഡിവൈ.എസ്.പി. ഹരിദാസിന്റെ നേതൃത്വത്തിൽ നടന്ന പ്രേത വിചാരണയ്ക്കുശേഷം മൃതദേഹപരിശോധനയ്ക്കുള്ള അപേക്ഷ എനിക്കു നല്കി. അപേക്ഷയിൽ മരിച്ച ആളിന്റെ പേര് 'സുകുമാരക്കുറുപ്പെന്ന് പറയപ്പെടുന്ന ആൾ' (said to be Sukumara Kurup) എന്നാണ് എഴുതിയിരുന്നത്. ഞാൻ അദ്ദേഹത്തോട് അപ്രകാരം എഴുതാൻ എന്താണ് കാരണം എന്നു ചോദിച്ചു. അദ്ദേഹത്തിന്റെ മുഖത്തിൽ ഒരു ഗൂഢസ്മിതം. കാരണം എന്നോട് പിന്നീട് പറയാം എന്നു പറഞ്ഞു. പരിചയസമ്പന്നനായ അദ്ദേഹം അങ്ങനെ പറയണമെങ്കിൽ തക്കതായ കാരണം ഉണ്ടായിരിക്കുമെന്ന് ഞാൻ ഊഹിച്ചു.

വയൽവരമ്പിൽ പ്രത്യേകം മറകെട്ടിയുണ്ടാക്കി അവിടെത്തന്നെയാണ് പോസ്റ്റ്മോർട്ടം പരിശോധന നടത്തിയത്. മൃതദേഹത്തിന്റെ ഏതാണ്ട് എല്ലാ ഭാഗങ്ങളും തീ പിടിച്ച് കരിഞ്ഞ നിലയിലായിരുന്നു. തലമുടി പൂർണ്ണമായും കരിഞ്ഞുപോയിരുന്നു. ആ നിലയിൽ ആളിനെ തിരിച്ചറിയുവാൻ കഴിയുമായിരുന്നില്ല. പോസ്റ്റ്മോർട്ടം പരിശോധന തുടങ്ങും മുമ്പേ എന്റെ ശ്രദ്ധയിൽ പെട്ട ഒരു വസ്തുത ശവശരീരത്തിൽ ചെരിപ്പുകൾ, റിസ്റ്റുവാച്ച്, മോതിരം മുതലായ വസ്തുക്കൾ (personal articles) ഒന്നുംതന്നെ ഉണ്ടായിരുന്നില്ല എന്നതാണ്. ആകെ ഉണ്ടായിരുന്നത് പാതി കരിഞ്ഞ ഒരു അണ്ടർവെയർ മാത്രം. ഗൾഫിൽ ജോലി ചെയ്യുന്ന ഒരാളിന്റെ ശരീരത്തിൽ ഒരു റിസ്റ്റു വാച്ചെങ്കിലും കാണാത്തത് അസാധാരണമെന്ന് എനിക്ക് തോന്നി.

തുടർന്ന് അതീവ സൂക്ഷ്മതയോടെ നടത്തിയ മൃതദേഹ പരിശോധനയിൽ മുതുകും കൈമുട്ടുകളും ഒഴികെയുള്ള ഭാഗങ്ങൾ തീ പിടിച്ച് കരിഞ്ഞിരുന്നു. അണ്ടർവെയർ ഉണ്ടായിരുന്നതിനാൽ ലിംഗവും വൃഷണസഞ്ചിയും കരിഞ്ഞിരുന്നില്ല. ചില ഭാഗങ്ങളിൽ പെട്രോൾപോലെയുള്ള ഏതോ ദ്രാവകം ദേഹത്ത് വീണ് കത്തിയതിന്റെ ലക്ഷണം കാണാമായിരുന്നു. ശരീരത്തിൽ കരിയാത്ത ഭാഗങ്ങളിലെ തൊലി പരിശോധിച്ചപ്പോൾ ജീവനുള്ളപ്പോൾ സംഭവിക്കുന്ന പൊള്ളലുകളിൽ കാണുന്ന ജൈവലക്ഷണങ്ങൾ കണ്ടില്ല.

പിന്നീട് നെഞ്ച് മുറിച്ച് ശ്വാസക്കുഴലുകളും ശ്വാസകോശങ്ങളും ശ്രദ്ധയോടെ പരിശോധിച്ചു. ഞാൻ സംശയിച്ചത് ശരിയാണെന്ന് എനിക്ക് അപ്പോൾ മനസ്സിലായി. മരിച്ചയാളുടെ ശ്വാസകോശത്തിൽ കരിയുടെ അംശം അല്പംപോലും ഉണ്ടായിരുന്നില്ല. കാറിനും ശരീരത്തിനും തീ പിടിച്ചപ്പോൾ ജീവനുണ്ടായിരുന്നെങ്കിൽ പുകയും കരിയും അയാളുടെ ശ്വാസക്കുഴലുകളിൽ കടക്കുമായിരുന്നു. പോസ്റ്റ്മോർട്ടം പരിശോധനയിൽ അത് വ്യക്തമായി കാണുവാൻ സാധിക്കുമായിരുന്നു.

വയർ തുറന്ന് പരിശോധന തുടങ്ങിയപ്പോൾ ഏതോ വിഷദ്രാവകത്തിന്റെ പ്രത്യേക ഗന്ധം വമിച്ചു. മദ്യത്തിന്റെ മണമുള്ളതായും തോന്നി. തവിട്ട് നിറത്തിലുള്ള ആ ദ്രാവകം മാത്രമാണ് ആമാശയത്തിലുണ്ടായിരുന്നത്. എന്നാൽ ആമാശയത്തിന്റെ ഭിത്തികളിൽ വിഷദ്രാവകം പ്രതിപ്രവർത്തിച്ച ലക്ഷണങ്ങൾ കാണപ്പെട്ടു. അത് എന്തു വിഷമാണെന്ന് എനിക്ക് മനസ്സിലായില്ല. അതുകൊണ്ട് ആമാശയവും മറ്റ് ശരീരഭാഗങ്ങളും രാസപരിശോധനയ്ക്കായി ശേഖരിച്ചു. ഹൃദയത്തിൽനിന്നും ശേഖരിച്ച അല്പം രക്തവും ഗുഹ്യരോമങ്ങളും ഗ്രൂപ്പ് കണ്ടുപിടിക്കുവാനും താരതമ്യപഠനത്തിനും ഫോറൻസിക് സയൻസ് ലബോറട്ടറിയിലേക്ക് അയയ്ക്കുവാനായി ശേഖരിച്ചു. കഴുത്തിലെ പേശികളിൽ കാണപ്പെട്ട നിറവ്യത്യാസമല്ലാതെ ശവശരീരത്തിലെ അവയവങ്ങളിൽ തകരാറുകളൊന്നുമുണ്ടായിരുന്നില്ല.

കൊലപാതകത്തിനുശേഷം ശവശരീരം തീ കത്തിച്ചതാണെന്ന് സംശയ ലേശമെന്യേ കരുതാമെന്ന് ഞാൻ ഡിവൈ.എസ്.പി.യെ അറിയിച്ചു. ഏതോ ഒരു വിഷദ്രാവകം ആമാശയത്തിൽ കണ്ടതിനാൽ മരണം വിഷം ഉള്ളിൽ ചെന്നതിനാലായിരിക്കുമെന്നും ഞാൻ അഭിപ്രായപ്പെട്ടു. ദേഹം മുഴുവൻ തീപ്പൊള്ളലേറ്റ് കരിഞ്ഞിരുന്നതിനാൽ ബലപ്രയോഗത്തിന്റെ ലക്ഷണങ്ങൾ കണ്ടുപിടിക്കാൻ കഴിയുമായിരുന്നില്ല.

എല്ലുകളുടെയും പല്ലുകളുടെയും പരിശോധനയിൽനിന്നും കൊല്ലപ്പെട്ട ആളിന്റെ പ്രായം 30-35 ആണെന്നും ഉയരം 180 സെന്റീമീറ്റർ ഉണ്ടെന്നും മനസ്സിലാക്കാൻ കഴിഞ്ഞു. ഉച്ചയ്ക്ക് ഒരുമണിക്ക് തുടങ്ങിയ പോസ്റ്റ്മോർട്ടം മൂന്നു മണിക്കാണ് അവസാനിച്ചത്. മരിച്ച കുറുപ്പിന്റെ ഭാര്യ സരസമ്മയും മക്കളും അബുദാബിയിൽത്തന്നെയായിരുന്നതിനാൽ നാട്ടിലുണ്ടായിരുന്ന മറ്റു ബന്ധുക്കൾക്ക് മൃതദേഹം കൈമാറി. അവരത് ചെങ്ങന്നൂരിനടുത്ത് പുലിയൂരുള്ള കുറുപ്പിന്റെ വസതിയിൽ കൊണ്ടുപോയി സംസ്കരിച്ചു.

കത്തിക്കരിഞ്ഞ ജഡത്തിന്റെ പോസ്റ്റ്മോർട്ടം പരിശോധന കഴിഞ്ഞ് എസ്.പി. ശ്രീ രാമചന്ദ്രനോടും ഡിവൈ.എസ്.പി. ശ്രീ ഹരിദാസിനോടുമൊപ്പം ഞാൻ മാവേലിക്കര പോലീസ് സ്റ്റേഷനിൽ ചെന്നപ്പോൾ സുകുമാരക്കുറുപ്പിന്റെ ഭാര്യാസഹോദരി തങ്കമണിയുടെ ഭർത്താവ് ഭാസ്കരപിള്ള അവിടെയുണ്ടായിരുന്നു. മരിച്ചത് കുറുപ്പാണെന്നും ഗൾഫിലുള്ള ശത്രുക്കളാരോ വകവരുത്തിയതാണെന്നും പോലീസ് സ്റ്റേഷനിൽ വന്ന് ആദ്യം വിവരം നല്കിയ ആളെന്ന നിലയിലാണ് പിള്ളയെ കൂടുതൽ

കാര്യങ്ങൾ ചോദിച്ചറിയാൻ വിളിച്ചുവരുത്തിയത്. മുണ്ടും, ഫുൾക്കൈ ഷർട്ടുമാണ് ഭാസ്കരപിള്ളയുടെ വേഷം. ഞങ്ങളെ കണ്ടപ്പോൾ കൈകൂപ്പി വണങ്ങി അയാൾ മുറിയുടെ കോണി ലേക്കു മാറിനിന്നു.

ഭാസ്കരപിള്ളയുടെ നിൽപ്പുകണ്ടപ്പോൾ ഡിവൈ.എസ്.പി. ഹരിദാസിന് എന്തോ പന്തികേടു തോന്നി. സാധാരണ ഗതിയിൽ മാവേലിക്കരപോലൊരു നാട്ടിൻപുറത്ത് ഫുൾസ്ലീവ് ഷർട്ട് ധരിച്ച് അധികമാരും നടക്കാറില്ല. പക്ഷേ ഭാസ്കരപിള്ളയുടെ ആ വേഷമാണ് ഡിവൈ.എസ്.പി.യിൽ സംശയമുളവാക്കിയത്. താൻ എപ്പോഴും ഫുൾകൈ ഷർട്ടാണോ ധരിക്കുന്നത് എന്ന അപ്രതീ ക്ഷിതമായ ചോദ്യം കേട്ട് ഭാസ്കരപിള്ള പരുങ്ങിയെങ്കിലും മറു പടി പെട്ടെന്ന് വന്നു. 'അതേ സാർ.' 'നീ ഷർട്ടിന്റെ കൈയൊന്ന് മുകളിലേക്ക് ചുരുട്ടിവയ്ക്ക്.' ഹരിദാസ് പറഞ്ഞപ്പോൾ പിള്ള കൈ മുകളിലേക്ക് തെറുത്തു കയറ്റി. ഞങ്ങളെല്ലാം ഒരു നിമിഷം തരിച്ചു നിന്നുപോയി. പിള്ളയുടെ രണ്ടു കൈയും പൊള്ളലേറ്റ് കരുവാളിച്ചിരുന്നു.

ഭാസ്കരപിള്ളയെ സ്റ്റേഷനിൽ അകത്തെ ഒരു മുറിയിൽ കൊണ്ടുപോയി ഞാൻ സൂക്ഷ്മമായി പരിശോധിച്ചു. മുഖത്തിന്റെ വലതുഭാഗത്തും, വലതു മുഴം കൈയിലും വലതുകാലിലും പൊള്ളലേറ്റിരുന്നു. ആ ഭാഗങ്ങളിലെ രോമങ്ങളും വലത് കൺപു രികവും കൺപീലിയും കരിഞ്ഞിരുന്നു. വലതു കൈയിലെ വിരലുകൾ പൊള്ളിക്കുടുന്നിരുന്നു. വലതു കാൽമുട്ടിനും പൊള്ള ലേറ്റിരുന്നു. 24 മണിക്കൂർപോലും പഴക്കമില്ലാത്ത പൊള്ളലാണ് അതെന്നും തീജ്വാല (Flash burns) ഏറ്റുണ്ടായതാണെന്നും പരിശോധനയിൽ വ്യക്തമായി. ഇനി പിടിച്ചു നിൽക്കാൻ കഴി യില്ലെന്ന് മനസ്സിലാക്കിയ ഭാസ്കരപിള്ളയുടെ കുറ്റസമ്മതം നാട കീയമായിരുന്നു.

'സുകുമാരക്കുറുപ്പിനെ കൊന്നത് ഞാനാണു സാർ. ഗൾഫിൽ നല്ല ജോലി തരാമെന്നു പറഞ്ഞ് എന്റെ കൈയിൽനിന്ന് വാങ്ങിയ അരലക്ഷം രൂപ തിരിച്ചു കിട്ടാത്ത വൈരാഗ്യത്തിൽ ഞാനാണു സാർ അയാളെ കൊന്നത്.' കാർ കത്തിയ വയലിൽനിന്നു രണ്ട് റബ്ബർ ഗ്ലൗസുകളും ഒരു ഒഴിഞ്ഞ പെട്രോൾ ടിന്നും കിട്ടിയിരുന്നു. ഈ ഗ്ലൗസിൽ ഏതാനും മുടിനാരിഴകൾ പറ്റിപ്പിടിച്ചിരുന്നു. ഇതും ഭാസ്കരപിള്ളയുടെ കൈയിൽനിന്നു ഞാൻ പിന്നീട് ശേഖരിച്ച രോമങ്ങളും ഫോറൻസിക് സയൻസ് ലാബിലെ ബയോളജി അസിസ്റ്റന്റ് ഡയറക്ടർ ശ്രീ മുരളീധരൻപിള്ള മൈക്രോസ്കോ പ്പിക് പരിശോധന നടത്തിയപ്പോൾ രണ്ടും ഒരാളുടേതു തന്നെയെന്ന് തെളിഞ്ഞിരുന്നു. ഗ്ലൗസുകൾ ഭാസ്കരപിള്ള ചെങ്ങന്നൂരിലുള്ള

ഒരു മെഡിക്കൽ ഷോപ്പിൽനിന്നും വാങ്ങിയതാണെന്നും ഡിവൈ.എസ്.പി. ഹരിദാസ് കണ്ടുപിടിച്ചു.

കൊലപാതകത്തിന്റെ ദുരൂഹതകൾ ഒന്നൊന്നായി ചുരുൾ വിടർത്തിക്കൊണ്ടിരിക്കെ ഡിവൈ.എസ്.പി. ഹരിദാസ് ഒഴികെ മറ്റെല്ലാവരും മരിച്ചത് കുറുപ്പുതന്നെ ആയിരിക്കാം എന്ന നിഗമനത്തിലായിരുന്നു. അതിനിടെയാണ് ഹരിദാസിന് കുറുപ്പിന്റെ അകന്ന ബന്ധുവായ കാരണവരുടെ ഫോൺകാൾ കിട്ടിയത്. 'സർ, കാറിൽ മരിച്ചതു സുകുമാരക്കുറുപ്പല്ല. വേറെ ഏതോ ചെറുപ്പക്കാരനാണ്.' കാരണവരുടെ വാക്കുകൾ കേട്ടപ്പോൾ ഹരിദാസിന് അത്ഭുതമൊന്നും തോന്നിയില്ല.

രാവിലെ സംഭവസ്ഥലത്തെത്തിയ ഹരിദാസ് രണ്ട് പോലീസുകാരെ രഹസ്യാന്വേഷണത്തിനായി മഫ്ടിയിൽ ചെറിയനാടുള്ള കുറുപ്പിന്റെ വസതിയിൽ അയച്ചിരുന്നു. കുറുപ്പിന്റെ വീട്ടിലെത്തിയ അവർക്ക് അയാളുടെ വിയോഗത്തിൽ ദുഃഖിക്കുന്ന ആരെയും കാണാൻ കഴിഞ്ഞില്ല. അടുക്കളയിൽ കോഴിക്കറി പാചകം ചെയ്യുന്ന മണം അവിടെ പരന്നിരുന്നത് പോലീസുകാരുടെ ശ്രദ്ധയിൽപ്പെട്ടു. (ഹരിദാസ് അന്ന് വൈകുന്നേരം ആ വീട് പരിശോധിച്ചപ്പോൾ അടുക്കളയിൽ ഒരു പാത്രത്തിൽ മിച്ചം വന്ന കോഴിക്കറി കണ്ടുപിടിച്ചു). പ്രേതവിചാരണ നടക്കുന്നതിനു മുമ്പുതന്നെ ഹരിദാസിനെ പോലീസുകാർ ഈ വിവരങ്ങൾ അറിയിച്ചിരുന്നു. അതിനാലാണ് മരിച്ചത് സുകുമാരക്കുറുപ്പാണെന്ന് പോസ്റ്റ്മോർട്ടത്തിനുള്ള അപേക്ഷയിൽ എഴുതാതിരുന്നത്.

കുന്നത്തുവയലിൽ കത്തിക്കരിഞ്ഞ കാർ കൂടാതെ സുകുമാരക്കുറുപ്പിന് ഒരു പുതിയ ടൂറിസ്റ്റ് കാർ കൂടിയുണ്ടായിരുന്നു. അബുദാബിയിൽനിന്നുവന്ന ശേഷം കുറുപ്പ് സ്വകാര്യയാത്രകളെല്ലാം നടത്തിയിരുന്നത് ഈ കാറിലായിരുന്നു. ദുരൂഹസാഹചര്യത്തിൽ കാർ കത്തിയ സംഭവം നടന്ന് മണിക്കൂറുകൾ കഴിഞ്ഞിട്ടും ഈ ടൂറിസ്റ്റ് കാറിനെക്കുറിച്ചോ സ്ഥിരം ഡ്രൈവറായ പൊന്നപ്പനെക്കുറിച്ചോ യാതൊരു വിവരവുമില്ലായിരുന്നു. നാട്ടുകാർക്കിടയിൽ മാത്രമല്ല പോലീസുദ്യോഗസ്ഥരിലും ഇത് സംശയമുളവാക്കിയിരുന്നു. കാർ കത്തിയതും മരണവും അപകടമോ കൊലപാതകമോ എന്തുമാവട്ടെ, കുറുപ്പിന്റെ സന്തതസഹചാരിയായ ഡ്രൈവർ പൊന്നപ്പൻ എവിടെ? അതായിരുന്നു ഏവരുടെയും ചോദ്യം.

കത്തിക്കരിഞ്ഞ മൃതദേഹം കുറുപ്പിന്റെ പുലിയൂരിലെ വീട്ടുവളപ്പിൽ സംസ്കരിച്ചശേഷം അവിടെ ബന്ധുക്കളും അയൽക്കാരും കൂട്ടംകൂടി നിൽക്കുകയായിരുന്നു. ഇതിനിടെയാണ് കാറോടിച്ച് വലിയ പരിഭ്രമത്തോടെ ഡ്രൈവർ പൊന്നപ്പൻ അവിടെ

എത്തിയത്. കൂടിനിന്നിരുന്ന ആളുകൾ അയാളെ വളഞ്ഞു. കുറുപ്പിനെ കൊന്നതിൽ പൊന്നപ്പനും പങ്കുണ്ടെന്നായിരുന്നു ആരോപണം. ജനരോഷം കണ്ട പൊന്നപ്പൻ ഭയന്നു. കാർ വാടകയ്ക്കു പിടിച്ച കുറെ ആളുകളെയുംകൊണ്ട് ആലുവയിൽ പോയതാണെന്നും തിരിച്ചു മാവേലിക്കരയിൽ എത്തിയപ്പോഴാണ് സംഭവങ്ങൾ അറിഞ്ഞതെന്നുമുള്ള അയാളുടെ വിശദീകരണം ആരും വിശ്വസിച്ചില്ല.

ഇതിനിടെ പൊന്നപ്പനെ കുറുപ്പിന്റെ ബന്ധുവായ കാരണവർ രക്ഷപ്പെടുത്തി സമീപത്തുള്ള അദ്ദേഹത്തിന്റെ വീട്ടിലേക്കു കൊണ്ടുപോയി. യഥാർത്ഥത്തിൽ നടന്ന സംഭവങ്ങൾ പൊന്നപ്പൻ കാരണവരോട് തുറന്നുപറഞ്ഞു. കഴിഞ്ഞ ദിവസം കുറുപ്പുമൊന്നിച്ച് ആലപ്പുഴയിൽനിന്നു ചെറിയനാടിലേക്ക് കാറിൽ യാത്ര ചെയ്യുമ്പോൾ കരുവാറ്റ എന്ന സ്ഥലത്തു വച്ച് കാർ ഒരു വഴിയാത്രക്കാരനെ ഇടിച്ചു. റോഡിൽ തെറിച്ചു വീണയാൾ തൽക്ഷണം മരിച്ചു. ആ അപകടം ആരും കണ്ടിരുന്നില്ല. ആളുകൾ ഓടിക്കൂടിയാൽ പ്രശ്നമാവുമെന്നു കണ്ട് ശവശരീരം കാറിൽ കയറ്റി മാവേലിക്കരയിലെത്തി. കുന്നത്ത് വയലിൽ കാറിൽ സ്റ്റിയറിങ്ങിന് പിന്നിലിരുത്തി കത്തിച്ചത് ആ വഴിയാത്രക്കാരന്റെ ശവമായിരുന്നു. അതിനുശേഷം പൊന്നപ്പൻ സുകുമാരക്കുറുപ്പിനെ ആലുവായിൽ ഒരു ലോഡ്ജിൽ എത്തിച്ചു.

പൊന്നപ്പൻ ഇതു പറഞ്ഞശേഷം കാരണവരുടെ വീട്ടിൽനിന്നു പോയി. മകൻ പോലീസ് സർവീസിൽ ഡിവൈ.എസ്.പി. ആയിരുന്നതിനാൽ കാരണവർക്ക് വിവരം മറച്ചുവയ്ക്കണമെന്നു തോന്നിയില്ല. കാരണവരുടെ മകൻ ഡിവൈ.എസ്.പി. ശ്രീ ഭാനുവിക്രമൻ പിള്ള ഹരിദാസിന്റെ സ്നേഹിതനുമായിരുന്നു. ശ്രീ ഭാനുവിക്രമൻപിള്ള പിന്നീട് എസ്.പി. ആയി റിട്ടയർ ചെയ്തിട്ട് ചെങ്ങന്നൂരിൽ താമസിക്കുന്നു. ശ്രീ കാരണവർ കുറെ വർഷങ്ങൾക്കുമുമ്പ് മരണമടഞ്ഞു.

പൊന്നപ്പൻ വെളിപ്പെടുത്തിയ കാര്യങ്ങൾ ശ്രീ കാരണവർ ഡിവൈ.എസ്.പി. ഹരിദാസിനോട് പറഞ്ഞെങ്കിലും അദ്ദേഹത്തിന് ആ കഥയും വിശ്വസിക്കാൻ കഴിഞ്ഞില്ല. മരിച്ചത് കുറുപ്പാണെന്നും കൊന്നത് താനാണെന്നും ഭാസ്കരപിള്ള കുറ്റസമ്മതം നടത്തുമ്പോൾ കുറുപ്പ് ജീവിച്ചിരിക്കുന്നുവെന്നും മരിച്ചത് വഴിയാത്രക്കാരനായ ഒരു ചെറുപ്പക്കാരനാണെന്നും പൊന്നപ്പൻ. ഇരുവരും പറയുന്നത് അസത്യമാണെന്ന് പരിചയസമ്പന്നനായ ഹരിദാസിന് മനസ്സിലായി.

ഒരു വാഹനാപകടം ഉണ്ടായി വഴിയാത്രക്കാരൻ മരണമടഞ്ഞാൽ ചിലപ്പോൾ പോലീസിൽ അറിയിക്കാതെ കുറ്റവാളി

കൾ രക്ഷപ്പെട്ടുവെന്ന് വരാം; പ്രത്യേകിച്ചും സംഭവം ആരും കാണാത്ത സ്ഥിതിക്ക്. എന്നാൽ ആ ശവശരീരം തന്റെ സ്വന്തം കാറിൽ നിക്ഷേപിച്ചിട്ട് തീ കത്തിച്ചു എന്നത് സാമാന്യയുക്തിക്ക് നിരക്കാത്തതാണ്. തീ കത്തിയ കാറിൽ കണ്ട മൃതദേഹത്തിന്റെ പോസ്റ്റ്മോർട്ടം പരിശോധനയിൽ കാർ ഇടിച്ചു മരിച്ചാൽ സംഭവിക്കാവുന്ന മുറിവുകൾ ഉണ്ടായിരുന്നില്ല എന്നത് പൊന്നപ്പൻ പറഞ്ഞ കഥ അസത്യമാണെന്ന് തെളിയിച്ചു. ഏതോ ഒരാളിനെ കൊലപ്പെടുത്തിയതിനുശേഷം മൃതദേഹം തീ കത്തിച്ച് നശിപ്പിക്കാൻ ശ്രമം നടത്തിയിരിക്കുന്നു. കൊല ചെയ്യപ്പെട്ടത് ആരാണ്? എന്തിനാണ് കൊല നടത്തിയത്?

കൊലപാതകത്തിന്റെ മുഖ്യ സൂത്രധാരനായ സുകുമാരക്കുറുപ്പിനെ പിടികൂടാനുള്ള ശ്രമങ്ങളിലേക്കാണ് ശ്രീ ഹരിദാസ് തിരിഞ്ഞത്. ആലുവായിലെ ഏത് ലോഡ്ജിലാണ് കുറുപ്പ് താമസിക്കുന്നത് എന്ന് പൊന്നപ്പൻ കാരണവരോട് പറഞ്ഞിരുന്നില്ല. അദ്ദേഹത്തിന്റെ വീട്ടിൽനിന്നും പൊന്നപ്പൻ കുറുപ്പിന്റെ ബന്ധുവും ആലപ്പുഴ മെഡിക്കൽ കോളജിൽ ലബോറട്ടറി അസിസ്റ്റന്റുമായ മധുവിനോടൊപ്പമാണ് പോയത് എന്ന വിവരം ലഭിച്ചു.

ആലപ്പുഴയിൽ വണ്ടാനത്ത് മെഡിക്കൽ കോളജിനടുത്ത് കുറുപ്പ് ഒരു പുതിയ വീടു പണിയുന്നുണ്ടായിരുന്നു. മധു ആയിരുന്നു വീടുപണിയുടെ മേൽനോട്ടക്കാരൻ. ഹരിദാസ് ഉടൻതന്നെ ചെങ്ങന്നൂർ സബ് ഇൻസ്പെക്ടർ ക്രിസ്റ്റി ബാസ്റ്റിനെ (പിന്നീട് എസ്.പി. ആയി റിട്ടയർ ചെയ്തു) അന്വേഷണത്തിന് നിയോഗിച്ചു. ക്രിസ്റ്റി ആലപ്പുഴ വണ്ടാനത്തുള്ള മധുവിന്റെ വീട്ടിൽ എത്തുന്നതിനുമുമ്പ് തന്നെ പൊന്നപ്പൻ അവിടെനിന്നും പോയിക്കഴിഞ്ഞിരുന്നു. പൊന്നപ്പൻ ആലപ്പുഴ ഇരുമ്പുപാലം പോസ്റ്റ് ആഫീസിൽനിന്ന് ഒരു ടെലിഗ്രാം അയച്ചെന്നും ആർക്കോ ഫോൺ ചെയ്തെന്നും മധു സബ് ഇൻസ്പെക്ടറോട് പറഞ്ഞു.

പോസ്റ്റ് ഓഫീസിൽ അന്വേഷിച്ചപ്പോൾ അബുദാബിയിലേക്ക് ഒരു സരസമ്മയുടെ പേർക്കായിരുന്നു ടെലിഗ്രാം അയച്ചതെന്ന് മനസ്സിലായി. കുറുപ്പിന്റെ ഭാര്യ സരസമ്മയും മക്കളും അന്ന് അബുദാബിയിലായിരുന്നു. 'സുകുമാരക്കുറുപ്പ് മരിച്ചു. ഉടൻ പുറപ്പെടുക' എന്നതായിരുന്നു കമ്പിസന്ദേശം. പൊന്നപ്പൻ പോസ്റ്റാഫീസിലെ ഫോണിൽ ട്രങ്ക് ബുക്ക് ചെയ്ത് ആലുവയിലേക്കും വിളിച്ചിരുന്നു. അന്വേഷണത്തിൽ അത് ആലുവയിലെ അലങ്കാർ ലോഡ്ജ് ആണെന്നു കണ്ടെത്തി. ക്രിസ്റ്റിയും സംഘവും ഉടനടി ആലുവയിൽ കുതിച്ചെത്തിയെങ്കിലും കുറുപ്പ് അതിനകം സ്ഥലം വിട്ടിരുന്നു.

സബ് ഇൻസ്പെക്ടർ ലോഡ്ജിലെ ജീവനക്കാരെ സുകുമാരക്കുറുപ്പിന്റെ ഫോട്ടോ കാണിച്ചപ്പോൾ അയാൾ അവിടെ തലേ

ദിവസം താമസിച്ചിരുന്നുവെന്നും രാവിലെ മുറി ഒഴിഞ്ഞു പോയി എന്നും പറഞ്ഞു. ലോഡ്ജിലെ രജിസ്റ്ററിൽ കുറുപ്പ് സ്വന്തം കൈപ്പടയിൽതന്നെയായിരുന്നു പേരും മേൽവിലാസവും എഴുതിയിരുന്നത്. 'വേണുഗോപാൽ, ആലപ്പുഴ' എന്നെഴുതിയത് വ്യാജമായിരുന്നെങ്കിലും കൈപ്പട പരിശോധിക്കുന്നതിനായി ലോഡ്ജിലെ രജിസ്റ്ററുമായാണ് ക്രിസ്റ്റി മാവേലിക്കരയിൽ തിരിച്ചെത്തിയത്. പ്രാഥമിക പരിശോധനയിൽ കുറുപ്പിന്റെ വീട്ടിലേക്ക് അയാൾ അയച്ചിരുന്ന കത്തുകളിലെ കൈപ്പടയും രജിസ്റ്ററിലെ കൈപ്പടയും ഒന്നാണെന്ന് മനസ്സിലായി. പിന്നീട് നടത്തിയ ഫോറൻസിക് പരിശോധനയിൽ രജിസ്റ്ററിലെ കൈപ്പട കുറുപ്പിന്റേതാണെന്ന് സ്ഥിരീകരിച്ചു.

ചിത്രം 25.2 സുകുമാരക്കുറുപ്പ്. വിവിധ കാലയളവുകളിലെ ചിത്രങ്ങൾ.

ആലുവയിൽനിന്ന് കുറുപ്പ് രക്ഷപ്പെട്ടപ്പോൾ പോലീസിന്റെ ശ്രദ്ധ വീണ്ടും ഭാസ്കരപിള്ളയിലേക്കായി. ഡിവൈ.എസ്.പി. ഹരിദാസ് ആവർത്തിച്ചു ചോദ്യം ചെയ്തപ്പോൾ നിൽക്കക്കള്ളിയില്ലാതെ അയാൾ തനിക്കറിയാവുന്ന കാര്യങ്ങളെല്ലാം തുറന്നു പറഞ്ഞു. അത് ഒരു അപസർപ്പകകഥയെക്കാൾ അവിശ്വസനീയമായിരുന്നു.

അബുദാബിയിൽനിന്ന് ലീവിന് നാട്ടിൽ വരുമ്പോഴെല്ലാം സുകുമാരക്കുറുപ്പ് ഭാസ്കരപിള്ളയെ ഫോണിൽ വിളിച്ചോ കത്തയച്ചോ വിവരമറിയിക്കും. അയാൾ ഡ്രൈവർ പൊന്നപ്പനെയും കൂട്ടി കാറിൽ എയർപോർട്ടിൽ ചെല്ലും. അതായിരുന്നു പതിവ്. അത്തവണയും ആ പതിവു തെറ്റിച്ചില്ല. 1984 ജനുവരി ആറിന് തിരുവനന്തപുരത്ത് വിമാനമിറങ്ങിയ കുറുപ്പിനെ ഇവരാണ് ചെങ്ങന്നൂരിലേക്ക് കൂട്ടിക്കൊണ്ടുവന്നത്. കുറുപ്പിനൊപ്പം ഒരാൾ കൂടിയുണ്ടിയിരുന്നു. തന്റെ ഒപ്പമുള്ള സ്നേഹിതനെ കുറുപ്പ് പിള്ളയ്ക്കും പൊന്നപ്പനും പരിചയപ്പെടുത്തി. പേര് ഷാഹു, സ്ഥലം ചാവക്കാട്.

നാട്ടിൽ വന്നതിന്റെ തൊട്ടടുത്തുള്ള ദിവസങ്ങളിലെല്ലാം ഈ നാൽവർ സംഘം ഗൂഢാലോചനയിലായിരുന്നു. കുറുപ്പിന് ഗൾഫിൽ

അമ്പതു ലക്ഷത്തിൽപരം രൂപയുടെ ഒരു ഇൻഷുറൻസ് പോളിസിയുണ്ട്. അയാൾ മരിച്ചതായി രേഖയുണ്ടാക്കിയാൽ ഈ തുക തട്ടിയെടുക്കാം. അപകടത്തിൽ പെട്ട് മരണമടഞ്ഞതാണെങ്കിൽ കൂടുതൽ തുക ലഭിക്കും. അതിനു വേണ്ടി പല പദ്ധതികളെക്കുറിച്ചും അവർ ആലോചിച്ചു. ഇൻഷുറൻസ് തുക കിട്ടുമ്പോൾ അതിൽ ഒരു വിഹിതം കൂടെയുള്ളവർക്ക് പങ്കിട്ടു നല്കാമെന്നും കുറുപ്പ് വാക്കുനല്കി. ജർമ്മനിയിൽ നടന്ന ഇത്തരമൊരു ഇൻഷ്വറൻസ് തട്ടിപ്പിനെക്കുറിച്ചുള്ള കഥ വായിച്ചതിൽനിന്നും പ്രചോദനമുൾക്കൊണ്ടാണ് കുറുപ്പ് സ്വന്തം മരണനാടകം അരങ്ങേറാൻ തീരുമാനിച്ചത്. സുകുമാരക്കുറുപ്പിന്റെ ഉയരവും ശരീരഘടനയുമുള്ള ഒരു ശവം കണ്ടെത്തുകയും അത് കാറിൽ സ്റ്റിയറിങ് വീലിന് പിന്നിലിരുത്തി കാറിനും ശവത്തിനും തീ കൊളുത്തുകയും ചെയ്താൽ കുറുപ്പ് അപകടത്തിൽ കൊല്ലപ്പെട്ടതായി ഇൻഷ്വറൻസ് കമ്പനിക്ക് രേഖ നല്കാമെന്ന ഭ്രാന്തൻ പദ്ധതി നടപ്പാക്കാനുള്ള ശ്രമമാണ് നാൽവർസംഘം തുടർന്നുള്ള ദിവസങ്ങളിൽ നടത്തിയത്.

അതിനുവേണ്ടി ആലപ്പുഴ മെഡിക്കൽ കോളജിലെ ടെക്നീഷ്യനായ ബന്ധുവിനെയാണ് ആദ്യം സമീപിച്ചത്. അയാളുടെ സഹായത്തോടെ അനാട്ടമി വകുപ്പിൽനിന്ന് ഒരു മൃതദേഹം കൈക്കലാക്കാൻ ആദ്യം തീരുമാനിച്ചെങ്കിലും പിന്നീട് ആ പദ്ധതി ഉപേക്ഷിച്ചു. ഫോർമാലിൻ ദ്രാവകത്തിൽ സൂക്ഷിച്ചിരിക്കുന്ന ശവശരീരം ഉപയോഗിച്ചാൽ പോസ്റ്റ്മോർട്ടം ചെയ്യുന്ന ഡോക്ടർ ആ തട്ടിപ്പ് കണ്ടുപിടിക്കുമെന്നു തോന്നിയതിനാലാണ് ആ നീക്കം ഉപേക്ഷിച്ചത്.

പിന്നീട് ആലപ്പുഴ വലിയചുടുകാട്ടിൽ സമീപകാലത്ത് മറവു ചെയ്ത ശവശരീരങ്ങളിൽ ഏതെങ്കിലുമൊന്ന് കുഴിച്ചെടുക്കാനും നോക്കി. അതിനു വേണ്ടി ചുടുകാട്ടിലെ സൂക്ഷിപ്പുകാരനെ സമീപിച്ചു. അയാൾ കുറുപ്പിന്റെ പദ്ധതിയിൽ സഹകരിക്കാൻ തയ്യാറാകാത്തതിനാൽ ആ ശ്രമവും പാളിപ്പോയി. ശവത്തിനു വേണ്ടി നടന്നിട്ടു കാര്യമില്ലെന്നു കണ്ട സംഘം കുറുപ്പിന്റെയത്ര പൊക്കവും വണ്ണവുമുള്ള ഒരാളെ എവിടെനിന്നെങ്കിലും കണ്ടെത്തി ശവമാക്കണം. കുറുപ്പിന്റെ തീരുമാനം എല്ലാവരും അംഗീകരിച്ചു. ഇവർ രണ്ടു കാറുകളിൽ ഹൈവേയിൽ ഹരിപ്പാട് മുതൽ ആലപ്പുഴ വരെയുള്ള ഭാഗത്ത് റോന്തുചുറ്റാൻ തുടങ്ങി.

അങ്ങനെയിരിക്കെ ജനുവരി 21-ന് അർദ്ധരാത്രി ഇവർക്ക് യോജിച്ച ഇരയെ കിട്ടി. കരുവാറ്റ എന്ന സ്ഥലത്തുള്ള ഹരി തിയേറ്ററിനു മുന്നിൽവെച്ച് ഒരു ചെറുപ്പക്കാരൻ അവരുടെ കാറിനു കൈ കാണിച്ച് ആലപ്പുഴയ്ക്ക് ലിഫ്റ്റ് ചോദിച്ചു. പൊന്നപ്പനായി

രുന്നു കാറോടിച്ചിരുന്നത്. ഈ സമയത്ത് സുകുമാരക്കുറുപ്പ് ആലപ്പുഴയിലെ കൽപ്പകവാടി റിസോർട്ടിൽ കാത്തിരിക്കുകയായിരുന്നു. ഇരയായി കിട്ടിയ യുവാവിനെ കയറ്റിപ്പോയ കാർ തോട്ടപ്പള്ളി പാലത്തിനടുത്തുവച്ച് പന്മന ഭാഗത്തേക്ക് തിരിഞ്ഞു. കാറിൽ മദ്യവും ഒരു കുപ്പി ഈതറും കരുതിയിരുന്നു. ബോധം കെടുത്തുവാൻ ഉപയോഗിക്കുന്ന രാസവസ്തുവാണ് ഈതർ. ആലപ്പുഴ മെഡിക്കൽ കോളജിൽ ജോലി ചെയ്യുന്ന കുറുപ്പിന്റെ ബന്ധുതന്നെയാണ് അവിടത്തെ ലാബിൽനിന്ന് ഈതർ എടുത്ത് ഇവർക്ക് നല്കിയത്.

കാർ ഹൈവേയിൽനിന്ന് ഇടത്തോട്ട് തിരിഞ്ഞപ്പോൾ മുൻസീറ്റിൽ ഇരുന്നിരുന്ന യുവാവ് എന്തോ പറയാനൊരുങ്ങിയെങ്കിലും ഭാസ്കരപിള്ള മദ്യത്തിൽ ഈതർ കലർത്തി അയാളെ ബലംപ്രയോഗിച്ച് കുടിപ്പിച്ചു. ബോധംനഷ്ടപ്പെട്ട യുവാവിന്റെ കഴുത്തിൽ തോർത്ത് മുറുക്കി കൊന്നശേഷം കാർ നേരേ കുറുപ്പിന്റെയടുത്തേക്ക് തിരിച്ചുവിട്ടു.

കുറുപ്പ് മറ്റൊരു കാറിലാണ് സഞ്ചരിച്ചിരുന്നത്. രണ്ടു കാറുകളും അർദ്ധരാത്രിതന്നെ ചെറിയനാട് ഭാസ്കരപിള്ളയുടെ വീടായ സ്മിതാഭവനിൽ എത്തി. അവിടെ കുളിമുറിക്കകത്തു കയറ്റി വച്ച മൃതദേഹത്തിൽനിന്നും വസ്ത്രങ്ങളെല്ലാം മാറ്റിയശേഷം ശവത്തിന്റെ തലയിൽ പെട്രോളൊഴിച്ച് തീ കത്തിച്ച് തലമുടിയും മുഖവും കരിച്ചു. അതിനുശേഷം ശവശരീരം ഇവർ ചേർന്ന് പഴയ കാറിൽ കയറ്റി മാവേലിക്കര ഭാഗത്തേക്ക് ഓടിച്ചു. കുന്നത്തുവയലിന്റെ അടുത്തെത്തിയപ്പോൾ കാർ നിർത്തി എല്ലാവരും വെളിയിലിറങ്ങി.

ചിത്രം 25.3 കൊല്ലപ്പെട്ട ചാക്കോ

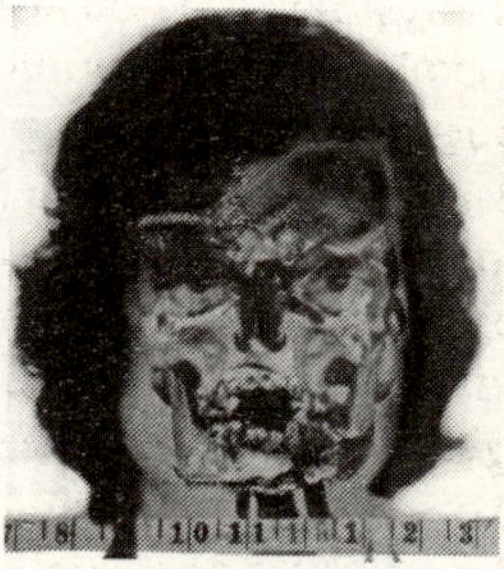

ചിത്രം 25.4 സൂപ്പർ ഇമ്പോസിഷൻ

എല്ലാവരും ചേർന്ന് കാർ മെല്ലെ തള്ളി വയലിലേക്കിറക്കി. ഭാസ്കരപിള്ള നേരത്തേ വാങ്ങി വച്ചിരുന്ന ഗ്ലൗസ് ധരിച്ചു. ശവശരീരം സ്റ്റിയറിങ്ങിനു പിന്നിലേക്ക് നീക്കിവച്ചു. ഒരു

ക്യാനിൽ കരുതിയിരുന്ന അഞ്ചു ലിറ്റർ പെട്രോൾ ശവശരീരത്തിലും കാറിലും ഒഴിച്ചു. തീ കത്തിച്ചത് ഭാസ്കരപിള്ളയായിരുന്നു. തീ ആളിക്കത്തിയപ്പോഴാണ് അയാൾക്ക് പൊള്ളലേറ്റത്. പൊള്ളലേറ്റപ്പോൾ അയാൾ കൈയിലെ ഗ്ലൗസ് ഊരി വയലിലേക്ക് എറിഞ്ഞു. ഇതു പിന്നീട് ഒരു പ്രധാന തെളിവായി മാറി.

കൊല ചെയ്യപ്പെട്ട ചെറുപ്പക്കാരന് കുറുപ്പിനോളം ഉയരം ഉണ്ടായിരുന്നു എന്നല്ലാതെ ഭാസ്കരപിള്ളയ്ക്ക് കൂടുതൽ വിവരങ്ങൾ അറിയുമായിരുന്നില്ല. ഏതെങ്കിലും പ്രദേശത്തുനിന്നും ആരെയെങ്കിലും കാണാതായിട്ടുണ്ടോ എന്നറിയുവാൻ എല്ലാ സ്റ്റേഷനുകളിലേക്കും സന്ദേശങ്ങൾ അയച്ചു. ആലപ്പുഴ സ്വദേശിയായ ചാക്കോ (ചിത്രം 25.3) എന്ന ഫിലിം റെപ്രസെന്റേറ്റീവിനെ കാണാനില്ലെന്ന് അയാളുടെ ജ്യേഷ്ഠൻ തോമസ് ഹരിപ്പാട് സ്റ്റേഷനിൽ പരാതി നല്കിയിരുന്നു. ചാക്കോയെ കാണാതായ ദിവസം അയാൾ കരുവാറ്റയിലെ ഹരി തിയേറ്ററിൽ ഫിലിം പെട്ടിയുമായി പോയതാണെന്ന് പരാതിയിൽ പറഞ്ഞിരുന്നു. ചാക്കോയുടെ ഭാര്യ ശാന്തമ്മയിൽനിന്ന് പോലീസിന് കൂടുതൽ വിവരങ്ങൾ ലഭിച്ചു. ഫിലിം റെപ്രസെന്റേറ്റീവായിരുന്ന ചാക്കോ കരുവാറ്റയിലെ ഹരി തിയേറ്ററിൽ 21-ാം തീയതിയാണ് പോയത്. അന്ന് രാത്രി മടങ്ങിവരേണ്ടതാണ്. പിന്നീട് ഇതുവരെ മടങ്ങിയെത്തിയിട്ടില്ല. ബന്ധുവീടുകളിലൊക്കെ അന്വേഷിച്ചു. ഒരു വിവരവും ലഭിച്ചില്ല. ചാക്കോയും ഏകദേശം ആറടിയോളം ഉയരമുള്ള ആളായിരുന്നു.

കരുവാറ്റയിലെ ഹരി തിയേറ്ററിന്റെ മുന്നിൽനിന്നുമാണ് ചെറുപ്പക്കാരനെ കാറിൽ കയറ്റിയതെന്ന ഭാസ്കരപിള്ളയുടെ മൊഴിയുമായി കൂട്ടിവായിച്ചപ്പോൾ ജഡം ചാക്കോയുടേതു തന്നെയെന്ന് ഹരിദാസ് ഏകദേശം ഉറപ്പിച്ചു. കുറുപ്പിന്റേതെന്ന നിഗമനത്തിൽ അയാളുടെ പുലിയൂരുള്ള വീട്ടുവളപ്പിൽ കുഴിച്ചിട്ട മൃതശരീരം കുഴിച്ചെടുത്ത് രണ്ടാമതും പരിശോധന നടത്താൻ തീരുമാനിച്ചു. ഇതിനിടയിൽ സുകുമാരക്കുറുപ്പിനോടൊപ്പം അബുദാബിയിൽനിന്നും വന്നയാളിനെ കണ്ടുപിടിക്കുവാൻ ഡിവൈ.എസ്.പി. ഹരിദാസിന്റെ നേതൃത്വത്തിൽ ശ്രമം തുടങ്ങി. അബുദാബിയിൽ കുറുപ്പിനൊപ്പം ജോലി ചെയ്യുന്ന ആൾ എന്ന വിവരം മാത്രമേ ഭാസ്കരപിള്ളയെ ചോദ്യം ചെയ്തപ്പോഴും പോലീസിന് കിട്ടിയിരുന്നുള്ളു. ഡിവൈ.എസ്.പി. ഹരിദാസ് സഹപ്രവർത്തകരായ പോലീസ്സുദ്യോഗസ്ഥരെയും കൂട്ടി തിരുവനന്തപുരം എയർപോർട്ടിൽ എത്തി.

കുറുപ്പ് അബുദാബിയിൽനിന്ന് തിരുവനന്തപുരം വിമാനത്താവളത്തിലെത്തിയത് ജനുവരി ആറിനാണെന്ന് ഭാസ്കരപിള്ള പറഞ്ഞതനുസരിച്ച്അന്ന് വിദേശത്തുനിന്നും വന്നവരുടെയെല്ലാം

വിവരങ്ങൾ സൂക്ഷിക്കുന്ന എംബാർക്കേഷൻ കാർഡുകളാണ് അവർ ആദ്യം പരിശോധിച്ചത്. എയർപോർട്ട് അധികൃതർ ഇതിനുള്ള സഹായമെല്ലാം ചെയ്തുകൊടുത്തു. ജനുവരി ആറാം തീയതിയിലെ എംബാർക്കേഷൻ കാർഡുകളുടെ കൂട്ടത്തിൽ കുറുപ്പിന്റെ സ്വന്തം കൈപ്പടയിലുള്ള കാർഡ് കിട്ടി. കാർഡുകൾ വീണ്ടും മറിച്ചു നോക്കിയപ്പോൾ മറ്റൊരു കാർഡിൽ കൂടി കുറുപ്പിന്റെതന്നെ കൈയക്ഷരം പോലീസിന്റെ ശ്രദ്ധയിൽപ്പെട്ടു. ചാവക്കാടുകാരനായ ഷാഹുവിന്റെ കാർഡായിരുന്നു അത്. കാര്യമായ വിദ്യാഭ്യാസമില്ലാതിരുന്ന ഷാഹുവിന്റെ കാർഡും കുറുപ്പ് തന്നെയാണ് പൂരിപ്പിച്ചത് എന്നു മനസ്സിലായി. ആ കാർഡിൽ നിന്നും ഷാഹുവിന്റെ മേൽവിലാസം കിട്ടി. അപ്പോൾതന്നെ മാവേലിക്കര സർക്കിൾ ഇൻസ്പെക്ടർ ദേവസ്യ (ഇപ്പോൾ വിജിലൻസ് എസ്.പി.) ചാവക്കാട് കടപ്പുറത്തുള്ള ഷാഹുവിന്റെ വീട്ടിലെത്തി.

കുറുപ്പിന്റെ മരണനാടകത്തിലെ തനിക്കുള്ള പങ്കിനെക്കുറിച്ച് ആരെങ്കിലും അറിയുമെന്നോ താൻ പിടിക്കപ്പെടുമെന്നോ അയാൾ ഒരിക്കലും പ്രതീക്ഷിച്ചിരുന്നില്ല. ചാവക്കാടിൽ ഒരു ഉൾപ്രദേശത്തു താമസിച്ചിരുന്ന അയാൾക്ക് പത്രം വായിക്കുന്ന പതിവില്ലായിരുന്നതിനാൽ കുറുപ്പിന്റെ പദ്ധതി പൊളിഞ്ഞ കാര്യം അറിഞ്ഞിരുന്നില്ല. ആദ്യം കുറ്റകൃത്യത്തിൽ പങ്കില്ല എന്നു പറഞ്ഞെങ്കിലും പിന്നീട് സമ്മർദ്ദം കൂടാതെതന്നെ ഷാഹു എല്ലാം സമ്മതിച്ചു.

സാഹചര്യത്തെളിവുകളുടെ അടിസ്ഥാനത്തിൽ കൊല്ലപ്പെട്ടത് ചാക്കോയാണെന്ന് മനസ്സിലായെങ്കിലും അത് സ്ഥിരീകരിക്കണമെങ്കിൽ ആളെ തിരിച്ചറിയുവാനുള്ള ശാസ്ത്രീയ പരീക്ഷണങ്ങൾ ആവശ്യമായിരുന്നു. ആദ്യത്തെ പരിശോധനയിൽ മരിച്ച ആളിന്റെ പ്രായവും ഉയരവും കണക്കാക്കിയിരുന്നു. കൊല്ലപ്പെട്ട ചാക്കോയുടെ ഒരു പാസ്പോർട്ട്സൈസ് ഫോട്ടോ ലഭ്യമായിരുന്നു. താദാത്മ്യനിർണ്ണയത്തിന് സൂപ്പർ ഇമ്പോസിഷൻ പരിശോധന നടത്തണമെങ്കിൽ മൃതശരീരത്തിൽനിന്ന് തലയോട് എടുക്കണമായിരുന്നു. അതിനായി കുറുപ്പിന്റെ വീട്ടിലെ ശവക്കുഴി തുറക്കാൻ തീരുമാനിച്ചു.

ചെങ്ങന്നൂർ ആർ.ഡി.ഒ.യുടെ സാന്നിധ്യത്തിൽ ഫെബ്രുവരി 1-ാം തീയതി ശവക്കുഴി തുറന്ന് ശവശരീരം പുറത്തെടുത്തു. ആദ്യത്തെ പോസ്റ്റ്മോർട്ടം പരിശോധന നടന്ന് പതിനൊന്നു ദിവസം കഴിഞ്ഞിരുന്നു. അന്നും ധാരാളം ജനങ്ങൾ കൂടിയിരുന്നു. ശവശരീരത്തിന്റെ തലയോടും വലതുപാദത്തിലെ എല്ലു

കളും മാത്രമാണ് കൂടുതൽ പരിശോധനകൾ നടത്താവുന്ന വിധത്തിൽ തീ പിടിച്ച് കരിയാതെ അവശേഷിച്ചിരുന്നത്. അവ രണ്ടും ഞാൻ ശേഖരിച്ചു. തലയോട് ഉപയോഗിച്ച് സൂപ്പർ ഇമ്പോസിഷൻ ചെയ്യുവാനും, വലതുപാദത്തിന്റെ അസ്ഥികളിൽനിന്ന് ഒരു പാദം സൃഷ്ടിച്ച് ചാക്കോയുടെ പാദരക്ഷയുമായി യോജിക്കുന്നുണ്ടോ എന്ന് പരിശോധിക്കുവാനും തീരുമാനിച്ചു.

കുഴിച്ചെടുത്ത തലയോടിന്റെ മുകൾഭാഗം കരിഞ്ഞ് പല കഷണങ്ങളായിരുന്നു. അതെല്ലാം യോജിപ്പിക്കുക എന്നത് വളരെ ശ്രമകരമായ ജോലിയായിരുന്നു. ആലപ്പുഴയിൽ ഞാൻ താമസിച്ചിരുന്ന ക്വാർട്ടേഴ്സിലെ ഒരു മുറി ഡാർക്ക് റൂമാക്കി മാറ്റിയാണ് സൂപ്പർ ഇമ്പോസിഷന്റെ ഫോട്ടോഗ്രാഫിക്ജോലികളൊക്കെ ചെയ്തത്. ചാക്കോയുടെ മുഖത്തിന്റെ ചിത്രം യഥാർത്ഥ വലിപ്പത്തിൽ എൻലാർജ് ചെയ്ത് തലയോടിന്റെ യഥാർത്ഥ വലിപ്പത്തിലുള്ള ചിത്രവുമായി താരതമ്യം ചെയ്തു. താടിയെല്ലിന്റെ കീഴ്ഭാഗം കുറെ കരിഞ്ഞുപോയിരുന്നതിനാൽ മുഖത്തിന്റെ കീഴ്ത്താടിയുമായുള്ള താരതമ്യം പ്രയാസമായിരുന്നു. അതൊഴിച്ചുള്ള മറ്റു ഭാഗങ്ങൾക്ക് തമ്മിൽ നല്ല യോജിപ്പുണ്ടായിരുന്നു (ചിത്രം.25.4).

പാദത്തിന്റെ അസ്ഥിയിൽനിന്നും പാദം സൃഷ്ടിക്കുക എന്നത് വളരെ ശാസ്ത്രീയമായി ചെയ്യേണ്ട പരീക്ഷണമാണ്. ഇംഗ്ലണ്ടിൽ ബക്ക് റക്സ്റ്റൺ കേസിലാണ് ആദ്യമായി പാദങ്ങൾ സൃഷ്ടിച്ച് കൊല്ലപ്പെട്ട സ്ത്രീകളുടെ പാദരക്ഷകളുമായി യോജിക്കുന്നുണ്ടോ എന്ന പരീക്ഷണം നടത്തിയത്. ആ കേസിൽ മൃതശരീരങ്ങളുടെ പാദങ്ങൾക്ക് കേടുപാടുകൾ സംഭവിച്ചിരുന്നില്ല. അതുകൊണ്ട് പാദങ്ങളുടെ ഒരു മോൾഡ് ഉണ്ടാക്കുവാനും പാദങ്ങൾ പുനഃസൃഷ്ടിക്കുവാനും എളുപ്പമായിരുന്നു.

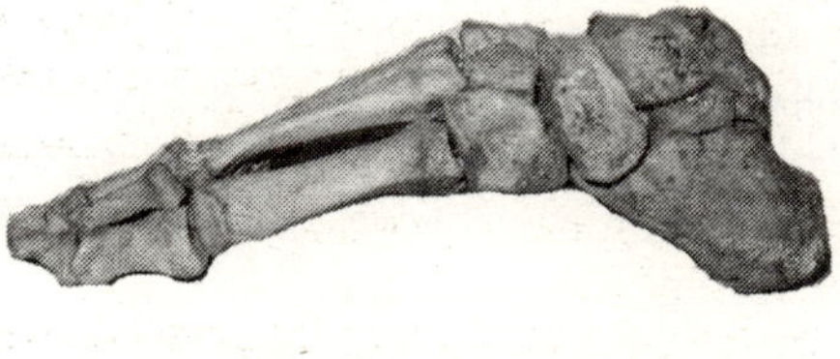

ചിത്രം 25.5 വലതു പാദത്തിലെ എല്ലുകൾ പരസ്പരം യോജിപ്പിച്ച നിലയിൽ

എന്നാൽ കുഴിച്ചെടുത്ത മൃതശരീരത്തിലെ വലതുപാദം അസ്ഥി മാത്ര ശേഷമായിരുന്നു. അതും പല ചെറിയ എല്ലുകൾ പരസ്

പരമുള്ള ബന്ധം വേർപെട്ട നിലയിലും. പാദം നിർമ്മിക്കണമെങ്കിൽ ആദ്യം എല്ലുകൾ തമ്മിൽ നേർത്ത കമ്പികൊണ്ട് ബന്ധിപ്പിക്കണം (Articulate). ആ ജോലി എളുപ്പമായിരുന്നു (ചിത്രം 25.5). അടുത്ത നടപടി പാദത്തിൽ ഓരോ ഭാഗത്തുമുള്ള മാംസത്തിന്റെ ഘനം എത്രയാണെന്ന് അറിയണം.

അതിനായി ഞാൻ മെഡിക്കൽ കോളജിലെ അനാട്ടമി വകുപ്പിലെ ഒരു യുവ ഡോക്ടറായ ഉണ്ണിത്താന്റെ സഹായത്തോടെ പതിമൂന്ന് ശവശരീരങ്ങളുടെ ഓരോ പാദങ്ങളിലെയും മുപ്പത്തിയേഴു സ്ഥാനങ്ങളിലെ (Anatomical points) മാംസത്തിന്റെ ഘനം (Tissue thickness) അളന്നു രേഖപ്പെടുത്തി. ഈ അളവുകളുടെ ശരാശരി (mean thickness) കണ്ടുപിടിച്ചു. അതിനുശേഷം ഓരോ സ്ഥാനത്തും ശരാശരി മാംസഘനമനുസരിച്ച് അസ്ഥികൾക്ക് മുകളിൽ പ്ലാസ്റ്റിക് ക്ലേ കഷണങ്ങൾ ഉറപ്പിച്ചു. അതിനുശേഷം ആ കഷണങ്ങൾ തമ്മിൽ യോജിപ്പിച്ച് പാദം മുഴുവൻ ക്ലേ കൊണ്ട് പൊതിഞ്ഞ് പാദം സൃഷ്ടിച്ചു.

ചിത്രം 25.6 എല്ലുകൾക്കു മുകളിൽ കളിമണ്ണ് പൊതിഞ്ഞ് സൃഷ്ടിച്ച പാദം

ചിത്രം 25.7 സൃഷ്ടിച്ച പാദം ചാക്കോയുടെ ചെരിപ്പിന് പാകം

ഹരിദാസ്, ചാക്കോയുടെ വീട്ടിൽനിന്നും അയാൾ ഉപയോഗിച്ചിരുന്ന രണ്ടു ജോടി പാദരക്ഷകൾ സാക്ഷികളുടെ സാന്നിദ്ധ്യത്തിൽ എടുത്ത് കോടതിവഴി എനിക്ക് അയച്ചുതന്നിരുന്നു. അതിൽ ഒരു ജോടി ഉപയോഗശൂന്യമായതായിരുന്നു. രണ്ടാമത്തെ ജോടി ഹാഫ് ഷൂസുകളിൽ വലതിൽ ഞാൻ സൃഷ്ടിച്ച വലതു പാദം കടത്തി നോക്കിയപ്പോൾ നല്ല പാകം. ചെരിപ്പിന്റെ ഇൻസോളിൽ കാണപ്പെട്ട വലതു തള്ളവിരലിന്റെയും രണ്ടാമത്തെ വിരലിന്റെയും അടയാളങ്ങൾ (Indentations)പോലും ഞാൻ സൃഷ്ടിച്ച പാദത്തിലെ വിരലുകളുമായി യോജിച്ചിരുന്നു.

തലയോടിൽനിന്നും മുഖം ശാസ്ത്രീയമായി രൂപകൽപ്പന ചെയ്യാറുണ്ട്; എന്നാൽ പാദത്തിന്റെ അസ്ഥികളിൽനിന്നും പാദം സൃഷ്ടിച്ച് പാദരക്ഷകളുമായി യോജിക്കുന്നുണ്ടോ എന്ന പരീക്ഷണം ഇന്ത്യയിലെ ആദ്യത്തേതായിരുന്നു. ഇതിനെ സംബന്ധിച്ച് 24-ാം പോലീസ് സയൻസ് കോൺഗ്രസ്സിൽ ഞാൻ അവതരിപ്പിച്ച പ്രബന്ധം എല്ലാവരുടെയും പ്രശംസ നേടിയിരുന്നു. എന്നാൽ

സൂപ്പർ ഇമ്പോസിഷനെപ്പോലെ ഇതും ഒരു ഉപോദ്ബലകമായ തെളിവായിട്ടാണ് (corroborative evidence) കോടതി സ്വീകരിച്ചത്.

ഭാസ്കരപിള്ളയും ഷാഹുവും അറസ്റ്റു ചെയ്യപ്പെട്ടതോടെ ഡ്രൈവർ പൊന്നപ്പനെ വലയിലാക്കാൻ പോലീസ് കിണഞ്ഞു പരിശ്രമം തുടങ്ങി. ആലുവയിൽ ഒരു ലോഡ്ജിൽ കുറുപ്പിനെ വിട്ട ശേഷം വിവരങ്ങൾ തിരക്കാൻ മാവേലിക്കരയിൽ എത്തിയ പൊന്നപ്പൻ നാട്ടുകാർ വളഞ്ഞപ്പോൾ അപ്രത്യക്ഷനായതാണ്. പിന്നീട് അയാളെക്കുറിച്ച് യാതൊരു വിവരവും ഇല്ലായിരുന്നു. അങ്ങനെയിരിക്കെ 1984 ഫെബ്രുവരി 12-ന് മുഹമ്മ ബോട്ട് ജെട്ടിയിൽ വച്ച് പൊന്നപ്പൻ അറസ്റ്റിലായി. അപ്പോൾ സംഭവം നടന്ന് മൂന്ന് ആഴ്ച പിന്നിട്ടിരുന്നു.

പൊന്നപ്പനെ പോലീസ് പിടികൂടിയപ്പോൾ അയാളുടെ മുഖത്തും പൊള്ളലേറ്റ പാടുകളുണ്ടായിരുന്നു. നെറ്റിയും പുരികവും കരുവാളിച്ചിരുന്നു. ഷാഹുവിനെയും ഭാസ്കരപിള്ളയെയും പിടികൂടിയെന്നറിഞ്ഞതോടെ പൊന്നപ്പന് പിടിച്ചുനിൽക്കാനാവാതായി. അയാളും എല്ലാം തുറന്ന് സമ്മതിച്ചു. ഫെബ്രുവരി 13-ാം തീയതി ഞാൻ അയാളുടെ ദേഹപരിശോധന നടത്തി. അയാളുടെ നെറ്റിയിലും കൈകളിലും പൊള്ളലേറ്റ അടയാളം ഉണ്ടായിരുന്നു. പുരികങ്ങളും തലമുടിയും കരിഞ്ഞ ലക്ഷണങ്ങൾ അപ്പോഴും കാണാമായിരുന്നു. അയാളെയും അറസ്റ്റു ചെയ്തു ജയിലിലയച്ചു. ഇതിനിടയിൽ ഒളിവിൽ പോയ കുറുപ്പിനെ പിടികൂടാൻ പോലീസ് കിണഞ്ഞു പരിശ്രമിക്കുന്നുണ്ടായിരുന്നു. കൊലപാതകത്തിനുശേഷം കുറുപ്പ് ഭൂട്ടാനിലേക്കാണ് പോയത്. പിന്നാലെ പൊന്നപ്പനും ഭൂട്ടാനിലെത്തിയിരുന്നു. അവിടെ ആശുപത്രിയിലെ കമ്പൗണ്ടറായി ജോലിയുള്ള ഒരു ബന്ധുവിന്റെ വീട്ടിൽ കുറെ ദിവസം താമസിച്ചതിനുശേഷം കുറുപ്പ് രഹസ്യമായി ചെറിയനാട്ടു വന്നു.

ഫെബ്രുവരി 10-ാം തീയതി വെളുപ്പിന് മൂന്നരമണിക്ക് സുകുമാരക്കുറുപ്പ് ചെറിയനാട്ടുള്ള അയാളുടെ അമ്മാവന്റെ വീട്ടിൽ വന്നതായി വിവരം ലഭിച്ചതനുസരിച്ച് പോലീസ് അവിടെ എത്തി. അപ്പോഴേക്കും അവിടെനിന്നും പോയിക്കഴിഞ്ഞിരുന്നു. പിന്നീട് കുറുപ്പ് ബോംബെ, മുസംഗാബാദ്, ഭോപ്പാൽ തുടങ്ങി ഇന്ത്യയിലെ പല സ്ഥലങ്ങളിലും താമസിച്ചതായി വിവരം ലഭിച്ചതനുസരിച്ച് അവിടെയെല്ലാം പോലീസ് എത്തിയിരുന്നു. കുറുപ്പിന് ഒരു ആറാമിന്ദ്രിയം ഉണ്ടായിരുന്നു എന്നു തോന്നുന്നു. എവിടെയും പോലീസ് എത്തുന്നതിനു മുമ്പുതന്നെ അയാൾ അപ്രത്യക്ഷനാകുമായിരുന്നു.

കുറുപ്പിനെ പിടികിട്ടാപ്പുള്ളിയായി പ്രഖ്യാപിച്ചു. അയാളുടെ സ്വത്തുക്കൾ സർക്കാർ കണ്ടുകെട്ടി. ഭാസ്കരപിള്ള, പൊന്നപ്പൻ, കുറുപ്പിന്റെ ഭാര്യ സരസമ്മ, ഭാസ്കരപിള്ളയുടെ ഭാര്യ തങ്കമണി എന്നിവരെ പ്രതികളാക്കി കുറ്റപത്രം സമർപ്പിച്ചു. 1990 ഡിസംബറിൽ ആലപ്പുഴ അഡീഷണൽ സെഷൻസ് കോടതിയിൽ കേസിന്റെ വിസ്താരം തുടങ്ങി. ബഹു. ജഡ്ജി ശ്രീ ഗോപാലകൃഷ്ണപിള്ളയാണ് കേസ് കേട്ടത്. ദിവംഗതനായ ശ്രീ കുഞ്ഞുരാമമേനോനായിരുന്നു സ്പെഷ്യൽ പ്രോസിക്യൂട്ടർ. ഷാഹുവിനെ മാപ്പുസാക്ഷിയാക്കിയിരുന്നു. ഞാൻ 76-ാം സാക്ഷിയായിരുന്നു. പ്രതിഭാഗം അഭിഭാഷകൻ സുപ്രസിദ്ധനായ ശ്രീ മഹേശ്വരൻ പിള്ളയായിരുന്നു. അദ്ദേഹം ഏതാനും വർഷങ്ങൾക്കു മുമ്പ് ദിവംഗതനായി. എന്നോട് വളരെയേറെ സ്നേഹം പ്രകടിപ്പിച്ചിരുന്ന ആ മഹാന്റെ വേർപാട് അഭിഭാഷകലോകത്തിന് ഒരു തീരാനഷ്ടമാണ്. കോടതിയിൽ എന്റെ ശാസ്ത്രീയ തെളിവുകളെ അദ്ദേഹം നിഷ്കരുണം എതിർത്തു. ആ ക്രോസ്സ് എക്സാമിനേഷൻ കേൾക്കാൻ ധാരാളം അഭിഭാഷകർ ഹാജരായിരുന്നു.

സൂപ്പർ ഇമ്പോസിഷൻ നടത്തിയ തലയോട് കരിഞ്ഞതാകയാൽ മുഖത്തിലെ എല്ലാ ഭാഗങ്ങളുമായുള്ള താരതമ്യം സാധ്യമായിരുന്നില്ല. ഇത് പ്രതിഭാഗത്തിന് ശക്തമായി വാദിക്കുവാനുള്ള അവസരം നല്കി. സൂപ്പർ ഇമ്പോസിഷനും പാദത്തിന്റെ സൃഷ്ടിയും അസന്ദിഗ്ദ്ധമായ തെളിവുകളല്ല എന്ന് കോടതി അഭിപ്രായപ്പെട്ടു. അത് ശരിയാണുതാനും. അതുപോലെ ഭാസ്കരപിള്ളയെ അറസ്റ്റു ചെയ്യുന്നതിനു മുമ്പ് പോലീസ് സ്റ്റേഷനിൽ വച്ച് ഞാൻ പരിശോധിച്ചപ്പോൾ സമ്മതം വാങ്ങിയിരുന്നില്ല എന്നതും ഒരു പോരായ്മയായി കോടതി അഭിപ്രായപ്പെട്ടു. അത് എന്റെ ഭാഗത്തുണ്ടായ നടപടിപ്പിശകായിരുന്നു.

ക്രിമിനൽ നടപടി നിയമം 53-ാം വകുപ്പനുസരിച്ച് അറസ്റ്റു ചെയ്യപ്പെട്ട ഒരാളെ പരിശോധിക്കുമ്പോൾ മാത്രമേ സമ്മതം ആവശ്യമില്ലാതെയുള്ളൂ.

മറ്റെല്ലാ അവസരങ്ങളിലും പരിശോധിക്കപ്പെടുന്ന ആളിന്റെ സമ്മതം എഴുതി വാങ്ങിക്കണം. വളരെ നാൾ നീണ്ട വിചാരണയ്ക്കുശേഷം കോടതി വിധി പ്രസ്താവിച്ചു. കുറുപ്പിന്റെ ഭാര്യയെയും അവരുടെ അനുജത്തിയെയും കോടതി വെറുതേ വിട്ടു. പൊന്നപ്പനും ഭാസ്കരപിള്ളയ്ക്കും ജീവപര്യന്തം ശിക്ഷയാണ് വിധിച്ചത്.

ശിക്ഷയ്ക്കെതിരായി ഭാസ്കരപിള്ളയും പൊന്നപ്പനും കേരള ഹൈക്കോടതിയിൽ അപ്പീൽ സമർപ്പിച്ചു. ബഹു. ജസ്റ്റിസുമാരായ ശ്രീ കെ.ടി. തോമസ്, ശ്രീ പി.എ. മുഹമ്മദ് എന്നിവരുടെ

ബെഞ്ചാണ് വാദം കേട്ടത്. പ്രതിഭാഗം മാപ്പുസാക്ഷി നല്കിയ തെളിവിന്റെ വിശ്വാസ്യതയെയാണ് പ്രധാനമായും ചോദ്യം ചെയ്തത്. കൊലപാതകത്തിൽ ഒരു പ്രധാന പങ്ക് വഹിച്ച ആളാണെങ്കിലും ദൃക്സാക്ഷി എന്ന നിലയിൽ അയാൾ നല്കിയ തെളിവുകൾ സത്യവും കേസിന്റെ വസ്തുതകളുമായി പൂർണ്ണമായും യോജിക്കുന്നുവെന്നും കോടതി കണ്ടെത്തി.

കാറിൽ പെട്രോൾ ഒഴിച്ച് കത്തിച്ചപ്പോൾ ഒന്നും രണ്ടും പ്രതികൾക്ക് പൊള്ളലേറ്റിരുന്നുവെന്ന മാപ്പുസാക്ഷിയുടെ മൊഴി സത്യമാണെന്ന് അവരുടെ ശരീരപരിശോധന നടത്തിയ ഡോ. ഉമാദത്തന്റെ കണ്ടെത്തലുകളിൽനിന്ന് വ്യക്തമായിട്ടുണ്ടെന്ന് കോടതി അഭിപ്രായപ്പെട്ടു. കൊല്ലപ്പെട്ടത് ചാക്കോയാണെന്ന് അസന്ദിഗ്ദ്ധമായി തെളിയിക്കപ്പെട്ടില്ല എന്ന പ്രതിഭാഗം അഭിഭാഷകൻ പ്രശസ്തനായ ശ്രീ എം.എൻ. സുകുമാരൻ നായരുടെ വാദത്തോടും കോടതി യോജിച്ചില്ല. എല്ലാ കൊലപാതകങ്ങളിലും കൊല്ലപ്പെട്ടയാൾ ആരാണെന്ന് തെളിയിക്കപ്പെടേണ്ട ആവശ്യമില്ല എന്ന് കോടതി അഭിപ്രായപ്പെട്ടു. ഇന്ത്യൻ ശിക്ഷാനിയമത്തിൽ നരഹത്യയെക്കുറിച്ചുള്ള പ്രതിപാദ്യത്തിൽ 'ആരുടെയെങ്കിലും പ്രവൃത്തികൊണ്ട് മരണം സംഭവിച്ചാൽ' എന്നും 'മരണമെന്നാൽ ഒരു മനുഷ്യന്റെ മരണം' എന്നുമാണ് നിർവ്വചിച്ചിരിക്കുന്നത്. അതിനാൽ മരണപ്പെട്ട ആളാരാണെന്ന് തീർത്തും നിർണ്ണയിക്കേണ്ട ആവശ്യമില്ല. പ്രതികൾ ഒരു മനുഷ്യനെ കൊലപ്പെടുത്തിയെന്ന് സംശയാതീതമായി തെളിഞ്ഞാൽ മതി. ബഹു. ഹൈക്കോടതി കീഴ്ക്കോടതിയുടെ വിധി ശരിവച്ചുകൊണ്ട് അപ്പീൽ തള്ളി ഉത്തരവായി.

ഈ കേസിന്റെ അന്വേഷണത്തിനു പുറകിൽ നിരവധി പോലീസ് ഉദ്യോഗസ്ഥന്മാരുടെ ആത്മാർത്ഥവും അശ്രാന്തവുമായ പരിശ്രമം ഉണ്ടായിരുന്നു. അന്വേഷണത്തിന്റെ പ്രാരംഭദശയിൽ അവരോടൊപ്പമുണ്ടായിരുന്ന വ്യക്തി എന്ന നിലയിൽ ഞാൻ ഇപ്പോഴും അവരെ അഭിമാനത്തോടെ ഓർമ്മിക്കുന്നു. എസ്.പി. ആയിരുന്ന ശ്രീ രാമചന്ദ്രൻ, ഡിവൈ.എസ്.പി. ആയിരുന്ന ശ്രീ ഹരിദാസ്, ഇൻസ്പെക്ടർമാരായിരുന്ന ശ്രീ ദേവസ്യ, സഖറിയ, ക്രിസ്റ്റി ബാസ്റ്റിൻ തുടങ്ങിയ നിരവധി പോലീസ് ഉദ്യോഗസ്ഥന്മാർ സ്തുത്യർഹമായ പ്രകടനമാണ് കാഴ്ചവച്ചത്.

സുകുമാരക്കുറുപ്പിനെ കണ്ടെത്താൻ 1984 ജനുവരിയിൽ തുടങ്ങിയ അന്വേഷണം പോലീസ് ഇനിയും അവസാനിപ്പിച്ചിട്ടില്ല. കേരളത്തിലെ ഒട്ടെല്ലാ പ്രദേശങ്ങളിലും പോലീസ് അന്വേഷണം നടത്തിയിരുന്നു. കുറുപ്പ് അവസാനമായി തങ്ങി എന്നതിന് തെളിവു കിട്ടിയ പല സ്ഥലങ്ങളിലും പോലീസ് സംഘം എത്തി

അന്വേഷണം നടത്തിയിരുന്നു. കുറുപ്പിനെ കണ്ടതായി അക്കാലത്ത് പോലീസിന് ലഭിച്ച സന്ദേശങ്ങളിൽ പലതും തെറ്റായിരുന്നു എന്നതാണ് വസ്തുത. ഇതിനിടയിൽ കുറുപ്പ് ഉത്തരേന്ത്യയിലെ ഒരു നഗരത്തിൽ താമസിച്ചുവരവേ ഹൃദ്രോഗബാധയുണ്ടായി മരണമടഞ്ഞു എന്നൊരു വാർത്തയെത്തുടർന്ന് നടത്തിയ അന്വേഷണത്തിലും പ്രയോജനപ്രദമായ വിവരങ്ങൾ ലഭിച്ചില്ല.

അബുദാബിയിൽ ഉയർന്ന ശമ്പളം വാങ്ങി സുഖമായി ജീവിതം നയിച്ചിരുന്ന കുറുപ്പിന്റെ അത്യാഗ്രഹം നിരപരാധിയായ ഒരു യുവാവിനെയും അയാളുടെ കുടുംബത്തെയും നശിപ്പിച്ചു. ചാക്കോ കൊല്ലപ്പെടുമ്പോൾ ഭാര്യ ശാന്തമ്മ ഗർഭിണിയായിരുന്നു. അവരുടെ കുട്ടി ഇപ്പോൾ 24 വയസ്സുള്ള യുവാവാണ്. ജനിക്കും മുമ്പേ പിതാവ് നഷ്ടപ്പെട്ടയാൾ. കുറുപ്പിന്റെ കുടുംബവും തകർന്നു. അയാളുടെ കുട്ടികൾക്കും ഫലത്തിൽ പിതാവില്ലല്ലോ.

ദേശീയപാതയിലൂടെ വടക്കോട്ട് യാത്ര ചെയ്യുന്ന അവസരങ്ങളിൽ ആലപ്പുഴ വണ്ടാനത്തെത്തുമ്പോൾ എന്റെ കണ്ണുകൾ ഒരിക്കൽ സുകുമാരക്കുറുപ്പിന്റേതായിരുന്ന ആ പണിതീരാത്ത ഇരുനിലക്കെട്ടിടത്തിലേക്ക് തിരിയും. അത്യാഗ്രഹത്തിന്റെ ഒരു മൂകപ്രതീകമായി അതവിടെ നിൽക്കുന്നു.

26. പോളക്കുളം കേസ്

പാനൂർ സോമൻ കേസുമായി വളരെ സമാനതകളുള്ള ഒന്നായിരുന്നു പോളക്കുളം കേസ് അഥവാ 'പീതാംബരൻ കൊലക്കേസ്.' ഇതും ആദ്യം അന്വേഷിച്ചത് സംസ്ഥാന പോലീസിന്റെ ക്രൈംബ്രാഞ്ച് വിഭാഗം. രണ്ടാമത് അന്വേഷിച്ചത് സി.ബി.ഐ. ആത്മഹത്യയാണെന്ന് ക്രൈംബ്രാഞ്ച്. കൊലപാതകമെന്ന് സി.ബി.ഐ. സോമൻ കേസിൽ 'പ്രതികളെ' കുറ്റവിമുക്തരാക്കിയത് കേരള ഹൈക്കോടതി. പീതാംബരൻ കേസിൽ സത്യം വെളിവാക്കുവാൻ സോളമന്റെ തേനീച്ചകൾക്ക് അത്യുന്നത നീതിപീഠമായ സുപ്രീം കോടതിവരെ പറന്നെത്തേണ്ടി വന്നു. ഇരുകേസുകളിലും അന്വേഷണം വഴിതെറ്റിച്ചത് ഫോറൻസിക് വിദഗ്ദ്ധന്മാരുടെ തെറ്റായ നിഗമനങ്ങളായിരുന്നു. കാൽ നൂറ്റാണ്ടിനു മുൻപുണ്ടായഈ സംഭവം ഇപ്പോൾ വിവരിക്കുന്നത് ആരെയും കുറ്റപ്പെടുത്തുവാനല്ല.

ചിത്രം 26.1 പോളക്കുളത്ത് ടൂറിസ്റ്റ് ഹോം-ഉയരം 60 അടി

പി.കെ.നാരായണൻ എന്ന വ്യവസായി 1982 ജൂണിൽ എറണാകുളത്ത് പാലാരിവട്ടം എന്ന സ്ഥലത്ത് അഞ്ചു നിലയുള്ള പോളക്കുളത്ത് ടൂറിസ്റ്റ് ഹോം (ചിത്രം 26.1) പണി കഴിപ്പിച്ചു. അദ്ദേഹത്തിന് അതുകൂടാതെ വേറെയും രണ്ട് ടൂറിസ്റ്റ്ഹോമുകളും അബ്കാരി ബിസിനസ്സും ജൂവലറിയും ഉണ്ടായിരുന്നു. പോളക്കുളത്ത് ടൂറിസ്റ്റ് ഹോം പ്രവർത്തനം ആരംഭിച്ചപ്പോൾ റിസപ്ഷനിസ്റ്റ് ആയി പീതാംബരൻ എന്ന യുവാവിനെ നിയമിച്ചിരുന്നു. പീതാംബരന്റെ അച്ഛൻ ദാമോദരനും പോളക്കുളത്ത് നാരായണന്റെ ജൂവലറിയിൽ ജോലിയുണ്ടായിരുന്നു.

പീതാംബരന്റെ മരണം

1983 ഏപ്രിൽ 21-ാം തീയതി രാത്രിയിൽ പീതാംബരനും റൂം ബോയ് ശിവദാസനുമായിരുന്നു റിസപ്ഷനിൽ ഡ്യൂട്ടിയിലുണ്ടായിരുന്നത്. പതിവുപോലെ അന്നും അവർ റിസപ്ഷൻ കൗണ്ടറിനു മുന്നിലുള്ള സന്ദർശകമുറിയിലാണ് കിടന്നുറങ്ങിയത്. രാവിലെ നാലുമണിക്ക് ടൂറിസ്റ്റ്ഹോമിൽ താമസിച്ചിരുന്ന തിരുവനന്തപുരം സ്വദേശിയായ ലക്ഷ്മണൻ നായർ കണക്കുകൾ തീർത്ത് മുറി ഒഴിഞ്ഞുപോകാനായി റിസപ്ഷനിൽ വന്ന് ഇരുവരെയും ഉണർത്തി. പീതാംബരൻ കണക്കുകൾ പരിശോധിച്ച് പണം വാങ്ങി. ടൂറിസ്റ്റ് ഹോമിനുള്ളിൽ സൂക്ഷിച്ചിരുന്ന ലക്ഷ്മണൻ നായരുടെ മോട്ടോർ സൈക്കിൾ പുറത്തേക്കെടുക്കാൻ പീതാംബരനും ശിവദാസനും സഹായിച്ചു. അദ്ദേഹം ടൂറിസ്റ്റ്ഹോമിൽനിന്നും യാത്രയായപ്പോൾ സമയം 4.10 കഴിഞ്ഞിരുന്നു.

ഉദ്ദേശം 4.30 മണിക്ക് ടൂറിസ്റ്റ്ഹോമിലെ ചില താമസക്കാരും അയൽവാസികളിൽ ചിലരും 'അയ്യോ അമ്മേ' എന്ന നിലവിളി കേട്ടു. ഏതോ ഭാരമുള്ള വസ്തു തറയിൽ വീഴുന്ന ശബ്ദവും ചിലർ കേട്ടു. ടൂറിസ്റ്റ്ഹോമിൽ തന്നെ താമസിച്ചിരുന്ന മാനേജർ സുബ്രഹ്മണ്യനും മറ്റൊരു അന്തേവാസിയായിരുന്ന പ്രൊബേഷനറി സബ് ഇൻസ്പെക്ടർ സഖറിയായും ഒക്കെക്കൂടി ടൂറിസ്റ്റ്ഹോമിനു വെളിയിൽ വന്ന് നോക്കിയപ്പോൾ തെക്കുവശം മുറ്റത്ത് പീതാംബരൻ മുറിവുകളേറ്റ് രക്തമൊലിച്ച് കിടക്കുന്നത് കണ്ടു. അപ്പോൾ അയാൾക്ക് ജീവനുണ്ടായിരുന്നു. മാനേജർ ഉടൻതന്നെ ഒരു കാർ വരുത്തി അയാളെ മെഡിക്കൽ ട്രസ്റ്റ് ആശുപത്രിയിലെത്തിച്ചു. ഡോക്ടർമാർ പരിശോധിച്ച് മരണം സ്ഥിരീകരിച്ചു. ഇതിനിടയിൽ പീതാംബരന്റെ അച്ഛൻ ദാമോദരനും ആശുപത്രിയിലെത്തി.

മാനേജർ സുബ്രഹ്മണ്യൻ കളമശ്ശേരി പോലീസ് സ്റ്റേഷനിലെത്തി നല്കിയ പ്രഥമവിവരത്തിന്റെ അടിസ്ഥാനത്തിൽ സബ് ഇൻസ്പെക്ടർ അസാധാരണ മരണത്തിന് ഒരു കേസ് രജിസ്റ്റർ ചെയ്തു. അപ്പോഴേക്കും സർക്കിൾ ഇൻസ്പെക്ടറും സ്റ്റേഷനിലെത്തി. അവർ കൃത്യസ്ഥലം ബന്തവസ്സ് ചെയ്യാനുള്ള ഏർപ്പാടുകൾ ചെയ്തിട്ട് മെഡിക്കൽ ട്രസ്റ്റ് ആശുപത്രിയിലെത്തി. സാക്ഷികളുടെ സാന്നിധ്യത്തിൽ പ്രേതവിചാരണ നടത്തി.

പ്രേതവിചാരണയിൽ പീതാംബരന്റെ അച്ഛനും സഹോദരനും മറ്റു സാക്ഷികളും അയാളെ ആരോ ഭേദമദണ്ഡം ഏൽപ്പിച്ച് കൊലപ്പെടുത്തിയതാണെന്ന് അഭിപ്രായപ്പെട്ടു. അതിനുശേഷം മൃതദേഹം ജനറൽ ആശുപത്രിയിലെ മോർച്ചറിയിലേക്ക് മാറ്റി. സർക്കിൾ ഇൻസ്പെക്ടറുടെ അപേക്ഷ പ്രകാരം ആലപ്പുഴ മെഡിക്കൽ കോളജിലെ ഫോറൻസിക് മെഡിസിൻ അസിസ്റ്റന്റ് പ്രൊഫസ്സർ ജനറൽ ആശുപത്രിയിലെത്തി പീതാംബരന്റെ മൃതദേഹം പോസ്റ്റ്മോർട്ടം പരിശോധന നടത്തി. പരിശോധനയ്ക്കു ശേഷം ഡോക്ടർ പോളക്കുളം ടൂറിസ്റ്റുഹോം സന്ദർശിച്ചു. മേൽച്ചുണ്ടിന്റെ അകവശത്ത് അര ഇഞ്ച് (1.3 സെ. മീറ്റർ) നീളത്തിലും കീഴ്ച്ചുണ്ടിന്റെ അകവശത്ത് എട്ടിൽ ഒന്ന് ഇഞ്ച് (0.3 സെ. മീറ്റർ) നീളത്തിലും കാണപ്പെട്ട മുറിവുകൾ ഒച്ച കേൾക്കാതിരിക്കാൻ വായ കൈകൊണ്ട് അമർത്തിപ്പിടിച്ചാൽ ഉണ്ടാകാമെന്നും, നഖങ്ങളിൽ കാണപ്പെട്ട നീലനിറം ശ്വാസം മുട്ടൽ മൂലം മരണം സംഭവിച്ചാൽ ഉണ്ടാകാവുന്നതാണെന്നും അദ്ദേഹം അഭിപ്രായപ്പെട്ടു. ആന്തരികമായ പരിശോധനയിൽ ഇടതുവശത്തെ 2, 3, 4 വാരിയെല്ലുകളും ഗുഹ്യഭാഗത്തെ എല്ലും ഒടിഞ്ഞിട്ടുണ്ടെന്നും, ഒന്നിൽ കൂടുതൽ ആളുകൾ ഉൾപ്പെട്ടാലെ ഇത്രയും

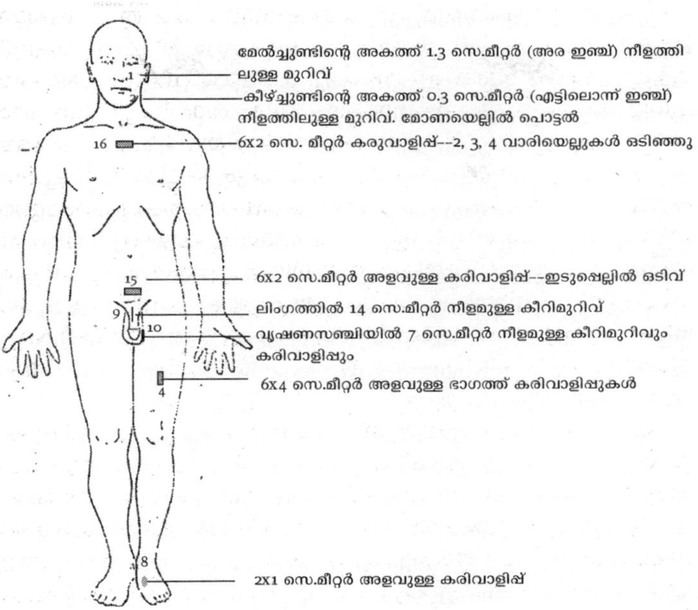

**ചിത്രം 26.2 പീതാംബരന്റെ ശരീരത്തിൽ
കാണപ്പെട്ട മുറിവുകളുടെ രേഖാചിത്രങ്ങൾ**

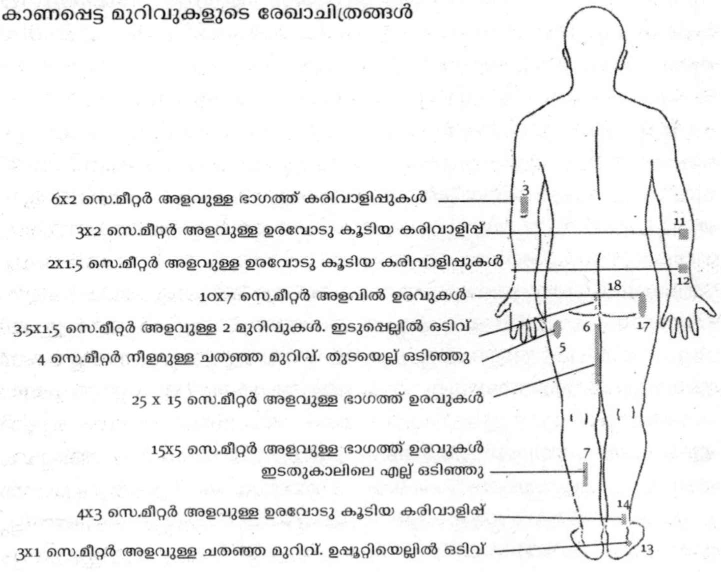

പരിക്കുകൾ ഏൽപ്പിക്കുവാൻ സാധിക്കൂവെന്നും ഡോക്ടർ അഭിപ്രായപ്പെട്ടു. പോലീസ് പീതാംബരന്റെ മരണം കൊലപാതകമായിപരിഗണിച്ച് അന്വേഷണം ആരംഭിച്ചത് ആ അഭിപ്രായത്തെ ആധാരമാക്കിയായിരുന്നു.

എറണാകുളം ക്രൈംബ്രാഞ്ച് എസ്.പി.യുടെ നിർദ്ദേശപ്രകാരം ഡിവൈ.എസ്.പി. ശ്രീ മത്തായി അന്വേഷണം ഏറ്റെടുത്തു. പീതാംബരൻ മുറിവുകളേറ്റു കിടന്ന സ്ഥലത്തിന്റെ മഹസ്സർ തയ്യാറാക്കുകയും അവിടെ ഒരു മൺകൂനയിൽ കാണപ്പെട്ട നാലു താക്കോലുകളുള്ള ഒരു വളയം, ഗ്ലാസ്സ് പൊട്ടിയ മൂന്നു സെല്ലിന്റെ ടോർച്ച് ലൈറ്റ്, 57 സെന്റീമീറ്റർ നീളവും ഏഴര സെന്റീമീറ്റർ ചുറ്റളവുമുള്ള അലകിൽ തീർത്ത ഒരു വടി എന്നിവയും ടൂറിസ്റ്റ്ഹോമിന്റെ ടെറസ്സിനു മുകളിൽ കണ്ട ഒരു ജോടി പഴയ ചെരിപ്പുകളും ബന്തവസ്സിലെടുത്തു.

ടൂറിസ്റ്റ്ഹോം കെട്ടിടത്തിന്റെ കിഴക്കറ്റം മൂലയിൽനിന്നും 4.56 മീറ്റർ (15 അടി) തെക്കുപടിഞ്ഞാറു മാറി മുറ്റത്ത് 18 സെന്റീമീറ്റർ വൃത്തത്തിൽ രക്തം വീണ് ഉണങ്ങിയ പാടും കുറച്ചു മലവും കാണപ്പെട്ടു. അവിടെനിന്നും 74 സെന്റീമീറ്റർ മാറി പൊട്ടിയ ഒരു റിസ്റ്റ്വാച്ച് സ്ട്രാപ്പിന്റെ കഷണങ്ങളും അവിടെനിന്നും അല്പം മാറി രക്തം പുരണ്ട, പല ഭാഗങ്ങളിൽ കീറലുകൾ ഉള്ള മുഷിഞ്ഞ ഒരു ലുങ്കിയും കാണപ്പെട്ടു. ഡിവൈ.എസ്.പി. കൃത്യസ്ഥലത്തിന്റെ ചിത്രങ്ങൾ എടുപ്പിക്കുകയും, വിരലടയാള വിദഗ്ദ്ധന്മാരുടെയും പോലീസ് നായയുടെയും സേവനം തേടിയതു കൂടാതെ നിരവധി സാക്ഷികളെയും ചോദ്യം ചെയ്തു.

ടൂറിസ്റ്റ്ഹോമിൽ താമസിച്ചിരുന്ന ചില സാക്ഷികൾ, പീതാംബരന്റെ നിലവിളി കേട്ട് അവർ വെളിയിലേക്കിറങ്ങിയപ്പോഴും റൂം ബോയ് ശിവദാസൻ ഉറങ്ങുകയായിരുന്നു എന്നു മൊഴി നല്കിയത് ശ്രീ മത്തായിയിൽ സംശയമുളവാക്കി. ശിവദാസനെ എല്ലാ പോലീസ് മുറകളുമുപയോഗിച്ച് ചോദ്യം ചെയ്തു. മൂന്നാം മുറകൾ സഹിക്കാനാകാതെ ശിവദാസൻ പലതവണ, പലവിധത്തിൽ കുറ്റസമ്മതം നടത്തി. പോസ്റ്റ്മോർട്ടം പരിശോധന നടത്തിയ ഡോക്ടറെ കൂടാതെ വേറൊരു ഫോറൻസിക് വിദഗ്ദ്ധൻ പീതാംബരന്റെ മുഖത്തും നെഞ്ചത്തും കാണപ്പെട്ട മുറിവുകൾ ശക്തിയോടെ ഇടിച്ചതുകൊണ്ടു മാത്രമേ സംഭവിക്കുകയുള്ളൂ എന്നും മറ്റു മുറിവുകൾ ടെറസ്സിൽനിന്നും താഴേക്ക് എടുത്തെറിഞ്ഞാൽ ഉണ്ടാകാമെന്നും അഭിപ്രായപ്പെട്ടിരുന്നു. എന്നാൽ കുറ്റസമ്മതവും ഡോക്ടർമാരുടെ അഭിപ്രായവുമായി സമന്വയമില്ലാത്തതിനാൽ അത് വിശ്വസനീയമല്ല എന്ന് ഡിവൈ. എസ്.പി. ശ്രീ മത്തായിക്ക് തോന്നി. ശിവദാസനെ ദിവസങ്ങളോളം

ചോദ്യം ചെയ്തിട്ടും അന്വേഷണം നടത്തിയിട്ടും പീതാംബരന്റെ മരണത്തിൽ അയാൾക്ക് എന്തെങ്കിലും പങ്കുള്ളതായി കണ്ടുപിടിക്കാൻ മത്തായിക്ക് കഴിഞ്ഞില്ല.

അങ്ങനെ അന്വേഷണം വഴിമുട്ടിയപ്പോൾ, ക്രൈംബ്രാഞ്ച് ഐ.ജി. ഒരു പ്രത്യേക അന്വേഷണസംഘത്തെ കേസന്വേഷണത്തിനായി നിയോഗിച്ചു.

ആ സംഘത്തിൽ എസ്.പി.മാരായ ശ്രീ എസ്.ആർ.കെ. മേനോൻ, ശ്രീ എം.പി. ബാലകൃഷ്ണൻ, ഡിവൈ.എസ്.പി. ശ്രീ വിശ്വംഭരൻ എന്നിവരാണുണ്ടായിരുന്നത്. അവർ 22-5-'83-ൽ അന്വേഷണം ആരംഭിച്ചു. ശ്രീ മത്തായിയും ആ ടീമിൽ അംഗമായിരുന്നു.

പുതിയ സംഘത്തിന്റെ അന്വേഷണം ആരംഭിച്ച് കുറെ ദിവസങ്ങൾക്കു ശേഷം എസ്.പി. ശ്രീ എം. പി. ബാലകൃഷ്ണനും ഡിവൈ.എസ്.പി. ശ്രീ എസ്. കെ. വിശ്വംഭരനും കൂടി ഒരു ദിവസം വൈകുന്നേരം എന്നെ കാണാൻ വന്നു. ശ്രീ വിശ്വംഭരനെക്കുറിച്ച് ഞാൻ വേറൊരദ്ധ്യായത്തിൽ പരാമർശിച്ചിട്ടുണ്ട്. ശ്രീ ബാലകൃഷ്ണൻ വളരെ സമർത്ഥനും സത്യസന്ധനുമായ ഒരു കുറ്റാന്വേഷകനായിരുന്നു (ഏതാനും വർഷങ്ങൾക്ക് മുമ്പ് ദിവംഗതനായി). തിരുവനന്തപുരത്തുകാരനായതിനാൽ അദ്ദേഹവുമായി നേരത്തേതന്നെ പരിചയവുമുണ്ടായിരുന്നു.

ഓഫീസിൽനിന്നും ഞാൻ ക്വാർട്ടേഴ്സിൽ എത്തിയപ്പോഴായിരുന്നു അവർ വന്നത്. പീതാംബരന്റെ പോസ്റ്റ്മോർട്ടം സർട്ടിഫിക്കറ്റിൽ വിവരിച്ചിട്ടുള്ള മുറിവുകൾ വിശകലനം ചെയ്യുകയും എറണാകുളത്ത് പോയി കൃത്യസ്ഥലം സന്ദർശിക്കുകയും ചെയ്യണം. അതായിരുന്നു അവരുടെ ആവശ്യം. വകുപ്പു മേധാവികൾ ഹെഡ്ക്വാർട്ടേഴ്സ് വിടുമ്പോൾ പ്രിൻസിപ്പലിനെ രേഖാമൂലം അറിയിക്കണമെന്നാണ് നിയമം. ഞാൻ അടുത്ത ക്വാർട്ടേഴ്സിൽ താമസിക്കുന്ന പ്രിൻസിപ്പൽ ശ്രീ സാമു അയ്യരെ വിവരം അറിയിച്ചിട്ട് അവരോടൊപ്പം അവരുടെ കാറിൽ എറണാകുളത്തേക്ക് യാത്ര തിരിച്ചു.

(ആനുഷംഗികമായി പറയട്ടെ, ഇത് പിന്നീട് എനിക്കെതിരേയുള്ള ആരോപണമായി സി.ബി.ഐ. ഡിവൈ.എസ്.പി. വർഗീസ് തോമസ് ഉന്നയിച്ചിരുന്നു. ഞാൻ കൃത്യസ്ഥലം സന്ദർശിച്ചതിന് മെഡിക്കൽ കോളജിൽ രേഖകളില്ലാത്തതിനാൽ ഞാൻ നല്കിയ അഭിപ്രായം വ്യാജമായിരുന്നു എന്നായിരുന്നു അദ്ദേഹത്തിന്റെ കണ്ടുപിടിത്തം. ക്രൈംബ്രാഞ്ചിലെ രേഖകളിൽ അദ്ദേഹത്തിന് വിശ്വാസവുമില്ല).

പീതാംബരന്റെ ശരീരത്തിൽ കാണപ്പെട്ടതായി പോസ്റ്റ്മോർട്ടം സർട്ടിഫിക്കറ്റിൽ രേഖപ്പെടുത്തിയിട്ടുള്ള മുറിവുകൾ ഞാൻ

വിശദമായി പഠിക്കുകയും പോളക്കുളം ടൂറിസ്റ്റ്ഹോമിലെത്തി സംഭവസ്ഥലത്തിന്റെ പ്രത്യേകതകളെക്കുറിച്ച് മനസ്സിലാക്കുകയും ചെയ്തു.

വീണതും വീഴ്ത്തിയതും

ഫോറൻസിക് മെഡിസിൻ എന്ന ശാസ്ത്രശാഖയിൽ മുറിവുകളുടെ മാതൃക (Pattern of injuries) ഒരു പ്രധാന പാഠ്യവിഷയമാണ്. ഗതാഗത അപകടങ്ങളിൽ വാഹനങ്ങൾ ഇടിച്ച് വഴിയാത്രക്കാരന് സംഭവിക്കുന്ന മുറിവുകൾക്ക് ഒരു പ്രത്യേക പാറ്റേൺ ഉണ്ടായിരിക്കും. മുറിവുകളുടെ വിശദമായ അപഗ്രഥനത്തിൽ നിന്നും വാഹനം ശരീരത്തിന്റെ ഏതു ഭാഗത്താണ് ആദ്യം ഇടിച്ചതെന്നു പോലും കണ്ടുപിടിക്കുവാൻ സാധിക്കും. അതുപോലെ ഉയരങ്ങളിൽനിന്നുള്ള വീഴ്ചയിൽ സംഭവിക്കുന്ന മുറിവുകൾക്കും പ്രത്യേക പാറ്റേൺ ഉണ്ടായിരിക്കും. മുറിവുകളുടെ പ്രത്യേകതകളിൽനിന്നും ശരീരത്തിന്റെ ഏതു ഭാഗമാണ് ആദ്യം ഭൂമിയിൽ ഇടിച്ചതെന്ന് (Primary impact) പറയുവാൻ കഴിയും.

ചിത്രം 26.3 പൂച്ചയുടെ പതനം

പീതാംബരന്റെ ശരീരത്തിൽ 18 മുറിവുകൾ (ചിത്രം 26.2) ഉണ്ടായിരുന്നതിൽ എന്റെ ശ്രദ്ധയാകർഷിച്ചത് പതിമൂന്നാമത്തെ മുറിവായിരുന്നു. വലതുകാലിന്റെ ഉപ്പൂറ്റി ചതഞ്ഞ് പറിയുകയും ഉപ്പൂറ്റിയെല്ല് (Calcaneum) ഒടിയുകയും ചെയ്തിരിക്കുന്നു (ചിത്രം 26.4). പ്രേതവിചാരണ റിപ്പോർട്ടിൽ മുറിവിലൂടെ എല്ല് പുറത്തു കാണാമെന്ന് രേഖപ്പെടുത്തിയിട്ടുണ്ട്. ഈ മുറിവ് പീതാംബരൻ മുകളിൽനിന്നും വീണപ്പോൾ ഭൂമിയിൽ ആദ്യം ഇടിച്ച ഭാഗം വലതുപാദമാണെന്ന് നിസ്സംശയം വ്യക്തമാക്കുന്നു. എല്ലൊടിഞ്ഞാണ് മുറിവുണ്ടായത് (Compound fracture). പ്രാഥമിക ആഘാതത്തിന്റെ (Primary impact) ശക്തി മറ്റു ഭാഗങ്ങളിലേക്കും പ്രസരിച്ച് ഒടിവുകളും മുറിവുകളും ഉണ്ടാക്കും. പാദങ്ങളിലേൽക്കുന്ന ആഘാതത്തിന്റെ പ്രസരണശക്തി (Transmitted force) കൊണ്ട് കാലെല്ലുകൾ, തുടയെല്ല്, ഇടുപ്പെല്ല് എന്നിവ ഒടിയാം.

നട്ടെല്ലിൽ കൂടി പ്രസരിച്ച് തലയോടിന്റെ അടിവശത്തു പോലും വൃത്താകൃതിയിൽ പൊട്ടൽ (Ring fracture around Foramen

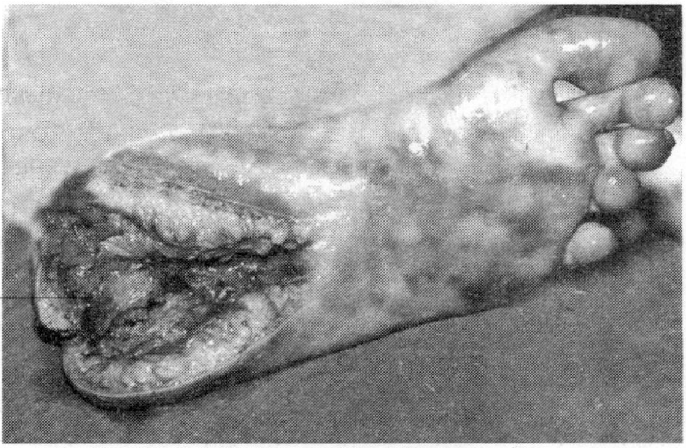

ചിത്രം 26.4 പ്രാഥമികാഘാതത്തിന്റെ ഉദാഹരണം–ഉപ്പൂറ്റിയിലെ മുറിവും എല്ലിന്റെ പൊട്ടലും

Magnum) ഉണ്ടാക്കാം. പീതാംബരന്റെ ഇടതുതുടയെല്ലും ഇടതുകാലിലെ എല്ലും ഒടിഞ്ഞത് (5, 7 മുറിവുകൾ) ഇടതുപാദം കൂടി ഇടിച്ചതിനാലാണ്. പ്രസരണശക്തികൊണ്ട് ഇടുപ്പെല്ലിലും രണ്ടു സ്ഥലത്ത് ഒടിവുകൾ ഉണ്ടായി.

ഉയരത്തിൽനിന്നും ഒരാൾ സ്വയം താഴേക്ക് ചാടിയാൽ മാത്രമേ പ്രാഥമിക ആഘാതം പാദങ്ങളിലാകാൻ സാധ്യതയുള്ളൂ. ആരെങ്കിലും തള്ളിയിട്ടാലോ എടുത്തെറിഞ്ഞാലോ കാലു കുത്തി വീഴുകയില്ല. ഉയരത്തിൽനിന്ന് എടുത്തെറിഞ്ഞാലും നാലുകാലിൽ വീഴാനുള്ള കഴിവുള്ളത് പൂച്ചയ്ക്കു മാത്രമാണ് (ചിത്രം 26.3).

വീഴ്ചയിൽ സന്തുലിതാവസ്ഥ പ്രാപിക്കുവാൻ സാധിക്കുന്നത് അതിന്റെ മധ്യകർണ്ണത്തിലുള്ള നാഡീവ്യൂഹത്തിന്റെ (Vestibular apparatus) സവിശേഷതയും ശരീരത്തിലെ പേശികളുടെയും എല്ലുകളുടെയും പ്രത്യേകതകൾ കൊണ്ടാണ്. മനുഷ്യന് ഈ കഴിവ് ഒട്ടുമില്ല. അതുകൊണ്ട് ഉയരത്തിൽനിന്നും ഒരു മനുഷ്യനെ എടുത്തെറിഞ്ഞാൽ അയാൾക്ക് സ്വയം ശരീരം ലംബാവസ്ഥയിലാക്കുവാനോ പാദങ്ങൾ നിലത്തു കുത്തുവാനോ സാധിക്കുകയില്ല.

ഉയരങ്ങളിൽനിന്നുള്ള പതനങ്ങളിൽ 30–40% ആത്മഹത്യകളാണ്. 60% കേസുകളിൽ ഉപ്പൂറ്റിയിലെ എല്ലിന് ഒടിവ് സംഭവി

ക്കാറുണ്ട്. ടെഡഷി, ഗ്രദ്ധ്വാൾ മുതലായ നിരവധി ഫോറൻസിക് വിദഗ്ദ്ധന്മാരുടെ ഗ്രന്ഥങ്ങളിൽ ഉയരങ്ങളിൽനിന്നുള്ള പതനത്തിൽ (Fall from height) മനുഷ്യശരീരത്തിൽ സംഭവിക്കാവുന്ന മുറിവുകളെക്കുറിച്ച് വിശദമായി പ്രതിപാദിച്ചിട്ടുണ്ട്. ഉരവ്, കരുവാളിപ്പ്, ചതവ്, ഒടിവ് തുടങ്ങിയ ഏതു തരം മുറിവുകളും ഉയരങ്ങളിൽനിന്നുള്ള വീഴ്ചകളിൽ ഉണ്ടാകാം. പീതാംബരന്റെ ശരീരത്തിൽ കാണപ്പെട്ട മുറിവുകളിൽ മുഖത്തും (1,2) നെഞ്ചത്തും (16) കാണപ്പെട്ട മുറിവുകൾ ബലപ്രയോഗംകൊണ്ടു മാത്രമേ ഉണ്ടാവുകയുള്ളൂ എന്ന് പോസ്റ്റ്മോർട്ടം നടത്തിയ ഡോക്ടറും മറ്റൊരു വിദഗ്ദ്ധനും അഭിപ്രായപ്പെട്ടതിനോട് എനിക്ക് യോജിക്കാൻ കഴിഞ്ഞില്ല.

ഒന്നാമത്തെ മുറിവ് മേൽച്ചുണ്ടിനകത്ത് അര ഇഞ്ചു മാത്രം നീളമുള്ള ഒരു ചതവായിരുന്നു. കീഴ്ച്ചുണ്ടിനകത്തുള്ള രണ്ടാമത്തെ മുറിവിനാകട്ടെ എട്ടിലൊന്ന് ഇഞ്ച് മാത്രം. മേൽവരിയിലെ പല്ലുകൾക്ക് മുകളിലെ അസ്ഥിയിൽ ഒരു പൊട്ടൽ ഉണ്ടായിരുന്നു (ഇതിന്റെ അളവ് രേഖപ്പെടുത്തിയിട്ടുമില്ല). പതിനാറാമത്തെ മുറിവ് നെഞ്ചിന്റെ ഇടതുവശത്ത് കാണപ്പെട്ട രണ്ടര ഇഞ്ച് നീളവും ഒന്നേകാലിഞ്ച് വീതിയുമുള്ള ഒരു കരിവാളിപ്പായിരുന്നു. ഇടതുവശത്തെ മൂന്നു വാരിയെല്ലുകൾ ഒടിയുകയും ശ്വാസകോശത്തിൽ പല ഭാഗങ്ങളിലും ക്ഷതങ്ങൾ സംഭവിച്ചിട്ടുമുണ്ടായിരുന്നു. ഈ മുറിവുകൾ ഉയരത്തിൽനിന്നും താഴെ നിലത്ത് കാലുകുത്തി വീണതിനുശേഷം മുമ്പോട്ട് മുഖവും നെഞ്ചുമിടിച്ചു വീഴുമ്പോൾ സംഭവിക്കാവുന്നതാണ്. ബലപ്രയോഗംകൊണ്ടു മാത്രമേ സംഭവിക്കൂ എന്നു കരുതാനുള്ള ഒരു പ്രത്യേകതയും ആ മുറിവുകൾക്കില്ലായിരുന്നു.

പോസ്റ്റ്മോർട്ടം സർട്ടിഫിക്കറ്റിൽ രേഖപ്പെടുത്തിയിരുന്ന രണ്ടു മുറിവുകളെക്കുറിച്ചു കൂടി പറയേണ്ടിയിരിക്കുന്നു. പീതാംബരന്റെ ലിംഗത്തിന്റെയും വൃഷണത്തിന്റെയും മുൻഭാഗത്തിൽ ഏഴു സെന്റീമീറ്റർ വീതം നീളത്തിൽ തൊലിയുടെ ആഴം (Skin deep) മാത്രമുള്ള രണ്ട് മുറിവുകൾ!! മൂർച്ചയുള്ള ആയുധം കൊണ്ട് വരഞ്ഞതിൽ വച്ച് സംഭവിച്ചതാണെന്ന് ഡോക്ടർ അഭിപ്രായപ്പെട്ടു. കളമശ്ശേരി സർക്കിൾ ഇൻസ്പെക്ടർ തയ്യാറാക്കിയ പ്രേതവിചാരണ റിപ്പോർട്ടിൽ ലിംഗത്തിന് മുകളിൽ തൊലി ഉരിഞ്ഞുപോയതായും വൃഷണത്തിൽ തൊലി പൊട്ടിയതായും രേഖപ്പെടുത്തിയിരിക്കുന്നു. ലിംഗത്തിലെയും വൃഷണത്തിലെയും തൊലി വലിഞ്ഞാൽ പൊട്ടുകയും പൊട്ടിയാൽ കത്തികൊണ്ടുള്ള മുറിവു (Split laceration-Apparent incised wound) പോലെ തോന്നിക്കുകയും ചെയ്യും. ഒരു ഭൂതക്കണ്ണാടിയിൽക്കൂടി നോക്കിയാൽ

മാത്രമേ വേർതിരിച്ചറിയാൻ സാധിക്കുകയുള്ളൂ. (താൻ അപ്ര കാരം പരിശോധന നടത്തിയില്ലെന്ന് പോസ്റ്റ്മോർട്ടം പരിശോധന നടത്തിയ ഡോക്ടർ പിന്നീട് കോടതിയിൽ സമ്മതിക്കുകയു ണ്ടായി). പാദങ്ങൾ ഇടിച്ചുള്ള പ്രാഥമികാഘാതം കഴിഞ്ഞാലും ശരീരം ശക്തിയോടെ മുൻപോട്ടോ പിൻപോട്ടോ പതിക്കും. ജന നേന്ദ്രിയത്തിൽ കാണപ്പെട്ട ഈ മുറിവുകളും അപ്പോൾ ഉണ്ടാ കാവുന്നവയാണ്.

ഫോറൻസിക് ക്ഷതശാസ്ത്രം (Forensic traumatology) ഗണി തശാസ്ത്രംപോലെ മൂർത്തമായ ഒന്നല്ല. അറുപതടി ഉയരത്തിൽ നിന്നു താഴെ വീണാൽ ഏതെല്ലാം മുറിവുകൾ സംഭവിക്കും, ഏതെല്ലാം സംഭവിക്കുകയില്ല എന്ന് ആധികാരികമായി പറയു വാൻ സാധിക്കുകയില്ല. വായനക്കാരുടെ അറിവിലേക്ക് ഞാൻ രണ്ട് ഉദാഹരണങ്ങൾ വിവരിക്കാം.

പാരാഡൈവിങ് എന്ന സാഹസിക വിനോദത്തെക്കുറിച്ച് കേട്ടിട്ടുണ്ടല്ലൊ. ഒരിക്കൽ 1500 അടി ഉയരത്തിൽ പറന്നിരുന്ന വിമാനത്തിൽനിന്നും ഒരു യുവതി പാരച്യൂട്ടും ധരിച്ച് താഴേക്ക് ചാടി. ഭൂമിയിൽനിന്നും 300 അടി ഉയരത്തിൽ എത്തിയപ്പോൾ അവർ പാരച്യൂട്ട് നിവർത്താൻ ശ്രമിച്ചെങ്കിലും അത് നിവർന്നില്ല; ആ യുവതി ഭൂമിയിൽ പതിച്ചു. അവർക്കെന്ത് സംഭവിച്ചു? അവരുടെ ശരീരത്തിലെ മിക്കവാറും എല്ലാ എല്ലുകളും ഒടിഞ്ഞു. പതിനെട്ടു മാസത്തെ ചികിത്സയ്ക്കു ശേഷം പൂർണ്ണ ആരോഗ്യ വതിയായി ആശുപത്രി വിട്ടു.

തിരുവനന്തപുരത്ത് സ്റ്റാച്ച്യൂ റോഡിലുള്ള ഒരു മെഡിക്കൽ സ്റ്റോറിൽ മരുന്ന് വാങ്ങാൻ നിന്ന ഒരു വൃദ്ധൻ തല ചുറ്റി നിന്ന നില്പിൽ പിന്നിലോട്ട് വീണു. ആ മനുഷ്യന് എന്ത് സംഭവിച്ചു? അദ്ദേഹം തൽക്ഷണം മരിച്ചു. ആ മൃതദേഹപരിശോധന നടത്തിയ എനിക്ക് കാണാൻ കഴിഞ്ഞത് പൊട്ടിത്തകർന്ന തലയോടും ഗുരുതരമായി ക്ഷതമേറ്റ തലച്ചോറുമായിരുന്നു. ഈ രണ്ട് ഉദാ ഹരണങ്ങളും സ്വയം വിശദീകരിക്കുന്നവയാണല്ലോ. ഇതിൽ നിന്നും കുറ്റാന്വേഷകരും ഫോറൻസിക് വിദഗ്ദ്ധന്മാരും ഹൃദി സ്ഥമാക്കേണ്ട പാഠം ഹേത്വാടിസ്ഥാനമില്ലാത്ത സിദ്ധാന്തങ്ങളെ മുറുകെപ്പിടിക്കുവാൻ പാടില്ല എന്നാണ്.

ഞാൻ അന്വേഷണ ഉദ്യോഗസ്ഥരോടൊപ്പം പോളക്കുളം ടൂറിസ്റ്റ്ഹോമിലെത്തി. അറുപതടി ഉയരമുള്ള കെട്ടിടത്തിന് അഞ്ചു നിലകളുണ്ട്. ടൂറിസ്റ്റ്ഹോമിന്റെ പടിഞ്ഞാറുവശം മുറ്റത്താണ് പീതാംബരൻ പരിക്കുകൾ പറ്റി കിടന്നിരുന്നത്. കെട്ടി ടത്തിന്റെ മുകളിൽനിന്നും താഴെ വീണത് എവിടെയാണെന്ന് മനസ്സിലാക്കാനായി കൃത്യസ്ഥലമഹസ്സർ വായിച്ചു നോക്കി. കെട്ടി

ടത്തിന്റെ കിഴക്കറ്റം മൂലയിൽനിന്നും 4.56 മീറ്റർ (14.82 അടി) തെക്കുപടിഞ്ഞാറു മാറിയ സ്ഥലത്ത് രക്തം വീണുണങ്ങിയ തായും അതിനോട് ചേർന്ന് കുറച്ചു മലം കാണപ്പെട്ടതായും അവിടെ നിന്നും 74 സെന്റീമീറ്റർ മാറി പീതാംബരന്റെ വാച്ചിന്റെ പൊട്ടിയ സ്റ്റീൽ സ്ട്രാപ്പിന്റെ കഷണങ്ങൾ കിടക്കുന്നതായും രേഖപ്പെടുത്തിയിരുന്നു. കെട്ടിടത്തിന്റെ തെക്കുകിഴക്കേ മൂല യിൽനിന്നും 12.48 മീറ്റർ വടക്കുകിഴക്കു മാറി മണലിൽ ചില്ലു പൊട്ടിയ ഒരു ടോർച്ചുലൈറ്റും, 57 സെന്റീമീറ്റർ നീളവും ഏഴര സെന്റീമീറ്റർ വണ്ണമുള്ള അലകിൽ തീർത്ത ഒരു വടിയും ഒരു താക്കോൽകൂട്ടവും കാണപ്പെട്ടിരുന്നു (എല്ലാം പീതാംബരൻ വക).

ഈ വിവരണങ്ങളിൽനിന്നും പീതാംബരൻ എവിടെയാണ് വീണതെന്നാണ് തീരുമാനിക്കാൻ കഴിയുക? മലം കിടന്ന സ്ഥല ത്തായിരിക്കണം ഇടുപ്പിന്റെ ഭാഗമെന്ന് ഊഹിക്കാമെങ്കിലും കാലുകൾ അതിന് തെക്കായിരുന്നോ വടക്കായിരുന്നോയെന്ന് പറയാൻ കഴിയുമായിരുന്നില്ല. എന്നാലും 60 അടി ഉയരമുള്ള കെട്ടിടത്തിന്റെ മുകളിൽനിന്നും താഴേക്ക് ചാടുന്നയാൾക്ക് കെട്ടി ടത്തിന്റെ ചുവട്ടിൽനിന്നും 10 മീറ്ററിൽ കൂടുതൽ അകലേക്ക് (Horizontal distance) ചാടാൻ കഴിയുമെന്ന് നിരവധി ഗവേഷണ പരീക്ഷണങ്ങളിലൂടെ (ഡമ്മി കൊണ്ടുള്ളതല്ല!!) വിദഗ്ദ്ധന്മാർ കണ്ടെത്തിയിട്ടുണ്ട്. പീതാംബരൻ കെട്ടിടത്തിന്റെ മുകളിൽ നിന്നും എടുത്തെറിയപ്പെട്ടിരുന്നുവെങ്കിൽ ശരീരം തിരശ്ചീനമായിട്ട് തറയിൽ പതിക്കുകയും തലയോടിനും തലച്ചോറിനും ഉടലി നും ഗുരുതരമായ പരിക്കുകൾ സംഭവിക്കുകയും ചെയ്യുമായി രുന്നു.

എന്റെ നിരീക്ഷണങ്ങളും, അനുമാനങ്ങളും ഞാൻ എസ്.പി. ശ്രീ എം.പി. ബാലകൃഷ്ണനോടും ഡിവൈ.എസ്.പി. ശ്രീ വിശ്വം ഭരനോടും വിശദീകരിച്ചു. അതുവരെയുള്ള അവരുടെ അന്വേ ഷണത്തിൽ പീതാംബരന്റെ മരണം കൊലപാതകമാണെന്ന് സൂചിപ്പിക്കുന്ന ഒരു തെളിവുപോലും ലഭിച്ചില്ലെന്നു മാത്രമല്ല; ആത്മഹത്യയാകാമെന്നതിനുള്ള ചില സൂചനകൾ ലഭിക്കുകയും ചെയ്തിരുന്നു. അതുകൊണ്ടായിരുന്നു അവർ പീതാംബരന്റെ ശരീരത്തിലുണ്ടായിരുന്ന മുറിവുകളെക്കുറിച്ച് ഒരു പുനർവിശക ലനം നടത്താൻ എന്നോട് ആവശ്യപ്പെട്ടത്.

സ്വയം മരിക്കാൻ ദാഹിച്ചവൻ

പീതാംബരന്റെ വീടു പരിശോധന നടത്തിയപ്പോൾ അന്വേഷണ ഉദ്യോഗസ്ഥന്മാർക്ക് അയാളുടെ സ്വകാര്യഡയറികളും മനോരോഗചികിത്സകനായ ഡോ. ആർ. ആർ. വർമ്മയുടെ മരുന്നുകളുടെ കുറിപ്പടികളും എറണാകുളത്തുള്ള രാജു മെഡിക്കൽ സ്റ്റോറിൽനിന്നും എസ്കസിൻ, ലാർഗാക്ടിൽ എന്നീ മനോരോഗത്തിനുള്ള മരുന്നുകൾ വാങ്ങിയ രേഖകളും ലഭിച്ചു.

അന്വേഷണ ഉദ്യോഗസ്ഥന്മാർ പീതാംബരന്റെ ഫോട്ടോ ഡോ. വർമ്മയെ കാണിച്ചിട്ട് അയാളെ പരിചയമുണ്ടോ എന്ന് ആരാഞ്ഞപ്പോൾ അദ്ദേഹം ആദ്യം ചോദിച്ചത് 'ഇയാൾ ആത്മഹത്യ ചെയ്തുവല്ലെ?' എന്നാണ്. പീതാംബരന് ആത്മഹത്യാപ്രവണത ഉണ്ടാക്കുന്ന 'ഷിസോഫ്രീനിയ' എന്ന മാനസികരോഗമുണ്ടെന്നും, രണ്ടു വർഷം തുടർച്ചയായി മരുന്ന് കഴിക്കണമെന്ന് നിർദ്ദേശിച്ചിരുന്നുവെന്നും അദ്ദേഹം പറഞ്ഞു. മരുന്നു തുടർച്ചയായി കഴിച്ചില്ലെങ്കിൽ ആത്മഹത്യ ചെയ്യാനുള്ള സാധ്യത കൂടുതലാകുമെന്നും അദ്ദേഹം അഭിപ്രായപ്പെട്ടു.

പീതാംബരന്റെ ഡയറിയിൽ പലയിടത്തും 'മരണമേ സ്വാഗതം' എന്നും അർത്ഥശൂന്യമായ കവിതാശകലങ്ങളും കുറിച്ചിട്ടിരുന്നു. മറ്റൊരിടത്ത് 'മായയുടെ അമ്മ ഡോക്ടറുടെ കത്തുമായി വീട്ടിൽ വന്നു, അച്ഛൻ അതേപ്പറ്റി എന്നോട് ചോദിച്ചു, എനിക്കസുഖം വന്നു, എന്നെ ഡോക്ടറുടെ അടുക്കൽ കൊണ്ടുപോയി' എന്ന് എഴുതിയിരുന്നു. അതേപ്പറ്റി അച്ഛൻ ദാമോദരനോട് അന്വേഷണ ഉദ്യോഗസ്ഥൻ ചോദിച്ചപ്പോൾ അദ്ദേഹം പറഞ്ഞതിങ്ങനെ:

'പീതാംബരന് മായ എന്ന യുവതിയോട് ഇഷ്ടമായിരുന്നു. അവളെ കല്യാണം കഴിച്ചു കൊടുത്താൽ അയാളുടെ അസുഖം മാറുമെന്ന് കാണിച്ച് ഒരു ഡോക്ടർ എഴുതുന്നതായി അയാൾ ഒരു കത്തെഴുതി മായയുടെ അച്ഛനയച്ചു. ആ കത്തുമായി മായയുടെ അമ്മ പീതാംബരന്റെ വീട്ടിലെത്തി വഴക്കുണ്ടാക്കിയപ്പോൾ ദാമോദരൻ പീതാംബരനെ ശാസിച്ചു. അയാൾ ഉടനേ അലറി വിളിച്ച് അക്രമാസക്തനായി. ഉടൻതന്നെ അയാളെ എറണാകുളം സർക്കാർ ആശുപത്രിയിലെ മനോരോഗചികിത്സകനായ ഡോ. വർമ്മയെ കാണിച്ചു. അദ്ദേഹത്തിന്റെ നിർദ്ദേശമനുസരിച്ച് രണ്ട് മരുന്നുകൾ വാങ്ങിച്ചു കൊടുത്തു. പീതാംബരൻ അഞ്ചു മാസം മാത്രം മരുന്ന് കഴിച്ചതിനുശേഷം പൂർണ്ണമായും നിർത്തി."
ആ മരുന്നിന്റെ കുറിപ്പടിയാണ് പോലീസ് കണ്ടെടുത്തത്.

വളരെ പ്രാധാന്യമുള്ള ഒരു തെളിവാണ് അന്വേഷണ ഉദ്യോഗസ്ഥന്മാർക്ക് ലഭിച്ചത്. പീതാംബരൻ ആത്മഹത്യ ചെയ്തതിന്റെ കാരണം വ്യക്തമാക്കുന്ന ഈ തെളിവിനെക്കുറിച്ച് അല്പം

വിശദീകരിക്കട്ടെ. ഷിസോഫ്രീനിയ എന്ന തലച്ചോറിനെ ബാധിക്കുന്ന രോഗം 16-30 വയസ്സിനിടയിലുള്ളവരെയാണ് ബാധിക്കുന്നത്. പാരമ്പര്യം, ജനിതകവൈകല്യങ്ങൾ, തലച്ചോറിൽ ഉണ്ടാകുന്ന രാസപരിണാമങ്ങൾ ഇങ്ങനെ പല കാരണങ്ങൾ ഉണ്ടെന്ന് പറയുന്നെങ്കിലും ഈ രോഗത്തിന്റെ ശരിയായ കാരണം ഇനിയും കണ്ടുപിടിച്ചിട്ടില്ല. പലതരം വകഭേദങ്ങളുള്ള ഈ രോഗത്തിന്റെ പ്രാരംഭദശയിൽ (Incipient Schizophrenia) എല്ലാ രോഗലക്ഷണങ്ങളും പ്രകടമാവുകയില്ല. ഏതെങ്കിലും തൊഴിൽ ചെയ്യാനും സാധാരണ ജീവിതം നയിക്കുവാനും കഴിയും. എന്നാലും വികലമായ ചിന്തകളും മാനസിക വിഭ്രാന്തികളും ഉണ്ടായിരിക്കും. മനസ്സിനെ വ്രണപ്പെടുത്തുന്ന പ്രേമനൈരാശ്യംപോലെ എന്തെങ്കിലും സംഭവങ്ങൾ ഉണ്ടായാൽ (Psychotraumatising factors) മനസ്സിന്റെ സമനില തെറ്റും. ഷിസോഫ്രീനിയ ബാധിച്ചവരിൽ 40% പേർ ആത്മഹത്യ ചെയ്യുന്നു. മരുന്നുകൾ കഴിച്ചുകൊണ്ടിരിക്കുകയാണെങ്കിൽ ഒരു പരിധിവരെ രോഗത്തെ നിയന്ത്രിക്കുവാൻ സാധിക്കുമെങ്കിലും പൂർണ്ണമായി രോഗശമനം സാധ്യമല്ല.

പീതാംബരന്റെ ഡയറിക്കുറിപ്പുകളിലെ മരണത്തെക്കുറിച്ചുള്ള പരാമർശങ്ങൾ അയാളുടെ ആത്മഹത്യാപ്രവണതയെ സൂചിപ്പിക്കുന്നവയായിരുന്നു. മനോരോഗചികിത്സകർ പറയുന്നത് ഏതെങ്കിലും ഷിസോഫ്രീനിയ രോഗി മരണത്തെക്കുറിച്ച് സംസാരിക്കുകയോ എഴുതുകയോ ചെയ്താൽ അയാൾക്ക് അടിയന്തിരമായി ചികിത്സ നല്കണമെന്നും അല്ലെങ്കിൽ അയാൾ സമീപഭാവിയിൽ ആത്മഹത്യയ്ക്കൊരുമ്പെടുമെന്നുമാണ്. പീതാംബരന് അയാളുടെ ബന്ധത്തിലുള്ള മായ എന്ന പെൺകുട്ടിയോട് ഏകപക്ഷീയമായ പ്രേമം തോന്നിയിരുന്നു. മായയെ വേറൊരാൾ വിവാഹം കഴിച്ചതാകണം പീതാംബരന് രോഗം മൂർച്ഛിക്കാനുള്ള കാരണം.

പീതാംബരന്റെ മരണം ആത്മഹത്യയാകാനുള്ള സാധ്യതയിലേക്ക് വിരൽ ചൂണ്ടുന്ന നിരവധി തെളിവുകൾ ലഭിക്കുകയും, കൊലപാതകമാണെന്നതിന് വിശ്വസനീയമായ യാതൊരു തെളിവുകളും ലഭിക്കാതിരിക്കുകയും ചെയ്ത സാഹചര്യത്തിൽ ക്രൈംബ്രാഞ്ച് ആലുവ മജിസ്ട്രേറ്റ് കോടതിക്ക് 30-4-'84-ൽ അന്തിമ റിപ്പോർട്ട് സമർപ്പിച്ചു. പീതാംബരന്റെ അച്ഛൻ കേസിന്റെ പുനരന്വേഷണം ആവശ്യപ്പെട്ടുകൊണ്ട് ഹൈക്കോടതിയെ സമീപിച്ചു. കേസ് കേരള പോലീസിന്റെ മറ്റൊരു ഓഫീസറോ സി.ബി.ഐ.യോ ഒന്നുകൂടി അന്വേഷിക്കാൻ ഹൈക്കോടതി ഉത്തരവിട്ടു. ഏറ്റവും സമർത്ഥരും സത്യസന്ധരുമായ ഉദ്യോഗസ്ഥന്മാർ അന്വേഷിച്ച

ഈ കേസിൽ പുനരന്വേഷണം നടത്തുന്നത് കേരളാ പോലീസിന്റെ മനോവീര്യം തകർക്കുമെന്ന് കരുതിയതിനാൽ സർക്കാർ ഹൈക്കോടതി ഉത്തരവിനെതിരെ സുപ്രീം കോടതിയിൽ അപ്പീൽ നല്കി. എന്നാൽ സുപ്രീം കോടതി സി.ബി.ഐ. കേസ് ഒന്നു കൂടി അന്വേഷിക്കാൻ നിർദ്ദേശം നല്കി.

ഡമ്മിപരീക്ഷണം എന്ന അശാസ്ത്രീയത

തുടർന്ന് 19-3-'86-ൽ സി.ബി.ഐ., ഡിവൈ.എസ്.പി. വർഗീസ് തോമസ് അന്വേഷണം ഏറ്റെടുത്തു. സത്യം കണ്ടുപിടിക്കുന്നതിനു പകരം ക്രൈം ബ്രാഞ്ചിന്റെ അന്വേഷണത്തിലെ നിസ്സാരമായ നടപടിപ്പിശകുകൾ കണ്ടുപിടിക്കുവാനും കൊലപാതകമാണെന്ന് എങ്ങനെയെങ്കിലും സ്ഥാപിക്കാനുമായിരുന്നു അദ്ദേഹത്തിന്റെ ശ്രമം. ഡൽഹിയിലെ കേന്ദ്ര ഫോറൻസിക് സയൻസ് ലാബറട്ടറിക്കാരെക്കൊണ്ട് തികച്ചും അശാസ്ത്രീയമായ ഒരു ഡമ്മി പരീക്ഷണം നടത്തിച്ചു. പീതാംബരനെ ടൂറിസ്റ്റ് ഹോമിന്റെ ടെറസ്സിൽ നിന്നും എടുത്തെറിഞ്ഞാൽ മാത്രമേ കെട്ടിടത്തിന്റെ ചുവട്ടിൽ നിന്നും പതിമൂന്നടി ദൂരെ മാറി വീഴുകയുള്ളൂ എന്നു തെളിയിക്കാനായി മുളയും ചാക്കുകഷണങ്ങളും കല്ലുമൊക്കെക്കൊണ്ട് 65 കിലോഗ്രാം ഭാരമുള്ള (65 കിലോഗ്രാം ഭാരം ഊഹിച്ചെടുത്തതാണ് - പോസ്റ്റ്മോർട്ടം പരിശോധനയിൽ ശവശരീരത്തിന്റെ ഭാരം ഡോക്ടർ അളന്നിരുന്നില്ല) ഒരു ഡമ്മി ഉണ്ടാക്കി. രണ്ട് ഫോറൻസിക് സർജന്മാരുടെ സാന്നിധ്യത്തിൽ ഡൽഹി ഫോറൻസിക് ശാസ്ത്രജ്ഞന്മാർ ടെറസ്സിന്റെ മുകളിൽനിന്നും ഡമ്മിയെ താഴേക്ക് പൊക്കിയെടുത്തെറിഞ്ഞു.

ഡമ്മി ആകാശത്തിൽ ഒരുതവണ കീഴ്മേൽ മറിഞ്ഞ് (Somersault) കെട്ടിടത്തിന്റെ ചുവട്ടിൽനിന്നും 4 മീറ്റർ അകലെയായി വീണു. പക്ഷേ വീണത് മലർന്ന് തലയും മുതുകും തറയിൽ ഇടിച്ചായിരുന്നു!! പീതാംബരൻ അങ്ങനെയാണ് വീണതെങ്കിൽ സംഭവിക്കുമായിരുന്ന മുറിവുകളെക്കുറിച്ച് വിദഗ്ദ്ധന്മാർ ചിന്തിച്ചതേയില്ല. രണ്ടാമത് ഡമ്മിയെ വെറുതെ താഴേക്കിട്ടു. അപ്പോൾ 1.76 മീറ്റർ അകലെ മാത്രമാണ് വീണത്. അപ്പോൾ കമിഴ്ന്ന് വയറും തലയുമിടിച്ചാണ് വീണത്. ശാസ്ത്രജ്ഞന്മാർ 'സംതൃപ്തരായി' മടങ്ങിപ്പോയി.

ശ്രീ വർഗീസ് തോമസ് നടത്തിച്ച ഡമ്മിപരീക്ഷണം പല രാജ്യങ്ങളിലെയും ഫോറൻസിക് ശാസ്ത്രജ്ഞന്മാർ നടത്തിയിട്ടുള്ളതും, അശാസ്ത്രീയമാണെന്ന് സ്ഥിരീകരിച്ചിട്ടുള്ളതുമാണ്. ജപ്പാനിലെ ഫുജിവാര, ടെന്നസ്സി യൂണിവേഴ്സിറ്റിയിലെ ക്രിസ്റ്റൻസൺ എന്നിവർ നടത്തിയ പരീക്ഷണങ്ങളിൽ എല്ലായ്പോഴും ഡമ്മി

മലർന്നു വീഴുന്നതിനാൽ ആ പരീക്ഷണങ്ങൾ ഒരു ജീവനുള്ള ശരീരം വീഴുന്നതുമായി താരതമ്യപ്പെടുത്താൻ പാടില്ല എന്ന് അഭിപ്രായപ്പെട്ടിട്ടുണ്ട്.

വിവിധ ഉയരങ്ങളിൽനിന്ന് താഴേക്ക് വീഴുമ്പോഴും (Accidental) ചാടുമ്പോഴും (Suicidal) തള്ളിയിടുമ്പോഴും (Homicidal) ശരീരം പതിക്കുന്ന ദൂരം കണക്കാക്കുവാൻ ജീവനുള്ള മനുഷ്യരെ ഉപയോഗിച്ച് പരീക്ഷണങ്ങൾ നടത്തിയിട്ടുണ്ട്; ചാടുന്നത് വെള്ളത്തിലേക്കോ ഘനമുള്ള റബ്ബർ മെത്തയിലേക്കോ ആണെന്ന് മാത്രം!! ആ പരീക്ഷണങ്ങളിൽനിന്നും കണ്ടുപിടിച്ചത് ചാടുന്ന ഉയരം കൂടുമ്പോൾ വീഴ്ചയുടെ ദൂരവും കൂടുമെന്നാണ്. ഇരുപതു മീറ്റർ ഉയരത്തിൽനിന്നും ചാടുമ്പോൾ 7 മീറ്റർ ദൂരത്തിൽ കൂടുതൽ അകലെ പതിക്കും.

ശ്രീ വർഗീസ് തോമസിന്റെ ഡമ്മിപരീക്ഷണം അതർഹിക്കുന്ന അവജ്ഞയോടെ വിചാരണക്കോടതി തള്ളിക്കളഞ്ഞു. കോടതി ഇപ്രകാരം അഭിപ്രായപ്പെടുകയും ചെയ്തു. 'ഈ കേസിൽ നടത്തിയ ഡമ്മിപരീക്ഷണം വ്യർത്ഥമായ ഒരു ഉദ്യമമായിരുന്നുവെന്ന് ഞാൻ കരുതുന്നു. ഉയരത്തിൽനിന്നും യദൃച്ഛയാ വീണതല്ല എന്നു തെളിയിക്കാൻ മാത്രമേ ഇതുകൊണ്ട് സാധിക്കുകയുള്ളൂ. അതിനാൽ പീതാംബരന്റെ മരണം ആത്മഹത്യയല്ല എന്ന് തെളിയിക്കുവാനുള്ള ഈ പരീക്ഷണഫലം ഞാൻ തള്ളിക്കളയുന്നു.'

ഡമ്മിപരീക്ഷണത്തിനുശേഷം വർഗീസ് തോമസ് ടൂറിസ്റ്റ് ഹോം ഉടമ നാരായണൻ, അദ്ദേഹത്തിന്റെ ഡ്രൈവർ ശശി, ജീവനക്കാരൻ ശിവദാസൻ, മാനേജർ സുബ്രഹ്മണ്യൻ എന്നിവരെ അറസ്റ്റ് ചെയ്തു നുണപരിശോധനയ്ക്കായി (Polygraph test) ഡൽഹിയിലെ കേന്ദ്ര ഫോറൻസിക് ലബോറട്ടറിയിൽ കൊണ്ടുപോയി. സീനിയർ സയന്റിഫിക് ഓഫീസർ എസ്.കെ. ലാഹിരി അവരെ പോളിഗ്രാഫ് പരിശോധനയ്ക്ക് വിധേയരാക്കി. വായനക്കാരുടെ അറിവിലേക്കായി ഈ പരിശോധനയെക്കുറിച്ച് ചുരുക്കത്തിൽ വിവരിക്കാം.

ഒരാൾ മനഃപൂർവ്വം കള്ളം പറയുമ്പോൾ അയാളുടെ നാഡിമിടിപ്പ് (Pulse rate), രക്തസമ്മർദ്ദം (Blood pressure), ശ്വാസോച്ഛ്വാസം (Respiration), ത്വക്കിന്റെ വൈദ്യുതി പ്രവാഹരോധം (Galvanic skin resistance) തുടങ്ങിയ ശാരീരിക പ്രവർത്തനങ്ങൾക്ക് (Physiological parameters) വ്യതിയാനങ്ങൾ ഉണ്ടാകും (ചിത്രം 26.6). ഇവ അളക്കാൻ കഴിയുന്ന യന്ത്രമാണ് പോളിഗ്രാഫ് (ചിത്രം 26.5).

ശങ്കിതന്റെ (Suspect) ശരീരത്തിൽ ശ്വാസോച്ഛ്വാസം, രക്തസമ്മർദ്ദം മുതലായവ അളക്കാനുള്ള ഉപകരണങ്ങൾ ഘടിപ്പിച്ചിട്ട്

അവയെ പോളിഗ്രാഫ് യന്ത്രവുമായി ബന്ധിപ്പിക്കുന്നു. കാലേകൂട്ടി തയ്യാറാക്കിയ, കേസുമായി ബന്ധമുള്ള പ്രസക്തങ്ങളായ ചോദ്യങ്ങളും അപ്രസക്തങ്ങളായ ചോദ്യങ്ങളും ഇടകലർത്തി ശങ്കിതനോട് ചോദിക്കും. പരിശോധനയ്ക്കു മുൻപുതന്നെ ചോദ്യങ്ങൾ ശങ്കിതന് വായിച്ചു മനസ്സിലാക്കുവാൻ നല്കും. എല്ലാ ചോദ്യങ്ങൾക്കും 'അതെ' എന്നോ 'അല്ല' എന്നോ (Yes or No) മാത്രമേ ഉത്തരം നല്കാൻ പാടുള്ളൂ. ഏതെല്ലാം ചോദ്യങ്ങൾ

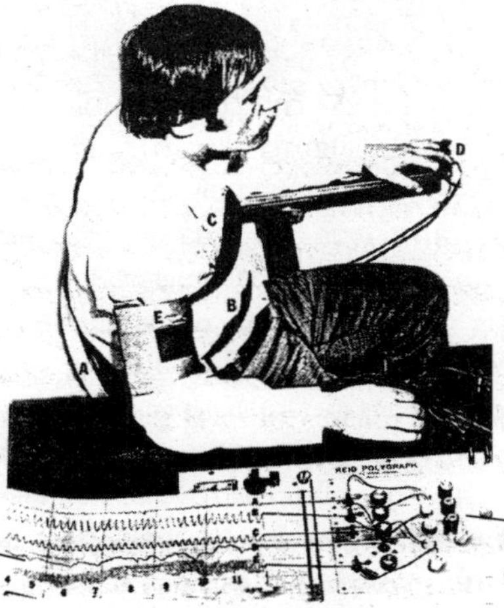

ചിത്രം 26. 5 പോളിഗ്രാഫ് പരിശോധന. ശങ്കിതനെ യന്ത്രവുമായി ഇലക്ട്രോഡുകൾ വഴി ബന്ധിച്ചിരിക്കുന്നു. ശാരീരികപ്രവർത്തനങ്ങൾ യന്ത്രത്തിലെ ഗ്രാഫ് പേപ്പറിൽ രേഖപ്പെടുത്തുന്നു

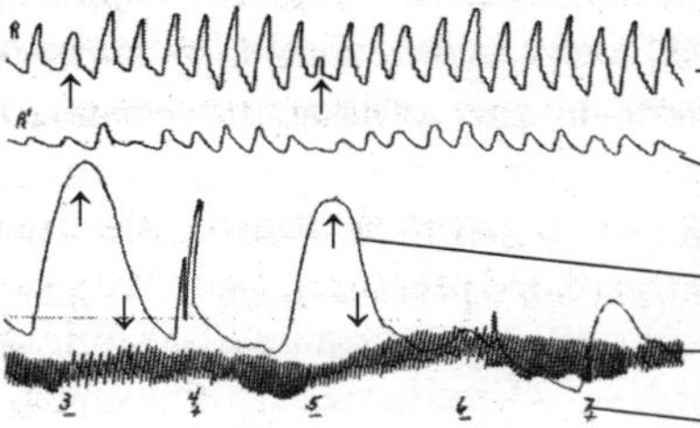

ചിത്രം 26.6 ശ്വാസോച്ഛ്വാസം, ത്വക്കിന്റെ വൈദ്യുതിപ്രവാഹരോധം, രക്തസമ്മർദ്ദം/നാഡിമിടിപ്പ് എന്നിവയുടെ രേഖാങ്കിതങ്ങൾ. മൂന്ന്, അഞ്ച് എന്നീ ചോദ്യങ്ങൾക്ക് മറുപടി അസത്യമാണെന്ന് സൂചിപ്പിക്കുന്ന വ്യതിയാനങ്ങൾ ശ്രദ്ധിക്കുക.

ക്കാണ് അസത്യം പറയുന്നതെന്ന് (Deeptive response) ഗ്രാഫിലെ വ്യതിയാനങ്ങളിൽനിന്ന് മനസ്സിലാക്കാം.

പരിശോധനയ്ക്കു വിധേയരായവരിൽ നാരായണനും ശശിയും പ്രസക്തങ്ങളായ ചോദ്യങ്ങൾക്ക് അസത്യം പറഞ്ഞുവെന്നായിരുന്നു ലാഹിരിയുടെ റിപ്പോർട്ട്. പീതാംബരനെ ആരാണ് മർദ്ദിച്ചതെന്നറിയാമോ? ആരാണ് കൊന്നതെന്നറിയാമോ? എന്നൊക്കെയായിരുന്നു പ്രസക്തമായ ചോദ്യങ്ങൾ. ലാഹിരി റിപ്പോർട്ടിനോടൊപ്പം ഗ്രാഫ് കോടതിയിൽ സമർപ്പിച്ചിരുന്നില്ല. കേസിന്റെ വിചാരണ സമയത്ത് ഒന്നാം പ്രതിയുടെ അഭിഭാഷകനായ ശ്രീ എം.എൻ. സുകുമാരൻ നായർ കോടതിയിൽ പ്രത്യേക അപേക്ഷ നല്കി ഈ ഗ്രാഫുകൾ വരുത്തിച്ച് വിദഗ്ദ്ധ പരിശോധന നടത്തിയപ്പോൾ ലാഹിരിയുടെ അനുമാനങ്ങളും ഗ്രാഫുമായി ഒരു ബന്ധവുമില്ലെന്ന് മനസ്സിലായി. ശാസ്ത്രജ്ഞന്മാരുടെ കഴിവാണോ സത്യസന്ധതയാണോ ചോദ്യം ചെയ്യപ്പെടേണ്ടത്? നാളുകൾ നീണ്ടുനിന്ന ക്രോസ്സ് വിസ്താരത്തിൽ 20% പരിശോധനകളിൽ മാത്രമേ 95% ശരിയായ ഫലം ലഭിക്കുകയുള്ളുവെന്ന് ലാഹിരി മൊഴി നല്കി. നുണപരിശോധന കുറ്റാന്വേഷണത്തിൽ ഉപയോഗിക്കാവുന്ന ഒരു ഉപാധിമാത്രമാണെന്നും ഇന്ത്യൻ തെളിവ് നിയമപ്രകാരം നുണപരിശോധനാഫലം തെളിവായി സ്വീകരിക്കാൻ സാധ്യമല്ലെന്നും വിചാരണ കോടതി അഭിപ്രായപ്പെട്ടു.

എട്ടു മാസത്തെ അന്വേഷണത്തിനുശേഷം സി.ബി.ഐ. ഡിവൈ.എസ്.പി. വർഗീസ് തോമസ്, നാരായണൻ ഉൾപ്പെടെയുള്ളവരെ അറസ്റ്റ് ചെയ്തപ്പോൾ അവരെ കുറ്റകൃത്യവുമായി ബന്ധിപ്പിക്കുന്ന ഒരു തെളിവുപോലും ലഭിച്ചിരുന്നില്ല. അറസ്റ്റിനു ശേഷമാണ് അവർക്കെതിരെ തെളിവുകൾ കണ്ടെത്താൻ തുടങ്ങിയത്. പീതാംബരനെ ചികിത്സിച്ച മനോരോഗ ചികിത്സകനായ ഡോ. വർമ്മയുടെ അഭിപ്രായം ശരിയാണോ, തെറ്റാണോ എന്നു തെളിയിക്കാൻ മറ്റു വിദഗ്ദ്ധ ഡോക്ടർമാരുടെ അഭിപ്രായം തേടുന്നതിനു പകരം അയാൾ സാഹിത്യത്തിലും കലകളിലും അസാധാരണ കഴിവുകൾ ഉണ്ടായിരുന്ന ആളായിരുന്നുവെന്ന് ചിലസാക്ഷികളിൽനിന്നും മൊഴികൾ രേഖപ്പെടുത്തി. വിചാരണ വേളയിൽ ഡോ. വർമ്മയെ സാക്ഷിയായി വിസ്തരിക്കുകയുമുണ്ടായില്ല. പ്രതിഭാഗവും അതിനു തുനിഞ്ഞില്ല.

ഒരു കൊലപാതകം ശിക്ഷാർഹമായ നരഹത്യയാകണമെങ്കിൽ ഉദ്ദേശ്യം (Intention), ലക്ഷ്യം/ഹേതു (Motive), അറിവ് (Knowledge) എന്നീ മൂന്നു ഘടകങ്ങൾ ഉണ്ടായിരിക്കണം. പീതാംബരനെ വധി

ക്കുവാനായി ടൂറിസ്റ്റ് ഹോം ഉടമ നാരായണൻ തന്റെ ഡ്രൈവറായ ശശിക്കും റൂം ബോയ് ശിവദാസനും നിർദ്ദേശം നല്കിയതനുസരിച്ച് അവർ അയാളെ ടെറസ്സിൽ വച്ച് മർദ്ദിച്ചിട്ട് താഴേക്ക് വലിച്ചെറിഞ്ഞു എന്നായിരുന്നു ശ്രീ വർഗീസ്സിന്റെ നിഗമനം. എന്തായിരുന്നു ഹേതു?

പീതാംബരന്റെ വീട്ടിൽ നാരായണൻ കുറെ രഹസ്യകണക്കുകൾ സൂക്ഷിച്ചിരുന്നു. ആ രേഖകൾ പീതാംബരൻ തിരികെ കൊടുക്കാതിരുന്നതും ബിസിനസ്സ് രഹസ്യങ്ങൾ ഇൻകംടാക്സ് അധികാരികൾക്ക് ചോർത്തിക്കൊടുക്കുമെന്ന ഭയവുമാണ് നാരായണന് അയാളെ കൊലപ്പെടുത്താനുള്ള ഹേതു എന്ന് വർഗീസ് അനുമാനിച്ചു. ക്രൈംബ്രാഞ്ചിന്റെ അന്വേഷണത്തിൽ പീതാംബരൻ മരിക്കുന്നതിന് ഒരാഴ്ച മുൻപും നാരായണന്റെ അക്കൗണ്ടന്റ് സുകുമാരൻ ആ രേഖകൾ അയാളുടെ വീട്ടിൽ ചെന്ന് പരിശോധിച്ചതായി വിവരം ലഭിച്ചിരുന്നു. ആവശ്യമുള്ളപ്പോഴെല്ലാം സുകുമാരൻ അവിടെ ചെന്ന് അവ പരിശോധിക്കുമായിരുന്നുവെന്നും അവ എടുത്തുകൊണ്ട് പോകുന്നതിന് ഒരു തടസ്സവുമുണ്ടായിട്ടില്ല എന്ന് പീതാംബരന്റെ അച്ഛൻ മൊഴി നല്കിയിരുന്നു. പീതാംബരനെ വധിക്കാൻ ഉദ്ദേശ്യമുണ്ടായിരുന്നെങ്കിൽ നാരായണൻ ആ രേഖകൾ അവിടെത്തന്നെ തിരികെ വയ്ക്കില്ലായിരുന്നു.

കുറ്റാന്വേഷണത്തിൽ സാമാന്യബുദ്ധിക്ക് (Common sense) വളരെ പ്രാധാന്യമുണ്ട്. കരുതിക്കൂട്ടി നടപ്പാക്കിയ കൊലപാതകമാണെങ്കിൽ പുതുതായി ആരംഭിച്ച സ്വന്തം ടൂറിസ്റ്റ്ഹോമിന്റെ മുകളിൽനിന്നും പീതാംബരനെ താഴേക്ക് തള്ളിയിട്ട് കൊല്ലാൻ നാരായണനല്ല ആരും തന്നെ നിർദ്ദേശം നല്കുകയില്ല. അറുപതടി ഉയരത്തിൽനിന്നും താഴെ വീണാൽ തീർച്ചയായും മരിക്കുമെന്നതിന് ഒരുറപ്പുമില്ല. താഴെ വീണ പീതാംബരൻ ഉടനേ മരിച്ചില്ല. വീണ ഉടനേ പീതാംബരൻ ഒരു സാക്ഷിയോട് 'എന്നെ കൊന്നു' എന്നു പറഞ്ഞതായി വർഗീസ് കണ്ടെത്തി. 'അയ്യോ അമ്മേ' എന്നാണ് പറഞ്ഞതെന്ന് ചില സാക്ഷികൾ പറഞ്ഞിരുന്നു. 'എന്നെ കൊന്നു' എന്നു പറഞ്ഞ ആളിന് ആരു കൊന്നുവെന്നും പറയാനാകുമായിരുന്നില്ലേ എന്ന സംശയം ന്യായമായും നിലനിൽക്കുന്നു.

പീതാംബരന്റെ ശരീരത്തിലുണ്ടായിരുന്ന 1, 2, 16 എന്നീ മുറിവുകൾ ടോർച്ചുകൊണ്ടും അലകുവടികൊണ്ടും അടിച്ചാലോ ഇടിച്ചാലോ സംഭവിക്കാമെന്ന് പോസ്റ്റ്മോർട്ടം പരിശോധന നടത്തിയ ഡോക്ടറും മറ്റ് വിദഗ്ദ്ധന്മാരും അഭിപ്രായപ്പെട്ടിരുന്നു. കൈകൊണ്ട് ഇടിച്ചാലും ആ മുറിവുകൾ സംഭവിക്കാമെന്നും

കൂടി അവർ മൊഴി നല്കിയിരുന്നു. മുറിവുകളുടെ അളവുകളും രീതിയും കണക്കിലെടുത്താൽ ഈ സാധനങ്ങൾകൊണ്ട് അവ ഉണ്ടാക്കാനുള്ള സാധ്യതയില്ല. ഒന്നും രണ്ടും മുറിവുകൾ ചുണ്ടുകൾക്കകത്തായിരുന്നു. മുഖത്ത് ഒരടയാളംപോലുമുണ്ടായിരുന്നില്ല. പതിനാറാമത്തെ മുറിവിന്റെ നീളം രണ്ടേകാലിഞ്ചും വീതി മുക്കാലിഞ്ചുമായിരുന്നു. അതിനു താഴെ 2,3,4 വാരിയെല്ലുകൾ ഒടിഞ്ഞിരുന്നു. രണ്ടാമത്തെ വാരിയെല്ലു മുതൽ നാലാമത്തെ വാരിയെല്ലു വരെയുള്ള അകലം 8 സെന്റീമീറ്ററിൽ കൂടുതൽ വരും. മൂന്നു സെല്ലുള്ള ഒരു ടോർച്ച്കൊണ്ടോ വടികൊണ്ടോ നെഞ്ചിൽ പല തവണ പല സ്ഥലത്ത് അടിച്ചാലേ ഈ മുറിവുകൾ സംഭവിക്കുകയുള്ളൂ എന്നു പറയാൻ ഫോറൻസിക് പരിജ്ഞാനം ആവശ്യമില്ല. അപ്പോൾ നെഞ്ചിൽ കുറഞ്ഞപക്ഷം മൂന്നു കരിവാളിപ്പുകൾ (Contusions) എങ്കിലും ഉണ്ടാകണം.

ടോർച്ച്ലൈറ്റും വടിയും പീതാംബരന്റെ വകയായിരുന്നു. പീതാംബരൻ വീണു കിടന്നിരുന്നതിന് സമീപമുള്ള ഒരു മണൽക്കൂനയിലായിരുന്നു അവ താക്കോൽക്കൂട്ടത്തിനോടൊപ്പം കാണപ്പെട്ടത്. ഈ സാധനങ്ങൾ വർഗീസ് തോമസ് ഫോറൻസിക് ലബോറട്ടറിയിൽ പരിശോധനയ്ക്കയച്ചു. അവിടത്തെ ബയോളജി വിദഗ്ദ്ധൻ വടിയിൽ മനുഷ്യരക്തത്തിന്റെ അംശമുണ്ടെന്നും അത് കഴുകിയിട്ടുണ്ടെന്നും ഒരു നൈലോൺ തുണികൊണ്ട് തുടച്ചിട്ടുണ്ടെന്നും ലെപ്പം എന്ന വസ്തുകൊണ്ട് പോളീഷ് ചെയ്തിട്ടുണ്ടെന്നും അഭിപ്രായപ്പെട്ടു. ടോർച്ച് ലൈറ്റിലും രക്തത്തിന്റെ അംശമുള്ളതായും അതും കഴുകിയ ലക്ഷണങ്ങൾ ഉണ്ടെന്നും അദ്ദേഹം അഭിപ്രായപ്പെട്ടു.

ഈ രക്തം, ഗ്രൂപ്പ് നിർണ്ണയം നടത്തി പീതാംബരന്റേതാണെന്ന് കണ്ടെത്തിയില്ല. ബെൻസിഡിൻ ടെസ്റ്റ് നടത്തി രക്തം കണ്ടുപിടിക്കുന്നതിലും അഭിപ്രായം നല്കുന്നതിലുമുള്ള അപാകതയെക്കുറിച്ച് വിശദമായി 20-ാം അദ്ധ്യായത്തിൽ (കാര്യസ്ഥന്റെ മരണം) വിവരിച്ചിട്ടുണ്ട്. കണ്ടുപിടിത്തങ്ങൾ വ്യാഖ്യാനിക്കുമ്പോൾ ഭാവനയ്ക്ക് കടിഞ്ഞാണിടുന്നതാണ് വിദ്വാനു ഭൂഷണം!!

പീതാംബരൻ മരിക്കുന്നതിന് ഒരാഴ്ച മുമ്പ് ഒരു ദിവസം വൈകിട്ട് ഫോർട്ട് കൊച്ചിയിലുള്ള കുറച്ചു ചെറുപ്പക്കാർ ഒരു കുപ്പി മദ്യവുമായി ടൂറിസ്റ്റ്ഹോമിലെത്തി ഒരു മുറിയിലിരുന്ന് മദ്യപിക്കുകയുണ്ടായി. ബാർ സൗകര്യമുള്ള ടൂറിസ്റ്റ്ഹോമിലിരുന്ന് വെളിയിൽനിന്നും കൊണ്ടുവരുന്ന മദ്യം കഴിക്കണമെങ്കിൽ പ്രത്യേകം പണം (Corkage) നല്കണമെന്ന് പീതാംബരൻ ആവശ്യപ്പെട്ടതിനെ തുടർന്ന് അവരുമായി വാക്കേറ്റമുണ്ടായി. അപ്പോൾ പെട്ടെന്ന് പ്രകോപിതനായ പീതാംബരൻ അയാളുടെ കൈയി

ലിരുന്ന വടി കൊണ്ട് അതിലൊരാളുടെ തലയ്ക്കടിച്ചു. അടി കൊണ്ടയാളുടെ തലയിൽ നിന്നും രക്തം വന്നു; പീതാംബരന്റെ വടിയിലും രക്തം പറ്റി. ആ രക്തം പീതാംബരൻ പിന്നീട് തുടച്ചു കളഞ്ഞിരിക്കാം. ഈ സംഭവത്തെക്കുറിച്ച് ശ്രീ വർഗീസ് തോമസും അന്വേഷണം നടത്തിയിട്ടുള്ളതാണ്.

മുകളിൽ പറഞ്ഞ മൂന്നു വസ്തുക്കളും കൊലപാതകികൾ കൊലയ്ക്കുശേഷം കഴുകിത്തുടച്ച് പോളീഷ് ചെയ്തിട്ട് മൺകൂനയിൽകൊണ്ടു വച്ചതാണെന്നായിരുന്നു വർഗീസ് തോമസിന്റെ കണ്ടുപിടിത്തം. പീതാംബരൻ വീണതിനുശേഷം ഉടനെതന്നെ അയാളെ ആശുപത്രിയിലേക്ക് കൊണ്ടുപോയി. അപ്പോൾ മുതൽ തന്നെ ആ വസ്തുക്കൾ മൺകൂനയിൽ വച്ചിരിക്കുന്നതായി സാക്ഷികൾ കണ്ടിട്ടുണ്ട്. അതായത് മിനിട്ടുകൾക്കകം വടിയും ടോർച്ച് ലൈറ്റും കഴുകിത്തുടച്ച് പോളീഷ് ചെയ്ത് പോലീസിനു കാണാനായി മൺകൂനയിൽ കൊണ്ടു വച്ച കൊലപാതകികളുടെ ചേതോവികാരം ശ്രീ വർഗീസിനു മാത്രമേ മനസ്സിലാക്കാൻ കഴിയൂ.

ശ്രീ വർഗീസ് തോമസിന്റെ 'നക്ഷത്രസാക്ഷി' പോളക്കുളം ടൂറിസ്റ്റ്ഹോമിന്റെ തെക്കുവശത്തുള്ള അനിതാഹോട്ടൽ ജീവനക്കാരനായ പ്രസന്നനായിരുന്നു. സംഭവദിവസം അയാൾ ഹോട്ടലിന്റെ ടെറസ്സിൽ കിടന്ന് ഉറങ്ങുകയായിരുന്നു. വെളുപ്പിന് 'അയ്യോ എന്നെ കൊല്ലുന്നേ' എന്ന് രണ്ടോ മൂന്നോ തവണ ആരോ നിലവിളിക്കുന്നത് കേട്ടുണർന്ന പ്രസന്നൻ ടൂറിസ്റ്റ്ഹോമിന്റെ മുറ്റത്ത് ഏതോ ഭാരമുള്ള വസ്തു പതിക്കുന്ന ശബ്ദവും കേട്ടു. അയാൾ എഴുന്നേറ്റ് നോക്കുമ്പോൾ നാരായണന്റെ ഡ്രൈവർ ശശി ടൂറിസ്റ്റ് ഹോമിന്റെ ഭാഗത്തുനിന്നും അഞ്ചരയടിയിൽ കൂടുതൽ പൊക്കമുള്ള രണ്ടു മതിലുകൾ ചാടിക്കടന്ന് മെയിൻ റോഡിലേക്ക് ഓടിപ്പോകുന്നത് സ്ട്രീറ്റ് ലൈറ്റിന്റെ വെളിച്ചത്തിൽ കണ്ടു. അയാൾ ഉടനേ തന്റെ സ്നേഹിതൻ സുധാകരനെ ഉണർത്തി രണ്ടുപേരുമായി അടുത്തു താമസിക്കുന്ന ഹോട്ടലുടമ വേണുഗോപാലന്റെ വീട്ടിൽ ചെന്നു. അപ്പോൾ വേണുഗോപാലനും ശബ്ദം കേട്ടുണർന്ന് വീടിന്റെ വരാന്തയിൽ നിൽക്കുകയായിരുന്നു. അവർ മൂവരും ടൂറിസ്റ്റ്ഹോമിലേക്ക് പോയി. അവിടെ പീതാംബരൻ മുറിവേറ്റ് കിടക്കുന്നതു കണ്ടു.

ഈ നക്ഷത്രസാക്ഷിയെ മുമ്പ് മൂന്നു തവണ സി.ബി.ഐ. ഉദ്യോഗസ്ഥന്മാർ ചോദ്യം ചെയ്തിരുന്നു. അപ്പോഴൊന്നും "എന്നെ കൊല്ലുന്നേ" എന്ന വിളി കേട്ടെന്നോ ഡ്രൈവർ ശശി മതിലുകൾ ചാടി ഓടിപ്പോകുന്നത് കണ്ടിട്ടുണ്ടെന്നോ അവരോട് പറഞ്ഞിരുന്നില്ല. പ്രതികളുടെ അറസ്റ്റിനു ശേഷം നാലാമത്തെ തവണ ചോദ്യം ചെയ്തപ്പോഴാണ് ആ മഹാരഹസ്യം വെളിപ്പെടുത്തു

ന്നത്. തന്റെ ഹോട്ടലുടമ പറഞ്ഞതിനാലും ഭയംകൊണ്ടുമാണ് താൻ ആരോടും പറയാതിരുന്നത് എന്ന വിശ്വസനീയമായ ഒരു വിശദീകരണവും മൊഴിയിലുണ്ട്. കോടതി മുൻപാകെ മൊഴി നല്കിയ ഹോട്ടലുടമ ഇതെല്ലാം നിഷേധിച്ചു.

ശാസ്ത്രീയമായ തെളിവുകളെക്കുറിച്ചു മാത്രം വിശദീകരിച്ചാൽ കേസിന്റെ പൂർണ്ണരൂപം വായനക്കാർക്ക് മനസ്സിലാക്കാൻ സാധിക്കുകയില്ല എന്നു കരുതിയാണ് സി.ബി.ഐ.യുടെ പ്രധാന സാക്ഷിയായ പ്രസന്നന്റെ മൊഴിയെപ്പറ്റി പ്രതിപാദിച്ചത്. ഈ മൊഴിയുടെ അവിശ്വസനീയതയെക്കുറിച്ച് അത്യുന്നത നീതിപീഠം അതിനിശിതമായി വിമർശിക്കുകയുണ്ടായി. അതിനെക്കുറിച്ച് പിന്നീട് പറയാം. ഈ സാക്ഷിയുടെ മൊഴി കൂടാതെ പ്രതികൾ ഗൂഢാലോചന നടത്തിയെന്നും രണ്ടാം പ്രതി സംഭവത്തിനുശേഷം വസ്തുവകകൾ വാങ്ങിച്ചുവെന്നും മറ്റും തെളിയിക്കുവാനായി നിരവധി സാക്ഷികളുടെ മൊഴികൾ വർഗീസ് തോമസ് ശേഖരിച്ചിരുന്നു.

കേസ് ഹൈക്കോടതിയിൽ

ഒരു വർഷം നീണ്ടു നിന്ന അന്വേഷണത്തിനുശേഷം, ശ്രീ വർഗീസ് തോമസ് പോളക്കുളം നാരായണൻ തന്റെ ബിസിനസ്സ് രഹസ്യങ്ങൾ പീതാംബരൻ ഇൻകംടാക്സ് അധികാരികൾക്ക് ചോർത്തിക്കൊടുക്കുമെന്നു ഭയന്ന് അയാളെ വധിക്കുവാൻ തന്റെ ഡ്രൈവർ ശശിയും റൂംബോയ് ശിവദാസനുമായി ഗൂഢാലോചന നടത്തി അവരെക്കൊണ്ട് പീതാംബരനെ ടൂറിസ്റ്റ് ഹോമിന്റെ ടെറസ്സിൽ വച്ച് മർദ്ദിച്ചതിനുശേഷം താഴേക്ക് എറിഞ്ഞു കൊന്നതാണെന്ന നിഗമനത്തിലെത്തി പ്രതികൾക്കെതിരേ കോടതിയിൽ കുറ്റപത്രം സമർപ്പിച്ചു.

എറണാകുളം അഡീഷണൽ സെഷൻസ് കോടതിയിലായിരുന്നു വിചാരണ നടന്നത്. പാനൂർ സോമൻ കേസിൽ സി.ബി.ഐ.യ്ക്കെതിരെ യുദ്ധം ചെയ്ത പ്രശസ്ത അഭിഭാഷകൻ ശ്രീ കുഞ്ഞുരാമമേനോനായിരുന്നു സ്പെഷ്യൽ പ്രോസിക്യൂട്ടർ. പ്രതിഭാഗത്തിനുവേണ്ടി ഹാജരായത് സർവ്വശ്രീ എം.എൻ. സുകുമാരൻ നായർ, ബി. രാമൻപിള്ള, തോമസ് ജേക്കബ്, പി.വി. അയ്യപ്പൻ, മഹേശ്വരൻപിള്ള എന്നീ പ്രഗല്ഭന്മാരായിരുന്നു. ബഹു. കോടതി ഫോറൻസിക് വിദഗ്ദ്ധന്മാരുടെ അഭിപ്രായവും ബയോളജി വിദഗ്ദ്ധന്റെ പരിശോധനഫലവും പ്രസന്നന്റെ മൊഴിയുമാണ് പ്രധാനമായും അംഗീകരിച്ചത്. മൂന്നാം പ്രതി റൂംബോയ് ശിവദാസനായിരുന്നു പീതാംബരൻ മരിക്കുന്നതിനു മുമ്പ് അയാളോടൊപ്പമുണ്ടായി

രുന്നതെന്നും അയാൾ ഉറക്കം നടിച്ചാണ് കിടന്നതെന്നും അത് അയാൾക്ക് കുറ്റകൃത്യവുമായി ബന്ധമുള്ളതുകൊണ്ടാണെന്നും കോടതി കണ്ടെത്തി. ഒന്നു മുതൽ മൂന്നു വരെ പ്രതികൾക്ക് ജീവ പര്യന്തം തടവുശിക്ഷ വിധിച്ചു. നാലാം പ്രതി മാനേജർ സുബ്ര ഹ്മണ്യനെ നിരുപാധികം വിട്ടയച്ചു.

പ്രതികൾ ഹൈക്കോടതിയിൽ സമർപ്പിച്ച അപ്പീൽ കേട്ടത് ബഹു. ജസ്റ്റിസ് ശിവരാമൻനായരും ബഹു. ജസ്റ്റിസ് കെ.പി. ബാലനാരായണ മാരാരും ഉൾപ്പെട്ട ഡിവിഷൻ ബെഞ്ചായിരുന്നു. വിചാരണക്കോടതി സ്വീകരിക്കാത്ത ഡമ്മി പരീക്ഷണത്തിന് ന്യൂന തകൾ ഒന്നുമില്ലെന്നും അത് സ്വീകാര്യമാണെന്നുമായിരുന്നു ഹൈക്കോടതിയുടെ അഭിപ്രായം. പീതാംബരന് മാനസിക രോഗത്തിന്റെ ലക്ഷണങ്ങൾ ഇല്ലായിരുന്നുവെന്നും അയാൾ ധീരനും സത്യസന്ധനും കലാകാരനുമായിരുന്നുവെന്നാണ് തെളി വുകൾ വ്യക്തമാക്കുന്നതെന്ന് കോടതി കണ്ടെത്തി. രണ്ടാം പ്രതി സംഭവത്തിനുശേഷം മതിലുകൾ ചാടി ഓടിപ്പോകുന്നതു കണ്ടുവെന്ന പ്രസന്നന്റെ മൊഴി വിശ്വസനീയമാണെന്നും മൂന്നാം പ്രതി ശിവദാസന് കുറ്റകൃത്യവുമായി ബന്ധമുള്ളതായി സംശയാ തീതമായി തെളിയിക്കാൻ കഴിഞ്ഞിട്ടില്ലെന്നും അഭിപ്രായപ്പെട്ട കോടതി അയാളെ കുറ്റവിമുക്തനാക്കുകയും ഒന്നും രണ്ടും പ്രതികളുടെ ശിക്ഷ ശരിവയ്ക്കുകയും ചെയ്തു.

സുപ്രീംകോടതിവിധി

ഒന്നും രണ്ടും പ്രതികൾ സുപ്രീം കോടതിയിൽ സമർപ്പിച്ച അപ്പീൽ വാദം കേട്ടത് ബഹു. ജസ്റ്റിസുമാരായ പൂഞ്ചി, എം.കെ. മുഖർജി, കെ. ജയചന്ദ്രറെഡ്ഡി എന്നിവരുടെ ഒരു മൂന്നംഗ ബെഞ്ചായി രുന്നു. സുപ്രസിദ്ധ അഭിഭാഷകനായ ശ്രീ റാംജത് മലാനിയാ യിരുന്നു പ്രതികൾക്കുവേണ്ടി ഹാജരായത്. പീതാംബരന്റെ മരണം ആത്മഹത്യയോ അപകടമോ ആയിരിക്കാമെന്നും, പ്രതികളെ കുറ്റകൃത്യവുമായി ബന്ധിപ്പിക്കുന്ന പ്രത്യക്ഷമായ തെളിവുകളോ സാഹചര്യത്തെളിവുകളോ ഇല്ലെന്നും വെറും സംശയത്തിന്റെ പേരിലാണ് വിചാരണക്കോടതിയും ഹൈക്കോടതിയും പ്രതി കളെ ശിക്ഷിച്ചതെന്നും അദ്ദേഹം വാദിച്ചു.

രണ്ടും മൂന്നും പ്രതികൾ പീതാംബരനെ ടെറസ്സിൽവച്ച് മർദ്ദിച്ച് താഴേക്ക് വലിച്ചെറിഞ്ഞതിന് എന്തെല്ലാം പ്രത്യക്ഷതെളിവുകൾ ഉണ്ടെന്നായിരുന്നു അത്യുന്നത ന്യായപീഠം ആദ്യം പരിശോധി ച്ചത്. കൊലപാതകം നടത്തിയത് കപ്പലിലുള്ള കള്ളന്മാർ തന്നെ (Inside job) എന്നത് രണ്ടു കോടതികളുടെയും അടിസ്ഥാനമില്ലാത്ത

ഊഹമായിരുന്നു. രണ്ടാം പ്രതിയും മൂന്നാം പ്രതിയും ചേർന്നാണ് പീതാംബരനെ കൊലപ്പെടുത്തിയതെന്ന് വാദിഭാഗം ഇനിയും തെളിയിക്കേണ്ടിയിരിക്കുന്നു. ഇവരിൽ മൂന്നാം പ്രതിയെ ഹൈക്കോടതി കുറ്റവിമുക്തനാക്കിയിരിക്കുന്നു. അതിനുമുമ്പ് വിചാരണക്കോടതി കുറ്റകൃത്യം ചെയ്തിരിക്കാൻ സാധ്യതയുള്ള പല അന്തേവാസികളെയും ഒഴിവാക്കി വിചിത്രമായ യുക്തിവിചാരപ്രക്രിയയിലൂടെ (Strange process of reasoning) കൊലയുടെ ഉത്തരവാദിത്വം രണ്ടും മൂന്നും പ്രതികളുടെ മേൽ സ്ഥാപിക്കുകയാണുണ്ടായത്.

നാലാം സാക്ഷി പ്രസന്നന്റെ മൊഴിയെ അവലംബമാക്കിയാണ് രണ്ടാം പ്രതി കുറ്റക്കാരനെന്ന് ഇരുകോടതികളും തീരുമാനിച്ചത്. രണ്ടാം പ്രതി സംഭവത്തിനുശേഷം ഓടിപ്പോകുന്നതു കണ്ടുവെന്ന് അന്വേഷണത്തിന്റെ പ്രാരംഭദശയിൽ ഈ സാക്ഷി ആരോടും പറഞ്ഞിരുന്നില്ല എന്നത് വളരെ പ്രാധാന്യമുള്ള വസ്തുതയാണ്. സി.ബി.ഐ.യുടെ മുൻപാകെയും ആദ്യഘട്ടത്തിൽ അയാൾ എല്ലാം വെളിപ്പെടുത്തിയിരുന്നില്ല. വീണ്ടും ചോദ്യം ചെയ്തപ്പോഴാണ് രണ്ടാം പ്രതി ഓടിപ്പോകുന്നത് കണ്ടുവെന്ന് അയാൾ സി.ബി.ഐ.യോട് പറഞ്ഞത്. രണ്ടാം പ്രതിയെ കൊലക്കുറ്റത്തിന് ശിക്ഷിക്കാൻ ഇപ്രകാരമുള്ള തൃപ്തികരമല്ലാത്ത തെളിവിനെ ആശ്രയിക്കുവാൻ സാധിക്കുകയില്ലെന്ന് ബഹു. സുപ്രീം കോടതി അഭിപ്രായപ്പെട്ടു. നാലാം സാക്ഷിയുടെ മൊഴിയിൽ മറ്റു പല പോരായ്മകളും ഉണ്ടെന്നുകൂടി കോടതി പറഞ്ഞു.

ഒന്നാം പ്രതിയുടെ ഡ്രൈവർ എന്നതിലപ്പുറം രണ്ടാം പ്രതിയെ കുറ്റകൃത്യവുമായി ബന്ധിപ്പിക്കുന്ന ഒരു തെളിവുപോലുമില്ല. മൂന്നു പ്രതികളും ചേർന്ന് ഗൂഢാലോചന നടത്തുകയും ഒന്നാം പ്രതിയുടെ നിർദ്ദേശവും പ്രേരണയുമനുസരിച്ച് രണ്ടും മൂന്നും പ്രതികൾ കൊല നടത്തിയെന്നായിരുന്നു വിചാരണക്കോടതിയുടെ കണ്ടെത്തൽ. രണ്ടും മൂന്നും പ്രതികൾക്ക് പീതാംബരനോട് ശത്രുതയോ വൈരാഗ്യമോ ഇല്ലായിരുന്നുവെന്നും കണ്ടെത്തിയിരുന്നു.

ഒന്നാം പ്രതിക്ക് പീതാംബരനെ വധിക്കുവാനുള്ള ലക്ഷ്യമുണ്ടായിരുന്നുവെന്നതിന് വിചാരണക്കോടതി അയാളുടെ അച്ഛന്റെ മൊഴിയെയാണ് ആശ്രയിച്ചത്. ലക്ഷ്യവും തയ്യാറെടുപ്പും ഗൂഢാലോചനയായി കരുതുവാൻ പാടില്ല. രണ്ടാംപ്രതി സംഭവത്തിനുശേഷം നടത്തിയ ചില ധനനിക്ഷേപങ്ങൾ കൊല നടത്തിയതിനുള്ള പ്രതിഫലമായി ഒന്നാം പ്രതി നല്കിയതാണെന്ന് വിചാരണക്കോടതി വ്യാഖ്യാനിച്ചു. അതേസമയം ഒന്നാംപ്രതി രണ്ടാം പ്രതിക്ക് പണം നല്കിയതായി ഒരു ആരോപണംപോലുമില്ലെന്നും

അതേ കോടതി തന്നെ അഭിപ്രായപ്പെട്ടിട്ടുണ്ട്. ഈ തെളിവുകളാണ് ഒന്നാംപ്രതി രണ്ടും മൂന്നും പ്രതികളെക്കൊണ്ട് കൊലപാതകം നടത്തിയെന്ന നിഗമനത്തിനാധാരം. ഗൂഢാലോചനയ്ക്ക് പ്രത്യക്ഷമായ തെളിവുകൾ ലഭിക്കുവാൻ പ്രയാസമാണ്. എന്നാൽ ലക്ഷ്യം, സാധ്യത, കുറ്റകൃത്യത്തിലെ പങ്കാളിത്തം എന്നിവ ലഭ്യമായ വസ്തുതകളെയും സാഹചര്യങ്ങളെയും മാത്രം അടിസ്ഥാനമാക്കിയുള്ള ഊഹങ്ങൾ മാത്രമാണ്. അവയെ അവലംബിച്ച് ഗൂഢാലോചന നടന്നുവെന്ന് തീരുമാനിക്കുന്നതിന് ന്യായീകരണമില്ല. രണ്ടു കോടതികളുടെയും വിധിന്യായങ്ങൾ വായിച്ചപ്പോൾ ശിക്ഷാവിധികൾ ഒന്നാം പ്രതിക്ക് പീതാംബരനെ വധിക്കുവാൻ ലക്ഷ്യമുണ്ടായിരുന്നുവെന്ന വെറും സംശയത്തിന്റെ അടിസ്ഥാനത്തിലായിരുന്നുവെന്ന് പരമോന്നത ന്യായപീഠം അഭിപ്രായപ്പെട്ടു.

ഫോറൻസിക് വിദഗ്ദ്ധന്മാരുടെ അഭിപ്രായങ്ങളും ബഹു. സുപ്രീം കോടതി വിശകലനം ചെയ്തു. ഒന്നും രണ്ടും പതിനാറും മുറിവുകൾ മർദ്ദനംകൊണ്ട് സംഭവിച്ചതാണെന്ന് അഭിപ്രായപ്പെട്ട ഡോക്ടർമാർ ക്രോസ്സ് വിസ്താരത്തിൽ ആ മുറിവുകൾ പല ആളുകൾ, പലതരം ആയുധങ്ങൾ ഉപയോഗിച്ചാലും ഉണ്ടാകാമെന്ന് അഭിപ്രായപ്പെട്ടിരുന്നു. ഇങ്ങനെയുള്ള വികലമായ അഭിപ്രായങ്ങളിൽനിന്നും ഡമ്മിപരീക്ഷണത്തിൽനിന്നും മരണം കൊലപാതകമാണെന്ന് തീരുമാനിക്കാൻ സാധിക്കുകയില്ലെന്നും ബഹു. കോടതി അഭിപ്രായപ്പെട്ടു.

ഒന്നും രണ്ടും പ്രതികൾ കുറ്റക്കാരാണെന്ന് സ്ഥാപിക്കുന്നതിൽ വാദിഭാഗം നിശ്ശേഷം പരാജയപ്പെട്ടുവെന്ന് അഭിപ്രായപ്പെട്ട കോടതി അവരുടെ ശിക്ഷാവിധികൾ അസ്ഥിരപ്പെടുത്തി. കേരള ഹൈക്കോടതി ക്രൈംബ്രാഞ്ച് അന്വേഷണ ഉദ്യോഗസ്ഥനായ ശ്രീ വിശ്വംഭരനെതിരെ വിധിന്യായത്തിൽ നടത്തിയിരുന്ന പ്രതികൂല പരാമർശങ്ങളും അത്യുന്നത ന്യായപീഠം നീക്കം ചെയ്തു. പീതാംബരന്റെ മരണം ആത്മഹത്യയാണെന്ന അദ്ദേഹത്തിന്റെ കണ്ടെത്തൽ സത്യസന്ധമാണെന്നും ബഹു. കോടതി അഭിപ്രായപ്പെട്ടു.

27. ലിബിയൻ അനുഭവങ്ങൾ

ലീവിൽ ലിബിയയിലേക്ക്

ആലപ്പുഴയിൽ ജോലിനോക്കുമ്പോൾ എനിക്ക് 1984-ൽ ലിബിയൻ അറബ് റിപ്പബ്ലിക്കിൽ മെഡിക്കോ ലീഗൽ കൺസൾട്ടന്റ് ആയി നിയമനം ലഭിച്ചു. എന്നോടൊപ്പം കേരളത്തിൽനിന്നും വിവിധ വകുപ്പുകളിൽനിന്നുള്ള ഇരുപതോളം വിദഗ്ദ്ധ ഡോക്ടർമാർക്ക് നിയമനം കിട്ടിയിരുന്നു. സർക്കാർ അവർക്കെല്ലാം വിദേശത്തു പോകാനുള്ള അനുവാദവും ലീവും നല്കി. എനിക്ക് ലീവനുവദിച്ചാലുണ്ടാകുന്ന ഒഴിവിൽ നിയമിക്കുവാൻ തക്ക യോഗ്യതയുള്ള ആളില്ല എന്ന കാരണം പറഞ്ഞ് എന്റെ അപേക്ഷ നിരസിക്കുകയാണുണ്ടായത്. അന്ന് വിദേശത്ത് പോകാൻ ലീവ് ലഭിക്കണമെങ്കിൽ ആരോഗ്യമന്ത്രി കനിയണം. ഞാൻ അദ്ദേഹത്തെ കാണാൻ പോയില്ല. ഞാൻ വീണ്ടും അപേക്ഷിച്ചു; മന്ത്രി അപേക്ഷ വീണ്ടും തള്ളി.

അന്ന് എനിക്ക് ലഭിച്ചിരുന്ന മാസശമ്പളം 3300/- രൂപയായിരുന്നു. പോലീസ് സർജനെന്ന നിലയിൽ ലഭിച്ചിരുന്ന അലവൻസ് 100/- രൂപ. പിടുത്തങ്ങളൊക്കെ കഴിഞ്ഞ് കൈയിൽ കിട്ടുന്നത് കഷ്ടിച്ച് 2500/-രൂപ. അമ്മയും ഭാര്യയും കുട്ടികളും തിരുവനന്തപുരത്തു താമസം; ഞാൻ ആലപ്പുഴയിലും. രണ്ട് സംസ്ഥാപനങ്ങൾക്കും യാത്രകൾക്കും ശമ്പളം തികയാത്ത അവസ്ഥ. അടുത്ത കാലത്തെങ്ങും തിരുവനന്തപുരത്തേക്ക് സ്ഥലംമാറ്റം കിട്ടാനുള്ള സാധ്യതയുമില്ല. പൈതൃകമായി ലഭിച്ച വസ്തുക്കളിൽ നിന്നുള്ള ആദായമുള്ളതുകൊണ്ട് അല്ലലറിയാതെ ജീവിക്കാമെന്നു മാത്രം.

ഇതുതന്നെയാണ് മെഡിക്കൽ വിദ്യാഭ്യാസ മേഖലയിലെ മിക്ക നോൺക്ലിനിക്കൽ അദ്ധ്യാപകഡോക്ടർമാരുടെയും അവസ്ഥ. ഈ അടുത്ത കാലത്ത് ശ്രീ വി.എസ്സിന്റെ സർക്കാരാണ് മാന്യമായ വേതനം അനുവദിച്ചത്. ആരോഗ്യമന്ത്രി ശ്രീമതി ടീച്ചറിനോടും കൃതജ്ഞത രേഖപ്പെടുത്തുന്നു. ഞാൻ സാമ്പത്തികഭദ്രതയ്ക്കുവേണ്ടി മാത്രമായിരുന്നു നാല്പതിരട്ടി ശമ്പളം കിട്ടുന്ന ജോലി ലഭിച്ചപ്പോൾ സഹാറാ മരുഭൂമിയിലേക്ക് പോകാൻ തുനിഞ്ഞത്.

എന്റെ ഭാഗ്യമായിരിക്കാം, എനിക്ക് ലീവ് തരാത്ത മന്ത്രിക്ക് മുഖ്യമന്ത്രി ലീവ് അനുവദിച്ചു!! ആദ്യമായിട്ടാണ് ഒരു മന്ത്രിക്ക് നിർബന്ധിത ലീവിൽ ലാവണം ഒഴിയേണ്ടി വന്നത്. ആരോഗ്യവകുപ്പിന്റെ ചുമതല മുഖ്യമന്ത്രി തന്നെ ഏറ്റെടുത്തു.

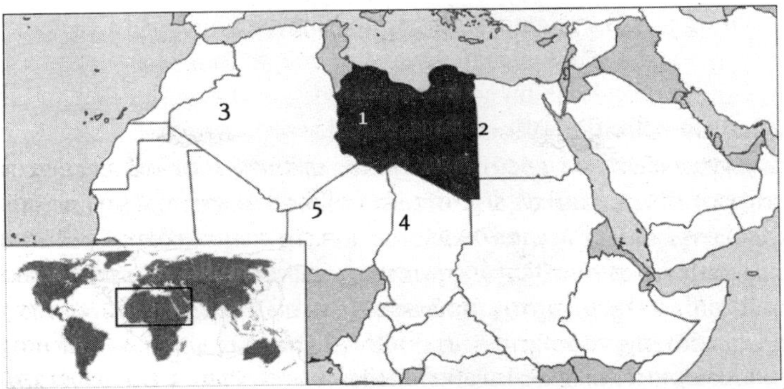

ചിത്രം 27.1 വടക്കേ ആഫ്രിക്ക–1. ലിബിയ 2. ഈജിപ്റ്റ് 3. ട്യുണിഷ്യ 4. ചാഡ് 5. നൈജർ

ചിത്രം 27.2 ലിബിയൻ പ്രസിഡന്റ്കേണൽ മുവാമ്മർ ഗദ്ദാഫി

ഞാൻ അടുത്ത ദിവസം മുഖ്യമന്ത്രിയെ നേരിൽ കണ്ട് നിവേദനം നല്കി. ഒരാഴ്ചയ്ക്കകം എനിക്ക് ലീവനുവദിച്ചു കിട്ടി. വിസയും ടിക്കറ്റുമൊക്കെ ലഭിക്കാനായി ഡൽഹിയിലെ ലിബിയൻ എംബസ്സിയിൽ പോകേണ്ടി വന്നു. അങ്ങനെ നാലു വർഷത്തെ ആലപ്പുഴയിലെ ജീവിതത്തിന് വിരാമമായി. സഹപ്രവർത്തകർ എനിക്ക് സ്നേഹഭരിതമായ ഒരു യാത്രയയപ്പ് വിരുന്നു നല്കി. തദവസരത്തിൽ 'ദൈവം' എന്നു പേരുള്ള ലാസ്റ്റ് ഗ്രേഡ് ജീവനക്കാരൻ വികാരാധീനനായി നടത്തിയ പ്രസംഗം ഇന്നും ഞാൻ ഓർമ്മിക്കുന്നു.

അന്ന് ജില്ലാ പോലീസ് സൂപ്രണ്ടായിരുന്ന ശ്രീ ആർ.എൻ. രവി എന്റെ ഉത്തമ സുഹൃത്തായിരുന്നു. പേരു കേട്ടാൽ മലയാളി ആണെന്നു തോന്നുമെങ്കിലും രവീന്ദ്രനാരായൺ രവിസിങ് എന്ന രവിയുടെ ജന്മദേശം ബീഹാറായിരുന്നു. ഇന്ത്യൻ പോലീസ് സർവീസിലെ ഉദ്യോഗസ്ഥന്മാരിൽ അതിസമർത്ഥനും ആദർശവാനു

മായ അദ്ദേഹം ഇപ്പോൾ ഡൽഹിയിൽ ഇന്റലിജന്റ്സ് ബ്യൂറോയിൽ എ.ഡി.ജി.പി.യാണ്. ആലപ്പുഴ ജില്ലയിലെ ക്രമസമാധാനം മെച്ചപ്പെടുന്നതിനായി ക്രിയാത്മകമായ പല പരിപാടികളും ശ്രീ രവി നടപ്പാക്കി. നിഷ്പക്ഷനായ രവി ആഭ്യന്തരമന്ത്രിയായിരുന്ന ശ്രീ വയലാർജിക്ക് ഏറെ പ്രിയങ്കരനായിരുന്നു. രണ്ടുപേരുടെയും നാമസാമ്യം പോലീസുദ്യോഗസ്ഥന്മാർക്ക് പലപ്പോഴും ആശയക്കുഴപ്പം സൃഷ്ടിച്ചിരുന്നു. ശ്രീ രവിയും കുടുംബവും എനിക്ക് ബീഹാർ വിഭവങ്ങൾ അടങ്ങിയ യാത്രയയപ്പുവിരുന്നു നല്കി. ഞങ്ങളുടെ സ്നേഹബന്ധം ഇന്നും ദൃഢമായി തുടരുന്നു.

ഡൽഹിയിൽനിന്നും കറാച്ചി വഴിയായിരുന്നു ലിബിയൻ തലസ്ഥാനമായ ട്രിപ്പോളിയിലേക്കുള്ള യാത്ര. എന്നോടൊപ്പം വടക്കേ ഇന്ത്യാക്കാരായ കുറെ എൻജിനീയർമാരുമുണ്ടായിരുന്നു. അതുകൊണ്ട് ആ നീണ്ട യാത്ര മുഷിച്ചിലുണ്ടാക്കിയില്ല. ആഫ്രിക്കയുടെ വടക്കേ അറ്റത്ത് മെഡിറ്ററേനിയൻ തീരത്ത് സ്ഥിതി ചെയ്യുന്ന ലിബിയ ഒരു സ്വതന്ത്ര അറബി റിപ്പബ്ലിക്കാണ് (ചിത്രം 27.1). കിഴക്കുഭാഗത്ത് ഈജിപ്റ്റും പടിഞ്ഞാറ് ട്യുണിഷ്യയുംതെക്ക് ചാഡും നൈജറും അയൽരാജ്യങ്ങൾ. ലിബിയയുടെ 90 ശതമാനം ഭാഗവും മരുഭൂമിയാണ്. ജനസംഖ്യ 57 ലക്ഷം. ഏറ്റവുമധികം എണ്ണ ഉത്പാദിപ്പിക്കുന്ന രാജ്യമായ ലിബിയ എല്ലാ നിത്യോപയോഗസാധനങ്ങളും ഇറക്കുമതി ചെയ്യുന്നു.

ഇറ്റാലിയൻ അധീനതയിലായിരുന്ന ലിബിയയ്ക്ക് 1951-ലാണ് സ്വാതന്ത്ര്യം ലഭിക്കുന്നത്. ഇദ്രിസ് രാജാവായിരുന്നു പിന്നീട് ഭരണം ഏറ്റെടുത്തത്. 1969-ൽ ഒരു പട്ടാള അട്ടിമറിയിലൂടെ 27 വയസ്സു മാത്രം പ്രായമുണ്ടായിരുന്ന കേണൽ ഗദ്ദാഫി (ചിത്രം 27.2) ഭരണം പിടിച്ചെടുത്ത് ലിബിയയുടെ പ്രസിഡന്റായി. അതിനുശേഷം ലിബിയ പുരോഗതിയിലേക്ക് അതിവേഗം നീങ്ങി. അദ്ദേഹം നിരവധി വിദ്യാഭ്യാസസ്ഥാപനങ്ങളും വ്യവസായ സംരംഭങ്ങളും ആരംഭിച്ചു. തലസ്ഥാനമായ ട്രിപ്പോളിയിലും മറ്റൊരു പ്രധാന നഗരമായ ബെൻഗാസിയിലും യൂണിവേഴ്സിറ്റികൾ സ്ഥാപിച്ചു. നിരവധി ആധുനിക ആശുപത്രികളും നിർമ്മിച്ചു. ഇന്ത്യയുൾപ്പെടെയുള്ള രാജ്യങ്ങളിൽനിന്ന് ഡോക്ടർമാരെയും ശാസ്ത്രജ്ഞന്മാരെയും അദ്ധ്യാപകരെയും ലിബിയയിലേക്ക് ക്ഷണിച്ചു. ലിബിയൻ സർക്കാരിന്റെ ആകർഷകമായ സേവന വേതനവ്യവസ്ഥകളാണ് ഞാനുൾപ്പെടെയുള്ള വിദേശീയരായ ഡോക്ടർമാരെയും ശാസ്ത്രജ്ഞന്മാരെയും അവിടേക്ക് ആകർഷിച്ചത്.

തബീബ് ശരായ്

ലിബിയയിൽ ഇറ്റാലിയൻ നിയമനടപടിക്രമങ്ങളാണ് പിന്തുടരുന്നതെങ്കിലും ശിക്ഷാവിധികൾ മുസ്‌ലിം നിയമമനുസരിച്ചാണ്. അസാധാരണ മരണങ്ങളിൽ പ്രേതവിചാരണ നടത്തുന്നത് 'പ്രോക്യുറേറ്റർ ഫിസ്കൽ' എന്നറിയപ്പെടുന്ന പ്രോസികൂട്ടറാണ്. യൂറോപ്യൻ രാജ്യങ്ങളിലെ കൊറോണർക്ക് തുല്യമായ അധികാരങ്ങൾ ഈ ഉദ്യോഗസ്ഥനുണ്ട്. മധ്യപൂർവദേശങ്ങളിലെപ്പോലെ മൃതദേഹപരിശോധനയ്ക്ക് വിലക്കുകളൊന്നുമില്ല. മെഡിക്കോ ലീഗൽ വിദഗ്ദ്ധനെ 'തബീബ് ശരായ്' എന്നാണ് വിളിക്കുന്നത്. ലിബിയൻ നിയമവകുപ്പാണ് തബീബ് ശരായിയെ നിയമിക്കുന്നത്.

ട്രിപ്പോളി അന്താരാഷ്ട്ര വിമാനത്താവളത്തിനു വെളിയിൽ വന്നപ്പോൾ എന്റെ പേരെഴുതിയ പ്ലക്കാർഡും പിടിച്ച് ഒരുദ്യോഗസ്ഥൻ കാത്തുനിൽക്കുന്നുണ്ടായിരുന്നു. അറബിയല്ലാതെ ഒരു ഭാഷയും അയാൾക്കറിയില്ലായിരുന്നു. എന്നെ ഒരു കാറിൽ കയറ്റി ശരവേഗത്തിൽ ഓടിക്കാൻ തുടങ്ങി. ഞാൻ കണ്ണടച്ചിരുന്നു. അരമണിക്കൂറിനകം കാർ സാത്തി എന്ന ഒരു വലിയ ഹോട്ടലിലെത്തി. ഭാഗ്യത്തിന് ഹോട്ടലിലെ റിസപ്ഷനിസ്റ്റിന് ഇംഗ്ലിഷ് ഭാഷ അറിയാമായിരുന്നതു രക്ഷയായി. പ്രത്യേക താമസസൗകര്യം ലഭിക്കുന്നതു വരെ അവിടെ താമസിക്കാമെന്നും പിറ്റേദിവസം രാവിലെ ഹൈക്കോടതിയിൽ എന്നെ കൊണ്ടുപോകാൻ ഡ്രൈവർ എത്തുമെന്നും അയാൾ പറഞ്ഞു.

രാവിലെ ഡ്രൈവറോടൊപ്പം പ്രായം ചെന്ന ഒരു പാലസ്തീനിയൻ ദ്വിഭാഷിയും ഉണ്ടായിരുന്നു; മിസ്റ്റർ മബ്റൂക്. നല്ലതുപോലെ ഇംഗ്ലിഷ് സംസാരിക്കുന്ന അദ്ദേഹം എന്റെ ലിബിയൻ വാസത്തിൽ വലിയ സഹായിയായിരുന്നു. സത്യപ്രതിജ്ഞാചടങ്ങിനാണ് പോകുന്നതെന്ന് മബ്റൂക് പറഞ്ഞപ്പോൾ അതെന്തേതാണെന്ന് മനസ്സിലായത് ചീഫ് ജസ്റ്റിസിന്റെ ചേംബറിൽ ചെന്നപ്പോഴാണ്. അദ്ദേഹം അറബിയിൽ സത്യവാചകം ചൊല്ലിത്തന്നു; മബ്റൂക് പരിഭാഷപ്പെടുത്തിയത് ഞാനേറ്റു ചൊല്ലി. അത് സഗൗരവമായ ഒരു ചടങ്ങായിരുന്നു. അങ്ങനെ ഞാൻ ലിബിയയിലെ തബീബ് ശരായിയായി ചുമതലയേറ്റു. തബീബ് ശരായി എന്നത് വലിയ അധികാരങ്ങളുള്ള ഒരു ലാവണമായിരുന്നു. എനിക്ക് പ്രത്യേക പോലീസ് വാഹനവും ഡ്രൈവറും അനുവദിച്ചിരുന്നു.

സത്യപ്രതിജ്ഞയ്ക്കുശേഷം ഞങ്ങൾ ട്രിപ്പോളിയിലെ സെൻട്രൽ ആശുപത്രിയിലെത്തി. അവിടെയായിരുന്നു തബീബ് ശരാ

യിയുടെ ഓഫീസും മോർച്ചറിയും പരിശോധനാമുറിയും. എല്ലാ മുറിയിലും ഗദ്ദാഫിയുടെ കൂറ്റൻ ചിത്രങ്ങൾ. മി. മബ്റൂക് ജീവനക്കാരെയെല്ലാം പരിചയപ്പെടുത്തി. ദോഷം പറയരുതല്ലോ, ഒരാളിനും ഇംഗ്ലിഷിലെ ഒരക്ഷരംപോലുമറിയില്ല. എന്നെ അറബി പഠിപ്പിക്കാമെന്ന് മബ്റൂക് വാഗ്ദാനം ചെയ്തു. ഉച്ചരിക്കാനുള്ള പ്രയാസംകൊണ്ട് എന്നെ ഡോക്ടർ ഉമയെന്നാണ് മബ്റൂക് പരിചയപ്പെടുത്തിയത്. എന്നാൽ അവർ എന്നെ ഉമർ എന്നു വിളിക്കാൻ തുടങ്ങി. ഭാര്യയുടെ പേര് ചോദിച്ചപ്പോൾ പദ്മയെന്ന് ഞാൻ പറഞ്ഞു. അവരത് ഫാത്ത്മയാക്കി. ലിബിയയിൽ ഉമർ എന്നൊരു മുസ്ലിം സിദ്ധനുണ്ടായിരുന്നു. അദ്ദേഹത്തിന്റെ ഭാര്യയുടെ പേര് ഫാത്ത്മ എന്നായിരുന്നു. അങ്ങനെ എനിക്ക് ഒരു സിദ്ധന്റെ പരിവേഷം കിട്ടി!

സ്നേഹസമ്പന്നരായ അവർക്ക് ഓഫീസ് മര്യാദകളൊന്നും അറിയില്ല. ചിലപ്പോൾ എന്റെ കസേരയിൽ കയറിയിരുന്ന് സിഗരറ്റ് വലിക്കും. ഒരിക്കൽ ഞാൻ നിയമ സെക്രട്ടറിയെ കാണാൻ അദ്ദേഹത്തിന്റെ ഓഫീസിൽ ചെന്നപ്പോൾ അവിടത്തെ പ്യൂൺ സെക്രട്ടറിയുടെ കസേരയിൽ ഇരുന്ന് സിഗരറ്റ് വലിക്കുന്നു. സെക്രട്ടറിയാണെന്ന് കരുതി ഞാൻ സംസാരിച്ചു തുടങ്ങിയപ്പോൾ യഥാർത്ഥ സെക്രട്ടറി കയറിവന്നു. പ്യൂൺ കസേര മാറിക്കൊടുത്തിട്ട് അടുത്ത കസേരയിൽ കയറിയിരുന്ന് സിഗരറ്റ് വലി തുടർന്നു.

ട്രിപ്പോളി സെൻട്രൽ ആശുപത്രിയിൽ എന്റെ സഹപാഠികളും സ്നേഹിതന്മാരുമായ കുറെ ഡോക്ടർമാർ ജോലി ചെയ്യുന്നുണ്ടായിരുന്നു. തിരുവനന്തപുരം മെഡിക്കൽ കോളജിലെ ഗാസ്ട്രോസർജനായ ഡോ. ആനന്ദകുമാർ, സർജറി പ്രൊഫസറായ ഡോ. ബാബു തോമസ്, പത്നി ഡോ. സോദരി, ഓർത്തോസർജന്മാരായ ഡോ. ബഷീർ അഹമ്മദ്, ഡോ. രാജഗോപാൽ, പത്നി ഡോ. രമ, ദന്തൽ കോളജിലെ പ്രൊഫ. ഗീത, ഭർത്താവ് ഡോ. അരവിന്ദൻ, റേഡിയോളജി പ്രൊഫസർ സോമരാജൻ, ഭാര്യ ശ്രീ എന്നിവർ എനിക്ക് എപ്പോഴും സഹായികളായിരുന്നു. അവരെക്കൂടാതെ നിരവധി മലയാളികളായ നഴ്സുമാരും ടെക്നീഷ്യന്മാരും ട്രിപ്പോളിയിലുണ്ടായിരുന്നു. അവരുടെ സ്നേഹമായിരുന്നു എന്റെ തിരക്കേറിയ ലിബിയൻ വാസത്തിന് കുളിർമ്മ പകർന്നിരുന്നത്.

ജോലിയിൽ പ്രവേശിച്ച ആദ്യത്തെ ദിവസംതന്നെ എനിക്ക് കൂട്ട ബലാത്സംഗത്തിനിരയായ ഒരു ഫിലിപ്പിനോ നഴ്സിനെ പരിശോധിക്കേണ്ടിവന്നു. ലിബിയയിൽ ധാരാളം ഫിലിപ്പീൻസുകാരായ നഴ്സുമാർ ജോലി ചെയ്യുന്നു. ഇന്ത്യൻ നഴ്സുമാർ

എണ്ണത്തിൽ കുറവായിരുന്നു. ഫിലിപ്പിനോ നഴ്സുമാരും ഇന്ത്യൻ നഴ്സുമാരെപ്പോലെ സമർത്ഥരും ജോലിയിൽ ആത്മാർത്ഥതയുള്ള വരുമാണ്. നഗരത്തിൽനിന്നും അകലെയുള്ള ഒരു ആശുപത്രി യിൽ ജോലി ചെയ്തിരുന്ന ഫിലിപ്പീൻസ് സ്വദേശിനിയായ നഴ്സ് ആശുപത്രിയിൽനിന്ന് ഡ്യൂട്ടികഴിഞ്ഞ് രാത്രി എട്ടുമണിയോടെ ഏറെ അകലെയല്ലാത്ത ക്വാർട്ടേഴ്സിലേക്ക് നടന്നു പോകുമ്പോൾ ഒരു കാർ അവരുടെ സമീപം വന്നുനിന്നു. അതിൽനിന്നും മൂന്നു ലിബിയാക്കാർ വെളിയിലിറങ്ങി ആ സ്ത്രീയെ ബലമായിപ്പിടിച്ച് കാറിൽ കയറ്റി അകലെയുള്ള ഒരു കൃഷിയിടത്തിലെ ഫാം ഹൗസിലേക്ക് കൊണ്ടുപോയി.

പഴവർഗ്ഗങ്ങളുടെയും പച്ചക്കറികളുടെയും തോട്ടങ്ങൾ ധാരാളമുള്ള പ്രദേശമാണ് ട്രിപ്പോളി. ഫാം ഹൗസിനകത്തുവച്ച് നേരം പുലരുവോളം മൂവരും മാറിമാറി യുവതിയെ ലൈംഗികമായി പീഡിപ്പിച്ചു. തീർത്തും അവശയായ അവരെ കാറിൽ കയറ്റി വിജനമായ ഒരിടത്ത് വഴിയരികിൽ കൊണ്ടുചെന്നിട്ടു. വഴിയാത്രക്കാരായ ചിലരാണ് അർദ്ധബോധാവസ്ഥയിലായിരുന്ന നഴ്സിനെ ആശുപത്രിയിലെത്തിച്ചത്.

ഞാൻ ആശുപത്രിയിൽ ചെന്നപ്പോൾ യുവതി വേദനകൊണ്ടു പുളയുകയാണ്. പുസ്തകങ്ങളിൽപോലും വായിച്ചിട്ടില്ലാത്ത വിധമുള്ള ക്രൂരമായ മാനഭംഗമാണ് നടന്നതെന്ന് വ്യക്തമായി. എനിക്കോ ഒപ്പമുണ്ടായിരുന്ന നഴ്സുമാർക്കോ പരിശോധിക്കാൻപോലും സാധ്യമാകാത്തവിധം യുവതി വേദനകൊണ്ട് പുളയുകയായിരുന്നു. അറബിഭാഷ സംസാരിച്ച മൂന്നുപേർ എന്നല്ലാതെ പ്രതികളെക്കുറിച്ച് അവർക്ക് യാതൊന്നും അറിയില്ലായിരുന്നു. ലഭ്യമായ സൂചനകൾ വച്ച് അന്വേഷണം നടത്തിയാൽ പ്രതികളെ കുടുക്കാൻ കഴിയുമായിരുന്ന ആ കേസ് തെളിയിക്കപ്പെട്ടില്ല. പ്രതികൾ ലിബിയക്കാരാണെങ്കിൽ അവരെ രക്ഷപ്പെടുത്താനുള്ള ഒരു പ്രവണത ലിബിയൻ പോലീസുകാർക്കുള്ളതായി എനിക്കു പലപ്പോഴും തോന്നിയിട്ടുണ്ട്.

ചിത്രം 27.3 സർവ്വാഭരണവിഭൂഷിതയായ ലിബിയൻ വധു മണിയറയിൽ

കന്യകാത്വ സർട്ടിഫിക്കറ്റ്!

പ്രാകൃതമായ വിവാഹാചാരങ്ങളാണ് അന്ന് ലിബിയയിൽ നിലനിന്നിരുന്നത്. ഇരുപതുവർഷംമുമ്പ് ഞാന

ചിത്രം 27.4 ലിബിയായിലെ റോമൻ/ഗ്രീക്ക് പൗരാണികാവശിഷ്ടങ്ങൾ

വിടെ കണ്ടും കേട്ടുമറിഞ്ഞ പലതും ഇന്നും തുടരുന്നു. ആ അറുപഴഞ്ചൻ ആചാരങ്ങൾക്ക് പോലീസ്സിന്റെയും മതകോടതിയുടെയും പിന്തുണയുമുണ്ടായിരുന്നു എന്നതാണ് എടുത്തു പറയേണ്ട വസ്തുത. അതൊക്കെ കാണുമ്പോൾ വിഷമം തോന്നുമായിരുന്നെങ്കിലും അവിടുത്തെ നിയമസംഹിതകളനുസരിച്ച് ജോലി ചെയ്യേണ്ടത് ലിബിയൻ സർക്കാരിന്റെ മെഡിക്കോ ലീഗൽ എക്സ്പർട്ടായിരുന്ന എന്റെ ചുമതലയായിരുന്നതിനാൽ സഹിക്കുകയേ നിവർത്തിയുണ്ടായിരുന്നുള്ളൂ.

ലിബിയയിൽ വെള്ളിയാഴ്ചകളിലാണ് വിവാഹങ്ങൾ നടക്കുന്നത്. വിവാഹമെന്നു പറഞ്ഞാൽ വലിയ ആഘോഷമാണവർക്ക്. ബന്ധുക്കളും സുഹൃത്തുക്കളുമെല്ലാം ഒത്തുകൂടും. സംഗീതവും നൃത്തവും ഭക്ഷണവുമൊക്കെയായി രണ്ടും മൂന്നും ദിവസം ഗംഭീര ആഘോഷമായിരിക്കും. പ്രമാണിമാരുടെ മക്കളുടെ കല്യാണമാണെങ്കിൽ പിന്നെ പറയാനുമില്ല. വെള്ളിയാഴ്ചകൾ അവിടെ പൊതുഅവധി ദിവസമായതിനാലാണ് വിവാഹങ്ങൾ അന്ന് നടത്താൻ കാരണം. ശനിയാഴ്ച രാവിലെ ഞാൻ ഓഫീസിലെത്തുമ്പോൾ തലേന്നു വിവാഹിതരായ ദമ്പതികളും അവരുടെ മാതാപിതാക്കളും എന്റെ ഓഫീസ് വരാന്തയിൽ നിൽപ്പുണ്ടാവും. വിവാഹവേഷത്തിൽ വരുന്ന വധു (ചിത്രം 27.3) കരഞ്ഞു കലങ്ങിയ കണ്ണുമായിട്ടായിരിക്കും നിൽക്കുക. സമീപത്തെ പോലീസ് സ്റ്റേഷനിൽനിന്നുള്ള പോലീസ്സുകാരും കൂടെയുണ്ടായിരിക്കും.

ലിബിയയിൽ ചെന്ന് ആദ്യമായി ഇങ്ങനെയൊരു അനുഭവമുണ്ടായപ്പോൾ ഞാൻ ശരിക്കും അമ്പരന്നു. വധൂവരന്മാരും പോലീസ്സുമൊക്കെ അതിരാവിലെയെന്തിന് ആശുപത്രി വരാന്തയിൽ കാത്തു നിൽക്കണം എന്നതായിരുന്നു എന്റെ ചിന്ത. പോലീസ് എനിക്കു തന്ന അപേക്ഷ അറബിഭാഷയിലായിരുന്നതിനാൽ എന്താണ് വേണ്ടതെന്നറിയാതെ നിന്ന എന്നോട് മബ്റൂക് കാര്യങ്ങൾ വിശദീകരിച്ചു തന്നു. പെണ്ണിനെ കന്യകാത്വ പരിശോ

ധനയ്ക്കു കൊണ്ടുവന്നിരിക്കുകയാണത്രെ. വരൻ പോലീസ് സ്റ്റേഷനിൽ പരാതി നല്കിയതനുസരിച്ച് കേസ് രജിസ്റ്റർ ചെയ്തശേഷമാണ് പോലീസുകാരെയും കൂട്ടി വന്നിരിക്കുന്നത്. വധുവിനെ പരിശോധിച്ച് അവൾ കന്യകയാണോ എന്ന് മെഡിക്കോ ലീഗൽ എക്സ്പർട്ട് സാക്ഷ്യപ്പെടുത്തണം.

വിവാഹദിവസം വധൂവരന്മാരെ മണിയറയിൽ ആക്കിയ ശേഷം ബന്ധുമിത്രാദികൾ പുറത്ത് പന്തലിൽ ആഘോഷങ്ങൾ തുടരും. പാട്ടും ആട്ടവും പുലരും വരെ തുടരും. മണിയറയിൽ നവദമ്പതികൾ ഈ സമയത്ത് ലൈംഗികബന്ധത്തിൽ ഏർപ്പെട്ടിരിക്കണം എന്നാണ് അവിടുത്തെ നാട്ടുനടപ്പ്. കിടക്കയിൽ ഒരു വെള്ളവസ്ത്രം വിരിച്ചിരിക്കും. കന്യകയാണെങ്കിൽ കന്യകാചർമ്മം മുറിയുമ്പോൾ വരുന്ന രക്തം ആ കിടക്കവിരിയിൽ പുരളും. വരൻ രക്തക്കറ പുരണ്ട ആ വിരിപ്പെടുത്ത് വാതിൽ തുറന്ന് പുറത്തിറങ്ങി ആഘോഷത്തിമർപ്പിൽ നിൽക്കുന്ന ബന്ധുക്കളെ കാണിക്കണം. തന്റെ ഭാര്യ കന്യകയാണെന്നും അവളുമായി ആദ്യമായി ബന്ധപ്പെട്ടത് താനാണെന്നും മണവാളൻ മാത്രം അറിഞ്ഞാൽ പോരാ, ബന്ധുക്കളെയും ബോദ്ധ്യപ്പെടുത്തണം. മണവാട്ടി കന്യകയാണെങ്കിൽ മാത്രമേ ആ വിവാഹം നിയമപരമായി അംഗീകരിക്കപ്പെടുകയുള്ളൂ.

ഇനി അഥവാ വിരിപ്പിൽ രക്തക്കറ പുരണ്ടില്ലെങ്കിലോ? ആ വധുവിന്റെ ജീവിതം തുലഞ്ഞതു തന്നെ. വിവാഹബന്ധം വേർപെടുത്തും എന്നു മാത്രമല്ല, വധുവിന് ഏഴു വർഷംവരെ തടവും ലഭിച്ചേക്കാം. ഇത്തരത്തിൽ കിടക്കവിരിയിൽ രക്തം പുരളാത്ത കേസുകളിലെ പെൺകുട്ടികളുമായാണ് പോലീസ് എത്തിയിരുന്നത്. ആശുപത്രിയിൽ കന്യകാത്വ പരിശോധനയ്ക്കു വിധേയരാക്കാൻ കൊണ്ടുവരുന്ന പെൺകുട്ടികളെല്ലാം എന്റെ മുന്നിൽ പൊട്ടിക്കരഞ്ഞുകൊണ്ടാണ് വരുന്നത്. കന്യകയാണെന്ന് ഞാൻ സർട്ടിഫിക്കറ്റ് നല്കിയാൽ പോലീസ് കേസ് അവസാനിപ്പിക്കും. ലിബിയയിലുണ്ടായിരുന്ന രണ്ടു വർഷത്തിനിടെ നൂറിലേറെ വധുക്കളെ ഇത്തരത്തിൽ പരിശോധിക്കേണ്ടി വന്നിട്ടുണ്ട്. പല സ്ത്രീകളിലും ഇലാസ്തികതയുള്ള കന്യകാചർമ്മമാണ് കാണപ്പെടുന്നത്. അങ്ങനെ വന്നാൽ സംഭോഗസമയത്തും അതു പൊട്ടുകയില്ല. നേരേമറിച്ചു വികസിക്കുകയേയുള്ളൂ.

പാവം പെൺകുട്ടി കന്യകയല്ല എന്ന് എങ്ങനെ പറയാനാവും. ഞാൻ പരിശോധിച്ച കേസുകളിലെല്ലാം ഇത്തരത്തിൽ വികസിച്ച കന്യകാചർമ്മമാണ് കണ്ടിരുന്നത്. അക്കാര്യം രേഖപ്പെടുത്തി സർട്ടിഫിക്കറ്റ് നല്കുമ്പോൾ പെൺകുട്ടിയുടെയും അവളുടെ മാതാപിതാക്കളുടെയും മുഖത്ത് തെളിയുന്ന സന്തോഷം

പറഞ്ഞറിയിക്കാനാവുന്നതല്ല. ആ ഒറ്റ സർട്ടിഫിക്കറ്റിന്റെ ബലത്തിലാണ് നവവരൻ അവളെ വീണ്ടും കൈപിടിച്ചു വീട്ടിലേക്ക് കൊണ്ടുപോവുന്നത്!

സംഭോഗസമയത്ത് ചോര പൊടിഞ്ഞില്ലെങ്കിലുള്ള പരിണിത ഫലങ്ങളോർത്ത് സമർത്ഥകളായ പെൺകുട്ടികൾ മണിയറയിൽ അട്ടയെ കൊന്ന് ബെഡ്ഷീറ്റിൽ ചോര പുരട്ടുന്നതിനെക്കുറിച്ചും അന്ന് പറഞ്ഞുകേട്ടിരുന്നു. അവിടെ ഫാമുകളിൽ ചെറിയൊരിനം അട്ട (Leech) ധാരാളമുണ്ട്. ഒരു ഗുളികയുടെ വലിപ്പമേ വരൂ. ഇവയെ ശേഖരിക്കുന്നതും വലിയ പ്രയാസമുള്ള കാര്യമല്ല. അട്ടയെ ശരീരത്തിൽ പിടിപ്പിച്ചാൽ അത് ചോരകുടിച്ച് വീർക്കും. അതുമായിട്ട് മണിയറയിൽ കയറുന്ന വധു സംഭോഗവേളയിൽ മണവാളനറിയാതെ അട്ടയെ ബെഡ്ഷീറ്റിൽ വച്ചൊന്നമർത്തുമ്പോൾ അത് പൊട്ടി ആവശ്യത്തിനു ചോര പൊടിഞ്ഞുകൊള്ളും. വരനും ബന്ധുക്കൾക്കും മനസ്സമാധാനം കിട്ടും, കൂട്ടത്തിൽ പെൺകുട്ടിക്കും!

ഇങ്ങനെയൊരു ആചാരവും നിയമവും അവിടെ നിലനിൽക്കുന്നതിനാൽ മാതാപിതാക്കൾ പെൺകുട്ടികൾ വീഴുകയോ, അപകടങ്ങളിൽ പെടുകയോ ചെയ്താൽ കന്യകാചർമ്മം പൊട്ടിപ്പോകുമെന്ന തെറ്റിദ്ധാരണകൊണ്ട് ആശങ്കയിലായിരിക്കും. കന്യകാചർമ്മം മുട്ടയുടെ തോടുപോലെ എളുപ്പം പൊട്ടാവുന്ന ഒന്നാണെന്നാണ് അവർ വിശ്വസിക്കുന്നത്!! അവർക്ക് കുട്ടിയുടെ ചികിത്സയെക്കാൾ അത്യാവശ്യം കന്യകാചർമ്മപരിശോധനയാണ്. അതിനായി തബീബ് ശരായിയുടെ പരിശോധനയ്ക്കും സർട്ടിഫിക്കറ്റിനുമായി കൊണ്ടുവരും. മറ്റു ജോലികൾക്കിടയിൽ തികച്ചും അനാവശ്യമായ അത്തരം രണ്ടും മൂന്നും പരിശോധനകൾ കൂടി ദിവസവും ചെയ്യണമായിരുന്നു.

ട്രിപ്പോളിയിൽനിന്നും അകലെയുള്ള നഗരങ്ങളിൽ പോയി മൃതദേഹപരിശോധന നടത്തണമായിരുന്നു. ഇത്തരം യാത്രകൾ ചെറിയ ഡോണിയർ വിമാനങ്ങളിലായിരുന്നു. അത് പറത്തുന്നത് പരിചയം കുറവായ ലിബിയൻ പൈലറ്റുമാരായിരുന്നു. ഒരിക്കൽ ഞാനും സഹപ്രവർത്തകരും സഞ്ചരിച്ചിരുന്ന വിമാനം ചുഴലിക്കാറ്റിൽപെട്ടു. സഹാറ മരുഭൂമിയിൽ ചിലപ്പോൾ 'ഗിബ്ലി' എന്നു വിളിക്കുന്ന മണൽക്കാറ്റുണ്ടാകും. ചരടറ്റപോലെ വിമാനം പല ദിശകളിലേക്കും ആടിയുലഞ്ഞു. സഹപ്രവർത്തകർ ഉച്ചത്തിൽ ഹള്ളാ എന്നു വിളിച്ച് പ്രാർത്ഥിച്ചു. മുൻപും മരണം എന്റെ സഹയാത്രികനായിരുന്നിട്ടുണ്ട്. അന്നൊക്കെ അത്ഭുതകരമായി രക്ഷപ്പെട്ടിട്ടുള്ളതിനാൽ ഞാൻ കണ്ണുമടച്ച് ശാന്തനായിരുന്നു.

അഞ്ചു മിനിട്ടുകൾ കഴിഞ്ഞപ്പോൾ വിമാനം 'കൊടുങ്കാറ്റിന്റെ കണ്ണിൽ' നിന്നും വെളിയിൽ വന്നു.

അതിനുശേഷം ഞാൻ യാത്രകൾ മോട്ടോർ വാഹനങ്ങളിലാക്കി. മണിക്കൂറിൽ 150 കിലോമീറ്റർ വേഗത്തിൽ ടയോട്ട ലാൻഡ് റോവർ കാറിൽ മരുഭൂമിയിലൂടെയുള്ള യാത്ര വല്ലാത്തൊരു അനുഭവമാണ്. നേർരേഖ പോലെയുള്ള റോഡിന്റെ ഇരുവശവും മണൽക്കാടാണ്. ഇടയ്ക്കിടെ ചുഴലിക്കാറ്റും. ഈന്തപ്പനകളുടെ പച്ചപ്പു കാണുന്നിടത്ത് വാഹനം നിർത്തി അല്പനേരം വിശ്രമിക്കും; പെപ്സിയും ബ്രെഡ്ഡും കഴിക്കും.

സദാചാരത്തിന് പോലീസ്

ലിബിയയിലെ മറ്റൊരു പ്രത്യേകത മൊറാലിറ്റി (സദാചാര) പോലീസാണ്. പ്രത്യേക യൂണിഫോമില്ലാത്ത അവർ യാത്ര ചെയ്യുന്നത് നമ്മുടെ ഇവിടുത്തെ സ്പെഷൽ ബ്രാഞ്ചുകാരെപ്പോലെ പോലീസ് ചിഹ്നങ്ങളില്ലാത്ത കാറുകളിലായിരിക്കും. ഭാര്യയോ സഹോദരിയോ അല്ലാത്ത ഒരു സ്ത്രീയുടെ കൂടെ ചെറുപ്പക്കാർ നടക്കുന്നതു കണ്ടാൽ ഇരുവരെയും പോലീസ് പിടികൂടും. സ്ത്രീയെ ഉടൻ കന്യകാത്വപരിശോധനയ്ക്കു വിധേയയാക്കും.

സ്ത്രീക്ക് കന്യകാചർമ്മമില്ലെന്നുകണ്ടാൽ ഇരുവരെയും അനാശാസ്യബന്ധത്തിൽ ഏർപ്പെട്ടതിന് അറസ്റ്റുചെയ്യും. അഞ്ചു വർഷമാണ് തടവുശിക്ഷ. പുരുഷൻ ആ പെൺകുട്ടിയെ വിവാഹം കഴിച്ചാൽ ശിക്ഷയിൽനിന്ന് ഒഴിവാകാം.

വെറുതെയൊരു രസത്തിനുപോലും സ്നേഹിതകളോടൊപ്പം ചുറ്റിക്കറങ്ങാൻ കഴിയില്ലെന്നു ചുരുക്കം. മദ്യനിരോധനം നിലനിൽക്കുന്ന നാടാണെങ്കിലും ലിബിയായിൽ കള്ളവാറ്റ് ധാരാളമുണ്ടായിരുന്നു. മുന്തിരിങ്ങയും ഓറഞ്ചും ഉൾപ്പെടെ ഒട്ടെല്ലാ പഴവർഗ്ഗങ്ങളും ധാരാളം കൃഷിചെയ്യുന്നതിനാൽ പഴങ്ങളിട്ടാണ് വാറ്റുന്നത്. മദ്യപിച്ച് റോഡിലൂടെ നടക്കുന്നതും കാറോടിക്കുന്നതും ശിക്ഷാർഹമാണ്. പിടികൂടിയാൽ ആയിരം ദിനാർ (ഒരു ദിനാർ=140 ഇന്ത്യൻ രൂപ) ആണ് പിഴ. ഇരുപത്തിയഞ്ച് ചാട്ടവാറടിയും കൊള്ളണം.

ചാട്ടവാർ പ്രയോഗത്തിനു മുമ്പ് പ്രതിയെ പരിശോധനയ്ക്കു എന്റെയടുത്ത് കൊണ്ടുവരും. അടികൊള്ളാനുള്ള ശേഷി അയാൾക്കുണ്ടോ എന്നു ഞാൻ പരിശോധിച്ച് സർട്ടിഫിക്കറ്റ് കൊടുത്തശേഷമേ ശിക്ഷ നടപ്പാക്കുകയുള്ളു. അടികൊണ്ട് പ്രതി മരിച്ചാൽ എനിക്കെതിരെ നടപടിയുണ്ടാകും. അതിനാൽ ഞാൻ പ്രതിയെ കാർഡിയോളജി ഉൾപ്പെടെയുള്ള എല്ലാ വിഭാഗങ്ങളിലുമയച്ച്

പരിശോധനകൾ നടത്തിയിരുന്നു. ഒന്നോ രണ്ടോ പ്രതികൾ ഒഴികെ മിക്കവരെയും പരിശോധനകളിൽ അടികൊള്ളാൻ ശേഷിയില്ലാത്തവർ എന്നാണ് ഞാൻ സർട്ടിഫിക്കറ്റ് നല്കിയിട്ടുള്ളത്. അങ്ങനെ ചാട്ടവാറടിയിൽ നിന്ന് നിരവധിപേരെ എനിക്ക് രക്ഷപ്പെടുത്താനായി.

പ്രതിയെ അണ്ടർവെയർ മാത്രമിടീച്ച് പോലീസ് സ്റ്റേഷന്റെ മുറ്റത്തു കിടത്തി തുകൽചാട്ടകൊണ്ടാണ് അടിക്കുന്നത്. നാലഞ്ചടി കഴിയുമ്പോൾ തന്നെ ആൾക്ക് ബോധം നഷ്ടപ്പെടും. മുഖത്ത് വെള്ളം കുടഞ്ഞ് ബോധം വരുത്തിയശേഷം പിന്നെയും അടിക്കും. ബോധം മറഞ്ഞാൽ പിന്നെയും ബോധം വരുത്തിയ ശേഷം അടിക്കും. ഈ ശിക്ഷ ലഭിച്ചവൻ പിന്നീടൊരിക്കലും മദ്യപിക്കുകയില്ല.

ജയിലുകളിൽ പോയി തടവുകാരെ സന്ദർശിക്കുകയും അവരുടെ ശരീരത്തിൽ മുറിവുകളോ, മർദ്ദനത്തിന്റെ അടയാളങ്ങളോ ഉണ്ടോ എന്ന് പരിശോധിക്കുന്നതും എന്റെ ജോലിയുടെ ഭാഗമായിരുന്നു. ട്രിപ്പോളിയിൽനിന്ന് അല്പമകലെയുള്ള ഒരു ജയിലിൽ തടവുകാരെ സന്ദർശിക്കാൻ ചെന്ന എന്നോട് ജയിലധികൃതർ ഒരു ഇന്ത്യൻ ഡോക്ടർ ജയിലിലുണ്ടെന്ന് പറഞ്ഞു. ജയിലിൽ ജോലി ചെയ്യുന്ന ഡോക്ടറായിരിക്കുമെന്നാണ് ഞാൻ കരുതിയത്. ജയിൽ വേഷം ധരിച്ച ആളെ ജയിലർമാർ എന്റെ അടുത്തുകൊണ്ടുവന്നപ്പോൾ ഞാൻ ഞെട്ടിപ്പോയി. എന്റെ സീനിയറായ തിരുവനന്തപുരം മെഡിക്കൽ കോളജിലെ പൂർവ്വ വിദ്യാർത്ഥിയായിരുന്ന ഒരു മലയാളി ഡോക്ടർ! വീട്ടിൽവച്ച് മദ്യമുണ്ടാക്കിയതിനും മദ്യപിച്ച് കാറോടിച്ചതിനുമാണ് പോലീസ് പിടികൂടിയത്. എന്നെക്കണ്ട് അദ്ദേഹം പൊട്ടിക്കരഞ്ഞു. എങ്ങനെയെങ്കിലും ചാട്ടവാറടിയിൽനിന്നും ഒഴിവാക്കുവാൻ ശുപാർശ ചെയ്യണമെന്ന് അദ്ദേഹം എന്നോടാവശ്യപ്പെട്ടു. ഞാൻ എന്റെ സുഹൃത്തായ ഡോക്ടറെ രക്ഷിക്കണമെന്ന് പ്രോസിക്യൂട്ടറോട് അപേക്ഷിച്ചു. രണ്ടാം തവണയാണ് ഡോക്ടർ പിടിയിലാകുന്നതെന്നും ആദ്യത്തെ തവണ മാപ്പു കൊടുത്തതാണെന്നും പ്രോസിക്യൂട്ടർ എന്നോട് പറഞ്ഞു. എങ്കിലും ദയാലുവായ അദ്ദേഹം എന്റെ അപേക്ഷ ചെവിക്കൊണ്ടു. ചാട്ടവാറടി ശിക്ഷ ഇളവാക്കിയെങ്കിലും ഡോക്ടറെ അവർ ജോലിയിൽനിന്നും പിരിച്ചുവിട്ടു. പിന്നീട് നാട്ടിൽവച്ച് കണ്ടപ്പോൾ അദ്ദേഹം എന്നെ തിരിച്ചറിഞ്ഞതുപോലുമില്ല!.

അടിപിടിയും കൊലപാതകങ്ങളും കൂടുതൽ നടക്കുന്നത് നമ്മുടെ നാട്ടിലാണെന്ന് പലരും പൊതുവേ കരുതാറുണ്ട്. മാധ്യമങ്ങളിൽ നിത്യേനയെന്നോണം നിറയുന്ന അതിക്രമവാർത്തകൾ

കാണുമ്പോൾ ആർക്കായാലും അങ്ങനെയേ തോന്നൂ. നമ്മുടെ നാട്ടിൽ കൊച്ചുപിച്ചാത്തിയുമായി റൗഡികൾ നടക്കുന്നതുപോലെ ലിബിയയിൽ തോക്കുമായാണ് ആക്രമികൾ വിലസുന്നത്. ആരെയെങ്കിലും കൊല്ലണമെന്ന് തീരുമാനിച്ചാൽ പതിയിരുന്ന് തലയ്ക്കടിക്കുന്നതോ കഴുത്തുഞെരിക്കുന്നതോ ഒന്നും അവരുടെ രീതിയല്ല. കത്തിക്കുത്തും താരതമ്യേന കുറവാണ്. ഏറെയും വെടിവെച്ചുള്ള കൊലപാതകങ്ങളാണ്. ഭരണപക്ഷവുമായി ബന്ധമുള്ള മിക്കവാറും ആളുകൾക്കും തോക്കുകൾ ഉണ്ടായിരിക്കും. എതിരാളിയുമായി വഴക്കുണ്ടായാൽ ഒറ്റവെടിക്ക് കഥ തീർക്കും. പോലീസ് സ്റ്റേറ്റ് ആണെങ്കിലും ഇത്തരം സംഭവങ്ങളൊക്കെ അവിടെ പതിവാണ്.

സുകുമാരക്കുറുപ്പ് ലിബിയയിൽ

സുകുമാരക്കുറുപ്പു കേസിനോട് സാദൃശ്യം തോന്നുന്ന ഒരു കേസ് ലിബിയായിലും ഉണ്ടായി. ഒരു കത്തിക്കരിഞ്ഞ കാറും അതിനുള്ളിലെ ശവവും പരിശോധിക്കാനാണ് എന്നെ പോലീസ്സുകാർ ട്രിപ്പോളിയിൽനിന്നും അകലെ സിർത്ത് എന്ന സ്ഥലത്തേക്ക് കൂട്ടിക്കൊണ്ടുപോയത്. കാറിൽ ഡ്രൈവിങ് സീറ്റിലാണ് കരിഞ്ഞ മൃതദേഹം പോലീസ് കണ്ടത്. അപകടമരണമാണന്നാണ് കരുതിയത്. കരിക്കട്ട പോലെയായ ശവശരീരത്തിൽ പുറമേ എന്തെങ്കിലും പരിക്കുകളുണ്ടോ എന്നറിയാൻ കഴിയാത്ത അവസ്ഥ. വിശദമായ പരിശോധനയ്ക്കായി മൃതദേഹം മോർച്ചറിയിലേക്ക് മാറ്റി.

ശ്വാസകോശമാണ് ഞാൻ ആദ്യം പരിശോധിച്ചത്. ശ്വാസക്കുഴലുകളിൽ കരിയുടെ ഒരംശംപോലും ഉണ്ടായിരുന്നില്ല. കൊന്നശേഷമാണ് ആളെ കത്തിച്ചതെന്ന് വ്യക്തമായി. ജീവനോടെയാണ് തീയിൽപ്പെട്ടു മരിച്ചതെങ്കിൽ കരിയുടെ അംശങ്ങൾ തീർച്ചയായും ഉള്ളിൽ കടക്കുമായിരുന്നു. മസ്തിഷ്ക പരിശോധനയ്ക്കായി തലയോടിനു പുറത്തെ തൊലി മുറിച്ച് മാറ്റിയപ്പോഴാണ് കേസിന്റെ വഴിത്തിരിവിലേക്കു നയിച്ച ആദ്യ സൂചന ലഭിച്ചത്. തലയ്ക്കു പിന്നിൽ വെടിയുണ്ട തുളഞ്ഞു കയറിയതുപോലെ ഒരു മുറിവുണ്ടായിരുന്നു. തലയിലെ മുടിയും തൊലിയും കരിഞ്ഞുപോയതിനാൽ വെടിയേറ്റ പാട് പുറമേ വ്യക്തമായിരുന്നില്ല. ഇലക്ട്രിക് വാളുകൊണ്ട് തലയോട് വൃത്താകൃതിയിൽ മുറിച്ചു മാറ്റി. ചൂടുകൊണ്ട് തലച്ചോർ വെന്ത് കട്ടിയായിരുന്നു. തലച്ചോർ ശ്രദ്ധയോടെ പരിശോധിച്ചപ്പോൾ അതിനുള്ളിൽനിന്നും ഒരു വെടിയുണ്ട കിട്ടി.

9 എ.എം. പിസ്റ്റൾ വെടിയുണ്ടയാണ് തലയിൽ തറച്ചതെന്ന് വിശദമായ പരിശോധനയിൽ വ്യക്തമായി. ബുള്ളറ്റ് അവിടുത്തെ ഫോറൻസിക് ബാലിസ്റ്റിക്സ് വിദഗ്ദ്ധന് അയച്ചുകൊടുത്തു. കൊല്ലപ്പെട്ടയാൾ ബിസിനസ്സ് രംഗത്തെ അതികായൻകൂടിയായ ഒരു രാഷ്ട്രീയനേതാവായിരുന്നു. അദ്ദേഹത്തിന്റെ ശത്രുപാള യത്തിലെ ചിലരെയായിരുന്നു സംശയം. പലരെയും ചോദ്യം ചെയ്തപ്പോൾ യഥാർത്ഥപ്രതിയെ കണ്ടെത്താൻ കഴിഞ്ഞു. വെടിവെയ്ക്കാൻ ഉപയോഗിച്ച തോക്കും പോലീസ് കണ്ടെടുത്തു. തലയോട്ടിക്കകത്തുനിന്നു കിട്ടിയ വെടിയുണ്ട ഈ തോക്കിൽനിന്ന് നിറയൊഴിച്ചതാണെന്ന് പരിശോധനയിൽ തെളിഞ്ഞു. തോക്കിന്റെ കുഴലിനുള്ളിലെ പൊഴികളിലൂടെ (Rifling ridges and grooves) കറങ്ങിത്തിരിഞ്ഞാണ് വെടിയുണ്ട പുറത്തേക്കു പായുന്നത്. അപ്പോൾ വരമ്പുകളുടെ (ridges) അടയാളങ്ങൾ വെടിയുണ്ട യിൽ പതിയും.

പ്രതിയുടെ തോക്കിൽനിന്നും പരീക്ഷണാർത്ഥം ഉതിർക്കുന്ന വെടിയുണ്ടയും ശരീരത്തിൽനിന്നും ലഭിച്ച വെടിയുണ്ടയും കംപാരിസൺ മൈക്രോസ്കോപ്പിന്റെ സഹായത്തോടെ സൂക്ഷ്മ പരിശോധന നടത്തും. അപ്പോൾ രണ്ടു വെടിയുണ്ടകളിലുമുള്ള പൊഴിയടയാളങ്ങൾ സമാനമാണെങ്കിൽ ശരീരത്തിൽനിന്നും ലഭിച്ച വെടിയുണ്ട ഉതിർന്നത് ആ തോക്കിൽനിന്നാണെന്ന് തീർച്ചയാക്കാം. ഒരേ കമ്പനി നിർമ്മിക്കുന്ന ഒരേ ഡിസൈനിലുള്ള തോക്കുകളാണെങ്കിൽപോലും ഓരോ തോക്കിൽനിന്നും പുറത്തു വരുന്ന വെടിയുണ്ടകളിൽ പതിയുന്ന പൊഴിയടയാളം വ്യത്യ സ്തമായിരിക്കും വെടിയുണ്ടകളിൽ തോക്ക് അതിന്റെ ഒപ്പ് പതിക്കുന്നു എന്നാണ് ഈ പ്രതിഭാസത്തെക്കുറിച്ച് പറയുന്നത്. ഈ കേസ് എനിക്ക് ലിബിയയിൽ കുറച്ച് അംഗീകാരവും പ്രശസ്തിയും ഉണ്ടാക്കിത്തന്നു. ചീഫ് ജസ്റ്റിസ് അബ്ദുൾ വഹാബ് സിയാല നേരിട്ട് അഭിനന്ദിക്കുകയും ചെയ്തു.

ആശുപത്രിക്കു സമീപമുള്ള മനോഹരമായ ഒരു കെട്ടിടസമു ച്ചയത്തിലെ ഫ്ലാറ്റിലായിരുന്നു എന്റെ താമസം. അടുത്ത ഫ്ലാറ്റിൽ താമസിച്ചിരുന്നത് ഒരു യുഗോസ്ലേവിയൻ ദമ്പതികളായിരുന്നു; ഡോ. കോൺസ്റ്റാന്റിൻ റെപ്പോവിച്ചും പത്നി ദാനയും. ഭക്ഷണം തനിയെ പാകം ചെയ്യണമായിരുന്നു. എനിക്ക് പാചകം അല്പ മൊക്കെ അറിയാമെങ്കിലും ജോലിത്തിരക്കിനിടയ്ക്ക് പാചകത്തിന് സമയം കണ്ടെത്താൻ ബുദ്ധിമുട്ടിയിരുന്നു. അപ്പോഴൊക്കെ ഒരു മൂത്ത സഹോദരിയെപ്പോലെ ദാന സഹായിച്ചിരുന്നു. മിക്ക വെള്ളിയാഴ്ചകളിലും അൽ ഫത്താ യൂണിവേഴ്സിറ്റി ക്യാമ്പസ്സിൽ താമസിച്ചിരുന്ന ഡോക്ടർമാരായ സുന്ദരി, ആനന്ദകുമാർ, ബാബു

തോമസ്, ഗീതാ അരവിന്ദൻ എന്നിവരെ സന്ദർശിക്കുമായിരുന്നു. സുന്ദരിഅക്കയും ഡോ. ഗീതയും ആനന്ദകുമാറിന്റെ പത്നി പ്രൊഫ. ബീനയും ബാബു തോമസിന്റെ പത്നി ഡോ. സോദരിയും തയ്യാറാക്കിയിരുന്ന സ്വാദിഷ്ഠമായ ഭക്ഷണമായിരുന്നു പ്രധാന ആകർഷണം.

ലിബിയായിൽ ഷോപ്പിങ് നടത്തുന്നതും ബുദ്ധിമുട്ടുള്ള കാര്യ മായിരുന്നു. ആട്ടയും പഞ്ചസാരയുമൊക്കെ അമ്പതു കിലോ യിൽ കുറഞ്ഞ് വാങ്ങാൻ കിട്ടില്ല. അതിനൊക്കെ കാറുണ്ടായി രുന്ന സുഹൃത്തുക്കൾ സഹായിച്ചിരുന്നു. ലിബിയയിൽ പല സ്ഥലത്തും ധാരാളം റോമൻ, ഗ്രീക്ക് പൗരാണികാവശിഷ്ടങ്ങൾ (ചിത്രം 27.4) ഉണ്ട്. ചരിത്രസ്മരണകളുറങ്ങുന്ന ആ പ്രദേശങ്ങൾ കാണുവാനും സുഹൃത്തുക്കൾ എന്നെ സഹായിച്ചു. ലിബിയൻ ഫാക്ടറികളിലും ആശുപത്രികളിലും മറ്റും ജോലി ചെയ്തിരുന്ന ധാരാളം സുഹൃത്തുക്കളുണ്ടായിരുന്നു. ചാലക്കുടിക്കാരൻ പരമേശ്വരൻ, മാവേലിക്കര തമ്പാൻ, തൊടുപുഴ ജോസഫ്, എക്സ് റേ നായർ, രാധാകൃഷ്ണക്കുറുപ്പ്. ജീവിതമാകുന്ന അരങ്ങിൽ കുറെ നേരം ഒപ്പമുണ്ടായിരുന്ന അവരെ ഞാൻ സ്നേഹത്തോടെ സ്മരിക്കുന്നു.

ദാന യുഗോസ്ലേവിയൻ പ്രസിഡന്റായിരുന്ന മാർഷൽ ടിറ്റോ യുടെ ശേഷകാരിയാണ്. ബാലറ്റ് പെട്ടിയിലൂടെ ആദ്യമായി കമ്മ്യൂ ണിസ്റ്റ്പാർട്ടി അധികാരത്തിലെത്തിയ സംസ്ഥാനമായ കേരള ത്തെക്കുറിച്ച് അവർ കേട്ടിട്ടുണ്ട്. ഞങ്ങളുടെ സായന്തന സദസ്സു കളിലെ രാഷ്ട്രീയചർച്ചകളിൽ അവർ സജീവമായി പങ്കെടുത്തി രുന്നു. കിഴക്കൻ യൂറോപ്യൻ രാജ്യങ്ങളിലെല്ലാം കമ്മ്യൂണിസ്റ്റ് ഭരണകൂടങ്ങൾ തകരുമെന്ന് അന്നേ അവർ പ്രവചിച്ചിരുന്നു. അത് കമ്മ്യൂണിസ്റ്റ് പ്രത്യയശാസ്ത്രത്തിന്റെ കുഴപ്പമല്ലെന്നും പാർട്ടി ജനങ്ങളിൽനിന്നും അകന്ന് പോകുന്നതുകൊണ്ടാണെന്നും 1986-ൽ ദാന എന്ന വീട്ടമ്മ പറഞ്ഞത് പിന്നീട് യാഥാർത്ഥ്യമായി ഭവിച്ചു. 1989-ൽ റൊമാനിയയിൽ ചെഷസ്സ്ക്യൂ അധികാര ഭ്രഷ്ടനായി. മിക്ക കിഴക്കൻ യൂറോപ്യൻ രാജ്യങ്ങളിലും കമ്മ്യൂ ണിസ്റ്റ് ഭരണകൂടങ്ങൾ തകർന്നു. സോവിയറ്റ് റിപ്പബ്ലിക്കുപോലും പല കഷണങ്ങളായി.

യുഗോസ്ലേവിയായിലെ സ്ഥിതിയും ഒട്ടും വ്യത്യസ്തമല്ല എന്നവർ പറഞ്ഞു. ദാനയുടെ അച്ഛൻ ഒരു ട്രേഡ് യൂണിയൻ പ്രവർത്തകനായിരുന്നു. സൈക്കിളിൽ യാത്ര ചെയ്തിരുന്ന, ലളിതമായ ജീവിതം നയിച്ചിരുന്ന ആദർശവാനായ തൊഴി ലാളി നേതാവ്. കാലം കുറെ കഴിഞ്ഞപ്പോൾ സഹപ്രവർത്തകർ അധികാരത്തിന്റെ ഉന്നതശ്രേണികളിലെത്തി. കാറുകളും,

എസ്റ്റേറ്റുകളും, വേനൽക്കാലവസതികളുമൊക്കെ സമ്പാദിച്ചു, സ്വേച്ഛാധിപതികളായി. പാർട്ടി ഏകാധിപത്യത്തിനെതിരായി ശബ്ദമുയർത്തിയവരെയൊക്കെ തുറുങ്കിലടച്ചു. ജനങ്ങളിൽനിന്നും കമ്മ്യൂണിസ്റ്റ് പാർട്ടി അകന്നുപോയെന്ന് ഒരുറച്ച കമ്മ്യൂണിസ്റ്റായ ആ വീട്ടമ്മ അതീവ ദുഃഖത്തോടെ എന്നോട് പറഞ്ഞു. ഏതു നേതാവായാലും ഏത് പാർട്ടിയായാലും ഏത് പ്രത്യയശാസ്ത്രമായാലും ജനങ്ങളിൽനിന്നും അകന്നാൽ നിലനിൽപ്പുണ്ടാകുകയില്ല.

ദാന എന്നെ നിരവധി രുചികരങ്ങളായ യുഗോസ്ലേവിയൻ വിഭവങ്ങൾ ഉണ്ടാക്കാൻ പഠിപ്പിച്ചു. ഞാൻ തിരികെ നാട്ടിൽ വന്നപ്പോൾ എന്റെ ഭാര്യയെ അതെല്ലാം പഠിപ്പിച്ചു. ഞങ്ങൾ ചിലപ്പോഴൊക്കെ ആ വിഭവങ്ങൾ ഉണ്ടാക്കാറുണ്ട്. ദാനയുമായി കുറെ നാൾ എഴുത്തുകുത്തുകൾ നടത്തിയിരുന്നു. പിന്നീട് ആ ദമ്പതികൾ യുഗോസ്ലേവിയായിലേക്ക് പോയതോടെ ആ ബന്ധം നിലച്ചു. എന്നാൽ ഈയിടെ ദാന ഇന്റർനെറ്റിൽനിന്നും എന്റെ മേൽവിലാസം കണ്ടുപിടിച്ച് എനിക്ക് ഹൃദയസ്പർശിയായ ഒരു കത്തയച്ചു. അങ്ങനെ ഇരുപത്തിരണ്ടു വർഷത്തിനുശേഷം എനിക്കെന്റെ കമ്മ്യൂണിസ്റ്റ് ചേച്ചിയെ തിരികെ കിട്ടിയിരിക്കുന്നു. എല്ലാ മെയിലുകളിലും ഞാൻ എന്നാണ് യുഗോസ്ലേവിയായിൽ ചെല്ലുന്നത് എന്നാണ് അവർക്കറിയേണ്ടത്. സ്നേഹത്തിന് മതമോ ജാതിയോ ഭാഷയോ ദേശമോ ഒന്നും തടസ്സമല്ല.

ലിബിയൻ നേതാവ് ഗദ്ദാഫിയും സ്വേച്ഛാധിപത്യത്തിന്റെ വഴിയിലേക്കായിരുന്നു നീങ്ങിയിരുന്നത്. എല്ലാ അറബി രാഷ്ട്രങ്ങളെയും ഒരു കുടക്കീഴിൽ കൊണ്ടുവരണമെന്നും യു.എസ്.എ. പോലെയോ യു.എസ്.എസ്.ആർ. പോലെയോ ഒരു യു.എസ്.എ.ആർ. (യുണൈറ്റഡ് സ്റ്റേറ്റ്സ് ഓഫ് അറബ് റിപ്പബ്ലിക്സ്) ഉണ്ടാക്കി അതിന്റെ തലവനാകണമെന്നായിരുന്നു ഗദ്ദാഫിയുടെ ഭ്രാന്തൻ ആഗ്രഹം. അയൽരാജ്യങ്ങളായ ട്യുണിഷ്യയും ചാടുമായുമൊക്കെ എല്ലായ്പ്പോഴും യുദ്ധം ചെയ്യുന്നതിലും പാലസ്തീൻ ഭീകരവാദികൾക്ക് ആഗോളഭീകരപ്രവർത്തനങ്ങൾക്ക് ആവശ്യമായ ധനസഹായം ചെയ്യുന്നതിലുമായിരുന്നു അദ്ദേഹത്തിനു താത്പര്യം.

അബു നിദാൽ, അബു അബ്ബാസ്സ് മുതലായ പാലസ്തീൻ ഭീകരപ്രവർത്തകർ ലിബിയയിൽതന്നെ താമസിച്ചുകൊണ്ട് ലോകമെമ്പാടും ഭീകരപ്രവർത്തനങ്ങൾ നടത്തുകയും ഭീകരർക്ക് പരിശീലനം നല്കുകയും ചെയ്യുന്നുണ്ടായിരുന്നു. ഇസ്രായേലിന്റെ സഹായിയായ അമേരിക്കയായിരുന്നു ഗദ്ദാഫിയുടെ മുഖ്യശത്രു. 1985 ജനുവരിയിൽ 'അക്കി ലോ ലാറ' എന്ന ഇറ്റാലിയൻ

കപ്പൽ ഈജിപ്റ്റിനു സമീപം മെഡിറ്ററേനിയൻ കടലിൽ വച്ച് അബുനിദാൽ ഗ്രൂപ്പിലെ ഭീകരർ തട്ടിക്കൊണ്ടു പോയി. അതിലെ അമേരിക്കൻ ടൂറിസ്റ്റുകളെ വധിച്ചു. അതേവർഷം ഡിസംബറിൽ ലിബിയൻ സഹായത്തോടെ അബു നിദാൽ ഗ്രൂപ്പിലെ ഭീകരർ റോമിലെയും വിയന്നയിലെയും വിമാനത്താവളങ്ങളിൽ ബോംബാക്രമണങ്ങൾ നടത്തി. നിരവധി പേർ മരിക്കുകയും നിരവധി പേർക്ക് പരിക്കേൽക്കുകയും ചെയ്തു. 1986 ഏപ്രിലിൽ ബെർലിനിലെ ഒരു ഡിസ്കോ ക്ലബ്ബിൽ പാലസ്തീൻ ഭീകരർ ബോംബാക്രമണം നടത്തി. ക്ലബ്ബിലുണ്ടായിരുന്ന കുറെ അമേരിക്കൻ പട്ടാളക്കാർ മരിക്കുകയും അനേകംപേർക്ക് ഗുരുതരമായി പരിക്കേൽക്കുകയും ചെയ്തു.

ഇതോടെ അമേരിക്കൻ പ്രസിഡന്റ് റൊണാൾഡ് റീഗൻ ഗദ്ദാഫിയെ ഒരു പാഠം പഠിപ്പിക്കാൻ തീരുമാനിച്ചു. എനിക്ക് ലിബിയൻ സീക്രട്ട് സർവീസിലുള്ള ഒരു സ്നേഹിതനുണ്ടായിരുന്നു. അയാൾ എന്നോട് താമസിയാതെ അമേരിക്ക ലിബിയയെ ആക്രമിക്കുമെന്ന് പറഞ്ഞു. എങ്ങനെയോ വിവരം മനസ്സിലാക്കിയ പല വിദേശീയരും രാജ്യം വിട്ടു. ഏറ്റവും കൂടുതൽ ആയുധങ്ങൾ ലിബിയയ്ക്കു നല്കിയിരുന്ന റഷ്യാക്കാരായിരുന്നു ആദ്യം സ്ഥലം വിട്ടത്.

ഞാൻ ദിവസവും റേഡിയോ 'വോയ്സ് ഒഫ് അമേരിക്ക' കേൾക്കുമായിരുന്നു. റീഗന്റെ പ്രസംഗങ്ങളിൽനിന്നും അമേരിക്കൻ ആക്രമണം ആസന്നമാണെന്ന് എനിക്കു തോന്നി. എന്റെ ലിബിയൻ സ്നേഹിതൻ ഏപ്രിൽ പതിന്നാലാം തീയതി രാത്രി വ്യോമാക്രമണം ഉണ്ടാകാൻ സാധ്യതയുണ്ടെന്നറിയിച്ചു. ഞാൻ ആ വിവരം എന്റെ സ്നേഹിതരോടു പറഞ്ഞപ്പോൾ പലരും വിശ്വസിച്ചില്ല. ഞാൻ ഒരു ചെറിയ ബാഗിൽ അത്യാവശ്യം വസ്

ചിത്രം 27.5 ലിബിയയെ ആക്രമിച്ച യു എസ് ബോംബർ എഫ് 111 വിമാനങ്ങളിൽ ഒന്ന്

ചിത്രം 27.6 ഗ്രന്ഥകർത്താവിന്റെ വീടിനു സമീപം ബോംബ് പതിച്ച ഒരു കെട്ടിടം

ത്രങ്ങളും പാസ്പോർട്ടും പണവുമൊക്കെ നിറച്ചുവച്ചു. അന്ന് അർദ്ധരാത്രിവരെ ഉറങ്ങാതെ അമേരിക്കൻ റേഡിയോ കേട്ടിരുന്നു. പതിവിനു വിപരീതമായി റീഗൻ അന്ന് ലിബിയാക്കാരെ അഭിസംബോധന ചെയ്താണ് സംസാരിച്ചത്. ഞാൻ ടെറസ്സിൽ കയറി നോക്കി. ട്രിപ്പോളി നഗരം വൈദ്യുതിപ്രഭാപൂരത്തിൽ മുങ്ങി നിൽക്കുന്നു. ബോംബാക്രമണം പ്രതീക്ഷിക്കുന്നെങ്കിൽ ബ്ലാക്കൗട്ട് ഉണ്ടാകണം. ഒന്നും സംഭവിക്കുകയില്ല എന്ന വിശ്വാസത്തോടെ ഉറങ്ങാൻ കിടന്നു.

ചെകിടടയ്ക്കുന്ന ശബ്ദങ്ങൾ കേട്ടാണ് ഞാൻ ഞെട്ടിയുണർന്നത്. വ്യോമാക്രമണമാണെന്ന് എനിക്കു മനസ്സിലായി. ഞാൻ താമസിച്ചിരുന്ന ആശുപത്രി ക്വാർട്ടേഴ്സിൽനിന്ന് കഷ്ടിച്ച് 150 മീറ്റർ അകലെയാണ് ഒരു ബോംബു വീണത് (ചിത്രം. 27.6). നൂറോളം കുടുംബങ്ങൾ താമസിച്ചിരുന്ന ഒരു ബഹുനില കെട്ടിടം നിമിഷനേരംകൊണ്ട് വെറും ഒരു മൺകൂനയായി മാറി. പല ഫ്ലാറ്റുകളിലെയും കണ്ണാടി ജനാലകൾ തകർന്നു. ഭിത്തികൾക്ക് വിള്ളൽ വീണു. മറ്റ് ഫ്ലാറ്റുകളിലെ താമസക്കാരുടെ ഉച്ചത്തിലുള്ള നിലവിളി കേൾക്കാമായിരുന്നു. ഞാൻ കരുതിവച്ചിരുന്ന ബാഗുമായി മുറി പൂട്ടി വരാന്തയിലിറങ്ങി. അപ്പോഴേക്കും വൈദ്യുതി നിലച്ചിരുന്നു. ലിഫ്റ്റില്ലാത്തതിനാൽ കോണിപ്പടി വഴി താഴെ ഇറങ്ങി. ആളുകൾ മരണഭയത്താൽ എങ്ങോട്ടെന്നില്ലാതെ ഓടുന്നു. ഞങ്ങൾ കുറെ പേർ ആശുപത്രി കോമ്പൗണ്ടിൽ കയറി മരങ്ങളുടെ താഴെ കമിഴ്ന്നു കിടന്നു. താഴ്ന്നു പറക്കുന്ന വിമാനങ്ങളുടെയും, വിമാനവേധത്തോക്കുകളുടെയും ശബ്ദങ്ങൾ ഭീതിദമായ അന്തരീക്ഷം സൃഷ്ടിച്ചു. ഏതു നിമിഷവും ബോംബുകൾ പതിക്കുമെന്ന് പേടിച്ച് ആ രാത്രി കഴിച്ചുകൂട്ടിയത് ഇന്നും ഞെട്ടലുണ്ടാക്കുന്ന ഒരോർമ്മയായി നിൽക്കുന്നു.

ഏപ്രിൽ 15 പുലർന്ന് ഒരു മണിക്കൂർ കഴിഞ്ഞപ്പോഴാണ് അമേരിക്കയുടെ 48-ാം ടാക്ടിക്കൽ ഫൈറ്റർ വിങ്ങിന്റെ ഏറ്റവും നവീനമായ പതിനെട്ട് 8 എഫ് 111 ബോംബർ വിമാനങ്ങൾ (ചിത്രം 27.5) ഉൾപ്പെടെ നാൽപ്പത്തിയഞ്ച് യുദ്ധവിമാനങ്ങളാണ് ലിബിയയെ ആക്രമിക്കാൻ പറന്നെത്തിയത്. വിമാനങ്ങൾ ഇംഗ്ലണ്ടിലെ ലേക്കൻഹീത്ത് വിമാനത്താവളത്തിൽനിന്നുമാണ് 'ഓപ്പറേഷൻ എൽഡൊറാഡോ കാന്യോൺ' എന്ന് രഹസ്യനാമം നല്കിയിരുന്ന ഈ ആക്രമണത്തിന് പുറപ്പെട്ടത്. ഫ്രാൻസും സ്പെയിനും ഇറ്റലിയും ആ രാജ്യങ്ങൾക്ക് മുകളിലൂടെ പറക്കാനുള്ള അനുമതി നിഷേധിച്ചതുകൊണ്ട് വിമാനങ്ങൾക്ക് ലിബിയയ്ക്ക് മുകളിലെത്താൻ ജിബ്രാൾട്ടർ ജലസന്ധി ചുറ്റി മെഡിറ്ററേനിയൻ കടലിന് മുകളിലൂടെ 2100 കിലോമീറ്റർ പറക്കേണ്ടി വന്നു. അതിനാൽ

വിമാനങ്ങൾക്ക് പ്രയാണമധ്യേ ആകാശത്ത് വച്ച് ഇന്ധനം നിറയ്ക്കാനുള്ള സൗകര്യങ്ങളും ചെയ്തിരുന്നു. ലിബിയയുടെ പതിന്നാല് മിഗ് വിമാനങ്ങൾ, അഞ്ച് ട്രാൻസ്പോർട്ട് വിമാനങ്ങൾ, രണ്ട് ഹെലിക്കോപ്ടറുകൾ, രണ്ട് യുദ്ധക്കപ്പലുകൾ എന്നിവ നശിപ്പിക്കപ്പെട്ടു. ലിബിയയിലെ മിലിട്ടറി വിമാനത്താവളവും, നാവിക അക്കാഡമിയും പട്ടാള ബാരക്കുകളും തകർക്കപ്പെട്ടു. ലിബിയയിൽ പ്രവർത്തിച്ചിരുന്ന ഭീകരപരിശീലനകേന്ദ്രങ്ങളും തകർന്നു. ഇതിനിടെ ലക്ഷ്യം തെറ്റിയ ഒരു ബോംബായിരുന്നു ഞങ്ങളുടെ ഫ്ലാറ്റിനടുത്തുള്ള കെട്ടിട സമുച്ചയത്തിൽ വീണത്. ഗദ്ദാഫിയുടെ കൊട്ടാരത്തിലും ബോംബ് വീണെങ്കിലും അദ്ദേഹം അത്ഭുതകരമായി രക്ഷപ്പെട്ടു. ഒരു മകൾ കൊല്ലപ്പെട്ടുവെന്ന് പിന്നീട് വാർത്തയുണ്ടായിരുന്നു.

അടുത്ത ദിവസം രാവിലെ ഞാൻ ഓഫീസിലെത്തി. വീട്ടിലേക്ക് ടെലിഫോൺ ചെയ്യണമെങ്കിൽ പോസ്റ്റ് ഓഫീസിൽ പോകണം. ഒരു വാഹനവും ഓടുന്നില്ല. എന്ത് ചെയ്യണമെന്നറിയാതെ വിഷമിച്ചിരുന്നപ്പോൾ ടെലിഫോൺ മുഴങ്ങി, ഭാര്യ വിളിക്കുന്നു. അവിടെ ടെലിവിഷനിൽ ബോംബിങ്ങിന്റെ വാർത്ത കേട്ട് എല്ലാവരും സംഭ്രാന്തരായി. സാധാരണ ലിബിയയിലേക്ക് ട്രങ്ക് കോൾ കിട്ടാൻ പ്രയാസമാണ്. ഏതായാലും വീട്ടുകാർക്ക് ആശ്വാസമായി. അന്ന് ഞാൻ ബോംബ് വീണ ചില സ്ഥലങ്ങൾ കാണാൻ പോയി. പല നിലകളുണ്ടായിരുന്ന സൗധങ്ങൾ മൺകൂമ്പാരങ്ങളായിത്തീർന്നിരിക്കുന്നു. അതിനിടയിൽ മനുഷ്യശരീരത്തിന്റെ അവശിഷ്ടങ്ങൾ. യുദ്ധം എന്തിനു വേണ്ടിയായാലും അതിന്റെ യാതനകളേറ്റു വാങ്ങുന്നത് നിരപരാധികളായ മനുഷ്യരാണല്ലൊ.

ബോംബാക്രമണത്തിനുശേഷം ലിബിയയിലെ ജീവിതം ദുരിതപൂർണ്ണമാകാൻ തുടങ്ങി. അത്യാവശ്യ സാധനങ്ങൾ ലഭിക്കുവാൻ പ്രയാസമായി. എല്ലാ വിദേശീയരും ഇനിയും യുദ്ധമുണ്ടാകാമെന്ന ഭീതിയിലായിരുന്നു. ഗദ്ദാഫി ബോംബിങ്ങിനുശേഷം പൂർവ്വാധികം വാശിയോടെ ഭീകരപ്രവർത്തനങ്ങൾ തുടങ്ങി. പല രാജ്യങ്ങളും അമേരിക്കയെ അപലപിച്ചു. ഇന്ത്യാക്കാരും പ്രതിഷേധ മീറ്റിങ്ങുകളിലും അമേരിക്കാ വിരുദ്ധറാലികളിലും പങ്കെടുത്തു.

ഞാൻ ജോലി രാജിവയ്ക്കാൻ തീരുമാനിച്ചു. എന്നാൽ എന്നോട് സ്നേഹവും വാത്സല്യവുമുണ്ടായിരുന്ന ചീഫ് ജസ്റ്റിസ് സിയാല സമ്മതിച്ചില്ല. അദ്ദേഹം എനിക്ക് ഒരു മാസത്തെ ലീവനുവദിച്ചു. അങ്ങനെ ഒരു വർഷത്തിനുശേഷം ഞാൻ നാട്ടിൽ വന്നു. തിരികെ

പോകുന്നതിനോട് ആർക്കും യോജിപ്പുണ്ടായിരുന്നില്ല. എനിക്ക് ചീഫ് ജസ്റ്റിസിനു നല്കിയ വാക്കു പാലിക്കണമെന്നതിനാൽ ഞാൻ ലീവ് കഴിഞ്ഞപ്പോൾ ലിബിയയിലേക്ക് തിരിച്ചുപോയി.

ഞാൻ തിരിച്ചു ചെല്ലുകയില്ലെന്നാണ് എല്ലാവരും കരുതിയിരുന്നത്. ലിബിയയിൽ സ്ഥിതിഗതികൾ കൂടുതൽ വഷളായിത്തീരുകയായിരുന്നു. ഇറ്റാലിയൻ ദ്വീപായ ലാമ്പെഡൂസായിൽ തങ്ങിയിരുന്ന അമേരിക്കൻ പട്ടാളക്കാർക്ക് നേരേ മിസൈൽ പ്രയോഗിച്ചു. ബെയ്റൂട്ടിലും ലെബനോണിലും ബ്രിട്ടീഷുകാരെ ബന്ദികളാക്കി. ഗദ്ദാഫി എണ്ണപ്പണംകൊണ്ട് കൂടുതൽ ആയുധങ്ങളും യുദ്ധവിമാനങ്ങളും സംഭരിക്കാൻ തുടങ്ങി. മിഗ് 29-ന്റെ പുതിയ സ്ക്വാഡ്രൺ തന്നെ ഉണ്ടാക്കി. അന്ന് വേറൊരു രാജ്യത്തിനും റഷ്യ ആ വിമാനം നല്കിയിട്ടില്ല.

ചീഫ് ജസ്റ്റിസ് സിയാലയ്ക്ക് എന്നോട് അലിവുതോന്നി എന്റെ രാജി സ്വീകരിക്കാമെന്ന് സമ്മതിച്ചു; ഒരു നിബന്ധന മാത്രം, ഒരു പകരക്കാരനെ നിയമിക്കാൻ സഹായിക്കണം. ഞാൻ പലർക്കും കത്തുകളയച്ചു; ആരും ലിബിയയിൽ വരാൻ താത്പര്യം കാണിച്ചില്ല. എന്റെ ഭാഗ്യത്തിന് ഹൈദരാബാദുകാരനായ ഡോക്ടർ ടി.ടി.കെ. നായിഡു വരാമെന്ന് സമ്മതിച്ചു. അദ്ദേഹം വന്ന് കുറച്ചുനാളുകൾക്കുശേഷം ഞാൻ ലിബിയയോട് യാത്ര പറഞ്ഞു.

ഗദ്ദാഫിയുടെ ഭീകരപ്രവർത്തനങ്ങൾക്ക് കടിഞ്ഞാണിടാനായി അമേരിക്ക 1986-ൽ ലിബിയയ്ക്കെതിരെ സാമ്പത്തിക ഉപരോധം ഏർപ്പെടുത്തി. എന്നിട്ടും ഒരു പ്രയോജനവുമുണ്ടായില്ല. 1989-ൽ ഏറ്റവും പൈശാചികമായ ഒരു ഭീകരപ്രവർത്തനം കൂടി ഗദ്ദാഫിയുടെ കാർമ്മികത്വത്തിൽ രണ്ട് ലിബിയൻ ഭീകരർ നടത്തി. പാൻ അമേരിക്കൻ വിമാനം സ്കോട്ട്ലൻഡിന് മുകളിൽക്കൂടി പറക്കവേ ബോംബ് വച്ച് തകർത്തു. നിരപരാധികളായ 243 യാത്രക്കാരും 16 വിമാനജോലിക്കാരും ഭസ്മമായി. അമേരിക്ക ലിബിയയ്ക്കെതിരെ ശക്തമായ എല്ലാ ഉപരോധങ്ങളുമേർപ്പെടുത്തി.

2008-ൽ ലിബിയ അമേരിക്കയുമായി ചർച്ചകൾക്കായി തയ്യാറായി. ഗദ്ദാഫിയുടെ പുത്രന്മാരാണ് അതിന് മുൻകൈ എടുത്തത്. വിമാനദുരന്തത്തിനിരയായവർക്ക് നഷ്ടപരിഹാരമായി 1500 ലക്ഷം അമേരിക്കൻ ഡോളർ നല്കാമെന്ന് സമ്മതിച്ചു. അമേരിക്ക ഉപരോധം പിൻവലിച്ചു. സട കൊഴിഞ്ഞ സിംഹമാണെങ്കിലും ഗദ്ദാഫിതന്നെയാണ് ഇപ്പോഴും ലിബിയയുടെ പ്രസിഡന്റ്. ഭരണം പുത്രന്മാരുടെ കൈയിലാണെന്നുമാത്രം.

28. ഒരു കൊലപാതകം തെളിഞ്ഞുവന്ന വഴി

മെഡിക്കോ ലീഗൽ അഡ്വൈസർ

ലിബിയയിൽനിന്നും മടങ്ങിയെത്തിയപ്പോൾ മെഡിക്കൽ വിദ്യാഭ്യാസ വകുപ്പിൽ പ്രൊഫസ്സറുടെ ഒഴിഞ്ഞ തസ്തികകളൊന്നുമുണ്ടായിരുന്നില്ല. ലീവ് റദ്ദാക്കി സർവീസിൽ പ്രവേശിക്കാൻ ഞാൻ അപേക്ഷ നല്കിയില്ല. അപ്പോൾ അങ്ങനെ ചെയ്താൽ ഏറ്റവും ജൂനിയറായ ഒരു പ്രൊഫസ്സറെ തരം താഴ്ത്തേണ്ടി വരുമായിരുന്നു. അത് അദ്ദേഹത്തിന് പലവിധത്തിലുള്ള ബുദ്ധിമുട്ടുകൾ ഉണ്ടാക്കുമായിരുന്നതിനാൽ ഞാൻ അതിനൊരുമ്പെട്ടില്ല. ഏതാനും മാസങ്ങൾക്കുശേഷം തിരുവനന്തപുരം മെഡിക്കൽ കോളജിലെ ഫോറൻസിക് പ്രൊഫസ്സർക്ക് പ്രിൻസിപ്പലായി പ്രൊമോഷൻ ലഭിക്കുമ്പോൾ ആ 'തുറന്ന' ഒഴിവിൽ എനിക്ക് നിയമനം കിട്ടുമെന്ന് കരുതി ജോലിയും ശമ്പളവുമില്ലാതെ കുറെ മാസങ്ങൾ ഞാൻ കാത്തിരുന്നു. എന്നാൽ സർക്കാർ എനിക്ക് നിയമനം തന്നത് തൃശൂർ മെഡിക്കൽ കോളജിലും.

ആയിടയ്ക്ക് അയർലൻഡിലെ ഫോറൻസിക് വിദഗ്ദ്ധനായ പ്രൊഫ. ടി.കെ. മാർഷൽ തിരുവനന്തപുരത്തു വന്ന് ഒരു പ്രഭാഷണം ചെയ്തു. വെടിവയ്പിലും സ്ഫോടനങ്ങളിലും ഉണ്ടാകുന്ന മുറിവുകളെക്കുറിച്ച് ധാരാളം പഠനങ്ങൾ നടത്തിയിട്ടുള്ള അദ്ദേഹത്തിന്റെ വിജ്ഞാനപ്രദമായ പ്രസംഗം കേൾക്കാൻ ധാരാളം ഉന്നത പോലീസുദ്യോഗസ്ഥന്മാരും സന്നിഹിതരായിരുന്നു. പ്രസംഗത്തിനുശേഷം നടന്ന ചായസൽക്കാരത്തിനിടയിൽ ഞാൻ അന്നത്തെ ക്രൈംബ്രാഞ്ച് ഐ.ജി.യായ ശ്രീ സത്താർകുഞ്ഞിനെ (അദ്ദേഹം പിന്നീട് കേരള ഡി.ജി.പി. ആയി റിട്ടയർ ചെയ്തു) കണ്ടു. അദ്ദേഹത്തിന് എന്നോട് സഹോദരനിർവ്വിശേഷമായ സ്നേഹമാണുണ്ടായിരുന്നത്.

ഞാൻ ലിബിയയിൽനിന്നു വന്നതിനുശേഷം അദ്ദേഹത്തെ സന്ദർശിച്ചിരുന്നില്ല. ഞാൻ തൃശൂരാണെന്നറിഞ്ഞപ്പോൾ പോലീസ് വകുപ്പിൽ ഡെപ്യൂട്ടേഷനിൽ വരാൻ താത്പര്യമാണോ എന്ന് അദ്ദേഹം ചോദിച്ചു. പോലീസ് വകുപ്പിൽ നിയമോപദേശം നല്കുന്നതിനായി ഒരു ലീഗൽ അഡ്വൈസർ തസ്തികയുണ്ട്. അതുപോലെ നിരവധി കേസുകളിൽ, പ്രത്യേകിച്ചും തെളിയിക്കപ്പെടാതെ കിടക്കുന്നവയിൽ, വിദഗ്ദ്ധാഭിപ്രായം നല്കുവാൻ ഒരു മെഡിക്കോ ലീഗൽ അഡ്വൈസർ തസ്തിക കൂടി ആവശ്യമാണെന്നും അദ്ദേഹം പറഞ്ഞു. എന്നോടുള്ള സ്നേഹവും താത്പ

ര്യവുംകൊണ്ടാണ് അങ്ങനെയൊരു ആശയം അദ്ദേഹത്തിന്റെ മനസ്സിൽ ഉടലെടുത്തതെന്ന് എനിക്ക് മനസ്സിലായി. ഞാൻ സസന്തോഷം അദ്ദേഹത്തിനെ എന്റെ താത്പര്യവും സന്നദ്ധതയും അറിയിച്ചു. ശ്രീ സത്താർകുഞ്ഞും, അന്നു ക്രൈംബ്രാഞ്ചിൽ ഡി.ഐ.ജി. ആയിരുന്ന ശ്രീ എം.ജി.എ. രാമനും (പിന്നീട് ഡി.ജി.പി. ആയി വിരമിച്ചു) കൂടി അന്ന് ഡി.ജി.പി. ആയിരുന്ന ശ്രീ എം.കെ. ജോസഫ് സാറുമായി ചർച്ച നടത്തി. മെഡിക്കോ ലീഗൽ ഉപദേശകന്റെ തസ്തികയുടെ ആവശ്യകതയെക്കുറിച്ച് അവർ മൂവരും അന്ന് മുഖ്യമന്ത്രിയായിരുന്ന ശ്രീ ഇ.കെ. നായനാരെക്കണ്ട് ബോധിപ്പിച്ചു. പോലീസ് വകുപ്പിന് ഗുണകരമാണെങ്കിൽ ഏത് നിർദ്ദേശവും നടപ്പാക്കുന്നതിന് ആ മഹാനായ ജനനായകൻ എല്ലായ്പോഴും മുൻകൈ എടുത്തിരുന്നു.

ധനമന്ത്രി ശ്രീ ടി. ശിവദാസമേനോനും പച്ചക്കൊടി കാട്ടിയതോടെ തസ്തിക സൃഷ്ടിക്കപ്പെട്ടു; പാശ്ചാത്യരാജ്യങ്ങളിൽ മാത്രമുള്ള ആ തസ്തിക ഇന്ത്യയിൽ തന്നെ ആദ്യത്തേതായിരുന്നു. ഞാൻ കേരള പോലീസിന്റെ മെഡിക്കോ ലീഗൽ ഉപദേശകനായി 1987 ജൂൺ 16-ാം തീയതി ചുമതലയേറ്റു. തുടർന്നുള്ള ആറു വർഷം എന്റെ ഔദ്യോഗികജീവിതത്തിലെ അവിസ്മരണീയമായ കാലഘട്ടമായിരുന്നു. അന്ന് ക്രൈംബ്രാഞ്ച് ഹെഡ്ക്വാർട്ടേഴ്സ് എസ്.പി. ആയിരുന്ന ശ്രീ രവീന്ദ്രൻ, ഡിവൈ. എസ്.പി. ശ്രീ വിജയൻ, സർക്കിൾ ഇൻസ്പെക്ടർ ശ്രീ ദേവരാജൻ എന്നിവരുടെ അകമഴിഞ്ഞ സഹായസഹകരണങ്ങൾ എനിക്കെപ്പോഴും ലഭിച്ചിരുന്നു.

ജോലിയിൽ ചേർന്ന ദിവസം തന്നെ ഡി.ഐ.ജി. ശ്രീ രാമൻ പവർ ഹൗസ് റോഡിലെ ക്രൈംബ്രാഞ്ച് ഹെഡ്ക്വാർട്ടേഴ്സിൽ അദ്ദേഹത്തിന്റെ മുറിക്കടുത്തായി എനിക്ക് ഒരു മുറി തന്നു. യാത്രകൾക്കായി പോലീസ് വാഹനം, കൂടാതെ ഒരു ക്ലാർക്ക്/ടൈപ്പിസ്റ്റ്, ഡ്രൈവർ, ഓർഡർലി എന്നിവരുടെ സേവനവും ഏർപ്പാടാക്കി. ഇതെല്ലാം ഒറ്റ ദിവസംകൊണ്ട് ശരിയാക്കിയത് കണ്ടപ്പോൾ ഞാൻ എന്റെ 'പിതൃ' വകുപ്പിനെക്കുറിച്ചോർത്തുപോയി. ഒരു സാധനം വാങ്ങണമെങ്കിലോ, ഒരാളെ നിയമിക്കണമെങ്കിലോ എത്ര കാലതാമസം, എത്ര ബുദ്ധിമുട്ടുകൾ.

മെഡിക്കോ ലീഗൽ ഉപദേശകന് കേരളത്തിലെ എല്ലാ പോലീസ് സ്റ്റേഷനുകളിലെയും കേസുകൾ പരിശോധിക്കുവാനും കൃത്യസ്ഥലം സന്ദർശിക്കുവാനും ആവശ്യമുണ്ടെങ്കിൽ മൃതദേഹ പരിശോധനകളിൽ പങ്കെടുക്കുവാനുമൊക്കെയുള്ള വിപുലമായ അധികാരങ്ങളാണ് നല്കിയിരുന്നത്. ഇക്കാര്യത്തിൽ ഫോറൻസിക് മെഡിസിൻ വകുപ്പിലെ അപൂർവ്വം ചില സ്നേഹിതന്മാർക്ക്

എന്നോട് അല്പം നീരസം തോന്നിയിരുന്നുവെന്ന് എനിക്കറിയാമായിരുന്നു. എന്നാൽ ഞാൻ എല്ലായ്പോഴും ഫോറൻസിക് ഭ്രാതൃസംഘത്തിനോട് സഹകരിക്കുകയും ശാസ്ത്രീയ കുറ്റാന്വേഷണം എന്ന ലക്ഷ്യത്തിനു വേണ്ടി മാത്രം പ്രവർത്തിക്കുകയും ചെയ്തിരുന്നു.

കേരള പോലീസിലെ കോൺസ്റ്റബിൾമാർ തൊട്ട് ഡി.ജി.പി.മാർ വരെയുള്ള ഉദ്യോഗസ്ഥന്മാർ എന്നോട് കാണിച്ചിട്ടുള്ള സ്നേഹവും താത്പര്യവും ബഹുമാനവും ഞാൻ സന്തോഷത്തോടും കൃതജ്ഞതയോടും സ്മരിക്കുന്നു. മെഡിക്കൽ വിദ്യാഭ്യാസവകുപ്പിൽനിന്നു ലഭിച്ചതിനേക്കാൾ അംഗീകാരവും അഭിനന്ദനവും എനിക്ക് പോലീസ് വകുപ്പിൽനിന്നുമാണ് ലഭിച്ചിട്ടുള്ളത് എന്ന് അടിവരയിട്ട് പറയുവാൻ ഞാൻ ആഗ്രഹിക്കുന്നു. ഇന്നും എന്നെക്കുറിച്ച് കേട്ടറിവുള്ള പോലീസുദ്യോഗസ്ഥരിൽ നിന്നുപോലും എനിക്ക് സ്നേഹവായ്പുകൾ ലഭിക്കുന്നുവെന്നത് അത്യന്തം ചാരിതാർത്ഥ്യജനകമാണ്.

മെഡിക്കോ ലീഗൽ അഡ്വൈസർ എന്ന നിലയിൽ ഞാൻ പ്രധാനമായും രണ്ടു തരം ജോലികളാണ് ചെയ്തിരുന്നത്. ക്രൈംബ്രാഞ്ചിന്റെ അന്വേഷണത്തിലിരിക്കുന്ന കേസുകളുടെ ഫയലുകൾ പഠിക്കുകയും ആ കേസ്സിന്റെ മെഡിക്കോ ലീഗൽ വശങ്ങൾ അപഗ്രഥിക്കുകയും ശാസ്ത്രീയമായ കൂടുതൽ അന്വേഷണങ്ങൾ നടത്തേണ്ട ആവശ്യമുണ്ടെങ്കിൽ അത് ഐ.ജി., ഡി.ഐ.ജി., അന്വേഷണ ഉദ്യോഗസ്ഥന്മാർ എന്നിവരുമായി ചർച്ച നടത്തുകയും ചെയ്യുക എന്നതായിരുന്നു പ്രധാനമായ ജോലി. നിരവധി കേസുകളുടെ അന്വേഷണം വിജയകരമായി പര്യവസാനിപ്പിക്കുന്നതിൽ പ്രധാനമായ ഒരു പങ്ക് വഹിക്കുവാൻ കഴിഞ്ഞു.

അന്വേഷണത്തിന്റെ പ്രാരംഭദശയിൽ കൃത്യസ്ഥലം സന്ദർശിക്കുകയും ശാസ്ത്രീയ കുറ്റാന്വേഷണത്തിന്റെ ഭാഗമായി സൂക്ഷ്മത്തെളിവുകളുടെ ശേഖരണത്തിൽ അന്വേഷണ ഉദ്യോഗസ്ഥന്മാരെ സഹായിക്കുകയും ചെയ്യുമായിരുന്നു. ഫോറൻസിക് സയന്റിസ്റ്റുകളുടെയും ഫോറൻസിക് സർജന്മാരുടെയും സഹായ സഹകരണങ്ങൾ ഏകോപിക്കുന്നതിലും ഞാൻ പങ്ക് വഹിക്കുമായിരുന്നു. ക്രൈംബ്രാഞ്ചിലെ ഫോട്ടോഗ്രാഫി വിഭാഗത്തിന്റെ സഹായത്തോടെ ധാരാളം സൂപ്പർ ഇമ്പോസിഷൻ പരിശോധനകളും തലയോടിൽനിന്നും മുഖം സൃഷ്ടിക്കലും ചെയ്യുമായിരുന്നു.

പ്രമാദമായ കേസുകളുടെ അന്വേഷണത്തിൽ ഉദ്യോഗസ്ഥന്മാരോടൊപ്പം സജീവമായി പങ്കെടുക്കുമായിരുന്നു. ഇത് അന്വേ

ഷണ ഉദ്യോഗസ്ഥന്മാർക്ക് ഇഷ്ടമായിരുന്നു. പാശ്ചാത്യ രാജ്യങ്ങളിൽ പ്രത്യേകിച്ച് അമേരിക്കയിൽ എല്ലാ മെഡിക്കൽ എക്സാമിനർമാരും കുറ്റാന്വേഷണത്തിൽ സജീവമായി പങ്കെടുക്കുന്നു. ഫോറൻസിക് സർജന്മാർ മൃതദേഹ പരിശോധനയിൽ മാത്രം ഒതുങ്ങി നിൽക്കരുതെന്നാണ് എന്റെ അഭിപ്രായം. കുറ്റകൃത്യം തെളിയിക്കുന്നതിൽ അന്വേഷണ ഉദ്യോഗസ്ഥന്മാരെ സഹായിക്കുകയും വേണം. പലപ്പോഴും 'മെഡിക്കോ ലീഗൽ ഇൻവെസ്റ്റിഗേഷന്' കുറ്റാന്വേഷണത്തിൽ നിർണ്ണായകമായ പങ്ക് വഹിക്കുവാൻ കഴിയും.

ഞാൻ മെഡിക്കോ ലീഗൽ ഉപദേശകനായിരുന്നപ്പോൾ അപ്രകാരം പങ്കെടുത്ത നിരവധി കേസുകളുണ്ട്. അതിൽ പ്രധാനപ്പെട്ട ഏതാനും കേസുകളെക്കുറിച്ച് ഇനിയുള്ള അധ്യായങ്ങളിൽ വിവരിക്കാം. അതിസമർത്ഥരായ അന്വേഷണ ഉദ്യോഗസ്ഥരോടൊപ്പം പ്രവർത്തിക്കാൻ കഴിഞ്ഞത് എനിക്ക് നല്ല അനുഭവമായിരുന്നു. കുറ്റാന്വേഷണത്തിന്റെ നാനാവശങ്ങളെക്കുറിച്ച് എനിക്ക് അറിവ് പകർന്നു തന്ന ആ മാന്യസുഹൃത്തുക്കളെ ഞാൻ നന്ദിയോടെ ഓർമ്മിക്കുന്നു.

തിരുവനന്തപുരത്ത് ദുരൂഹസാഹചര്യത്തിലുള്ള മരണങ്ങൾ താരതമ്യേന കുറവായിരുന്ന അക്കാലത്ത് ഒരു വൃദ്ധ സ്വന്തം വീടിനുള്ളിൽ കൊല്ലപ്പെട്ട കേസിൽ നടത്തിയ മെഡിക്കോ ലീഗൽ ഇൻവെസ്റ്റിഗേഷനെക്കുറിച്ചു പറയാം. സർക്കാർ സർവീസിൽ നിന്ന് ഗസറ്റഡ് റാങ്കിൽ വിരമിച്ച സ്ത്രീ. നമുക്കവരെ ഭവാനി എന്നു വിളിക്കാം. സ്വന്തം നാട് പുനലൂർ. വഴുതക്കാടിനു സമീപം ഒരു വീട്ടിൽ ഒറ്റയ്ക്കു താമസിച്ചുവരികയായിരുന്നു. അവരുടെ ഭർത്താവ് നേരത്തേ മരിച്ചു; കുട്ടികളുമില്ല. അയൽവാസി കൂടിയായ ജോലിക്കാരിയാണ് പകൽ അവരെ വീട്ടുജോലികളിൽ സഹായിച്ചിരുന്നത്.

ഒരു ദിവസം രാവിലെ ജോലിക്കാരി വീട്ടിൽ ചെന്നപ്പോൾ മുൻവശത്തെ വാതിൽ തുറന്നുകിടക്കുന്നു; ടി.വി.യും ലൈറ്റും ഫാനും ഓണായിക്കിടക്കുന്നു. ടി.വി.യുടെ മുന്നിലുള്ള കസേരയിൽ ഭവാനിയമ്മ മരിച്ചനിലയിൽ. ജോലിക്കാരിയുടെ നിലവിളി കേട്ട് ഓടിക്കൂടിയ അയൽക്കാർ പോലീസിനെ വിവരമറിയിച്ചു.

ഇപ്പോൾ ഡി.ജി.പി. ആയ ജേക്കബ് പുന്നൂസായിരുന്നു അന്ന് തിരുവനന്തപുരത്ത് സിറ്റി പോലീസ് കമ്മീഷണർ, അദ്ദേഹം നിർദ്ദേശിച്ചതനുസരിച്ച് ഞാൻ അന്ന് ക്രൈംബ്രാഞ്ച് ഹെഡ്ക്വാർട്ടേഴ്സ് എസ്.പി. ആയിരുന്ന ശ്രീ കുഞ്ഞുമൊയ്തീൻകുട്ടിയുമായി കൊലപാതകം നടന്ന വീട് സന്ദർശിച്ചു. (പിൽക്കാലത്ത്

ശ്രീ കുഞ്ഞുമൊയ്തീൻ ഡി.ഐ.ജി. ആയി റിട്ടയർ ചെയ്തു. സമർത്ഥനായ ഒരു കുറ്റാന്വേഷകനായ അദ്ദേഹം ഇപ്പോൾ ഹൈക്കോടതിയിൽ തിരക്കുള്ള അഭിഭാഷകനാണ്).

ഞങ്ങൾ ചെല്ലുമ്പോൾ വിരലടയാളവിദഗ്ദ്ധന്മാരും ഫോട്ടോഗ്രാഫർമാരും പോലീസ് ഡോഗ് സ്ക്വാഡുമൊക്കെ എത്തിയിട്ടുണ്ടായിരുന്നു. ഭവാനിയമ്മയുടെ മൃതദേഹം ടി.വി.യുടെ മുന്നിലുള്ള ഒരു ചൂരൽക്കസേരയിൽ ഇരിക്കുന്ന രീതിയിൽ കാണപ്പെട്ടു. കണ്ണുകൾ തുറിച്ചിരിക്കുന്നു. വായുടെ കോണിൽ നിന്ന് രക്തം ഒലിച്ചിറങ്ങി വസ്ത്രങ്ങളിൽ വീണിരിക്കുന്നു. വൃദ്ധയുടെ കഴുത്തിനു ചുറ്റും വർത്തുളാകൃതിയിൽ ഉരവ്; തുണികൊണ്ട് കഴുത്ത് ഞെരിച്ച ലക്ഷണങ്ങൾ. കൈത്തണ്ടയിലും മുഖത്തും കാണപ്പെട്ട കരിവാളിപ്പുകൾ ബലപ്രയോഗത്തിന്റെ ലക്ഷണങ്ങളായിരുന്നു. കൊലപാതകത്തിൽ ഒന്നിലധികം പേർക്ക് പങ്കുണ്ടായിരിക്കാമെന്ന് തോന്നി. ഒരാൾ കഴുത്തിൽ തുണി ചുറ്റി ശ്വാസം മുട്ടിച്ചു കാണും. അപരൻ കൈകൾ ബലം പ്രയോഗിച്ച് പിടിച്ചുവയ്ക്കുകയും, നിലവിളി കേൾക്കാതിരിക്കാൻ വായും മൂക്കും കൈകൊണ്ട് പൊത്തിപ്പിടിച്ചിട്ടുമുണ്ടാവും.

ഭവാനിയമ്മ ധരിച്ചിരുന്ന മാലയും രണ്ട് വളകളും കാണാനില്ലെന്ന് ജോലിക്കാരി പറഞ്ഞു. വീട്ടിലെ അലമാരകളും മേശകളും തുറന്ന് അവയ്ക്കുള്ളിലെ തുണിയും സാധനങ്ങളും വലിച്ചു വാരി വെളിയിലിട്ടിരിക്കുന്നു. മോഷണശ്രമമായിരുന്നുവെന്ന് വ്യക്തം. പോലീസ് നായ വീട്ടിൽനിന്ന് മണം പിടിച്ച് തൊട്ടടുത്ത ജങ്ഷൻ വരെ ചെന്ന് തിരിച്ചു പോരികയായിരുന്നു.

വീട്ടിനുള്ളിലെ കുളിമുറിയിൽ മുഷിഞ്ഞ ഒരു പോളിസ്റ്റർ മുണ്ട് കുറച്ചു ഭാഗം കരിഞ്ഞ നിലയിൽ കാണപ്പെട്ടു. അത് കുറ്റവാളിയുടേതായിരിക്കാമെന്ന് എനിക്കുതോന്നി. ആ മുണ്ടിൽ പത്തുപന്ത്രണ്ടിടത്ത് കീറലുകൾ തുന്നിയിരിക്കുന്നു. അവ തയ്യൽ മെഷീനുപയോഗിച്ച് പരിചയമുള്ള ഒരാൾ ചെയ്ത തുന്നലുകളായിരുന്നു (Darning). പ്രതി 'ദരിദ്രനായ' ഒരു തയ്യൽക്കാരനായിരിക്കുമെന്ന് ഞാൻ എസ്.പി. കുഞ്ഞുമൊയ്തീനോട് ഒരു തമാശയായി പറഞ്ഞു. ഒരു നല്ല മുണ്ടിൽ കീറലുകൾ ഉണ്ടായാൽ നാം അത് ഒന്നോ രണ്ടോ തവണ ഡാൺ ചെയ്യിച്ചുവെന്ന് വരാം. പത്തു തവണ ഡാൺ ചെയ്യിക്കുകയില്ല. അഥവാ അങ്ങനെ ചെയ്യുന്നെങ്കിൽ സ്വന്തമായി തയ്യൽ മെഷീൻ വേണം, നന്നായി ഡാൺ ചെയ്യാനറിയുകയും വേണം. ശ്രീ കുഞ്ഞുമൊയ്തീനും എന്റെ അനുമാനത്തോട് യോജിച്ചു. അത് ശരിയായിരുന്നുവെന്ന് പിന്നീട് തെളിഞ്ഞു.

കൃത്യസ്ഥലവും മൃതദേഹവും പരിശോധിച്ചിട്ട് ഞങ്ങൾ വീട്ടിനു പുറത്തു വന്നു. എതിരേയുള്ള വീട്ടിലെ ഒരു മദ്ധ്യവയസ്കൻ മതിലിന് മുകളിലൂടെ തല നീട്ടി ഭവാനിയമ്മയുടെ വീട്ടിലേക്ക് നോക്കി നിൽക്കുന്നത് കുഞ്ഞുമൊയ്തീന്റെ ശ്രദ്ധയിൽ പെട്ടു. ഞങ്ങൾ അയാളുടെ അടുത്തേക്ക് ചെന്ന് സ്വയം പരിചയപ്പെടുത്തി. അയാൾ ഒരു പെൻഷൻ പറ്റിയ ഹെൽത്ത് ഇൻസ്പെക്ടറാണ്. നിസ്സംഗതയോടെ നിന്നിരുന്ന ആ മനുഷ്യനിൽനിന്നും വളരെ വിലപ്പെട്ട ഒരു വിവരം ഞങ്ങൾക്ക് ലഭിച്ചു. അയാൾ പറഞ്ഞതിങ്ങനെ:

തലേ ദിവസം വൈകുന്നേരം പതിവുപോലെ അയാൾ മതിലിനു മുകളിലൂടെ റോഡിലേക്ക് നോക്കി നിൽക്കുമ്പോൾ രണ്ടു ചെറുപ്പക്കാർ നടന്നുവരുന്നു. ട്രൗസറും ഷർട്ടുമാണ് വേഷം. ഒരുവന് ഇരുപത് വയസ്സിന് മുകളിലും അപരന് പതിനാറിനടുപ്പിച്ചും പ്രായം വരും. പ്രായം കൂടിയവന് ചെറിയ താടിയുണ്ട്, തോളിൽ തുണികൊണ്ടുള്ള ഒരു 'ബുദ്ധിജീവി സഞ്ചി' തൂക്കിയിട്ടിട്ടുണ്ട്. രണ്ടു പേർക്കും വഴി നല്ല നിശ്ചയമില്ലെന്നുതോന്നി. ചെറുപ്പക്കാർ അയാളോട് ഭവാനിയമ്മയുടെ വീടേതാണെന്ന് ചോദിച്ചു. അയാൾ വീട് ചൂണ്ടിക്കാണിച്ചുകൊടുത്തു. പയ്യന്മാർ ഭവാനിയമ്മയുടെ വീട്ടിൽ ചെന്ന് കോളിങ്ബെല്ലിന്റെ സ്വിച്ചമർത്തുന്നതും ഭവാനിയമ്മ വാതിൽ തുറന്ന് അവരെ ഉള്ളിലേക്ക് കയറ്റുന്നതും പിന്നീട് വാതിൽ അടയ്ക്കുന്നതും അയാൾ നിരീക്ഷിച്ചു. അതുകണ്ടപ്പോൾ പയ്യന്മാർ ഭവാനിയമ്മയുടെ ബന്ധുക്കളായിരിക്കുമെന്നുതോന്നി.

റിട്ടയേഡ് ഹെൽത്ത് ഇൻസ്പെക്ടറുടെ ഫോട്ടോഗ്രാഫിക് ഓർമ്മശക്തി ഞങ്ങളെ അത്ഭുതപ്പെടുത്തി. അയാളിൽനിന്നും ലഭിച്ച മില്യൺ ഡോളർ വിവരങ്ങൾ ഞങ്ങളെ ആവേശം കൊള്ളിച്ചു. ഭവാനിയമ്മയെ കാണാൻ വന്നത് അവരുടെ ബന്ധുക്കളോ വളരെ അടുപ്പമുള്ളവരോ ആയിരിക്കണം. അവർ ആദ്യമായിട്ടായിരിക്കണം തിരുവനന്തപുരത്തുള്ള വീട്ടിൽ വരുന്നത്; അല്ലെങ്കിൽ അപൂർവമായോ വളരെ മുൻപെങ്ങോ വന്നിട്ടുള്ളവരായിരിക്കണം.

മിക്കവാറും കൊലപാതകം നടത്തിയതും അവർതന്നെയായിരിക്കണം. അതിലൊരുവൻ ദരിദ്രനായ തയ്യൽക്കാരനായിരിക്കാം(?). അപ്പോൾ പുനലൂരിൽനിന്നും ഭവാനിയമ്മയുടെ മരണവിവരമറിഞ്ഞ് കുറെ ബന്ധുക്കൾ അവിടെയെത്തി. കൂട്ടത്തിൽ കാവി വസ്ത്രങ്ങൾ ധരിച്ച, ദീക്ഷ വളർത്തിയ സന്ന്യാസിയെപ്പോലെ തോന്നിക്കുന്ന പ്രായംചെന്ന ഒരു കാരണവരുമുണ്ടായിരുന്നു.

ഞങ്ങൾ കാരണവരുമായി ചങ്ങാത്തം കൂടി. ഭവാനിയമ്മയുടെ സഹോദരനായ അദ്ദേഹം ഒരു വിജ്ഞാനകോശമായിരുന്നു. അദ്ദേഹം ഭവാനിയമ്മയുടെ പൂർവകാലചരിത്രവും, അവരുടെ സകല ബന്ധുക്കളുടെ സർവ്വവിവരങ്ങളും കുറഞ്ഞോരു സമയം കൊണ്ട് ഞങ്ങൾക്ക് പറഞ്ഞു തന്നു. ഭവാനിയമ്മയുടെ സഹോദരിമാർ, സഹോദരന്മാർ, അവരുടെ ഭാര്യാഭർത്താക്കന്മാർ, മക്കൾ, മരുമക്കൾ, ചെറുമക്കൾ എന്നിവരുടെ പേരുകൾ, പ്രായം, തൊഴിൽ, താമസസ്ഥലം എന്നിവ അദ്ദേഹം വിശദമായി വിവരിച്ചു.

ഭവാനിയമ്മ ബന്ധുക്കൾക്കെല്ലാം ഉപകാരിയായിരുന്നു. കുട്ടികളില്ലാതിരുന്ന അവർ ബന്ധക്കാരായ പല കുട്ടികൾക്കും പഠിക്കാൻ ധനസഹായം ചെയ്യുമായിരുന്നു. ഭവാനിയമ്മയുടെ ഭർത്താവ് മരിച്ചതോടെ തിരുവനന്തപുരത്ത് ഒറ്റയ്ക്ക് താമസിക്കാൻ അവർക്ക് താത്പര്യമില്ലാതായി. തറവാട് അവരുടെ പേരിലായിരുന്നു. നാട്ടിൽ പോയി ശിഷ്ടകാലം തറവാട്ടിൽ താമസിക്കണമെന്നായിരുന്നു ആ സാധുസ്ത്രീയുടെ ആഗ്രഹം. തിരുവനന്തപുരത്തെ വീട് മൂന്നര ലക്ഷം രൂപയ്ക്ക് വിറ്റുവെന്നാണ് നാട്ടിലെല്ലാവരും പറയുന്നത്.

അപ്പോൾ കൊലപാതകത്തിന്റെ ഹേതുവും മനസ്സിലായി. (വാസ്തവത്തിൽ അവരുടെ വീട് വിറ്റിട്ടില്ലായിരുന്നു; അഡ്വാൻസ് പോലും വാങ്ങിയിരുന്നില്ല) ആ പണം വീട്ടിൽ കാണുമെന്ന് കരുതിയാകണം കൊലപാതകം നടത്തിയത്. കാരണവർ തന്ന വിവരങ്ങളിൽനിന്നും ഞാൻ ഭവാനിയമ്മയുടെ ഒരു 'കുടുംബ വൃക്ഷം' (Family tree) എഴുതിയുണ്ടാക്കി. പിന്നീട് ആ കൂട്ടത്തിൽ നിന്നും വൃദ്ധന്മാരെയും, സ്ത്രീകളെയും, കുട്ടികളെയും ഒഴിവാക്കി. അപ്പോൾ ചെറുപ്പക്കാരുടെ ലിസ്റ്റ് പത്തു പേരിൽ താഴെയായി ചുരുങ്ങി. അവരുടെ കൂട്ടത്തിൽ ഭവാനിയമ്മയുടെ മൂത്ത സഹോദരിയുടെ മകളും ഭർത്താവും അഞ്ചലിലാണ് താമസമെന്നും അവരുടെ മകൻ തയ്യൽക്കാരനാണെന്നും കാരണവർ പറഞ്ഞപ്പോൾ ഞങ്ങളുടെ മനസ്സ് മന്ത്രിച്ചു... 'ഇവൻ തന്നെ നമ്മുടെ കക്ഷി.'

ഇൻക്വസ്റ്റ് കഴിഞ്ഞു മൃതശരീരം പോസ്റ്റ്മോർട്ടം പരിശോധനയ്ക്കായി മെഡിക്കൽ കോളജിലേക്കയച്ചു. ഞാനും എസ്.പി.യും പുനലൂരിലേക്ക് യാത്ര തിരിച്ചു. കൂട്ടത്തിൽ അയൽക്കാരനും 'നിരീക്ഷണപടു'വുമായ റിട്ടയേഡ് ഹെൽത്ത് ഇൻസ്പെക്ടറെക്കൂടി കൂട്ടി. വഴിക്ക് ഞങ്ങൾ കൊട്ടാരക്കരയുള്ള ആകാശ് ബാറിൽ കയറി. സംശയിക്കണ്ട വായനക്കാരെ! ഞങ്ങളുടെ

ലിസ്റ്റിലുള്ള ഒരു വിദ്വാൻ അവിടെ ബാർമാനായി ജോലി നോക്കുന്നതായി കാരണവർ പറഞ്ഞിരുന്നു.

അയാളെ ഹെൽത്ത് ഇൻസ്പെക്ടറെ കാണിക്കുക എന്നതായിരുന്നു ഉദ്ദേശ്യം. ഒറ്റ നോട്ടത്തിൽതന്നെ അയാളല്ല തലേ ദിവസം ഭവാനിയമ്മയുടെ വീട്ടിലെത്തിയതെന്ന് നിരീക്ഷകൻ തറപ്പിച്ചു പറഞ്ഞു. അയാൾ തലേ ദിവസം ബാറിൽ തന്നെയുണ്ടായിരുന്നുവെന്ന് ബാർ മാനേജരും പറഞ്ഞു. ഞങ്ങൾ യാത്ര തുടർന്നു. സന്ധ്യയോടെ ഭവാനിയമ്മയുടെ തറവാട്ടിലെത്തി. അവിടെ ബന്ധുക്കളും നാട്ടുകാരും കൂടിയിട്ടുണ്ട്. പോസ്റ്റ്മോർട്ടം പരിശോധന കഴിഞ്ഞ് മൃതശരീരം തിരുവനന്തപുരത്തുനിന്നും കൊണ്ടുവന്നിട്ടില്ല.

ഞങ്ങൾ ഹെൽത്ത് ഇൻസ്പെക്ടറോട് ആൾക്കൂട്ടത്തിൽ തലേ ദിവസം കണ്ട ചെറുപ്പക്കാരുണ്ടോ എന്ന് തിരയുവാൻ ആവശ്യപ്പെട്ടു. അയാൾ ഒരു ഡിറ്റക്ടീവിന്റെ പാടവത്തോടെ എല്ലാവരെയും നിരീക്ഷിക്കുവാൻ തുടങ്ങി. പറമ്പിന്റെ ഒരു കോണിൽ കുറെ ആളുകൾ ചിത ഒരുക്കുന്നു. പ്രായമായ സ്ത്രീകൾ വരാന്തയിലിരുന്ന് ഭാഗവതം പാരായണം ചെയ്യുന്നു. ചെറുപ്പക്കാർ ആൾക്കൂട്ടത്തിൽ ഇല്ലെന്ന് ഹെൽത്ത് ഇൻസ്പെക്ടർ അറിയിച്ചു.

അല്പം കഴിഞ്ഞപ്പോൾ ഭവാനിയമ്മയുടെ മൃതദേഹം വഹിച്ചുകൊണ്ടുള്ള ആംബുലൻസ് മുറ്റത്തെത്തി. പിന്നാലെ ബന്ധുക്കളെ വഹിച്ചിരുന്ന വാഹനങ്ങളും വന്നുചേർന്നു. അതിൽ ഭവാനിയമ്മയുടെ സഹോദരൻ കാരണവരും ഉണ്ടായിരുന്നു. എസ്.പി.യും ഞാനും കാരണവരുടെ പിന്നാലെ കൂടി. സംഭാഷണമദ്ധ്യേ അഞ്ചലിലെ ചെറുമകളും ഭർത്താവും മരണവീട്ടിൽ വന്നിട്ടുണ്ട് എന്ന് കാരണവർ പറഞ്ഞു; അവരെ കാണിച്ചുതരികയും ചെയ്തു. എസ്.പി. കുഞ്ഞുമൊയ്തീൻ കാരണവരെ വിട്ടിട്ട് അഞ്ചൽകാരന്റെ അടുത്തെത്തി ചിരപരിചിതനെപ്പോലെ കുശലപ്രശ്നം തുടങ്ങി. രണ്ടാൺമക്കളുണ്ടെന്നും അതിൽ മൂത്തവൻ പ്രീഡിഗ്രി പാസ്സായില്ലെന്നും, വീട്ടിൽ ഒരു ചെറിയ തയ്യൽക്കട നടത്തുന്നുണ്ടെന്നും അയാൾ പറഞ്ഞു. മക്കൾ രണ്ടു പേരും തലേദിവസം എറണാകുളത്തിന് പോയിട്ടിതുവരെ തിരികെ വന്നിട്ടില്ല. 'ഇനി ഇവിടെ നിന്നിട്ട് കാര്യമില്ല, നമുക്ക് അഞ്ചൽവഴി തിരികെ പോകാം.' എസ്.പി. പറഞ്ഞു.

അഞ്ചലിലെ വീട് എവിടെയാണെന്ന് സംഭാഷണമദ്ധ്യേ അയാളിൽ നിന്നും മനസ്സിലാക്കിയിരുന്നതിനാൽ അധികം ബുദ്ധിമുട്ടാതെ ഞങ്ങൾ രാത്രി പത്തുമണിയോടെ അവിടെയെത്തി. പയ്യന്മാർ അവിടെക്കാണുമെന്ന് ഉറപ്പുണ്ടായിരുന്നു. പക്ഷേ,

ഞങ്ങളെത്തുന്നതിനു മുമ്പ് ഇരുവരും വീട്ടിൽനിന്നും പോയ്ക്കഴിഞ്ഞിരുന്നു. രണ്ട് ചെറിയ ബ്രീഫ് കേസുകളുമായിട്ടാണ് അവർ പോയതെന്ന് അയൽക്കാരൻ പറഞ്ഞു. മരണവീട്ടിലേക്കല്ല, നാട് വിടാനാണ് പോയതെന്ന് തീർച്ച.

ഞങ്ങൾ തിരുവനന്തപുരത്തേക്ക് മടങ്ങി. ശ്രീ കുഞ്ഞുമൊയ്തീൻ ഞങ്ങൾ നടത്തിയ അന്വേഷണത്തിന്റെ വിശദവിവരങ്ങൾ സിറ്റി പോലീസ് കമ്മീഷണറെ ധരിപ്പിച്ചു. അദ്ദേഹം നിർദ്ദേശിച്ചതനുസരിച്ച് കൊട്ടാരക്കര സർക്കിൾ ഇൻസ്പെക്ടർ നടത്തിയ തിരച്ചിലിൽ പയ്യന്മാരെ കൊട്ടാരക്കരയുള്ള ഒരു ലോഡ്ജിൽ നിന്നും പിടികൂടി. ബോംബെയ്ക്കു പോകാനുള്ള തയ്യാറെടുപ്പിലായിരുന്നു പയ്യന്മാർ. അവരിൽനിന്നും ഭവാനിയമ്മയുടെ മാലയും വളകളും കണ്ടെടുത്തു. ശ്രീ ജേക്കബ് പുന്നൂസ് എനിക്കും കുഞ്ഞുമൊയ്തീനും മനോഹരമായ അനുമോദനക്കത്തുകളയച്ചിരുന്നു. അദ്ദേഹം ഞങ്ങളുടെ ഒരു ദിവസത്തെ സാഹസികനേട്ടത്തെക്കുറിച്ച് പിന്നീട് പല വേദികളിലും പ്രശംസിക്കുകയുമുണ്ടായി.

29. ഒടിയപാറയിലെ കൂട്ടക്കുരുതി

വ്യാപ്തിയുള്ള ആത്മഹത്യ എന്നു കേട്ടാൽ വായനക്കാർക്ക് മനസ്സിലാകുമെന്ന് തോന്നുന്നില്ല. Extended suicide എന്ന് മനോരോഗശാസ്ത്രത്തിൽ വിവരിച്ചിട്ടുള്ള ഒരവസ്ഥയ്ക്ക് ഞാൻ നല്കിയ തർജ്ജിമയാണ്. ഒരു വ്യക്തിയെ ആത്മഹത്യയിലേക്ക് നയിക്കുന്ന ചേതോവികാരങ്ങളെക്കുറിച്ച് വിശദമായി രണ്ടാം അദ്ധ്യായത്തിൽ പ്രതിപാദിച്ചിട്ടുണ്ട്. സിദ്ധാന്തങ്ങൾക്കപ്പുറം ഉത്തരം കിട്ടാത്ത ഒരു പ്രഹേളികയാണ് ആത്മഹത്യ.

പ്രത്യക്ഷത്തിൽ മനോരോഗലക്ഷണങ്ങളോ സ്വഭാവവൈചിത്ര്യങ്ങളോ ഇല്ലാത്ത ഒരാൾ പൊടുന്നനേ ആത്മഹത്യ ചെയ്യുമ്പോൾ ബന്ധുക്കളും നാട്ടുകാരും ആ മരണത്തിൽ ദുരൂഹതയുണ്ടെന്ന് ആരോപിക്കുന്നത് സ്വാഭാവികമാണ്. ഗൃഹനാഥൻ സ്വന്തം കളത്രപുത്രാദികളെ ക്രൂരമായി കൊലപ്പെടുത്തിയതിനുശേഷം ആത്മഹത്യ ചെയ്താലോ? അതിനെയാണ് 'വ്യാപ്തിയുള്ള ആത്മഹത്യ'യെന്നു പറയുന്നത്. മിക്കവാറും എല്ലാ കേസുകളിലും കുടുംബനാഥനിൽ ഒളിഞ്ഞുകിടന്നിരുന്ന മനോരോഗമാണ് കുടുംബഹത്യയുടെയും തുടർന്നുള്ള ആത്മഹത്യയുടെയും കാരണം.

ഇത്തരം സംഭവങ്ങളിൽ കുടുംബനാഥൻ സ്വന്തം കുടുംബത്തിനെ കൊന്നിട്ട് ആത്മഹത്യ ചെയ്തതാണോ, പുറമേനിന്നാരെങ്കിലും കുടുംബാംഗങ്ങളെ മുഴുവൻ കൊലപ്പെടുത്തിയതാണോ എന്നത് പലപ്പോഴും വിവാദപരമായ പ്രശ്നമാകാറുണ്ട്. പ്രഥമദൃഷ്ട്യാ കൊലപാതകമെന്നു തോന്നിക്കുന്ന അത്തരം കേസുകളിൽ സമഗ്രമായ അന്വേഷണത്തിലൂടെ യഥാർത്ഥ മരണകാരണവും മരണം നടന്ന സാഹചര്യങ്ങളും കണ്ടെത്താൻ കഴിയും. എന്നാൽ മിക്കപ്പോഴും ബന്ധുക്കളും പൊതുജനങ്ങളും രണ്ടു ചേരികളായി തിരിഞ്ഞ് ആരോപണ പ്രത്യാരോപണങ്ങൾ ഉന്നയിക്കുന്ന രീതിയാണ് കണ്ടുവരുന്നത്.

അത്തരം ഒരു സംഭവമാണ് ഏതാനും വർഷങ്ങൾക്കു മുമ്പ് ഇടുക്കിയിലെ ഒരു മലയോരഗ്രാമമായ ഒടിയപാറയിലുണ്ടായത്. യുവകർഷകനായ തോമസ് ഭാര്യയും രണ്ടു കുട്ടികളുമായി പ്രത്യക്ഷത്തിൽ സന്തുഷ്ടമായ കുടുംബജീവിതം നയിച്ചു വരികയായിരുന്നു. തോമസ് തന്റെ പിതാവിൽനിന്ന് ഓഹരിയായി ലഭിച്ച റബ്ബർതോട്ടവും കുരുമുളകുമൊക്കെ പരിപാലിച്ച് അല്ലലില്ലാതെ ജീവിക്കുകയായിരുന്നു. സ്വതേ അന്തർമുഖനായ തോമസിന് യാതൊരു ദുശ്ശീലവുമില്ലായിരുന്നു. ഇടയ്ക്കിടെ തോമസിന്റെ അപ്പൻ പുത്രനെയും കുടുംബത്തെയും സന്ദർശിക്കുമായിരുന്നു. ഒരു ദിവസം രാവിലെ തോമസിന്റെ റബ്ബർതോട്ടത്തിലെ ടാപ്പിങ് തൊഴിലാളി അവറാൻ തോമസിന്റെ വീട്ടിലെത്തിയപ്പോൾ കണ്ടത് ഭയാനകമായ കാഴ്ചയായിരുന്നു.

കിടപ്പുമുറിയിലെ കട്ടിലിൽ തോമസിന്റെ ഭാര്യ ഗ്രേസിയും മക്കളും നിരവധി മുറിവുകളേറ്റ് രക്തത്തിൽ കുളിച്ചു മരിച്ചു കിടക്കുന്നു. തോമസിനെ കാണാനില്ലായിരുന്നു. അവറാന്റെ നിലവിളി കേട്ട് നാട്ടുകാർ ഓടിയെത്തി. അപ്പോഴാണ് ആരോ വീട്ടുമുറ്റത്തെ കിണറിന്റെ കൈവരിയിൽ ചോരക്കറകൾ കണ്ടത്. അതിനടുത്തായി ഒരു സ്വർണ്ണമാലയും ഇരുവശവും മൂർച്ചയുള്ള ഒരു കഠാരയും. പോലീസ് സ്റ്റേഷനിൽ ഉടനേ വിവരമറിയിച്ചു. സബ് ഇൻസ്പെക്ടറും സംഘവും ഉടനേ സ്ഥലത്തെത്തി. യുവാവായ സബ് ഇൻസ്പെക്ടർക്ക് കിണറൊന്നു പരിശോധിക്കണമെന്നു തോന്നി.

രണ്ടുപേരെ കിണറ്റിൽ ഇറക്കി നോക്കിയപ്പോൾ തോമസിന്റെ ശവശരീരം കിണറിന്റെ അടിത്തട്ടിൽ കണ്ടെത്തി. ശവം വെളിയിലെടുത്തു പരിശോധിച്ചപ്പോൾ തോമസിന്റെ വയറ്റിൽ നാലു കുത്തിമുറിവുകൾ കണ്ടു. തോമസിനെയും കുടുംബത്തെയും ഏതോ കൊലയാളികൾ വകവരുത്തിയതാണെന്നായിരുന്നു

നിഗമനം. ഉന്നത പോലീസ്സുദ്യോഗസ്ഥർ സ്ഥലത്തെത്തി. പ്രേത വിചാരണയ്ക്കുശേഷം മൃതദേഹങ്ങൾ സ്ഥലത്തു വച്ചു തന്നെ പോസ്റ്റ്മോർട്ടം നടത്താൻ തീരുമാനിച്ചു. കോട്ടയം പോലീസ് സർജനെ വിവരം അറിയിച്ചു. സമർത്ഥനും പ്രഗല്ഭനുമായ ഡോ. ജോർജ് പോൾ ആയിരുന്നു അന്ന് മെഡിക്കൽ കോളജിലെ ഫോറൻസിക് വിഭാഗം മേധാവിയും കോട്ടയം പോലീസ് സർജനും. അദ്ദേഹവും സംഘവും സ്ഥലത്തെത്തി നാലു മൃതദേഹങ്ങളുടെയും പരിശോധന നടത്തി.

ഗ്രേസിയുടെ നെഞ്ചിലും കഴുത്തിലും മാരകമായ കുത്തിമുറിവുകൾ ഉണ്ടായിരുന്നു. അവരുടെ കൈയിൽ കുത്തുകൾ തടുത്തപ്പോൾ ഉണ്ടായ മുറിവുകളും ഉണ്ടായിരുന്നു. രണ്ട് തവണ കഴുത്തറുക്കുവാനും ശ്രമം നടന്നിരുന്നു. കുട്ടികളുടെ ശരീരങ്ങളിലും നിരവധി കുത്തിമുറിവുകളുണ്ടായിരുന്നു. നിഷ്കളങ്കരായ കുട്ടികൾക്ക് ഒരുപക്ഷേ, ഉറക്കത്തിലായിരിക്കാം കുത്തുകളേറ്റത്.

തോമസിന്റെ വയറ്റിൽ അടുത്തടുത്തു സമാന്തരമായി കാണപ്പെട്ട നാലു കുത്തുകളും ആഴം കുറഞ്ഞ മുറിവുകളായിരുന്നു. കഷ്ടിച്ച് അരയിഞ്ചു വീതം ആഴമുള്ള മുറിവുകൾ. അവകളിൽ ഒന്നിനുപോലും വയറു തുളയ്ക്കാൻ കഴിഞ്ഞിരുന്നില്ല. അയാളുടെ വലതുകൈയിലെ വിരലുകളിൽ ഒന്നുരണ്ടു നേർത്ത മുറിവുകൾ കാണപ്പെട്ടു. തോമസിന്റെ ശ്വാസകോശങ്ങൾ വെള്ളം നിറഞ്ഞ് വീർത്തിരുന്നു. വെള്ളത്തിൽ മുങ്ങിമരിച്ചതാണെന്ന് വ്യക്തമായി.

കിണറ്റിൻകരയിൽനിന്നും ലഭിച്ച സ്വർണ്ണമാലയും ചോരപുരണ്ട കത്തിയും തോമസിന്റേതാണെന്നു ബന്ധുക്കളും വീട്ടുജോലിക്കാരും തിരിച്ചറിഞ്ഞു. ഗ്രേസിയുടെയും കുട്ടികളുടെയും ശരീരങ്ങളിൽ കാണപ്പെട്ട മുറിവുകൾ എല്ലാം ആ കത്തികൊണ്ടുണ്ടായതാവാമെന്ന് ഡോ. ജോർജ് പോൾ അഭിപ്രായപ്പെട്ടു അദ്ദേഹത്തിന്റെ അഭിപ്രായത്തിൽ അതൊരു open and shut കേസായിരുന്നു.

ഒരാൾ സ്വയം കുത്തി മരിക്കാൻ ശ്രമിക്കുമ്പോൾ ഉണ്ടാവുന്ന മുറിവുകൾക്ക് ചില പ്രത്യേകതകൾ കാണാം. മുറിവുകൾ നിരവധിയുണ്ടാവാം. അതിൽ മിക്കതും വളരെ ആഴം കുറഞ്ഞതുമായിരിക്കുമെന്നു മാത്രമല്ല അടുത്തടുത്തും ആയിരിക്കും. ഇവയെ മടിച്ചുമടിച്ചുള്ള മുറിവുകൾ (Hesitation wounds) എന്നു വിളിക്കുന്നു. ഒരു കൊലയാളിയാണെങ്കിലും സ്വന്തം ശരീരത്തിൽ സ്വയം കുത്തുമ്പോൾ ശക്തിയായി കുത്തില്ല!!

തോമസ് ഭാര്യയെയും കുട്ടികളെയും കൊലപ്പെടുത്തിയശേഷം സ്വയം കുത്തി മരിക്കാൻ ശ്രമിച്ചു. ആ ശ്രമം നിഷ്ഫലമായപ്പോൾ

കിണറ്റിൽ ചാടി മരിച്ചു. പോലീസ് സർജൻ ഡോ. ജോർജ് പോളിന്റെ ഈ നിഗമനം വലിയ ഒച്ചപ്പാടുണ്ടാക്കി എന്നു പറയേണ്ടതില്ലല്ലോ. നാട്ടുകാരും ബന്ധുക്കളും രണ്ടു ചേരിയായി. തോമസിന്റെ ബന്ധുക്കളാണ് കൊലയ്ക്ക് കാരണമെന്ന് ഗ്രേസിയുടെ ബന്ധുക്കൾ ആരോപിച്ചു. തോമസിന്റെ വീട്ടുകാർ മറിച്ചും. ഓരോ ഭാഗത്തിലും ഓരോ രാഷ്ട്രീയപാർട്ടിയുടെ പിന്തുണയും ഉണ്ടായിരുന്നു. സി.ബി.ഐ. അന്വേഷണം ആവശ്യപ്പെട്ട് ഗ്രേസിയുടെ വീട്ടുകാർ ഹൈക്കോടതിയിൽ അപേക്ഷ സമർപ്പിച്ചു. ബഹു. കോടതി കേരള ക്രൈംബ്രാഞ്ചിനോട് കേസ് അന്വേഷിക്കുവാൻ ഉത്തരവിട്ടു.

അന്ന് ക്രൈംബ്രാഞ്ചിന്റെ തലവൻ ശ്രീ അബ്ദുൾ സത്താർ കുഞ്ഞായിരുന്നു. ക്രൈംബ്രാഞ്ച് ഹെഡ്ക്വാർട്ടേഴ്സിൽ അന്ന് പോലീസ് സൂപ്രണ്ടായിരുന്നത് ശ്രീ പി.എം. കുഞ്ഞുമൊയ്തീൻ കുട്ടി ആയിരുന്നു. ക്രൈംബ്രാഞ്ചിന്റെ സ്പെഷ്യൽ ഇൻവെസ്റ്റിഗേഷൻ യൂണിറ്റിന്റെ നേതൃത്വം വഹിച്ചിരുന്നത് കഠിനാദ്ധ്വാനിയും പക്വമതിയുമായ മുഹമ്മദ്ഖാൻ എന്ന ഡിവൈ.എസ്.പി.യായിരുന്നു.

ഐ.ജി. ശ്രീ സത്താർകുഞ്ഞ് ഒടിയപാറ കേസിന്റെ അന്വേഷണച്ചുമതല ഡിവൈ.എസ്.പി. ശ്രീ മുഹമ്മദ്ഖാനെ ഏൽപ്പിച്ചു. കുഞ്ഞുമൊയ്തീൻ കുട്ടിക്കും എനിക്കും ശാസ്ത്രീയമായ തെളിവുകൾ ശേഖരിക്കുന്നതിന്റെ ചുമതലയും മേൽനോട്ടവും ഏൽപ്പിച്ചു. ഞങ്ങൾ മൂവരും സ്ഥലം സന്ദർശിച്ച് പ്രാഥമികമായ അന്വേഷണങ്ങൾ നടത്തി. ഞാൻ കോട്ടയത്തു പോയി എന്റെ സുഹൃത്തായ ഡോ. ജോർജ് പോളുമായി പോസ്റ്റ്മോർട്ടം പരിശോധനയിൽനിന്ന് ലഭിച്ച വിവരങ്ങളെക്കുറിച്ച് വിശദമായി ചർച്ച നടത്തി.

ഗ്രേസിയെയും രണ്ടു കുട്ടികളെയും കൊലപ്പെടുത്തിയതാണെന്ന കാര്യത്തിൽ സംശയമില്ലായിരുന്നു. പക്ഷേ, ആരായിരിക്കാം കൊലയാളി എന്ന് കണ്ടുപിടിക്കുന്നതായിരുന്നു കേസ് തെളിയിക്കുന്നതിലെ പ്രധാന ദൗത്യം. തോമസായിരിക്കാം കൊല നടത്തിയതെന്നായിരുന്നു ഡോ. ജോർജ് പോളിന്റെ നിഗമനം. കിണറ്റിൻകരയിൽനിന്ന് ലഭിച്ച ചോരപുരണ്ട കഠാരകൊണ്ട് ഗ്രേസിയുടെയും കുട്ടികളുടെയും ശരീരങ്ങളിൽ കാണപ്പെട്ട മുറിവുകളെല്ലാംതന്നെ ഉണ്ടാക്കാൻ കഴിയുമായിരുന്നു. തോമസിന്റെ വയറ്റത്ത് കാണപ്പെട്ട മുറിവുകൾ ഒന്നുംതന്നെ മാരകമായിരുന്നില്ല. ജീവനോടെ വെള്ളത്തിൽ വീണാലുള്ള ലക്ഷണങ്ങളാണ് ശ്വാസകോശങ്ങളിൽ കാണപ്പെട്ടത്.

അന്യരായ ഘാതകരാണ് ഗ്രേസിയെയും കുട്ടികളെയും കൊല പ്പെടുത്തിയതെങ്കിൽ ആരോഗ്യവാനായ തോമസിനെ ആദ്യം കൊലപ്പെടുത്തിയതിനുശേഷമേ ആ കൃത്യം നടത്താൻ കഴിയൂ. തോമസ് തീർച്ചയായും ചെറുത്തു നിൽക്കുകയും ഘാതകരുടെ ആയുധങ്ങളിൽനിന്ന് അയാൾക്ക് മാരകമായ മുറിവുകൾ ഏൽക്കുകയും ചെയ്യുമായിരുന്നു.

എന്നാൽ തോമസ് എന്തിനിങ്ങനെ നിഷ്ഠുരമായ കൊല നടത്തണം? എന്തിന് രണ്ടു പിഞ്ചുകുഞ്ഞുങ്ങളെക്കൂടി വധി ക്കണം? ഈ ചോദ്യങ്ങൾക്കും ഉത്തരം കണ്ടെത്തണം. അതു പോലെ തോമസിന്റെ വലതുകൈയുടെ ചൂണ്ടുവിരലിൽ ചെറിയ രണ്ടു മുറിവുകൾ ഉണ്ടായിരുന്നു. ഈ മുറിവുകൾ ഘാതകന്മാരു മായുണ്ടായ മൽപ്പിടിത്തത്തിൽ സംഭവിക്കാമെന്ന് മദ്രാസിലെ ഫോറൻസിക് വിദഗ്ദ്ധയായ ഡോ. നീലാഗോവിന്ദരാജൻ അഭി പ്രായപ്പെട്ടിരുന്നു.

കൊല്ലപ്പെട്ട ഗ്രേസിയുടെ ബന്ധുക്കൾ പോസ്റ്റ്മോർട്ടം സർട്ടി ഫിക്കറ്റിന്റെ പകർപ്പ് ഡോ. നീലയെ കാണിക്കുകയും അവർ നല്കിയ അഭിപ്രായം ഹൈക്കോടതിയിൽ സമർപ്പിച്ച റിട്ട് പെറ്റിഷനിലെ അനുബന്ധമായി ചേർക്കുകയും ചെയ്തിരുന്നു. അതു കൂടാതെ ഗ്രേസിയുടെ കഴുത്തിൽ നീളം കൂടിയ ഒരു മുറിവുണ്ടായിരുന്നു. ആ മുറിവ് കഴുത്തിലെ ഒരു കശേരുവിൽ ഒരു ചെറിയ മുറിവുണ്ടാക്കിയിരുന്നു. കഴുത്തിലെ ആ മുറിവ് വെട്ടുകത്തിപോലുള്ള ആയുധം കൊണ്ടാണ് ഉണ്ടായിട്ടുള്ളതെന്ന് ഡോ. നീല അഭിപ്രായപ്പെട്ടിരുന്നു.

ഡോ. ജോർജ് പോളിന്റെ പോസ്റ്റ്മോർട്ടം സർട്ടിഫിക്കറ്റിൽ കഴുത്തിലെ മുറിവിന്റെ വിവരണത്തിൽ അഞ്ചാമത്തെ കശേരു വിൽ കത്തികൊണ്ടുണ്ടായ ഒരു പോറലിനെക്കുറിച്ച് (Nick) വിവരിച്ചിരുന്നു. എന്നാൽ അത് പോറലല്ല, നേരേമറിച്ച് വെട്ടിമു റിവാ (Cut) ണെന്നായിരുന്നു ഡോ. നീലയുടെ അഭിപ്രായം. വെട്ടി മുറിവാണെങ്കിൽ ആയുധം വെട്ടുകത്തി (Chopper)പോലെ ഭാര മുള്ളതും മൂർച്ചയുള്ളതുമായിരിക്കും. അങ്ങനെയെങ്കിൽ തോമ സിന്റെ കഠാരകൊണ്ട് ഗ്രേസിയുടെ കഴുത്തിലെ മുറിവുകളു ണ്ടാവുകയില്ല. ഡോ. നീലയുടെ അഭിപ്രായത്തിന്റെ വെളിച്ചത്തിൽ ബഹു. ഹൈക്കോടതിക്കുപോലും ഡോ. ജോർജ് പോളിന്റെ അഭിപ്രായത്തോട് യോജിപ്പുണ്ടായില്ല. പുറമേനിന്നുള്ള ഘാത കരാണ് ഈ കൊലകൾ നടത്തിയതെന്ന അഭിപ്രായം ബല പ്പെട്ടു.

ഡോ. ജോർജ് പോളിന്റെ അഭിപ്രായമാണ് ശരിയെന്ന കാര്യ ത്തിൽ എനിക്ക് ഒട്ടും സംശയമില്ലായിരുന്നു. മിതഭാഷിയായ

അദ്ദേഹം അതിസമർത്ഥനായ ഒരു ഫോറൻസിക് സർജനായിരുന്നു. ഗ്രേസിയുടെ കഴുത്തിലെ രണ്ട് മുറിവുകളും കഠാര കൊണ്ട് അറുത്തതിൽ വച്ചുണ്ടായതാണെന്നതിന് ഒരു തെളിവ് ഞാൻ കണ്ടെത്തി.

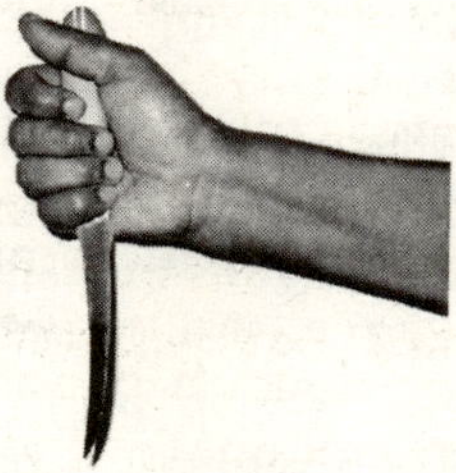

ചിത്രം 29.1 കഠാര കുത്താനായി പിടിക്കുന്ന രീതിയും മുറിവുണ്ടാകുന്ന സ്ഥാനവും

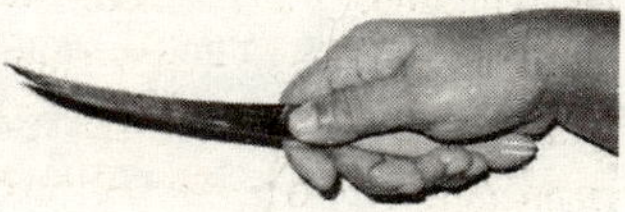

ചിത്രം 29.2 കഠാര അറുക്കാനായി പിടിക്കുന്ന രീതിയും മുറിവുണ്ടാകുന്ന സ്ഥാനവും

തോമസിന്റെ വലതുകൈയിലെ ചൂണ്ടുവിരലിനകത്ത് രണ്ട് ചെറിയ മുറിവുകളുണ്ടായിരുന്നു. വലങ്കയ്യനായ കൊലപാതകി ഒരു കഠാര കുത്താനായി (stabbing) പിടിക്കുന്നതും കഴുത്തറുക്കാനായി (sawing cut) പിടിക്കുന്നതും വ്യത്യസ്ത രീതിയിലായിരിക്കും (ചിത്രം 29.1 & 29.2). കൊലപാതകി കത്തി ഉപയോഗിച്ച് നിരവധി കുത്തുകൾ വധ്യന്റെ ശരീരത്തിലേൽപ്പിക്കുമ്പോൾ രക്തംകൊണ്ട് കൈകൾ നനഞ്ഞ് ആയുധം വഴുതി കൈപ്പത്തിയിലോ ചെറുവിരലിലോ മുറിവുകൾ ഉണ്ടാകാൻ സാധ്യതയുണ്ട്. എന്നാൽ കഴുത്തറുക്കുമ്പോൾ ആയുധം വഴുതിയാൽ മുറിവുണ്ടാകുന്നത് ചൂണ്ടുവിരലിലായിരിക്കും.
തോമസിന്റെ ചൂണ്ടുവിരലിലാണ് മുറിവുകൾ ഉണ്ടായിരുന്നത്. അതിൽനിന്നും അയാൾ അറുക്കുന്ന രീതിയിൽ കത്തി പിടിച്ചിരിക്കണം. ഗ്രേസിയുടെ കഴുത്തിലെ മുറിവുകൾ അപ്രകാരം സംഭവിച്ചതാകണം. അപ്പോൾ കശേരുകയിൽ ഒരു കുത (Nick) മാത്രമേ ഉണ്ടാകാൻ വഴിയുള്ളൂ. ഇത് യുക്തിവിചാരംകൊണ്ട് തെളിയിച്ചിട്ട് കാര്യമില്ലെന്ന് ഞാൻ മനസ്സിലാക്കി. കശേരുകയിലുള്ള മുറിവ് വെട്ടല്ല, കുതയാണെന്ന് സർവ്വരെയും ബോധ്യപ്പെടുത്തണമെങ്കിൽ ഗ്രേസിയുടെ മൃതദേഹമെങ്കിലും വീണ്ടും പരിശോധന നടത്തണം. എന്റെ അഭിപ്രായം ഐ.ജി.യോടു പറഞ്ഞപ്പോൾ അദ്ദേഹം എല്ലാ മൃതദേഹങ്ങളും പുറത്തെടുത്ത് വീണ്ടും പോസ്റ്റ്മോർട്ടം നടത്തുന്നതാണ് നല്ലത് എന്നു നിർദ്ദേശിച്ചു. ഇതിനിടെ ശ്രീ മുഹമ്മദ്ഖാൻ ഒടിയപാറയ്ക്കടുത്ത് ഒരു വീട് വാടകയ്

ക്കെടുത്ത് അദ്ദേഹത്തിന്റെ സമർത്ഥരായ ഡിറ്റക്ടീവ് ഇൻസ്പെക്ടർമാരുമായി താമസിച്ച് അന്വേഷണം തുടങ്ങി.

ശ്രീ ഖാനെപ്പോലെ അവിശ്രമം കേസന്വേഷിക്കുന്ന വേറൊരു കുറ്റാന്വേഷകനെ കാണാൻ കഴിയുകയില്ല. തീരെ നിസ്സാരമായ ആരോപണങ്ങളിൽപോലും കഴമ്പുണ്ടോ എന്നറിയുവാൻ വളരെ ആഴത്തിൽ അന്വേഷിക്കുന്ന പ്രകൃതമായിരുന്നു അദ്ദേഹത്തിന്റേത്. ആദ്യത്തെ മൃതദേഹപരിശോധന നടത്തിയത് ഒരു സീനിയർ ഫോറൻസിക് സർജനായതുകൊണ്ടും, വീണ്ടും വിവാദങ്ങൾ ഉണ്ടാകാതിരിക്കാനും വേണ്ടി ഒരു സംഘം ഫോറൻസിക് സർജന്മാരെക്കൊണ്ട് മൃതദേഹങ്ങൾ കുഴിച്ചെടുത്ത് പരിശോധിക്കുവാൻ തീരുമാനിച്ചു.

തിരുവനന്തപുരം മെഡിക്കൽ കോളജിലെ ഫോറൻസിക് വിഭാഗം മേധാവി ആയിരുന്ന ഡോ. ശിവശങ്കരപ്പിള്ളയുടെ നേതൃത്വത്തിലുള്ള അഞ്ച് ഫോറൻസിക് സർജന്മാരുടെ ഒരു സംഘം പള്ളിയിൽ അടക്കം ചെയ്തിരുന്ന മൃതദേഹങ്ങൾ കുഴിച്ചെടുത്ത് വീണ്ടും പരിശോധന നടത്തി. ഗ്രേസിയുടെ കഴുത്തിലെ കശേരുക്കളിൽ വെട്ടുകൊണ്ടുള്ള മുറിവൊന്നും കണ്ടില്ല. അഞ്ചാമത്തെ കശേരുകയിൽ ഒരു ചെറിയ പോറൽ മാത്രമാണുണ്ടായിരുന്നത്. ഞാൻ ആ കശേരുക ഡോ. പിള്ളയിൽനിന്നും ഏറ്റുവാങ്ങി ഒരു കുപ്പിയിലാക്കി പൊതിഞ്ഞു കെട്ടി മുദ്ര വച്ചു.

മൃതദേഹപരിശോധനയ്ക്കുശേഷം അന്വേഷണ ഉദ്യോഗസ്ഥന്മാർ ഒത്തുകൂടി. അപ്പോൾ ശ്രീ കുഞ്ഞുമൊയ്തീൻ കുട്ടി പറഞ്ഞു 'കടിച്ച പാമ്പിനെ കൊണ്ടു തന്നെ വിഷമിറക്കണം.' അദ്ദേഹമുദ്ദേശിച്ചത് മദ്രാസിലെ ഡോക്ടർ നീലാഗോവിന്ദരാജിനെ ചോദ്യം ചെയ്യണമെന്നായിരുന്നു. എനിക്കു പരിചിതയായിരുന്ന അവരെ ഞാൻ കുഞ്ഞുമൊയ്തീൻകുട്ടിയുമായി മദ്രാസിൽ പോയി കണ്ടു. ഗ്രേസിയുടെ കഴുത്തിലെ കശേരുകകൂടി ഞങ്ങൾ കൊണ്ടുപോയിരുന്നു. കുഞ്ഞുമൊയ്തീൻകുട്ടിയുടെ കുറിക്കുകൊള്ളുന്ന ചോദ്യങ്ങളും എന്റെ സംശയങ്ങളും കേട്ടപ്പോൾ ആദ്യം പറഞ്ഞ അഭിപ്രായം തെറ്റാണെന്ന് അവർ സമ്മതിച്ചു. അവരുടെ വിശദമായ അഭിപ്രായം രേഖപ്പെടുത്തിയിട്ടേ ഞങ്ങൾ ക്രൈംബ്രാഞ്ച് ഹെഡ്ക്വാർട്ടേഴ്സിലേക്ക് മടങ്ങിയുള്ളൂ.

തോമസിനെക്കുറിച്ചോ ഗ്രേസിയെക്കുറിച്ചോ നാട്ടിൽ ആർക്കും മോശമായ അഭിപ്രായവുമുണ്ടായിരുന്നില്ല. ഭാര്യയുടെ ചാരിത്ര്യശുദ്ധിയിൽ സംശയമുള്ളവർ ഇത്തരത്തിൽ കൊലപാതകം നടത്തിയിട്ടുള്ളതിനെക്കുറിച്ച് എനിക്കറിവുണ്ടായിരുന്നു. എന്നാൽ കുട്ടികളെ കൊല്ലുന്നതും ആത്മഹത്യചെയ്യുന്നതും അസാധാരണമാണ്. ഇതിനെക്കുറിച്ച് ആധികാരികമായി അഭിപ്രായം

പറയാൻ കഴിയുന്ന ഒരാളേ ഇന്ത്യയിൽ ഉള്ളു. ഡോ. ചെന്ന ബസവണ്ണ. ബാംഗ്ലൂരിലെ പ്രശസ്തമായ നിംഹാൻസിലെ പ്രൊഫസറായ അദ്ദേഹം ഫോറൻസിക് മനഃശാസ്ത്രവിദഗ്ദ്ധനാണ്. ഞാനും എസ്.പി. കുഞ്ഞുമൊയ്തീൻ കുട്ടിയുമായി ബാംഗ്ലൂരിൽ പോയി ഡോ. ബസവണ്ണയുമായി കേസിനെക്കുറിച്ച് വിശദമായി ചർച്ച ചെയ്തു. മുറിവുകളുടെ രീതിയിലും എണ്ണത്തിലും നിന്ന് ഘാതകന്റെ മാനസികനിലയെക്കുറിച്ച് അപഗ്രഥിച്ച് അഭിപ്രായം പറയാൻ കഴിവുള്ള ആളാണ് അദ്ദേഹം.

എല്ലാ വസ്തുതകളും പരിശോധിച്ചിട്ട് തോമസ്തന്നെയായിരിക്കും കൊല നടത്തിയതെന്നും മാനസികമായ കാരണങ്ങളായിരിക്കും കൊലയ്ക്ക് പ്രേരണയായതെന്നും അദ്ദേഹം അഭിപ്രായപ്പെട്ടു. കുട്ടികളെ വധിച്ച രീതിയും ഈ നിഗമനത്തിനു ബലമേകുന്നതായി പറഞ്ഞു. വ്യാപ്തിയുള്ള ആത്മഹത്യകളെക്കുറിച്ച് അദ്ദേഹം വിശദീകരിച്ചു. അന്വേഷണത്തിൽ തോമസിന് മനോരോഗമുണ്ടായിരുന്നതായി തെളിവുകളൊന്നും ലഭിച്ചിരുന്നില്ല. സ്വതേ അന്തർമുഖനായിരുന്ന തോമസിന് ആരുമായും ചങ്ങാത്തമില്ലായിരുന്നു. പലപ്പോഴും വിദൂരതയിലേക്ക് ഉറ്റുനോക്കി ആരോടുമൊന്നും ഉരിയാടാതെയിരിക്കുന്ന സ്വഭാവക്കാരനായിരുന്നു. ഇതൊക്കെ ഒളിഞ്ഞു കിടന്നിരുന്ന മാനസികമായ അസ്വസ്ഥതകളുടെ ലക്ഷണങ്ങളായിരുന്നിരിക്കാം.

ഒടുവിൽ രണ്ടു മാസം നീണ്ടുനിന്ന അന്വേഷണം അവസാനിച്ചു. ശ്രീ ഖാനും സംഘവും 'മലയിറങ്ങി'. ഒരുപക്ഷേ, കേരള പോലീസിന്റെ ചരിത്രത്തിൽ ഇത്ര ബൃഹത്തായ മറ്റൊരു അന്വേഷണം ഒരു കേസിലും നടന്നു കാണില്ല. കേസ് ഡയറി ഫയലിനു മാത്രം മൂവായിരം പേജുണ്ടായിരുന്നു. ഖാൻ സാഹിബ്ബിനോടൊപ്പം ഹൈറേഞ്ചിലെ ദുർഘടമായ മനയത്തടം എന്ന സ്ഥലത്തേക്കുള്ള യാത്ര ഇപ്പോഴും എന്റെ ഓർമ്മയിലെത്തുന്നു. അവിടെയുണ്ടായിരുന്ന അൻപത്തിആറു കുടുംബങ്ങളിലെ അംഗങ്ങളെ മുഴുവൻ കണ്ടു ചോദിച്ചു മൊഴി രേഖപ്പെടുത്തി. അന്വേഷണത്തിന്റെ അവസാനം ഞങ്ങൾ വിശദമായ റിപ്പോർട്ട് ഹൈക്കോടതിക്കു സമർപ്പിച്ചു. എന്നാൽ ബഹു. കോടതി കേസ് വീണ്ടും അന്വേഷണത്തിനായി സി.ബി.ഐ.യ്ക്കു കൈമാറി.

അതിസമർത്ഥനായ കുറ്റാന്വേഷകനായ ശ്രീ ത്യാഗരാജനായിരുന്നു അന്ന് സി.ബി.ഐ. കൊച്ചി യൂണിറ്റിന്റെ മേധാവി. അദ്ദേഹവും ഡിവൈ.എസ്.പി. ശ്രീ തോമസും (വർഗീസ് തോമസ്സല്ല) സഹപ്രവർത്തകരും വീണ്ടും സമഗ്രമായ അന്വേഷണം നടത്തി. ഒരു വർഷം നീണ്ടുനിന്ന അന്വേഷണത്തിനിടയിൽ ശ്രീ ത്യാഗരാജനും ശ്രീ തോമസ്സും പല കുറി ഞാനുമായും ക്രൈംബ്രാ

ഞ്ചിലെ ഉദ്യോഗസ്ഥരുമായും ചർച്ചകൾ നടത്തിയിരുന്നു. സത്യം കണ്ടുപിടിക്കുക എന്നതായിരുന്നു നല്ലവരായ ആ സി.ബി.ഐ. ഉദ്യോഗസ്ഥന്മാരുടെ ലക്ഷ്യം. കുറ്റാന്വേഷകൻ ദോഷൈകദൃക്കായാൽ സത്യം കണ്ടെത്തുന്നതിൽ പരാജയപ്പെടും. ശ്രീ ത്യാഗരാജന് തോമസ്സിന്റെ വലതുകൈയിലെ ചൂണ്ടുവിരലിലെ മുറിവ് എങ്ങനെയാണ് ഉണ്ടായതെന്നതിനെക്കുറിച്ച് ന്യായമായ സംശയമുണ്ടായിരുന്നു. ഞാൻ അതിനെക്കുറിച്ച് നല്കിയ വിശദീകരണം അദ്ദേഹത്തിന്റെ സകല സംശയങ്ങളും ദൂരീകരിച്ചു. ഒടുവിൽ സി.ബി.ഐ.യും ക്രൈംബ്രാഞ്ചിന്റെ നിഗമനങ്ങളോട് പൂർണ്ണമായും യോജിച്ചു. ശ്രീ ത്യാഗരാജൻ ഒടിയപ്പാറ കേസിനെക്കുറിച്ച് പറഞ്ഞത് 'ക്രൈംബ്രാഞ്ചിന് സത്യം കണ്ടുപിടിക്കാൻ രണ്ടുമാസമേ വേണ്ടിവന്നുള്ളൂ, സി.ബി.ഐ.യ്ക്ക് ഒരു വർഷവും.'

൩൦. അജ്ഞാതയുടെ മുഖം

ഒരുകാലത്തും തെളിയില്ലെന്നു വിധിയെഴുതി തള്ളിക്കളഞ്ഞ കുറ്റകൃത്യങ്ങൾക്കുപോലും ശാസ്ത്രീയാന്വേഷണത്തിലൂടെ വഴിത്തിരിവുണ്ടായ അനുഭവങ്ങൾ നിരവധിയുണ്ട്. അത്തരത്തിലൊന്നാണ് 1988-ൽ തൃപ്പൂണിത്തുറയിലുണ്ടായ ഒരു കൊലപാതകം.

തൃപ്പൂണിത്തുറയിൽ പേട്ടയ്ക്കടുത്തുള്ള പൂണിത്തുറ പുഴയിലൂടെ നാടൻ വള്ളത്തിൽ മീൻ പിടിക്കാൻ പോയ ചിലരാണ് തീരത്തോടു ചേർന്ന് വെള്ളത്തിൽ ഒരു യുവതിയുടെ മൃതദേഹം കണ്ടത്. നിമിഷനേരംകൊണ്ട് സമീപത്ത് ആളുകളേറെ കൂടി. പുഴയോരത്തുള്ള കെമിക്കൽ കമ്പനിയിലെ ജീവനക്കാരിലൊരാൾ വിവരം ഉടനേ തൃപ്പൂണിത്തുറ പോലീസിനെ അറിയിച്ചു. സർക്കിൾ ഇൻസ്പെക്ടർ തോമസ് ഫിലിപ്പും സംഘവും എത്തിയ ശേഷമാണ് ജഡം കുറെക്കൂടി അരികത്തേക്ക് വലിച്ചടുപ്പിച്ചത്. പൂർണ്ണനഗ്നയായിരുന്നു. ഏകദേശം 35 വയസ് പ്രായം തോന്നിച്ചിരുന്നു. ആളെ തിരിച്ചറിയാനാവാത്തവിധം മുഖവും ശരീരവും ജീർണ്ണിച്ചിരുന്നു. മരണം നടന്ന് ആറേഴ് ദിവസങ്ങളെങ്കിലും കഴിഞ്ഞിട്ടുണ്ടാവണം.

ഒരു പുതിയ നൈലോൺ ചരടിട്ട് കെട്ടി ജഡം ഒരു കോൺക്രീറ്റ് സ്ലാബിൽ ബന്ധിച്ചിരുന്നു. വേലിയിറക്കത്തിൽ പുഴയിൽ വെള്ളം കുറഞ്ഞ സമയത്താണ് ജഡം പൊന്തിവന്നത്. ഇൻക്വസ്റ്റ് നടത്തിയ

ശേഷം മൃതദേഹം എറണാകുളം ജനറൽ ആശുപത്രിയിൽ പോസ്റ്റ്മോർട്ടം നടത്തി. ഡോ. സതീഷ്ബാബു ആയിരുന്നു അന്ന വിടെ പോലീസ് സർജൻ. സമീപത്തെ ആളൊഴിഞ്ഞ ഒരു വീട്ടിൽ വച്ചാണ് കൊല നടന്നതെന്ന് അതിനകം സ്ഥിരീകരിച്ചു. അവിടെ ചുവരുകളിൽ ഉണങ്ങിയ രക്തക്കറകൾ കാണപ്പെട്ടു. മൃതദേഹം കെട്ടിത്താഴ്ത്താനുപയോഗിച്ച വലിയ സ്ലാബ് ആ വീടിന്റെ മതിലിന്റെ തൂണിൽനിന്നും ഇളക്കിയെടുത്തതാണെന്നും കണ്ടെത്തി.

പക്ഷേ, ആ വീട്ടിൽ അന്തിയുറങ്ങാൻ എത്തിയിരുന്നവരെ ക്കുറിച്ച് ആർക്കും ഒന്നുമറിയില്ലായിരുന്നു. ആളൊഴിഞ്ഞ ആ വീട് വൈകുന്നേരങ്ങളിൽ അനാശാസ്യപ്രവർത്തനങ്ങൾക്കായി ആളുകൾ വന്നിരുന്ന ഒരിടമായിരുന്നു. അതുകൊണ്ടുതന്നെ നാട്ടുകാർ അങ്ങോട്ടു ശ്രദ്ധിച്ചിരുന്നില്ല.

തലയോട്ടിയിൽ മാരകമായ ഒരു പൊട്ടലുണ്ടെന്ന് പോസ്റ്റ് മോർട്ടത്തിൽ കണ്ടതിനെ തുടർന്ന് തലയോട്ടി കൂടുതൽ പരി ശോധനകൾക്കായി ഡിസ്ട്രിക്റ്റ് പോലീസ് സർജൻ സൂക്ഷിച്ചി രുന്നു. ലോക്കൽ പോലീസ് മാസങ്ങളോളം അന്വേഷിച്ചിട്ടും ഒരു തുമ്പും കിട്ടാതെ വന്നപ്പോൾ കേസ് കണ്ടുപിടിക്കാൻ സാധി ക്കാത്തവയുടെ (undetected) പട്ടികയിലേക്കു മാറ്റി. തൃപ്പൂണി ത്തുറ കേസ് അൺഡിറ്റക്ടഡ് പട്ടികയിലായതോടെ തൊണ്ടി യായ തലയോട്ടി കോടതിയുടെ സംരക്ഷണയിലേക്ക് മാറ്റി. ദിനംതോറും പുതിയ കേസുകളും സംഭവങ്ങളും ഉണ്ടാകുന്ന തോടെ പഴയതൊക്കെ എല്ലാവരും മറക്കും, കൂട്ടത്തിൽ തൃപ്പൂ ണിത്തുറ കേസും.

സംഭവം നടന്ന് അഞ്ചു വർഷത്തിനു ശേഷമാണ് ഈ കേസ് ഡയറി ഫയൽ എനിക്കു പരിശോധിക്കാൻ ലഭിച്ചത്. അന്ന് ഡി. ജി.പി. ആയിരുന്ന ശ്രീ രാജഗോപാൽ നാരായൺ എന്ന മഹാ നായ പോലീസ് ചീഫിനെക്കുറിച്ച് ഞാൻ മുൻ അദ്ധ്യായങ്ങളി ലൊന്നിൽ പരാമർശിച്ചിട്ടുണ്ട്. അദ്ദേഹം പലപ്പോഴും അഴിയാ ക്കുരുക്കുകളുടെ ഫയലുകൾ എന്നെ ഏൽപ്പിക്കുമായിരുന്നു. അങ്ങനെയാണ് തൃപ്പൂണിത്തുറ കേസും എന്റെ മുന്നിലെത്തി യത്. ഞാൻ കേസ് ഡയറി സശ്രദ്ധം വായിച്ചു. കൊല്ലപ്പെട്ട സ്ത്രീ യാരാണെന്ന് തിരിച്ചറിയാൻ പ്രഗല്ഭരായ പല അന്വേഷണ ഉദ്യോ ഗസ്ഥന്മാരും ആത്മാർത്ഥമായി അന്വേഷണം നടത്തിയിരുന്നു. സംസ്ഥാനത്തെ എല്ലാ പോലീസ് സ്റ്റേഷനുകളിൽനിന്നും കാണാതായ സ്ത്രീകളെക്കുറിച്ചുള്ള വിവരങ്ങൾ ശേഖരിക്കു കയും അവരെക്കുറിച്ച് അന്വേഷണം നടത്തുകയും ചെയ്തി

രുന്നു. കൊല്ലപ്പെട്ട സ്ത്രീ ഒരു ലൈംഗികത്തൊഴിലാളിയായിരിക്കുമെന്നും ബന്ധുക്കളില്ലാത്തതുകൊണ്ടായിരിക്കും അവരെക്കുറിച്ച് പരാതി ലഭിക്കാത്തതെന്നുമായിരുന്നു അനുമാനം. കൊല്ലപ്പെട്ട ആളിനെ തിരിച്ചറിഞ്ഞാൽ മാത്രമേ കൊലപാതകിയിലേക്കെത്തുവാൻ കഴിയൂ.

കൊല്ലപ്പെട്ട സ്ത്രീയെ തിരിച്ചറിയാൻ വേണ്ടി തലയോടിൽ നിന്നും അവരുടെ മുഖം സൃഷ്ടിക്കുവാൻ ഞാൻ തീരുമാനിച്ചു. ആദ്യമായി കോടതിക്ക് അപേക്ഷ നല്കി അവിടെ സൂക്ഷിച്ചിരുന്ന തലയോടും താടിയെല്ലും തലമുടിയും ഏറ്റുവാങ്ങി. ഭാഗ്യവശാൽ തലയോടിൽനിന്നും പല്ലുകൾ ഒന്നും നഷ്ടപ്പെട്ടിരുന്നില്ല. മേൽ വരിയിൽ മധ്യത്തെ രണ്ട് ഉളിപ്പല്ലുകൾ വലുതും ഇടയുള്ളതുമായിരുന്നു. ചുണ്ടുകൾ കൂട്ടിയടച്ചാലും പല്ലുകൾ വെളിയിൽ കാണുമായിരുന്നു എന്നെനിക്ക് തോന്നി. അത് ആ സ്ത്രീയെ തിരിച്ചറിയാനുതകുന്ന ഒരു സവിശേഷതയാണ്.

പോസ്റ്റ്മോർട്ടം സർട്ടിഫിക്കറ്റിൽ രേഖപ്പെടുത്തിയിരുന്നതുപോലെ തലയോടിന്റെ ഒരു വശത്ത് വലിയ പൊട്ടലുണ്ടായിരുന്നു. ഭാരമുള്ള എന്തെങ്കിലുംകൊണ്ട് തലയിൽ ശക്തിയോടെ ഇടിച്ചതാകണം. ചെറുതായി ചുരുണ്ട തലമുടിക്ക് 45 സെന്റീമീറ്റർ നീളമുണ്ടായിരുന്നു. തലയോടിലെ അസ്ഥികൾ തമ്മിലുള്ള സംയോഗത്തിൽ (Suture closure) നിന്നും പ്രായം മുപ്പതിനും മുപ്പത്തിയഞ്ചിനും മധ്യേയാണെന്നും കണക്കാക്കി.

മുഖത്തിന്റെ ആകൃതി മുഖാസ്ഥികളുടെ ആകൃതിയുമായി ബന്ധപ്പെട്ടിരിക്കുന്നു. മുഖാസ്ഥികളുടെ മുകളിൽ എല്ലാ മനുഷ്യരിലും മിക്കവാറും ഒരേ ഘനത്തിലാണ് മാംസവും തൊലിയും കാണപ്പെടുന്നത്. ഇതൊരു ശാസ്ത്രീയ സത്യമാണ്. താടിയെല്ല്, കവിളെല്ല്, നെറ്റി, കൺതടം എന്നിങ്ങനെ ഏതു ഭാഗമെടുത്താലും തൊലിയുടെയും മാംസത്തിന്റെയും ഘനം ഏറക്കുറെ ഒരുപോലെയായിരിക്കും. മുഖത്തിന്റെ ഓരോ സ്ഥാനങ്ങളിലുമുള്ള കലകളുടെ ശരാശരി ഘനം (Mean tissue thickness) നിരവധി ശവശരീരങ്ങളുടെ പരിശോധനയിൽനിന്നും ഗവേഷകർ കണ്ടുപിടിച്ചിട്ടുണ്ട്. തലയോടിൽ ഈ അളവുകളനുസരിച്ച് പേപ്പർ പൾപ്പോ കളിമണ്ണോ പൊതിഞ്ഞാണ് മുഖം സൃഷ്ടിക്കുന്നത്. ഇപ്രകാരം നിർമ്മിക്കുന്ന മുഖത്തിൽ തലമുടി, കണ്ണുകൾ, മൂക്ക്, ചെവികൾ, ചുണ്ടുകൾ എന്നിവ കൂടി മെനഞ്ഞാൽ മാത്രമേ മുഖത്തിന്റെ യഥാർത്ഥ രൂപം ലഭിക്കുകയുള്ളൂ. ഈ അവയവങ്ങളും ശാസ്ത്രീയമായ അളവുകളനുസരിച്ചാണ് സൃഷ്ടിക്കുന്നതെങ്കിലും ഒരു ശിൽപ്പിയുടെ സഹായം ആവശ്യമാണ്.

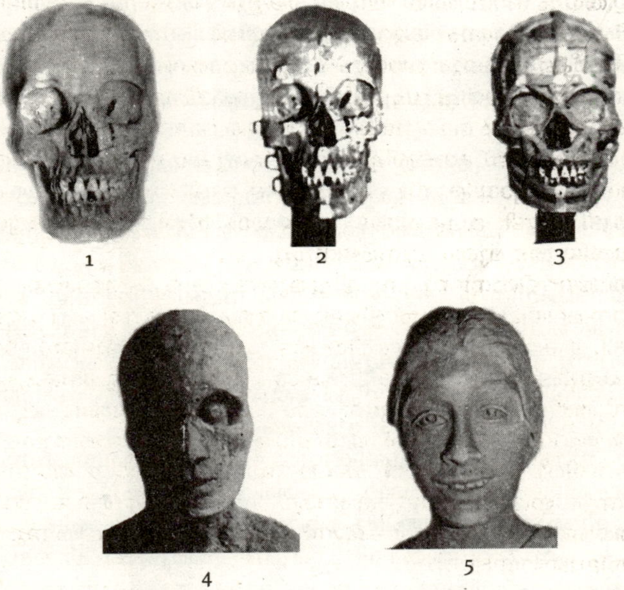

ചിത്രം 30.1–5 തലയോടിൽനിന്നും മുഖത്തിന്റെ സൃഷ്ടി 1. തലയോട് 2. പ്രധാനപ്പെട്ട ഭാഗങ്ങളിൽ പേപ്പർ പൾപ്പ് കട്ടകൾ കലകളുടെ ശരാശരി ഘനമനുസരിച്ച് ഉറപ്പിക്കുന്നു 3. കട്ടകൾ തമ്മിൽ പേപ്പർ പൾപ്പുകൊണ്ട് യോജിപ്പിക്കുന്നു. 4. തലയോടു മുഴുവനും പേപ്പർ പൾപ്പുകൊണ്ട് പൊതിഞ്ഞപ്പോൾ 5. തലമുടി, കണ്ണുകൾ, മൂക്ക്, ചെവികൾ എന്നിവ മെനഞ്ഞപ്പോൾ ലഭിച്ച മുഖം. മുകൾ വരിയിലെ പല്ലുകൾ വെളിയിൽ കാണാനായി ചുണ്ടുകൾ വിടർത്തിയിട്ടുണ്ട്.

ഈ സങ്കേതം തൃപ്പൂണിത്തുറ കേസിലെ തലയോടിലും പ്രയോഗിച്ചു (ചിത്രം 30.1–4). ക്രൈംബ്രാഞ്ച് ഹെഡ്ക്വാർട്ടേഴ്സിലെ എന്റെ മുറിയിലായിരുന്നു മുഖത്തിന്റെ സൃഷ്ടികർമ്മം നടത്തിയത്. തലയോട് ഒരു സ്റ്റാൻഡിൽ ഉറപ്പിച്ചതിനുശേഷം പേപ്പർ പൾപ്പ് ഉപയോഗിച്ചാണ് തലയോട്ടിക്കു മുകളിൽ മുഖം വാർത്തെടുത്തത്. ഏതൊരാളുടെയും മൂക്കിനും ചെവിക്കും ഒരേ നീളമായിരിക്കും. തലയോടിൽ മൂക്കിന്റെ സ്ഥാനത്തുള്ള ദ്വാരത്തിന് യഥാർത്ഥ മൂക്കിന്റെ അഞ്ചിൽ മൂന്നു വലിപ്പമായിരിക്കും ഉണ്ടാവുക. തലയോടിലെ നേത്രവൃത്തത്തിന്റെ നേർമദ്ധ്യത്തിലായിരിക്കും കൃഷ്ണമണി. മുകൾവരിയിലെ ഇടതുവശത്തും വലതുവശത്തുമുള്ള ഒന്നാം അണപ്പല്ലുകൾ തമ്മിലുള്ള അകലത്തിലാവും വായയുടെ നീളം.

ഇത്രയും ശാസ്ത്രീയ വസ്തുതകളുടെ അടിസ്ഥാനത്തിലാണ് പ്രതിമ നിർമ്മാണം കുറ്റമറ്റ രീതിയിൽ പൂർത്തിയാക്കിയത്. പ്രതിമയ്ക്ക് മൂക്കും വായും കണ്ണുമൊക്കെ ശാസ്ത്രീയമായ അളവുകളനുസരിച്ച് വച്ചുപിടിപ്പിക്കുവാൻ എന്നെ തിരുവനന്ത പുരം മെഡിക്കൽ കോളജിലെ മോഡലർ രാജേന്ദ്രൻ സഹായിച്ചു. ജഡത്തിൽനിന്ന് ശേഖരിച്ചിരുന്ന തലമുടിയുടെ നീളവും രീതി യുമനുസരിച്ചായിരുന്നു പ്രതിമയ്ക്ക് മുടി വച്ചു കൊടുത്തത്. തലമുടി കൂടി വച്ചതോടെ തലയോടിൽനിന്നും കൊല്ലപ്പെട്ട യുവതിയുടെ മുഖം പുനർജ്ജനിച്ചു.

തലയോടിൽനിന്നും സൃഷ്ടിച്ച മുഖത്തിന്റെ ഫോട്ടോയെടുത്ത് പ്രധാന മലയാളം പത്രങ്ങളിലെല്ലാം ക്രൈംബ്രാഞ്ച് ഒരു പരസ്യം നല്കി. കൊല്ലപ്പെട്ട യുവതിയുടെ പ്രായം, തലമുടിയുടെയും പല്ലുകളുടെയും സവിശേഷതകൾ മുതലായ സൂചനകളെല്ലാം പരസ്യത്തിൽ ചേർത്തിരുന്നു. ഭാഗ്യമെന്നേ പറയേണ്ടു, മൂന്നാം പക്കം ഹെഡ്ക്വാർട്ടേഴ്സ് എസ്.പി.ക്ക് ഒരു ഊമക്കത്തു ലഭിച്ചു. ചിത്രത്തിൽ കാണുന്നത് പാലാ സ്വദേശിനിയായ ഗ്രേസിയാ ണെന്നും ഇവരെ നാട്ടുകാരനായ ഒരു ലോറി ഡ്രൈവറാണ് കടത്തിക്കൊണ്ടു പോയി കൊന്ന് പുഴയിൽ തള്ളിയതെന്നുമാണ് കത്തിലുണ്ടായിരുന്നത്.

ഊമക്കത്തയച്ചയാൾ പറഞ്ഞ വിലാസത്തിൽ പോലീസ് അന്വേഷിച്ചപ്പോൾ സംഗതി ശരിയാണെന്നു തെളിഞ്ഞു. അഞ്ചു വർഷം മുമ്പ് നാടുവിട്ടുപോയ ഗ്രേസി എന്നെങ്കിലും തിരിച്ചു വരുമെന്ന പ്രതീക്ഷയിലായിരുന്നു വീട്ടുകാർ. യുവതി അന്ന് ആദ്യത്തെ വിവാഹബന്ധം വേർപെടുത്തിയിട്ട് വീട്ടിൽ നിൽക്കു കയായിരുന്നു. ഇതിനിടെയാണ് ഡ്രൈവറുമായി അടുത്തത്. ഗ്രേസി ഇയാൾക്കൊപ്പമാണു പോയതെന്ന കാര്യം വീട്ടുകാർക്കും അറിയില്ലായിരുന്നു.

രണ്ടു ദിവസത്തിനകം ഡ്രൈവറെ പോലീസ് പിടികൂടി. ഭേദ്യ മൊന്നും കൂടാതെതന്നെ അയാൾ നടന്നതെല്ലാം വിവരിച്ചു. ഗ്രേസിയോട് അയാൾ പ്രേമം അഭിനയിക്കുകയായിരുന്നു. എല്ലായ് പോഴും ധാരാളം സ്വർണ്ണാഭരണങ്ങൾ അണിഞ്ഞു നടന്നിരുന്ന ഗ്രേസിയുടെ ആഭരണങ്ങൾ കൈക്കലാക്കുക എന്നതായിരുന്നു അയാളുടെ ലക്ഷ്യം. അയാൾ വിവാഹവാഗ്ദാനം നല്കിയപ്പോൾ ഒരു മടിയുമില്ലാതെ ഗ്രേസി അയാളോടൊപ്പം ഇറങ്ങിത്തിരിക്കു കയായിരുന്നു. അയാൾ അവളുമായി തൃപ്പൂണിത്തുറയിലെ ആളൊഴിഞ്ഞ വീട്ടിലെത്തി. എറണാകുളത്തും തൃപ്പൂണിത്തു റയിലുമൊക്കെ സ്ഥിരമായി വരുമായിരുന്ന ഡ്രൈവർക്ക് പൂണി ത്തുറ പുഴയുടെ കരയിലുള്ള ആളൊഴിഞ്ഞ വീടും പരിസരവും

സുപരിചിതമായിരുന്നു. ഇരുവരും പുലരുവോളം മധുവിധു ആഘോഷിച്ചു. ഗ്രേസി ഉറക്കമായപ്പോൾ അയാൾ ഒരു കരിങ്കല്ലു കൊണ്ട് അവളുടെ തലയ്ക്കിടിച്ചു. തല പൊട്ടി ധാരാളം രക്തം പ്രവഹിച്ചു. കുറെനേരം കഴിഞ്ഞ് രക്തപ്രവാഹം നിലച്ചപ്പോൾ അവൾ മരിച്ചു എന്നയാൾക്ക് മനസ്സിലായി.

അയാൾ അവൾ അണിഞ്ഞിരുന്ന ആഭരണങ്ങൾ മുഴുവൻ കൈക്കലാക്കി. വസ്ത്രങ്ങൾ എല്ലാം അഴിച്ചു മാറ്റിയിട്ട് ശവശരീരം ചുമന്ന് പുഴയുടെ കരയിൽ കൊണ്ടു വച്ചു. ഗേറ്റിനു മുകളിൽ നിർമ്മിച്ചിരുന്ന ചതുരാകൃതിയിലുള്ള ഭാരമുള്ള കോൺക്രീറ്റ് സ്ലാബ് ഇളക്കിയെടുത്തു. നേരത്തേ കരുതിയിരുന്ന നൈലോൺ കയറിന്റെ ഒരറ്റം ശവത്തിന്റെ ഇടുപ്പിലും മറ്റേ അറ്റം സ്ലാബി ലുമായി കെട്ടി. ശവം സ്ലാബോടുകൂടി വലിച്ചിഴച്ച് പുഴയിലേ ക്കിട്ടു.

ആഭരണങ്ങൾ എറണാകുളത്ത് ബ്രോഡ്‌വേയിലെ ഒരു ജ്വല്ല റിയിൽ വിൽക്കാൻ കൊണ്ടു ചെന്നപ്പോഴാണ് പ്രതി നടുക്കുന്ന ആ സത്യമറിഞ്ഞത്. ഗ്രേസി അണിഞ്ഞിരുന്ന ആഭരണങ്ങളെല്ലാം മുക്കുപണ്ടങ്ങളായിരുന്നു. ആളെ തിരിച്ചറിഞ്ഞതോടെ അന്വേ ഷണോദ്യോഗസ്ഥർ ഗ്രേസിയുടെ വീട്ടിലെത്തി. അവിടെനിന്നും ഗ്രേസി മരിക്കുന്നതിനുമുമ്പ് ഒരു സ്റ്റുഡിയോയിൽ നിന്നെടുത്ത അവളുടെ ഒരു ഫോട്ടോ ലഭിച്ചു. ആ ഫോട്ടോയിലെ മുഖവും ഞാൻ സൃഷ്ടിച്ച മുഖവും തമ്മിൽ നല്ല സാമ്യമുണ്ടായിരുന്നു. ആ മുഖചിത്രമുപയോഗിച്ച് തലയോടിന്റെ സൂപ്പർ ഇമ്പോസിഷൻ പരിശോധന ഫോറൻസിക് സയൻസ് ലബോറട്ടറിയിൽ നടത്തി. ആ പരിശോധനയിലും മുഖവും തലയോടും തമ്മിൽ നല്ല യോ ജിപ്പ് കണ്ടെത്തി.

കേസിന്റെ വിചാരണ എറണാകുളം അഡീഷണൽ സെഷൻസ് കോടതിയിൽ നടന്നു. പരേതനായ അഡ്വ. ടി.വി. പ്രഭാകരനായി രുന്നു പ്രതിഭാഗത്തിനു വേണ്ടി ഹാജരായത്. ഞാൻ പ്രസിദ്ധീ കരിച്ച ഒരു പുസ്തകത്തിൽ തലയോടിൽനിന്നും മുഖം സൃഷ്ടി ക്കുന്ന രീതിയെക്കുറിച്ച് പ്രതിപാദിച്ചിരുന്നു. ആ ലേഖനത്തോടൊപ്പം ഐഡന്റിറ്റി വെളിപ്പെടുത്താതെ ഗ്രേസിയുടെ ചിത്രങ്ങളും നല് കിയിരുന്നു. അത് നിയമവിരുദ്ധമെന്നായിരുന്നു പ്രതിഭാഗത്തിന്റെ വാദം. ബഹു. ജഡ്ജി ശ്രീ നടരാജൻ ആ വാദമുഖം അംഗീകരി ച്ചില്ലെന്നു മാത്രമല്ല ആദ്യമായി കേരളത്തിൽ (ഇന്ത്യയിൽ തന്നെ) തലയോടിൽനിന്നും മുഖം സൃഷ്ടിച്ച സങ്കേതത്തെ അംഗീകരി ക്കുകയും എന്നെ അനുമോദിക്കുകയും ചെയ്തു.

31. അച്ഛനെ കൊന്ന മകൾ

ഏതാനും വർഷങ്ങൾക്ക് മുമ്പ് ഒരു ലേഡി ഡോക്ടർ അവരുടെ സ്നേഹിതനെ ഊട്ടി റെയിൽവേ സ്റ്റേഷനിലെ വിശ്രമമുറിയിൽ വച്ച് വിഷം കൊടുത്ത് കൊലപ്പെടുത്തി. ശവശരീരം പല കഷണങ്ങളായി മുറിച്ച് ഒരു പെട്ടിയിലാക്കി. ഒരു ടാക്സി കാർ വരുത്തി പെട്ടി ഡിക്കിയിൽ കയറ്റി കൊടൈക്കനാലിലേക്ക് യാത്ര തിരിച്ചു. പെട്ടിയിൽനിന്നു വമിച്ച ദുർഗന്ധം ഡ്രൈവറെ സംശയാലുവാക്കി. അയാൾ പോലീസിൽ വിവരം അറിയിച്ചതോടെ ഡോക്ടർ പിടിയിലായി. കേസിന്റെ അന്വേഷണത്തിൽ ഉയർന്നുവന്ന ഒരു സംശയം ഒരു സ്ത്രീക്ക് ഒറ്റയ്ക്ക് ഇങ്ങനെയൊക്കെ ചെയ്യാൻ കഴിയുമോ എന്നതായിരുന്നു. കുറ്റവാളി ഡോക്ടറായതിനാൽ അറപ്പില്ലാതെ ശവം മുറിക്കാൻ കഴിയുമെന്ന് കരുതാം.

ഈയിടെ മധുരയിൽ വിധവയായ ഒരമ്മ തന്റെ മകന്റെ ശല്യം സഹിക്ക വയ്യാതെ അവനെ കൊന്നിട്ട് ശവശരീരം മൂന്നു നാലു കഷണങ്ങളാക്കി മുറിച്ച് ഒരു റഫ്രിജറേറ്ററിൽവച്ചു. അവർ ഒറ്റയ്ക്കാണ് കൊല നടത്തിയതെന്ന് കുറ്റസമ്മതം നടത്തിയിട്ടും പോലീസിന് വിശ്വാസമായില്ല. അമാനുഷികമെന്ന് തോന്നുന്ന രീതിയിൽ നടന്ന കുറ്റകൃത്യങ്ങൾ അന്വേഷകരെ പലപ്പോഴും ചിന്താക്കുഴപ്പത്തിലാക്കാറുണ്ട്. അത്തരത്തിലൊരു സംഭവത്തെക്കുറിച്ച് പറയാം.

ആലുവാപ്പുഴയിലൂടെ രാവിലെ കേവുവള്ളം ഊന്നി വന്ന ജോസഫ്, മാർത്താണ്ഡൻപാലത്തിനടിയിലെത്തിയപ്പോൾ വിശ്രമിക്കാനായി വള്ളം കരയ്ക്കടുപ്പിച്ചു. തൂണിന്റെ ചുവട്ടിലെ കോൺക്രീറ്റ് പ്ലാറ്റുഫോമിനു സമീപം വള്ളം കെട്ടാൻ തുടങ്ങിയപ്പോൾ പ്ലാറ്റ്ഫോമിൽ ഒരു ചാക്കുകെട്ട് ഇരിക്കുന്നതു കണ്ണിൽപ്പെട്ടു. ചാക്കുകെട്ടിൽനിന്നും പഴുത്ത ചക്കയുടെ മണം വരുന്നെന്നു ജോസഫിനു തോന്നി. ചാക്ക് കെട്ടിയിരുന്ന കയർ അഴിച്ചുനോക്കിയപ്പോൾ ചക്കയ്ക്കുപകരം കണ്ടത് തലയും കൈകാലുകളും ഇല്ലാത്ത ഒരു പുരുഷന്റെ ഉടലായിരുന്നു.

ആലുവയിൽനിന്നും പന്ത്രണ്ടു കിലോമീറ്റർ അകലെയുള്ള ചെങ്ങമനാട്ടു ഗ്രാമത്തിലെ ഒരു റോഡിലൂടെ രാവിലെ നടക്കാനിറങ്ങിയ ഗോവിന്ദപ്പിള്ള മൂത്രമൊഴിക്കാനായി റോഡുവക്കിലേക്കിറങ്ങി. അടുത്തുള്ള കലുങ്കിനുള്ളിൽനിന്നും വെളിയിലേക്കു തള്ളിനിൽക്കുന്ന രണ്ടു പാദങ്ങൾ കണ്ട് അയാൾ നിലവിളിച്ചു. ഓടിക്കൂടിയ നാട്ടുകാർ ആരോ കലുങ്കിനുള്ളിൽ കിടക്കുന്നു

എന്നു കരുതി പാദങ്ങളിൽ പിടിച്ചു വലിച്ചപ്പോൾ മുകളിൽ വന്നത് തുടകളുടെ മുകളറ്റത്തുവച്ച് മുറിച്ച രണ്ട് കാലുകളായിരുന്നു.

ഉടൽ കിട്ടിയത് ആലുവ പോലീസ് സ്റ്റേഷനതിർത്തിയിലും കാലുകൾ കിട്ടിയത് ചെങ്ങമനാട്ട് പോലീസ് സ്റ്റേഷനതിർത്തിയിലുമായിരുന്നു. ഏതായാലും അതത് സ്റ്റേഷനുകളിൽനിന്നും നടപടികൾ പൂർത്തിയാക്കി. പ്രേതത്തിന്റെ ഉടലും കാലുകളും എറണാകുളം ജില്ലാ ആശുപത്രിയിലേക്കു മാറ്റി. ആലുവ സർക്കിളിൽപ്പെട്ട എല്ലാ പോലീസ് സ്റ്റേഷനതിർത്തികളിലും പ്രേതത്തിന്റെ തലയ്ക്കു വേണ്ടിയുള്ള തിരച്ചിൽ തുടങ്ങി. കൊലപാതകത്തിനുശേഷം ശരീരം വെട്ടിമുറിച്ച് പല സ്ഥലത്തു കൊണ്ടിട്ടു എന്നതിനാൽ വലിയ പ്രാധാന്യത്തോടെതന്നെ അന്വേഷണം ആരംഭിച്ചു.

എറണാകുളം റൂറൽ എസ്.പി. ആയിരുന്ന ശ്രീ ഗോപിനാഥൻ നല്ല ഒരു പോലീസ് ഓഫീസർ എന്നതിലുപരി നല്ല സുഹൃത്തു കൂടിയായിരുന്നു. അദ്ദേഹത്തിന്റെ ടെലിഫോൺ സന്ദേശമനുസരിച്ച് ഞാൻ പിറ്റേദിവസംതന്നെ എറണാകുളം ജില്ലാ ആശുപത്രിയിലെത്തി ഡോ. സതീശ്ബാബു ആയിരുന്നു ജില്ലാ പോലീസ് സർജൻ. ഡോ. ബാബു തലേദിവസം തന്നെ ഉടലും കാലുകളും പരിശോധിച്ചിരുന്നു. തല കിട്ടാത്തതുകൊണ്ട് റഫ്രിജറേറ്ററിൽ സൂക്ഷിച്ചിരുന്ന ശരീരഭാഗങ്ങൾ ഞങ്ങൾ പരിശോധിച്ചു. ഉടൽ സുന്നത്തു നടത്താത്ത ഒരു പുരുഷന്റേതാണെന്നു മനസ്സിലായി. മൂർച്ചയുള്ള ആയുധം കൊണ്ടാണ് തലയും കാലുകളും മുറിച്ചു മാറ്റിയിരിക്കുന്നതെന്ന് മുറിവുകൾ പരിശോധിച്ചപ്പോൾ മനസ്സിലായി.

ഉടൽ പരിശോധിച്ചപ്പോൾ ആന്തരികാവയവങ്ങളെല്ലാം രക്തമയമില്ലാതെ മങ്ങിയിരിക്കുന്നു. മരണകാരണം രക്തസ്രാവമായിരിക്കാമെന്നു തോന്നി. തല കൂടി ലഭിച്ചാലേ മരണകാരണത്തെക്കുറിച്ച് വ്യക്തമായ അഭിപ്രായം പറയാൻ സാധിക്കുകയുള്ളൂ. ആമാശയത്തിൽ അവശേഷിച്ചിരുന്ന ഭക്ഷണപദാർത്ഥങ്ങൾക്ക് മദ്യത്തിന്റെ മണമുണ്ടായിരുന്നു. കരൾ വീർത്ത് വലിപ്പം കൂടിയിരുന്നു. സ്ഥിരമായി മദ്യപിക്കുന്നവരിലാണ് കരളിൽ ഇത്തരം വ്യത്യാസങ്ങൾ കാണാറുള്ളത്.

ഞാൻ മോർച്ചറിയിൽനിന്നും വെളിയിൽ വരുമ്പോൾ റൂറൽ എസ്.പി. യുടെ ഓഫീസിൽനിന്നും തലയും കൈകളും ചെങ്ങമനാടുതന്നെയുള്ള ഒരു ആളൊഴിഞ്ഞ പറമ്പിൽനിന്നും കണ്ടുകിട്ടി എന്ന സന്ദേശം ലഭിച്ചു. ഉച്ച കഴിഞ്ഞ് മോർച്ചറിയിലെത്തിച്ച തലയിൽനിന്നും കൈകാലുകളിൽനിന്നും തിരിച്ചറിയാവുന്ന ഒരട

യാളവും ലഭിച്ചില്ല. മുഖം ചീഞ്ഞ് വികൃതമായിരുന്നു. തലയോടിലെ എല്ലുകളുടെ പരിശോധനയിൽനിന്നും ഉദ്ദേശം അറുപത് വയസു പ്രായമുണ്ടാകാം എന്നു മനസ്സിലായി. കറപിടിച്ച പല്ലുകൾ മരിച്ച യാളിന്റെ സ്ഥിരം പുകവലിക്കുന്ന ശീലത്തെ സൂചിപ്പിച്ചു. എന്നാൽ അസാധാരണമായ ഒരു സവിശേഷത മരിച്ചയാളിന്റെ തലമുടിക്ക് 45 സെന്റീമീറ്ററോളം നീളമുണ്ടായിരുന്നു എന്നതായിരുന്നു. നരക ലർന്ന താടിയും മീശയും ഉണ്ടായിരുന്നു. മുറിച്ച ശരീരഭാഗങ്ങൾ കൃത്യമായി യോജിച്ചതിനാൽ അവ ഒരാളിന്റേതുതന്നെ എന്നു മനസ്സിലായി.

തലയോടിൽനിന്നും മുഖം സൃഷ്ടിക്കുന്നതിനെക്കുറിച്ച് മുൻഅദ്ധ്യായത്തിൽ പ്രതിപാദിച്ചിട്ടുണ്ട്. രണ്ടുമൂന്നു കേസു കളിൽ ഈ രീതി ഫലപ്രദമായി ഞാൻ അവലംബിച്ചിട്ടുണ്ട്. ചെങ്ങ മനാടു കേസിലും ഈ രീതി പരിശോധിക്കുവാനായി തലയോടും താടിയെല്ലും തലമുടിയും തിരുവനന്തപുരത്തേക്ക് കൊടുത്ത യയ്ക്കാൻ ഏർപ്പാടുചെയ്തിട്ട് ഞാൻ തിരികെവന്നു. തുടർന്നുള്ള രണ്ടു ദിവസങ്ങളിൽ ക്രൈംബ്രാഞ്ചിലെ എന്റെ ഓഫീസിൽവച്ചു തന്നെ പേപ്പർ പൾപ്പുകൊണ്ട് തലയോട് പൊതിഞ്ഞ് മുഖത്തിന്റെ ആകൃതി മിനഞ്ഞെടുത്തു. 45 സെ.മീറ്റർ നീളമുള്ള തലമുടിയുള്ള ഒരു വിഗ്ഗും താടിയും മീശയുമൊക്കെ വച്ചു കഴിഞ്ഞപ്പോൾ മുഖത്തിന് പ്രശസ്തനായ ഒരു പത്രപ്രവർത്തകന്റെ മുഖത്തി നോടു നല്ല സാമ്യം തോന്നി. പ്രസിദ്ധീകരണം നിലച്ച ആ പത്ര ത്തിന്റെ പേരിൽ അറിയപ്പെട്ടിരുന്ന അദ്ദേഹത്തിനോട് പലർക്കും ബദ്ധശത്രുതയുമുണ്ടായിരുന്നു. ഉടൻ തന്നെ അദ്ദേഹത്തെപ്പറ്റി അന്വേഷിക്കുവാൻ സ്പെഷൽ ബ്രാഞ്ചിന്റെ സഹായം തേടി. അദ്ദേഹം ജീവനോടെ ഉണ്ടെന്ന് വിവരം ലഭിച്ചു.

ഈ അവസരത്തിൽ ആലുവയിലും പരിസരപ്രദേശങ്ങളിലും സമീപകാലത്ത് കാണാതായവരെക്കുറിച്ച് പോലീസ് വിശദമായി അന്വേഷിക്കുന്നുണ്ടായിരുന്നു. ചെങ്ങമനാട്ടുള്ള യോഹന്നാൻ എന്നയാളെ കുറെ ദിവസമായി കാണാനില്ലെന്ന വിവരം ലഭിച്ചു. അറുപതു വയസുള്ള യോഹന്നാൻ മദ്യപാനിയും വഴക്കാളിയു മായ കൂലിവേലക്കാരനായിരുന്നു. അയാളും മുടി നീട്ടി വളർത്തി യിരുന്നു. ഞാൻ ഉണ്ടാക്കിയ പ്രതിമ ചെങ്ങമനാട്ടുള്ള സാക്ഷി കളെ കാണിച്ചപ്പോൾ യോഹന്നാന്റെ മുഖവുമായി സാമ്യമുണ്ടെന്നു പറഞ്ഞു.

യോഹന്നാൻ താമസിച്ചിരുന്നത് ഏകമകൾ മറിയയോടൊന്നി ച്ചായിരുന്നു. മറിയ ഭർത്താവുമായി പിണങ്ങി അപ്പനോടൊപ്പം താമസിക്കുകയായിരുന്നു. യോഹന്നാനെ അന്വേഷിച്ച് പോലീസ്

ഉദ്യോഗസ്ഥന്മാർ വീട്ടിൽ ചെന്നപ്പോൾ വീട്ടിൽ ആരുമില്ല. വീടിന്റെ മുൻവാതിൽ താഴിട്ട് പൂട്ടിയിരുന്നു. മറിയ കോട്ടയം മെഡിക്കൽ കോളജിൽ തൈറോയ്ഡ് രോഗത്തിന് ചികിത്സയിലാണെന്ന് അയൽവാസികൾ പറഞ്ഞു.

ഏതായാലും യോഹന്നാന്റെ വീട് പരിശോധിക്കുവാൻ തീരുമാനിച്ചു. ഓലമേഞ്ഞ ആ പുരയിലെ ചാണകം മെഴുകിയ തറയിൽ ധാരാളം രക്തക്കറകൾ. പുതുതായി ചാണകം മെഴുകിയിരിക്കുന്നു. ചക്കപ്പഴം കച്ചവടം നടത്തിയിരുന്ന മറിയയുടെ വെട്ടുകത്തികളിലും കറിക്കത്തികളുടെ പിടികളിലുമെല്ലാം ഉണങ്ങിയ ചോരപ്പാടുകൾ ഉണ്ടായിരുന്നു.

മറിയയെ കാണാൻ കോട്ടയം മെഡിക്കൽ കോളജ് ആശുപത്രിയിലെത്തിയ ഇൻസ്പെക്ടറോട് അവൾ കുറ്റസമ്മതം നടത്തി. വളരെ ചെറുപ്പത്തിലേ അമ്മ നഷ്ടപ്പെട്ട മറിയയ്ക്ക് മദ്യപാനിയായ സ്വന്തം പിതാവ് യോഹന്നാൻ ഒരു പേടിസ്വപ്നമായിരുന്നു. പലതവണ അയാൾ മകളെ ലൈംഗികമായി പീഡിപ്പിക്കുവാൻ ഒരുമ്പെട്ടിട്ടുണ്ട്. അപ്പോഴെല്ലാം അവൾ ഓടി രക്ഷപ്പെട്ടു. ഇത്തവണ യോഹന്നാൻ മറിയ ഉറങ്ങിക്കിടന്നപ്പോൾ വാതിൽ ചവിട്ടിത്തുറന്ന് അവളെ പ്രാപിക്കുവാൻ ശ്രമിച്ചു. സ്വയരക്ഷയ്ക്കായി അവൾ വെട്ടുകത്തികൊണ്ട് യോഹന്നാന്റെ കഴുത്തിനു വെട്ടി. വെട്ടേറ്റ അയാൾ മറിഞ്ഞുവീണു. കഴുത്തിലെ മുറിവിൽനിന്നും പ്രവഹിച്ച രക്തത്തിൽ കിടന്നു പിടയുന്ന പിതാവിനെ നോക്കി മറിയ നിസ്സഹായയായി നിന്നു. അല്പം കഴിഞ്ഞ് യോഹന്നാന്റെ ശരീരം നിശ്ചലമായി. അപ്പോഴാണ് താൻ ചെയ്ത കൃത്യത്തിന്റെ ഭവിഷ്യത്തുകളെക്കുറിച്ച് മറിയ ചിന്തിച്ചത്. അപ്പന്റെ മൃതദേഹം എവിടെയെങ്കിലും കുഴിച്ചിടാനോ കൊണ്ടുക്കളയാനോ തൈറോയ്ഡ് ഗ്രന്ഥിക്ക് രോഗം ബാധിച്ച ശുഷ്കയായ അവൾക്ക് കഴിയുമായിരുന്നില്ല.

യോഹന്നാന്റെ ശവം പല കഷണങ്ങളാക്കി പലയിടങ്ങളിൽ നിക്ഷേപിക്കുവാൻ മറിയ തീരുമാനിച്ചു. കൃഷിക്കാരുടെ പക്കൽ നിന്നും ചക്കകൾ വാങ്ങി കഷണമാക്കി ചന്തയിൽ കൊണ്ടുപോയി വിൽക്കുന്ന മറിയയ്ക്ക് നിരവധി മൂർച്ചയുള്ള പിച്ചാത്തികളും വെട്ടുകത്തികളും ഉണ്ടായിരുന്നു. അവൾ ആ രാത്രിയിൽ സ്വന്തം പിതാവിന്റെ ശവം പല കഷണങ്ങളാക്കി. ഇൻസ്പെക്ടറോട് അതു പറയുമ്പോൾ മറിയ പൊട്ടിക്കരഞ്ഞു. കഴുത്തും കൈകാലുകളും മുറിച്ചു മാറ്റി ഒരു ചാക്കിലാക്കാൻ വലിയ പ്രയാസമുണ്ടായില്ല.

മറിയ തലയും കൈകളും അടങ്ങിയ ചാക്ക് വീടിനു സമീപം ആളൊഴിഞ്ഞ ഒരു പുരയിടത്തിൽ നിക്ഷേപിച്ചു. കാലുകൾ ഒരു

കിലോമീറ്റർ അകലെയുള്ള ഒരു കലുങ്കിനടിയിൽ കയറ്റിവച്ചു. തിരിച്ച് വീട്ടിലെത്തിയപ്പോഴേക്കും നേരം പുലരാറായി. ഒരു വലിയ ചക്കയുടെ വലിപ്പമുണ്ടായിരുന്ന ഉടൽ അടങ്ങിയ ചാക്കിൽ നിന്നും രക്തം കലർന്ന ദ്രാവകം ഒലിക്കുന്നുണ്ടായിരുന്നതിനാൽ മറിയ ചാക്ക് ഒരു വലിയ അലൂമിനീയപ്പാത്രത്തിൽ വച്ച് തലയിലെടുത്തുകൊണ്ട് ബസ്സ്സ്റ്റോപ്പിൽ പോയി നിന്നു. സാധാരണയായി മറിയ ചക്ക ചാക്കിലാക്കി ചന്തയിൽ കൊണ്ടു പോകാറുള്ളതിനാൽ ആർക്കും സംശയം തോന്നിയില്ല. അപ്പോൾ ആലുവായ്ക്ക് പോകുന്ന ഒരു ടാക്സി ജീപ്പ് വന്നു. മറിയ ചാക്കുമായി അതിൽ കയറി മാർത്താണ്ഡൻപാലത്തിനടുത്തിറങ്ങി. റോഡിൽ നിന്നും പാലത്തിനടിയിലേക്ക് നടന്നു ചെന്ന് കരയിലുള്ള തൂണിന്റെ പ്ലാറ്റ്ഫോമിൽ കബന്ധം നിക്ഷേപിച്ചിട്ട് ആശ്വാസത്തോടെ മറിയ വീട്ടിലേക്ക് മടങ്ങി.

32. ഒഴുകി വന്ന തെളിവ്

കുറ്റാന്വേഷകന് സാമർത്ഥ്യവും അർപ്പണബോധവും ആത്മാർത്ഥതയുമൊക്കെ ഉണ്ടായിരിക്കണം. എന്നാൽ അന്വേഷണം വിജയകരമാകണമെങ്കിൽ എല്ലാ തെളിവുകളും ലഭിക്കണം. അതിന് അല്പം ഭാഗ്യം കൂടി വേണമെന്ന് എനിക്ക് പലപ്പോഴും തോന്നാറുണ്ട്. ചിലപ്പോൾ അന്വേഷണത്തിനിടയിൽ നിനച്ചിരിക്കാതെ നിർണ്ണായകമായ തെളിവുകൾ ലഭിക്കുകയും സത്യം മറനീക്കി പുറത്തുവരികയും ചെയ്യും. അങ്ങനെയുള്ള നിരവധി അത്ഭുതകരമായ സന്ദർഭങ്ങൾക്ക് ഞാൻ സാക്ഷിയായിട്ടുണ്ട്. അത്തരമൊരു സംഭവത്തെക്കുറിച്ച് പറയാം.

അതിരാവിലെ കുട്ടനാട്ടിലെ പുളിങ്കുന്നാറ്റിൽ വല വീശുമ്പോഴാണ് മീൻ പിടിത്തക്കാരൻ രാഘവൻ തലയില്ലാത്ത ഒരു ശവം ഒഴുകി വരുന്നത് കണ്ടത്. രാഘവന്റെ ഉച്ചത്തിലുള്ള വിളികേട്ട് ഇരുകരയിൽനിന്നും ഏതാനും ചെറുപ്പക്കാർ വള്ളങ്ങളിറക്കി ശവം കയറുകെട്ടി കരയ്ക്കടുപ്പിച്ചു.

ജട്ടിയും ബനിയനും മാത്രം ധരിച്ച ശവം ഒരു ചെറുപ്പക്കാരന്റേതായിരുന്നു. വയറിൽ നെടുകെയുള്ള ഒരു മുറിവിലൂടെ കുടൽ പുറത്തു ചാടിയിരുന്നു. വിവരമറിഞ്ഞ് പുളിങ്കുന്ന് സബ് ഇൻസ്പെക്ടറും പോലീസ്സുകാരും സ്ഥലത്തെത്തി. ഏറെ താമസിയാതെ പുളിങ്കുന്നു സർക്കിൾ ഇൻസ്പെക്ടറും ആലപ്പുഴ

സർക്കിൾ ഇൻസ്പെക്ടർ സോമനും ഡിവൈ.എസ്.പി. രവി കുമാറും അവിടെയെത്തി.

പ്രേതപരിശോധന തുടങ്ങി. ഏതോ മൂർച്ചയുള്ള ആയുധം കൊണ്ട് കഴുത്തു മുറിച്ചു തല വേർപ്പെടുത്തിയിരിക്കുന്നു. വയറും കീറിത്തുറന്നിരിക്കുന്നു. കൊലചെയ്തിട്ട് കൊല്ലപ്പെട്ടയാളിനെ തിരിച്ചറിയാതിരിക്കാൻ വേണ്ടിയാണ് ശിരസ്സ് മുറിച്ച് മാറ്റിയതെന്ന് വ്യക്തം. വയർ കീറിത്തുറന്നിട്ട് ശവശരീരം വെള്ളത്തിലിട്ടാൽ സാധാരണ ഗതിയിൽ പൊന്തിവരാറില്ല. ഒരു പ്രൊഫഷണൽ കൊലയാളിയായിരിക്കും കൊലയ്ക്ക് പിന്നിലെന്ന് രവികുമാറിന് തോന്നി. ഉടലിൽ തിരിച്ചറിയാവുന്ന അടയാളങ്ങളൊന്നുമുണ്ടായിരുന്നില്ല. തലയില്ലാതെ ആളെ തിരിച്ചറിയാനോ അന്വേഷണം മുന്നോട്ട് കൊണ്ടുപോകാനോ സാധ്യതയില്ല എന്നോർത്ത് അന്വേഷകർ നിരാശരായി. ഇൻക്വസ്റ്റ് തീരാറായപ്പോഴാണ് പോലീസ്സുദ്യോഗസ്ഥന്മാർ വിചിത്രമായ ഒരു കാഴ്ച കാണുന്നത്.

ഒരു ശിരസ്സ് ആറ്റിലൂടെ ഒഴുകിവരുന്നു; മുട്ടപ്പായലിന്റെ ഒരു ചെറു മെത്തയിലേറി ആ ശിരസ്സ് ആറ്റിലൂടെ പ്രേതവിചാരണ നടക്കുന്ന കരയുടെ ഓരത്തേക്ക് മെല്ലെ ഒഴുകി വന്നു. ആ ശിരസ്സു വെള്ളത്തിൽനിന്നും വീണ്ടെടുത്ത് ഉടലുമായി ചേർത്തുവച്ചു പരിശോധിച്ചു. മുറിപ്പാടുകൾ തമ്മിൽ കൃത്യമായി യോജിക്കുന്നു. എന്നാൽ ശിരസ്സിൽ മുഖത്തെ തൊലി അഴുകി ഇളകിപ്പോയതിനാലും കണ്ണുകളും നാവും ചീഞ്ഞു വീർത്തതിനാലും തിരിച്ചറിയാനാകാത്ത അവസ്ഥയിലായിരുന്നു.

അന്ന് ആലപ്പുഴ പോലീസ് സർജനായിരുന്ന ഡോ. രാധാകൃഷ്ണൻ സ്ഥലത്തെത്തി മൃതദേഹപരിശോധന നടത്തി. അത് മുപ്പത്തിയഞ്ച് വയസ്സ് പ്രായമുള്ള ഒരു പുരുഷന്റെ പ്രേതമായിരുന്നു. കഴുത്ത് മുറിച്ചതും വയർ കീറിയതും മരണശേഷമാണെന്നും മൂർച്ചയുള്ള കത്തികൊണ്ടാണെന്നും ഡോക്ടർ അഭിപ്രായപ്പെട്ടു. തലയിലോ ഉടലിലോ മാരകമായ മുറിവുകളോ രോഗലക്ഷണങ്ങളോ ഉണ്ടായിരുന്നില്ല. ആന്തരികാവയവങ്ങളിൽ ശ്വാസം മുട്ടി മരിച്ച ലക്ഷണങ്ങളാണ് കാണപ്പെട്ടത്. കഴുത്തിലോ, മുഖത്തോ ബലപ്രയോഗം നടത്തിയതുകൊണ്ടായിരിക്കാം മരണമുണ്ടായത്. എന്നാൽ മുഖം അഴുകിയതുകൊണ്ടും, കഴുത്ത് മുറിച്ചതുകൊണ്ടും വ്യക്തമായ ഒരു അഭിപ്രായം പറയാൻ സാധിക്കുമായിരുന്നില്ല. ആളെ തിരിച്ചറിയാനുതകുന്ന പ്രത്യേകതകളൊന്നും ഇല്ലായിരുന്നു.

അന്നത്തെ ദിനപത്രങ്ങളിൽ സോമൻ എന്ന ഹരിപ്പാട്ടുകാരനായ ബാങ്കു ജീവനക്കാരനെ ഒരാഴ്ചയായി കാണാനില്ല

എന്നൊരു പരസ്യം ഉണ്ടായിരുന്നു. ഇതു ശ്രദ്ധയിൽപ്പെട്ട ഡിവൈ. എസ്.പി. രവികുമാർ ഉടനേ ഹരിപ്പാട്ടുള്ള സോമന്റെ ബന്ധുക്കളെ പുളിങ്കുന്നിൽ വിളിച്ചുവരുത്തി ശവം കാണിച്ചെങ്കിലും അവർക്കത് സോമനാണെന്നു തിരിച്ചറിയാൻ കഴിഞ്ഞില്ല. അതു മാത്രമല്ല അന്നേ ദിവസം സോമന്റെ ഭാര്യയ്ക്ക് അയാൾ എറണാകുളത്തു നിന്നും പോസ്റ്റ് ചെയ്ത ഒരു കത്തും ലഭിക്കുകയുണ്ടായി. എന്നാൽ സോമന്റെ ചില ബന്ധുക്കളും സുഹൃത്തുക്കളും അയാളുടെ മേൽത്താടിയിലെ മധ്യത്തുള്ള പല്ലുകൾക്ക് ശവത്തിന്റെ പല്ലു മായി സാമ്യമുണ്ടെന്ന് അഭിപ്രായപ്പെട്ടു.

അപ്പോഴാണ് രാമങ്കരി പോലീസ് സ്റ്റേഷനിലെ ഒരു പോലീ സുകാരന് ഒരു രഹസ്യവിവരം ലഭിക്കുന്നത്. ഒരു ബോട്ടു ഡ്രൈവ റായ തോമസ്സ് താൻ ഒരു ചെറുപ്പക്കാരന്റെ ശവം രാമങ്കരി സബ് ഇൻസ്പെക്ടറുടെ നിർദ്ദേശപ്രകാരം അയാളുടെ പോലീസ് ക്വാർട്ടേഴ്സിൽനിന്നും ബോട്ടിൽ കയറ്റികൊണ്ടുപോയി ആറ്റിൽ തള്ളിയെന്ന് മദ്യലഹരിയിൽ വീമ്പിളക്കിയത്രെ. അതു കേട്ട ഒരാ ളാണ് ആ വിവരം പോലീസുകാരനെ അറിയിച്ചത്. പോലീസു കാരനിൽനിന്നും വിവരം ലഭിച്ച ഡിവൈ.എസ്.പി. രവികുമാർ ബോട്ടു ഡ്രൈവറെ കസ്റ്റഡിയിലെടുത്ത് ചോദ്യം ചെയ്തപ്പോഴാണ് ഞെട്ടിപ്പിക്കുന്ന ഒരു കൊലപാതകത്തിന്റെ വിവരം പുറംലോക മറിഞ്ഞത്.

രാമങ്കരി സബ് ഇൻസ്പെക്ടറുടെ പോലീസ് ബോട്ടിന്റെ ഡ്രൈവറായിരുന്നു തോമസ്സ്. ശവം കാണുന്നതിന് മൂന്നു ദിവസം മുമ്പ് രാത്രിയിൽ തോമസിനെ എസ്.ഐ. അയാളുടെ ക്വാർട്ടേ ഴ്സിൽ വിളിച്ചുവരുത്തി, കുളിമുറിയിൽ ഒരാളുടെ ശവം കിട ക്കുന്നത് കാണിച്ചുകൊടുത്തു. ഒരു കൈയബദ്ധം പറ്റിയതാ ണെന്നും ശവം ആറ്റിൽ കൊണ്ടിടാൻ സഹായിക്കണമെന്നും പറഞ്ഞു. ഭയചകിതനായ തോമസ്സ് ആ അഭ്യർത്ഥന നിരസിച്ച പ്പോൾ ഇൻസ്പെക്ടറുടെ മട്ടുമാറി. തോമസിനു നേരേ റിവോൾവർ ചൂണ്ടിയപ്പോൾ അയാൾക്ക് അനുസരിക്കാതിരിക്കാൻ കഴിഞ്ഞില്ല. രണ്ടുപേരും ചേർന്ന് ശവം ബോട്ടിൽ കയറ്റി. ആറ്റിലൂടെ ബോട്ടു നീങ്ങി ബോട്ടിൽ വച്ചുതന്നെ ഇൻസ്പെക്ടർ ഒരു മലപ്പുറം കത്തികൊണ്ട് ശവത്തിന്റെ കഴുത്തു മുറിച്ചു തല വെള്ളത്തി ലിട്ടു. കുറെ ദൂരം പിന്നിട്ടപ്പോൾ ശവത്തിന്റെ വയർ കീറിത്തുറന്ന് ഉടലും വെള്ളത്തിലിട്ടു. അതിനുശേഷം അവർ തിരികെ പോന്നു.

കുറ്റബോധംകൊണ്ടും ഭയംകൊണ്ടും രണ്ടു ദിവസം തോമസ്സ് വെളിയിലിറങ്ങാതെ വീട്ടിലിരുന്നു മദ്യപിച്ചു. അങ്ങനെ മദ്യപി ച്ചിരുന്ന വേളയിലാണ് ഒരു സുഹൃത്തിനോട് കുറ്റസമ്മതം

നടത്തിയത്. തുടർന്ന് രാമങ്കരി സബ് ഇൻസ്പെക്ടറെ ഡിവൈ.എസ്.പി. രവികുമാർ കസ്റ്റഡിയിലെടുത്തു. പ്രതിയായ സബ് ഇൻസ്പെക്ടർ ചോദ്യങ്ങൾക്ക് തൃപ്തികരമായ ഉത്തരങ്ങൾ നല്കിയില്ല. ആഴ്ചകൾക്കകം കേസ് ക്രൈംബ്രാഞ്ചിനു കൈമാറി.

ക്രൈംബ്രാഞ്ച് ഐ.ജി.യായിരുന്ന ശ്രീ സത്താർകുഞ്ഞ് കേസിന്റെ അന്വേഷണം പ്രഗല്ഭ കുറ്റാന്വേഷകനായ എസ്.പി. എം.പി. ബാലകൃഷ്ണനെയും ഡിവൈ.എസ്.പി. ജെ. അലക്സാണ്ടറെയും ഏൽപ്പിച്ചു. പുളിങ്കുന്നാറ്റിൽനിന്നും ലഭിച്ച മൃതദേഹം സോമന്റേതാണെന്ന് ശാസ്ത്രീയമായി തെളിയിക്കേണ്ട ചുമതല എനിക്കായിരുന്നു.

ആറ്റിലൂടെ ഒഴുകിവന്ന ശിരസ്സും കൊല്ലപ്പെട്ടുവെന്ന് കരുതുന്ന സോമന്റെ മുഖത്തിന്റെ ചിത്രവും ഫോട്ടോഗ്രാഫിക് സൂപ്പർ ഇമ്പോസിഷൻ എന്ന സങ്കേതം ഉപയോഗിച്ച് താരതമ്യപ്പെടുത്തുവാൻ തീരുമാനിച്ചു. (സൂപ്പർ ഇമ്പോസിഷൻ എന്ന സങ്കേതത്തെക്കുറിച്ച് ആറാം അദ്ധ്യായത്തിൽ വിവരിച്ചിട്ടുണ്ട്). ഡോ. രാധാകൃഷ്ണന്റെ വകുപ്പിൽ സൂക്ഷിച്ചിരുന്ന ശിരസ്സിൽ അവശേഷിച്ചിരുന്ന മാംസഭാഗങ്ങളൊക്കെ മാറ്റി തലയോട് ക്രൈംബ്രാഞ്ചിലെത്തിച്ചിരുന്നു. സോമന്റെ വിവാഹഫോട്ടോയിൽനിന്നും അയാളുടെ മുഖത്തിന്റെ ചിത്രം പ്രത്യേകമാക്കി പകർത്തിയെടുത്ത് യഥാർത്ഥ വലിപ്പത്തിലാക്കി. തലയോടിന്റെ യഥാർത്ഥ വലിപ്പത്തിലുള്ള ചിത്രവുമായി സൂപ്പർ ഇമ്പോസ് ചെയ്താണ് താരതമ്യപഠനം നടത്തിയത്. ക്രൈംബ്രാഞ്ചിലെ ചീഫ് ഫോട്ടോഗ്രാഫറായ ശ്രീ വേലായുധൻ നായരും ശ്രീ മധുസൂദനനും എന്നെ വളരെ സഹായിച്ചിരുന്നു. അതുകൊണ്ട് ചുരുങ്ങിയ സമയംകൊണ്ട് സൂപ്പർ ഇമ്പോസിഷൻ പൂർത്തിയാക്കാൻ കഴിഞ്ഞു. തലയോടും മുഖവും തമ്മിൽ നല്ല സാമ്യമുണ്ടെന്ന് കണ്ടുപിടിച്ചു. ഇതിനിടെ ക്രൈംബ്രാഞ്ച് എസ്.പി. ബാലകൃഷ്ണനും സംഘവും ആലപ്പുഴയിൽ ക്യാമ്പ് ചെയ്ത് അന്വേഷണം നടത്തുന്നുണ്ടായിരുന്നു.

കൊലയ്ക്കുപയോഗിച്ച കത്തിയും കൊല്ലപ്പെട്ട സോമന്റെ ബാഗും പുളിങ്കുന്നാറ്റിൽ വലിച്ചെറിഞ്ഞിരുന്നുവെന്ന് ബോട്ട് ഡ്രൈവർ മൊഴി നല്കിയതനുസരിച്ച് സ്ഥലവാസികളായ കക്കവാരുന്ന തൊഴിലാളികളെക്കൊണ്ട് മുങ്ങിത്തപ്പിച്ചു നോക്കിയെങ്കിലും പ്രയോജനമുണ്ടായില്ല. എന്നാൽ ഐ.ജി. ശ്രീ സത്താർകുഞ്ഞ് നേവിയുടെ സഹായം തേടി. നേവിയുടെ പരിചയസമ്പന്നരായ മുങ്ങൽ വിദഗ്ദ്ധന്മാർക്ക് ഏറെ നേരത്തെ പരിശ്രമത്തിനുശേഷം ബാഗ് മാത്രം കണ്ടെത്താൻ കഴിഞ്ഞു.

ഒരാഴ്ച നീണ്ട ചോദ്യംചെയ്യലിനൊടുവിൽ പരിക്ഷീണനായ സബ് ഇൻസ്പെക്ടർ എസ്.പി. ബാലകൃഷ്ണനോട് കുറ്റസമ്മതം

നടത്തി. സബ് ഇൻസ്പെക്ടർ രാമങ്കരി പോലീസ് ക്വാർട്ടേഴ്സിൽ രണ്ടാം ഭാര്യയോടൊപ്പമായിരുന്നു താമസിച്ചിരുന്നത്. ആ സ്ത്രീയുടെ പൂർവകാമുകനായിരുന്നു കൊല്ലപ്പെട്ട ബാങ്കു മാനേജർ സോമൻ. അവരുടെ ബന്ധം തുടരുന്നുണ്ടെന്ന സംശയമാണ് സബ് ഇൻസ്പെക്ടറെ കൊലപാതകത്തിനു പ്രേരിപ്പിച്ചത്. രണ്ടാം ഭാര്യയെക്കൊണ്ട് തന്ത്രത്തിൽ സോമനെ ക്വാർട്ടേഴ്സിൽ വിളിച്ചു വരുത്തി കഴുത്ത് ഞെരിച്ച് കൊല്ലുകയായിരുന്നു. ശിരസ്സ് മുറിച്ച് വെള്ളത്തിലിട്ടാൽ പൊന്തിവരുകയില്ലെന്ന് അയാൾ കരുതിയിരുന്നു; അതുപോലെ വയറു കീറിയാൽ ഉടലും. അതു രണ്ടും സംഭവിക്കാത്തത് വിധിവൈപരീത്യമെന്നേ പറയേണ്ടൂ. ജീവപര്യന്തം തടവിനു വിധിക്കപ്പെട്ട എസ്.ഐ.യെ സർവീസിൽ നിന്നു നീക്കി. അന്വേഷണ ഉദ്യോഗസ്ഥന്മാരും പല സുഹൃത്തുക്കളും എന്നോടു ചോദിച്ച ചോദ്യം ഛേദിച്ച ശിരസ്സ് എങ്ങനെ വെള്ളത്തിൽ പൊന്തിക്കിടന്നുവെന്നായിരുന്നു? ശിരസ്സിലെ പ്രധാന ഭാഗം തലയോടും, അതിനുള്ളിലെ തലച്ചോറുമാണ്. വെള്ളമോ വായുവോ കടക്കാത്ത ഒരു പെട്ടിപോലെയിരിക്കുന്ന തല വെള്ളത്തിൽ ഒരു കുടംപോലെ പൊന്തിക്കിടക്കും. എന്നാൽ തല ചീഞ്ഞു കഴിഞ്ഞാൽ തലച്ചോർ ദ്രവരൂപത്തിൽ ബഹിർഗമിക്കുകയും തലയോടിനുള്ളിൽ വെള്ളം കയറി അതു മുങ്ങിപ്പോവുകയും ചെയ്യും. അതുപോലെ വയർ കീറിയാലും, വെള്ളത്തിലിട്ട ശവശരീരം ചീയുമ്പോൾ കുടലിൽ വാതകങ്ങൾ നിറഞ്ഞ് ശവം പൊന്തിവരും. ശാസ്ത്രീയമായി ഇങ്ങനെയെല്ലാം വിശദീകരണങ്ങൾ നല്കാമെങ്കിലും വിധിയുടെ ലീലാവിനോദങ്ങൾ ആർക്കാണ് പ്രവചിക്കുവാൻ കഴിയുക?

33. ഒരേ ഒരു അടയാളം

മരിച്ചവർ കഥ പറയുന്നു. എന്നാൽ നിശബ്ദമായ ആ കഥാഖ്യാനം ശ്രവിക്കണമെങ്കിൽ ഒരു ഫോറൻസിക് സർജൻ ഏകാഗ്രമായ മനസ്സോടെ പഞ്ചേന്ദ്രിയങ്ങളും വ്യാപരിപ്പിക്കണം. മൃതദേഹത്തിലെ ഓരോ അടയാളങ്ങൾക്കുപോലും ഓരോ കഥ പറയാനുണ്ടായിരിക്കും. സ്വാഭാവിക മരണമെന്ന് കരുതി സംസ്കരിച്ച മൃതദേഹങ്ങളിൽ ചിലത് സംശയം തോന്നി കുഴിച്ചെടുത്ത് പരിശോധിച്ച സംഭവങ്ങൾ നിരവധിയുണ്ട്. അവയിൽ പലതും കൊലപാതകമെന്ന് തെളിഞ്ഞിട്ടുമുണ്ട്. അക്കൂട്ടത്തിലൊന്നാണ് ചാവക്കാട് മാർക്കറ്റിലെ വ്യാപാരി ജോണിയുടെ മരണം.

ആദ്യം ലോക്കൽ പോലീസും പിന്നീട് ക്രൈംബ്രാഞ്ചും ഒടുവിൽ സി.ബി.ഐ.യുമാണ് ആ കേസ് അന്വേഷിച്ചത്. മൂന്ന് ടീമിനൊപ്പവും മെഡിക്കോ ലീഗൽ ഉപദേശകൻ എന്ന നിലയിൽ ഞാൻ പ്രവർത്തിച്ചിരുന്നു. ശാസ്ത്രീയമായ കുറ്റാന്വേഷണ രീതികളിലൂടെ ലോക്കൽ പോലീസും ക്രൈംബ്രാഞ്ചും അന്വേഷണത്തിൽ കാര്യമായ പുരോഗതിയുണ്ടാക്കിയെങ്കിലും പ്രതികളെ കസ്റ്റഡിയിലെടുക്കാനുള്ള അവസരം കൈവന്നത് സി.ബി.ഐ.ക്കാണ്.

ചാവക്കാട് കമ്പോളത്തിലെ പച്ചക്കറി മൊത്തവ്യാപാരിയായിരുന്നു നാൽപ്പത്തിയഞ്ചുകാരനായ ജോണി. നിറയെ പച്ചക്കറികൾ സൂക്ഷിച്ചിരിക്കുന്ന ജോണിയുടെ വിശാലമായ കടയുടെ രണ്ടു വശത്തും റോഡുകളുണ്ട്. ആ രണ്ട് വശങ്ങളിലും കടയ്ക്ക് റോളിങ് ഷട്ടറുകളുമുണ്ട്. പ്രധാന റോഡിന് അഭിമുഖമായിട്ടുള്ള ഭാഗത്ത് കടയ്ക്ക് മുന്നിൽ ഓല മേഞ്ഞ തട്ടുപന്തലുണ്ട്. കടയിൽ ജോണിയെ സഹായിക്കാനായി മൂന്നു ജോലിക്കാരുണ്ടായിരുന്നു.

ഒരു ദിവസം സന്ധ്യ മയങ്ങി, അന്നത്തെ കച്ചവടമൊക്കെ അവസാനിപ്പിക്കാൻ സമയമായി. ജോലിക്കാർ പച്ചക്കറികളൊക്കെ അടുക്കിവയ്ക്കാൻ തുടങ്ങി. അപ്പോൾ പുറത്ത് ചെറിയ ചാറ്റൽമഴ പെയ്യുന്നുണ്ടായിരുന്നു. കുറച്ച് ആളുകൾ കടയുടെ മുൻവശത്തുള്ള പന്തലിൽ മഴ നനയാതിരിക്കാൻ കയറി നിൽക്കുന്നുണ്ടായിരുന്നു. കടയ്ക്കുള്ളിൽ മുൻവശത്ത് ഒരു കോണിൽ മേശയ്ക്കരികിൽ റോഡിന് പിൻതിരിഞ്ഞ് കസേരയിലിരുന്ന് ജോണി കണക്കെഴുതിക്കൊണ്ടിരിക്കുകയായിരുന്നു.

പെട്ടെന്ന് 'അയ്യോ' എന്ന അലർച്ചയോടെ ജോണി മേശപ്പുറത്തേക്ക് കമിഴ്ന്നുവീണു. ഷോക്കേറ്റതുപോലെയാണ് ഇരുന്നിടത്തുതന്നെ ജോണി വീണത്. ചാറ്റൽമഴയ്ക്കിടയിൽ ചെറിയൊരു ഇടിമുഴക്കം കേട്ടയുടനെയാണ് അലർച്ചയോടെ ജോണി മേശയിലേക്ക് കമിഴ്ന്നു വീണത്. കടയിലെ ജോലിക്കാരും പന്തലിൽ നിന്നവരും ഓടിക്കൂടി. അവർ ജോണിയെ താങ്ങിയെടുത്ത് ഒരു ജീപ്പിൽ കയറ്റി സമീപത്തുള്ള സ്വകാര്യ ആശുപത്രിയിൽകൊണ്ടുപോയി. പക്ഷേ, അതിനകം മരണം സംഭവിച്ചിരുന്നു. ജോണിയെ പരിശോധിച്ച ഡോക്ടർ പറഞ്ഞത് പെട്ടെന്ന് മരിച്ചത് ഹൃദയാഘാതം മൂലമായിരിക്കുമെന്നാണ്.

മരണകാരണത്തിൽ ആർക്കും സംശയം തോന്നിയില്ല. പുറമേ നിന്നൊരു ആക്രമണം ആരും നടത്തിയിട്ടില്ല. മൃതദേഹത്തിലാവട്ടെ പരിക്കുമില്ല. പിന്നെയെന്തിനു സംശയിക്കണം? വീട്ടിലേക്കു

കൊണ്ടുപോയ മൃതശരീരം പിറ്റേന്ന് രാവിലെ പള്ളിയിൽ സംസ്ക്കരിക്കാനുള്ള ഏർപ്പാടുകളൊക്കെ ചെയ്തു. സംസ്കാരത്തിനു മുമ്പ് മൃതശരീരം കുളിപ്പിക്കാനെടുത്തപ്പോഴാണ് മുതുകിൽ ഇടതു തോൾപ്പലകയുടെ ഭാഗത്ത് ഒരു ചെറിയ മുറിവ് ചിലർ കണ്ടത്. അവിടെ രക്തം പൊടിഞ്ഞ അടയാളവും വ്യക്തമായി കാണാമായിരുന്നു.

മരിച്ചയാളുടെ മകൻ, പ്രീഡിഗ്രി വിദ്യാർത്ഥിയായ പതിനെട്ടു വയസ്സുകാരനും അക്കൂട്ടത്തിലുണ്ടായിരുന്നു. മുതുകിൽ മുറിവു കണ്ട ഭാഗത്തു തന്നെ ഷർട്ടിലും കീറൽ കണ്ടിരുന്നു. അവിടെയും ചോരപ്പാടുണ്ടായിരുന്നു. ആ മുറിവു കണ്ട മകന് അപ്പന്റെ മരണത്തിൽ എന്തൊക്കെയോ സംശയങ്ങൾ തോന്നി. അയാൾ അപ്പന്റെ അനുജനെ വിളിച്ചു മുറിവ് കാണിച്ചു. കടയിൽ നിന്ന് ജീപ്പിൽ കയറ്റി ജോണിയെ ആശുപത്രിയിൽ കൊണ്ടുപോയതിനിടെ ജീപ്പിന്റെ വശത്തിലുള്ള ആണിയോ മറ്റോ കൊണ്ടതാവുമെന്ന് ചെറിയച്ഛൻ പറഞ്ഞു. എങ്കിലും മകന്റെ സംശയം മാറിയില്ല. അയാൾ അപ്പന്റെ ഷർട്ട് രഹസ്യമായി സൂക്ഷിച്ചു വച്ചു. എന്തായാലും നിശ്ചിത സമയത്തുതന്നെ മൃതദേഹം പള്ളി സെമിത്തേരിയിൽ സംസ്കരിച്ചു.

മനസ്സിൽ കുരുങ്ങിക്കിടന്ന സംശയവുമായി ജോണിയുടെ മകൻ പിറ്റേന്ന് തൃശൂർ ജില്ലാ പോലീസ് സൂപ്രണ്ടിനെ കാണാൻ ചെന്നു. ഇപ്പോൾ എ.ഡി.ജി.പി.യായ ശ്രീ വിൻസൺ പോളായിരുന്നു അന്ന് തൃശൂർ എസ്.പി. മരണസമയത്ത് ധരിച്ചിരുന്ന ഷർട്ടുമായാണ് മകൻ ചെന്നത്. വിവരങ്ങൾ ശ്രദ്ധയോടെ കേട്ട എസ്.പി. ഉടനേ കുന്നംകുളം സർക്കിൾ ഇൻസ്പെക്ടറെ വിളിച്ചു കേസന്വേഷണം ഏല്പിച്ചു. കേസ്സെറ്റെടുത്ത സി.ഐ. മൃതശരീരം കുഴിച്ചെടുത്ത് പോസ്റ്റ്മോർട്ടം ചെയ്യാനുള്ള ഒരുക്കങ്ങൾ ചെയ്തു.

ജോണിയുടെ ദുരൂഹസാഹചര്യത്തിലുള്ള മരണം അന്വേഷിക്കണമെന്നും പ്രതികളെ പിടികൂടണമെന്നും പറഞ്ഞ് തദ്ദേശവാസികൾ അതിനിടെ ഇളകിയിരുന്നു. മൃതശരീരം കുഴിച്ചെടുത്ത് പോസ്റ്റ്മോർട്ടം ചെയ്യുന്നുവെന്നറിഞ്ഞതോടെ ജനത്തിന്റെ ആകാംക്ഷ ഇരട്ടിച്ചു. സെമിത്തേരിയിലെ കല്ലറ തുറന്നു മൃതദേഹം പുറത്തെടുക്കുന്ന സംഭവങ്ങൾ അത്ര സാധാരണമല്ലല്ലോ. ഫോറൻസിക് സർജൻ പോസ്റ്റ്മോർട്ടം പരിശോധന നടത്തിയപ്പോൾ ശ്വാസകോശത്തിനകത്തുനിന്ന് ചെറിയൊരു വെള്ളാരങ്കല്ല് കിട്ടി. കടയ്ക്കു സമീപം നാടൻബോംബു പൊട്ടിയിരിക്കാൻ സാധ്യതയുണ്ട്. അത്തരം ബോംബാവുമ്പോൾ അകത്ത് തീർച്ചയായും വെള്ളാരങ്കല്ലും കാണും. അതു തുളച്ചുകയറിയ പാടാണ്

മുതുകത്തു കണ്ടത്. പോസ്റ്റ്മോർട്ടം ചെയ്ത സർജൻ കൊടുത്ത ഈ വിശദീകരണത്തിന്റെ അടിസ്ഥാനത്തിൽ ഫോറൻസിക് ലബോറട്ടറിയിലെ വിദഗ്ദ്ധർ സ്ഥലപരിശോധന നടത്തിയപ്പോൾ ബോംബു പൊട്ടിയതിന്റെ യാതൊരു ലക്ഷണവും കണ്ടില്ല. ഈ ഘട്ടത്തിലാണ് എസ്.പി. എന്നെ ബന്ധപ്പെട്ട് അന്വേഷണത്തിൽ പങ്കാളിയാവണമെന്ന് ആവശ്യപ്പെട്ടത്. സദ്ഗുണസമ്പന്നനും സമർത്ഥനുമായ ശ്രീ വിൻസൺപോൾ ഒരു മാതൃകാ പോലീസ് ഉദ്യോഗസ്ഥനാണ്. കുറ്റാന്വേഷണത്തിൽ അദ്ദേഹം കാണിച്ചിട്ടുള്ള സ്ഥിരോത്സാഹവും അശ്രാന്തപരിശ്രമവും എന്നെ അത്ഭുതപ്പെടുത്തിയിട്ടുണ്ട്.

മരിച്ചയാൾ ധരിച്ചിരുന്ന ഷർട്ട് തെളിവായി കൈയിലുണ്ടെന്ന് എസ്.പി. പറഞ്ഞപ്പോൾ അതൊന്നു കൊടുത്തയയ്ക്കാനാണ് ഞാനാദ്യമേ പറഞ്ഞത്. അന്വേഷണം അവിടെനിന്നു തുടങ്ങാമെന്ന് ഞാനും തീരുമാനിച്ചു. സർക്കിൾ ഇൻസ്പെക്ടർ ആ ഷർട്ട് എന്റെയടുത്തു കൊണ്ടുവന്നു. ഞാൻ ആ ഷർട്ട് സൂക്ഷ്മമായി പരിശോധിച്ചു. അര സെന്റീമീറ്റർ വ്യാസത്തിൽ വൃത്താകൃതിയിലുള്ള ഒരു ദ്വാരമാണ് മുതുകിന്റെ ഭാഗത്ത് കണ്ടത്. ആ ദ്വാരത്തിന് ചുറ്റും ചാരനിറത്തിലുള്ള ഒരു വലയവും (Halo) ഷർട്ടിന്റെ ഉൾവശത്ത് രക്തക്കറകളും കാണപ്പെട്ടു. പോസ്റ്റ്മോർട്ടം റിപ്പോർട്ടും ഞാൻ വായിച്ചു. ഷർട്ടിലെ ദ്വാരംപോലെതന്നെ ദേഹത്തെ മുറിവിന്റെയും വ്യാസം ഏതാണ്ട് അര സെന്റീമീറ്റർതന്നെയായിരുന്നു.

ഒരു ചെറിയ വെടിയുണ്ട തുളച്ചുകയറിയ ദ്വാരംപോലെയാണ് എനിക്കു തോന്നിയത്. കാലിബർ 0.22 ഇഞ്ച് ഉള്ള റിവോൾവറിലും റൈഫിളിലും ഉപയോഗിക്കുന്ന വെടിയുണ്ടയുടെ വ്യാസം അര സെന്റീമീറ്ററാണ്. ഇത്തരം തോക്കുകളിലുള്ള വെടിയുണ്ടയ്ക്ക് ഒരു പ്രത്യേകതയുണ്ട്. ഉണ്ട നിർമ്മിച്ചിരിക്കുന്നത് തനി ഈയംകൊണ്ട് മാത്രമായിരിക്കും. മറ്റ് തോക്കുകളിലേതുപോലെ വെടിയുണ്ടയ്ക്ക് പിച്ചളയുടെയോ നിക്കലിന്റെയോ കവച (Jacket) മുണ്ടാവുകയില്ല. അത്തരമൊരു വെടിയുണ്ടയാണ് ഷർട്ട് തുളച്ചതെങ്കിൽ ആ ദ്വാരത്തിനു ചുറ്റും ചാരനിറമുള്ള ഒരു വലയം ഉണ്ടാകും; അതിൽ ഈയത്തിന്റെ അംശവുമുണ്ടായിരിക്കും. ഞാൻ ഷർട്ട് തിരുവനന്തപുരത്തെ ഫോറൻസിക് സയൻസ് ലബോറട്ടറിയിലെ ബാലിസ്റ്റിക് വിദഗ്ദ്ധൻ വിഷ്ണു പോറ്റിക്ക് കൊടുത്തയച്ചു. അദ്ദേഹം അന്നു തന്നെ ഒരു രാസപരിശോധന നടത്തി ഷർട്ടിലെ ദ്വാരത്തിനു ചുറ്റുമുള്ള വലയത്തിൽ ഈയത്തിന്റെ അംശമുണ്ടെന്ന് കണ്ടുപിടിച്ചു.

ഷർട്ടിൽ കാണപ്പെട്ടത് 0.22 വെടിയുണ്ട തുളച്ചുകയറിയ അടയാളം തന്നെയാണെന്ന് എനിക്ക് ബോധ്യമായി. ആദ്യത്തെ പോസ്റ്റ്മോർട്ടം പരിശോധനയിൽ വെടിയുണ്ട കണ്ടെത്താൻ കഴിയാതിരുന്നതിനാൽ ജോണിയെ വധിച്ചത് വെടി വെച്ചാണെന്ന കാര്യം സ്ഥിരീകരിക്കണമെങ്കിൽ വീണ്ടും കൂടുതൽ പരിശോധന കൾ നടത്തിയേ മതിയാകൂ. വെറും വെള്ളാരങ്കല്ല് മാത്രമായിരുന്നല്ലൊ ആദ്യ പോസ്റ്റ്മോർട്ടത്തിൽ ശരീരത്തിനകത്തുനിന്നും കിട്ടിയത്. കൂടുതൽ അന്വേഷണങ്ങൾക്കായി ഞാൻ ചാവക്കാട്ട് പോയി. ജോണിയുടെ പച്ചക്കറിക്കടയിൽ പോയി അയാളുടെ അന്ത്യം സംഭവിച്ചതിന്റെ ഒരു പുനരാവിഷ്കരണം (Reconstruction of the events) നടത്തുക എന്നതായിരുന്നു എന്റെ ലക്ഷ്യം.

എസ്.പി. ശ്രീ വിൻസൺപോളും എ.എസ്സ്.പി. ആയിരുന്ന ശ്രീ ഹേമചന്ദ്രനും (ഇപ്പോൾ ഐ.ജി.) ചാവക്കാടെത്തി ജോണി വധത്തിന്റെ പുനരാവിഷ്കരണത്തിൽ സജീവമായി പങ്കെടുത്തു. മരണസമയത്ത് ജോണി ധരിച്ചിരുന്ന ഷർട്ട് അയാളുടെ അത്രതന്നെ വണ്ണവും തൂക്കവുമുള്ള മറ്റൊരാളെ ധരിപ്പിച്ച് കടയുടെ ക്യാഷ് കൗണ്ടറിൽ ജോണി ഇരുന്നിരുന്ന കസേരയിൽ ഇരുത്തി പരീക്ഷണം നടത്തി. ഉടുപ്പിലെ ദ്വാരം മുതുകിൽ തോൾപ്പലകയ്ക്ക് താഴെയായിരുന്നു. വെടിയുണ്ട വന്നത് ഏത് ദിശയിൽനിന്നാണെന്ന് ഏറക്കുറെ വ്യക്തമായി. ദൂരെ നിന്ന് നിറയൊഴിച്ചാൽ മുതുകിൽ തറയ്ക്കില്ല; കാരണം ജോണി ഇരുന്ന കസേരയ്ക്ക് പിന്നിൽ ചുവരാണ്. മാത്രമല്ല തട്ടുപന്തൽ താഴേക്ക് ചരിഞ്ഞതുമാണ്. അങ്ങനെയെങ്കിൽ തൊട്ടടുത്ത് കടയുടെ വരാന്തയിൽതന്നെ നിന്നുകൊണ്ടാകും കൊലയാളി നിറയൊഴിച്ചത്. അങ്ങനെയെങ്കിൽ കടയിലെ ജോലിക്കാർ വെടിയൊച്ച കേട്ടിരിക്കണം.

കടയിലെ ജോലിക്കാരെ ചോദ്യം ചെയ്തപ്പോൾ കടയുടമ മരിച്ചുവീണ സമയത്ത് ഇടിവെട്ടുന്നതുപോലെ എന്തോ ശബ്ദം കേട്ടതായി കടയിലെ മൂന്ന് ജോലിക്കാർ നേരത്തേ പോലീസിന് മൊഴി നല്കിയിരുന്നു. ആ മൊഴിയും ശ്വാസകോശത്തിലെ വെള്ളാരങ്കല്ലും കൂടി ചേർത്തു വായിച്ചപ്പോഴാണ് ബോംബ് പൊട്ടിയതാണെന്ന ആദ്യത്തെ നിഗമനത്തിലെത്തിയിരുന്നത്. ചാറ്റൽമഴയും മിന്നലും ഉണ്ടായിരുന്ന സമയമായിരുന്നതിനാൽ ഇടിവെട്ടാണെന്നേ ജോലിക്കാർ അന്ന് കരുതിയിരുന്നുള്ളൂ. വെടിയൊച്ചയാണോ എന്നവർക്കറിയില്ലായിരുന്നു. ഞാനും എസ്.പി.യും കടയിലെ മൂന്ന് ജോലിക്കാരെയുംകൊണ്ട് തൃശൂർ രാമവർമ്മപുരത്തെ പോലീസ് ക്യാമ്പിലേക്ക് പോയി.

ഇപ്പോൾ എ.ഡി.ജി.പി.യായ മഹേഷ് കുമാർ സിംഗ്ലയായിരുന്നു അന്ന് അവിടത്തെ കമാന്റൻഡ്. ഞങ്ങൾ ജോലിക്കാരെ ക്യാമ്പിൽ വെടിവയ്പ് പരിശീലനം നടത്തുന്ന മൈതാനത്തു (Firing range-) കൊണ്ടുപോയി നിരത്തി നിർത്തി. ശ്രീ സിംഗ്ല ക്യാമ്പിലെ ആയുധ അറയിൽനിന്നും പലതരത്തിലുള്ള തോക്കുകൾ എടുത്തു. അവയിൽനിന്നും വെടിയുതിർക്കുന്നതിനുമുമ്പ് ഞാൻ ജോണിയുടെ ജോലിക്കാരോട് ഓരോ വെടിയൊച്ചയും ശ്രദ്ധിച്ചു കേൾക്കാനും ഏതെങ്കിലും വെടിയൊച്ചയ്ക്ക് ജോണി മരിച്ച സമയത്ത് കേട്ട ശബ്ദവുമായി സാമ്യമുണ്ടെങ്കിൽ പറയണമെന്നും നിർദ്ദേശിച്ചു. ഒരു നല്ല ഷൂട്ടർ കൂടിയായ ശ്രീ സിംഗ്ല ഓരോ തരം തോക്കുകളിൽനിന്നും നിറയൊഴിച്ച് കേൾപ്പിച്ചു. കാലിബർ 0.22 റിവോൾവറിൽനിന്നും വെടിയുതിർത്ത ശബ്ദം കേട്ടപ്പോൾ ജോലിക്കാരുടെ മുഖങ്ങളിൽ അത്ഭുതവും ജാഗ്രതയും നിഴലിച്ചു. അവർ മൂവരും ആ ശബ്ദം ഒരു നടുക്കത്തോടെ തിരിച്ചറിഞ്ഞു. അന്ന് കേട്ട ഒച്ച ഇതുതന്നെയെന്ന് മൂവരും ഏകസ്വരത്തിൽ പറഞ്ഞു. എനിക്ക് അതിയായ സന്തോഷം തോന്നിയെങ്കിലും എന്റെ ഊഹം പൂർണ്ണമായും ശരിയാണെന്ന് തെളിയിക്കണമെങ്കിൽ ഇനിയും കടമ്പകൾ കടക്കണം.

ജോണി വെടിയേറ്റു കൊല്ലപ്പെട്ടതാണെന്ന് തെളിയിക്കണമെങ്കിൽ മൃതശരീരത്തിൽനിന്ന് വെടിയുണ്ടയും, കൊലയ്ക്കുപയോഗിച്ച തോക്കും കണ്ടെടുക്കേണ്ടത് അനിവാര്യമാണ്. മൃതദേഹത്തിൽ വെടിയുണ്ട കാണുമെന്ന് എന്റെ ആറാമിന്ദ്രിയം എന്നോട് പറഞ്ഞു. മൃതദേഹം ആദ്യത്തെ പരിശോധനയ്ക്കുശേഷം കുഴിച്ചിട്ടിട്ട് അപ്പോൾ രണ്ട് മാസത്തോളം കഴിഞ്ഞിരുന്നു. ചീഞ്ഞ ശരീരാവശിഷ്ടങ്ങളിൽനിന്ന് ഒരു സെന്റീമീറ്റർ നീളവും അര സെന്റീമീറ്റർ വ്യാസവുമുള്ള ഒരു ബുള്ളറ്റ് എങ്ങനെ കണ്ടുപിടിക്കും? അത് വയ്ക്കോൽകൂനയിൽ കളഞ്ഞുപോയ സൂചി തിരയുന്നതുപോലെ വളരെ പ്രയാസമുള്ള കാര്യമാണെന്നതിൽ ചീഞ്ഞ നിരവധി മൃതദേഹങ്ങൾ പരിശോധിച്ചിട്ടുള്ള എനിക്ക് സംശയമൊന്നുമില്ലായിരുന്നു.

എന്റെ മനസ്സിൽ പെട്ടെന്ന് ഒരു ഐഡിയ തോന്നി; മെറ്റൽ ഡിറ്റക്ടർ! പത്തടി ആഴത്തിൽവരെ കുഴിച്ചിട്ടിരുന്ന ബോംബുകളും ലോഹസാധനങ്ങളും കണ്ടെത്താൻ ശേഷിയുള്ള ഒരു ആധുനിക മെറ്റൽ ഡിറ്റക്റ്റർ തിരുവനന്തപുരത്ത് സ്പെഷ്യൽ ബ്രാഞ്ചിൽ ഉണ്ടെന്നും അതുകൊണ്ടുവന്ന് പരിശോധന നടത്താമെന്നും എസ്.പി. വിൻസൺ നിർദ്ദേശിച്ചു. ശവശരീരം ഒന്നുകൂടി പുറത്തെടുത്ത് പരിശോധന നടത്താമെന്ന് ഇതിനിടെ ധാരണയായി. എന്നാൽ ഈ അവസരത്തിൽ കേസിന്റെ അന്വേഷണം

പെട്ടെന്ന് ക്രൈംബ്രാഞ്ചിന് കൈമാറുവാൻ പോലീസ് ആസ്ഥാനത്തിൽനിന്നും ഉത്തരവായി.

എസ്.പി. ശ്രീ ജേക്കബ് തോമസായിരുന്നു അന്ന് എറണാകുളം ക്രൈംബ്രാഞ്ച് യൂണിറ്റിന്റെ മേധാവി. കുര്യച്ചൻ എന്ന് സുഹൃദ്വൃന്ദങ്ങളിൽ അറിയപ്പെടുന്ന ശ്രീ ജേക്കബ് തോമസ് പരിചയസമ്പന്നനായ ഒരു കുറ്റാന്വേഷകനായിരുന്നു. ഉദ്യോഗത്തിൽനിന്ന് പിരിഞ്ഞ് പുത്രപൗത്രാദികളോടൊപ്പം ആലുവായിൽ വിശ്രമജീവിതം നയിക്കുന്ന അദ്ദേഹത്തിന്റെ സ്നേഹഭരിതമായ സൗഹൃദം ഇപ്പോഴും എനിക്ക് അളവറ്റ സന്തോഷം നല്കുന്നു. അദ്ദേഹത്തിന്റെ ടീമിനൊപ്പവും മെഡിക്കോ ലീഗൽ ഉപദേശകനായി ജോണി വധത്തിന്റെ അന്വേഷണത്തിൽ ഞാൻ പങ്കാളിയായി തുടർന്നു.

ജോണി കേസ് ഏറ്റെടുത്തതിനുശേഷം ശ്രീ ജേക്കബ് തോമസുമായി പലവട്ടം ചർച്ചകൾ നടത്തി. എത്രയും വേഗം മൃതദേഹം കുഴിച്ചെടുത്ത് പരിശോധിക്കുവാൻ തീരുമാനിച്ചു. മെറ്റൽ ഡിറ്റക്റ്റർ ഉപയോഗിച്ചാലും വളരെ ചെറിയ വെടിയുണ്ട ചീഞ്ഞ ശവശരീരത്തിൽനിന്നും കണ്ടുപിടിക്കുവാൻ കഴിയുമോ എന്ന കാര്യത്തിൽ എല്ലാവർക്കും സംശയമായിരുന്നു. ഞാൻ അനുഭവിച്ച മാനസികസമ്മർദ്ദം പറഞ്ഞറിയിക്കാൻ സാധ്യമല്ല. വെടിയുണ്ട കണ്ടുപിടിക്കുവാൻ കഴിഞ്ഞില്ലെങ്കിൽ ഞാൻ എല്ലാവരുടെയും പരിഹാസത്തിനു പാത്രമാകും. ശ്രീ ജേക്കബ് തോമസ് ഒരു ജ്യേഷ്ഠസഹോദരനെപ്പോലെ എനിക്ക് എല്ലാവിധ പിന്തുണയും നല്കിയിരുന്നു. മൃതശരീരം കുഴിച്ചെടുക്കുന്നതിനു മുമ്പ് മെറ്റൽ ഡിറ്റക്ടർ ഉപയോഗിച്ച് വെടിയുണ്ട കണ്ടുപിടിക്കുവാൻ കഴിയുമോ എന്നറിയാൻ ഞാൻ ഒരു പരീക്ഷണം നടത്തി.

സ്പെഷ്യൽ ബ്രാഞ്ചിൽനിന്നും മെറ്റക്സ് എന്ന ബ്രാൻഡ് മെറ്റൽ ഡിറ്റക്ടർ കൊണ്ടുവന്നു. തൃശൂർ പോലീസ് ക്ലബ്ബിലെ ഹാളിൽ എസ്.പി. കൊണ്ടു വന്ന ഒരു വലിയ പഞ്ഞിമെത്ത ചുരുട്ടിവച്ചിട്ട് അതിനകത്തേക്കു 0.22 റിവോൾവർ ചേർത്തുവച്ച് നിറയൊഴിച്ചു. മെത്ത പൊട്ടി പഞ്ഞി മുഴുവൻ ചിതറിവീണു. വെടിയുണ്ട പഞ്ഞിക്കിടയിൽ എവിടെയോ ഉണ്ട്. മെറ്റൽ ഡിറ്റക്റ്റർ പഞ്ഞിക്കഷണങ്ങൾക്കു മുകളിലൂടെ നീക്കി. ഏതെങ്കിലും ലോഹസാധനങ്ങൾ ഉണ്ടെങ്കിൽ ഡിറ്റക്ടർ ബീപ് ശബ്ദം പുറപ്പെടുവിക്കും. മിനിട്ടുകൾക്കകം മെറ്റൽ ഡിറ്റക്ടർ വെടിയുണ്ട കണ്ടെത്തി. പരീക്ഷണം വിജയിച്ചതോടെ എന്റെ ആത്മവിശ്വാസവും വർദ്ധിച്ചു. ശവശരീരത്തിൽനിന്നും വെടിയുണ്ട

തീർച്ചയായും കണ്ടുപിടിക്കാനാവുമെന്ന് ഞാൻ ഉറച്ച് വിശ്വസിച്ചു.

അങ്ങനെ നിർണ്ണായകമായ ആ ദിവസം വന്നെത്തി. ചാവക്കാട് തഹസീൽദാരുടെ സാന്നിദ്ധ്യത്തിൽ സെമിത്തേരിയിലെ കല്ലറയിൽനിന്നും ജോണിയുടെ മൃതദേഹമടക്കം ചെയ്ത പേടകം പുറത്തെടുത്തു. വലിയ ജനക്കൂട്ടമാണ് അന്ന് പള്ളിപരിസരത്ത് തടിച്ചുകൂടിയത്. കോട്ടയം മെഡിക്കൽ കോളജിലെ ഫോറൻസിക് മെഡിസിൻ മേധാവിയും എന്റെ പ്രിയ സുഹൃത്തുമായ ഡോ. ജോർജ് പോളും ഞാനും ഏപ്രണും കൈയുറകളുമൊക്കെ ധരിച്ച് പരിശോധനയ്ക്കു തയ്യാറായി.

സ്പെഷ്യൽ ബ്രാഞ്ചിലെ സമർത്ഥരായ രണ്ടു പോലീസുകാർ മെറ്റൽ ഡിറ്റക്ടറുമായി ഞങ്ങൾക്ക് സമീപം നിന്നു. മൃതദേഹം പെട്ടിയിൽനിന്നും കുഴിക്കരികിൽ നിവർത്തിയിട്ട ഒരു വലിയ ക്യാൻവാസ് ഷീറ്റിലേക്ക് മാറ്റി. മൃതദേഹം ചീഞ്ഞഴുകി കറുത്ത മാംസപിണ്ഡമായി മാറിയിരുന്നു. ഓരോ ശരീരഭാഗവും ഞങ്ങൾ കൈയിലെടുത്തു വയ്ക്കും. പോലീസുകാർ മെറ്റൽ ഡിറ്റക്ടർ അതിനു മുകളിൽ പിടിക്കും. ഒരു മണിക്കൂർ കഴിഞ്ഞിട്ടും വെടിയുണ്ട കണ്ടില്ല. ഇടയ്ക്ക് ഡിറ്റക്ടർ ബീപ് ശബ്ദം ഉണ്ടാക്കി. ഞങ്ങൾ ആകാംക്ഷയോടെ നോക്കി; അത് ശവപ്പെട്ടിയുടെ ഒരു തുരുമ്പിച്ച ആണിയായിരുന്നു.

സമയം കടന്നുപോയി. ഒന്നര മണിക്കൂർ കഴിഞ്ഞു; വെടിയുണ്ട കാണാനില്ല. ഞാനും ജോർജ് പോളും ക്ഷീണിച്ചു. ഞാൻ അനുഭവിച്ച മാനസികവ്യഥ പറഞ്ഞറിയിക്കാൻ സാധ്യമല്ല. എസ്.പി. ജേക്കബ് തോമസ് ഞങ്ങളുടെ കഠിനമായ പ്രയത്നം വീക്ഷിച്ചുകൊണ്ട് അടുത്തു തന്നെ നിൽക്കുന്നുണ്ടായിരുന്നു. അദ്ദേഹത്തിന്റെ മുഖത്തേക്കു നോക്കി. എന്റെ ദൈന്യഭാവം കണ്ടിട്ടായിരിക്കാം, ഞങ്ങളോട് കുറച്ചുനേരം വിശ്രമിക്കാൻ പറഞ്ഞു. ഡിവൈ.എസ്.പി. കോശി സോഡ വരുത്തിത്തന്നു. അതു കുടിച്ചിട്ട് വീണ്ടും പരിശോധന തുടർന്നു. ശ്വാസകോശത്തിന്റെ ഒരു ഭാഗമെടുത്തു മെറ്റൽ ഡിറ്റക്ടറിനു താഴെ കാണിച്ചപ്പോൾ ഉച്ചത്തിൽ ബീപ് ശബ്ദം മുഴങ്ങി. അതിനുള്ളിൽ നോക്കിയപ്പോൾ കണ്ടു; ഒരു 0.22 ബുള്ളറ്റ്! ആ നിമിഷം സന്തോഷംകൊണ്ട് എന്റെ മനസ്സ് കുളിർത്തു. ഇരുട്ടിൽനിന്നും വെളിച്ചത്തിലേക്ക് വന്ന പ്രതീതി.

ഞാൻ ആ ചെറിയ വെടിയുണ്ട എല്ലാവരെയും കാണിച്ചു; ഒളിഞ്ഞു കിടന്ന ഒരു വലിയ സത്യത്തെ മറനീക്കി പുറത്തുകൊണ്ടുവരാൻ കഴിഞ്ഞതിന്റെ സംതൃപ്തിയോടെ ഞങ്ങൾ ആ വെടിയുണ്ട പരിശോധിച്ചു. സാധാരണയായി വെടിയുണ്ട

തോക്കിൻകുഴലിൽനിന്നും പുറത്തു വരുമ്പോൾ അതിൽ പൊഴികൾ ഉണ്ടാകും. തോക്കിൻകുഴലിൽ വരമ്പുകൾ (Rifling ridges) ഉള്ളതു കൊണ്ടാണ് വെടിയുണ്ടയിൽ ഇപ്രകാരം പൊഴികൾ ഉണ്ടാകുന്നത് (അദ്ധ്യായം 27– പേജ് 214 നോക്കുക). എന്നാൽ ആ വെടിയുണ്ടയിൽ പൊഴികളില്ലായിരുന്നു. അതിന്റെ അർത്ഥം വെടി വയ്ക്കാനുപയോഗിച്ച തോക്കിൽ റൈഫ്ളിങ് ഇല്ലാത്ത വ്യാജനിർമ്മിതമായ തോക്കാണെന്നാണ്. കൊല്ലന്മാർ രഹസ്യമായി ഉണ്ടാക്കുന്ന തോക്ക്. ഫാക്ടറിയിലുണ്ടാക്കുന്ന തോക്കുകളിൽ മാത്രമെ റൈഫ്ളിങ് കാണൂ. തൃശൂർ, മലപ്പുറം ഭാഗങ്ങളിൽ കള്ളത്തോക്കുണ്ടാക്കുന്ന നിരവധിപേർ അക്കാലത്തുണ്ടായിരുന്നു. അങ്ങനെ മറ്റൊരു തെളിവുകൂടി ലഭിച്ചു.

ഇനി ഒരു കാര്യംകൂടി മാത്രമേ കണ്ടുപിടിക്കേണ്ടതുള്ളൂ: ആരാണ് ജോണിയുടെ ഘാതകൻ? അന്ന് സന്ധ്യയ്ക്ക് കടവരാന്തയിൽനിന്ന ആളുകളെയെല്ലാം അന്വേഷണ ഉദ്യോഗസ്ഥർ ചോദ്യം ചെയ്തു. മഴയത്ത് ആളുകൾ വരാന്തയിൽ നിൽക്കുമ്പോഴാണ് ഇടി (വെടി) യൊച്ച കേട്ടതും ജോണി മരിച്ചു വീണതും. അപ്പോൾ ഒരാൾ മാത്രം മഴയിലേക്കിറങ്ങി ധൃതിയിൽ നടന്നു പോകുന്നത് കണ്ടെന്ന് വിവരം കിട്ടി. ആയിടയ്ക്ക് 0.22 വെടിയുണ്ട കിട്ടുമോയെന്ന് അന്വേഷിച്ച് ഒരാൾ ആ പ്രദേശത്ത് വന്നതായും അറിയാൻ കഴിഞ്ഞു. കേസന്വേഷണത്തിൽ ഗണ്യമായ പുരോഗതി കൈവരിച്ചെങ്കിലും പ്രതിയെ കണ്ടെത്താൻ ക്രൈംബ്രാഞ്ചിനു കഴിഞ്ഞില്ല. ആ സാഹചര്യത്തിൽ കേസന്വേഷണം സി.ബി.ഐ. യ്ക്കു വിട്ടു.

ജോണിക്ക് ശത്രുക്കൾ ആരെങ്കിലുമുണ്ടായിരുന്നോ? ജോണി ഇല്ലാതായാൽ ആർക്കാണ് പ്രയോജനം? ഇതൊക്കെയായിരുന്നു സി.ബി.ഐ. അന്വേഷിച്ചത്. അവർ ശരിയായ ദിശയിലായിരുന്നു നീങ്ങിയത്. ബന്ധുക്കൾക്കോ നാട്ടുകാർക്കോ ജോണിയോട് വിരോധമൊന്നുമില്ലായിരുന്നു. ബിസിനസ്സിൽ മാത്രമേ ജോണിക്ക് എതിരാളിയുണ്ടായിരുന്നുള്ളൂ. ചാവക്കാട് ചന്തയിൽ തന്നെയുള്ള മറ്റൊരു പച്ചക്കറിക്കടക്കാരൻ. പച്ചക്കറി വില കുറച്ചു വിൽക്കുന്ന കാര്യത്തിൽ ഇവർ തമ്മിൽ മത്സരവും അതിന്റെ പേരിൽ അയാൾക്ക് ജോണിയോട് വൈരാഗ്യവുമുണ്ടായിരുന്നു. അന്വേഷണത്തിൽ അയാളാണ് വാടകക്കൊലയാളിയെക്കൊണ്ട് ജോണിയെ കൊല്ലിച്ചതെന്ന് തെളിഞ്ഞു.

സി.ബി.ഐ. സ്പെഷ്യൽ കോർട്ടിൽ കേസിന്റെ വിചാരണ നടന്നപ്പോൾ ഞാൻ മൊഴി നല്കിയിരുന്നു. ബഹു. ജഡ്ജി അന്നെന്നെ പ്രത്യേകം അനുമോദിച്ചു; മറഞ്ഞുപോകുമായിരുന്ന

ആ സത്യം സൂക്ഷ്മനിരീക്ഷണത്തിലൂടെയും പരിശ്രമത്തിലൂടെയും കണ്ടെത്താൻ വഴിയൊരുക്കിയതിന്. ഇതുപോലെ മരിച്ച് മാസങ്ങൾക്കുശേഷം ദ്രവിച്ച ശരീരത്തിൽനിന്നും മെറ്റൽ ഡിറ്റക്ടർ ഉപയോഗിച്ച് വെടിയുണ്ട കണ്ടെടുക്കുന്നത് കേരളത്തിൽ ആദ്യമാണോ എന്ന് അദ്ദേഹം ചോദിച്ചു. ഞാൻ വിനയാന്വിതനായി മറുപടി പറഞ്ഞു. 'യുവർ ഹോണർ! കേരളത്തിലെന്നല്ല, ഇന്ത്യയിലെന്നല്ല, എന്റെ അറിവിൽ ലോകത്തിലാദ്യമായാണ് ഇത്തരമൊരു സംഭവം നടന്നിട്ടുള്ളത്.' എനിക്ക് ഏറെ അഭിമാനം തോന്നിയ നിമിഷമായിരുന്നു അത്.

ഒരു കുറ്റകൃത്യവും മൂടി വയ്ക്കാനാവില്ല. എത്ര വിദഗ്ദ്ധമായി ചെയ്ത കുറ്റകൃത്യമാണെങ്കിലും എവിടെയെങ്കിലും ഒരു അടയാളം, ഒരു തെളിവ് അവശേഷിപ്പിക്കപ്പെടും. ആ തെളിവ് എന്നെങ്കിലും സത്യത്തിലേക്ക് നയിക്കും.

വാൽക്കഷണം: വനിത ദ്വൈവാരികയിൽ 'ഒരു ഡോക്ടർ കഥ പറയുന്നു' എന്ന പംക്തിയിൽ ലേഖനങ്ങൾ എഴുതുന്ന ബി. ശ്രീരേഖ ഒരിക്കൽ എന്നെ കാണുവാൻ വന്നു. എന്റെ മനസ്സിൽ മായാത്ത മുദ്ര പതിപ്പിച്ച ഒരു അനുഭവത്തെപ്പറ്റി പറയുവാൻ എന്നോടാവശ്യപ്പെട്ടപ്പോൾ എനിക്ക് ആദ്യം ഓർമ്മ വന്നത് ഈ സംഭവമായിരുന്നു. ഞാൻ കഥ പറയുമ്പോൾ നിർന്നിമേഷയായി കേട്ടിരുന്ന ശ്രീരേഖ ഒടുവിൽ പറഞ്ഞു: 'അവിശ്വസനീയം'. അതെ, സത്യം ചിലപ്പോൾ കെട്ടുകഥയേക്കാൾ വിചിത്രമായിരിക്കും. ശ്രീരേഖ 2007 ജനുവരി ലക്കം വനിതയിൽ 'ഒരേ ഒരു അടയാളം മരണരഹസ്യം' എന്ന ശീർഷകത്തിൽ എന്റെ അനുഭവങ്ങളെ അതിമനോഹരമായ ഒരു ലേഖനമാക്കി പ്രസിദ്ധീകരിച്ചു. ഈ അധ്യായം എഴുതുന്നതിനു മുമ്പ് ശ്രീരേഖയോട് ഞാൻ അനുവാദം ചോദിച്ചു; ലേഖനത്തിന്റെ തലക്കെട്ടിന്റെ പകുതി കടമെടുക്കാൻ. ശ്രീരേഖയ്ക്ക് നന്ദി.

34. കാണാതായ പെൺകുട്ടി

ആലുവായ്ക്കടുത്തുള്ള ബിനാനിപുരം എന്ന ഗ്രാമം. നേരംപുലർന്നുവരുന്നതേയുള്ളൂ. പുഞ്ചപ്പാടത്തിന്റെ വരമ്പിലൂടെ നടന്നുവരികയായിരുന്ന കർഷകത്തൊഴിലാളി രാഘവനാണ് തോട്ടിലെ പായൽകൂട്ടത്തിൽ തങ്ങിനിന്ന ചാക്കുകെട്ട് ആദ്യമായി കണ്ടത്.

രാഘവൻ തോട്ടിലിറങ്ങി ചാക്കുകെട്ടു വലിച്ച് കരയ്ക്കടുപ്പിച്ചു. ഒരു ടെലഫോൺ വയറുകൊണ്ട് ചാക്കിന്റെ വായറ്റം കെട്ടിയിരുന്നു. അഴിച്ചപ്പോൾ വെള്ളിപ്പാദസരങ്ങൾ അണിഞ്ഞിരുന്ന രണ്ടു പാദങ്ങൾ വെളിയിലേക്കു തള്ളി വന്നതു കണ്ട് രാഘവൻ ഞെട്ടി. രാഘവന്റെ വിളി കേട്ട് ഓടിക്കൂടിയവർ ചാക്കഴിച്ചു നോക്കിയതിന് അയാളെ കുറ്റപ്പെടുത്തി. അവർ ഉടനേതന്നെ ബിനാനിപുരം പോലീസ് സ്റ്റേഷനിൽ വിവരമറിയിച്ചു. സബ് ഇൻസ്പെക്ടറും സംഘവും സ്ഥലത്തെത്തി. ആലുവ സർക്കിൾ ഇൻസ്പെക്ടറുടെ അധികാര പരിധിയിൽപെട്ട സ്ഥലമാകയാൽ അദ്ദേഹവും സ്ഥലത്തെത്തി പ്രേതവിചാരണ ആരംഭിച്ചു.

കൈകാലുകൾ മടക്കിയ നിലയിൽ ചാക്കിനുള്ളിൽ കണ്ട മൃതദേഹം പുറത്തെടുത്തു. പരിപൂർണ്ണനഗ്നയായ ഒരു യുവതിയുടെ ജഡം. കാലിൽ അണിഞ്ഞിരുന്ന വെള്ളിപ്പാദസരങ്ങൾ അല്ലാതെ മറ്റ് ആഭരണങ്ങൾ ഒന്നും ഇല്ല. ചാക്കിനുള്ളിൽ ഒരു അരകല്ലും ഉണ്ടായിരുന്നു. മൃതദേഹം അഴുകിപ്പോയിരുന്നതിനാൽ തിരിച്ചറിയാൻ പറ്റാത്ത അവസ്ഥയിലായിരുന്നു.

എറണാകുളം താലൂക്കാശുപത്രിയിൽ പോലീസ് സർജനായിരുന്ന ഡോ. സതീശ് ബാബു സ്ഥലത്തെത്തി പോസ്റ്റ്മോർട്ടം നടത്തിയതിൽനിന്നും പതിനെട്ടിനും ഇരുപതിനും മദ്ധ്യേ പ്രായമുണ്ടെന്നു കണ്ടെത്തി. മറ്റു തിരിച്ചറിയാനുള്ള അടയാളങ്ങളൊന്നും കണ്ടില്ല. ഫോട്ടോ എടുത്താലും പെൺകുട്ടിയെ തിരിച്ചറിയാൻ സഹായകമാകാത്ത രീതിയിൽ മുഖം അഴുകിപ്പോയിരുന്നു. മരണകാരണം തലയ്ക്കേറ്റ അടികൊണ്ടുള്ള തലയോടിലെ പൊട്ടലും തലച്ചോറിലെ രക്തസ്രാവവുമായിരുന്നു. പോസ്റ്റ്മോർട്ടം കഴിഞ്ഞു പ്രേതം സംഭവസ്ഥലത്തിനടുത്തുള്ള ഒരു പുറംപോക്കിൽ കുഴിച്ചിട്ടു. ആലുവായിലോ മറ്റു പോലീസ് സ്റ്റേഷനുകളിലോ ഏതെങ്കിലും സ്ത്രീകളെ കാണാനില്ലെന്ന് ഒരു പരാതിയും ലഭിച്ചിരുന്നില്ല. അതിനാൽ അന്വേഷണത്തിൽ കാര്യമായ പുരോഗതിയൊന്നുമുണ്ടായില്ല.

ബിനാനിപുരം പോലീസ് സ്റ്റേഷനതിർത്തിയിൽ തോട്ടിൽ കാണപ്പെട്ട പെൺകുട്ടിയുടെ മൃതദേഹം ആരുടേതാണെന്ന് ഒരു മാസമായിട്ടും വിവരമൊന്നും ലഭിച്ചില്ല. അന്ന് എറണാകുളം ക്രൈംബ്രാഞ്ചിൽ ഗോകുൽ എന്ന സമർത്ഥനായ ഒരു ഡിവൈ. എസ്.പി. ഉണ്ടായിരുന്നു. റിട്ടയർ ചെയ്തതിനുശേഷം എറണാകുളത്തു താമസമാക്കിയ അദ്ദേഹം ഈ അടുത്ത കാലത്ത് അന്തരിച്ചു. ഗോകുലിനു കൊല്ലപ്പെട്ട അജ്ഞാത യുവതിയെക്കുറിച്ച് ഒരു രഹസ്യവിവരം ലഭിച്ചു. അവൾ പ്രേതംകണ്ട സ്ഥല

ത്തുനിന്നും പത്തു കിലോമീറ്റർ അകലെ വിധവയായ അമ്മയോടൊപ്പം താമസിച്ചിരുന്നുവെന്നും ലൈംഗികത്തൊഴിലാളിയായിരുന്നുവെന്നും ഒരു മാസമായി കാണാനില്ലെന്നുമായിരുന്നു ഗോകുലിനു ലഭിച്ച വിവരം.

കുറ്റാന്വേഷകരിൽ പലർക്കും ഒരു ആറാമിന്ദ്രിയമുണ്ട്. കൊല ചെയ്യപ്പെട്ട പെൺകുട്ടി ഒരു മാസംമുമ്പ് കാണാതായവൾതന്നെ ആയിരിക്കുമെന്ന് ഗോകുലിനു തോന്നി. രഹസ്യാന്വേഷണത്തിൽ അവൾക്കു ആലുവായിലുള്ള ചിലരുമായി അടുത്ത ബന്ധമുണ്ടായിരുന്നതായും വിവരം ലഭിച്ചു. അദ്ദേഹം കാണാതായി എന്നു പറയപ്പെട്ട യുവതിയുടെ വീട്ടിലെത്തി അവളുടെ അമ്മയെ കണ്ടു.

കാണാതായ പെൺകുട്ടി അവരുടെ ഏക മകളായിരുന്നു. മകൾക്ക് പത്തു വയസ്സുള്ളപ്പോൾ ഭർത്താവ് ഒരപകടത്തിൽപെട്ട് മരിച്ചു. പിന്നീട് അന്യവീടുകളിൽ ജോലി ചെയ്ത് കഷ്ടപ്പെട്ടാണ് ജീവിക്കുന്നത്. മകൾ മിനിക്ക് പ്രായം പതിനെട്ട്. എട്ടാം ക്ലാസ്സ് വരെ പഠിച്ചു. ആലുവായിൽ ഏതോ സൂപ്പർ മാർക്കറ്റിലാണ് ജോലി. മകൾ ദുർന്നടപ്പുകാരിയാണെന്ന് അമ്മയ്ക്കറിയില്ല. അവൾ ചിലപ്പോൾ ദൂരയാത്രകൾ പോകാറുണ്ടെന്നും, മൂന്നും നാലും ദിവസം കഴിഞ്ഞാണ് തിരികെ വരുന്നതെന്നും ആ അമ്മ ഗോകുലിനോട് പറഞ്ഞു. ജോലിസംബന്ധമായ യാത്രകളാണെന്നാണ് അവർ വിശ്വസിച്ചിരുന്നത്. ഇത്തവണ യാത്ര പോയിട്ട് രണ്ടാഴ്ച കഴിഞ്ഞു. അത് അസാധാരണമാണ്. ഇനിയും വന്നില്ലെങ്കിൽ പോലീസിലറിയിക്കാമെന്ന് വിചാരിച്ചു. അവരുടെ പക്കൽനിന്നും മിനിയുടെ ഒരു ഫോട്ടോയും വാങ്ങിയാണ് ഗോകുൽ മടങ്ങിയത്.

ആ വിധവയിൽനിന്നും ലഭിച്ച വിവരങ്ങളിൽനിന്നും കൊല്ലപ്പെട്ടത് അവരുടെ മകളായ മിനിയായിരിക്കണമെന്ന് ഗോകുലിനു തോന്നി. ഗോകുൽ തിരുവനന്തപുരത്ത് ക്രൈംബ്രാഞ്ച് ഹെഡ്ക്വാർട്ടേഴ്സിലെത്തി ഐ.ജി. ശ്രീ സത്താർ കുഞ്ഞിനെ വിവരങ്ങൾ അറിയിച്ചു. അദ്ദേഹം എന്നോട് ശവം മിനിയുടേതാണെന്നു കണ്ടുപിടിക്കുവാനുള്ള എന്തെല്ലാം ശാസ്ത്രീയ വശങ്ങൾ അവലംബിക്കാമെന്നതിനെക്കുറിച്ച് ചർച്ചചെയ്തു. മിനിയുടെ ഫോട്ടോ ഉള്ളതിനാൽ പ്രേതം കുഴിച്ചെടുത്ത് തലയോട് വീണ്ടെടുക്കാമെന്നും, അവ രണ്ടും ഉപയോഗിച്ച് ഫോട്ടോഗ്രാഫിക് സൂപ്പർ ഇമ്പോസിഷൻ ചെയ്യാമെന്നുള്ള എന്റെ നിർദ്ദേശം ഐ.ജി. അംഗീകരിച്ചു. അദ്ദേഹം ഡി.ജി.പി. ശ്രീ രാജഗോപാൽ നാരായണനെ വിവരങ്ങൾ ധരിപ്പിച്ചു. അദ്ദേഹം മിനി കൊലക്കേസ് ക്രൈംബ്രാഞ്ചിലേക്ക് മാറ്റാൻ ഉത്തരവിട്ടു.

ചെങ്ങമനാട് തഹസീൽദാരുടെ നേതൃത്വത്തിൽ ബിനാനിപുരത്തെ പുറമ്പോക്കിൽ കുഴിച്ചിട്ടിരുന്ന പ്രേതം പുറത്തെടുത്ത് വീണ്ടും പ്രേതവിചാരണ നടത്തി. കോട്ടയം പോലീസ് സർജനായിരുന്ന ഡോ. ജോർജ് പോളും ഞാനും ചേർന്ന് മൃതദേഹം പരിശോധിച്ചു. മൃതദേഹത്തിന്റെ തല കാണാനില്ലായിരുന്നു. സഹായികളെക്കൊണ്ട് ശവക്കുഴിയിൽ വീണ്ടും തിരച്ചിൽ നടത്തിയെങ്കിലും തലയോട് കാണാനായില്ല. ഞങ്ങൾ നിരാശരായി. അവിടെ കാഴ്ചക്കാരനായി നിന്നിരുന്ന ഒരു സ്ഥലവാസി ഞങ്ങളുടെ അടുത്തു വന്നു. ഡോ. സതീഷ്ബാബു ആദ്യത്തെ പോസ്റ്റ്മോർട്ടം പരിശോധന നടത്തിയപ്പോഴും അയാൾ സ്ഥലത്തുണ്ടായിരുന്നു. പരിശോധനയ്ക്കുശേഷം ഡോ. ബാബു തലയോട് എടുത്തുകൊണ്ടു പോയത് അയാൾ കണ്ടിരുന്നു. ഉടൻതന്നെ ഗോകുൽ താലൂക്കാശുപത്രിയിലേക്ക് ഫോൺ ചെയ്ത് ഡോ. ബാബുവിനെ ബന്ധപ്പെട്ടു. തലയോട് കൂടുതൽ പരിശോധനയ്ക്കായി ബാബു സൂക്ഷിച്ച് വച്ചിട്ടുണ്ടെന്ന വിവരം കിട്ടിയതിനു ശേഷമാണ് ഞങ്ങൾക്ക് സമാധാനമായത്.

മൃതദേഹം വളരെയധികം ജീർണ്ണിച്ച് അസ്ഥികൾ തെളിഞ്ഞു കാണാമായിരുന്നു. അസ്ഥികളുടെ വളർച്ചയിൽനിന്നും പെൺകുട്ടിയുടെ പ്രായം 18–20 വയസ് തന്നെയാണെന്ന് കണ്ടുപിടിച്ചു. കാലുകളിലെയും കൈകളിലെയും അസ്ഥികളുടെ നീളത്തിൽ നിന്നും ഉയരം ഉദ്ദേശം അഞ്ചടിയാണെന്നും കണ്ടെത്തി. മരണകാരണം തലയ്ക്കേറ്റ ക്ഷതംതന്നെയാണെന്നും സ്ഥിരീകരിച്ചു. പ്രേതപരിശോധനയ്ക്കുശേഷം പ്രേതത്തിന്റെ തലയോടും താടിയെല്ലും ഞാൻ സൂപ്പർ ഇമ്പോസിഷൻ ചെയ്യാൻ വേണ്ടി എടുത്തു. അതുകൂടാതെ താരതമ്യപഠനത്തിനായി പ്രേതത്തിന്റെ തലമുടിയും ശേഖരിച്ചു.

അമ്മയുടെ പക്കൽനിന്നും ലഭിച്ച ഫോട്ടോയിൽ മിനിയുടെ ചിരിക്കുന്ന മുഖമായിരുന്നു ഉണ്ടായിരുന്നത്. മിനിയുടെ മേൽവരിയിലെ മുൻവശത്തെ രണ്ട് ഉളിപ്പല്ലുകളും വലുതായിരുന്നു. ചിത്രത്തിൽ ആ രണ്ടു പല്ലുകൾ മുഴുവനും വ്യക്തമായി കാണാമായിരുന്നു. ആ പല്ലുകളുടെ അളവുകളെ ആസ്പദമാക്കി അവളുടെ മുഖത്തിന്റെ യഥാർത്ഥ വലിപ്പത്തിലുള്ള എൻലാർജ്മെന്റ് ഉണ്ടാക്കി. പിന്നീട് തലയോടിനെ ഒരു സ്റ്റാന്റിൽ ഉറപ്പിച്ചിട്ട് അതിന്റെ ചിത്രമെടുത്തു. ആ ചിത്രവും യഥാർത്ഥ വലിപ്പത്തിൽ എൻലാർജ് ചെയ്തു. അതിനുപയോഗിച്ചത് ഉളിപ്പല്ലുകളുടെ അളവുകളായിരുന്നു. മിനിയുടെ മുഖത്തിന്റെ എൻലാർജ് ചെയ്ത ചിത്രവും തലയോടിന്റെ ചിത്രവുമായി പരിപൂർണ്ണമായി യോജിച്ചതായി

കണ്ടു. ഞാൻ ചെയ്തിട്ടുള്ള സൂപ്പർ ഇമ്പോസിഷൻ പരിശോധനകളിൽവച്ച് ഏറ്റവും നല്ല ഫലം ലഭിച്ചത് ഈ കേസിലായിരുന്നു.

മിനിയുടെ താടിയെല്ല് പരിശോധിച്ചപ്പോൾ താഴത്തെ വരിയിൽ ഇടതുവശത്തെ ആദ്യത്തെ അണപ്പല്ലു നഷ്ടപ്പെട്ടതായി കാണപ്പെട്ടു. കേടു വന്ന പല്ല് നീക്കം ചെയ്തതായിരിക്കാം എന്നു തോന്നി. പല്ല് നഷ്ടപ്പെട്ട ഭാഗത്തെ എല്ലിലെ കുഴി മുഴുവനും നല്ലതുപോലെ നികന്നിരുന്നു (Resorption). അതിനാൽ ഒരു വർഷം മുമ്പായിരിക്കാം പല്ല് നീക്കം ചെയ്തതെന്ന് ഊഹിച്ചു. മിനിയുടെ അമ്മയോട് ചോദിച്ചപ്പോൾ ഒരു വർഷത്തിനു മുമ്പ് അവൾക്ക് അസഹ്യമായ പല്ലുവേദന ഉണ്ടായപ്പോൾ ആലുവാ ജനറൽ ആശുപത്രിയിൽ പല്ലെടുക്കാൻ പോയിട്ടുണ്ടെന്ന് പറഞ്ഞു.

ആലുവാ ആശുപത്രിയിൽ മിനിയുടെ പല്ലെടുത്തതിന്റെ എന്തെങ്കിലും രേഖ ലഭിച്ചാൽ അത് നല്ല തെളിവായിരിക്കുമെന്ന് എനിക്ക് തോന്നി. ഞാനും ഗോകുലുമായി ആലുവാ ജനറൽ ആശുപത്രിയിലെ ദന്തവിഭാഗത്തിൽ പോയി. സാധാരണഗതിയിൽ സർക്കാർ ആശുപത്രികളിലെ ദന്തവിഭാഗങ്ങളിൽ വിശദമായ രേഖകൾ സൂക്ഷിക്കുന്ന പതിവില്ല എന്നാണ് ഞാൻ കരുതിയിരുന്നത്. അത്ഭുതമെന്നേ പറയേണ്ടൂ; അവിടെ പല്ലെടുക്കുവാൻ വരുന്ന രോഗികളുടെ പേരുവിവരങ്ങൾ ഒരു രജിസ്റ്ററിൽ ചിട്ടയായി രേഖപ്പെടുത്തിയിരുന്നു. അവിടത്തെ ഡോക്ടർ രോഗികളുടെ രജിസ്റ്റർ ഞങ്ങളെ കാണിച്ചു. രോഗിയുടെ പേരും വിലാസവും എടുത്ത പല്ല് ഏതാണെന്നും അതിൽ രേഖപ്പെടുത്തിയിരുന്നു.

ഭാഗ്യവശാൽ മിനിയുടെ വിവരം മുഴുവൻ രജിസ്റ്ററിൽ രേഖപ്പെടുത്തിയിരുന്നു. പല്ലെടുക്കുവാൻ അന്ന് രണ്ടു രൂപയോ, അതില്ലെങ്കിൽ റേഷൻകാർഡോ നല്കണം. മിനി നല്കിയത് റേഷൻകാർഡായിരുന്നു. അതിന്റെ നമ്പറും രജിസ്റ്ററിലുണ്ടായിരുന്നു. പിന്നീട് അവളുടെ വീട്ടിലെ റേഷൻകാർഡു പരിശോധിച്ചപ്പോൾ അതേ നമ്പർതന്നെയായിരുന്നു. അങ്ങനെ മിനിയാണ് കൊല്ലപ്പെട്ടതെന്ന് തെളിയിക്കുവാനുള്ള മറ്റൊരു തെളിവുകൂടി ലഭിച്ചു.

പ്രേതത്തിൽനിന്നും ശേഖരിച്ച തലമുടി കാണാതായ മിനിയുടെ തലമുടിയുമായി താരതമ്യപ്പെടുത്തണമായിരുന്നു. പ്രശസ്ത ഫോറൻസിക് സയന്റിസ്റ്റായ ഡോ. മുരളീധരൻപിള്ള (മുരളീകൃഷ്ണ)യുടെ സഹായം തേടി. ഞാനും അദ്ദേഹവുമായി മിനിയുടെ വീട്ടിൽ പോയി. ഞങ്ങൾ മിനിയുടെ അമ്മയെ കണ്ടു.

കൊല്ലപ്പെട്ടത് മിനിയാണെന്ന് അപ്പോഴും അവർ വിശ്വസിച്ചിരുന്നില്ല. ശ്രീ മുരളി അവളുപയോഗിച്ചിരുന്ന ചീപ്പിൽനിന്നും അവളുടെ തലയിണയിൽനിന്നും മറ്റുമായി നിരവധി തലനാരുകൾ ശേഖരിച്ചു. അവ മൈക്രോസ്കോപ്പിലൂടെ പരിശോധിച്ചപ്പോൾ പ്രേതത്തിൽനിന്നെടുത്ത തലമുടിനാരുകളുമായി സാമ്യമുള്ളതാണെന്നു കണ്ടെത്തി. അങ്ങനെ ഏതാണ്ട് ഒരു മാസം നീണ്ടു നിന്ന പരിശോധനയിലൂടെ അജ്ഞാത മൃതദേഹം മിനിയുടേതാണെന്നു സംശയാതീതമായി സ്ഥിരീകരിക്കുവാൻ കഴിഞ്ഞു.

ശ്രീ സത്താർകുഞ്ഞ് ക്രൈംബ്രാഞ്ച് ഐ.ജി.യും, ശ്രീ.എം.ജി. എ. രാമൻ ഡി.ഐ.ജി.യും ആയിരുന്നപ്പോഴാണ് മിനി കൊലക്കേസിന്റെ അന്വേഷണം ആരംഭിച്ചത്. അതിനു ശേഷം ക്രൈംബ്രാഞ്ചിന്റെ വിവിധ ടീമുകൾ വിശദമായ അന്വേഷണം നടത്തിയെങ്കിലും ആര്, എന്തിന്, എപ്പോൾ, എവിടെവച്ച് മിനിയെ കൊലപ്പെടുത്തി എന്ന ചോദ്യത്തിന് ഇതുവരെ ഉത്തരം കണ്ടുപിടിക്കുവാൻ കഴിഞ്ഞിട്ടില്ല. അങ്ങനെ മിനി കൊലക്കേസും അൺഡിറ്റക്ടഡ് പട്ടികയിൽ സ്ഥാനം പിടിച്ചു.

ശ്രീ എം.ജി.എ. രാമൻ ക്രൈം ബ്രാഞ്ച് അഡീഷണൽ ഡി.ജി. പി.യായപ്പോൾ അദ്ദേഹം മിനി കൊലക്കേസ് പുനരന്വേഷിക്കാൻ ഉത്തരവിട്ടു. ഇപ്പോഴും മിനിയുടെ ഘാതകനെ (ഘാതകന്മാരെ?) കണ്ടുപിടിക്കാൻ കഴിഞ്ഞിട്ടില്ല. കൊല്ലപ്പെട്ട പെൺകുട്ടിയുടെ ഐഡന്റിറ്റി സംശയാതീതമായി തെളിയിക്കാൻ ഞാൻ നടത്തിയ ശ്രമങ്ങൾക്ക് വിജയകരമായ ഒരു പരിസമാപ്തി ഉണ്ടാകാത്തതിൽ എനിക്കു നിരാശ തോന്നുന്നു. അന്വേഷണം എവിടെയാണ് വഴിമുട്ടുന്നത്?

അച്ഛനില്ലാതെ വളർന്ന മിനി ചെറുപ്പത്തിലേ വഴിതെറ്റി. സുന്ദരിയായ അവളുടെ ദുഷിച്ച മാർഗ്ഗത്തിലേക്കുള്ള പ്രയാണം തടയാൻ അവളുടെ സാധു മാതാവിനു കഴിഞ്ഞില്ല. അവൾ തിരഞ്ഞെടുത്ത മാർഗ്ഗം അവളെ മരണത്തിലേക്ക് നയിച്ചു എന്നുവേണം കരുതാൻ. എന്നാലും ആ ജീവന്റെ തിരിനാളം തല്ലിക്കെടുത്താൻ ആർക്കാണ് അവകാശം?

35. വനത്തിലെ അസ്ഥികൂടം

ഇന്ത്യയിലെ മറ്റു സംസ്ഥാനങ്ങളുമായി താരതമ്യം ചെയ്യുമ്പോൾ ക്രമസമാധാനപാലനത്തിലും ശാസ്ത്രീയ കുറ്റാന്വേഷണത്തിലും കേരളം മുൻപന്തിയിലാണെന്ന് നിസ്സംശയം പറയാം. പ്രഗല്ഭരായ ഭരണാധികാരികളുടെയും പോലീസ് മേധാവികളുടെയും ശ്രമഫലമായി വാർത്തെടുക്കപ്പെട്ട നമ്മുടെ പോലീസ് സേനയിൽ അന്യ സംസ്ഥാനക്കാരായ നിരവധി നല്ല ഉദ്യോഗസ്ഥന്മാരുണ്ട്. അവരിൽ ഒരാളായിരുന്നു ശ്രീ അരുൺകുമാർ സിൻഹ. അദ്ദേഹം ഇപ്പോൾ കേന്ദ്രസർക്കാരിന്റെ റിസർച്ച് ആൻഡ് അനാലിസിസ് വിങ്ങിൽ ഐ.ജി.യായി സേവനമനുഷ്ഠിക്കുന്നു. കർമ്മകുശലനും സമർത്ഥനുമായ സിൻഹ എനിക്ക് ഏറെ സ്നേഹബഹുമാനങ്ങൾ നല്കിയിട്ടുള്ള സുഹൃത്താണ്.

അദ്ദേഹം കൊല്ലം ജില്ലാ പോലീസ് സൂപ്രണ്ട് ആയി ജോലി നോക്കുന്ന കാലത്ത് പല കേസുകളുടെയും അന്വേഷണത്തിൽ എനിക്ക് പങ്കെടുക്കേണ്ടി വന്നിട്ടുണ്ട്. ഒരു പകൽ മാത്രം നീണ്ട അന്വേഷണത്തിനൊടുവിൽ ഒരു രഹസ്യകൊലപാതകം തെളിയിക്കുവാനും കുറ്റവാളിയെ കണ്ടുപിടിക്കുവാനും കഴിഞ്ഞ ഒരു സംഭവത്തെക്കുറിച്ച് വിവരിക്കാം.

ഒരു ദിവസം രാവിലെ ക്രൈംബ്രാഞ്ച് ആസ്ഥാനത്തേക്ക് സിൻഹയുടെ ഫോൺകാൾ. അത്യാവശ്യമായി കൊല്ലംവരെയൊന്നു വരണം. അഞ്ചൽ പോലീസ് സ്റ്റേഷനതിർത്തിയിൽപെട്ട ചണ്ണപ്പേട്ടയ്ക്കടുത്ത് മീൻകുളം വനാന്തരത്തിൽ ഒരു അസ്ഥികൂടം കണ്ടെത്തിയിട്ടുണ്ട്. ഫോറസ്റ്റ് ഉദ്യോഗസ്ഥന്മാരാണ് വിവരം നല്കിയത്. അത് പരിശോധിക്കാനായി അദ്ദേഹം പോകുന്നു. ഞാൻ കൂടി ചെന്നാൽ നന്നായിരുന്നു. ഇത്തരം പരിശോധനകളിൽ എനിക്ക് വളരെ താത്പര്യമുണ്ടെന്ന് സിൻഹയ്ക്കറിയാം. എന്റെ ആരാധ്യപുരുഷനായ, കുറ്റാന്വേഷണത്തിൽ ഇതിഹാസം രചിച്ച പ്രൊഫ. സിഡ്നി സ്മിത്തിനെ മനസ്സിൽ സ്മരിച്ചുകൊണ്ട് ഞാൻ അഞ്ചലിലേക്ക് യാത്ര പുറപ്പെട്ടു.

എസ്.പി. അരുൺകുമാർ സിൻഹയും സംഘവും അഞ്ചൽ പോലീസ് സ്റ്റേഷനിൽ കാത്തിരിക്കുകയായിരുന്നു. സമയം ഒട്ടും കളഞ്ഞില്ല. ഉച്ചയോടെ ചണ്ണപ്പേട്ടയെത്തി. അവിടെയെത്തിയപ്പോൾ പുനലൂർ എ.എസ്.പി. അനിൽകുമാറിന്റെ നേതൃത്വത്തിൽ കുളത്തൂപ്പുഴ സർക്കിൾ ഇൻസ്പെക്ടർ, അഞ്ചൽ പോലീസ് സ്റ്റേഷനിലെ എസ്.ഐ., പോലീസുകാർ എന്നിവരുടെ ഒരു വലിയ സംഘം ഞങ്ങളെ കാത്ത് നിൽക്കുന്നുണ്ടായിരുന്നു. അസ്ഥി

കൂടം കാണപ്പെട്ട സ്ഥലം റിസർവ് വനത്തിനുള്ളിലായിരുന്നു. കുറെ ദൂരം കാട്ടിനുള്ളിലേക്ക് നടക്കണം. സംഘം ചേർന്നുള്ള യാത്ര രസകരമായിരുന്നു. ഫോറസ്റ്റ് ഉദ്യോഗസ്ഥന്മാരുടെ ഒരു സംഘവും ഞങ്ങളെ അനുഗമിക്കുന്നുണ്ടായിരുന്നു. കാട്ടാനയും കാട്ടുപോത്തുമൊക്കെയുള്ള സ്ഥലമാണെന്ന് അവർ പറഞ്ഞു. വനപാലകാരുടെ കണ്ണു വെട്ടിച്ച് മാനിനെയും കാട്ടുപോത്തിനെയും വെടിവയ്ക്കാനായി ഒളിവേട്ടക്കാർ കാട്ടിനുള്ളിൽ കടക്കാറുണ്ട്. അതിലൊരാളാണ് ചുട്ടിപ്പാറയ്ക്കു സമീപം അസ്ഥികൂടം കിടക്കുന്നത് ആദ്യമായി കണ്ടത്. അയാൾ വിവരം ഫോറസ്റ്റുകാരെ അറിയിച്ചു. അവർ സ്ഥലത്തു പോയി നോക്കി ബോധ്യപ്പെട്ടതിനു ശേഷമാണ് അഞ്ചൽ പോലീസ് സ്റ്റേഷൻ സബ് ഇൻസ്പെക്ടറെ അറിയിച്ചത്.

ഞങ്ങൾ വനാന്തർഭാഗത്തേക്ക് കുറെ ദൂരം നടന്നപ്പോൾ ഒരു വലിയ പാറക്കൂട്ടം കണ്ടു. നിരവധി ഉയരമുള്ള പാറകൾ ചേർന്നു നിൽക്കുന്നു. ആ പാറക്കൂട്ടത്തിന് ചുട്ടിപ്പാറ എന്ന പേര് എങ്ങനെ കിട്ടി? ഞാൻ ഫോറസ്റ്റ് ഉദ്യോഗസ്ഥരോട് ചോദിച്ചു. അവർക്ക് അറിയില്ല. അവിടം ഒളിനായാട്ടുകാരുടെ വിഹാരരംഗമാണ്. ഒരു ചെറിയ പാറയുടെ പുറത്ത് കുറേ എല്ലുകൾ കണ്ടു. കാട്ടുപോത്തിന്റേതാണെന്നു ഫോറസ്റ്റുകാർ പറഞ്ഞു. അസ്ഥികൂടം രണ്ടു പാറകളുടെ ഇടയിലായിരുന്നു. അസ്ഥികൂടം കിടന്നിടത്തെ വള്ളിപ്പടർപ്പെല്ലാം മാറ്റി സ്ഥലം പരിശോധനയ്ക്ക് സജ്ജമാക്കിയിരുന്നു.

വനാന്തർഭാഗമായതിനാലാവാം നാട്ടുകാരായി അധികം പേർ അവിടെയുണ്ടായിരുന്നില്ല. വനവിഭവങ്ങൾ ശേഖരിക്കാൻ നടക്കുന്ന ഏതാനുമാളുകളും വനാതിർത്തിയിലെ കോളനിയിലുള്ള കുറെപ്പേരും മാത്രമേ പോലീസിനെ കൂടാതെ അവിടെയുണ്ടായിരുന്നുള്ളൂ. വഴിയൊരുക്കാനും വള്ളിപ്പടർപ്പുകൾ മാറ്റാനും അവരുടെ സഹായം കിട്ടിയതും ഒരു വിധത്തിൽ നന്നായി.

ഞാനും എസ്.പി.യും പാറയുടെ മുകളിൽ കയറി പാറയിടുക്കിലേക്ക് ഇറങ്ങിച്ചെന്ന് പരിശോധന നടത്തുവാൻ കഴിയുമായിരുന്നില്ല. മുകളിൽനിന്ന് നോക്കിയപ്പോൾതന്നെ ശവശരീരത്തിന്റെ അവസ്ഥ മനസ്സിലായി. മാംസമെല്ലാം അഴുകി അസ്ഥികൾ ചിതറിക്കിടക്കുന്ന നിലയിലായിരുന്നു. അസ്ഥികൾക്കിടയിൽ ഒരു ലുങ്കിയുടെയും ഷർട്ടിന്റെയും ദ്രവിച്ച അവശിഷ്ടങ്ങൾ കാണാമായിരുന്നു. ഗിരിവർഗ്ഗക്കാരിൽ ഒരാളും ഒരു പോലീസുകാരനും പാറയിടുക്കിലിറങ്ങി അസ്ഥികൾ ശേഖരിക്കുവാൻ നിർദ്ദേശിച്ചു. ആളുകൾ ഒരു ചങ്ങലപോലെ പാറയുടെ

പല സ്ഥലങ്ങളിൽനിന്ന് അസ്ഥികൾ മുകളിലെത്തിച്ചു. ഞാൻ പോലീസുകാരോട് പാറക്കൂട്ടത്തിനു താഴെ ഒരു പായ വിരിക്കാൻ പറഞ്ഞു. ഞാൻ അസ്ഥികൾ ഓരോന്നും തമ്മിൽ ചേരേണ്ട മുറയ്ക്ക് പായയിൽ നിരത്തി ഏതാണ്ട് പൂർണ്ണമായ ഒരു അസ്ഥികൂടം സൃഷ്ടിച്ചു.

അഴുകിയ ശരീരത്തിൽനിന്ന് അസ്ഥികൾ ആരോ പെറുക്കിയെടുത്ത് ഓരോന്നായി മാറ്റിയിട്ടതുപോലെയാണ് പാറയിടുക്കിൽ അസ്ഥികൾ കാണപ്പെട്ടത്. പലരും വിശ്വസിച്ചിരിക്കുന്നത് മൃതദേഹം ചീഞ്ഞുകഴിഞ്ഞാൽ അസ്ഥികൾ തമ്മിൽ ബന്ധമുള്ള പൂർണ്ണമായ അസ്ഥികൂടം അവശേഷിക്കുമെന്നാണ്. മാംസം അഴുകിപ്പോയിക്കഴിഞ്ഞാൽ സന്ധിബന്ധങ്ങൾ വിട്ട് അസ്ഥികൾ ഓരോന്നായി വേറിട്ടുപോകും. ശരീരത്തിലുള്ള 206 അസ്ഥികളും വെവ്വേറെയാകും. എല്ലുകൾ തമ്മിൽ കമ്പികൊണ്ട് കോർത്തുകെട്ടിയ പൂർണ്ണമായ അസ്ഥികൂടം സിനിമയിലും പ്രദർശനസ്റ്റാളിലുമേ നമുക്കു കാണാൻ കഴിയൂ.

എല്ലുകളിൽനിന്നും മാംസം ഏതാണ്ട് പൂർണ്ണമായും ദ്രവിച്ചുപോയിരുന്നു. അസ്ഥികൾക്ക് വലിയ ദുർഗ്ഗന്ധവുമില്ലായിരുന്നു. തുറസ്സായ സ്ഥലത്ത് വെയിലും മഴയും ഏറ്റുകിടക്കുന്ന ശവശരീരത്തിൽനിന്നും മാംസം പൂർണ്ണമായും ദ്രവിച്ച് അസ്ഥി മാത്രമാകുവാൻ ഒരു മാസം മതിയാകും. എന്നാൽ ആ പാറയിടുക്കിൽ നല്ലവണ്ണം സൂര്യപ്രകാശം ലഭിക്കുമായിരുന്നില്ല. അതുകൊണ്ട് ശവശരീരം അവിടെ കിടക്കാൻ തുടങ്ങിയിട്ട് ആറു മാസത്തിൽ കൂടുതലായിക്കാണുമെന്ന് ഞാൻ അനുമാനിച്ചു.

ഞാൻ എല്ലുകൾ വിശദമായി പരിശോധിക്കുവാൻ തുടങ്ങി. എല്ലുകളുടെ പരിശോധനയിൽനിന്നും ലിംഗഭേദം, പ്രായം, ഉയരം എന്നിവ കൃത്യമായി മനസ്സിലാക്കാൻ കഴിയും. അസ്ഥികൂടത്തിൽനിന്നു കിട്ടുന്ന ഇടുപ്പെല്ലും തലയോടും പരിശോധിച്ചാൽ ഫോറൻസിക് സർജന് ലിംഗവ്യത്യാസം വളരെ കൃത്യമായി കണ്ടെത്താൻ കഴിയും. തലയോടും ഇടുപ്പെല്ലും നോക്കിയപ്പോൾതന്നെ മരിച്ചത് പുരുഷനാണെന്ന് കണ്ടെത്താൻ കഴിഞ്ഞു.

പ്രായം കണ്ടെത്തലായിരുന്നു അടുത്ത നടപടി. പല്ലുകളുടെ എണ്ണം, ഘടന എന്നിവയും തലയോടിന്റെയും ഇടുപ്പെല്ലിന്റെയും മറ്റ് എല്ലുകളുടെയും വളർച്ച സൂക്ഷ്മമായി വിലയിരുത്തിയതിൽ മരിച്ചത് പതിനാറു വയസ്സിനടുത്തു പ്രായമുള്ള ഒരു കൊച്ചു പയ്യനാണെന്നു മനസ്സിലായി.

കൈയുടെയും കാലുകളുടെയും എല്ലുകളുടെ നീളത്തിൽനിന്ന് മരിച്ചയാളിന്റെ ഉയരം തിട്ടപ്പെടുത്താൻ ഒരു ഫോർമുല

യുണ്ട്. കാൾ പിയേഴ്സൺ ഫോർമുല എന്നാണ് ഇതിനു പേര്. കാലിലെയും കൈയിലെയും അസ്ഥികളുടെ നീളത്തെ ഈ ഫോർമുല ഉപയോഗിച്ച് കൂട്ടിയും ഗുണിച്ചും നോക്കിയാൽ മരിച്ചയാളിന്റെ ഉയരം കൃത്യമായി കിട്ടും. ആ രീതിയിലുള്ള പരിശോധന കഴിഞ്ഞപ്പോൾ ഉയരം ഉദ്ദേശം അഞ്ചടിയാണെന്ന് കണ്ടെത്തി.

തലയോടിന്റെ പിൻഭാഗത്ത് ഒരു ചെറിയ സുഷിരം ഉണ്ടായിരുന്നു. തലയോട് കുലുക്കി നോക്കിയപ്പോൾ അകത്ത് എന്തോ ഉള്ളതായി തോന്നി. അത് ആ സുഷിരത്തിലൂടെ ശ്രദ്ധിച്ച് പുറത്തെടുത്തു; ഒരു ചെറിയ വെടിയുണ്ടയായിരുന്നു. നാടൻ തോക്കിൽ മാത്രം ഉപയോഗിക്കുന്ന ഈയത്തിന്റെ ഒരു വെടിയുണ്ട. വെടിയുണ്ടയെടുത്ത് ഭദ്രമായി പൊതിഞ്ഞ് എസ്.പി.യെ ഏല്പിച്ചു. മറ്റെന്തെങ്കിലും തെളിവു കണ്ടെത്താനുള്ള ശ്രമമായിരുന്നു പിന്നീട്. വലതുകൈയുടെ എല്ല് തോളിനു താഴെ രണ്ടായി ഒടിഞ്ഞു മാറിയിരുന്നു. രണ്ട് എല്ല് കഷണവും ചേർത്തുവച്ചപ്പോൾ വെടികൊണ്ട് തുളഞ്ഞതുപോലൊരു സുഷിരം അവിടെയും കണ്ടു. വെടിയേറ്റപ്പോഴാവണം അസ്ഥി ഒടിഞ്ഞത്. തലയ്ക്കു വെടിവച്ചശേഷം രണ്ടാമതുവെച്ച വെടി ചെന്നു തറച്ചത് വലതു കൈയിലാവണം. എന്റെ നിഗമനത്തോട് എസ്.പി. സിൻഹയും പൂർണ്ണമായി യോജിച്ചു.

അസ്ഥികൂടത്തിലെ വലതുകാലിന്റെ അസ്ഥിക്ക് ഒരു പ്രത്യേകത ഉണ്ടായിരുന്നു. മുമ്പെപ്പോഴോ ആ എല്ല് ഒടിഞ്ഞത് കൂടിച്ചേർന്നതുപോലെ കാണപ്പെട്ടു. ഒടിഞ്ഞ എല്ലുകൾ ചേരുന്നിടത്ത് അസ്ഥി പൊറ്റ പിടിച്ചതുപോലെയിരിക്കും. അതുപോലെയുള്ള വ്യത്യാസമാണ് അവിടെയും കണ്ടത്. ഒടിവും കൂടിച്ചേരലും കഴിഞ്ഞിട്ട് അധികം കാലമായിട്ടില്ലെന്നു വ്യക്തമായി. ഇത്രയും ആയപ്പോൾതന്നെ എസ്.പി.യുടെ മുഖത്ത് തെളിച്ചം കണ്ടു. തെളിവു വല്ലതും കിട്ടുമോ എന്ന ആശങ്കയിലായിരുന്നു തുടക്കം തൊട്ടേ അദ്ദേഹം. സാരമില്ല പരിശോധനകൾ കഴിയട്ടെ, നമുക്കെന്തെങ്കിലും തെളിവുകൾ കിട്ടാതിരിക്കില്ല എന്നു പറഞ്ഞു ഞാനദ്ദേഹത്തെ ഇടയ്ക്കിടെ സമാധാനിപ്പിച്ചുകൊണ്ടിരുന്നു. അതിനിടയ്ക്കാണ് വളരെ വിലപ്പെട്ട തെളിവുകൾ ഞങ്ങൾക്കു കിട്ടിയത്.

സമീപപ്രദേശങ്ങളിൽനിന്നാരെയെങ്കിലും കാണാതായിട്ടുണ്ടോയെന്ന് എസ്.പി. ഉടനേ എസ്.ഐ.യോടു ചോദിച്ചു. ഊഹം ശരിയായിരുന്നു. അസ്ഥികൂടം കാണപ്പെട്ട പ്രദേശത്തുനിന്ന് ആറേഴു കിലോമീറ്റർ അകലെയുള്ള ഒരു വീട്ടിലെ പയ്യനെ കാണാനില്ലെന്ന് അവന്റെ അമ്മ ആറു മാസംമുമ്പ് പരാതി നല്കിയി

രുന്നു. പോലീസ് പലയിടത്തും അന്വേഷിച്ചെങ്കിലും ഫലമുണ്ടായില്ല. പതിനാറു വയസ്സുള്ള മകൻ നാടുവിട്ടു പോയിക്കാണുമെന്നാണ് ഏവരും കരുതിയിരിക്കുന്നത്.

അസ്ഥികൂട പരിശോധനയ്ക്കു ശേഷം ഞങ്ങൾ ആ സ്ത്രീയുടെ വീട്ടിൽ ചെന്നു. ഭർത്താവു മരിച്ച ശേഷം ഒറ്റയ്ക്കു കഴിഞ്ഞു വന്ന സ്ത്രീയുടെ ഏക തുണയായിരുന്നു മകൻ. ആ പ്രദേശത്തു തന്നെയുള്ള ഒരുവനുമായി ആയിടയ്ക്ക് അവർ ബന്ധം സ്ഥാപിച്ചത് നാട്ടിൽ പാട്ടായിരുന്നു. ഭർത്താവില്ലാത്ത സ്ത്രീയല്ലേ എന്നു കരുതി ആരും ഇടപെട്ടിരുന്നതുമില്ല. ആ ബന്ധം മകന് ഇഷ്ടമില്ലായിരുന്നു. അതിനിടയ്ക്കാണ് മകൻ നാടുവിട്ടത്. അമ്മയുടെ പുതിയ ബന്ധം ഇഷ്ടപ്പെടാതെ നാടുവിട്ടതാവുമെന്നാണ് ആ അമ്മയും വിശ്വസിച്ചിരുന്നത്.

ഞാൻ ആ സ്ത്രീയോട് മകന്റെ കാലിൽ എപ്പോഴെങ്കിലും ഒടിവുണ്ടായിട്ടുണ്ടോ എന്നു ചോദിച്ചു. മരത്തിൽനിന്നു വീണു കാലൊടിഞ്ഞത് താലൂക്കാശുപത്രിയിൽ കൊണ്ടുപോയി പ്ലാസ്റ്ററിട്ടിട്ടാണ് ശരിയാക്കിയതെന്ന് അവർ പറഞ്ഞു.

ആ സ്ത്രീ അന്നെടുത്ത എക്സ്റേ സൂക്ഷിച്ചു വച്ചിരുന്നത് എന്നെ കാണിച്ചു. വലതു മുഴംകാലിലെ അസ്ഥിയിൽ ഒടിവ്. അസ്ഥികൂടത്തിലെ എല്ലിൽ ഒടിവ് ഭേദമായ അതേ സ്ഥാനത്ത് തന്നെയായിരുന്നു ആ ഒടിവ്.

വിധവയുടെ പുതിയ സംബന്ധക്കാരൻ ആരാണെന്നു തിരക്കിയപ്പോൾ "അയാളെ ഇപ്പോഴൊന്നും കണ്ടുകിട്ടില്ല സാർ. കാട്ടിൽ വേട്ടയ്ക്കിറങ്ങിക്കാണും" എന്നാണ് കോൺസ്റ്റബിൾമാരിൽ ഒരാൾ മറുപടി പറഞ്ഞത്. വേട്ടക്കാരനോ? ഞാനും എസ്.പി.യും മുഖത്തോടു മുഖം നോക്കി. കേസന്വേഷണം നിർണ്ണായകമായ വഴിത്തിരിവിലേക്ക് നീങ്ങുകയായിരുന്നു. പോലീസ് നാലുപാടും തിരഞ്ഞ് അയാളെ കണ്ടുപിടിച്ചു.

കാര്യമായ ചോദ്യം ചെയ്യൽ കൂടാതെതന്നെ അയാൾ എല്ലാം സമ്മതിച്ചു. കാമുകിയുമായുള്ള ബന്ധത്തിന് അവരുടെ മകൻ തടസ്സമാകുമെന്നു കണ്ടപ്പോൾ അവനെ വെടിവെച്ചുകൊല്ലുകയായിരുന്നു. കാടുകാണിക്കാമെന്നു പറഞ്ഞ് അനുനയിപ്പിച്ച് ചുട്ടിപ്പാറയിലേക്ക് കൂട്ടിക്കൊണ്ടുപോയി. തലയ്ക്കാണ് ആദ്യം വെടിവെച്ചത്. വെടിയേറ്റ് അവൻ താഴെ വീണു. പിന്നീട് ഒരു തവണകൂടി അയാൾ വെടിവച്ചു. അത് കൈയിലാണ് കൊണ്ടത്. അയാൾ മൃതശരീരം ചുമന്ന് ചുട്ടിപ്പാറയ്ക്കുള്ളിലെ ഇടുക്കിൽ കൊണ്ടിട്ടു. പോലീസ് ആ തോക്കും കണ്ടെടുത്തു. എവിടെനിന്നാണെന്നോ? ആ വിധവയുടെ കിടപ്പുമുറിയിൽനിന്ന്. ഭർത്താ

വിനെപ്പോലെ കഴിയുന്ന അയാൾ മകനെ കൊന്നത് ആ സ്ത്രീയും അറിഞ്ഞത് അപ്പോഴാണ്.

36. പ്രൊഫസ്സറുടെ മരണം

വളരെ ഒച്ചപ്പാടും വാർത്താപ്രാധാന്യവും സൃഷ്ടിച്ച ഒന്നായിരുന്നു കൊച്ചി പാലാരിവട്ടത്തെ പ്രൊഫസ്സർ ചാക്കോവധം. പാലാരിവട്ടം ജങ്ഷനടുത്ത് ഒരു ട്യൂട്ടോറിയൽ കോളജു നടത്തുകയായിരുന്ന പ്രൊഫസ്സർ ചാക്കോ വീട്ടിനകത്താണ് വധിക്കപ്പെട്ട നിലയിൽ കാണപ്പെട്ടത്. ഒരു വലിയ ഇരുനിലക്കെട്ടിടത്തിന്റെ താഴത്തെ നിലയിലായിരുന്നു ട്യൂട്ടോറിയൽ ക്ലാസ്സുകൾ. മുകളിലത്തെ നിലയിലായിരുന്നു പ്രൊഫസ്സർ താമസിച്ചിരുന്നത്. അദ്ദേഹവും ഭാര്യയും ഏറെക്കാലം നൈജീരിയായിൽ അദ്ധ്യാപകരായിരുന്നു. എന്നാൽ പ്രൊഫസ്സർ ചാക്കോ മാത്രം നാട്ടിൽ മടങ്ങിയെത്തി സ്ഥാപനം ആരംഭിക്കുകയായിരുന്നു. ശാന്തശീലനായ പ്രൊഫസ്സർ വിദ്യാർത്ഥികൾക്ക് പ്രിയങ്കരനായിരുന്നു.

ഒരു ദിവസം രാവിലെ ട്യൂട്ടോറിയൽ കോളജിൽ എത്തിയ കുട്ടികൾ ഏറെ സമയം കാത്തിരുന്നിട്ടും ക്ലാസ്സെടുക്കാൻ പ്രൊഫസ്സർ എത്തിയില്ല. വളരെ കൃത്യനിഷ്ഠയുള്ള പ്രൊഫസ്സറെ കാണാതായതോടെ വിദ്യാർത്ഥികൾ രണ്ടാം നിലയിലുള്ള അദ്ദേഹത്തിന്റെ വസതിയിലെത്തി. വീടിന്റെ വാതിൽ തുറന്നു കിടക്കുകയായിരുന്നു. ഡൈനിങ് റൂമിൽ പല സ്ഥലത്തായി രക്തം വീണുണങ്ങിയ അടയാളങ്ങൾ, കിടപ്പുമുറിയിലെ കുളിമുറിയിൽ നിലത്തായി അർദ്ധനഗ്നനായ പ്രൊഫസ്സറുടെ ചലനമറ്റ ശരീരം.

കുട്ടികളുടെ നിലവിളികേട്ട് അയൽക്കാർ ഓടിയെത്തി. പോലീസിൽ വിവരം അറിയിച്ചു. ഇപ്പോൾ വിജിലൻസ് ഡയറക്ടർ ആയിരിക്കുന്ന ഡി.ജി.പി. ശ്രീ കെ.പി. സോമരാജനായിരുന്നു അന്ന് എറണാകുളം സിറ്റി പോലീസ് കമ്മീഷണർ. അദ്ദേഹത്തിന്റെ നേതൃത്വത്തിൽ പോലീസ് സംഘം ഉടൻതന്നെ സ്ഥലത്തെത്തി. ഫോട്ടോഗ്രാഫർമാരും വിരലടയാളവിദഗ്ദ്ധരും എത്തി. കൃത്യസ്ഥലം വിശദമായി പരിശോധിച്ചു. ശ്രീ സോമരാജനെക്കുറിച്ച് ഞാൻ മുൻ അദ്ധ്യായങ്ങളിൽ പരാമർശിച്ചിട്ടുണ്ട്. ഒരേ നാട്ടുകാരായ ഞങ്ങളുടെ ചെറുപ്പത്തിലേ തുടങ്ങിയ സൗഹൃദം

ഇപ്പോഴും ഊഷ്മളമായിത്തുടരുന്നു. നിരവധി കേസുകളിൽ അദ്ദേഹത്തോടൊപ്പം സഹകരിക്കുവാൻ എനിക്ക് കഴിഞ്ഞിട്ടുണ്ട്. ഏത് സംഭവം നടന്നാലും അവിടെ എത്തി അന്വേഷണങ്ങൾക്ക് ചുക്കാൻ പിടിക്കുന്ന സ്വഭാവവിശേഷമുള്ള ഒരു പോലീസ് ഉദ്യോഗസ്ഥനാണ് ശ്രീ സോമരാജൻ.

സിറ്റി പോലീസ് കമ്മീഷണറുടെ അറിയിപ്പു കിട്ടിയ ഉടനേ ഞാൻ കൊച്ചിയിലെത്തി. പ്രേതവിചാരണയ്ക്കുശേഷം പ്രൊഫസ്സർ ചാക്കോയുടെ മൃതശരീരം താലൂക്കാശുപത്രിയിലേക്ക് മാറ്റിയിരുന്നു. താലൂക്കാശുപത്രിയിലെ ഡോ. സതീഷ് ബാബുവും ഞാനും ചേർന്ന് മൃതദേഹപരിശോധന നടത്തി. പ്രൊഫസ്സറുടെ ശരീരത്തിൽ നിരവധി കുത്തിമുറിവുകൾ ഉണ്ടായിരുന്നെങ്കിലും അവയൊക്കെ ആഴം കുറഞ്ഞവയായിരുന്നു. നെഞ്ചോ വയറോ തുളച്ചുകയറിയ ഒരു മുറിവും ഉണ്ടായിരുന്നില്ല. ഒരു മൽപ്പിടുത്തത്തിനിടയിൽ സംഭവിക്കാവുന്ന തരം മുറിവുകൾ.

കഴുത്തിനു ചുറ്റും വർത്തുളാകൃതിയിൽ വീതി കുറഞ്ഞ ഒരു കരിവാളിപ്പ് കാണപ്പെട്ടു. അതിനു താഴെയായി കഴുത്തിനകത്തെ പേശികളിൽ അങ്ങിങ്ങായി രക്തസ്രാവമുണ്ടായിരുന്നു. ശ്വാസകോശങ്ങളിലും മറ്റ് ആന്തരികാവയവങ്ങളിലും ശ്വാസം മുട്ടി മരണം സംഭവിച്ച ലക്ഷണങ്ങൾ ഉണ്ടായിരുന്നു. മരണം സംഭവിച്ചത് ഒരു ചരടു കഴുത്തിൽ ചുറ്റി മുറുക്കിയതുകൊണ്ടാണെന്നു മനസ്സിലായി. പോസ്റ്റ്മോർട്ടത്തിനുശേഷം ഞാൻ കമ്മീഷണർക്കൊപ്പം കൃത്യസ്ഥലം സന്ദർശിക്കാൻ പോയി. ഫോറൻസിക് സയൻസ് ലാബിലെ ബയോളജി വിഭാഗം മേധാവി പരമേശ്വരൻ നായരും സ്ഥലത്തെത്തിയിരുന്നു.

ട്യൂട്ടോറിയൽ കോളജിലെ രണ്ടാം നിലയിലുള്ള വസതിയിലെ സന്ദർശകമുറിയിലെ ടീപ്പോയിക്കു താഴെ പ്രൊഫസ്സറുടെ കണ്ണട തകർന്നു കിടക്കുന്നുണ്ടായിരുന്നു. കസേരകളിലൊന്നു ബലപ്രയോഗംകൊണ്ട് ഒടിഞ്ഞിരുന്നു. തീൻമേശയിൽ ഒരു പ്ലേറ്റിൽ കറിയൊഴിച്ച് കുഴച്ച ചോറിന്റെ അവശിഷ്ടങ്ങൾ കണ്ടു. മറ്റൊരു പ്ലേറ്റിൽ ഇറച്ചിക്കറിയുടെ ബാക്കിയും. ഇതേ പദാർത്ഥങ്ങളായിരുന്നു പ്രൊഫസറുടെ ആമാശയത്തിലും കണ്ടത്.

സ്വീകരണമുറിയിലും തീൻമുറിയിലും പല സ്ഥലങ്ങളിൽ ധാരാളം രക്തം തറയിൽ വീണുണങ്ങിയ പാടുകളുണ്ടായിരുന്നു. ശവശരീരം ഊണുമുറിയിൽനിന്നും ബെഡ്റൂമിലേക്ക് വലിച്ചിഴച്ചു കൊണ്ടുപോയ അടയാളങ്ങളും കാണപ്പെട്ടു. കിടപ്പുമുറിയിലെ ഒരു അലമാര തുറന്നു കിടക്കുന്നു. അതിൽനിന്ന് കുറെ തുണികളെടുത്ത് വാരി വലിച്ചിട്ടിരിക്കുന്നു. അക്കൂട്ടത്തി

ലൊരു തുണിയിൽ കുറെ രക്തക്കറകളും കണ്ടു. ആ തുണിയിൽനിന്നുതന്നെ ഒരു ബാൻഡേജിന്റെ നീളത്തിലും വീതിയിലും കുറെ തുണി മുറിച്ചെടുത്തിരുന്നു. വീട്ടിൽനിന്നും വിലപിടിച്ച വസ്തുക്കളൊന്നും നഷ്ടപ്പെട്ടിട്ടില്ല എന്ന് കമ്മീഷണർ പറഞ്ഞു.

ആ വീട്ടിൽ പല ഭാഗങ്ങളിൽ കണ്ട രക്തക്കറകൾ കണ്ടപ്പോൾ പ്രൊഫസ്സർ ചാക്കോയുടെ ദേഹത്തുകണ്ട ചെറിയ മുറിവുകളിൽനിന്നും ഇത്രയധികം രക്തം നഷ്ടപ്പെടാനിടയില്ല എന്നു എനിക്ക് തോന്നി. ഒന്നുരണ്ട് സ്ഥലത്തു കണ്ട വലിയ രക്തക്കറകൾ സാമാന്യം നല്ല ആഴത്തിലുള്ള മുറിവിൽനിന്നും വന്നതാകാമെന്ന് ഞാൻ ഊഹിച്ചു.

സ്വീകരണമുറിയിൽ പ്രൊഫസ്സറുടെ കണ്ണാടി പൊട്ടിക്കിടക്കുന്നതും കസേര ഒടിഞ്ഞതും കൊലപാതകിയുമായി മൽപ്പിടിത്തം നടന്നതിന്റെ സൂചനകളാകാം. പ്രൊഫസ്സർ ആത്മരക്ഷാർത്ഥം കത്തികൊണ്ട് അക്രമികളെ നേരിട്ടിരിക്കാം. ഏതായാലും മൽപ്പിടിത്തത്തിനിടെ ഘാതകന്റെ കൈയിലോ മറ്റോ മുറിവേറ്റിരിക്കാം. കിടക്കമുറിയിലെ കട്ടിലിൽ കണ്ട തുണിയിൽ രക്തം തുടച്ചതായി കണ്ടതും ബാൻഡേജുപോലെ തുണി കീറിയെടുത്തതും സംശയത്തിന്റെ ആഴം കൂട്ടി.

സ്വീകരണമുറിയിൽനിന്നും കിടപ്പുമുറിയിലെ കുളിമുറിയിലേക്ക് മൃതദേഹം ഘാതകൻ വലിച്ചിഴച്ചുകൊണ്ടു പോയതെന്തിനെന്ന് ഊഹിക്കാൻ കഴിഞ്ഞില്ല. അവിടെ നീളമുള്ള രണ്ട് ഷൂച്ചരടുകൾ തറയിൽ കിടക്കുന്നുണ്ടായിരുന്നു. കഴുത്തിലെ കരുവാളിപ്പിന്റെ വീതിയും ഷൂ ലേസുകളുടെ വണ്ണവും തുല്യമായിരുന്നു. അതുകൊണ്ടാകണം കൊലയാളി പ്രൊഫസ്സറുടെ കഴുത്ത് ഞെരിച്ചത്.

ഫോറൻസിക് ബയോളജിസ്റ്റ് പരമേശ്വരൻനായർ ഓരോ സ്ഥലത്തെയും രക്തക്കറകളുടെ ഗ്രൂപ്പു പരിശോധിച്ചു. പ്രൊഫസറുടെ രക്തഗ്രൂപ്പ് 'ബി' ആയിരുന്നു. എന്നാൽ രണ്ടു സ്ഥലത്തെ രക്തക്കറകളിലെയും തുണിയിലുണ്ടായിരുന്ന രക്തത്തിന്റെയും ഗ്രൂപ്പുകൾ 'ഓ' ആയിരുന്നു. അങ്ങനെ ഓ ഗ്രൂപ്പിലുള്ള ഒരു കൊലയാളിയാണ് ചാക്കോമാഷിനെ വധിച്ചതെന്നും അയാൾക്കു കൈയിൽ മുറിവേറ്റിരിക്കാമെന്നും മനസ്സിലായി. കമ്മീഷണർ സോമരാജൻ അന്നുതന്നെ പോലീസ് സംഘങ്ങളെ എറണാകുളത്തും പരിസരത്തുമുള്ള എല്ലാ ആശുപത്രികളിലും മുറിവേറ്റ ആരെങ്കിലും ചികിത്സയ്ക്കു ചെന്നിരുന്നോ എന്നുകണ്ടുപിടിക്കാൻ നിയോഗിച്ചെങ്കിലും ഫലമുണ്ടായില്ല.

പ്രൊഫസ്സർ ചാക്കോയുടെ വധത്തെക്കുറിച്ച് പലതരത്തിലുള്ള കിംവദന്തികളും പ്രചരിച്ചിരുന്നു. പക്ഷേ, പോലീസിന്റെ അന്വേഷണത്തിൽ അദ്ദേഹത്തെക്കുറിച്ച് മോശമായ ഒന്നും കണ്ടുപിടിക്കാനായില്ല. വിരലിലെണ്ണാവുന്ന സുഹൃത്തുക്കൾ മാത്രമേ അദ്ദേഹത്തിനുണ്ടായിരുന്നുള്ളൂ. സിറ്റി പോലീസിന്റെ അന്വേഷണത്തിൽനിന്നും കൊലയാളിയെക്കുറിച്ചുള്ള വിവരങ്ങൾ ഒന്നും ലഭിച്ചില്ല. പിന്നീട് എറണാകുളം ക്രൈംബ്രാഞ്ച് യൂണിറ്റ് അനേഷണം ഏറ്റെടുത്തു. മാസങ്ങൾ നീണ്ടുനിന്ന അന്വേഷണവും വഴിമുട്ടി. ശ്രീമതി ചാക്കോ നല്കിയ അപേക്ഷയിൻമേൽ കേസ് സി.ബി.ഐ. ഏറ്റെടുക്കുവാൻ ബഹു. ഹൈക്കോടതി ഉത്തരവിട്ടു.

അന്ന് സി.ബി.ഐ. കൊച്ചി യൂണിറ്റിന്റെ തലവൻ ശ്രീ ത്യാഗരാജനായിരുന്നു. കേസ് ഏറ്റെടുത്തതിനുശേഷം അദ്ദേഹം എന്നെ കൃത്യസ്ഥലം ഒന്നുകൂടി സന്ദർശിക്കുവാനും കേസിനെക്കുറിച്ച് ചർച്ച ചെയ്യുവാനുമായി ക്ഷണിച്ചു. ഞാൻ കൊച്ചിയിലെ പ്രൊഫസ്സർ ചാക്കോയുടെ വീട്ടിലെത്തുമ്പോൾ സി.ബി.ഐ. മദ്രാസ്സ് ആസ്ഥാനത്തെ ഡി.ഐ.ജി. ശ്രീ രമണിയും അവിടെയുണ്ടായിരുന്നു.

കൊലയാളി 'ഓ' ഗ്രൂപ്പുകാരനാണെന്നും അയാളുടെ ശരീരത്തിൽ മിക്കവാറും കൈയിൽ കത്തികൊണ്ട് മുറിവേറ്റിട്ടുണ്ടാവണമെന്നല്ലാതെ ശാസ്ത്രീയമായ മറ്റു വിവരമൊന്നും എനിക്ക് നല്കാനായില്ല. എന്നാൽ ഈ തെളിവുകളുടെ വെളിച്ചത്തിൽ പ്രതിയെ കണ്ടെത്താൻ കഴിയുമെന്ന് ഞാൻ ത്യാഗരാജനോട് പറഞ്ഞു. സി.ബി.ഐ.യുടെ അന്വേഷണത്തിൽ ഒരു കാര്യം വ്യക്തമായിരുന്നു. പ്രൊഫസ്സർക്ക് നാട്ടിലുള്ള വസ്തുക്കളെ ചൊല്ലി ബന്ധുക്കൾ ചിലരുമായി അഭിപ്രായവ്യത്യാസം ഉണ്ടായിരുന്നു. പ്രൊഫസ്സർ നാട്ടിൽ പോയ സമയത്ത് അവിടെവച്ചും വഴക്കുകൾ ഉണ്ടായിട്ടുണ്ട്.

പ്രൊഫസ്സർ കൊല്ലപ്പെട്ട രാത്രിയിൽ അദ്ദേഹത്തിന്റെ ഒരു സ്നേഹിതൻ അദ്ദേഹത്തെ കാണാൻ ചെന്നിരുന്നു. താഴെയുള്ള കാളിങ് ബെല്ലിന്റെ സ്വിച്ചമർത്തിയാൽ പ്രൊഫസ്സർ മുകളിലത്തെ ബാൽക്കണിയിലിറങ്ങി ആരാണ് സന്ദർശകൻ എന്ന് ബോധ്യമായതിനുശേഷമേ വാതിൽ തുറക്കുകയുള്ളൂ. അന്യരെ ഒരു കാരണവശാലും പ്രൊഫസ്സർ വീട്ടിനുള്ളിൽ പ്രവേശിപ്പിക്കുകയില്ല. അന്ന് ബെല്ലടിച്ചിട്ടും പ്രൊഫസ്സർ വന്നു നോക്കാത്തതിനാൽ സ്നേഹിതൻ വീണ്ടും ബെല്ലടിച്ചു. അപ്പോൾ വാതിൽ തുറന്നത് പ്രൊഫസ്സറല്ലായിരുന്നു; ഒരു അപരിചിതനായിരുന്നു. പ്രൊഫസ്സർ സ്ഥലത്തില്ലെന്ന് പറഞ്ഞ് അയാൾ വേഗം വാതിലടച്ചു. സ്നേഹി

തന് അപരിചിതന്റെ പെരുമാറ്റം അസാധാരണമായി തോന്നി യെങ്കിലും അയാൾ ആരോടും അതേക്കുറിച്ച് പറഞ്ഞില്ല.

പ്രൊഫസ്സറെ വധിച്ചത് ബന്ധുക്കളിലാരെങ്കിലുമായിരിക്കണ മെന്ന നിഗമനത്തിലെത്തിയ ശ്രീ ത്യാഗരാജനോട് ഞാൻ ഒരു നിർദ്ദേശം മുന്നോട്ട് വച്ചു. ബന്ധുക്കളിൽ വൃദ്ധരെയും സ്ത്രീക ളെയും കുട്ടികളെയും ഒഴിവാക്കി മറ്റുള്ളവരുടെ രക്തഗ്രൂപ്പു പരിശോധിക്കാൻ വേണ്ട നടപടികൾ ആരംഭിക്കണം താമസി യാതെ ഒരു രക്തഗ്രൂപ്പു നിർണ്ണയമഹാമഹം രഹസ്യമായി ആരംഭിച്ചു. 'ഓ' ഗ്രൂപ്പുകാരെ പ്രത്യേക നിരീക്ഷണത്തിനു വിധേ യരാക്കി. അവരിൽ ആർക്കെങ്കിലും മുമ്പ് ശരീരത്തിൽ കത്തി കൊണ്ട് മുറിവുണ്ടായിട്ടുണ്ടോ എന്നറിയാനുള്ള ചുമതല എനി ക്കായിരുന്നു.

രക്തഗ്രൂപ്പ് പരിശോധനയ്ക്കിടയിൽ 'ഓ' ഗ്രൂപ്പുകാരനായ ഒരാളുടെ വലതു കൈപ്പത്തിയിൽ നീളത്തിലുള്ള ഒരു മുറിവു ണങ്ങിയ ഒരടയാളം കണ്ടെത്തി. ഈ മുറിവിന് അഞ്ചു തുന്ന ലുകൾ ഇട്ട അടയാളങ്ങളുമുണ്ടായിരുന്നു. മുറിവിന്റെ പഴക്കം അഥവാ പ്രായം കൃത്യമായി പറയുവാൻ കഴിയുമായിരുന്നില്ല. എങ്കിലും സമീപകാലത്തുണ്ടായതാണെന്ന് തോന്നി. മുറിവു ണ്ടായതിന്റെ കാരണം വ്യക്തമായി പറയാൻ അയാൾ വിസമ്മ തിച്ചു. എന്നാൽ തിരുവനന്തപുരത്തിനടുത്തുള്ള ആറ്റിങ്ങൽ എന്ന സ്ഥലത്തുള്ള ഒരു ചെറിയ ആശുപത്രിയിലാണ് മുറിവു തുന്നിയതെന്ന് അയാൾ ഒടുവിൽ സമ്മതിച്ചു. സർക്കാർ സർവീ സിൽനിന്നും വിരമിച്ച ഡോക്ടർ നടത്തുന്ന ആ ആശുപത്രിയി ലെത്തിയ സി.ബി.ഐ. ഉദ്യോഗസ്ഥർക്ക് വിലപ്പെട്ട ഒരു തെളിവാണ് ലഭിച്ചത്.

ആശുപത്രിയിലെ ഒ.പി. രജിസ്റ്റർ പരിശോധിച്ചപ്പോൾ പ്രൊഫ സർ ചാക്കോ കൊല്ലപ്പെട്ടതിന്റെ പിറ്റേദിവസം രാവിലെ വലത് കൈപ്പത്തിയിൽ മുറിവുമായി ഒരാൾ ചികിത്സയ്ക്കു വന്നിരു ന്നുവെന്നും മുറിവു വൃത്തിയാക്കി അഞ്ചു തുന്നലുകൾ ഇട്ടശേഷം മരുന്നു നല്കിയതായും ടെറ്റനസ്സ് ഇഞ്ചക്ഷൻ കൊടുത്തതായും അതിൽ രേഖപ്പെടുത്തിയിരുന്നു. ആളിന്റെ പേരും വിലാസവും മുറിവിന്റെ നീളവും വീതിയും എല്ലാം രേഖപ്പെടുത്തിയിരുന്നു. മുറിവുണങ്ങിയ അടയാളത്തിന്റെ അതേ നീളം.

അയാൾക്ക് പിന്നീട് അധിക സമയം പിടിച്ചുനിൽക്കാനായില്ല. പ്രൊഫസ്സറുടെ അടുത്ത ബന്ധുവായ അയാൾ മറ്റൊരു ബന്ധു വിനോടൊപ്പമാണ് സംഭവദിവസം പാലാരിവട്ടത്തെത്തിയത്. കാർ അകലെ പാർക്കുചെയ്തശേഷം പ്രൊഫസ്സറുടെ വീട്ടിലെത്തി. അദ്ദേഹം അവരെ സ്വീകരിച്ചിരുത്തി സംഭാഷണം തുടങ്ങി. ഒടു

വിൽ വാക്കുതർക്കമായി കൈയേറ്റത്തിൽ കലാശിച്ചു. ഈ അവസരത്തിൽ പ്രൊഫസ്സർ സ്വയരക്ഷയ്ക്കായി തീൻമേശയിൽനിന്ന് ആപ്പിൾ മുറിക്കുന്ന കത്തിയെടുത്തു. തുടർന്നുണ്ടായ മൽപ്പിടിത്തത്തിൽ പ്രതിക്ക് കൈയിൽ മുറിവേറ്റെങ്കിലും അയാൾക്കും അനുയായിക്കും ശാരീരികബലം കുറഞ്ഞ പ്രൊഫസ്സറെ കീഴ്പ്പെടുത്താൻ കഴിഞ്ഞു. അവർ കൈയിൽ കരുതിയിരുന്ന ഷൂലേസുകൊണ്ട് പ്രൊഫസ്സറുടെ കഴുത്തിൽ ചുറ്റി മുറുക്കി അദ്ദേഹത്തെ കൊലപ്പെടുത്തുകയായിരുന്നു.

കൊലയ്ക്കുശേഷം അവർ രണ്ടുപേരും കാറിൽ തിരുവനന്തപുരത്തേക്കു മടങ്ങി. പ്രതി തിരുവനന്തപുരത്താണ് ജോലി ചെയ്തിരുന്നത്. നേരം വെളുത്തപ്പോൾ ആറ്റിങ്ങലെത്തി. കൈയിലെ മുറിവിൽനിന്നും അപ്പോഴും രക്തം വരുന്നുണ്ടായിരുന്നു. അങ്ങനെയാണ് അവിടത്തെ സ്വകാര്യ ആശുപത്രിയിൽ മുറിവിന് ചികിത്സിക്കാൻ ചെന്നത്. കൊച്ചിയിലെ സി.ബി.ഐ. കോടതിയിലാണ് കേസിന്റെ വിചാരണ നടന്നത്. പ്രതികൾക്ക് ജീവപര്യന്തം തടവുശിക്ഷ ലഭിക്കുകയും ചെയ്തു. സി.ബി.ഐ. എസ്.പി. ശ്രീ ത്യാഗരാജന്റെ അന്വേഷണപാടവത്തിനും മേൽനോട്ടത്തിനും ഈ കേസിൽ പ്രധാന പങ്കുണ്ടായിരുന്നു. അദ്ദേഹത്തിന്റെ കുറ്റാന്വേഷകന്മാരുടെ ഓരോരുത്തരുടെയും പേര് ഞാൻ ഓർമ്മിക്കുന്നില്ലെങ്കിലും അവരുടെ ആത്മാർത്ഥവും അശ്രാന്തവുമായ പരിശ്രമമായിരുന്നു ശ്രീ ത്യാഗരാജന്റെ വിജയത്തിനു പിന്നിൽ.

37. അരക്കില്ലം

മഹാഭാരത കഥയുടെ പ്രധാന പ്രമേയം കൗരവർക്ക് സ്വന്തം സഹോദരങ്ങളായ പാണ്ഡവരോടുള്ള അസൂയയും വിദ്വേഷവുമാണ്. ദുര്യോധനൻ പാണ്ഡവരെ വധിക്കുവാൻ ശകുനിയും കൂട്ടരുമായിച്ചേർന്ന് ഒരു പദ്ധതി ആവിഷ്കരിച്ചു. ധൃതരാഷ്ട്രർ പാണ്ഡവരെ വാരണാവതം എന്ന നഗരത്തിൽ നടക്കുന്ന ഉത്സവം കാണാനായി പറഞ്ഞയയ്ക്കുന്നു. ദുര്യോധനന്റെ ആജ്ഞ അനുസരിച്ച് പുരോചനൻ എന്ന ശിൽപ്പി പാണ്ഡവർക്ക് താമസിക്കുവാനായി മെഴുക്, നെയ്യ്, ചണം മുതലായ വളരെ വേഗം തീ കത്തുന്ന വസ്തുക്കൾകൊണ്ട് ഒരു 'അരക്കില്ലം' നിർമ്മിച്ചു. പാണ്ഡവർ ഉറങ്ങിക്കിടക്കുമ്പോൾ അരക്കില്ലത്തിന് തീ കൊടു

ക്കാനായിരുന്നു പദ്ധതി. എന്നാൽ വിദുരരുടെ മുന്നറിയിപ്പും സഹായവുംകൊണ്ട് പാണ്ഡവർ മരണത്തിൽനിന്ന് രക്ഷപ്പെട്ടു.

ഈ കഥയോട് ഏറെ സമാനതകൾ ഉള്ള ഹൃദയസ്പർശിയായ ഒരു സംഭവത്തെക്കുറിച്ച് പറയാം. തൃശൂർ പട്ടണത്തിന്റെ പ്രാന്തപ്രദേശമായ മുതുവറയുള്ള ഒരു ദരിദ്രമായ നമ്പൂതിരി ഇല്ലം. ഗൃഹനാഥൻ നമ്പൂതിരി ഒരു ചെറിയ ക്ഷേത്രത്തിലെ ശാന്തി. ഭാര്യയ്ക്ക് ജോലിയൊന്നുമില്ല. രണ്ടാൺമക്കൾ. മൂത്ത മകൻ പ്രീഡിഗ്രി വരെ പഠിച്ചു; ഒരു കമ്പനിയിൽ ചെറിയ ജോലി ചെയ്യുന്നു. രണ്ടാമത്തെ മകൻ പഠിക്കാൻ സമർത്ഥനായിരുന്നു. പ്രീഡിഗ്രിക്ക് ശേഷം തൃശൂർ മെഡിക്കൽ കോളജിൽ മെഡിസിന് പ്രവേശനം ലഭിച്ചു. സാമ്പത്തികമായ പരാധീനതകൾ ഏറെയുണ്ടായിരുന്നെങ്കിലും അയാൾ നന്നായി പഠിച്ച് എം.ബി.ബി.എസ്. പാസ്സായി. തൃശൂർ മെഡിക്കൽ കോളജാശുപത്രിയിൽ ഹൗസ് സർജനായി ജോലിക്ക് ചേർന്നപ്പോൾ പ്രായം ഇരുപത്തി മൂന്ന്.

ഡോക്ടറായ അനുജനും ജ്യേഷ്ഠനും അച്ഛനമ്മമാരോടൊപ്പം ഓടുമേഞ്ഞ ഒരു ചെറിയ വീട്ടിലായിരുന്നു താമസം. ഒരു ദിവസം പതിവുപോലെ രാത്രി ആഹാരം കഴിഞ്ഞ് അവർ ഉറങ്ങാൻ കിടന്നു. അച്ഛനും അമ്മയും നടുവിലത്തെ മുറിയിൽ കിടന്നു; ജ്യേഷ്ഠനും അനുജനും മുൻവശത്തെ വരാന്തയ്ക്കിരുവശത്തുമുള്ള മുറികളിലും. നേരം പുലർച്ചെ രണ്ടു മണിയായിക്കാണും; മുൻവശത്തെ മുറികളിൽനിന്നുയർന്ന ഉച്ചത്തിലുള്ള നിലവിളി കേട്ടുണർന്ന അച്ഛനമ്മമാർ വാതിൽ തുറന്ന് വരാന്തയിലേക്കിറങ്ങിയപ്പോൾ കണ്ട കാഴ്ച ഹൃദയഭേദകമായിരുന്നു.

രണ്ടു പുത്രന്മാരുടെയും മുറികൾക്കകത്ത് നിറയെ തീജ്വാലകൾ. അതിനുള്ളിൽനിന്ന് ദേഹത്ത് തീയാളിപ്പിടിച്ച് വരാന്തയിലേക്കിറങ്ങുന്ന പൊന്നുമക്കൾ. ആ വൃദ്ധദമ്പതികൾ വാവിട്ടു നിലവിളിച്ചു. വെള്ളം കോരി ഒഴിച്ചും ചാക്കുകൾകൊണ്ട് പൊതിഞ്ഞും പുത്രന്മാരുടെ ശരീരത്തിലെ തീ വല്ലവിധവും അണച്ചു. നിലവിളികേട്ട് ഓടിവന്ന അയൽക്കാരുടെ സഹായത്തോടെ ജ്യേഷ്ഠാനുജൻമാരെ തൃശൂർ മെഡിക്കൽ കോളജ് ആശുപത്രിയിലെത്തിച്ചു. അടിയന്തിര ചികിത്സ നല്കിയെങ്കിലും ഡോക്ടർ നമ്പൂതിരി മരണമടഞ്ഞു. ശരീരത്തിൽ ഗുരുതരമായി പൊള്ളലേറ്റെങ്കിലും ജ്യേഷ്ഠൻ ഭാഗ്യവശാൽ രക്ഷപ്പെട്ടു.

സംഭവം നടന്നതിന്റെ രണ്ടാം ദിവസംതന്നെ കൃത്യസ്ഥലം ഞാൻ സന്ദർശിച്ചു. തീ പിടിച്ച മുറികളിലെ കട്ടിലുകളും വസ്ത്രങ്ങളും ഒക്കെ കത്തി നശിച്ചിരുന്നു. ഏതു തരം തീവയ്പുകളിലും തീ ഉത്ഭവിച്ച സ്ഥലം കണ്ടുപിടിക്കേണ്ടതുണ്ട്. രണ്ടു മുറിക്ക

കത്തും അങ്ങനെയൊരു ഭാഗം കണ്ടുപിടിക്കാൻ കഴിഞ്ഞില്ല. കരിഞ്ഞ വസ്ത്രങ്ങളിലൊന്നുംതന്നെ മണ്ണെണ്ണയുടെയോ മറ്റേതെങ്കിലും ജ്വലനസഹായിയുടെയോ ഗന്ധവുമില്ലായിരുന്നു. രണ്ടു മുറിയിലും ഒരേസമയം ഒരു സ്ഫോടനം നടന്നതുപോലെയാണ് തീ കത്തിയതെന്നായിരുന്നു അച്ഛൻ നമ്പൂതിരി പറഞ്ഞത്.

രണ്ടു മുറികളുടെയും വാതിലും ജനലുകളും ഉള്ളിൽനിന്നടച്ചിരിക്കുകയായിരുന്നു. മുറികളുടെ വെളിയിലെ ചുമരുകളുടെ മുകൾഭാഗം പരിശോധിച്ചപ്പോൾ പകുതി കരിഞ്ഞ രണ്ടു ചൂട്ടുകറ്റകൾ കാണപ്പെട്ടു. വളരെ പെട്ടെന്നു തീകത്തുന്ന ഏതെങ്കിലും ജ്വലനസഹായിയായ ഇന്ധനം മുറിക്കുള്ളിൽ ഒഴിച്ചിട്ട് കത്തിച്ചതായിരിക്കും എന്ന് എനിക്കുതോന്നി. വാതിലും ജനലുകളും അടച്ചിരിക്കുമ്പോൾ ഭിത്തിക്കു മുകളിൽ മേൽക്കൂരയ്ക്കിടയിലൂടെ വേണം തട്ടില്ലാത്ത മുറികളിലേക്ക് ഇന്ധനം ഒഴിക്കാൻ. രണ്ടു മുറികളുടെയും മേൽക്കൂരകൾ ചരിവുള്ളതായിരുന്നതിനാൽ ഒരു പാത്രത്തിൽനിന്നും ദ്രാവകരൂപത്തിലുള്ള ഇന്ധനം മുറിക്കുള്ളിലേക്ക് ഒഴിക്കാൻ സാധിക്കുകയില്ല. ആറാമിന്ദ്രിയത്തിന്റെ ആജ്ഞയെന്നോണം എന്റെ ചിന്തകൾ കാടുകയറി.

പെട്രോളിനെക്കാൾ ജ്വലനശക്തിയുള്ള ഏതോ വസ്തുവാണ് കൊലയാളികൾ ഉപയോഗിച്ചതെന്ന് എനിക്കു തോന്നി. അങ്ങനെയൊരു വസ്തു വിമാനങ്ങളിൽ ഉപയോഗിക്കുന്ന ഹൈ ഒക്ടെയ്ൻ ഏവിയേഷൻ ഫ്യൂവൽ എന്ന ഇന്ധനമാണ്. അത് ഒരു ഹാൻഡ് പമ്പുകൊണ്ടോ മറ്റോ മുറിക്കുള്ളിലേക്ക് കടത്തിവിട്ടു കഴിഞ്ഞാൽ ആ ഇന്ധനം അതിവേഗം ബാഷ്പീകരിക്കുകയും മുറി മുഴുവൻ ബാഷ്പം നിറയുകയും ചെയ്യും. ഒരു തീപ്പൊരി മതി ഇന്ധനബാഷ്പത്തിന് തീപിടിക്കുവാൻ. സ്ഫോടനസ്വഭാവത്തോടുകൂടി അതിവേഗം മുറി മുഴുവൻ തീജ്വാല നിറയും. രണ്ടു മക്കളുടെയും ശരീരത്തിലേറ്റ പൊള്ളലുകളും അത്തരത്തിലുള്ളതായിരുന്നു (Flash burns).

എന്റെ ഊഹത്തോട് ആദ്യത്തെ അന്വേഷണസംഘം യോജിച്ചെങ്കിലും ആ ദിശയിൽ കാര്യമായ അന്വേഷണമൊന്നും നടന്നില്ല. കേസ് കുറച്ചു നാളുകൾക്കുശേഷം തൃശൂർ ക്രൈംബ്രാഞ്ച് യൂണിറ്റിനു കൈമാറി. ക്രൈംബ്രാഞ്ചിൽ നടന്നിരുന്ന ചർച്ചാവേളകളിലും ഞാൻ എന്റെ നിഗമനങ്ങൾ അവതരിപ്പിച്ചു.

അന്ന് ക്രൈംബ്രാഞ്ച് എറണാകുളം യൂണിറ്റിന്റെ തലവനായ എസ്.പി. പ്രശസ്തനായ കുറ്റാന്വേഷകൻ ശ്രീ ജേക്കബ് തോമസ് ആയിരുന്നു. അദ്ദേഹം തന്റെ യൂണിറ്റിലെ ഡിറ്റക്റ്റീവ് ഇൻസ്പെക്ടർമാരായ കൃഷ്ണകുമാറിനെയും തോമസ്സിനെയും അന്വേ

ഷണച്ചുമതല ഏല്പിച്ചു (സ്തുത്യർഹമായ സേവനത്തിനുശേഷം സമർത്ഥരായ ഈ രണ്ടുപേരും ഡിവൈ.എസ്.പി.മാരായി റിട്ടയർ ചെയ്തു). അവരോടൊപ്പം ഞാൻ വീണ്ടും കൃത്യസ്ഥലം സന്ദർശിക്കുകയും ചർച്ചകൾ നടത്തുകയും ചെയ്തു. എന്റെ നിഗമനങ്ങൾക്ക് അവർ പ്രാധാന്യം നല്കി.

അന്ന് ഞാൻ നമ്പൂതിരിയുടെ മൂത്ത മകനെ കണ്ടു. ശരീരത്തിന്റെ തൊണ്ണൂറു ശതമാനത്തിലധികം പൊള്ളലേറ്റിട്ടും അത്ഭുതകരമായി രക്ഷപ്പെട്ട ആ ചെറുപ്പക്കാരനെ കണ്ടപ്പോൾ എന്റെ കണ്ണുകൾ ഈറനണിഞ്ഞു. അയാളുടെ ശരീരം മുഴുവൻ പൊള്ളലുകൾ ഉണങ്ങിയ വടുക്കൾകൊണ്ട് വികൃതമായിരുന്നു. ഭാഗ്യവശാൽ മുഖത്തിന് വൈരൂപ്യം സംഭവിച്ചിരുന്നില്ല. അയാൾ ആ ഭീകരരാത്രിയിലെ സംഭവങ്ങൾ വിവരിച്ചതു ഹൃദയഭേദകമായിരുന്നു. ഭൂമിയിൽ മനുഷ്യനെക്കാൾ ക്രൂരനായ മൃഗമില്ല എന്നു തോന്നുന്നു.

ക്രൈംബ്രാഞ്ചിന്റെ അന്വേഷണവേളയിൽ പ്രധാനപ്പെട്ട ഒരു വിവരം ലഭിച്ചു. സംഭവദിവസം രാത്രി ഒരുമണിക്ക് നമ്പൂതിരിയുടെ ഇല്ലത്തിനടുത്തുള്ള റോഡിൽ രാത്രി ഒരു കാർ പാർക്ക് ചെയ്തിരുന്നുവെന്നും വെളുപ്പിന് രണ്ട് മണിയോടെ കാർ തിരിച്ച് പോകുന്നതു കണ്ടതായും നാട്ടുകാരിൽ ചിലർ വിവരം നല്കി. ഏതു കൊലപാതകത്തിലും ഒരു ഉദ്ദേശ്യമുണ്ടായിരിക്കും. അത് കണ്ടെത്താൻ അന്വേഷകസംഘത്തിനു കഴിഞ്ഞു. ഒരു തുണ്ടു ഭൂമിയെച്ചൊല്ലി അച്ഛൻനമ്പൂതിരിയും അദ്ദേഹത്തിന്റെ സഹോദരപുത്രന്മാരുമായി തർക്കമുണ്ടായിരുന്നു. അവരിൽ ഒരാൾ ബാംഗ്ലൂരിൽ എയർഫോഴ്സിൽ ജോലി ചെയ്യുന്നുവെന്ന് അറിവു കിട്ടി.

എസ്.പി. ജേക്കബ് തോമസ് ഇൻസ്പെക്ടർ തോമസിനെയും കൃഷ്ണകുമാറിനെയും ബാംഗ്ലൂരിൽ അയച്ച് രഹസ്യമായി അന്വേഷണങ്ങൾ നടത്തി. ക്യാമ്പിലെ ഹാജർ പുസ്തകം പരിശോധിച്ചപ്പോൾ എയർഫോഴ്സുകാരൻ നമ്പൂതിരി സംഭവദിവസവും അതിനടുത്തുള്ള ദിവസങ്ങളിലും ക്യാമ്പിൽത്തന്നെയുണ്ടായിരുന്നു. ഇൻസ്പെക്ടർമാർ നിരാശരായെങ്കിലും അവർക്ക് ആശാവഹമായ ഒരു വിവരം ലഭിച്ചു. വധം നടന്നതിന്റെ തലേന്ന് വൈകുന്നേരം എയർഫോഴ്സുകാരനും അയാളുടെ ഉറ്റ സുഹൃത്തും അവരുടെ ജലഹള്ളിയിലുള്ള വായുസേനാ ക്യാമ്പിൽനിന്നും എങ്ങോട്ടോ യാത്ര പോയതായും പിറ്റേദിവസം അതിരാവിലെ തന്നെ തിരിച്ചെത്തിയെന്നുമുള്ള രഹസ്യവിവരം കിട്ടി. അതു സ്ഥിരീകരിക്കാനായി ഇൻസ്പെക്ടർമാർ വായുസേനാക്യാമ്പിലെ

സുരക്ഷയുടെ മേൽനോട്ടം വഹിക്കുന്ന ഉദ്യോഗസ്ഥന്റെ ഓഫീസിലെത്തി. വായുസേനാ പോലീസ് വിഭാഗത്തിനാണ് ക്യാമ്പിന്റെ സുരക്ഷാചുമതല.

എയർഫോഴ്സ് ക്യാമ്പിൽനിന്നും വെളിയിൽ പോകുന്ന എല്ലാ ഉദ്യോഗസ്ഥന്മാരും ക്യാമ്പിന്റെ പ്രധാന ഗേറ്റിലെ സെൻട്രിയുടെ ഓഫീസിലെ രജിസ്റ്ററിൽ ഒപ്പിടണം. അതിൽ പോകുന്ന സമയവും തിരിച്ചെത്തുന്ന സമയവും രേഖപ്പെടുത്തും. രജിസ്റ്റർ പരിശോധിച്ചപ്പോൾ ലഭിച്ച വിവരം സത്യമാണെന്നു മനസ്സിലായി. എയർഫോഴ്സ് സാർജന്റ് നമ്പൂതിരിയും സ്നേഹിതനും സംഭവദിവസം വൈകുന്നേരം അഞ്ചുമണിക്ക് ക്യാമ്പിൽനിന്നും പോയതായും പിറ്റേദിവസം രാവിലെ ഏഴുമണിയോടെ തിരിച്ചെത്തിയതായും രജിസ്റ്ററിൽ രേഖപ്പെടുത്തിയിരുന്നു. ജോലിസമയമല്ലാത്തതിനാൽ ലീവ് എടുക്കേണ്ട ആവശ്യമില്ലായിരുന്നു.

ബാംഗ്ലൂരിലെ വായുസേനാ ക്യാമ്പിൽനിന്നും വൈകുന്നേരം അഞ്ചുമണിക്ക് പുറപ്പെട്ട് തൃശൂരിൽ മുതുവറയുള്ള നമ്പൂതിരിയുടെ വീട്ടിലെത്തി കൃത്യം നടത്തി രാവിലെ ഏഴുമണിക്ക് തിരിച്ചെത്താൻ കഴിയുമോ? ബാംഗ്ലൂരിൽനിന്ന് മുതുവറയിലേക്ക് നാനൂറ്റിഇരുപത് കിലോമീറ്റർ ദൂരമാണുള്ളത്. കാറിൽ യാത്ര ചെയ്താൽ ആറേഴു മണിക്കൂർ മതിയാകും. എന്നാലും ഇൻസ്പെക്ടർ തോമസ് ഒരു പരീക്ഷണം നടത്തി. ഒരു കാറിൽ ബാംഗ്ലൂർ എയർഫോഴ്സ് ക്യാമ്പിൽനിന്നും വൈകുന്നേരം അഞ്ചുമണിക്ക് യാത്രതിരിച്ചു. രാത്രി ഒരുമണിക്കുമുമ്പായി തൃശൂരിലെ മുതുവറയിലെത്തി.

അടുത്ത നടപടി എയർഫോഴ്സ് ജീവനക്കാരനെയും കൂട്ടുകാരനെയും കസ്റ്റഡിയിലെടുത്ത് ചോദ്യം ചെയ്യുക എന്നതായിരുന്നു. പക്ഷേ, ആ ശ്രമം വിജയിച്ചില്ല. വായുസേനയിലെ ഉന്നത ഉദ്യോഗസ്ഥന്മാരുമായി ബന്ധപ്പെട്ടെങ്കിലും സാങ്കേതികമായ കാരണങ്ങളാൽ ആ നടപടിക്ക് കാലതാമസം ഉണ്ടായി. നമ്പൂതിരിയും കൂട്ടുകാരനും ബംഗാളിലെ ബർഹാംപൂരിലേക്ക് സ്ഥലം മാറ്റം വാങ്ങി പോവുകയും ചെയ്തു. ആ അവസരത്തിലാണ് കേസ് സി.ബി.ഐ.യ്ക്കു കൈമാറാനായി ഹൈക്കോടതിയുടെ ഉത്തരവുണ്ടാകുന്നത്.

പ്രൊഫസ്സർ ചാക്കോയുടെ കൊലപാതകത്തിന്റെ അന്വേഷണത്തിൽ പങ്കെടുത്തതിനുശേഷം സി.ബി.ഐ. എസ്.പി. ത്യാഗരാജനുമായി എന്റെ സൗഹൃദം കുറെക്കൂടി ദൃഢമായി. പല കേസുകളെക്കുറിച്ചും ഞങ്ങൾ ആശയവിനിമയം നടത്താറുണ്ടായിരുന്നു. പലപ്പോഴും ത്യാഗരാജൻ തിരുവനന്തപുരത്തെ ക്രൈംബ്രാഞ്ച് ഹെഡ്ക്വാർട്ടേഴ്സിൽ വരുമായിരുന്നു.

ക്രൈംബ്രാഞ്ചിന്റെ പക്കൽനിന്നും ലഭിച്ച കേസ് ഡയറി വായിച്ചു കഴിഞ്ഞതിനു ശേഷം ശ്രീ ത്യാഗരാജൻ എന്നെ ഒരു ചർച്ചയ്ക്ക് ക്ഷണിച്ചു. അദ്ദേഹത്തോടൊപ്പം ഞാൻ മുതിയറ പോയി. ഞാൻ എന്റെ അനുമാനങ്ങൾ അദ്ദേഹത്തോടു പറഞ്ഞു. വാസ്തവത്തിൽ ക്രൈംബ്രാഞ്ച് അന്വേഷണം ശരിയായ ദിശയിൽ വളരെയധികം മുന്നോട്ട് പോയിരുന്നു. എയർഫോഴ്സുകാരൻ നമ്പൂതിരിയെ ചോദ്യം ചെയ്യാൻ സാധിക്കാതെ വന്നതിനാലായിരുന്നു അന്വേഷണം വഴിമുട്ടിയത്. ത്യാഗരാജൻ എന്റെ അനുമാനങ്ങളോട് യോജിക്കുകയും എന്റെ സഹായസഹകരണങ്ങൾക്ക് നന്ദി പറയുകയും ചെയ്തു. പിന്നെ കാര്യങ്ങളൊക്കെ വളരെ വേഗം നടന്നു. സി.ബി.ഐ.ഹെഡ്ക്വർട്ടേഴ്സിന്റെ ഇടപെടൽ കൊണ്ട് എയർ ഹെഡ്ക്വാർട്ടേഴ്സിൽനിന്നും പ്രതികളെ കസ്റ്റഡിയിലെടുക്കുവാൻ അനുവാദം കിട്ടി. ബിർഹാംപൂരിൽനിന്നും നമ്പൂതിരിയെയും കൂട്ടുകാരനെയും കൊച്ചിയിൽ കൊണ്ടുവന്നു.

ശാസ്ത്രീയമായ നിഗമനങ്ങൾക്കും തെളിവുകൾക്കും മുന്നിൽ പ്രതികൾക്ക് കുറ്റസമ്മതമല്ലാതെ വേറൊരു മാർഗ്ഗവുമില്ലായിരുന്നു. എന്റെ അനുമാനങ്ങൾ നൂറു ശതമാനവും ശരിയായിരുന്നു.

സാർജന്റ് ദുര്യോധനൻ കൊല നടത്താൻ നല്ലതുപോലെ 'ഗൃഹപാഠം' ചെയ്തിരുന്നു. നമ്പൂതിരിയുടെ രണ്ടു മക്കളും വരാന്തയുടെ രണ്ടു വശങ്ങളിലുള്ള മുറികളിലാണ് ഉറങ്ങുന്നതെന്നും ആ മുറികളുടെ വാതിലും ജനാലകളും അടച്ചിരിക്കുമെന്നും അയാൾക്ക് അറിയാമായിരുന്നു. അതുകൊണ്ട് മേൽക്കൂരയ്ക്കും ചുവരിനുമിടയ്ക്കുള്ള പഴുതിലൂടെ ഇന്ധനം മുറികൾക്കുള്ളിലേക്ക് ഒഴുക്കാൻ ഒരു ഹാൻഡ്പമ്പും നീളമുള്ള പോളിത്തീൻ ട്യൂബുകളുംകൂടി കരുതിയിരുന്നു. ഹൈ ഒക്ടെയ്ൻ വിമാന ഇന്ധനത്തിന്റെ ബാഷ്പീകരണസ്വഭാവത്തെക്കുറിച്ചും നല്ലതുപോലെ അറിയാമായിരുന്നു.

പെട്രോളിനെക്കാൾ വേഗം ബാഷ്പീകരണസ്വഭാവമുള്ള വസ്തുവാണ് വിമാന ഇന്ധനമായ ഹൈ ഒക്ടെയ്ൻ ഫ്യുവൽ. മുറിക്കുള്ളിൽ വീണ ഇന്ധനം നിമിഷനേരത്തിൽ ബാഷ്പീകരിച്ച് മുറി മുഴുവൻ നിറയും. ഒരു തീപ്പൊരി മതി അത് തീ കത്താൻ. ഒരു സ്ഫോടനത്തോടെ മിന്നൽപ്പിണർപോലെ തീ കത്തും. 'ഫ്ളാഷ് ഫയർ' എന്നാണ് ഈ പ്രതിഭാസം അറിയപ്പെടുന്നത്. അച്ഛൻ നമ്പൂതിരി നല്കിയ വിവരണത്തിൽനിന്നാണ് എനിക്ക് അനുമാനങ്ങൾ രൂപപ്പെടുത്താൻ കഴിഞ്ഞത്.

രണ്ടു കന്നാസുകളിലായി ഇരുപതു ലിറ്റർ ഹൈ ഒക്ടെയ്ൻ ഏവിയേഷൻഇന്ധനവുമായി ബാംഗ്ലൂരിൽനിന്നും യാത്ര തിരിച്ച പ്രതികൾ രാത്രി ഒരുമണിയോടെ നമ്പൂതിരിയുടെ ഇല്ലത്തെത്തി. ഹാൻഡ് പമ്പിന്റെ സഹായത്തോടെ ഇന്ധനം ഒരു പോളിത്തീൻ കുഴലിലൂടെ രണ്ടു മുറികളിലേക്കും കടത്തി വിട്ടു. പ്രതികൾ രണ്ടുപേരും ഒരേസമയം തെങ്ങിൻ ചൂട്ടുകറ്റകൾ കത്തിച്ച് മേൽക്കൂരയ്ക്കടിയിൽവച്ചു നിമിഷങ്ങൾക്കകം രണ്ടു മുറികളിലും തീ ആളിപ്പടർന്നു. ഞൊടിയിടയിൽ അവർ കന്നാസും പമ്പുമായി കാത്തുകിടന്നിരുന്ന കാറിലെത്തി ബാംഗ്ലൂരിലേക്ക് തിരിച്ചു. രാവിലെ ഏഴു മണിക്ക് മുൻപായി ജലഹള്ളി എയർഫോഴ്സ് സ്റ്റേഷനിലെത്തി.

സി.ബി.ഐ. ഉദ്യോഗസ്ഥന്മാർക്ക് പ്രതികൾ യാത്ര ചെയ്യാനുപയോഗിച്ച കാറും കണ്ടെത്താനായി. കാർ ഡ്രൈവർ കൃത്യത്തിനു ദൃക്സാക്ഷി ആയിരുന്നില്ലെങ്കിലും അയാളുടെ മൊഴി കുറ്റകൃത്യത്തിൽ പ്രതികളുടെ പങ്ക് തെളിയിക്കാൻ സഹായിച്ചു.

അരക്കില്ലത്തിൽനിന്ന് പാണ്ഡവർ രക്ഷപ്പെട്ടു. എന്നാൽ മുതിയറയിലെ ഒരു പാവപ്പെട്ട കുടുംബത്തിനും വൃദ്ധരായ മാതാപിതാക്കൾക്കും അത്താണിയാകേണ്ടിയിരുന്ന, എത്രയോ രോഗികളുടെ കണ്ണീരൊപ്പേണ്ടിയിരുന്ന ഒരു യുവഡോക്ടറുടെ ജീവനാണ് ഒരു കലികാല ദുര്യോധനൻ നിഷ്കരുണം കത്തിച്ചൊടുക്കിയത്.

38. വഴി തെറ്റിയ അന്വേഷണം

മെഡിക്കോ ലീഗൽ അഡ്വൈസർ പദവിയിൽ ഏഴു വർഷം പൂർത്തിയാക്കിയ സമയത്താണ് തിരുവനന്തപുരം മെഡിക്കൽ കോളജിൽ ഫോറൻസിക് മെഡിസിൻ പ്രൊഫസ്സറുടെ തസ്തിക ഒഴിഞ്ഞത്. അക്കാലമത്രയും മെഡിക്കൽ കോളജിലെ അദ്ധ്യാപന രംഗത്തുനിന്നും മാറിനിൽക്കേണ്ടി വന്നതിൽ എനിക്ക് മനസ്താപമുണ്ടായിരുന്നു. എന്റെ അക്കാദമിക് പ്രവർത്തനങ്ങൾ പോലീസ് ട്രെയിനിങ് കോളജിൽ സബ് ഇൻസ്പെക്ടർ ട്രെയിനികളെ ഫോറൻസിക് മെഡിസിൻ പഠിപ്പിക്കുക എന്നതു മാത്രമായി ചുരുങ്ങിയത് എനിക്ക് ചിലപ്പോഴൊക്കെ മനസ്സിന് വിഷമമുണ്ടാക്കിയിരുന്നു. അതുകൊണ്ട് പോലീസ് വകുപ്പിലെ ഡെപ്യൂട്ടേഷൻ മതിയാക്കി മെഡിക്കൽ വിദ്യാഭ്യാസവകുപ്പിലേക്ക് തിരികെ പോകണമെന്ന് ഞാൻ ആഗ്രഹിച്ചു.

ക്രൈംബ്രാഞ്ച് മേധാവിയായിരുന്ന അഡീഷണൽ ഡി.ജി.പി. സത്താർകുഞ്ഞ് സാറിനോട് ഞാൻ എന്റെ ഇംഗിതം അറിയിച്ചു. പോലീസ് വകുപ്പിൽ മെഡിക്കോ ലീഗൽ അഡ്വൈസർ തസ്തിക സൃഷ്ടിക്കുവാനും ഡെപ്യൂട്ടേഷൻ വ്യവസ്ഥയിൽ എന്നെ നിയമിക്കുവാനും മുൻകൈയെടുത്തത് അദ്ദേഹമായിരുന്നു. ഞാൻ മെഡിക്കൽ വിദ്യാഭ്യാസത്തിന്റെ മുഖ്യധാരയിൽനിന്നും ഇനിയും മാറിനിൽക്കുന്നത് നല്ലതല്ല എന്നായിരുന്നു എന്നെ സഹോദര തുല്യം സ്നേഹിക്കുന്ന അദ്ദേഹത്തിന്റെ അഭിപ്രായം. എന്നാൽ അദ്ദേഹം ഒരു നിബന്ധനവച്ചു: ഞാൻ ഓണററി മെഡിക്കോ ലീഗൽ അഡ്വൈസർ ആയി തുടരണം. ഞാൻ അദ്ദേഹത്തിന്റെ നിബന്ധന സസന്തോഷം സ്വീകരിച്ചു. പോലീസ് വാഹനവും മറ്റ് ആനുകൂല്യങ്ങളും തുടർന്നും നല്കുകയും ചെയ്തു. ഞാൻ 1999-ൽ കേരള സംസ്ഥാന മെഡിക്കൽ വിദ്യാഭ്യാസ ഡയറക്ടർ പദവിയിൽനിന്നും സ്വയം വിരമിക്കുന്നതുവരെ ഞാൻ ആ സ്ഥാനത്ത് തുടർന്നു.

മെഡിക്കോ ലീഗൽ ഉപദേശകനായിരിക്കുമ്പോൾ ഞാൻ 'അസാധാരണ മരണങ്ങളുടെ അന്വേഷണം—അന്വേഷണ ഉദ്യോഗസ്ഥന്മാർക്കുള്ള മാർഗ്ഗനിർദ്ദേശങ്ങൾ' എന്ന ചെറു പുസ്തകം എഴുതി. അതിന്റെ ഇംഗ്ലിഷ് പരിഭാഷയും തയ്യാറാക്കി. അഡീഷണൽ ഡി.ജി.പി. മാരായ ശ്രീ സത്താർകുഞ്ഞും ശ്രീ മധുസൂദനനും ആ പുസ്തകങ്ങൾക്ക് മനോഹരമായ അവതാരികകൾ എഴുതി.

പിൽക്കാലത്ത് ഡി.ജി.പി. ആയി റിട്ടയർ ചെയ്ത ശ്രീ പി. ആർ. ചന്ദ്രൻ അന്ന് പോലീസ് കമ്പ്യൂട്ടറൈസേഷന്റെയും പോലീസ് സേനയുടെ നവീകരണത്തിന്റെയും ചുമതലയുള്ള ഐ.ജി.യായിരുന്നു. അദ്ദേഹം എന്റെ പുസ്തകങ്ങൾ കാലതാമസം കൂടാതെ അച്ചടിപ്പിച്ച് പ്രസിദ്ധീകരിച്ചു. ആനുഷംഗികമായി പറയട്ടെ, പോലീസ് സേനയുടെ നവീകരണത്തിന്റെ മുഖ്യ ശില്പിയായിരുന്നു അദ്ദേഹം.

അന്ന് പോലീസ് ഹെഡ്ക്വാർട്ടേഴ്സിൽ ഡി.ഐ.ജി.മാരായിരുന്ന എന്റെ സുഹൃത്തുക്കളായ ശ്രീ സിബി മാത്യൂസും ശ്രീ രാജീവനും അത് എല്ലാ പോലീസ് സ്റ്റേഷനുകളിലും എത്തിക്കാനുള്ള നടപടി കൈക്കൊണ്ടു. കേരള പോലീസ് സേനയ്ക്കുള്ള ഉപഹാരമായി ആ പുസ്തകങ്ങൾ രചിക്കാൻ കഴിഞ്ഞതിൽ എനിക്ക് ഏറെ ചാരിതാർത്ഥ്യമുണ്ട്. ശാസ്ത്രീയ കുറ്റാന്വേഷണത്തിനെക്കുറിച്ചുള്ള ഒരു അവബോധം പോലീസ് കോൺസ്റ്റബിൾമാർക്കുപോലും ഉണ്ടാക്കുവാൻ എന്റെ പുസ്തകങ്ങളും സേവനവും സഹായിച്ചിട്ടുണ്ടെന്ന് ഞാൻ അഭിമാനത്തോടെയും

സന്തോഷത്തോടെയും പറയട്ടെ. എന്നോട് നിസ്സീമമായ സ്നേഹവും സഹകരണവും നല്കിയ പോലീസ് സേനയിലെ എല്ലാവരോടും എനിക്കുള്ള കൃതജ്ഞത ഞാൻ ഇവിടെ രേഖപ്പെടുത്തുന്നു.

അങ്ങനെ 1993-ൽ ഞാൻ തിരുവനന്തപുരം മെഡിക്കൽ കോളജിൽ ഫോറൻസിക് മെഡിസിൻ പ്രൊഫസ്സറും വകുപ്പു മേധാവിയും പോലീസ് സർജനുമായി ജോലിയിൽ പ്രവേശിച്ചു. പന്ത്രണ്ട് വർഷത്തിനു ശേഷമുള്ള ആ തിരിച്ചുവരവ് ആഹ്ലാദകരമായിരുന്നു. എന്റെ സഹപ്രവർത്തകർ ഡോക്ടർമാരായ സുജാതൻ, ഗിരീഷ്, ശ്രീകുമാരി, ശിവസുതൻ, രമ, ശശികല എന്നിവരായിരുന്നു. അവരെല്ലാം ബിരുദപഠനകാലത്ത് എന്റെ വിദ്യാർത്ഥികളായിരുന്നു. പിൽക്കാലത്ത് അവരെല്ലാം പ്രൊഫസ്സർമാരായി സ്തുത്യർഹമായ സേവനം ജന്മനാടിന് കാഴ്ച വയ്ക്കുന്നു. അവരുടെ സ്നേഹപൂർണ്ണമായ സഹവർത്തിത്വം എനിക്ക് അധികനാൾ അനുഭവിക്കാൻ കഴിഞ്ഞില്ല. എനിക്ക് 1995-ൽ മെഡിക്കൽ വിദ്യാഭ്യാസ ജോയിന്റ് ഡയറക്ടറായി പ്രൊമോഷൻ ലഭിച്ചു.

മെഡിക്കൽ കോളജ് പ്രിൻസിപ്പലിന് തത്തുല്യമായ പദവിയാണ് ജോയിന്റ് ഡയറക്ടറുടേത്. പക്ഷേ, ദിവസവും പതിനെട്ടു മണിക്കൂറെങ്കിലും ഫയലുകളുമായി മല്ലിടണം. അപ്പോഴും ഞാൻ മെഡിക്കോ ലീഗൽ ഉപദേശകന്റെ ജോലിയും ചെയ്യുമായിരുന്നു. ഒരു വർഷം കഴിഞ്ഞപ്പോൾ എന്നെ തിരുവനന്തപുരം മെഡിക്കൽ കോളജിൽ പ്രിൻസിപ്പലായി നിയമിച്ചു. അന്ന് ആരോഗ്യമന്ത്രി ശ്രീ വി.എം. സുധീരനായിരുന്നു. അദ്ദേഹത്തിന്റെ പ്രത്യേക താത്പര്യമനുസരിച്ചായിരുന്നു ആ നിയമനം. ആ കാലയളവിൽ കോളജിന്റെ വികസനത്തിനുവേണ്ടി കുറെ കാര്യങ്ങൾ എനിക്ക് ചെയ്യുവാൻ കഴിഞ്ഞു. വിസ്താരഭയത്താൽ അതേക്കുറിച്ച് പരാമർശിക്കുന്നില്ല. രണ്ടു വർഷത്തിനുശേഷം അടുത്ത പ്രൊമോഷൻ: എന്നെ മെഡിക്കൽ വിദ്യാഭ്യാസ ഡയറക്ടറായി നിയമിച്ചു. മെഡിക്കൽ വിദ്യാഭ്യാസ വകുപ്പിലെ ഏറ്റവും ഉയർന്ന തസ്തിക.

മെഡിക്കൽ വിദ്യാഭ്യാസ ഡയറക്ടറായി ജോലി ചെയ്യുമ്പോഴും പല കേസുകളിലും അന്വേഷണ ഉദ്യോഗസ്ഥന്മാർ സംശയനിവാരണത്തിനും ഉപദേശത്തിനുമായി എന്നെ സമീപിക്കുമായിരുന്നു. അത്യന്തം ക്ലേശകരമായ ഭരണച്ചുമതലകൾക്കിടയിലും അവരുമായി സംവദിക്കുവാനും കഴിയുമെങ്കിൽ കൃത്യസ്ഥലം സന്ദർശിക്കുവാനും ഞാൻ സന്തോഷത്തോടെ സമയം കണ്ടെ

ത്തുമായിരുന്നു. ആ കാലഘട്ടത്തിലുണ്ടായ ഒരു കേസിനെപ്പറ്റി പറഞ്ഞുകൊണ്ട് ഈ അദ്ധ്യായം അവസാനിപ്പിക്കാം.

സംശയാസ്പദവും ദുരൂഹവുമായ സാഹചര്യങ്ങളിൽ ഉണ്ടാകുന്ന മരണങ്ങളുടെ അന്വേഷണം ആരംഭിക്കുന്നത് പ്രേതപരിശോധനയുടെയും കൃത്യം നടന്ന സ്ഥലത്തെ പരിശോധനയുടെയും ഫലങ്ങളുടെ അടിസ്ഥാനത്തിലാണ്. യഥാർത്ഥ മരണകാരണം വെളിവായെങ്കിൽ മാത്രമേ അന്വേഷണം ശരിയായ ദിശയിലേക്കു നയിക്കുവാൻ കഴിയുകയുള്ളൂ. ശരിയായ മരണകാരണം കണ്ടുപിടിക്കാൻ കഴിയാതെ വരികയോ അല്ലെങ്കിൽ തെറ്റായ നിഗമനങ്ങളിലെത്തുകയോ മൂലം അന്വേഷണം വഴിതെറ്റിപ്പോയ വളരെയധികം സന്ദർഭങ്ങൾ എന്റെ അറിവിലുണ്ട്.

തിരുവനന്തപുരം നഗരപ്രാന്തത്തിലെ ഒരു മനോഹരമായ സ്ഥലമാണ് വേളി. എന്റെ വീടും അവിടെയാണ്. വേളിക്കായലിൽ രണ്ടു പാലങ്ങളുണ്ട്. റെയിൽ പാലവും ബഹിരാകാശ ഗവേഷണകേന്ദ്രത്തിലേക്കുള്ള റോഡിലുള്ള പാലവും. ഒരു ദിവസം രാവിലെ റോഡിലെ പാലത്തിന്റെ കൈവരിക്കു സമീപം ഒരു മോട്ടോർ സൈക്കിൾ പാർക്കു ചെയ്തിരുന്നു. പാലത്തിനു താഴെ വെള്ളത്തിൽ ഒരു യുവാവിന്റെ മൃതദേഹം പൊന്തിക്കിടക്കുന്നു. സ്ഥലവാസികൾ പേട്ട പോലീസ് സ്റ്റേഷനിൽ വിവരം അറിയിച്ചതിനെ തുടർന്ന് സർക്കിൾ ഇൻസ്പെക്ടറും സംഘവുമെത്തി.

പ്രേതം വെള്ളത്തിൽനിന്നും കരയ്ക്കെടുത്തു. ഷർട്ടും ട്രൗസറും ധരിച്ച ഒരു ചെറുപ്പക്കാരൻ. മുപ്പത്തിയഞ്ചു വയസ്സു പ്രായം തോന്നിക്കും. പ്രേതം പരിശോധിച്ചപ്പോൾ വസ്ത്രത്തിലോ ശരീരത്തിലോ ബലപ്രയോഗത്തിന്റെ ലക്ഷണങ്ങളൊന്നുമില്ല. ഷർട്ടിന്റെ പോക്കറ്റിൽനിന്നും തിരിച്ചറിയൽ കാർഡും ഒരു ആത്മഹത്യാക്കുറിപ്പും കിട്ടി.

തിരിച്ചറിയൽ കാർഡിൽനിന്നും പരേതൻ ടെലിഫോൺ വകുപ്പിലെ ഉദ്യോഗസ്ഥനായ രവീന്ദ്രനാണെന്നു മനസ്സിലായി. ആത്മഹത്യാക്കുറിപ്പ് സ്വന്തം ജ്യേഷ്ഠനെ അഭിസംബോധന ചെയ്തിട്ടായിരുന്നു. "ഞാൻ പോകുന്നു. എന്റെ മകളെ സംരക്ഷിക്കണം" എന്നു മാത്രമായിരുന്നു ആ അന്തിമ സന്ദേശം.

മൃതദേഹം ഇൻക്വസ്റ്റിനു ശേഷം പോസ്റ്റ്മോർട്ടം പരിശോധനയ്ക്കയച്ചു. പോസ്റ്റ്മോർട്ടം പരിശോധനയിലും ശരീരത്തിൽ ക്ഷതങ്ങളൊന്നും കണ്ടില്ല. എന്നാൽ കഴുത്തിനു ചുറ്റും ഒരു നേർത്ത ഉരഞ്ഞ പാടു കാണപ്പെട്ടു.

കഴുത്തിലെ തൊലിക്കടിയിൽ കുറച്ചു രക്തസ്രാവവും ഉണ്ടായിരുന്നു. കഴുത്തിൽ കയറോ തുണിയോ ചുറ്റി മുറുക്കി ശ്വാസം

മുട്ടിച്ചു കൊന്നതാണെന്നായിരുന്നു ഡോക്ടറുടെ നിഗമനം. ശവശരീരത്തിൽ ശ്വാസംമുട്ടലിന്റെ ലക്ഷണങ്ങൾകൂടി ഉണ്ടായിരുന്നു.

സി.ബി.ഐ.യിൽനിന്നു ഡെപ്യൂട്ടേഷൻ കഴിഞ്ഞ് സംസ്ഥാന സർവ്വീസിൽ തിരിച്ചെത്തിയ സത്യസന്ധനും സമർത്ഥനുമായ ഒരു സർക്കിൾ ഇൻസ്പെക്ടർക്കായിരുന്നു അന്വേഷണത്തിന്റെ ചുമതല. മരണപ്പെട്ട രവീന്ദ്രൻ ഭാര്യയുമായി പിണങ്ങി കേശവദാസപുരത്ത് ടെലിഫോൺ വകുപ്പിലെ ജീവനക്കാർക്കുള്ള വസതികളിലൊന്നിൽ ഒറ്റയ്ക്കു താമസിക്കുകയായിരുന്നു.

സർക്കാർ ഉദ്യോഗസ്ഥയായ ഭാര്യ ആറു വയസ്സുള്ള ഏക മകളുമായി സ്വന്തം അമ്മയോടൊപ്പം തിരുവനന്തപുരത്ത് കരമനയുള്ള തറവാട്ടിലായിരുന്നു താമസിച്ചിരുന്നത്.

കായലിൽ മൃതശരീരം കണ്ടതിന്റെ തലേന്ന് അയാൾ ഭാര്യയെ കാണാൻ ചെന്നിരുന്നുവെന്നും അവിടെവച്ച് ആരോ അയാളെ അപകടപ്പെടുത്തി ശവശരീരം കായലിൽ കൊണ്ടിട്ടു എന്നുമായിരുന്നു രവീന്ദ്രന്റെ ബന്ധുക്കളുടെ ആരോപണം. അന്വേഷണ ഉദ്യോഗസ്ഥൻ ഏതാണ്ട് പതിനഞ്ചു ദിവസത്തോളം കാര്യമായി അന്വേഷിച്ചെങ്കിലും കൊലപാതകത്തിലേക്കു വിരൽ ചൂണ്ടുന്ന തെളിവൊന്നും ലഭിച്ചില്ല.

ഭാര്യയും അമ്മയും രവീന്ദ്രൻ തലേന്ന് വീട്ടിൽ വന്നതായും വഴക്കിട്ടതായും പോലീസിനോടു പറഞ്ഞു. രാത്രി ഏഴുമണിയോടെ അയാൾ തിരികെ പോയി എന്നും അവർ മൊഴി നല്കി. ഈ ഘട്ടത്തിൽ ഡി.ജി.പി. അന്വേഷണത്തിന്റെ ചുമതല അന്ന് ഡി.ഐ.ജി. ആയിരുന്ന ശ്രീ സെൻകുമാറിനും എസ്.പി. ആയിരുന്ന ശ്രീ ഋഷിരാജ് സിങ്ങിനും നല്കി. മണിലാൽ എന്ന സമർത്ഥനായ ഇൻസ്പെക്ടറും അന്വേഷണസംഘത്തിലുണ്ടായിരുന്നു.

ആത്മഹത്യാക്കുറിപ്പിലെ കൈയക്ഷരം രവീന്ദ്രന്റേതുതന്നെ എന്ന് ഫോറൻസിക് ലാബിലെ ശാസ്ത്രജ്ഞർ കണ്ടെത്തി. ഗ്രാഫോളജി എന്നൊരു ശാസ്ത്രശാഖ ഉണ്ട്. കൈയക്ഷരത്തിന്റെ പ്രത്യേകതകളെക്കുറിച്ചുള്ള പഠനമാണത്. ഡോ. വേണുഗോപാൽ മെഡിസിനിൽ ബിരുദവും ബിരുദാനന്തരബിരുദവും നേടിയ ഡോക്ടറാണെങ്കിലും അദ്ദേഹത്തിന്റെ ഏറ്റവും വലിയ ഹോബി ഗ്രാഫോളജിയാണ്. കൈയക്ഷരങ്ങളിൽനിന്നും അതിന്റെ ഉടമയുടെ എല്ലാ പ്രത്യേകതകളും ഡോ. വേണു കണ്ടുപിടിക്കും. രവീന്ദ്രന്റെ ആത്മഹത്യാക്കുറിപ്പ് പരിശോധിച്ച വേണു പറഞ്ഞത് അതു സ്വയമേവ എഴുതിയതാണെന്നായിരുന്നു. ഭയപ്പെട്ടെഴുതുമ്പോൾ അക്ഷരങ്ങൾക്ക് ചില പ്രത്യേകതകൾ ഉണ്ടായിരിക്കും.

അത്തരം പ്രത്യേകതകൾ ഒന്നും ആത്മഹത്യാക്കുറിപ്പിലുണ്ടായിരുന്നില്ല.

ശ്രീ സെൻകുമാറും ശ്രീ ഋഷിരാജും കൂടി എന്റെ ഓഫീസിലെത്തി കേസിന്റെ വിവരങ്ങൾ ചർച്ചചെയ്തു. ഞാൻ പോസ്റ്റ്മോർട്ടം സർട്ടിഫിക്കറ്റ് സശ്രദ്ധം വായിച്ചു. സർട്ടിഫിക്കറ്റിൽ കഴുത്തിൽ തുണിപോലുള്ള ഏതെങ്കിലും വസ്തു ചുറ്റി മുറുക്കിയാൽ ഉണ്ടാകാവുന്ന തരത്തിലുള്ള വീതി കുറഞ്ഞ ഉരവിനെക്കുറിച്ചും ശ്വാസംമുട്ടി മരിച്ച ലക്ഷണങ്ങളെക്കുറിച്ചും വിവരിച്ചിരുന്നു. അതിന്റെ അടിസ്ഥാനത്തിലാണ് രവീന്ദ്രനെ തുണികൊണ്ട് കഴുത്ത് മുറുക്കി ശ്വാസംമുട്ടിച്ച് കൊന്നതാണെന്ന് പോസ്റ്റ്മോർട്ടം പരിശോധന നടത്തിയ ഡോക്ടർ അഭിപ്രായപ്പെട്ടിരിക്കുന്നത്.

മൃതദേഹപരിശോധന നടത്തുമ്പോൾ ശരീരത്തിലെ പേശികളെല്ലാം ദൃഢമായിരുന്നു (Rigor mortis) എന്ന് ഡോക്ടർ രേഖപ്പെടുത്തിയിരുന്നു. അതിൽനിന്നും മരണസമയം കണക്കാക്കിയപ്പോൾ രാത്രി പതിനൊന്നു മണിക്കുമുമ്പ് രവീന്ദ്രൻ മരണപ്പെട്ടിരിക്കണം. എന്നാൽ രവീന്ദ്രനെ അവസാനമായി ജീവനോടെ കാണുന്നത് രാത്രി പത്തുമണിക്കാണ്. അയാൾ കേശവദാസപുരത്തുള്ള തന്റെ ഫ്ളാറ്റിൽനിന്നും രാത്രി പത്തുമണിയോടെ മോട്ടോർ സൈക്കിളിൽ പുറത്തേക്കു പോകുന്നതു മറ്റു താമസക്കാർ കണ്ടിട്ടുണ്ട്.

രവീന്ദ്രന്റെ മരണം കൊലപാതകമാകണമെങ്കിൽ ഇപ്രകാരമായിരിക്കണം:

അയാൾ രാത്രി പത്തുമണിക്ക് കേശവദാസപുരത്തുനിന്നും കരമനയുള്ള ഭാര്യവീട്ടിലേക്ക് പോകുന്നു. ദൂരം എട്ടു കിലോമീറ്റർ. യാത്രയ്ക്ക് കുറഞ്ഞത് അര മണിക്കൂർ. പത്തരമണിക്ക് ഭാര്യവീട്ടിലെത്തിയ അയാളെ ഭീഷണിപ്പെടുത്തി ആത്മഹത്യാക്കുറിപ്പ് എഴുതിക്കണം (അതത്ര എളുപ്പമാണോ?) എന്നിട്ട് അയാളെ കഴുത്തിൽ തുണി മുറുക്കി കൊലപ്പെടുത്തണം. ആത്മഹത്യാക്കുറിപ്പ് അയാളുടെ പോക്കറ്റിൽ നിക്ഷേപിച്ച ശേഷം മൃതദേഹം ഒരു കാറിൽ കയറ്റി കരമനയിൽനിന്നും വേളിയിലെ കായൽപ്പാലം വരെ പോകണം. മൃതശരീരം കായലിൽ നിക്ഷേപിക്കണം. രവീന്ദ്രന്റെ മോട്ടോർസൈക്കിൾ ആരെങ്കിലും കാറിന്റെ പിന്നാലെ ഓടിച്ച് വേളിപ്പാലത്തിലെത്തിക്കണം. കരമനനിന്നും വേളി വരെ പന്ത്രണ്ട് കിലോമീറ്റർ. യാത്രാസമയം കുറഞ്ഞത് അരമണിക്കൂർ. പതിനൊന്ന് മണിക്ക് മുമ്പായി ഇതെല്ലാം നടപ്പാക്കുവാൻ സാധിക്കുമോ?

ചർച്ചയ്ക്കിടെ സെൻകുമാർ എന്നോട് ഒരു ചോദ്യം ചോദിച്ചു: കൊലപാതകത്തിൽ അല്ലാതെ കഴുത്തിൽ ഇത്തരം അടയാളം

ഉണ്ടാകാൻ സാധ്യതയുണ്ടോ? അയാൾ തൂങ്ങി മരിക്കാൻ ശ്രമിക്കുകയും ആ ശ്രമം പരാജയപ്പെടുകയും ചെയ്താൽ കഴുത്തിൽ ഇപ്രകാരം ഒരടയാളവും ആന്തരിക രക്തസ്രാവവും ഉണ്ടാകാം എന്നു ഞാൻ മറുപടി പറഞ്ഞു.

ഇതെങ്ങനെ തെളിയിക്കാം? ഞാൻ അവരോട് കേശവദാസപുരത്തെ ഫ്ളാറ്റിൽ ഒരു ശാസ്ത്രീയമായ പരിശോധന നടത്തുവാൻ നിർദ്ദേശിച്ചു. രണ്ടു കാര്യങ്ങളാണ് കണ്ടെത്തേണ്ടത്. തൂങ്ങി മരിക്കാൻ ഉപയോഗിച്ച ഏതെങ്കിലും വസ്ത്രഖണ്ഡങ്ങളോ മറ്റോ അവിടെയുണ്ടോ എന്നു നോക്കുക. വീട്ടിലെ ഫാൻ, സീലിങ്ങിലെ കൊളുത്തുകൾ മുതലായ ഭാഗങ്ങളിൽ വസ്ത്രങ്ങളുടെയോ കയറിന്റെയോ സൂക്ഷ്മങ്ങളായ നാരുകളുണ്ടോ എന്ന് ഫോറൻസിക് ബയോളജി വിദഗ്ദ്ധനെക്കൊണ്ട് പരിശോധിപ്പിക്കുക.

ഫ്ളാറ്റു പരിശോധിക്കാനായി സെൻകുമാറും ഋഷിരാജും സംഘവും രവീന്ദ്രന്റെ ഫ്ളാറ്റിലെത്തി. ഫ്ളാറ്റ് അപ്പോഴും പോലീസിന്റെ ബന്തവസ്സിലായിരുന്നു. ഫ്ളാറ്റിന്റെ വാതിൽ തുറന്നപ്പോൾ തന്നെ സെൻകുമാർ അത് കണ്ടു: എതിരെയുള്ള കിടപ്പുമുറിയുടെ വാതിൽ തുറന്നു കിടക്കുന്നു. അതിനുള്ളിലെ പാതി തുറന്ന അലമാരയിൽ കയർപോലെ പിരിച്ച് രണ്ടായി മുറിഞ്ഞുപോയ ഒരു പഴയ സാരി! അവർ ഇതു കണ്ടെത്തിയ ഉടനേ എന്നെ വിളിച്ച് എന്റെ അനുമാനങ്ങൾ ശരിയായിരുന്നുവെന്ന് പറയുകയും അനുമോദിക്കുകയും ചെയ്തു.

ഫോറൻസിക് ബയോളജി വിദഗ്ദ്ധനെക്കൊണ്ട് സീലിങ്ങിലെ കൊളുത്തുകളും ഫാനും പരിശോധിപ്പിച്ചു. പഴയ സാരിയുടെ നാരുകൾ ഫാനിന്റെ കൊളുത്തിൽ ധാരാളമായി ഉണ്ടായിരുന്നു.

തിരുവനന്തപുരം മെഡിക്കൽ കോളജിലെ ഫോറൻസിക് വിദഗ്ദ്ധയായ ഡോ. ശശികലയുടെ സഹായത്തോടെ ഞാൻ ഒരു പഠനം നടത്തി. മെഡിക്കൽ കോളജ് ആശുപത്രിയിൽ ഒരാഴ്ചയിൽ മൂന്നോ നാലോ തൂങ്ങിമരിക്കുവാൻ ശ്രമം നടത്തിയവരെ ചികിത്സയ്ക്കായി പ്രവേശിപ്പിക്കാറുണ്ട്. തൂങ്ങിമരിക്കുവാൻ ഉദ്യമിക്കുന്നതു കണ്ട ആരെങ്കിലും കഴുത്തിലെ കെട്ട് മുറിച്ച് മാറ്റി രക്ഷപ്പെടുത്തിയവരാണവർ. ഇവരിൽ പകുതി പേരെങ്കിലും രക്ഷപ്പെടാറുണ്ടെന്നും അവരുടെ കഴുത്തിൽ രവീന്ദ്രന്റെ കഴുത്തിൽ കണ്ടതുപോലെയുള്ള ലക്ഷണങ്ങളുണ്ടെന്നുമായിരുന്നു ഞങ്ങളുടെ കണ്ടെത്തൽ.

വാൽക്കഷണം: ശ്രീ വി.എസ്. അച്ച്യുതാനന്ദൻ അന്ന് പ്രതിപക്ഷനേതാവായിരുന്നു. ബഹു: വി.എസ്സിനോട് രവീന്ദ്രന്റെ

മരണം കൊലപാതകമാണെന്നും സെൻകുമാറും ഋഷിരാജും ഡോ. ഉമാദത്തന്റെ ഉപദേശപ്രകാരം ഒരു പിഞ്ചിയ സാരി ഫ്ളാറ്റിൽ കൊണ്ടിട്ടിട്ട് ആത്മഹത്യയാണെന്ന് വരുത്തിത്തീർക്കുകയാണെന്ന് ആരോ ഏഷണി പറഞ്ഞു. അദ്ദേഹം എന്നെ കാണണമെന്ന് ആവശ്യപ്പെട്ടു. ഞാൻ കൺടോൺമെന്റ് ഹൗസ്സിലെത്തി. ശക്തമായ ഏഷണി ആയിരുന്നിരിക്കണം. രവീന്ദ്രന്റെ മരണം കൊലപാതകമെന്ന് ദൃഢമായി വിശ്വസിച്ചിരിക്കുകയാണ് അദ്ദേഹം. ഞാൻ അദ്ദേഹത്തോട് കാര്യങ്ങൾ വിശദീകരിച്ചു. പുഞ്ചിരിച്ചുകൊണ്ട് അദ്ദേഹം ഏഷണിക്കാരന്റെ പേര് എന്നോട് പറഞ്ഞു. ഇത്തരമാളുകളെ എന്തു പേര് ചൊല്ലി വിളിക്കും?

39. റിപ്പർ ചാക്കോയും ഗണേശനും

ധാരാളം ആത്മഹത്യകളും കൊലപാതകങ്ങളും അപകടങ്ങളുമൊക്കെ കാണുകയും അതിൽ പലതിന്റെയും അന്വേഷണത്തിൽ പങ്കെടുക്കുകയും ചെയ്തിട്ടുണ്ടെങ്കിലും എനിക്ക് കുറ്റവാളികളുമായി നേരിട്ട് സംവദിക്കുവാനുള്ള അവസരം ഒരിക്കൽ മാത്രമേ ഉണ്ടായിട്ടുള്ളൂ. അത് കുപ്രസിദ്ധനായ രാജാക്കാട് പോലീസ് സ്റ്റേഷൻ കെ.ഡി.യും പതിനാറോളം ഭവനഭേദനങ്ങളും അത്രത്തോളം കൊലപാതകങ്ങളും നടത്തിയിട്ടുള്ള 'റിപ്പർ' എന്ന ചാക്കോയുമായിട്ടായിരുന്നു.

ഞാൻ മെഡിക്കോ ലീഗൽ ഉപദേശകനായി പോലീസ് വകുപ്പിൽ ജോലിയിൽ പ്രവേശിച്ചിട്ട് കുറച്ചു നാളുകളേ ആയിട്ടുള്ളൂ. ഏറ്റുമാനൂരിനടുത്തുള്ള ഒരു ക്രിസ്ത്യൻ ഭവനത്തിലായിരുന്നു ആദ്യത്തെ റിപ്പർ ആക്രമണമുണ്ടായത്. അമ്മയും വിദ്യാർത്ഥിനികളായ രണ്ടു പെൺമക്കളും മാത്രമുള്ള ആ വീട്ടിൽ ജനാലക്കമ്പി വളച്ച് ഉള്ളിൽ കയറി മൂവരുടെയും തലയ്ക്ക് പട്ടിക കൊണ്ടടിച്ചു. തലപൊട്ടി അമ്മ തൽക്ഷണം മരിച്ചു. പെൺകുട്ടികൾ തലയ്ക്ക് ഗുരുതരമായി പരിക്കേറ്റ് നിരവധി ദിവസം അബോധാവസ്ഥയിലായിരുന്നു. അവിടെനിന്നും പണവും സ്വർണ്ണാഭരണങ്ങളും കവർച്ച ചെയ്യപ്പെട്ടു. പ്രതിയെ കണ്ടുപിടിക്കാനുതകുന്ന ഒരു തെളിവും കൃത്യസ്ഥലത്തുനിന്നും ലഭിച്ചില്ല. ബോധം തിരിച്ചുകിട്ടിയ പെൺകുട്ടികൾക്കും സംഭവത്തെപ്പറ്റി

ഒന്നും പറയാൻ കഴിഞ്ഞില്ല. അവർ ഉറങ്ങിക്കിടക്കുമ്പോഴായിരുന്നുതലയ്ക്ക് അടി കിട്ടിയത്. അപ്പോൾതന്നെ അവർക്ക് ബോധം നഷ്ടപ്പെട്ടിരിക്കണം.

രണ്ടാമത്തെ റിപ്പർ ആക്രമണവും ഏറ്റുമാനൂരിൽതന്നെയായിരുന്നു. അവിടെയുള്ള ഒരു മദ്യശാലയിലെ കാവൽക്കാരനെ തലയ്ക്കടിച്ച് കൊന്നിട്ട് മദ്യവും പണവും അപഹരിച്ചു. അവിടെനിന്നും തലയ്ക്കടിക്കാനുപയോഗിച്ച ഇരുമ്പുകമ്പിയല്ലാതെ മറ്റു തെളിവുകളൊന്നും ലഭിച്ചില്ല. രണ്ടു കേസുകളുടെ അന്വേഷണവും കോട്ടയം ക്രൈംബ്രാഞ്ച് ഏറ്റെടുത്തു. അന്ന് ശ്രീ കെ.റ്റി. മൈക്കലായിരുന്നു പോലീസ് സൂപ്രണ്ട്. അദ്ദേഹം പക്വതയും സാമർത്ഥ്യവുമുള്ള ഒരു കുറ്റാന്വേഷകനായിരുന്നു. തനിക്ക് ശരിയെന്ന് തോന്നുന്നത് എവിടെയും ധൈര്യമായി വെട്ടിത്തുറന്ന് പറയുന്ന ശ്രീ മൈക്കലിന്റെ സ്വഭാവംകൊണ്ട് അദ്ദേഹത്തിന് ധാരാളം ബുദ്ധിമുട്ടുകൾ അനുഭവിക്കേണ്ടി വന്നിട്ടുണ്ട്. എങ്കിലും സത്യത്തിൽനിന്നും വ്യതിചലിക്കാത്ത ഒരു പോലീസ് ഉദ്യോഗസ്ഥനായ അദ്ദേഹം റിട്ടയർ ചെയ്തതിനുശേഷം സസുഖം കോട്ടയത്ത് വിശ്രമജീവിതം നയിക്കുന്നു. അദ്ദേഹവും സംഘവും റിപ്പറിനെ പിടികൂടാൻ കിണഞ്ഞ് പരിശ്രമിക്കാൻ തുടങ്ങി.

മൂന്നാമത്തെ സംഭവം പാലായിലായിരുന്നു. പാലായിലെ പ്രശസ്തമായ ആട്ടോമൊബൈൽ വർക്ക്ഷോപ്പുടമയുടെ വീട്ടിൽ അടുക്കളയിലെ ജനാലയുടെ കമ്പി വളച്ച് അകത്തു കടന്ന് വെവ്വേറെ മുറികളിൽ ഉറങ്ങിക്കിടന്നിരുന്ന ഗൃഹനാഥനെയും ഭാര്യയെയും നാല് മക്കളെയും ഇരുമ്പ് കമ്പികൊണ്ട് തലയ്ക്കടിച്ചു ബോധം കെടുത്തി പണവും സ്വർണ്ണവും കവർന്നു. തലയ്ക്ക് ഗുരുതരമായി അടിയേറ്റ ഒരു മകൾ മരിച്ചു; മറ്റുള്ളവരെല്ലാം ദീർഘനാൾ കോട്ടയം മെഡിക്കൽ കോളജിലെ ന്യൂറോസർജറി വിഭാഗത്തിൽ ചികിത്സയിലായിരുന്നു. അന്ന് ക്രൈംബ്രാഞ്ച് ഐ.ജി. ആയിരുന്ന ഡോ. പി.ജെ. അലക്സാണ്ടറോടൊപ്പം ഞാനും ഡോ. മുരളീകൃഷ്ണയും കൂടി കൃത്യസ്ഥലം സന്ദർശിച്ചു.

വളച്ച ജനാലക്കമ്പിയിൽനിന്നും കുറ്റവാളിയുടെ കുറെ ദേഹരോമങ്ങൾ ലഭിച്ചതല്ലാതെ ഒരു വിരലടയാളംപോലും കിട്ടിയില്ല. ഞാൻ വളഞ്ഞ ജനാലക്കമ്പിയുടെയും അതിനു താഴെ ഉള്ളതിന്റെയും ഇടയുടെ അളവുകളിൽനിന്നും ഒരു ടെംപ്ലേറ്റുണ്ടാക്കിച്ചു. അതിൽനിന്നും ജനാലപ്പൊഴുതിലൂടെ നൂഴ്ന്നു കയറിയ റിപ്പർ ഒതുങ്ങിയ അരയുള്ള വണ്ണമില്ലാത്ത ഒരാളാണെന്ന് മനസ്സിലായി. എന്ത് കാര്യം? വളരെ വിപുലമായ അന്വേഷണം

നടത്തിയിട്ടും റിപ്പറെക്കുറിച്ച് ഒരു വിവരവും ലഭിച്ചില്ല. കുറെ മാസങ്ങൾക്കുശേഷം റിപ്പർ വീണ്ടും കൊല നടത്തി. അത് ഇടുക്കിയിലായിരുന്നു.

അർദ്ധരാത്രിയിൽ ഇടുക്കിയിലെ ഒരു സ്കൂൾടീച്ചറുടെ വീട്ടിൽ കയറി ഉറങ്ങിക്കിടന്ന അവരെയും സ്കൂൾ വിദ്യാർത്ഥിയായ മകനെയും തലയ്ക്കടിച്ചു. അപ്പോഴാണ് ടീച്ചറുടെ മൂന്നു വയസ്സുള്ള ബുദ്ധിമാന്ദ്യമുള്ള കുട്ടി കരയാൻ തുടങ്ങിയത്. ആ കുട്ടിയെ കുളിമുറിയിൽ എടുത്തുകൊണ്ടുപോയി ഒരു ബക്കറ്റിലെ വെള്ളത്തിൽ തലകീഴായി മുക്കിക്കൊന്നു. ടീച്ചർ തല പൊട്ടി അപ്പോൾ തന്നെ മരിച്ചിരുന്നു. അബോധാവസ്ഥയിലായ മകൻ വളരെ നാളത്തെ ചികിത്സകൊണ്ട് രക്ഷപ്പെട്ടു. അന്വേഷണ ഉദ്യോഗസ്ഥന്മാരോടൊപ്പം ഞാനും കൃത്യസ്ഥലം സന്ദർശിച്ചു. കഴിഞ്ഞ മൂന്നു കൊലപാതകങ്ങളുടെയും വിധാനശൈലിക്ക് (Modus operandi) നല്ല സാമ്യമുണ്ടായിരുന്നു.

എല്ലായിടത്തും ജനാലക്കമ്പി വളച്ചാണ് വീട്ടിനുള്ളിൽ കയറിയിരുന്നത്. ഗൃഹനാഥന്മാർ ഇല്ലാത്ത സമയമാണ് ഭവനഭേദനത്തിന് തിരഞ്ഞെടുത്തിരുന്നത്. നല്ല ഘനമുള്ള ഏതെങ്കിലും വസ്തു കൊണ്ട് ഉറങ്ങിക്കിടക്കുന്നവരുടെ തലയ്ക്ക് അടിക്കുമ്പോൾ അവർ തീർച്ചയായും ബോധരഹിതരാകും. ചിലപ്പോൾ മരിച്ചുവെന്നും വരാം. പക്ഷേ, ഒന്നു തീർച്ച. അടിച്ചതാരാണെന്ന് ബോധം തിരിച്ചുകിട്ടിയാലും പറയാൻ കഴിയുകയില്ല. കുഞ്ഞിനെ വെള്ളത്തിൽ മുക്കിക്കൊന്ന ക്രൂരത കണ്ടപ്പോൾ എനിക്ക് കൊലപാതകി അതിവിചിത്രവും ക്രൂരവുമായ ചിത്തവൃത്തിയുള്ള മനോരോഗിയായ (Psycopath) കുറ്റവാളിയാണെന്നു തോന്നി. ആളുകളുടെ തലയ്ക്കടിക്കുന്നതെല്ലാം ശക്തിയോടെ തന്നെയായിരുന്നു. കൊല്ലാൻതന്നെയാണ് അടിച്ചിരുന്നത്. ഭാഗ്യം കൊണ്ട് ചിലർ രക്ഷപ്പെട്ടുവെന്ന് മാത്രം. റിപ്പർ കോട്ടയം, ഇടുക്കി ജില്ലകളിലെ ജനങ്ങളുടെ ഉറക്കം കെടുത്തി. പലരും സ്വന്തം വീടുകളിലെ ജനാലകളും വാതിലുകളും അടയ്ക്കാതെ ഉറങ്ങാതായി. ആരാണീ റിപ്പർ? സീരിയൽ കില്ലറായ റിപ്പറെക്കുറിച്ച് പല കഥകളും പ്രചരിച്ചു.

ഇടുക്കിയിൽ റിപ്പർ മറ്റൊരു വീട്ടിലും ആക്രമണം നടത്തിയിരുന്നു. ലോറി ഡ്രൈവറായ ജോണിയെയും ഭാര്യയെയും മൂന്നു പിഞ്ചുകുട്ടികളെയും തലയ്ക്കടിച്ചിട്ട് ശരീരങ്ങൾക്ക് ഡീസൽ ഒഴിച്ച് തീ കൊടുത്തു. (കൊന്നിട്ടോ ജീവനോടെയോ?) ശരിക്കുള്ള മൃതദേഹപരിശോധനപോലും നടത്താതെ കൂട്ട ആത്മഹത്യയാണെന്ന് വിധിയെഴുതിയതിനാൽ ആ കേസിൽ

റിപ്പറെ ആരും സംശയിച്ചില്ല. ആ കേസിനെക്കുറിച്ച് പത്താം അദ്ധ്യായത്തിൽ വിവരിച്ചിട്ടുണ്ട്.

അടുത്ത കുറെ മാസങ്ങളിൽ കേരളത്തിൽ റിപ്പർ മോഡൽ കൊലപാതകങ്ങൾ ഒന്നും റിപ്പോർട്ട് ചെയ്തില്ല. പോലീസിന്റെ അന്വേഷണം മുറുകിയതുകൊണ്ടായിരിക്കാം റിപ്പർ നിഷ്ക്രിയനായിരിക്കുന്നതെന്ന് എല്ലാവരും കരുതി. എന്നാൽ റിപ്പർ തന്റെ തട്ടകം വടക്കൻ ജില്ലകളിലേക്ക് മാറ്റിയിരുന്നു. കോഴിക്കോട്ട് താമരശ്ശേരിയിൽ ആളൊഴിഞ്ഞ ഒരു വീട്ടിൽ കയറി കാവൽക്കാരനെ തലയ്ക്കടിച്ചുകൊന്ന് കവർച്ച നടത്തി. അവിടെയും റിപ്പർ ഒരു തെളിവും അവശേഷിപ്പിക്കാതെ രക്ഷപ്പെട്ടു.

അഡീഷണൽ ഡി.ജി.പി.യായി പ്രൊമോട്ട് ചെയ്യപ്പെട്ടപ്പോൾ ശ്രീ സത്താർകുഞ്ഞ് വീണ്ടും ക്രൈംബ്രാഞ്ച് മേധാവിയായി. ആയിടയ്ക്ക് ക്രൈംബ്രാഞ്ച് ഹെഡ്ക്വാർട്ടേഴ്സിൽ ഒരു ക്രൈം കോൺഫറൻസ് നടക്കുകയായിരുന്നു. അന്നത്തെ പത്രങ്ങളിൽ തമിഴ്നാട്ടിലെ ഗൂഡല്ലൂരിൽ ഒരു ചാരായഷോപ്പിലെ രണ്ട് ജോലിക്കാരുടെ തലയ്ക്കടിച്ച് കവർച്ച നടത്താൻ ശ്രമിച്ച ഒരു മലയാളിയെ പോലീസ് പിടികൂടിയ വാർത്ത വന്നിരുന്നു. ഞാൻ അത് സത്താർകുഞ്ഞു സാറിന്റെ ശ്രദ്ധയിൽപ്പെടുത്തി. അദ്ദേഹം ഉടൻതന്നെ കോൺഫറൻസ്സിൽ സന്നിഹിതനായിരുന്ന എസ്.പി. മൈക്കലിനോട് ഒരു ഇൻസ്പെക്ടറെ ഉടൻതന്നെ ഗൂഡല്ലൂരിലേക്കയയ്ക്കാൻ പറഞ്ഞു.

കോട്ടയം ക്രൈംബ്രാഞ്ചിലെ തോമസ് എന്ന സമർത്ഥനായ ഇൻസ്പെക്ടർ ഗൂഡല്ലൂരെത്തി; അവിടെ സബ്ജയിലിൽ കഴിഞ്ഞിരുന്ന പ്രതിയെ കണ്ടു; അയാൾ രാജാക്കാട് പോലീസ് സ്റ്റേഷനിലെ കെ.ഡി.യായ ചാക്കോയായിരുന്നു. മാനസാന്തരം വന്നിട്ടായിരിക്കാം ഇൻസ്പെക്ടറോട് ചാക്കോ അന്നുവരെ ചെയ്ത കുറ്റങ്ങളെല്ലാം ഏറ്റുപറഞ്ഞു. അൻപതോളം പേജുകളുള്ള ആ കുറ്റസമ്മതം വായിച്ചാൽ ആരുടെയും ഹൃദയമിടിപ്പുകൂടും.

ഇൻസ്പെക്ടർ തോമസ് ഗൂഡല്ലൂർ കോടതിയുടെ അനുമതിയോടെ ചാക്കോയെ കോട്ടയത്തു കൊണ്ടുവന്നപ്പോൾ ഞാൻ അയാളെ കാണാനും ദേഹപരിശോധന നടത്തുവാനും പോയി. സൈക്കോപാത്തിന്റെ മുഖഭാവവും കണ്ണുകളും. ഉറച്ച പേശികൾ, ശരീരത്തിൽ അശേഷം മേദസ്സില്ല, ഒതുങ്ങിയ വയറും അരയും. ഞാൻ ഉണ്ടാക്കിയ ടെംപ്ലേറ്റിന്റെ അളവുകൾ ഞാനോർത്തു. അയാളുടെ തലമുടി, ദേഹരോമങ്ങൾ എന്നിവ ശേഖരിക്കുകയും രക്തഗ്രൂപ്പ് നിർണ്ണയിക്കുകയും ചെയ്തു. ചിത്രങ്ങൾ എടുക്കുവാൻ മനസ്സില്ലാമനസ്സോടെ അയാൾ സമ്മതിച്ചു. ഞാൻ അയാളുടെ

ചിത്രം സഹിതം ഒരു കുറിപ്പു തയ്യാറാക്കി. അതാണ് പിന്നീട് ആഭ്യന്തരവകുപ്പിലേക്കും പത്രങ്ങൾക്കും നല്കിയത്. കുറ്റാന്വേഷണസംഘത്തിലുള്ളവർക്കെല്ലാം ക്യാഷ് അവാർഡും ഗുഡ് സർവീസ് എൻട്രിയും നല്കാൻ എ.ഡി.ജി.പി. ശിപാർശ ചെയ്തെങ്കിലും സർക്കാർ നല്കിയില്ല.

റിപ്പർ ചാക്കോയുടെ കുറ്റസമ്മതത്തിൽ അയാൾ നടത്തിയ എല്ലാ ഭവന ഭേദനങ്ങളെക്കുറിച്ചും കൊലപാതകങ്ങളെക്കുറിച്ചുമുള്ള സമ്പൂർണ്ണവിവരങ്ങൾ ഉണ്ടായിരുന്നു. ഓരോ കൃത്യസ്ഥലത്തും അയാളെ കൊണ്ടുപോയി തെളിവെടുപ്പു നടത്തി. ചാക്കോയുടെ ഓർമ്മശക്തി അപാരമായിരുന്നു. കൊലകളെക്കുറിച്ചുള്ള അത്യല്പമായ വിശദാംശങ്ങൾപോലും അയാൾ പറഞ്ഞു. ലോറി ഡ്രൈവറെയും കുടുംബത്തെയും കൊലചെയ്തിട്ട് തലയ്ക്കടിക്കാനുപയോഗിച്ച ഇരുമ്പുകമ്പി ആ വീട്ടിലെ കിണറ്റിലിട്ടു എന്ന് ചാക്കോ പറഞ്ഞത് ശരിയായിരുന്നുവെന്ന് കിണർ പരിശോധിച്ചപ്പോൾ തെളിഞ്ഞു.

ഇടുക്കിയിൽ ഒരു വീട്ടിൽ കയറി വീട്ടമ്മയെ ഇരുമ്പുകമ്പി കൊണ്ട് തലയ്ക്കടിച്ച് വീഴ്ത്തിയിട്ട് സ്വർണ്ണാഭരണങ്ങൾ കൈക്കലാക്കിയെന്ന് ചാക്കോ കുറ്റസമ്മതം നടത്തിയിരുന്നു. ആ സംഭവത്തെക്കുറിച്ച് അന്വേഷിച്ചപ്പോൾ ലഭിച്ച വിവരം ദുഃഖകരമായിരുന്നു. തലയ്ക്കടിയേറ്റ വീട്ടമ്മ മരിച്ചില്ല. ആശുപത്രി ചികിത്സ കഴിഞ്ഞ് സുഖം പ്രാപിച്ച അവർ പോലീസിനോട് പറഞ്ഞത് അടുത്ത വീട്ടിലെ ചെറുപ്പക്കാരനാണ് അവരുടെ തലയ്ക്കടിച്ചതെന്നായിരുന്നു. അയാൾ നിരപരാധിയാണെന്ന് താണു വീണു പറഞ്ഞിട്ടും പോലീസ് അയാളെ വധശ്രമത്തിനും മോഷണത്തിനും പ്രതിയാക്കി കുറ്റപത്രം സമർപ്പിച്ചു. കോടതി അയാളെ ശിക്ഷിക്കുകയും ചെയ്തു. ചാക്കോ കുറ്റസമ്മതം നടത്തിയപ്പോഴേക്കും അയാളുടെ ശിക്ഷയുടെ കാലാവധി കഴിഞ്ഞിരുന്നു. അയാളുടെ ജീവിതത്തിൽ സംഭവിച്ച നഷ്ടങ്ങൾ എങ്ങനെ നികത്താനാവും?

എല്ലാ കേസുകളിലും കുറ്റപത്രം തയ്യാറാക്കുക എന്ന ദുഷ്കരമായ ജോലി കോട്ടയം ക്രൈംബ്രാഞ്ചിലെ കുറ്റാന്വേഷകർ സ്തുത്യർഹമായി പൂർത്തിയാക്കി. ചാക്കോ പ്രതിയായ എല്ലാ കേസുകളും കോട്ടയത്തെ സെഷൻസ്സ് കോടതിയിൽ പ്രത്യേകമായി വിചാരണ നടത്താനുള്ള നടപടികൾ പൂർത്തിയായി. രണ്ടുമൂന്നു കേസുകളുടെ വിസ്താരം പൂർത്തിയായി ശിക്ഷയും പ്രഖ്യാപിച്ചു. വിയ്യൂർ സെൻട്രൽ ജയിലിൽ കഴിഞ്ഞിരുന്ന ചാക്കോയുടെ കാലിൽ ഒരു വ്രണം ഉണ്ടായി. അസഹനീയമായ വേദന

ഉളവാക്കിയ ആ വ്രണം വൈദ്യപരിശോധനയിൽ ക്യാൻസറാണെന്നു കണ്ടെത്തി. വേദന സഹിക്കാനാകാതെ വന്നപ്പോൾ ചാക്കോ ജയിലിലെ സെല്ലിൽ തൂങ്ങിമരിച്ചു.

ചെറുപ്പത്തിലേതന്നെ ചാക്കോ കുറ്റകൃത്യങ്ങൾ ചെയ്യാൻ തുടങ്ങിയിരുന്നു. പലതവണ ദുർഗുണപരിഹാരപാഠശാലയിലും ജയിലിലും കഴിയേണ്ടി വന്നപ്പോൾ ചാക്കോ സന്മാർഗ്ഗിയാകുന്നതിനു പകരം ക്രൂരനായ ഒരു കൊലയാളിയായി മാറുകയായിരുന്നു. കുറ്റവാളികളുമായുള്ള സഹവാസത്തിൽനിന്നും അയാൾ കുറ്റകൃത്യങ്ങൾ ചെയ്യാനുള്ള പുതിയ മാർഗ്ഗങ്ങൾ പഠിക്കുകയായിരുന്നു. ജയിലുകളുടെ പേര് ഗുണീകരണസ്ഥാപനങ്ങൾ എന്നു പരിഷ്കരിച്ചാൽ മാത്രം മതിയോ? കുറ്റവാളികളുടെ പുനരധിവാസത്തിന് ഊന്നൽ നല്കിക്കൊണ്ടുള്ള കർമ്മപരിപാടികൾ ആവിഷ്കരിക്കണം. ബാല്യത്തിലേ കുറ്റവാസന പ്രകടിപ്പിക്കുന്നവരാണ് ഭാവിയിൽ വലിയ കുറ്റവാളികളാകുന്നത്.

ഒരു കൊച്ചു കുറ്റവാളി എന്റെ കുടുംബത്തിൽ അതിഥിയായി എത്തിയ കഥ പറയാം.

ഞാൻ മെഡിക്കോ ലീഗൽ അഡ്വൈസർ ആയി ക്രൈംബ്രാഞ്ചിൽ ജോലി നോക്കുന്ന കാലം. കേരളത്തിലുടനീളം യാത്രകൾ, ചർച്ചകൾ, പോലീസ് ട്രെയിനിങ് കോളജിലെ അദ്ധ്യാപനം എന്നിങ്ങനെയുള്ള നിരവധി ജോലിത്തിരക്കുകൾക്കിടയിൽ വീട്ടുകാര്യങ്ങളിൽ ശ്രദ്ധിക്കുവാൻ സമയം കിട്ടാറില്ലായിരുന്നു. പുറംജോലിക്ക് ഒരു സ്ത്രീ ഉണ്ടെങ്കിലും മറ്റു ജോലികൾക്കു ഭാര്യയെ സഹായിക്കാൻ ആരുമില്ലായിരുന്നു. ആരെയെങ്കിലും അന്വേഷിച്ചു കണ്ടെത്തണമെന്ന ഭാര്യയുടെ ആവശ്യം നിറവേറ്റാൻ കഴിയാതിരിക്കുന്ന സമയത്താണ് എന്റെ സ്നേഹിതൻ താലൂക്ക് ട്രഷറിയിലെ ചന്ദ്രദത്തന്റെ ഫോൺ സന്ദേശം കിട്ടുന്നത്. ദത്തന്റെ ഒരു ബന്ധുവിന്റെ വീട്ടിൽ ഒരു തമിഴ് ബാലൻ ജോലി തിരക്കി എത്തിയിട്ടുണ്ട്. ഞാൻ പേട്ട സർക്കിൾ ഇൻസ്പെക്ടറായിരുന്ന പ്രഭയെ (പിന്നീട് എസ്.പി.യായി റിട്ടയർ ചെയ്തു) ഫോൺ ചെയ്തു അഭിപ്രായമാരാഞ്ഞു. ഇങ്ങനെ വീടുവിട്ടിറങ്ങുന്ന ബാലന്മാരെ വീട്ടുജോലിക്കു നിർത്തുന്നതിലെ അപകടത്തെക്കുറിച്ചു പ്രഭ എന്നോടു പറഞ്ഞു. എങ്കിലും അല്പം റിസ്കെടുത്താലും വേണ്ടില്ല എന്നെനിക്കു തോന്നി.

അന്നു വൈകുന്നേരം ദത്തൻ തമിഴ് ബാലനെ വീട്ടിൽ കൊണ്ടുവന്നു. പതിനഞ്ചു വയസ് പ്രായം, പേര് ഗണേശൻ, തമിഴ് മാത്രമേ അറിയൂ, മലയാളം പറഞ്ഞാൽ മനസ്സിലാകും. അവൻ പറഞ്ഞ കഥ എന്റെയും ഭാര്യയുടെയും കണ്ണുകൾ ഈറനണിയിച്ചു.

അവന്റെ വീട് കോയമ്പത്തൂരിലാണ്. അച്ഛൻ ഒരു മദ്യപാനിയാണ്. അമ്മ അച്ഛന്റെ അടിയും തൊഴിയുമേറ്റ് രോഗിയായി മരിച്ചു. വൈകാതെതന്നെ അച്ഛൻ ഒരു കുട്ടിയുള്ള, ഭർത്താവു മരിച്ച സ്ത്രീയെ വിവാഹം കഴിച്ചു. രണ്ടാനമ്മ വീട്ടിൽ വന്നതു മുതൽ ഗണേശനെയും അനുജത്തിയെയും എന്നും ചീത്ത പറയാനും തല്ലാനും തുടങ്ങി. അങ്ങനെ പീഡനം സഹിക്കവയ്യാതെയാണ് അവൻ വീടു വിട്ടിറങ്ങിയത്.

ഏതായാലും ഗണേശൻ പറഞ്ഞ മേൽവിലാസം ഞാൻ ഇൻസ്പെക്ടർ പ്രഭയ്ക്കു നല്കി. അതു കൂടാതെ പിറ്റേദിവസം തന്നെ ഒരു തമിഴ് സ്നേഹിതനെക്കൊണ്ട് ഗണേശന്റെ അച്ഛന് ഒരു കത്തും എഴുതി. പിറ്റേദിവസം ഞാൻ ഓഫീസിൽനിന്നെത്തിയപ്പോൾ ഭാര്യയുടെ മുഖത്തു നല്ല സന്തോഷം. ഗണേശനെപ്പോലെ ഇത്ര നല്ല ഒരു പയ്യനെ ഞാൻ കണ്ടിട്ടില്ല. ദൈവം കൊണ്ടുതന്നതാണിവനെ എന്നു ഭാര്യ. ഒരു പകൽകൊണ്ട് ഗണേശൻ എന്റെ ഭാര്യയുടെ സ്നേഹഭാജനമായി മാറി. അവൾ പറയാതെ തന്നെ അവൻ സകല ജോലികളും ചെയ്യുന്നു. വീട്ടിലിരുന്ന ഒരു വലിയ നിലവിളക്ക് ഗണേശന്റെ പരിചരണമേറ്റ് സ്വർണംപോലെ തിളങ്ങുന്നു.

ഞങ്ങളുടെ രണ്ടാൺമക്കൾ, ഗണേശന്റെ സമപ്രായക്കാർ. അവർ സ്കൂൾ വിട്ടു വന്നാൽ ഗണേശൻ അവർക്കു കളിക്കൂട്ടുകാരനാവുന്നു. എന്റെ ഭാര്യ മക്കളുടെ പഴയ ഷർട്ടും നിക്കറുമെല്ലാം ഗണേശനു കൊടുത്തു. അതൊക്കെ സൂക്ഷിക്കാൻ ഒരു പഴയ പെട്ടിയും നല്കി. അങ്ങനെ ഗണേശൻ ഞങ്ങളുടെ വീട്ടിലെ ഒരംഗമായി. എല്ലാവർക്കും അവനോട് വലിയ സ്നേഹം. എന്തിനേറെപ്പറയുന്നു നാലഞ്ചു ദിവസങ്ങൾക്കകം ഒരു മകനെപ്പോലെ അവൻ ഞങ്ങളുടെ കണ്ണിലുണ്ണിയായിത്തീർന്നു.

അന്ന് ഒരു ഞായറാഴ്ചയായിരുന്നു. ഗണേശൻ വന്നിട്ട് ആറു ദിവസം കഴിഞ്ഞു. അന്നുവരെ അവനിൽ ഒരു സ്വഭാവദോഷവും കാണാൻ കഴിഞ്ഞിരുന്നില്ല. ഞാനും ഭാര്യയും കുട്ടികളും ഉച്ചഭക്ഷണം കഴിക്കാൻ തുടങ്ങി. അതിനു മുമ്പുതന്നെ ഭാര്യ ഗണേശനു ഭക്ഷണം വിളമ്പി, അവൻ അടുക്കളയിൽ ഇരുന്നു ഭക്ഷണം കഴിക്കുകയായിരുന്നു.

ഊണു കഴിഞ്ഞിട്ട് അവനെ വിളിച്ചപ്പോൾ അവനെ അവിടെയെങ്ങും കണ്ടില്ല. പറമ്പിലൊക്കെ നോക്കിയിട്ടും അവനെ കാണാനില്ല. പറമ്പിൽ കിളച്ചു കൊണ്ടു നിന്ന കൃഷിക്കാരൻ രാജുവിനോടു ചോദിച്ചപ്പോൾ ഗണേശൻ ഒരു സഞ്ചിയുമായി വെളിയിലേക്കു പോകുന്നതു കണ്ടതായി പറഞ്ഞു. ഭാര്യ സ്റ്റോർ റൂമിൽ പോയി നോക്കിയപ്പോൾ ഗണേശനു കൊടുത്ത പെട്ടി

അവിടെത്തന്നെയുണ്ട്. എന്നാൽ അതിനകത്തെ തുണികളൊന്നും കാണാനില്ല. പറമ്പിലെ ജോലിക്കാരൻ രാജു അവന്റെ സൈക്കിളിൻമേൽ വച്ചിരുന്ന ഉടുപ്പിന്റെ പോക്കറ്റിൽ ഒരു റിസ്റ്റു വാച്ചും അൻപതു രൂപയുമുണ്ടായിരുന്നു. അതും കാണാനില്ലായിരുന്നു. ഞാൻ ഇൻസ്പെക്ടർ പ്രഭയെ വിളിച്ചില്ല.

ഭാര്യയ്ക്കു വലിയ സങ്കടം; ഇത്രയും സ്നേഹം നല്കിയിട്ടും ഗണേശൻ വഞ്ചിച്ചല്ലോ എന്ന്. പിറ്റേന്ന് ഇൻസ്പെക്ടർ പ്രഭ എന്നെ വിളിച്ചു. ഞായറാഴ്ച വൈകുന്നേരം ഗണേശന്റെ ലക്ഷണങ്ങൾക്കൊത്ത മുത്തു എന്ന തമിഴ് ബാലനെ എന്റെ വീടിനടുത്തുള്ള ഒരുവാതിൽകോട്ടയിൽ, ആക്കുളം കായലിനു സമീപത്തുനിന്നും മൊബൈൽ പട്രോൾ സംഘം പോലീസ് സ്റ്റേഷനിൽ കൊണ്ടുവന്നിരുന്നു. നാട്ടുകാരാണ് അവനെ സംശയിച്ചു പിടിച്ചതും കൺട്രോൾ റൂമിൽ വിവരം അറിയിച്ചതും.

അവന്റെ പക്കൽ ഒരു റിസ്റ്റുവാച്ചും അൻപതു രൂപയുമുണ്ടായിരുന്നു. പോലീസുകാർ അവനെ മജിസ്ട്രേറ്റിനു മുമ്പിൽ ഹാജരാക്കി. അവിടെനിന്നും ദുർഗുണപരിഹാരപാഠശാലയിലേക്കയച്ചു. അവൻ അവിടെയുണ്ട്. ഞാൻ ഈ വിവരങ്ങളെല്ലാം ക്രൈംബ്രാഞ്ച് ഹെഡ്ക്വാർട്ടേഴ്സിലെ പോലീസ് സൂപ്രണ്ട് ശ്രീ പി.എം. കുഞ്ഞുമൊയ്തീൻകുട്ടിയോടു പറഞ്ഞു. അദ്ദേഹവും ഞാനും കൂടി ദുർഗുണപരിഹാരപാഠശാലയിൽ പോയി. അവിടത്തെ സൂപ്രണ്ട് പറഞ്ഞ വിവരം കേട്ട് ഞാൻ ഞെട്ടിപ്പോയി.

അവന്റെ ശരിയായ പേര് മുത്തു; തിരുനെൽവേലിക്കാരനാണ്. പെരുങ്കള്ളന്മാരുടെ ഗ്രാമമായ ഒട്ടൻ ഛത്രത്തിലെ ഒരു തലമൂത്ത കള്ളന്റെ മകനാണ്. രണ്ടാനമ്മയുടെ പീഡനകഥ കെട്ടിച്ചമച്ചതാണ്. അവന്റെ സ്ഥിരം പരിപാടി മോഷണമാണ്. ഒരു വീട്ടിൽ ചെന്ന് പീഡനകഥ പറയും. ശമ്പളമൊന്നും വേണ്ട; താമസിക്കാനിടവും ഭക്ഷണവും നല്കിയാൽ മതി. എന്തു ജോലി വേണമെങ്കിലും ചെയ്യാം. നാലഞ്ചു ദിവസംകൊണ്ട് വീട്ടുകാരുടെ സ്നേഹം പിടിച്ചുപറ്റും. വീട്ടമ്മമാർ കുളിക്കാൻ കുളിമുറിയിൽ കയറുമ്പോൾ ആഭരണങ്ങൾ മാറ്റിവയ്ക്കുമല്ലോ. അവൻ ആഭരണങ്ങൾ കൈക്കലാക്കി സ്ഥലംവിടും. നാട്ടിൽ പോയി അച്ഛനെ ആഭരണങ്ങൾ ഏല്പിക്കും. വീണ്ടും മറ്റൊരു സ്ഥലത്തേക്ക്. ഇങ്ങനെ പതിമൂന്ന് സ്ഥലത്ത് മോഷണം നടത്തിയിട്ടുണ്ട്. ആദ്യമായിട്ടാണ് പോലീസിന്റെ പിടിയിലാകുന്നത്.

അവനെ ഒന്നു കണ്ടാൽ കൊള്ളാമെന്നു പറഞ്ഞപ്പോൾ സൂപ്രണ്ട് പോയി അവനെ കൂട്ടിക്കൊണ്ടുവന്നു. "ഗണേശാ!" ഞാൻ വിളിച്ചു. തികച്ചും ഒരപരിചിതനെ കാണുന്നതുപോലെ

അവൻ നിന്നു. എസ്.പി. കുഞ്ഞുമൊയ്തീൻകുട്ടി എന്നെ ചൂണ്ടി ക്കാണിച്ച് അവനോട് ചോദിച്ചു: ''ഇന്ത ആളെ തെരിയുമോ?'' ''തെരിയാത് സാർ.'' അവൻ നിഷേധാർത്ഥത്തിൽ തലയാട്ടി. അവന്റെ നിസ്സംഗമായ മുഖത്തിൽ ഞാൻ ഭാവിയിലെ ഒരു ചാക്കോയെ കണ്ടുവോ?

40. ലേഖയുടെ മരണം

എറണാകുളത്ത് ഇടപ്പള്ളിയിൽനിന്നും ദേശീയപാത പതിനേഴി ലൂടെ പത്തുമിനിട്ട് യാത്ര ചെയ്താൽ വരാപ്പുഴയിലെത്താം. മനോഹരമായ ഒരു ഭൂപ്രദേശമാണിത്. വരാപ്പുഴ നദി കടക്കാൻ പാലം നിർമ്മിച്ചതിനു ശേഷം (ചിത്രം 40.1) എറണാകുളത്തു നിന്നും കൊടുങ്ങല്ലൂരിലേക്കും പറവൂരിലേക്കും എളുപ്പത്തിൽ എത്തിച്ചേരാൻ സാധിക്കും.

ചിത്രം 40. 2 പാലത്തിന് കിഴക്കുള്ള ബോട്ട് ജെട്ടി–പാലത്തിൽനിന്നുള്ള കാഴ്ച

മൂന്നു വർഷങ്ങൾക്കുമുമ്പ് മേയ് മാസത്തിന്റെ അവസാന ത്തിലെ ഒരു ദിനം, രാവിലെതന്നെ മഴ തുടങ്ങി. പതിനൊന്നുമണി യോടെ പാലത്തിന് കിഴക്കുവശം ബോട്ട് ജെട്ടിക്കു സമീപം നദി യിൽ ഒരു സ്ത്രീയുടെ മൃതദേഹം പൊന്തിക്കിടക്കുന്നതായി കാണപ്പെട്ടു (ചിത്രം 40.2). മൃതദേഹം കരയ്ക്കടുപ്പിക്കാനോ പോലീസിൽ വിവരമറിയിക്കാനോ ആരും തയ്യാറായില്ല. ഗതാ ഗത അപകടത്തിൽപെട്ട് പരിക്കുകളേറ്റ് രക്തം വാർന്ന് ആരെ

ചിത്രം 40.1 എൻ.എച്ച്. 17–ലെ വരാപ്പുഴ പാലം

ങ്കിലും റോഡിൽ കിടന്നാലും നാം തിരിഞ്ഞു നോക്കാറില്ല. ശവശരീരം വേലിയിറക്കത്തിൽ അവിടെനിന്നും പാലത്തിനടിയിലൂടെ പടിഞ്ഞാറോട്ട് രണ്ടു കിലോമീറ്ററോളം ഒഴുകി അമ്പലക്കടവ് എന്ന സ്ഥലത്തെത്തി പായലിൽ തടഞ്ഞുകിടന്നു (ചിത്രം 40.3).

ചിത്രം 40.3 പാലത്തിന് പടിഞ്ഞാറുവശം. *ഇൻസെറ്റിൽ* മൃതദേഹം വേലിയിറക്കത്തിൽ പാലത്തിനടിയിലൂടെ ഒഴുകി അമ്പലക്കടവിലെത്തി, പായലിൽ കുരുങ്ങി പൊന്തിക്കിടക്കുന്നു.

ഇതിനിടെ വരാപ്പുഴയ്ക്ക് തെക്ക് ചേരാനല്ലൂരിൽ താമസിക്കുന്ന രാധാകൃഷ്ണൻ തന്റെ ഭാര്യ ഇരുപത്തിയാറുവയസ്സുള്ള ലേഖയെ തലേദിവസം രാവിലെ മുതൽ കാണാനില്ല എന്ന പരാതി പോലീസ് സ്റ്റേഷനിൽ നല്കിയിരുന്നു. അമ്പലക്കടവിൽ ഒരു സ്ത്രീയുടെ മൃതദേഹം കാണപ്പെട്ടുവെന്ന് വിവരം ലഭിച്ചയുടൻ ചേരാനല്ലൂർ സബ് ഇൻസ്പെക്ടറും സംഘവും സ്ഥലത്തെത്തി. മൃതദേഹം ലേഖയുടേതാണെന്ന് ബന്ധുക്കൾ തിരിച്ചറിഞ്ഞു.

പഞ്ചായത്തുകാരുടെയും ബന്ധുക്കളുടെയും സാന്നിധ്യത്തിൽ പ്രേതവിചാരണ നടത്തി. ലേഖയുടെ മൃതശരീരത്തിന്റെ വലതു കൈ തോളിനു താഴെവച്ച് മുറിഞ്ഞ് നഷ്ടപ്പെട്ടിരുന്നു. തലയിൽ ചതഞ്ഞ മുറിവും മുതുകിൽ ഉരവുകളും കരിവാളിപ്പുമുണ്ടായിരുന്നു.

ലേഖ റെയിൽപ്പാലത്തിൽവച്ച് ട്രെയിനിടിച്ച് വെള്ളത്തിൽ വീണതാണെന്ന് പഞ്ചായത്തുകാർ അഭിപ്രായപ്പെട്ടു. മട്ടാഞ്ചേരി സ്വദേശിനിയായ ലേഖയുടെ വിവാഹം കഴിഞ്ഞിട്ട് ഒരു വർഷം തികഞ്ഞതേയുള്ളൂ. അവളും ഭർത്താവുമൊന്നിച്ച് അവളുടെ വീട്ടിൽ പോയിരുന്നു. തലേ ദിവസം രാവിലെ മട്ടാഞ്ചേരിയിൽ നിന്നും ഇരുവരും തിരികെ എറണാകുളത്തു വന്നു. ഭർത്താവ് ലേഖയെ മേനക ബസ്സ് സ്റ്റോപ്പിൽനിന്നും രാവിലെ 8.30 മണിക്ക് ചേരാനല്ലൂർക്കുള്ള ബസ്സിൽ കയറ്റിവിട്ടു. അതിനുശേഷം ആരും അവളെ ജീവനോടെ കണ്ടിട്ടില്ല. പ്രേതവിചാരണയ്ക്കുശേഷം മൃതദേഹം പോസ്റ്റ്മോർട്ടം പരിശോധനയ്ക്കയച്ചു. ലേഖയുടെ വലതുകൈ മുറിഞ്ഞുപോയതുൾപ്പെടെ ശരീരത്തിൽ കാണപ്പെട്ട മൂന്നു മുറിവുകളും ജീവനുള്ളപ്പോൾ സംഭവിച്ചതാണെന്നും, മരണം സംഭവിച്ചത് തലയ്ക്കേറ്റ പരിക്കിന്റെയും വെള്ളത്തിൽ മുങ്ങിയതിന്റെയും സംയുക്തഫലമാണെന്നുമായിരുന്നു ഡോക്ടറുടെ അഭിപ്രായം. ഒരു പാലത്തിൽ കൂടി നടന്നുപോകുമ്പോൾ അതിവേഗത്തിൽ വന്ന ട്രെയിനോ ഏതെങ്കിലും വാഹനമോ ഇടിച്ചു തെറിപ്പിച്ച് വെള്ളത്തിൽ വീണാൽ ഇങ്ങനെ സംഭവിക്കാമെന്ന അഭിപ്രായത്തിന്റെ വെളിച്ചത്തിൽ ചേരാനല്ലൂർ പോലീസ് ഫോർട്ട് കൊച്ചി സബ്ഡിവിഷണൽ മജിസ്ട്രേറ്റിന് അന്തിമറിപ്പോർട്ട് നല്കി.

ലേഖയുടെ പിതാവ് ചേരാനല്ലൂർ പോലീസിന്റെ അന്വേഷണം തൃപ്തികരമല്ലെന്നും ഭർത്താവിന്റെയും ബന്ധുക്കളുടെയും പീഡനം മൂലം ലേഖ ആത്മഹത്യ ചെയ്തതാണെന്നും അതുകൊണ്ട് കേസിൽ പുനരന്വേഷണം വേണമെന്ന് ആവശ്യപ്പെട്ടുകൊണ്ട് ബഹു. ഹൈക്കോടതി മുമ്പാകെ പരാതി സമർപ്പിച്ചു. ബഹു. കോടതി ക്രൈംബ്രാഞ്ചിനോട് ലേഖയുടെ മരണം പുനരന്വേഷിക്കുവാൻ ഉത്തരവിട്ടു.

എറണാകുളം ക്രൈംബ്രാഞ്ച് യൂണിറ്റിന്റെ മേധാവിയായ എസ്.പി. ശ്രീ അഷ്റഫിന്റെ മേൽനോട്ടത്തിൽ പുനരന്വേഷണമാരംഭിച്ചു. ലേഖ റെയിൽവേ പാലത്തിലൂടെ നടന്നുപോയതായോ ട്രെയിൻ ഇടിച്ചതായോ ഒരു തെളിവും ലഭിച്ചില്ല. അവളുടെ ആത്മഹത്യയിലേക്ക് വിരൽ ചൂണ്ടുന്ന തെളിവുകളാണ് അവർക്ക് കിട്ടിയത്.

ലേഖ മട്ടാഞ്ചേരിയിലുള്ള സ്വവസതിയിൽ പോയപ്പോൾ അയൽവക്കത്തുള്ള ഒരു കൂട്ടുകാരിയുടെ വീട്ടിൽ പോയിരുന്നു. അവൾ തന്റെ വിവാഹത്തിനുവേണ്ടി വാങ്ങിയിരുന്ന ആഭരണങ്ങൾ ലേഖയെ കാണിച്ചു. കൂട്ടുകാരി കാണാതെ മൂന്നു വളകൾ ലേഖ എടുത്തു. പിന്നീട് ലേഖയാണ് വളകൾ അപഹരിച്ചതെന്ന് കണ്ടു

പിടിക്കുകയും മരിക്കുന്നതിന്റെ തലേദിവസം അവൾ ആ വളകൾ തിരിച്ചു നല്കുകയും ചെയ്തു. അതിയായ അപമാനവും മാനസിക വിഷമവുമുണ്ടാക്കിയ ഈ സംഭവമായിരിക്കണം ലേഖയെ ആത്മഹത്യ ചെയ്യാൻ പ്രേരിപ്പിച്ചത്. വെള്ളത്തിൽ മുങ്ങിമരിച്ച ലേഖയുടെ ശരീരത്തിൽ എങ്ങനെ മുറിവുകൾ സംഭവിച്ചുവെന്നതിനെക്കുറിച്ച് അന്വേഷണ ഉദ്യോഗസ്ഥർക്ക് ഒരു ധാരണയിലെത്താൻ കഴിഞ്ഞില്ല. അങ്ങനെയാണ് എസ്.പി. ശ്രീ അഷ്റഫ് എന്റെ അഭിപ്രായമാരാഞ്ഞത്.

ഭാഗ്യവശാൽ പ്രേതവിചാരണ സമയത്ത് മൃതദേഹത്തിന്റെയും മുറിവുകളുടെയും വർണ്ണചിത്രങ്ങൾ ചേരാനല്ലൂർ പോലീസ് എടുത്തിരുന്നു. ഒരു ശവശരീരത്തിന്റെയോ മുറിവുകളുടെയോ വിവരണത്തോടൊപ്പം നല്ല ചിത്രങ്ങൾ കൂടിയുണ്ടെങ്കിൽ കൂടുതൽ വിവരങ്ങൾ ലഭിച്ചുവെന്നുവരാം.

പ്രേതവിചാരണ റിപ്പോർട്ടിലെ ഏഴും എട്ടും കോളങ്ങളിലെ ശവശരീരത്തിന്റെ വിവരണങ്ങളിൽനിന്നും ചിത്രങ്ങളിൽനിന്നും വ്യക്തമായ ഒരു വസ്തുത ലേഖയുടെ ദേഹത്ത് ട്രെയിനോ മറ്റേതെങ്കിലും വാഹനമോ ഇടിച്ചിട്ടില്ല എന്നതാണ്.

അവൾ (ചിത്രം 40.4) ധരിച്ചിരുന്ന ചുരിദാറിൽ ഒരു അഴുക്കോ കീറലോ ഉണ്ടായിരുന്നില്ല. ശരീരത്തിൽ ആകെ മൂന്നു മുറിവുകളേ ഉണ്ടായിരുന്നുള്ളൂ. ട്രെയിനോ മറ്റു വാഹനങ്ങളോ ഇടിക്കുകയാണെങ്കിൽ ശരീരത്തിൽ പല തരത്തിലുള്ള നിരവധി ഗുരുതരങ്ങളായ മുറിവുകൾ (Primary, secondary and tertiary impact injuries) ഉണ്ടാകും. വസ്ത്രങ്ങളിൽ ഗ്രീസ്സിന്റെയും ഓയിലിന്റെയും കറകൾ പറ്റും.

ലേഖയുടെ നെഞ്ചിന്റെ അറകളിലും ശ്വാസക്കുഴലുകളിലും മുങ്ങിമരണത്തിന്റെ ലക്ഷണങ്ങൾ ഉണ്ടായിരുന്നു. ജലത്തിൽ കാണപ്പെടുന്ന 'ഡയാറ്റം' എന്ന ഏകകോശ സസ്യം മജ്ജയിൽ കടന്നതായി പരിശോധനയിൽ തെളിഞ്ഞു. ഇത് മുങ്ങിമരണത്തിന്റെ അനിഷേധ്യമായ തെളിവാണ്. അതിന്റെ അടിസ്ഥാനത്തിൽ ലേഖ വെള്ളത്തിൽ വീഴുമ്പോൾ അവൾക്ക് ജീവനുണ്ടായിരുന്നുവെന്നും വെള്ളം ശ്വാസകോശങ്ങൾക്കുള്ളിൽ കയറി ശ്വാസം മുട്ടിയാണ് മരണമുണ്ടായതെന്നും തറപ്പിച്ചു പറയാം.

വെള്ളത്തിൽ കാണപ്പെടുന്ന ശവശരീരങ്ങളിലെ മുറിവുകൾ ജീവനുള്ളപ്പോൾ സംഭവിച്ചതാണോ മരിച്ചതിനു ശേഷം ഉണ്ടായതാണോ എന്ന് കണ്ടുപിടിക്കേണ്ടത് ആവശ്യമാണ്. മുങ്ങിമരിച്ച ആളുകളുടെ ശരീരത്തിൽ ഈ രണ്ടുതരം മുറിവുകളും സംഭവിക്കാം. വെള്ളത്തിലേക്ക് വീഴുമ്പോൾ, പ്രത്യേകിച്ചും ഉയരങ്ങളിൽ നിന്നും ചാടുമ്പോൾ വെള്ളത്തിനടിയിലുള്ള പാറകൾപോലുള്ള വസ്തുക്കളിൽ ശരീരം ഇടിക്കാം. അങ്ങനെ ഗുരുതരങ്ങളായ

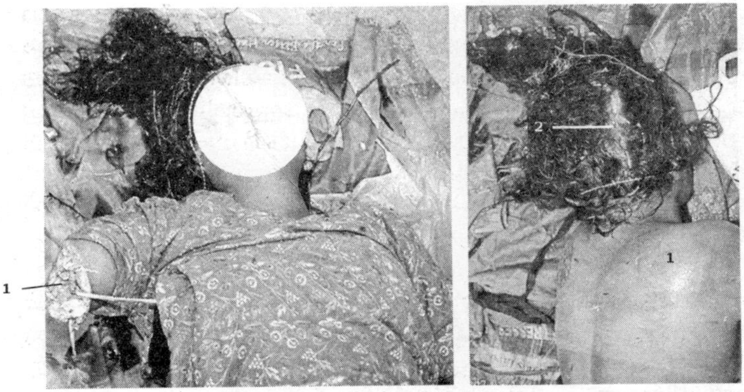

ചിത്രം 40.4 ലേഖയുടെ ദേഹത്ത് കാണപ്പെട്ട മുറിവുകൾ: 1. വലതുകൈ തോളിന് താഴെ വെച്ച് മുറിഞ്ഞ് നഷ്ടപ്പെട്ടു 2. തലയുടെ പിറകിൽ ചതഞ്ഞ മുറിവ് 3. മുതുകിൽ ഉരവുകളും കരിവാളിപ്പും, അതിനു താഴെ വലതുവശത്തെ നാലും ഇടതുവശത്തെ രണ്ടും വാരിയെല്ലുകൾക്ക് ഒടിവ്. ഈ മുറിവുകളിൽ ഒന്നും രണ്ടും മുറിവുകൾ മരണാനന്തരം സംഭവിച്ചവയാണ്.

മുറിവുകൾപോലുമുണ്ടാകാം. തലയ്ക്കാണ് ക്ഷതം സംഭവിക്കുന്നതെങ്കിൽ ബോധം നശിക്കാം. എന്നാലും മരണം സംഭവിക്കുന്നത് വെള്ളം ശ്വാസകോശങ്ങൾക്കുള്ളിൽ കയറി ശ്വാസംമുട്ടിയായിരിക്കും.

മുങ്ങിമരിച്ച ആളുടെ ശരീരം ജലാശയത്തിന്റെ അടിത്തട്ടിലേക്ക് താണുപോകും. പിന്നീട് ശരീരം ജീർണ്ണിച്ചു തുടങ്ങുമ്പോൾ കുടലിൽ വാതകങ്ങൾ ഉണ്ടാകും. ഇതിന്റെ ഫലമായി ശരീരത്തിന്റെ സാന്ദ്രത കുറയുകയും ശരീരം മെല്ലെ ജലത്തിന്റെ ഉപരിതലത്തിൽ എത്തുകയും ചെയ്യും. തലയും കൈകാലുകളും താഴേക്കും മുതുക് മുകളിലുമായിട്ടാണ് (Floater's attitude) ശരീരം പൊന്തിക്കിടക്കുന്നത് (ചിത്രം 40.5). സാധാരണയായി മുങ്ങിമരിച്ച് 18–24 മണിക്കൂർ കഴിയുമ്പോഴാണ് ശരീരം ജലോപരിതലത്തിൽ എത്തുന്നത്. എന്നാൽ ഇത് പല ഘടകങ്ങളെ ആശ്രയിച്ചിരിക്കുന്നു. ശരീരസാന്ദ്രത കുറവുള്ള സ്ത്രീകളുടെയും കുട്ടികളുടെയും മൃതദേഹങ്ങൾ വേഗം പൊന്തിവരാം. സാന്ദ്രത കൂടിയ വെള്ളത്തിൽ മുങ്ങിയ ശരീരങ്ങൾ മണിക്കൂറുകൾക്കകം പൊങ്ങിവരും.

ഇങ്ങനെ വെള്ളത്തിനടിയിൽ കിടക്കുകയും പൊന്തിവരുകയും ചെയ്യുന്ന അവസരങ്ങളിൽ ശവശരീരത്തിൽ പല തരത്തിലുള്ള മുറിവുകൾ സംഭവിക്കാം. മീനുകൾ മുതലായ ജീവികളുടെ ആക്രമണം മൂലവും, ബോട്ടുകൾ മുതലായ ജലയാനങ്ങളുടെ

പ്രൊപ്പല്ലറുകൾ, ജലാന്തർഭാഗത്തുള്ള പാറകൾപോലുള്ള വസ്തുക്കൾ എന്നിവ തട്ടിയും മുറിവുകൾ സംഭവിക്കാം. ഈ മുറിവുകൾക്ക് ജീവനുള്ളപ്പോൾ സംഭവിക്കുന്ന മുറിവുകൾക്കുള്ള ജൈവലക്ഷണങ്ങൾ (antemortem features) കാണുകയില്ല.

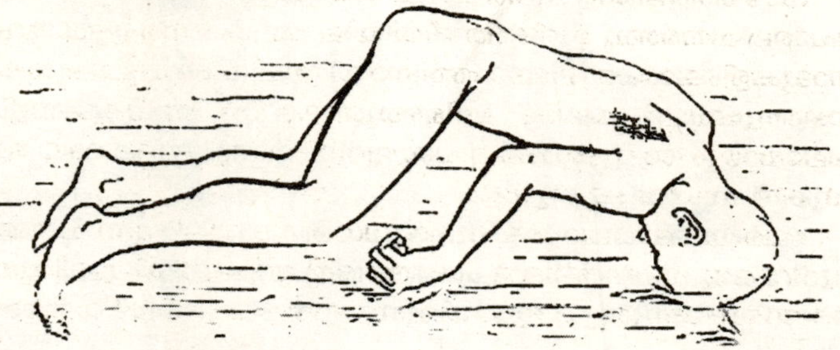

ചിത്രം 40.5 മുങ്ങിമരിച്ച ആളിന്റെ ശരീരം ജലോപരിതലത്തിൽ തലയും കൈകാലുകളും താഴേക്കും മുതുക് മുകളിലുമായിട്ടാണ് പൊന്തിക്കിടക്കുന്നത് (Floater's attitude). ലേഖയുടെ ശരീരത്തിൽ മരണാനന്തരം സംഭവിച്ച മുറിവുകൾ ഒരു വശത്ത് അടുത്തടുത്തായിരുന്നു.

ലേഖയുടെ വലതുകൈ തോളിന് താഴെവച്ച് മുറിഞ്ഞുപോയിരുന്നു. (ചിത്രം 40.4) മുറിവിന്റെ ചിത്രത്തിൽനിന്നും പോസ്റ്റ്മോർട്ടം സർട്ടിഫിക്കറ്റിലെ വിവരണത്തിൽനിന്നും മുറിവിന് ചതഞ്ഞു മുറിഞ്ഞ അരികുകൾ (Lacerated edges) ആയിരുന്നു. അത് മൂർച്ചയുള്ള ആയുധംകൊണ്ടുണ്ടാക്കിയതല്ല എന്ന് വ്യക്തമായിരുന്നു. അത്തരം മുറിവുകൾ ഞാൻ മൂന്നുനാലു കേസുകളിൽ കണ്ടിട്ടുണ്ട്. ബോട്ടിന്റെ പ്രൊപ്പല്ലറിന്റെ ബ്ലെയിഡുകൾക്ക് മൂർച്ചയില്ല; എന്നാൽ ഒരു മിനിട്ടിൽ 3200 തവണ കറങ്ങുന്ന മൂന്നു ബ്ലെയിഡുള്ള പ്രൊപ്പല്ലർ ശരീരത്തിൽ ഒരു സെക്കൻഡുകൊണ്ട് 160 തവണ തട്ടിയിരിക്കും, ഒരു മിനിട്ടിൽ 9600 തവണ. കൈയിലോ കാലിലോ തട്ടിയാൽ അവ രണ്ടായി മുറിയുമെന്നതിൽ സംശയമില്ല. അന്വേഷണ ഉദ്യോഗസ്ഥന്മാരെ ഇത് ശാസ്ത്രീയമായി തെളിയിച്ചു കാണിക്കാൻ ഞാൻ ഒരു പരീക്ഷണം നടത്തി.

വരാപ്പുഴ പാലത്തിനടുത്ത് താമസിക്കുന്ന ഒരാൾ അദ്ദേഹത്തിന്റെ ഔട്ട് ബോഡ് എൻജിൻ ഘടിപ്പിച്ച ഒരു വള്ളം വിട്ടുതന്നു. ആ എൻജിന്റെ പ്രൊപ്പല്ലർ ഘടിപ്പിച്ചിരുന്നത് നീളമേറിയ ഒരു ഷാഫ്ടിലായിരുന്നു. അത് പരീക്ഷണത്തിന് വളരെ അനുയോജ്യമായിരുന്നു. പ്രൊപ്പല്ലർ മൂവായിരം ആർ.പി.എമ്മിൽ

പ്രവർത്തിപ്പിച്ചു. ഒരു വാഴയുടെ തണ്ടിൽ കറങ്ങിക്കൊണ്ടിരുന്ന പ്രൊപ്പല്ലർ വച്ചു. നിമിഷനേരംകൊണ്ട് വാഴത്തണ്ട് രണ്ടായി മുറിഞ്ഞു. മനുഷ്യന്റെ കൈയുമായി താരതമ്യപ്പെടുത്താൻ കഴിയില്ലെങ്കിലും അതിവേഗത്തിൽ ചുറ്റുന്ന പ്രൊപ്പല്ലർ ബ്ലെയിഡുകൾക്ക് വസ്തുക്കളെ മുറിക്കാൻ കഴിയുമെന്ന് തെളിയിച്ചു.

വാഴത്തണ്ടിന്റെ മുറിഞ്ഞ അരികുകളും ലേഖയുടെ കൈപോലെ ചതഞ്ഞു മുറിഞ്ഞ രീതിയിലാണ് കാണപ്പെട്ടത്. വെളിനാടുകളിലൊക്കെ വിനോദത്തിനായി സ്പീഡ്ബോട്ട് യാത്രകൾ നടത്തുമ്പോൾ ബോട്ട് മറിഞ്ഞുണ്ടാകുന്ന അപകടങ്ങളിൽ പലപ്പോഴും ആളുകൾക്ക് പ്രൊപ്പല്ലറിൽനിന്നും മാരകമായ മുറിവുകൾ സംഭവിക്കാറുണ്ട്.

ലേഖയുടെ തലയുടെ പുറകുവശത്തുണ്ടായിരുന്ന ചതഞ്ഞ മുറിവ് ഒരു വൃത്തത്തിന്റെ ചാപത്തിന്റെ ആകൃതിയിലായിരുന്നു. ജൈവലക്ഷണങ്ങളും ഇല്ലായിരുന്നു. ഇതും പ്രൊപ്പല്ലർ തട്ടി ഉണ്ടാ

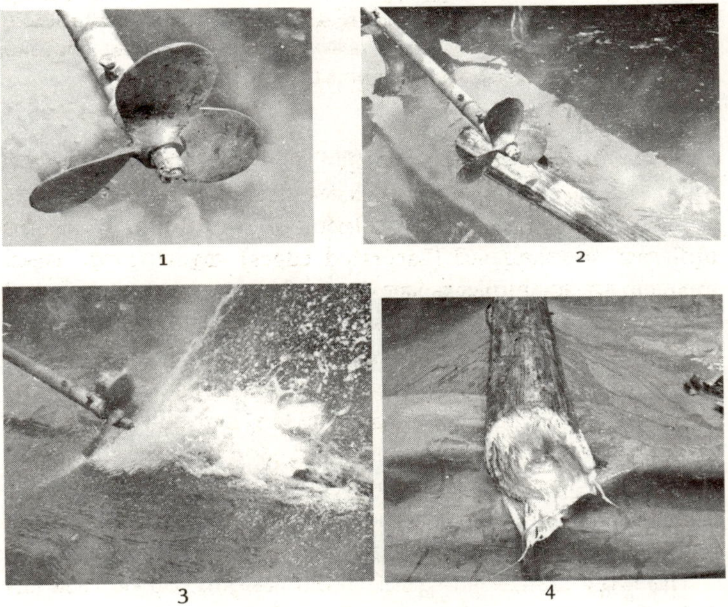

ചിത്രം 40.6 പ്രൊപ്പല്ലർ പരീക്ഷണം 1. ഔട്ട്ബോഡ് മോട്ടോറിന്റെ മൂന്നു ബ്ലെയിഡുള്ള പ്രൊപ്പല്ലർ. 2. പ്രൊപ്പല്ലറിനു താഴെ ഒരു വാഴത്തട വയ്ക്കുന്നു. 3. മൂവായിരം ആർ.പി.എം. വേഗത്തിൽ പ്രൊപ്പല്ലർ കറങ്ങുന്നു. 4. നിമിഷങ്ങൾക്കകം വാഴത്തട മുറിഞ്ഞു.

യതാണെന്നു വേണം കരുതാൻ. എന്നാൽ മുതുകിലുണ്ടായിരുന്ന ഉരവുകളും കരിവാളിപ്പും വാരിയെല്ലുകളുടെ ഒടിവും ജീവനുള്ളപ്പോൾ സംഭവിച്ചതാണെന്ന് മുറിവുകളുടെ ജൈവലക്ഷണങ്ങൾ വ്യക്തമാക്കുന്നു. ഇത് സംഭവിച്ചതെങ്ങനെയെന്ന് അനുമാനിക്കുന്നതിനു മുൻപായി സംഭവദിവസം രാവിലെയുള്ള ലേഖയുടെ യാത്രയെക്കുറിച്ച് ചിന്തിക്കണം.

ലേഖയെ ഭർത്താവ് രാവിലെ 8.30 മണിക്ക് എറണാകുളത്തെ മേനകാ സ്റ്റോപ്പിൽനിന്നും 'നവാസ്സ്' എന്ന ബസ്സിൽ കയറ്റി ചേരാനല്ലൂരിലേക്ക് യാത്രയാക്കുന്നു. ബസ്സ് ചേരാനല്ലൂരിൽ 9 മണിക്ക് എത്തും. ബസ്സ് യാത്ര അവസാനിപ്പിക്കുന്നത് 9.30 മണിക്ക് വരാപ്പുഴ പാലത്തിനു താഴെയുള്ള ബസ്സ് ടെർമിനലിലാണ്. ഈ രണ്ട് സ്ഥലത്തും ലേഖ ഇറങ്ങിയതിന് സാക്ഷികളില്ല. ചേരാനല്ലൂർ ഇറങ്ങിയിരുന്നെങ്കിൽ 9.15 മണിയോടെ അവൾ ഭർത്താവിന്റെ വീട്ടിലെത്തണമായിരുന്നു. അതിനാൽ ചേരാനല്ലൂർ ഇറങ്ങാതെ അവൾ പാലത്തിനടുത്തുള്ള ടെർമിനലിൽ ആയിരിക്കണം ഇറങ്ങിയത്.

ലേഖയുടെ മൃതദേഹം 11.30 മണിയോടെ ബസ്സ് ടെർമിനലിന് സമീപമുള്ള ബോട്ട് ജെട്ടിയുടെ മുൻപിലാണ്. അതുകൊണ്ട് ലേഖ ബസ്സ് ടെർമിനൽ വരെ എത്തിയെന്നതിൽ സംശയമില്ല. അപ്പോൾ ലേഖയുടെ മരണം സംഭവിച്ചത് 9.30-നും 11.30-നുമിടയ്ക്കാണ്. ധാരാളം ജനങ്ങളുള്ള ബോട്ട് ജെട്ടിയുടെ ഭാഗത്തുനിന്നും വെള്ളത്തിലേക്ക് ചാടാൻ സാധ്യതയില്ല. അപ്പോഴാണ് ലേഖയുടെ മുതുകിലുള്ള, ജീവനുള്ളപ്പോൾ സംഭവിച്ച പരിക്കുകളുടെ പ്രസക്തി. ഈ പരിക്കുകൾ സൂചിപ്പിക്കുന്നത് ലേഖ ഉയരത്തിൽനിന്നും വെള്ളത്തിലേക്ക് ചാടിയിരിക്കണമെന്നാണ്.

ഞാൻ സ്ഥലവാസികളോടും ബോട്ട് ഓടിക്കുന്നവരോടും ചോദിച്ചപ്പോൾ പാലത്തിനു താഴെ ഓരോ തൂണുകൾക്കു ചുറ്റും വൃത്താകൃതിയിൽ കോൺക്രീറ്റ് കൊണ്ടുള്ള ചുറ്റുമതിൽ ഉണ്ടെന്നു പറഞ്ഞു. അതിനുള്ളിൽ വലിയ പാറക്കഷണങ്ങളുമുണ്ട്. വെള്ളപ്പൊക്കമുള്ളപ്പോൾ ഈ കെട്ടുകൾ വെള്ളത്തിനടിയിലായിരിക്കും; കാണാൻ കഴിയുകയില്ല. പാലത്തിൽനിന്ന് ചാടിയാൽ ചുറ്റുമതിലിൽ ശരീരം തീർച്ചയായും ഇടിക്കുകയും ലേഖയുടെ മുതുകിൽ കണ്ടതുപോലെയുള്ള പരിക്കുകൾ ഉണ്ടാവുകയും ചെയ്യും.

ലേഖയെ റെയിൽവേ പാലത്തിൽ വച്ച് ട്രെയിനിടിച്ചതാകാമോ എന്ന സാധ്യതയെക്കുറിച്ചും അന്വേഷിച്ചു. വാരാപ്പുഴ നദിയിൽ രണ്ട് റെയിൽ പാലങ്ങളാണുള്ളത്. എൻ.എച്ച്. 17-ലെ പാലത്തിൽനിന്നും എട്ട് കിലോമീറ്റർ പടിഞ്ഞാറ് മാറിയാണ് പേരണ്ടൂർ റെയിൽവേപ്പാലം. നദിയുടെ ഒഴുക്ക് പടിഞ്ഞാറോട്ടാണ്; ഒഴുക്കിനെതിരെ

നീന്താൻ മൃതശരീരത്തിനു കഴിയുകയില്ലല്ലോ. വേറൊരു പാലം വരാപ്പുഴയിൽനിന്നും പതിനഞ്ച് കിലോമീറ്റർ വടക്കു മാറി ആലുവായിലാണ്. അവിടെനിന്നും രണ്ടു മണിക്കൂർകൊണ്ട് ശരീരം വരാപ്പുഴവരെ ഒഴുകിയെത്തുകയില്ല; മാത്രവുമല്ല രാവിലെ നദിയിൽ വേലിയേറ്റവുമാണ്.

ഞാൻ വിശദമായ ഒരു റിപ്പോർട്ട് നല്കി. ശ്രീ അഷ്റഫ് അതിനെ ആധാരമാക്കി ബഹു. ഹൈക്കോടതിക്ക് റിപ്പോർട്ട് നല്കുകയും കോടതി അത് അംഗീകരിക്കുകയും ചെയ്തു.

41. ഉപസംഹരണം

വേദനയുണ്ടാക്കിയ രണ്ടു സംഭവങ്ങൾ

ഫോറൻസിക് മെഡിസിൻ പ്രൊഫസ്സറായും പോലീസ് സർജനായും കേരളാ പോലീസിന്റെ മെഡിക്കോ ലീഗൽ ഉപദേശകനായും സംസ്ഥാന സർക്കാരിന്റെ മെഡിക്കോ ലീഗൽ വിദഗ്ദ്ധനായും തിരുവനന്തപുരം മെഡിക്കൽ കോളജ് പ്രിൻസിപ്പലായും മെഡിക്കൽ വിദ്യാഭ്യാസ ഡയറക്ടറായും ഒക്കെ പല തലങ്ങളിലൂടെയുള്ള എന്റെ ജീവിതനൗകയുടെ പ്രയാണത്തിന് വലിയ തടസ്സങ്ങളൊന്നും നേരിടേണ്ടിവന്നില്ല. രണ്ടവസരങ്ങളിൽ മാനസികമായ പീഡനങ്ങൾ സഹിക്കേണ്ടിവന്നെങ്കിലും ഞാൻ സധൈര്യം അവയെ നേരിട്ടു. അവയെക്കുറിച്ച് പരാമർശിച്ചില്ലെങ്കിൽ എന്റെ ഓർമ്മക്കുറിപ്പുകൾ പൂർണ്ണമാവുകയില്ല.

മെഡിക്കോ ലീഗൽ ഉപദേശകനായി പോലീസ് വകുപ്പിൽ ജോലി ചെയ്യുമ്പോൾ നിരവധി അസാധാരണ മരണങ്ങളിൽ കൃത്യസ്ഥലം സന്ദർശിക്കുകയും ക്രിമിനൽ നടപടി നിയമം 161-ാം വകുപ്പ് പ്രകാരം അന്വേഷണ ഉദ്യോഗസ്ഥന്മാർക്ക് സാക്ഷിമൊഴികൾ നല്കുകയും ചെയ്തിട്ടുണ്ട്. ശാസ്ത്രീയമായ നിരീക്ഷണങ്ങളുടെയും അപഗ്രഥനങ്ങളുടെയും അടിസ്ഥാനത്തിലാണ് അഭിപ്രായങ്ങൾ നല്കിയിട്ടുള്ളത്. എന്റെ നിഗമനങ്ങളും അഭിപ്രായങ്ങളും എല്ലായ്പോഴും അന്വേഷണ ഉദ്യോഗസ്ഥന്മാരും ബഹു. കോടതികളും അംഗീകരിക്കുകയും ചെയ്തിട്ടുണ്ട്.

ഒരിക്കൽപോലും ഞാൻ സമ്മർദ്ദങ്ങൾക്ക് വഴങ്ങുകയോ സത്യത്തിൽനിന്നും വ്യതിചലിക്കുകയോ ചെയ്തിട്ടില്ല. അഭിമാനത്തോടെ, അല്പം അഹങ്കാരത്തോടെ പറയാവുന്ന ഒരു വസ്തുത സത്യം മൂടിവയ്ക്കാനോ വളച്ചൊടിക്കാനോ ഒരിക്കലും

ആരിൽനിന്നും ഒരു സമ്മർദ്ദമോ പ്രീണനമോ ഭീഷണിയോ എനിക്ക് നേരിടേണ്ടി വന്നിട്ടില്ല എന്നതാണ്.

പാലക്കാട് മുന്ന എന്ന അബ്കാരി കൺട്രാക്ടറുടെയും കോട്ടയത്ത് അഭയ എന്ന കന്യാസ്ത്രീയുടെയും കേസുകളിലാണ് എനിക്ക് പീഡനങ്ങൾ ഏൽക്കേണ്ടി വന്നത്. ഈ രണ്ട് കേസുകളും കോടതികളുടെ പരിഗണയിൽ വന്നുകഴിഞ്ഞതിനാൽ അവയെക്കുറിച്ച് വിശദമായി എഴുതുവാൻ നിയമപരമായി തടസ്സമുണ്ട്. അതിനാൽ കേസുകളുടെയോ എന്റെ നിഗമനങ്ങളുടെയോ വിശദാംശങ്ങളിലേക്ക് കടക്കാതെ എനിക്ക് അനുഭവിക്കേണ്ടി വന്ന പീഡനങ്ങൾ മാത്രം വിവരിക്കാം.

മുന്നാ കൊലക്കേസ്

1992 ഏപ്രിൽ മാസം 11-ാം തീയതി പാലക്കാട് കൃഷ്ണപുരം എന്ന സ്ഥലത്ത് തീ പിടിച്ച ഒരു കാറിൽ കത്തിക്കരിഞ്ഞ ഒരു മൃതദേഹം കാണപ്പെട്ടു; കൃത്യസ്ഥലം സന്ദർശിക്കാൻ അന്ന് ഉത്തരമേഖല ഡി.ഐ.ജി. ആയിരുന്ന ശ്രീ സോമരാജന്റെ സന്ദേശം ലഭിച്ചതിൻപ്രകാരം ഞാൻ സ്ഥലത്തെത്തി. കോഴിക്കോട് മെഡിക്കൽ കോളജിലെ ഫോറൻസിക് മെഡിസിൻ പ്രൊഫസ്സറായ ഡോ. രാമചന്ദ്രനും സംഘവും വന്നെത്തി മൃതദേഹപരിശോധന നടത്തി. അതിനുശേഷം അന്വേഷണ ഉദ്യോഗസ്ഥനായ മണ്ണാർക്കാട് സർക്കിൾ ഇൻസ്പെക്ടർക്ക് ക്രിമിനൽ നടപടി നിയമം 161-ാം വകുപ്പ് പ്രകാരം ഞാൻ ഒരു പേജുള്ള മൊഴി നല്കി. ഡോ. രാമചന്ദ്രന്റെ മൃതദേഹപരിശോധനയുടെയും എന്റെ കൃത്യസ്ഥലപരിശോധനയുടെയും നിരീക്ഷണങ്ങളെ അടിസ്ഥാനമാക്കിയുള്ള നിഗമനങ്ങളായിരുന്നു ആ മൊഴിയിലുണ്ടായിരുന്നത്. ഞാൻ തിരുവനന്തപുരത്തിനു മടങ്ങി.

മുന്നാക്കേസ് പിന്നീട് ക്രൈംബ്രാഞ്ചും തുടർന്ന് സി.ബി.ഐ.യും പന്ത്രണ്ട് വർഷം അന്വേഷിച്ചു. ഈ കാലയളവിൽ ഈ രണ്ട് ഏജൻസികളിലെ ഒരു അന്വേഷണ ഉദ്യോഗസ്ഥൻപോലും എന്നെ കാണാൻ വന്നിട്ടില്ല. കൊച്ചി സി.ബി.ഐ. യൂണിറ്റിലെ പോലീസ് സൂപ്രണ്ട് 2004-ൽ ഒരു ചോദ്യാവലി അയച്ചുതന്നു. ഞാൻ അതിന് മറുപടി നല്കി. അതിനുശേഷം ഒരു ദിവസം പത്രങ്ങളിലും ദൃശ്യമാധ്യമങ്ങളിലും മുന്നാക്കേസിൽ മുൻ ഡി.ജി.പി. സുബ്രഹ്മണ്യം, ഐ.ജി സോമരാജൻ, എസ്.പി. ചന്ദ്രൻ. ഡിവൈ. എസ്.പി. ശശി, ഡോ. രാമചന്ദ്രൻ, ഡോ. ഉമാദത്തൻ എന്നിവർക്ക് പങ്കുണ്ടെന്നും അവരെ പ്രതിസ്ഥാനത്ത് ചേർക്കുന്നുവെന്നും വാർത്തകൾ വന്നു. കുറെനാൾ കഴിഞ്ഞ് പോലീസ് ഉദ്യോഗസ്ഥന്മാരിൽ ഡിവൈ.എസ്.പി. ശശി ഒഴികെയുള്ളവരെ ഒഴിവാക്കി.

സി.ബി.ഐ. എന്നെയും ഡിവൈ.എസ്.പി. ശശി., ഡോ. രാമചന്ദ്രൻ എന്നിവരോടൊപ്പം പ്രതിയാക്കുന്നതിന് സർക്കാരിന്റെ അനുവാദം തേടി. സർക്കാർ അഡ്വക്കേറ്റ് ജനറലിന്റെ അഭിപ്രായമാരാഞ്ഞു. ഡോക്ടർമാർ സാക്ഷികളാണെന്നും അവരെ പ്രതികളാക്കാൻ സാധ്യമല്ലെന്നുമുള്ള അഭിപ്രായത്തിന്റെ അടിസ്ഥാനത്തിൽ ഗവൺമെന്റ് അനുമതി നിഷേധിച്ചു. ക്രിമിനൽ നടപടി നിയമം 161-ാം വകുപ്പനുസരിച്ച് മൊഴി നല്കിയതിന് ഒരു ഡോക്ടറെ പ്രതിയാക്കുന്നത് ആദ്യമാണ്. ആത്മാർത്ഥമായും സത്യസന്ധമായും ദീർഘകാലം ജോലി ചെയ്തതിനു ലഭിച്ച പാരിതോഷികം!!

ഞാൻ നല്കിയ അഭിപ്രായം തെറ്റാണെങ്കിൽ സ്വീകരിക്കാതിരിക്കാം. എന്നാൽ ഒന്നാം പ്രതിയുമായി ഗൂഢാലോചന നടത്തി മനഃപൂർവ്വം തെറ്റായ അഭിപ്രായം നല്കി എന്ന് അടിസ്ഥാനരഹിതവും അസത്യജടിലവുമായ ആരോപണം ഉന്നയിക്കുകയും സ്വഭാവഹത്യ നടത്തുകയും ചെയ്തതിന്റെ പിന്നിലെ ചോതോവികാരം എന്തായിരുന്നുവെന്ന് എനിക്കറിയില്ല. എന്റെ കൈകൾ ശുദ്ധമായതിനാൽ ഏത് പ്രതിസന്ധിയെയും നേരിടാനുള്ള ധൈര്യം എനിക്കുണ്ട്. എന്നാൽ മനസ്സിനേറ്റ മുറിവിന്റെ വേദന മാറുന്നില്ല.

അഭയാക്കേസ്

മുന്നാകേസിന് ഒരു മാസം മുമ്പായിരുന്നു കോട്ടയത്ത് അഭയ എന്ന കന്യാസ്ത്രീയുടെ മൃതദേഹം അവർ താമസിച്ചിരുന്ന കോൺവെന്റിലെ കിണറ്റിൽ കാണപ്പെട്ടത്. കോട്ടയം മെഡിക്കൽ കോളജിലെ ഫോറൻസിക് മെഡിസിൻ പ്രൊഫസ്സറായ ഡോ. രാധാകൃഷ്ണനായിരുന്നു മൃതദേഹപരിശോധന നടത്തിയത്. അഭയ മരിച്ച് നാലു ദിവസം കഴിഞ്ഞിട്ട് അന്ന് പോലീസ് ഹെഡ്ക്വാർട്ടേഴ്സ് ഐ.ജി.യായിരുന്ന ശ്രീ ജോസഫ് തോമസിനോടൊപ്പം ഞാൻ കൃത്യസ്ഥലം സന്ദർശിച്ചിരുന്നു.

ഒരു മാസത്തിനുശേഷം അന്വേഷണം ക്രൈംബ്രാഞ്ച് ഏറ്റെടുത്തപ്പോൾ ഐ.ജി. ശ്രീ സത്താർകുഞ്ഞിനോടൊപ്പം വീണ്ടും ഞാൻ കൃത്യസ്ഥലത്തു പോയി. അന്വേഷണ ഉദ്യോഗസ്ഥനായിരുന്ന ഡിവൈ.എസ്.പി. ശ്രീ സാമുവലിന് ക്രിമിനൽ നടപടി നിയമം 161-ാം വകുപ്പനുസരിച്ച് ഞാൻ മൊഴി നല്കി. ഡോ. രാധാകൃഷ്ണൻ നല്കിയ പോസ്റ്റ്മോർട്ടം സർട്ടിഫിക്കറ്റിലെ നിഗമനങ്ങളെ അടിസ്ഥാനമാക്കിയുള്ള അഭിപ്രായമായിരുന്നു ആ മൊഴിയിലുണ്ടായിരുന്നത്. അതു കഴിഞ്ഞ് കേസന്വേഷണം

സി.ബി.ഐ. ഏറ്റെടുത്തു. സി.ബി.ഐ. ഉദ്യോഗസ്ഥന്മാർ ആരും 2008 വരെ എന്റെ മൊഴി രേഖപ്പെടുത്തിയിട്ടില്ലായിരുന്നു.

ഒരു ദിവസം പത്രങ്ങളിൽ വാർത്ത: അഭയക്കേസിൽ ഡോ. ഉമാദത്തൻ തെളിവ് നശിപ്പിക്കാൻ കൂട്ടുനിന്നു. അന്ന് ഞാൻ തിരുവനന്തപുരം മെഡിക്കൽ കോളജ് പ്രിൻസിപ്പലാണ്. സ്നേഹിതരുടെയും ബന്ധുക്കളുടെയും നിലയ്ക്കാത്ത ഫോൺ കാളുകൾ. ഞാൻ ആ വാർത്തയുടെ ഉറവിടം അന്വേഷിച്ചു. അഭയ കേസിന്റെ അന്വേഷണം നടത്തിയ സി.ബി.ഐ.യിലെ ഒരു ഡിവൈ.എസ്.പി. എറണാകുളം ചീഫ് ജുഡീഷ്യൽ മജിസ്ട്രേറ്റ് കോടതിയിൽ സമർപ്പിച്ച അന്തിമറിപ്പോർട്ടിൽ അഭയയുടെ മരണകാരണത്തെക്കുറിച്ച് മെഡിക്കോ ലീഗൽ വിദഗ്ദ്ധൻ നല്കിയതാണെന്നു പറഞ്ഞ് കുറെ അഭിപ്രായങ്ങൾ ചേർത്തിരുന്നു. ഡിവൈ.എസ്.പി.യുടെ അന്തിമറിപ്പോർട്ട് ത്യജിച്ചുകൊണ്ടുള്ള വിധിന്യായത്തിൽ ബഹു. മജിസ്ട്രേറ്റ് ആ അഭിപ്രായങ്ങൾ ഞാൻ നല്കിയതാണെന്ന് ആരോപിച്ച് അതിനിശിതമായി എന്നെ കുറ്റപ്പെടുത്തിയിരുന്നു. ആ വിധിന്യായത്തിലെ പരാമർശങ്ങളാണ് പത്രവാർത്തകൾക്കാധാരം.

ഈ രണ്ടു കേസുകളിലും ഒരു മാധ്യമപ്രവർത്തകൻ പോലും എന്നോട് സത്യമെന്താണെന്ന് ചോദിച്ചില്ല. സത്യം ആർക്ക് വേണം?

ഞാൻ ആദ്യമൊന്നും തെറ്റായ വാർത്തകൾക്കെതിരേ പ്രതികരിച്ചില്ല. അഭയക്കേസിന്റെ അപ്പോസ്തലനായ ഒരാൾ എനിക്കെതിരേ ശക്തമായി പ്രവർത്തിക്കാൻ തുടങ്ങി. അസംബ്ലിയിൽ ശ്രീ ലോനപ്പൻ നമ്പാടൻ എം.എൽ.ഏ.യെക്കൊണ്ട് അഭയക്കേസ്സിൽ തെളിവ് നശിപ്പിച്ച എനിക്കെതിരെ എന്ത് നടപടിയെടുക്കാൻ പോകുന്നുവെന്ന് മുഖ്യമന്ത്രിയോട് ചോദ്യമുന്നയിപ്പിച്ചു. എന്നെ മെഡിക്കൽ വിദ്യാഭ്യാസഡയറക്ടറാക്കാതിരിക്കാൻ നിവേദനങ്ങൾ നല്കി. ഇത്രയുമൊക്കെ ആയപ്പോൾ ഞാൻ ബഹു. ഹൈക്കോടതിയിൽ ഒരു റിട്ട് പെറ്റിഷൻ സമർപ്പിച്ചു. എന്റെ അഭ്യർത്ഥന ചീഫ് ജുഡീഷ്യൽ മജിസ്ട്രേറ്റിന്റെ വിധിന്യായത്തിൽ സൂചിപ്പിച്ചിട്ടുള്ളതുപോലെയുള്ള അഭിപ്രായങ്ങൾ ഞാൻ ഒരിക്കലും, ആർക്കും നല്കിയിട്ടില്ലെന്നും ആയതിനാൽ എനിക്കെതിരെയുള്ള പരാമർശങ്ങൾ നീക്കം ചെയ്യണമെന്നുമായിരുന്നു.

ബഹു. ജസ്റ്റിസ് ശ്രീ നാരായണൻ നമ്പ്യാർ ക്രൈംബ്രാഞ്ചിന്റെയും സി.ബി.ഐ.യുടെയും അഭിഭാഷകരോട് മജിസ്ട്രേറ്റിന്റെ വിധിന്യായത്തിൽ സൂചിപ്പിച്ചിട്ടുള്ളതുപോലെയുള്ള അഭിപ്രായങ്ങൾ ഡോ. ഉമാദത്തൻ നല്കിയിട്ടുണ്ടോ എന്ന് ആരാഞ്ഞു.

ഞാൻ ക്രൈംബ്രാഞ്ച് ഡിവൈ.എസ്.പി.ക്കു നല്കിയ അഭിപ്രായത്തിന്റെ പകർപ്പ് ഹൈക്കോടതിയിൽ സമർപ്പിച്ചിരുന്നു. അതല്ലാതെ മറ്റൊരു അഭിപ്രായവും ഞാൻ നല്കിയിട്ടില്ലെന്ന് അവർ കോടതിയെ ബോധിപ്പിച്ചു. ബഹു. കോടതി എനിക്കെതിരെയുള്ള പരാമർശങ്ങൾ നീക്കംചെയ്തു.

ഞാൻ നല്കാത്ത അഭിപ്രായം മജിസ്ട്രേറ്റിന്റെ വിധിന്യായത്തിൽ പരാമർശിക്കപ്പെടാനുള്ള കാരണം ഇന്നും എനിക്ക് അജ്ഞാതമാണ്. ഹൈക്കോടതി വിധിക്കെതിരെ അപ്പോസ്തലൻ സുപ്രീം കോടതിയിൽ പോകുമെന്ന് പത്രങ്ങളിലൂടെ വീമ്പിളക്കി. എവിടെപ്പോയാലും എന്തൊക്കെ ചെയ്താലും അന്തിമവിജയം സത്യത്തിനായിരിക്കും. സത്യം എത്ര നാൾ മൂടിവയ്ക്കാൻ കഴിയും?

ഇത് എന്റെ എട്ടാമത്തെ പുസ്തകമാണ്. എന്റെ രണ്ടു പുസ്തകങ്ങൾക്ക് അവതാരികകൾ എഴുതിയത് സുപ്രീംകോടതി ന്യായാധിപസ്ഥാനം അലങ്കരിച്ച സുപ്രസിദ്ധനായ നിയമപണ്ഡിതൻ ജസ്റ്റിസ് ശ്രീ കെ.ടി. തോമസ് അവർകൾ ആണ്. എഴുപതുകളുടെ തുടക്കത്തിൽ കോട്ടയം കോടതികളിലെ ചില കേസുകളിൽ പ്രശസ്തനായ യുവഅഭിഭാഷകനായിരുന്ന അദ്ദേഹത്തിന്റെ അന്തസ്സുറ്റതും തീവ്രവുമായ എതിർവിസ്താരചോദ്യങ്ങൾക്ക് എനിക്ക് ഉത്തരം നല്കേണ്ടി വന്നിട്ടുണ്ട്. പിന്നീട് അദ്ദേഹം ന്യായാധിപനായിരുന്ന സെഷൻസ് കോടതികളിലും ഞാൻ സാക്ഷിയായി മൊഴി നല്കിയിട്ടുണ്ട്.

അദ്ദേഹം അവതാരികയിൽ ഇപ്രകാരം രേഖപ്പെടുത്തി: ‘‘ഉമാദത്തനെതിരെ ഒരു കീഴ്ക്കോടതി പുറപ്പെടുവിച്ച നീതിയുക്തമല്ലാത്തതും അരോചകവുമായ പരാമർശങ്ങളെ കേരള ഹൈക്കോടതി നീക്കംചെയ്ത് അദ്ദേഹത്തിന്റെ സൽപ്പേര് നിലനിർത്തിയെന്നതിൽ എനിക്ക് ആശ്വാസമുണ്ട്. അദ്ദേഹത്തിന്റെ വിശ്വാസ്യത കോട്ടം തട്ടാതെ നിലനിൽക്കുന്നു.’’ ഈ വാക്കുകളേക്കാൾ വേറൊരു സാക്ഷിപത്രം എനിക്ക് ആവശ്യമില്ല.

പദസൂചി

(ഗ്രന്ഥത്തിൽ പ്രതിപാദിതങ്ങളായ ചില പുസ്തകങ്ങളുടെയും പ്രസിദ്ധീകരണങ്ങളുടെയും പേരുകളാണ് ചരിഞ്ഞ അക്ഷരങ്ങളിൽ കൊടുത്തിരിക്കുന്നത്)